लेखकाविषयी

गॅब्रिअल गार्सिया मार्केझ यांचा जन्म ६ मार्च १९२७ साली आराकाटाका, कोलंबिया येथे झाला. युनिव्हर्सिटी ऑफ बोगोता येथे त्यांनी शिक्षण घेतले. त्यानंतर *एल एस्पेक्टडोर* या कोलंबियन वृत्तपत्रासाठी त्यांनी वार्ताहर म्हणून काम पाहिले, तसेच रोम, पॅरिस, बार्सिलोना, कॅरॅकस आणि न्यू यॉर्क येथे 'फॉरेन करस्पॉन्डन्ट' म्हणून काम पाहिले. त्यांच्या नावावर अनेक कथासंग्रह आणि कादंबऱ्या जमा आहेत. त्यांपैकी काही पुढीलप्रमाणे – *आइज ऑफ ब्लू डॉग* (१९४७), *लीफ स्टॉर्म* (१९५५), *नो वन राइट्स टू कर्नल* (१९५८), *इन इव्हिल अवर* (१९६२), *बिग ममाज् फ्युनेरल* (१९६२), *वन हन्ड्रेड इयर्स ऑफ सॉलिट्यूड* (१९६७), *इनोसन्ट इरेन्दिरा अँड अदर स्टोरीज्* (१९७२), *द ऑटमन ऑफ द पॅट्रिआर्क* (१९७५), *क्रॉनिकल ऑफ अ डेथ फोरटोल्ड* (१९८१), *लव्ह इन द टाइम ऑफ कॉलरा* (१९८५), *द जनरल इन हिज लॅबिरिन्थ* (१९८९), *स्ट्रेंज पिलग्रिम्स* (१९९२) आणि *ऑफ लव्ह अँड अदर डेमॉन्स* (१९९४). १९८२ साली त्यांना साहित्यातील नोबेल पुरस्काराने सन्मानित करण्यात आले. १७ एप्रिल २०१४ रोजी त्यांनी अखेरचा श्वास घेतला.

AA000934

साहित्यातील नोबेल पुरस्काराने सन्मानित लेखक

गॅब्रिअल गार्सिया मार्केझ

लव्ह इन द टाइम ऑफ कॉलरा

अनुवाद - प्रणव सखदेव

संपादन साहाय्य - डॉ. अजेय हर्डीकर

MANJUL

मंजुल पब्लिशिंग हाउस

First published in India by

Manjul Publishing House

Pune Editorial Office
•Flat No. 1, 1ˢᵗ Floor, Samartha apartment, 1031,
Tilak Road, Pune - 411 002
Corporate and Editorial Office
•2 Floor, Usha Preet Complex, 42 Malviya Nagar, Bhopal 462 003 - India
Sales and Marketing Office
•C-16, Sector 3, Noida, Uttar Pradesh 201301, India
Website: www.manjulindia.com
Distribution Centres
Ahmedabad, Bengaluru, Bhopal, Kolkata, Chennai,
Hyderabad, Mumbai, New Delhi, Pune

Marathi translation of *Love in the Time of Cholera*

Copyright © GABRIEL GARCÍA MÁRQUEZ, 1985 and
Heirs of GABRIEL GARCÍA MÁRQUEZ

First Published in Spanish in 1985 as *EL AMOR EN LOS TIEMPOS DEL CÓLERA*

English edition first published in 1988 in the USA by Alfred A Knopf Inc.

Marathi translation © Manjul Publishing House, 2021
All rights reserved

This Marathi edition first published in 2021

ISBN: 978-93-90924-34-9

Marathi translation: Pranav Sakhadeo

Cover design: Megha Sharma

अर्थातच, मर्सिडीससाठी...

जे शब्द मी आता अभिव्यक्त करणार आहे : त्यांना
आता त्यांची मुकुटधारी देवता मिळाली.

लिआन्द्रो दिआस

लव्ह इन द टाइम ऑफ कॉलरा

ते अपरिहार्यच होतं : कडवट बदामांचा गंध त्याला कायमच एकतर्फी प्रेमाची आठवण करून द्यायचा. त्या काळोखात बुडालेल्या घरात प्रवेश केल्या केल्या डॉ. हुवेनाल उर्बिनोला तो गंध जाणवला होता. त्याला तातडीने बोलावणं आल्याने, तो घाईने तिथे पोहोचला होता; परंतु त्याच्यासाठी ती केस कितीतरी वर्षांपूर्वीच तातडीची निकड हरवलेली केस होती. युद्धात अपंगत्व आलेला सैनिक, लहान मुलांची छायाचित्रं काढणारा छायाचित्रकार आणि बुद्धिबळाच्या डावातला त्याचा सर्वांत आवडता स्पर्धक अँटिलियन स्थलांतरित जेरेमाया दे सेंट-आमूर याने गोल्ड सायनाइडच्या गंधित वाफा घेऊन, सतत छळणाऱ्या आठवणींच्या कचाट्यातून स्वतःची सुटका करून घेतली होती.

युद्धमोहिमेत वापरण्यात येणाऱ्या कॉटवर त्याचा मृतदेह कापडाखाली झाकून ठेवलेला असल्याचं त्याला दिसलं. त्याच कॉटवर तो नेहमी निजायचा. कॉटशेजारी एक स्टूल होतं. त्यावर छायाचित्र डेव्हलप करायचा ट्रे होता, ज्याचा वापर विषारी वाफ तयार करण्यासाठी केला गेला होता. खाली, जमिनीवर काळ्या रंगाच्या आणि छातीवर हिमासारखा शुभ्र रंग असलेल्या ग्रेट डेन जातीच्या कुत्र्याचं शव पडलेलं होतं. त्याला कॉटच्या एका पायाला बांधण्यात आलं होतं आणि तिथे शेजारीच कुबड्या पडलेल्या होत्या. झोपायची खोली आणि प्रयोगशाळा अशी दोन्ही कारणांसाठी वापरली जाणारी ती गुदमरवून टाकणारी, गर्दीभरली खोली एका खिडकीतून येणाऱ्या पहाटेच्या सूर्यकिरणांनी उजळून टाकायला सुरुवात केली होती; परंतु एका दृष्टिक्षेपात तिथे मृत्यू झाला आहे, हे त्याला ओळखता येईल एवढा प्रकाश त्या खोलीत होता. दुसरी खिडकी, तसंच त्या खोलीला असलेल्या इतर सगळ्या फटी कापडाच्या चिंध्यांनी बुजवलेल्या होत्या, अथवा काळ्या रंगाच्या

पुठ्ठ्याने बंद केलेल्या होत्या, त्यामुळे तिथे आणखीनच गुदमरायला होत होतं. चिठ्ठ्या न लावलेल्या बाटल्या आणि बरण्या यांनी लांबलचक मेज भरून गेले होते आणि लाल कागद लपेटलेल्या एका साध्या दिव्याखाली कांस्याचे दोन ट्रे ठेवलेले होते. फिक्सेटिव्ह असलेल्या द्रावाचा तिसरा ट्रे मृतदेहाशेजारी होता. जुनी मासिकं आणि वर्तमानपत्रं, काचेच्या प्लेट्सवर ठेवलेल्या निगेटिव्हच्या थप्प्या, मोडकंतोडकं लाकडी सामान असं सगळं खोलीत अस्ताव्यस्त पडलं होतं; परंतु त्यांवर धूळ साचू नये, याची काळजी घेण्यात आली होती. खिडकीतून येणारी झुळूक तिथली हवा शुद्ध करत असली, तरी ओळखू शकणाऱ्याला, त्या कडवट बदामांमध्ये दुर्दैवी प्रेमाचे अवशेष जाणवले असते. भविष्याची हेतुपुरस्सर चाहूल नसताना, डॉ. हुवेनाल उर्बिनोला बऱ्याचदा असं वाटायचं की, औचित्यपूर्ण स्थितीत मृत पावायची ही काही शुभ जागा नव्हे; परंतु कालांतराने त्याला वाटू लागलं की, बहुधा ही अवस्था 'डिव्हाइन प्रॉव्हिडन्स' अर्थात ईश्वरी करणीच्या अस्पष्ट अशा निश्चयीपणाच्या आज्ञा पाळते.

वैद्यकशास्त्राच्या एका तरुण विद्यार्थ्यासोबत पोलीस निरीक्षक पुढे आला. हा तरुण नगरपालिकेच्या दवाखान्यात न्यायवैद्यकाचं प्रशिक्षण पूर्ण करत होता. या दोघांनीच त्या खोलीतली हवा जरा खेळती केली होती आणि मृतदेह झाकून ते डॉ. उर्बिनोची वाट पाहत बसले होते. त्यांनी उर्बिनोचं गांभीर्यपूर्वक स्वागत केलं. त्यात अशा प्रसंगी असणाऱ्या आदरभावापेक्षा सांत्वनाची भावना अधिक होती. कारण, जेरेमाया दे सेंट-आमूर आणि डॉ. उर्बिनोची मैत्री सगळ्यांनाच ठाऊक होती. त्या ख्यातनाम शिक्षकाने प्रत्येकासोबत हस्तांदोलन केलं, अगदी तसंच जसं तो वैद्यकशास्त्राच्या वर्गात शिकवण्याआधी प्रत्येक विद्यार्थ्याशी करायचा. मग एखादं फूल उचलावं तशी त्याने पहिलं बोट आणि अंगठ्याने चादरीची शिवण चिमटीत पकडली आणि हळूहळू, काळजीपूर्वक मृतदेह उघडा केला. दे सेंट-आमूर नग्न होता. ताठर आणि वाकडातिकडा. डोळे सताड उघडे, शरीर काळंनिळं झालेलं. जेरेमाया आदल्या रात्री जसा होता, त्यापेक्षा पन्नास वर्षं म्हातारा झाल्यागत वाटत होता. त्याची बुबुळं तेजस्वी होती, दाढी आणि डोक्यावरचे केस पिवळसर होते आणि त्याच्या पोटापाशी चौकोनाकृती गाठीने शिवलेला एक जुना व्रण होता. कुबड्यांच्या वापरामुळे त्याचं धड आणि हात दोन्ही वल्ही मारायचं काम दिलेल्या गुलामांप्रमाणे रुंद झाले होते; परंतु त्याचे निराधार पाय मात्र अनाथासारखे दिसत होते. डॉ. हुवेनाल उर्बिनोने त्याचं क्षणभर निरीक्षण केलं. त्याचं हृदय पिळवटलं. गेल्या अनेक वर्षांपासून मृत्यूशी दिलेल्या निष्फळ लढ्यामध्ये त्याला असं क्वचितच झालं होतं.

"मूर्ख कुठला," तो म्हणाला. "आयुष्यातला वाईट भाग तर संपला होता."

त्याने मृतदेह झाकला आणि मग त्याच्या चेहऱ्यावर पुन्हा एकदा त्याची अकादमीय प्रतिष्ठा दिसू लागली. एक वर्षापूर्वी त्याचा ऐंशीवा वाढदिवस तीन

दिवसीय सोहळ्यासह साजरा करण्यात आला होता. त्या वेळी आभार प्रदर्शनाच्या भाषणात त्याने पुन्हा एकदा निवृत्त होण्याचा मोह आवरता घेतला होता. तो म्हणाला होता, ''मेल्यानंतर माझ्याकडे आराम करण्यासाठी भरपूर वेळ असणार आहे; परंतु माझ्यासाठी अजून तरी या शक्यतेला थारा नाही.'' दिवसेंदिवस त्याला आता उजव्या कानाने कमी ऐकू येऊ लागलं होतं आणि आपले पाय चालताना लटपटतात हे लपवण्यासाठी तो चांदीची मूठ असलेली काठी घेत असे. तरी तो तरुण असल्याप्रमाणेच तडफदारपणे लिननचा सूट घालायचा, ज्याच्या खिशात सोनेरी साखळीने बांधलेलं घड्याळ असायचं. त्याची लुई पाश्चर छापाची दाढी मोतिया रंगाची झाली होती आणि केसही त्याच रंगाचे होते. तो अजूनही केस काळजीपूर्वक मागे वळवून मधोमध भांग पाडायचा. त्याचे स्वभावविशेष जणू या सगळ्यातून कायम दिसायचे. त्याचा वेगाने स्मृतिभ्रंश होत चालला होता आणि त्यावर उपाय म्हणून तो कागदाच्या कपट्यांवर घाईघाईत वेगवेगळ्या नोंदी लिहून ठेवायचा; परंतु त्या नोंदी त्याच्या वेगवेगळ्या खिशांत जायच्या आणि शेवटी सगळा गोंधळ व्हायचा. अगदी तसाच गोंधळ त्याची उपकरणं, औषधांच्या बाटल्या आणि अशा बऱ्याच गोष्टी त्याच्या वैद्यकीय बॅगेत एकत्रच आणि कशाही भरल्यामुळे व्हायचा. तो शहरातला सर्वांत जुना आणि नामांकित फिजिशियन होता आणि अतिचोखंदळ व चौकस होता. आपल्या उच्च शिक्षणाचं तो उघडउघड प्रदर्शन करायचा आणि आपल्या नावाच्या अधिकाराचा अप्रामाणिकपणे वापर करायचा, त्यामुळे त्याच्या योग्यतेच्या मानाने त्याला लोकांचं फार प्रेम मिळालं नव्हतं.

पोलीस निरीक्षक आणि नवशिक्या विद्यार्थ्याला त्याने भराभरा अचूक सूचना केल्या. शवविच्छेदनाची काहीही गरज नव्हती, घरामधला वास हा ट्रेमधल्या छायाचित्रणाच्या कुठल्यातरी आम्लामुळे तयार झालेल्या सायनाइडच्या वाफेचा असल्याचा पुरावा पुरेसा होता आणि जेरेमाया दे सेंट-आमूरला या सगळ्या रसायनांची इतकी नीट माहिती होती की, त्यामुळे हे अपघाताने घडलेलं असणं अशक्य होतं. पोलीस निरीक्षकाने शंका व्यक्त केल्यावर त्याने त्याला मध्येच थांबवत त्याच्या नेहमीच्या वर्तणुकीनुसार टिप्पणी केली, ''मृत्यूच्या दाखल्यावर सही करणारा मी आहे, हे विसरू नका.'' नवशिक्या तरुण डॉक्टर निराश झाला. तोवर त्याला गोल्ड सायनाइडचे शरीरावर काय परिणाम होतात हे अभ्यासण्याची संधी मिळाली नव्हती. डॉ. हुवेनाल उर्बिनोने त्या नवशिक्याला 'मेडिकल स्कूल'मध्ये कधी पाहिलं नव्हतं, त्यामुळे त्याला आश्चर्य वाटलं; परंतु मग त्या तरुणाच्या पटकन लालेलाल होणाऱ्या त्वचेच्या रंगावरून आणि अँडियन उच्चारांवरून त्याने तत्काळ ओळखलं की, तो शहरात बहुधा नुकताच आलेला असणार. डॉ. उर्बिनो म्हणाला, ''कोणीतरी प्रेमात वेडा झालेला माणूस लवकरच तुला अभ्यासाची संधी देईल.'' आणि हे बोलल्यानंतर लगेचच त्याच्या लक्षात आलं की, आजवर आपण अनेक आत्महत्या

पाहिलेल्या आहेत; परंतु ही सायनाइडने केलेली पहिलीच अशी आत्महत्या होती ज्याचं कारण प्रेमामुळे होणारा त्रास हे नव्हतं. मग त्यानंतर त्याच्या आवाजाचा सूर बदलला.

''...आणि जेव्हा अशी संधी मिळेल, तेव्हा काळजीपूर्वक निरीक्षण कर,'' तो नवशिक्याला म्हणाला. ''बहुतेकदा त्यांच्या हृदयात सायनाइडचे कण सापडतात.''

मग तो पोलीस निरीक्षकाशी त्याच्या हाताखालचा माणूस असल्यागत बोलला. त्याने त्याला सगळ्या कायदेशीर बाबी टाळायला सांगितल्या म्हणजे मग त्या दिवशी दुपारीच कोणाला काही कळू न देता दफनविधी करता आला असता. तो म्हणाला, ''महापौरांशी मी नंतर बोलतो.'' जेरेमाया दे सेंट-आमूर अत्यंत साधेपणाने आयुष्य जगल्याचं त्याला माहीत होतं, त्यामुळे त्याने त्याच्या कलेतून त्याच्या गरजेपेक्षा जास्त पैसे कमावले होते. त्याच्या घरातल्या कोणत्यातरी एका खणात त्याच्या दफनविधीचा खर्च भागेल एवढे पैसे नक्कीच असतील हे त्याला ठाऊक होतं.

''जरी तुम्हाला सापडले नाहीत, तरी हरकत नाही,'' तो म्हणाला. ''मी करेन सगळा खर्च.''

छायाचित्रकाराचा नैसर्गिकरीत्या मृत्यू झाला असल्याचं वर्तमानपत्रांना सांगावं, अशी आज्ञा त्याने पोलीस निरीक्षकाला दिली. अर्थात या बातमीत त्यांना फार रस असणार नाही हे त्याला माहीत होतं. तो म्हणाला, ''लागलं तर मी राज्यपालांशी बोलतो.'' नम्र आणि गंभीर प्रवृत्तीचा नागरी अधिकारी असलेल्या पोलिसाला हे माहीत होतं की, डॉक्टरच्या निकटवर्तीय मित्रांनाही त्याच्या नागरिक म्हणून असलेल्या कर्तव्यबुद्धीमुळे वैताग येत असे आणि लवकरात लवकर दफनविधी व्हावा म्हणून ज्या सहजपणे त्याने कायदेशीर बाबी टाळायला सुरुवात केली होती, ते पाहून तो चकित झाला. जेरेमाया दे सेंट-आमूरला पवित्र भूमीत दफन करण्याबाबत आर्चबिशपशी बोलणी करण्याची मात्र त्याची तितकी इच्छा नव्हती. पोलीस निरीक्षकाला स्वतःच्याच उद्धटपणाचं आश्चर्य वाटलं, त्यामुळे मग तो काहीतरी कारणं देऊ लागला.

''हा मनुष्य संत होता असं मी ऐकून आहे,'' तो म्हणाला.

''त्यापेक्षाही दुर्मीळ,'' डॉ. उर्बिनो म्हणाला. ''एक नास्तिक संत; पण या सगळ्या गोष्टींबाबतचे निर्णय देवाने घ्यायचे.''

त्या वसाहतकालीन शहराच्या एका बाजूला, दूरवर 'हाय मास'[१]साठी कॅथेड्रलच्या घंटा निनादू लागल्या. डॉ. उर्बिनोने त्याचा अर्धगोलाकृती सोनेरी काड्यांचा चश्मा डोळ्यांवर चढवला आणि मग साखळीला बांधलेलं पातळ, सुंदर घड्याळ काढलं. हात लावताच ते उघडलं. तो 'पेंटेकॉस्ट मास'[२]ला वेळेत पोहोचू शकणार नव्हता.

बसायच्या खोलीत सार्वजनिक बागांमध्ये असायचा तसा एक प्रचंड मोठा कॅमेरा चाकांवर ठेवलेला होता. त्याच्या मागे घरच्या घरी तयार केलेल्या रंगांनी समुद्रावरच्या संध्याकाळचं चित्र रंगवलं होतं. भिंतींवर मुलांची संस्मरणीय छायाचित्रं लावलेली होती – पहिला 'कम्युनियन' सोहळा[३], सशाचे कपडे घातलेली छायाचित्रं, वाढदिवसांची छायाचित्रं. वर्षांमागून वर्षं दुपारी बुद्धिबळाचे डाव खेळताना मध्येच विचार करत थांबलेलं असताना डॉ. उर्बिनोने या भिंती हळूहळू छायाचित्रांनी भरून जाताना पाहिल्या होत्या. ही छायाचित्रं पाहताना एका दुःखद विचाराने त्याचा थरकाप होत असे. तो म्हणजे या भिंतीवरच्या सहज काढलेल्या छायाचित्रांमध्ये भविष्यातल्या शहराची बीजं होती. हे शहर या अनोळखी मुलांद्वारे चालवलं जाणार होतं आणि भ्रष्ट होणार होतं, तेव्हा त्याच्या कीर्तीची यत्किंचित राखदेखील मागे उरणार नव्हती.

मेजावरती कितीतरी जुने सी डॉग्ज प्रकाराचे पाइप्स एका बरणीत होते आणि तिथेच शेजारी अर्धवट खेळलेला बुद्धिबळाच्या डावाचा पट मांडलेला होता. घाईत आणि दुःखी मनःस्थितीत असूनही, डॉ. उर्बिनोला तो डाव निरखण्याचा मोह आवरला नाही. तो डाव आदल्या रात्रीचा होता हे त्याला कळलं. जेरेमाया दे सेंट-आमूर रोज संध्याकाळी कमीत कमी तीन जणांसोबत तरी बुद्धिबळ खेळत असे; परंतु प्रत्येक खेळ तो न चुकता संपवत असे आणि त्यानंतर बुद्धिबळाचा पट आणि सोंगट्या एका पेटीत ठेवून ती पेटी मेजाच्या खणामध्ये ठेवून देत असे. तो नेहमी पांढऱ्या सोंगट्यांनी खेळायचा हे डॉक्टरला माहीत होतं आणि या डावात तो चार खेळींमध्ये चितपट होणार होता हे उघड होतं. ''जर का गुन्हा घडला असता, तर हा एक चांगला सुगावा होऊ शकतो,'' उर्बिनो स्वतःलाच म्हणाला. ''असा प्रवीण सापळा आखू शकणारा माझ्या माहितीत तरी एकच माणूस आहे.'' या अजिंक्य, शरीरात रक्ताचा शेवटचा थेंब असेपर्यंत लढण्याची सवय असलेल्या सैनिकाने त्याच्या आयुष्यातली ही अखेरची लढाई अशी अर्धवट का सोडली असावी, हे काहीही झालं तरी मी शोधून काढेनच, असं त्याने ठरवलं.

त्या दिवशी सकाळी सहा वाजता, शेवटच्या फेऱ्या मारताना पहारेकऱ्याला घराच्या फाटकावर एक चिठ्ठी दाराला खिळ्याने अडकवलेली दिसली होती – 'दार न वाजवता आत ये आणि पोलिसांना कळव.' त्यानंतर थोड्याच वेळात नवशिक्या डॉक्टरसह पोलीस निरीक्षक तिथे पोहोचला होता. उघडपणे येणाऱ्या कडवट बदामांच्या गंधाच्या पुराव्याविरोधात काही सापडतंय का हे पाहायला त्यांनी घराची झडती घेतली होती; परंतु डॉक्टर बुद्धिबळाचा अर्धवट राहिलेला डाव न्याहाळत असताना, पोलीस निरीक्षकाला मेजावरच्या कागदांमध्ये एक लिफाफा सापडला. त्यावर 'डॉ. हुवेनाल उर्बिनो' असं लिहिलेलं होतं आणि तो मेणाने अशा प्रकारे बंद केला होता की, आतलं पत्र काढायला वरच्या लिफाफ्याचे

तुकडे तुकडे करण्याशिवाय पर्यायच नव्हता. खोलीत आणखी प्रकाश यावा म्हणून डॉक्टरने खिडकीवरचा काळा पडदा उघडला. त्या पत्राची परिश्रमपूर्वक लिहिलेल्या हस्ताक्षरातली पाठपोट अकरा पानं होती. त्यावर त्याने चटकन नजर टाकली आणि जेव्हा त्याने पहिला परिच्छेद वाचला, तेव्हा त्याला कळून चुकलं की, 'पेंटेकॉस्ट कम्युनियन'ला आपण पोहोचू शकणार नाही. तो व्याकूळ होऊन, कसाबसा श्वास घेत पत्र वाचत होता. वाचताना हरवलेला धागा पुन्हा पाहण्यासाठी त्याने कितीदा तरी पानं पुढे-मागे करून पाहिली आणि जेव्हा त्याने ते पत्र वाचून पूर्ण केलं, तेव्हा तो जणू कुठूनतरी सुदूरच्या प्रदेशातून, कालांतराने परतून आल्यासारखा भासू लागला. स्वतःवर कितीही ताबा ठेवला तरी तो निराश झाल्याचं उघड दिसत होतं. मृतदेहासारखे त्याचे ओठ काळेनिळे पडले होते आणि पत्राची घडी घालून ते आपल्या कोटाच्या खिशात ठेवताना त्याचा हाताचा होणारा कंप तो रोखू शकत नव्हता. मग त्याला पोलीस निरीक्षक आणि तो तरुण नवशिक्या डॉक्टर तिथे उपस्थित असल्याची आठवण झाली. आपल्या दुःखाच्या धुक्यातून तो त्यांच्याकडे पाहून हसला.

''खास काही नाही,'' तो म्हणाला. ''त्याच्या शेवटच्या सूचना.''

ते अर्धसत्य असलं, तरी त्या दोघांना ते पूर्ण वाटलं. कारण, त्याने त्यांना जमिनीवरची एक खिळखिळी झालेली फरशी उचलायला सांगितली. तिथे फाटकं खातेपुस्तक होतं. त्यात तिजोरी उघडण्याचा किल्ल्यांचा जुडगा होता. तिजोरीत त्यांच्या अपेक्षेएवढे काही पैसे नव्हते; परंतु दफनविधीचा खर्च आणि इतर काही किरकोळ गोष्टींसाठी येणारा खर्च त्यातून सहज भागला असता. मग डॉ. उर्बिनोच्या लक्षात आलं की, 'गॉस्पेल रीडिंग'च्या आधी तो कॅथेड्रलला पोहोचू शकत नाही.

''संडे मासला जाता न येण्याची ही माझी तिसरी वेळ. अर्थात त्याला कारणं आहेत,'' तो म्हणाला; ''पण देवाला समजतं सगळं.''

खरंतर त्या पत्रामध्ये असलेली गुपितं त्याच्या पत्नीला सांगण्यासाठी तो अधीर झाला होता, त्याला राहावत नव्हतं, तरी त्याने तिथे आणखी काही मिनिटं व्यतीत केली आणि सगळ्या बारीकसारीक बाबींकडे लक्ष पुरवलं. त्याने शहरात राहत असलेल्या सगळ्या कॅरिबियन स्थलांतरितांना ही बातमी देण्याचं वचन दिलं. जेणेकरून त्यांना त्यांच्या माणसाला अखेरचा आदरपूर्वक निरोप देता यावा. त्याचं स्वतःचं आचरण असं असायचं की, जणू तो त्यांच्यापैकी सर्वांत जास्त आदरणीय, सगळ्यात कृतिशील आणि सगळ्यात जास्त विद्रोही माणूस होता; परंतु कालांतराने सगळ्यांनाच कळून चुकलं होतं की, तो भ्रमनिरासाच्या ओझ्याखाली दबून गेलेला होता. उर्बिनो त्याच्याबरोबर बुद्धिबळ खेळणाऱ्या लोकांनाही कळवणार होता. या लोकांमध्ये जसे प्रतिष्ठित व्यावसायिक होते, तसेच अनामिक कष्टकरीही होते. याशिवाय तो त्याला फार न ओळखणाऱ्या लोकांनाही ही बातमी देणार

होता. त्यांच्यापैकी काहींना कदाचित दफनविधीला येण्याची इच्छा असू शकली असती. मृत्यूनंतर वाचण्यासाठी जेरेमायाने लिहिलेलं ते पत्र वाचण्याआधी उर्बिनोने दफनविधीला सगळ्यांच्या आधी जायचं ठरवलं होतं; परंतु पत्र वाचल्यानंतर त्याला सगळंच अनिश्चित वाटू लागलं; परंतु काही झालं तरी तो दफनविधीकरता फुलांनी तयार केलेलं चक्र प्रेतावर वाहण्यासाठी पाठवणार होता. आयुष्याच्या अखेरच्या क्षणी जेरेमाया दे सेंट-आमूरला या प्रसंगाबाबत पश्चात्ताप झालेला होता. दफनविधी संध्याकाळी पाच वाचता असणार होता. उन्हाळ्याच्या दिवसांत हीच वेळ सगळ्यात चांगली असायची. त्यांना त्याला बोलवायला लागलं, तर डॉ. उर्बिनो दुपारपासून त्याचा आवडता शिष्य, डॉ. लॅसिडेस ऑलिवेय्याच्या गावाकडच्या घरी जाणार होता. तिथे त्याच्या शिष्याने डॉक्टरी पेशात येऊन पंचवीस वर्षं झाल्यानिमित्ताने औपचारिक मेजवानी आयोजित केली होती.

सुरुवातीची संघर्षाची वादळी वर्षं संपल्यानंतर, डॉ. हुवेनाल उर्बिनो ठरवलेला दिनक्रम पाळू लागला आणि त्याला त्या परगण्यात कोणालाही मिळाली नसेल एवढी प्रतिष्ठा आणि आदर मिळाला होता. आकाश फटफटलं की, तो उठायचा आणि तेव्हा त्याची रहस्यमय औषधं घ्यायचा - उत्साहवृद्धीसाठी पोटॅशियम ब्रोमाइड, पाऊस पडल्यावर जेव्हा त्याची हाडं दुखायची, तेव्हा सॅलिसायलेट्स, चक्कर येऊ नये म्हणून अर्गोस्टोरॉलचे थेंब, शांत झोपेसाठी बेलाडोना. तो दर तासाने नेहमी गुपचूप काहीतरी घ्यायचा. कारण, डॉक्टर आणि शिक्षक म्हणून व्यतीत केलेल्या प्रदीर्घ कारकिर्दीत त्याने नेहमीच वृद्ध लोकांना वेदनाशामक आरामदायी औषधं लिहून देण्यास विरोध केला होता : परदुःख शीतल म्हणतातच. त्याच्या खिशामध्ये तो कायम कापराच्या वड्या ठेवायचा. जेव्हा कोणी त्याला पाहत नसेल, तेव्हा तो कापूर हुंगायचा. कितीतरी औषधं एकमेकांमध्ये मिसळून घेत असल्याने त्याला वाटणारी भीती त्या कापराच्या वासाने कमी व्हायची.

मरणाच्या आदल्या दिवसापर्यंत त्याने 'मेडिकल स्कूल'मध्ये रोज - सोमवार ते शनिवार - सकाळी आठ वाजता 'जनरल क्लिनिकल मेडिसिन' विषयाचे वर्ग घेतले होते. त्याची तयारी तो रोज सकाळी आपल्या अभ्यासिकेत बसून करत असे. याबरोबरच तो नव्या पुस्तकांचंदेखील वाचन करत असे. पॅरिसमधला पुस्तकविक्रेता त्याला ती पुस्तकं पोस्टाने पाठवत असे किंवा तो स्थानिक विक्रेत्याकडूनही बार्सिलोनातली स्पॅनिश पुस्तकं मागवून घेत असे. मात्र त्याला स्पॅनिशपेक्षा फ्रेंच साहित्यात जास्त रस होता. कुठल्याही परिस्थितीत तो ही पुस्तकं सकाळच्या वेळेत वाचत नसे. दुपारी वामकुक्षी झाल्यानंतर तासभर आणि रात्री झोपण्याआधी त्याचं हे वाचन चाले. अभ्यासिकेतलं काम झाल्यावर, तो न्हाणीघरातल्या उघड्या खिडकीसमोर उभा राहून पंधरा मिनिटं श्वसनाचे व्यायाम करत असे. त्या खिडकीतून कोंबड्याचं आरवणं ऐकू येत असे आणि त्या दिशेने खेळती, ताजी हवा येत

असे. मग तो अंघोळ करत असे. तो जेव्हा दाढी नीटनेटकी करत असे आणि त्याच्या मिश्यांना मेण लावत असे, तेव्हा तिथे फारिना गेगेन्यूबरच्या अस्सल कलोनचा सुगंध भरलेला असे आणि त्यानंतर तो लिननचे पांढरे कपडे आणि मऊ हॅट व कार्डोवॉन बूट घालत असे. कॉलराच्या महामारीनंतर काही दिवसांतच तो पॅरिसवरून परतला होता, तेव्हापासून वयाच्या एक्याऐंशीव्या वर्षापर्यंत त्याने तीच सहजवृत्ती आणि उत्साही स्वभाव जपला होता. इतकी वर्षं तो केसांचा मधोमध भांग पाडत असे, यात आता बदल एवढाच झाला होता की, त्याचे केस चंदेरी रंगाचे झाले होते. तो न्याहारी सगळ्या कुटुंबासोबत घेत असे; परंतु त्यातही त्याची स्वतःची आहारपद्धती होती. पोटासाठी तो वर्मवुड फुलांचा अर्क आणि हृदयविकार होऊ नये म्हणून लसणाची एकेक पाकळी सोलून खात असे. प्रत्येक पाकळी तो ब्रेडसोबत नीट चावून चावून खात असे. मेडिकल स्कूलमधल्या वर्गानंतर त्याची शहरातल्या एखाद्या कामासंबंधी किंवा कॅथलिक चर्चच्या सेवेबाबत किंवा कला अथवा सामाजिक विषयासंबंधी कोणा ना कोणाशी तरी भेट हमखास ठरलेली असे.

तो जवळपास रोज दुपारचं जेवण घरी करत असे आणि त्यानंतर फरसबंदी केलेल्या अंगणातल्या गच्चीवर दहा मिनिटं वामकुक्षी घेत असे, तेव्हा आंब्याच्या झाडाखाली बसलेल्या चाकर मुलींची गाणी त्याला झोपेत ऐकू येत, रस्त्यावरच्या विक्रेत्यांचे आवाज त्याच्या कानावर पडत आणि खाडीजवळच्या मोटारींचे खडखडीत आवाज त्याला ऐकू येत. जणू काही सडण्याचा शाप मिळालेला एखादा देवदूत उडत असावा तसा त्या मोटारींच्या धुराचा वास उष्ण दुपारी घरामध्ये शिरायचा. उठल्यानंतर तो तासभर नवी पुस्तकं वाचत असे. त्यात प्राधान्य असे ते कादंबऱ्या आणि इतिहासविषयक पुस्तकांना, तसंच तो त्याच्याकडे असलेल्या पोपटाला फ्रेंच भाषेचे आणि गाण्याचे धडे देत असे. तो पोपट कितीतरी वर्षांपासून स्थानिक लोकांचा आकर्षणबिंदू होता. चार वाजता मोठा ग्लास भरून, बर्फ घातलेले लिंबाचे सरबत प्यायल्यानंतर, तो आपल्या रुग्णांकडून आलेल्या बोलावण्यांनुसार त्यांना तपासायला निघत असे. ते शहर निरुपद्रवी होतं, त्यामुळे तिथे कुणालाही सुरक्षितपणे फिरता येत असे म्हणूनच तो वृद्ध झाला असला, तरी रुग्णांना त्याच्या दवाखान्यात न तपासता, नेहमीप्रमाणे स्वतःच त्यांच्या घरी जात असे.

प्रथमतः युरोपातून परतल्यानंतर, त्याने चारही बाजूंनी बंदिस्त असलेली, दोन तपकिरी घोडे जोडलेली चारचाकी घोडागाडी वापरायला सुरुवात केली होती; परंतु जेव्हा ते अव्यावहारिक ठरू लागलं, तेव्हा तो 'व्हिक्टोरिया' म्हणजेच छप्पर असलेली आणि समोरच्या बाजूला गाडीवानाची बैठक असणारी, एका घोड्याची घोडागाडी वापरू लागला. जेव्हा जगात घोडागाड्यांचा वापर बंद होऊ लागला, आणि शहरात प्रवाशांना फेरफटका मारण्यापुरता किंवा दफनविधीकरता फुलांची चक्रं वाहून नेण्यापुरता त्यांचा वापर सीमित होऊ लागला होता, तेव्हाही तो या

नव्या पद्धतीकडे तिरस्काराने पाहत जुन्या काळाप्रमाणे घोडागाडी वापरत राहिला. जरी त्याने निवृत्त होण्यास नकार दिला असला, तरी हल्ली आपल्याला फारशी आशा न राहिलेल्या रुग्णांना पाहण्यासाठीच बोलावलं जातं हे त्याला माहीत झालं होतं; परंतु तो त्याकडे विशेष तज्ज्ञतेचा एक प्रकार या दृष्टीने पाहायचा. रुग्णाला नुसतं पाहून त्याला नेमकं काय झालंय याचं निदान तो करू शकायचा. मात्र नव्याने सहज मिळू लागलेल्या औषधांबाबत त्याला अधिकाधिक अविश्वास वाटू लागला होता. शस्त्रक्रिया सर्वसामान्य आणि लोकप्रिय होऊ लागल्याने तर तो भयभीतच झाला होता. तो म्हणत असे, ''औषधशास्त्राच्या पराजयाचा सगळ्यात मोठा पुरावा म्हणजे शस्त्रक्रियेचा चाकू.'' तसं पाहायला गेलं तर सगळी औषधं विष असतात असंच त्याला वाटायचं आणि आपण सामान्यतः जे अन्न खातो, त्यापैकी सत्तर टक्के पदार्थ आपल्याला जलद गतीने मृत्यूकडे घेऊन जात असतात असं त्याचं मत होतं. तो वर्गात सांगत असे, ''तसंही, आपल्याला माहीत असलेलं जे थोडंबहुत औषधशास्त्र आहे, तेही काही थोडक्या डॉक्टरांनाच माहीत आहे.'' सुरुवातीचा तारुण्याचा उत्साह सरल्यानंतर त्याने आपली एक ठोस भूमिका तयार केली होती, जिला तो 'प्रारब्धावर आधारलेली माणुसकी' असं म्हणत असे. ''प्रत्येक माणूस आपल्या मृत्यूचा स्वामी. प्रत्येकाचा मृत्यू त्याच्याच हातात असतो, त्यामुळे जेव्हा मृत्यूची वेळ येते, तेव्हा वेदनेची भीती वाटू न देता मृत्यूला सामोरं जाण्यासाठी त्याला मदत करणं एवढंच आपण करू शकतो.'' त्याच्या या अशा टोकाच्या कल्पनांच्या कथा स्थानिक वैद्यकीय जगताचा एक भाग झालेल्या असल्या तरी वैद्यकीय व्यवसायात स्थिरस्थावर झालेले त्याचे शिष्य त्याचा सल्ला घ्यायचे, त्याच्याशी चर्चा करायचे. कारण, त्याला 'वैद्यकीय नजर' लाभली आहे, अशी त्याची एक ओळख निर्माण झाली होती. तो कायमच महागडा आणि 'विशिष्ट' लोकांचा डॉक्टर होता आणि त्याचे रुग्ण 'डिस्ट्रीक्ट ऑफ व्हॉइसरॉइज' या उच्चभ्रू भागातले, आपल्या पूर्वजांच्या घरात राहणारे लोक होते.

त्याची रोजची दिनचर्या एवढी पद्धतशीर आणि ठरीव होती की, जर का काही तातडीची निकड उद्भवली तर दुपारच्या वेळेस त्याला निरोप कुठे पाठवायचा हे त्याच्या पत्नीला माहीत असायचं. तरुण असताना तो घरी परतण्याआधी 'पॅरिश कॅफे'मध्ये थांबत असे आणि इथे तो त्याच्या सासऱ्याचे जवळचे मित्र आणि कॅरिबियन निर्वासितांशी बुद्धिबळाचा डाव खेळणं पसंत करत असे. नव्या सहस्रकात मात्र त्याने पॅरिश कॅफेत पाऊलही टाकलं नव्हतं. त्याने 'सोशल क्लब'च्या आर्थिक साहाय्याने राष्ट्रीय स्पर्धा आयोजित करण्याचा प्रयत्न केला होता. याच काळात जेरेमाया दी सेंट-आमूर तिथे आला. त्याचे गुडघे आधीच कामातून गेले होते. तोवर तो मुलांची छायाचित्रं काढणारा छायाचित्रकार झाला नव्हता, तरी तीन महिन्यांच्या आत बुद्धिबळाचा 'ब' माहीत असलेला प्रत्येक जण त्याला ओळखू

लागला होता. कारण, त्या खेळात त्याला कोणीही हरवू शकलं नव्हतं. डॉ. हुवेनाल उर्बिनोसाठी ती भेट जादुई होती. कारण, त्या वेळी त्याला बुद्धिबळ खेळण्याचं खूपच वेड लागलं होतं आणि त्याला न्याय देऊ शकेल असा एकही स्पर्धक त्याच्या आजूबाजूला तेव्हा नव्हता.

उर्बिनोमुळेच जेरेमाया दे सेंट-आमूर आज जो होता ते बनू शकला होता. डॉ. उर्बिनो बिनशर्त त्याचा संरक्षणकर्ता बनला. सगळ्या बाबतीत तो त्याचा हमीदाता झाला; तेही जेरेमाया कोण होता किंवा तो काय करायचा किंवा कोणत्या युद्धात भाग घेतल्याने तो अशा अपंगावस्थेत आहे हे काहीही जाणून न घेताच. कालांतराने त्याने जेरेमायाला छायाचित्रणाचा स्टुडिओ उभारण्यासाठी कर्जाऊ पैसेदेखील दिले. त्यानंतर जेरेमाया दे सेंट-आमूरने मॅग्नेशियम फ्लॅशमुळे चकित झालेल्या मुलाचं पहिलं छायाचित्र टिपलं आणि पुढे न चुकता उर्बिनोने दिलेल्या एकेक पैशाची परतफेड केली.

हे सगळं होतं ते बुद्धिबळासाठी. सुरुवातीला ते संध्याकाळी सात वाजताच्या जेवणानंतर डाव खेळायचे. जेरेमाया दे सेंट-आमूर अपंग असला तरी खेळात मात्र तो नेहमी वर्चस्व दाखवून देत असे; परंतु नंतर मात्र ही अडचण दूर होत गेली आणि दोघंही समसमान पातळीवरचे स्पर्धक झाले. त्यानंतर जेव्हा डॉन गॅलिलिओ दाकॉन्तने पहिलं खुलं चित्रपटगृह सुरू केलं, तेव्हा जेरेमाया दे सेंट-आमूर त्याचा नेहमीचा गिऱ्हाईक बनला, त्यामुळे ज्या रात्री नवा चित्रपट दाखवला जात नसे, तेव्हाच बुद्धिबळाचे डाव खेळले जाऊ लागले. तोपर्यंत तो आणि डॉक्टर एकत्र चित्रपट पाहायला जाण्याएवढे चांगले मित्र झाले होते; परंतु डॉक्टरची पत्नी कधीही त्यांच्याबरोबर जात नसे. एक कारण म्हणजे तिच्याकडे गुंतागुंतीचं कथानक पाहण्याएवढा धीर नसे आणि दुसरं म्हणजे तिला मनापासून असं वाटायचं की, हा माणूस काही कोणाहीसाठी चांगला सोबती नाही.

त्याचा रविवारचा दिनक्रम वेगळा असे. तो कॅथेड्रलला 'हाय मास'साठी जायचा आणि घरी आल्यावर आराम करून अंगणात वाचन करत बसायचा. त्या पवित्र दिवशी, तो अगदीच तातडीची गरज असल्याशिवाय रुग्णभेटीला जात नसे. कितीतरी वर्षं त्याने त्या दिवशी, काही अपरिहार्य कामं वळगता, इतर कुठल्याही सामाजिक जबाबदाऱ्या घेतल्या नाहीत. या पेंटेकॉस्टच्या दिवशी मात्र दोन दुर्मीळ योगायोग, दोन असामान्य घटना घडल्या होत्या - मित्राचा मृत्यू आणि त्याच्या प्रतिष्ठित शिष्याच्या कारकिर्दीला पंचवीस वर्षं झाल्याबद्दलचा कार्यक्रम. जेरेमाया दे सेंट-आमूरचा मृत्यूचं प्रमाणपत्र दिल्यानंतर, ठरवल्याप्रमाणे त्याने थेट घरी जायला हवं होतं; परंतु त्याने स्वतःला उत्सुकतेच्या भरात वाहवू दिलं.

घोडागाडीत बसल्या क्षणी, त्याने पुन्हा एकदा मृत्यूआधी लिहिलेलं ते पत्र पाहिलं आणि गाडीवानाला 'ओल्ड स्लेव्ह' भागात - पूर्वी गुलामगिरी असताना

गुलामांसाठी असलेल्या भागातल्या माहीत नसलेल्या स्थळी – गाडी न्यायला सांगितली. त्याचा तो निर्णय त्याच्या नेहमीच्या सवयींपेक्षा इतका निराळा होता की, त्यामुळे गाडीवानाला आपली ऐकताना काही चूक तर झाली नाही ना, याची खात्री करून घ्यावी लागली. नाही, त्याची काहीही चूक झाली नव्हती. पत्ता अगदी स्पष्ट होता. ज्या माणसाने तो लिहिला होता, त्याला तो माहीत असण्याला पुरेसं सबळ कारण होतं. मग डॉ. उर्बिनो पुन्हा पहिल्या पानावर आला आणि पुन्हा एकदा त्या पत्रात उघड केलेल्या कटू, त्रासदायक प्रकटीकरणात बुडून गेला. जर ते मरू घातलेल्या माणसाचं बरळणं नाही आहे असं तो स्वतःलाच पटवू शकला असता, तर हे प्रकटीकरण त्या वयातही त्याचं आयुष्य बदलून टाकणारं ठरलं असतं.

दिवसाच्या सुरुवातीपासूनच आकाश भीतिदायक गडद झालं होतं. वातावरण ढगाळ आणि थंड होतं; परंतु दुपारपर्यंत तरी पाऊस पडण्याची शक्यता नव्हती. जवळच्या रस्त्याने जाण्यासाठी, गाडीवानाने त्या वसाहती शहरातल्या पादचारी मार्गांवरून गाडी नेण्याचं धाडस केलं होतं. अधूनमधून त्याचा घोडा पेंटेकॉस्टहून परतणाऱ्या धार्मिक गटांच्या आणि समूहांच्या गडबडगोंधळामुळे घाबरून जात होता आणि त्याला शांत करावं लागत होतं. कागदी फुलांच्या माळा, फुलं आणि रंगीत छत्र्या घेतलेल्या, मलमलाचे कपडे परिधान केलेल्या मुलींनी रस्ते भरून गेले होते. मोठ्याने संगीत वाजवलं जात होतं. मुली आपापल्या बाल्कन्यांमधून हा सोहळा पाहत होत्या. कॅथेड्रलच्या चौकातला, 'लिबरेटर'चा पुतळा आफ्रिकन पामच्या झाडांनी आणि रस्त्यावरच्या नव्या दिव्यांच्या हंड्यांनी जवळपास झाकून गेला होता. तिथे वाहतुकीचा खोळंबा झाला होता. कारण, मास संपला होता आणि गोंगाटाने भरलेल्या पॅरिश कॅफेमधली एकही जागा रिकामी नव्हती. शहरात केवळ डॉ. उर्बिनोची घोडागाडी होती. ती शहरात असलेल्या काही मूठभर गाड्यांमध्ये उठून दिसायची. तिचं चामड्याचं छत कायम पॉलिश केलेलं असायचं आणि ती गंजरोधक ब्राँझपासून बनवलेली होती. व्हिएन्ना ऑपेरातल्या 'गाला' कार्यक्रमांप्रमाणे गाडीचे खांब आणि चाकं लाल रंगाने रंगवलेली व सोनेरी मुलामा दिलेली होती. काटेकोरपणा करणाऱ्या कुटुंबांनाही त्यांच्या गाडीवानाने फक्त स्वच्छ शर्ट परिधान केलेला असावा इतकीच अपेक्षा असायची; परंतु उर्बिनोला अजूनही त्याच्या गाडीवानाने फिकट मलमलमचा गणवेश घातलेला हवा असायचा आणि सर्कसमधल्या रिंगमास्टरसारखी हॅट घातलेली हवी असायची. ही तर फारच जुनाट पद्धत होती. शिवाय कॅरिबियन उन्हाळ्याच्या गरम दिवसांत एखाद्याविषयी सहानुभूती न दाखवण्याचाच हा प्रकार होता.

त्याचं त्या शहरावर उत्कट प्रेम असलं आणि इतर कोणाहीपेक्षा त्याला त्या शहराबद्दल जास्त माहिती असली, तरी डॉ. उर्बिनोला गडबड आणि गोंधळ यांनी भरलेल्या ओल्ड स्लेव्ह भागात जाण्याची कधी वेळ आली नव्हती; परंतु त्या

रविवारी मात्र तसं कारण होतं. गाडीवानाला बरीच वळणं घ्यावी लागली आणि पत्ता विचारण्यासाठी अनेकदा थांबावं लागलं. त्यांनी दलदलीचा भाग मागे टाकल्यावर, डॉ. उर्बिनोला गुदमरून टाकणारी जड हवा, तिथले वास, तिथली अभद्र शांतता हे सगळं ओळखू आलं. निद्रानाश झाल्याने कितीतरी वेळा पहाटे तो जागा असायचा, तेव्हा त्याला अंगणातल्या मोगऱ्याच्या गंधासोबत हा वास येत असे; परंतु हा वास जणू वेगळ्याच काळातला आहे आणि त्याच्या आयुष्याशी त्याचा काहीही संबंध नाही, असंच त्याला वाटत असे; परंतु तो त्या गल्ल्याबोळांच्या गुंताड्यामध्ये शिरला, तेव्हा स्मरणरंजनामुळे आदर्शवत झालेल्या महामारीचं खरंखुरं असह्य वास्तव त्याला दिसू लागलं. ओहोटीच्या पाण्याने वाहून जाणारे कत्तलखान्यातून टाकलेले मांसाचे अवशेष खाण्यासाठी शिकारी पक्षी भांडत होते. इथे सगळं व्हॉइसरॉयच्या शहरी भागापेक्षा वेगळं होतं. तिथली घरं दगडांपासून तयार केलेली होती. घरांसाठी ऊन आणि वादळवारा झेलून झिजलेल्या फळ्या आणि जस्ताचे पत्रे छपरं म्हणून वापरले होते आणि स्पॅनिश लोकांकडून वारसाहक्काने मिळालेल्या उघड्या गटारांमधल्या सांडपाण्यापासून बचाव व्हावा म्हणून बरीचशी घरं उंच खांबांवर बांधलेली होती. सगळं काही उजाड आणि भकास वाटत होतं; परंतु घाणेरड्या गुत्त्यांतून गडगडाटी संगीताचे सूर कानावर पडत होते. गरिबांनी मद्यपान करून केलेला पेंटेकॉस्टचा तो सोहळा होता. त्यांना हवं असलेलं घर सापडेपर्यंत फाटक्या कपड्यातल्या मुलांची टोळी घोडागाडीचा पाठलाग करून गाडीवानाच्या नाटकी कपड्यांची खिल्ली उडवू लागली होती. गाडीवानाला त्याचा चाबूक फडकावून त्यांना पिटाळावं लागलं. गुप्त भेटीची मानसिक तयारी केलेल्या डॉ. उर्बिनोला खूप उशिरा समजलं की, वयापरत्वे येणाऱ्या निरागसतेइतका इतर कुठलाही निरागसपणा धोकादायक नसतो.

घरक्रमांक नसलेलं ते घर शेजारील कमनशिबी घरांपेक्षा फार काही वेगळं नव्हतं. फरक इतकाच की, त्याच्या खिडक्यांना लेसचे पडदे होते आणि समोरचं दार कुठल्यातरी जुन्या चर्चच्या अवशेषातून घेतलेलं होतं. गाडीवानाने दारावरची कडी आपटून दार वाजवलं आणि जेव्हा आपण अचूक घरापाशी आलो असल्याची त्याची खात्री पटली, तेव्हाच त्याने डॉक्टरला गाडीतून उतरायला मदत केली. कुठलाही आवाज न होता दार उघडलं गेलं आणि आतल्या अस्पष्ट अंधाऱ्या वातावरणातून एक प्रौढ स्त्री बाहेर आली. तिने काळे कपडे घातले होते आणि तिच्या कानामागे गुलाबाचं लाल फूल खोचलेलं होते. तिने सहज चाळिशी पार केलेली असावी असं वाटत होतं. ती क्रूर सोनेरी डोळ्यांची एक उद्धट 'म्यूलट्टा'[४] होती आणि तिचे केस जणू करड्या रंगाच्या लोखंडी जाळीचं हेल्मेट असावं तसे डोक्यावर घट्ट ओढून बांधलेले होते. जरी डॉ. उर्बिनोने बुद्धिबळाचे डाव खेळताना तिला छायाचित्रकाराच्या अंधाऱ्या स्टुडिओत कित्येक वेळा पाहिलं होतं आणि त्याने तिला एकदा एक दिवसाआड येणाऱ्या तापासाठी औषधंही लिहून दिली होती, तरी त्याने तिला ओळखलं नाही. त्याने

त्याचा हात पुढे केला आणि तिने तो आपल्या हातात घेतला - स्वागतापेक्षा त्याला घरात शिरायला मदत करण्यासाठी. जंगलातल्या मोकळ्या जागेमध्ये जसं वातावरण आणि विशिष्ट कुजबुज असते तसं त्या खोलीत वाटत होतं. लाकडी सामान, उत्कृष्ट शोभेच्या वस्तूंनी खोली भरून गेली होती. तिथे प्रत्येक वस्तूला नैसर्गिक अशी जागा होती. मनात कोणताही कडवटपणा न येता, डॉ. उर्बिनोला पॅरिसमधलं 'मॉन्तमात्र' रस्त्यावरचं २६ नंबरचं जुन्या आणि दुर्मीळ वस्तूंचं दुकान आठवलं. गेल्या शतकात, पानगळीच्या ऋतूत एका सोमवारी त्याने त्या दुकानाला भेट दिली होती. डॉक्टरसमोर बसून ती बाई स्पॅनिश उच्चारात बोलू लागली.

''हे घर तुमचंच आहे असं समजा, डॉक्टर,'' ती म्हणाली. ''मला अपेक्षित नव्हतं, तुम्ही इतक्या लवकर याल ते.''

डॉ. उर्बिनोला विश्वासघात झाल्यासारखं वाटलं. तो उघडपणे तिच्याकडे टक लावून पाहू लागला; तिच्या उत्कट शोकात्मतेकडे, दुःखातही ती जशी आब राखून बसली होती त्याकडे आणि मग आपली ही भेट बिनकामाची असल्याचं त्याला समजून चुकलं. कारण, जेरेमायाने मृत्यूपूर्वी लिहिलेल्या पत्रात जे जे सांगितलं आणि विशद केलं होतं, त्यापैकी तिला डॉक्टरपेक्षा अधिक माहीत होतं. हे सत्य होतं. त्याच्या मृत्यूच्या अगदी काही तास आधीपर्यंत ती त्याच्या बरोबर होती, जशी ती अर्धअधिक आयुष्यच त्याच्या सोबत होती. त्यात एक समर्पणाची आणि शरण जाण्याची कोवळी भावना होती, जी प्रेमाच्या अगदी जवळ जाणारी होती आणि परगण्याची राजधानी असलेल्या त्या निवांत शहरात, जिथे सरकारी गुपितंही लोकांना माहीत असायची, तिथे याबद्दल कोणालाही काहीही माहीत नव्हतं. रुग्णांची काळजी घेणाऱ्या पोर्ट-ओ-प्रिन्समधल्या एका संस्थेत तिची आणि जेरेमायाची पहिल्यांदा भेट झाली होती. तिचा जन्म पोर्ट-ओ-प्रिन्समध्ये झाला होता आणि त्याने तिथे निर्वासित म्हणून सुरुवातीची वर्षं काढली होती. वर्षभरानंतर ती त्याला फक्त भेटण्यासाठी इथे आली होती. मात्र ती त्याच्यासोबत कायमस्वरूपी राहणार हे दोघांनाही काहीही न ठरवता आपोआप माहीत झालं होतं. ती आठवड्यातून एकदा त्याची प्रयोगशाळा साफसूफ करून नीटनेटकी ठेवायची. शेजाऱ्यापाजाऱ्यांपैकी सैतानाचं संयशी मन असलेल्यांनासुद्धा तिच्याबद्दल कधीही शंका वाटली नव्हती. कारण, सगळ्यांप्रमाणे त्यांनाही असंच वाटत होतं की, जेरेमायाच्या अपंगत्वाचा परिणाम त्याच्या चालण्याबरोबरच इतर क्षमतांवरही झालेला असणार. ठोस वैद्यकीय कारणांमुळे डॉ. उर्बिनोनेही असंच गृहीत धरलं होतं आणि जर का त्याच्या मित्राने पत्रातून सांगितलं नसतं, तर आपल्या या मित्राची कोणी एक प्रेयसी होती, यावर त्याचा विश्वास बसला नसता. कोणत्याही परिस्थितीत, पूर्वग्रहदूषित बंदिस्त समाजात जगणाऱ्या, भूतकाळ नसलेल्या दोन प्रौढ व्यक्ती अनैतिक व बेकायदेशीर प्रेमाचा खडतर मार्ग स्वीकातील, हे समजून घेणं त्याला कठीण जात होतं. तिने

सांगितलं, ''तशी त्याची इच्छा होती.'' असं असलं तरी, जो कधीही पूर्णपणे तिचा होणार नव्हता, अशा माणसासोबत गुप्तपणे आयुष्य व्यतीत करायचं आणि ज्यात बऱ्याचदा आत्यंतिक आनंदाचे प्रसंग यायचे - अशी परिस्थिती तिला तिरस्करणीय वाटली नव्हती. याउलट कदाचित, हे अनुकरणीय असल्याचं तिच्या आयुष्याने तिला दाखवून दिलं होतं.

आदल्या दिवशीच्या रात्री ते दोघं चित्रपट पाहायला गेले होते; परंतु दोघंही वेगवेगळे गेले होते आणि बसलेही एकेकटे. जेव्हापासून इलाटियन स्थलांतरित डॉन गॅलिलिओ दाकॉन्तने सतराव्या शतकात बांधलेल्या एका कॉन्व्हेंटच्या अवशेषांमध्ये खुलं चित्रपटगृह उघडलं होतं, तेव्हापासून ते दोघं अशा प्रकारे महिन्यातून दोनदा नेहमी जायचे. त्यांनी आदल्या वर्षी लोकप्रिय ठरलेल्या एका पुस्तकावर आधारलेला 'ऑल क्काएट ऑन द वेस्टर्न फ्रंट' हा चित्रपट पाहिला होता. डॉ. उर्बिनोने ते पुस्तक वाचलं होतं आणि युद्धातल्या अमानुषत्वामुळे त्याचं मन भरून आलं होतं. त्यानंतर ते दोघं छायाचित्रणाच्या प्रयोगशाळेत भेटले. तिला तो भूतकाळात गेल्यासारखा, गतकातर झाल्यासारखा वाटला आणि चित्रपटातल्या चिखलात पडलेल्या जखमी, मरायला टेकलेल्या सैनिकांच्या दृश्यांमुळे असं झालं असावं असं तिला वाटलं. त्याचं लक्ष दुसरीकडे वळवण्यासाठी, तिने त्याला बुद्धिबळाचा डाव खेळायला बोलावलं आणि त्यानेही तिला बरं वाटावं म्हणून मान्य केलं. नेहमीप्रमाणे त्याच्या सोंगट्या पांढऱ्या होत्या; परंतु तो लक्षपूर्वक खेळला नाही. तो चार खेळींमध्ये हरणार आहे हे त्याला तिच्याआधीच लक्षात आलं आणि तो कोणत्याही सन्मानाशिवाय शरण गेला. आता डॉक्टरला समजलं की, त्याच्या शेवटच्या डावात त्याची प्रतिस्पर्धी ती होती. त्याला इतका वेळ तो जनरल जेरेनिमो अग्रोते असावा असं वाटत होतं; परंतु तो नव्हता. तो अचंबित होऊन पुटपुटला - ''फारच चांगला डाव होता.''

तिने आपण स्तुतीस पात्र नसल्याचं आग्रहाने सांगितलं. उलट जेरेमाया दे सेंट-आमूर आधीपासूनच मृत्यूच्या धुक्यात हरवला असल्याने त्याने आपल्या सोंगट्या कोणत्याही जिव्हाळ्याशिवाय हलवल्या होत्या. सव्वाअकराच्या सुमारास जेव्हा त्याने डाव थांबवला आणि बाहेरचं सार्वजनिक नृत्यांचं संगीतही थांबलं होतं, तेव्हा त्याने तिला जायला सांगितलं. त्याला डॉ. हुवेनाल उर्बिनोला पत्र लिहायचं होतं. जरी त्या दोघांमधल्या निकट संबंधांचं कारण बुद्धिबळाच्या खेळाचं व्यसन हे होतं आणि हा खेळ शास्त्र नव्हे, तर कारणमीमांसेचा संवाद आहे असं ते मानायचे, तरी तो त्याला माहीत असलेल्या लोकांमध्ये डॉ. उर्बिनोला सर्वांत आदरणीय व्यक्ती मानत असे आणि डॉक्टरला त्याचा 'आत्मीय मित्र' समजत असे आणि तेव्हा जेरेमाया दी सेंट-आमूर आता त्याच्या भोगाच्या, दुःखाच्या टोकाला पोहोचला आहे आणि त्याच्या हातात केवळ पत्र लिहिण्यापुरतं आयुष्य उरलं आहे हे तिला समजलं. डॉक्टरचा यावर विश्वास बसत नव्हता.

''म्हणजे तुला माहीत होतं!'' तो उद्गारला.

तिला माहीत असल्याचं तिने मान्य केलंच; परंतु त्याशिवाय तिने ज्या प्रेमाने त्याला आनंदाचा शोध घ्यायला मदत केली होती, तितकंच प्रेमपूर्वक दुःखाचे भोग सहन करण्यासही मदत केली होती. कारण, त्याच्या आयुष्यातले अखेरचे अकरा महिने तसेच होते : क्रूर दुःखभोगाचे.

''ही माहिती मला सांगणं हे तुझं कर्तव्य होतं,'' डॉक्टर म्हणाला.

''मी तसं करू शकले नाही,'' ती धक्का बसून म्हणाली. ''माझं त्याच्यावर निरातिशय प्रेम होतं.''

आपण जीवनात जे जे काही ऐकू शकतो, ते सर्व यापूर्वी ऐकलं आहे असं डॉ. उर्बिनोला वाटायचं; परंतु त्याने आजवर असं काही कधीच ऐकलं नव्हतं आणि तेही इतक्या सहज बोललेलं. त्याने थेट तिच्याकडे पाहिलं आणि त्याची पंचेंद्रियं तिच्यावर केंद्रित करून त्याच्या आठवणींत तिला कोरून घ्यायचा प्रयत्न केला. ती त्या क्षणी जशी होती तशी : ती जणू नदीतल्या मूर्तीसारखी वाटत होती, काळा पोशाख परिधान केलेली, नाउमेद न झालेली, सापासारखे डोळे असलेली. बऱ्याच वर्षांपूर्वी, हैतीच्या कोण्या निर्मनुष्य किनाऱ्यावर सहवाससुखानंतर ते दोघं नग्न पडून राहिले होते, तेव्हा जेरेमाया दे सेंट-आमूर उद्गारला होता, ''मी कधीच म्हातारा होणार नाही.'' तिने त्याचा म्हणण्याचा अर्थ असा घेतला की, विध्वंसक काळाच्या विरोधात निग्रहपूर्वक लढणाऱ्या एका वीराचं ते विधान आहे; परंतु त्याचं म्हणणं अधिक नेमकं होतं : त्याने वयाची साठ वर्षं पूर्ण झाल्यावर स्वतःचा जीव घेण्याचा वज्रनिश्चय केला होता.

वस्तुतः, त्या वर्षी २३ जानेवारी रोजी साठ वर्षांचा झाल्यावर त्याने 'पेंटेकॉस्ट'ची आदली रात्र निश्चित केली होती. तो 'होली स्पिरीट' पंथाला वाहिलेला शहरातला महत्त्वाचा सुटीचा दिवस होता. त्या रात्रीबद्दलचा असा एकही तपशील नव्हता, जो तिला आधीपासून माहीत नव्हता. त्या दिवसाबद्दल ते नेहमी बोलायचे आणि आता कुणीही थांबवू न शकणाऱ्या दिवसांचे भोग एकत्रित सहन करत राहायचे. जेरेमायाचं आयुष्यावर अतिशय उत्कट प्रेम होतं. त्याला समुद्र आवडायचा. त्याला प्रेम करायला आवडायचं. त्याचं त्याच्या कुत्र्यावर प्रेम होतं आणि तिच्यावरही प्रेम होतं आणि जसजसा तो दिवस जवळ येऊ लागला, तसतसा तो हळूहळू नैराश्याला पूर्णतः शरण गेला. जणू मृत्यू हा त्याचा निर्णय नसून ती कठोर, अटळ अशी नियती होती.

''काल रात्री, जेव्हा मी त्याचा निरोप घेतला, तेव्हा तो या जगातला माणूस राहिला नव्हता,'' तिने सांगितलं.

तिला त्या कुत्र्याला आपल्यासोबत न्यायचं होतं; परंतु त्याने त्या कुबड्यांपाशी झोपलेल्या प्राण्याकडे पाहिलं आणि हाताने त्याला कुरवाळलं. तो म्हणाला,

''माफ कर; पण मिस्टर वुड्रो विल्सन माझ्यासोबत येणार आहे.'' त्याने तिला कुत्र्याला कॉटच्या पायाला बांधायला सांगितलं आणि तिने तसं करताना खोटी गाठ मारल्यासारखं केलं. जेणेकरून कुत्र्याला निघून जाता यावं. बेइमानी दर्शवणारी तिची ही एकमेव कृती होती. मात्र नंतर त्या कुत्र्याच्या कोरड्या डोळ्यांत दिसणारा त्याच्या मालकाचा चेहरा आठवण्याची इच्छा हे असं करण्यामागचं कारण होतं; परंतु डॉ. उर्बिनोने तिला मध्येच अडवत असं म्हटलं की, त्या कुत्र्याने स्वतःला मुक्त करून घेतलं नव्हतं. ती म्हणाली, ''असं असेल तर त्याचा अर्थ त्याला मुक्त व्हायचं नव्हतं.'' आणि तिला आनंद झाला, कारण आता तिला तिच्या मृत प्रियकराने आदल्या रात्री सांगितल्याप्रमाणे त्याची आठवण काढता येणार होती. लिहायला घेतलेलं पत्र मध्ये थांबवून त्याने तिच्याकडे अखेरचं पाहिलं होतं.

''गुलाबाकडे पाहून माझी आठवण काढ,'' तो तिला म्हणाला होता.

मध्यरात्रीनंतर ती तिच्या घरी परतली होती. संपूर्ण पोशाख तसाच ठेवून ती पलंगावर झोपून राहिली. एकामागून एक सिगारेट ओढत राहिली आणि तिला माहीत असलेलं ते लांबलचक आणि कठीणतम पत्र लिहिण्यास तिने त्याला वेळ दिला होता. मग तीन वाजण्याच्या थोडं आधी, जेव्हा कुत्रे भुंकायला लागले, तेव्हा तिने शेगडीवर कॉफीसाठी पाणी तापवायला ठेवलं. सुतकाचा पोशाख करून तिने अंगणात जाऊन भल्या पहाटे उमललेला गुलाब कापला. सुधारण्याची अजिबात शक्यता नसलेल्या त्या बाईची आठवण डॉ. उर्बिनो अजिबात ठेवणार नव्हता हे त्याला त्या क्षणीच उमगलं आणि त्यामागचं कारणही त्याला माहीत होतं असं त्याला वाटलं : एखादी तत्त्वहीन व्यक्तीच दुःखाप्रति इतकी शरणागती पत्करू शकते.

...आणि त्या उर्वरित भेटीमध्ये तिने आणखी जास्त समर्थनं दिली. ती दफनविधी सोहळ्याला जाणार नव्हती, कारण तिच्या प्रियकराला तिने तसं वचन दिलं होतं. डॉ. उर्बिनोला मात्र त्याने पत्रातल्या काही परिच्छेदांमध्ये याच्या उलट वाचल्यासारखं वाटलं. तिथल्या विधवांकडून ज्या प्रकारचं आचरण अपेक्षित असायचं, तशी ती रडत बसणार नव्हती, तिचं उरलेलं आयुष्य आठवणींच्या शिळ्या, जुनाट कढीला उकळी आणत ती कंठणार नव्हती, ती त्या चार भिंतीत स्वतःला कोंडून घेऊन स्वतःच स्वतःची कफनी शिवणार नव्हती. जेरेमाया दी सेंट-आमूरचं घर आणि उर्वरित सगळ्या गोष्टी विकण्याचा मानस तिचा होता. त्या पत्रात लिहिल्यानुसार या गोष्टी आता तिच्या मालकीच्या होत्या. मग त्यानंतर ती नेहमीसारखं तिचं आयुष्य व्यतीत करणार होती, कोणतीही तक्रार न करता, गरिबांसाठी मृत्यूचा सापळा असलेल्या या ठिकाणी, जिथे तिने सुख अनुभवलं होतं.

घोडागाडीतून घरी जात असताना तिचे शब्द डॉ. हुवेनाल उर्बिनोचा पाठलाग करत राहिले : ''मृत्यू-सापळ्यात अडकलेलं गरिबाचं जिणं.'' तिने तसं वर्णन मुद्दाम केलं होतं. त्या शहरासाठी, त्याच्या शहरासाठी, जे काळाच्या कठड्यावर न

बदलता उभं होतं : हे ते उष्ण कोरडं शहर, त्याच्या निशाचर भीतीचं आणि वयात येताना त्याला एकांतात सुख देणारं, जिथे फुलं उमलून कोमेजून गेली आणि गंज चढला, जिथे सदाहरित लॉरेलची झाडं आणि दुर्गंधीयुक्त दलदलीचे प्रदेश हळूहळू वृद्ध होण्याव्यतिरिक्त गेली चार दशकं काहीही घडलेलं नव्हतं. हिवाळ्यात अचानक धो-धो पाऊस पडल्यामुळे संडास तुंबून जायचे आणि सगळे रस्ते चिखलाने भरल्यामुळे हवा रोगट व्हायची. उन्हाळ्यात तप्त लाल खडूसारखी अदृश्य असलेली धूळ वेडापिसा वारा उडवत न्यायचा आणि कल्पनेच्या प्रदेशातल्या सगळ्यात संरक्षित ठिकाणीही ती शिरायची. त्या वाऱ्यामुळे घरांची छतं आणि लहान मुलंदेखील उडून जायची. शनिवारी गरीब मुलेट्टो, त्यांची दलदलीच्या काठी असलेली पत्र्याची आणि कार्डबोर्डाची खोपटी सोडून त्यांचे पाळीव प्राणी आणि स्वयंपाकघरातली भांडी घेऊन बाहेर पडायचे. ते त्या वसाहती शहराच्या खडकाळ किनाऱ्यांवर जणू विजयी झाल्याच्या आनंदात ताबा मिळवायचे. आत्ता-आत्तापर्यंत, काही म्हाताऱ्या लोकांच्या छाताडावर गुलाम असल्याचा शिक्का गोंदलेला होता, जो तप्त लोखडांच्या साहाय्याने कोरला जात असे. आठवड्याच्या शेवटी ते भरपूर नाचायचे, घरीच आंबवलेली दारू प्यायचे, इक्कोच्या झाडांमध्ये जाऊन प्रेम करायचे आणि रविवारी मध्यरात्री ते त्यांची पार्टी संपवून यथेच्छ मारामाऱ्या करायचे, अगदी रक्त सांडेपर्यंत. एरवी आठवडाभर ही उतावीळ गर्दी झुंडी-झुंडीने शहराच्या जुन्या चौकांमध्ये आणि गल्लीबोळांमध्ये दिसायची. तिथे दुकानं होती. त्या दुकानांत काहीही विकलं किंवा खरेदी केलं जायचं. ते या मृत शहरामध्ये जत्रेसारखा तळलेल्या माशाचा वास असलेला उन्माद भरायचे - नवा प्राण फुंकायचे.

स्पेनपासून स्वातंत्र्य मिळाल्यानंतर आणि गुलामगिरीचा अंत केल्यानंतर जी परिस्थिती अवतरली, त्यात उच्चवर्णीयांचा ऱ्हास झाला. अशा काळात डॉ. हुवेनाल उर्बिनो लहानाचा मोठा झाला होता. पूर्वीची बडी समजली जाणारी कुटुंबं त्यांच्या ढासळणाऱ्या महालांत शांतपणे बुडून गेली. चाच्यांचं अचानक येऊन धडकणं आणि इतर झालेले हल्ले यांतही टिकून राहत सेवा पुरवणारे फरसबंदी रस्ते, बाल्कन्यांमधून लटकणारी झाडं आणि नीटनेटक्या ठेवलेल्या मॅन्शनच्याही पांढऱ्या रंग दिलेल्या भिंतींवरील उघड्यावाघड्या भेगा आणि मंद प्रकाशात दुपारी दोन वाजता, वामकुक्षी घ्यायच्या वेळेस होणारे पियानोवादनाचे सराव - या भागात जिवंतपणा असल्याच्या एवढ्याच काय त्या खुणा राहिला होत्या. आत, निजायच्या थंड खोल्यांमध्ये धुपाचा वास भरलेला असे. एखादा लज्जास्पद संसर्ग असल्याप्रमाणे, स्त्रिया स्वतःचा बचाव सूर्यप्रकाशापासून करायच्या. सकाळी लवकरच्या 'मास'ला जातानाही त्या आपले चेहरे झिरझिरीत वस्त्राच्या मँटिलाजमध्ये झाकून घ्यायच्या. त्यांची प्रेमप्रकरणंही संथ गतीने व्हायची आणि ती होणं कठीण असायचं. बऱ्याचदा ती अपशकुनाच्या शक्यतेने खंडित व्हायची आणि त्यामुळे त्यांचं आयुष्य स्थानबद्ध, न संपणारं

भासायचं. रात्र झाली की, जुलमी संक्रमणाच्या क्षणी, दलदलीतून आणि गरम व उदास, सूक्ष्म वास असलेल्या मानवी मैल्यातून राक्षसी डास घोंगावत यायचे आणि आत्म्याच्या तळात मृत्यूची निश्चितता डुचमळून जायची.

आणि असं हे वासाहतिक शहर – ज्याचा विचार पॅरिसियन खिन्नतेप्रमाणे करण्याकडे हुवेनाल उर्बिनोचा कल असायचा, त्या शहराची आठवण म्हणजे खरंतर भ्रम होता. अठराव्या शतकामध्ये, कॅरिबियनमध्ये शहराचा व्यापारउदीम सगळ्यात जास्त बहरलेला होता. याचं कारण म्हणजे हे शहर अमेरिका खंडातला आफ्रिकी गुलामांचा सगळ्यात मोठा बाजार होता. तसा जणू सन्मानच त्याला लाभला होता. तसंच हे शहर 'न्यू किंगडम ऑफ ग्रॅनडा'च्या व्हॉइसरॉय मंडळींचं कायमस्वरूपी घर होतं. त्यांना हे समुद्राच्या किनारी वसलेलं शहर आवडायचं. ते त्यांचा राज्यकारभार शतकानुशतकं प्राचीन पावसाच्या रिपरिपीत गोठलेल्या राजधानीपेक्षा या शहरातून हाकायला पसंती देत. वर्षातून कितीतरी वेळा, पोतोसी, क्वितो आणि व्हेराक्रूज इथून खजिनसंपत्ती भरलेली मोठाली जहाजं इथल्या खाडीत गोळा व्हायची आणि त्या काळात शहर कीर्तीच्या ऐन भरात होतं. शुक्रवार, ८ जून १७०८ या दिवशी दुपारी चार वाजता सॅन होजे नावाचं मोठं जहाज कॅडिजकडे जाण्यासाठी निघालं. त्यात मौल्यवान खडे आणि धातू भरलेला माल होता, ज्याची त्याकाळच्या चलनातली किंमत पन्नास हजार कोटी पेसोज एवढी होती. बंदराच्या मुखापाशी इंग्लिश जहाजांच्या एका तुकडीने हे जहाज बुडवलं आणि या घटनेला दोनशे वर्षं होऊन गेली, तरी त्यातला माल कोणीही वर काढलेला नव्हता. समुद्रतळाशी असलेल्या प्रवाळांवरचा तो खजिना आणि पुलावर आडवं पडलेलं कमांडरचं प्रेत या प्रतिमा इतिहासकारांनी या स्मृतींखाली बुडालेल्या शहराचं चिन्ह म्हणून वर्णिल्या होत्या.

नंतर एका वेगळ्याच काळात, खाडीपलीकडच्या ला मांगा या रहिवाशी भागात डॉ. हुवेनाल उर्बिनोचं घर उभं राहिलं. एक मजली, हवेशीर आणि थंड. डॉरिक या ग्रीक स्थापत्यशैलीचे खांब असलेली पडवी आणि गच्चीदेखील होती. तिथून वास मारणारा स्थिर समुद्र आणि खाडीत बुडालेल्या जहाजांचे अवशेष दिसायचे. प्रवेशद्वार ते स्वयंपाकघराची जमीन काळ्या-पांढऱ्या टाइल्सनी आच्छादलेली होती. डॉ. उर्बिनोची बुद्धिबळ खेळाची आवड हे यामागचं कारण असावं असं वाटायचं; परंतु खरंतर हा कॅटालियन कारागिरांच्या एककल्ली आवडीचा भाग होता, ज्यांनी त्या शतकाच्या प्रारंभीच्या काळात 'नवश्रीमंतांसाठी' हा भाग बांधला होता. ड्राइंग रूमचं छत बरंच उंचावर होतं. तिथून पुढे सगळ्या घरातही ते त्याच उंचीवर होतं. सहा पूर्ण उंचीच्या खिडक्या रस्त्याकडे तोंड करून होत्या. तसंच ही खोली आणि जेवणाची खोली एका प्रचंड मोठ्या काचेच्या दरवाजाने विभागलेली होती. या दरवाजावर द्राक्षाचे वेल, त्याला लागलेले फळांचे घड आणि हातात पाइप्स धरून वाजवणाऱ्या रोमन पुराणातील अर्धनर-अर्धबोकड प्राण्यांकडे आकर्षित

झालेल्या अविवाहिता अशी चित्रं कोरलेली होती. स्वागतकक्षातील पडदे इत्यादी गोष्टी आणि जणू जिवंत पहारेकऱ्याप्रमाणे उभं असलेलं ड्राइंग रूममधलं लंबकाचं घड्याळ – या सगळ्या एकोणिसाव्या शतकाच्या शेवटच्या काळातल्या अस्सल इंग्लिश वस्तू होत्या. भिंतींवरचे सगळे दिवे अश्रूंच्या आकाराच्या स्फटिकाचे होते. सगळीकडे फुलदाण्या, बाउल्स आणि अलाबास्टरच्या छोट्या मूर्ती होत्या; परंतु युरोपीय पद्धतीचं हे साम्य घराच्या इतर भागांत गायब झालेलं होतं. तिथे व्हिएन्नीज् पद्धतीच्या आरामखुर्च्या आणि वेताच्या खुर्च्या होत्या. स्थानिक कारागिरांनी बनवलेली छोटी चामडी स्टुलं होतं. सॅन जॅसिन्टो इथल्या अप्रतिम अशा हॅमॉक्स निजायच्या खोलीत टांगलेल्या होत्या. रंगीबेरंगी झालरी लावून रेशमी धाग्याने त्यांवर त्यांच्या मालकाचं नाव गॉथिक अक्षरांत विणलेलं होतं. जेवायच्या खोलीच्या शेजारी असलेली जागा मुळात मेजवान्या, पार्ट्या यांसाठी तयार केलेली होती. ती आता शहरात जेव्हा कोणी प्रसिद्ध संगीतकार येई, तेव्हा लहानशा, खासगी संगीतमैफलींसाठी वापरली जाई. त्या खोलीतली शांतता वाढवण्यासाठी, तिथल्या टाइल्स टर्किश रग्जनी झाकलेल्या होत्या. हे रग पॅरिसमधल्या जागतिक मेळ्यात खरेदी करण्यात आले होते. 'विक्ट्रोला' प्रकारच्या ग्रामोफोनचं नवं मॉडेल स्टँडवर उभं होतं, ज्यात ध्वनिमुद्रिका काळजीपूर्वक लावलेल्या होत्या आणि तिथे एका कोपऱ्यात मनिला शाल पांघरलेला पियानो होता. गेली कित्येक वर्षं डॉ. उर्बिनोने त्याला हातही लावला नव्हता. सगळ्या घरात बाईचा वावर असल्याचं आणि तिचा हात लागलेला असल्याचं दिसून येत होतं – अशी बाई जिचे पाय घट्टपणे जमिनीवर रोवलेले आहेत.

परंतु ग्रंथालयात दिसणारं तपशीलवार गांभीर्याचं स्वरूप इतरत्र कुठेही नव्हतं. वृद्धत्वामुळे डॉ. उर्बिनोला मृत्यू येईस्तोवर ग्रंथालय हे जणू त्याचं गर्भगृह होतं. तिथे त्याच्या वडिलांचं, अक्रोडाच्या लाकडापासून तयार केलेलं मेज होतं आणि चामडं बसवलेल्या आरामखुर्च्या होत्या. काचेची दारं असलेली पुस्तकांची कपाटं त्याने भिंतींवर आणि अगदी खिडक्यांवरही लावलेली होती. त्यात जवळपास तीनेक हजार ग्रंथ ठेवलेले होते. त्यांवर एकसारखी चामड्याची बांधणी करून ग्रंथाच्या स्पाइनवर सोनेरी अक्षरांत नावाची अक्षरं कोरलेली होती. इतर खोल्यांप्रमाणे इथे गडबड, गोंगाटाची मर्जी चालत नसे आणि बंदरावरचे प्रमादी वारे इथे आत येत नसत. ग्रंथालयात कायम स्थिरचित्ततेचा आणि चर्चमध्ये असतो तसल्या वासाचा वावर असे. गारव्याचं आगमन होण्यासाठी घराच्या खिडक्या आणि दारं खुली ठेवली पाहिजेत, या कॅरिबियन अंधश्रद्धेच्या प्रभावाखाली वाढलेल्या डॉ. उर्बिनो आणि त्याच्या बायकोला प्रथम या खोलीत गुदमरायला झालं; परंतु अखेरीस त्यांनी उष्णतेविरोधातल्या रोमन डावपेचाला अधिकचे गुण दिले. हा डावपेच म्हणजे संथ ऑगस्ट महिन्यामध्ये रस्त्यावरून वाहणारे उष्ण वारे घराबाहेर राहावेत म्हणून

दारंखिडक्या बंद ठेवायच्या आणि मग रात्रीच्या गार झुळुकांसाठी पूर्णतः उघडायच्या. तेव्हापासून ला मांगातल्या तळपत्या सूर्यात त्यांचं घर हे सगळ्यात थंड असायचं आणि काळोख्या खोल्यांमध्ये वामकुक्षी घेण्याचा आनंद ते लुटायचे आणि दुपारी पडवीत बसून जड, करड्या रंगाची, न्यू ऑर्लिन्सवरून येऊन पुढे जाणारी मालवाहू जहाजं पाहायचे आणि संध्याकाळ होताना झळाळते दिवे असलेल्या होडक्यांची लाकडी वल्ही पाहायचे, जी त्यांच्या तालमय वल्हवण्याने खाडीत साचलेल्या कचऱ्याचे ढीग जणू शुद्ध करायची. यामुळेच डिसेंबर ते मार्च या काळातही सर्वांत जास्त सुरक्षा प्राप्त व्हायची, जेव्हा उत्तरेकडचे वारे वेगाने वाहत छपरं उडवून लावायचे, रात्री वर्तुळाकार फिरायचे, जणू काही ज्यातून ते आत शिरू शकतील असे एखादी फट शोधत असलेले भुकेले लांडगे असावेत. अशा प्रकारच्या पायावर रुजवलेल्या विवाहात कोणत्याही कारणाने काही वितुष्ट असावं, असं कोणालाही वाटत नव्हतं.

तरी, त्या दिवशी सकाळी दहाच्या आधी डॉ. उर्बिनो जेव्हा घरी परतला, तेव्हा त्या दिवशी घडलेल्या त्या दोन भेटींमुळे आतून हलून गेला होता. कारण, एक तर त्यामुळे त्याला पेंटेकॉस्ट मासला जाता आलं नव्हतं आणि दुसरं म्हणजे वयाच्या अशा टप्प्यावर जेव्हा सगळं काही पूर्णत्वाला आलं आहे असं वाटत होतं, त्याच टप्प्यावर त्याला स्वतःत बदल होण्याची भीती वाटत होती. डॉ. लॅसिडेस ऑलिवेय्याच्या दुपारच्या मेजवानीची वेळ होईपर्यंत तरी त्याला एका लहानशा वामकुक्षीची आवश्यकता होती; परंतु तेव्हा त्याला नोकरचाकरांचा गोंधळ ऐकू आला. ते पोपट पकडायचा प्रयत्न करत होते. पोपटाचे पंख कातरण्यासाठी त्याला पिंजऱ्यातून बाहेर काढलं असताना तो उडून आंब्याच्या झाडाच्या शेंड्यावर जाऊन बसला होता. तो एक वेडसर, पिसं काढलेला पोपट होता, जो त्याला सांगितलं जाई, बरोब्बर तेव्हाच बोलत नसे आणि जेव्हा अजिबात अपेक्षित नसे, तेव्हा तोंड उघडत असे; परंतु नंतर तो एवढ्या स्पष्टपणे आणि विवेकबुद्धीने बोलू लागे, जी सामान्यतः माणसांमध्येही क्वचितच आढळायची. त्याला डॉ. उर्बिनोने स्वतः शिकवलं होतं, त्यामुळे त्याला एवढे अधिकार प्राप्त झालेले होते, जे घरातल्या कोणालाही – अगदी मुलांनाही – मिळालेले नव्हते.

तो त्या घरामध्ये वीस वर्षांहून अधिक काळ राहत होता आणि त्याआधी तो किती वर्षं जिवंत होता, याचा कोणालाही पत्ता नव्हता. वामकुक्षी घेतल्यानंतर दर दुपारी, डॉ. उर्बिनो त्याच्या पडवीतल्या अंगणात बसायचा. ती त्या घरातली सगळ्यात थंड जागा होती आणि त्याच्या राखून ठेवलेल्या, आवडत्या कामांपैकी एक काम तो करायचा – शिकवण्याचं काम. तो पोपट एखाद्या फ्रेंच अकादमिक व्यक्तीप्रमाणे बोलू लागेस्तोवर त्याने आपलं अध्यापनाचं काम सुरू ठेवलं. नंतर, केवळ ते काम आवडत असल्याने, त्याने त्याला 'मास'ला म्हणायच्या 'लॅटिन अकंनीमेंट' आणि

'सेंट मॅथूच्या गॉस्पेल'मधले निवडक उतारे म्हणायला शिकवलं. मग त्याने त्याला अंकगणितातील बेरीज, वजाबाकी, गुणाकार, भागाकार शिकवायचा अयशस्वी प्रयत्न केला. युरोपला दिलेल्या अखेरच्या भेटीत, त्याने ट्रम्पेट स्पीकर असलेला फोनोग्राफ आणला होता. त्याच्यासोबत त्याने अनेक लोकप्रिय आणि आवडत्या शास्त्रीय संगीतकारांच्या ध्वनिमुद्रिकाही आणल्या होत्या. पोपटाला पाठ होत नाही तोवर त्याने, दररोज, कितीतरी वेळा पुन्हा पुन्हा वेट्टे गिल्बर्ट आणि अरिस्टाइड ब्रुआंट यांची गाणी ऐकवली होती. त्यांनी त्या काळी सगळ्या फ्रान्सला मंत्रमुग्ध करून टाकलं होतं. तो पोपट जेव्हा गायिका गात असेल, तेव्हा बाईच्या आवाजात आणि जेव्हा गायक गात असेल तेव्हा पुरुषाच्या आवाजात गात असे आणि शेवटी मोलकरणींप्रमाणे तंतोतंत हसत असे. त्याची ही नक्कल अप्रतिम वठे. त्या मोलकरणी त्याला फ्रेंचमध्ये बोलताना पाहून अशाच हसत. त्या पोपटाची कीर्ती एवढी दिगंत गेली की, कधी कधी नदीबोटीतून प्रवास करून आलेले प्रवासी त्याला पाहण्याची विनंती करायचे, तर कधी न्यू ऑर्लिन्सवरून केळ्याची वाहतूक करणाऱ्या जलद बोटीतून येणारे इंग्रजी प्रवासी त्याला वाट्टेल त्या किमतीला विकत घ्यायला तयार असायचे; परंतु त्याची कीर्ती दूरवर पसरल्याचा पुरावा म्हणजे 'रिपब्लिक'चे म्हणजे देशाचे अध्यक्ष डॉन मार्को फिडेल सुआरेज, त्यांच्या मंत्रिमंडळासह असा कुणी पोपट खरंच आहे का, हे पाहण्यासाठी एकदा प्रत्यक्षात आले तो प्रसंग. दुपारी तीन वाजता ते आले. त्यांनी हॅट्स आणि फ्रॉक कोट असा गुदमरवून टाकणारा पोशाख केलेला होता. ऑगस्टमधल्या तळपत्या उन्हात ते तीन दिवसीय औपचारिक भेटीकरता निघाले होते, तेव्हापासून त्यांनी हेच कपडे घातले होते आणि ज्या औत्सुक्याने आले, ते औत्सुक्य तसंच घेऊन त्यांना निरोप घ्यावा लागला होता. कारण, त्या दोन तासांच्या अधीर काळात पोपटाने एक शब्दही तोंडातून काढला नाही. अर्जविनंत्या आणि धमक्या कशालाही त्याने भीक घातली नाही, त्यामुळे डॉ. उर्बिनोची लोकांमध्ये नाचक्की झाली. खरंतर डॉ. उर्बिनोच्या बायकोने सावध राहायला सांगून शहाणपणा दाखवला होता; परंतु तरीही त्याने हे अविचारी धाडस करायचा हट्ट धरलाच.

त्या ऐतिसाहिक पराभवानंतरही त्या पोपटाचे सगळे विशेषाधिकार अबाधित राहिले. त्याचे अधिकार किती पवित्र होते, त्याचाच हा मोठा पुरावा होता. घरामध्ये त्याच्याशिवाय इतर कोणत्याही प्राण्याला प्रवेश नव्हता, याला अपवाद होता तो एका कासवाचा. जेव्हा सगळ्यांना वाटलं होतं की, ते कायमचं हरवून गेलेलं असणार, तेव्हाच ते कासव तीन-चार वर्षांनी स्वयंपाकघरात पुन्हा प्रकट झालं होतं, तरीही त्या कासवाची गणती सजीव म्हणून केली जात नसे. त्याच्याकडे केवळ नशीब फळफळवणारी वस्तू म्हणून पाहिलं जात असे. त्याची एकच एक अशी ठरलेली जागा नव्हती. प्राण्यांच्या बाबतीत वाटणारा तिरस्कार मान्य करायला

डॉ. उर्बिनो तयार नसे. त्या तिरस्काराला तो सर्व प्रकारची वैज्ञानिक संशोधनं आणि तत्त्वज्ञानात्मक बतावण्या यांचं रूपडं लावून व्यक्त करत असे; परंतु त्याची बायको त्याला भुलत नसे. प्राण्यांवर अतिप्रेम करणारे लोक माणसांशी टोकाचे क्रूर वागू शकतात, असं तो म्हणायचा. तो म्हणत असे की, कुत्रे काही स्वामिनिष्ठ नसतात, तर लांगूलचालन करणारे गुलाम असतात आणि मांजरी संधिसाधू व विश्वसातघातकी असतात. मोर मृत्यूचं सूचन करतात, मॅकॉ म्हणजे सुंदर, नक्षीदार छळ असतो, ससे हावरटपणाला चिथावणी देणारे असतात, माकडं म्हणजे तर हव्यासाचा ज्वर असतात आणि कोंबडे तर अगदी नकोतच. कारण पीटरने येशूला न ओळखण्याचं नाटक केलं, त्याला कोंबड्याच्या आरवण्याची साक्ष होती.

दुसरीकडे, त्याच्या बहात्तर वर्षांच्या, तारुण्यातली मनमोहक हरिणीची चाल हरवलेल्या त्याच्या बायकोला, फर्मिना डासा हिला मात्र उष्णकटिबंधीय फुलं आणि पाळीव प्राण्यांचं प्रचंड वेड होतं. त्यांचं लग्न झाल्यानंतरच्या सुरुवातीच्या वर्षांत, तिने नव्या नवलाईचा फायदा उचलत व्यवहार्य ठरतील त्यापेक्षा जास्त प्राणी घरात ठेवले होते. त्यात होते तीन डाल्मेशियन कुत्रे, ज्यांना रोमन राजांची नावं ठेवण्यात आली. ते एका कुत्रीसाठी लढले, जिचं नाव मेसालिना ठेवण्यात आलं होतं. तिला पहिल्या खेपेस नऊ पिल्लं झाली; पण त्यानंतर दहा पिल्लं होण्यासाठी बराच काळ जावा लागला. त्यानंतर होती ॲबिसिनियन मांजरं, जी घारीसारखी वाटायची आणि जी प्राचीन इजिप्त राजे फॅरो यांसारखी वागायची. त्यांचे डोळे सयामींसारखे होते आणि त्यांचा रंग पर्शियन्सप्रमाणे केशरी होता. ती भूतासारखी खोल्यांमधून ये-जा करायची आणि प्रेमासाठी भुकेल्या चेटकिणींप्रमाणे आवाज काढत रात्र छिन्नभिन्न करून टाकायची. ॲमेझॉनच्या जंगलामधलं एक माकड कितीतरी वर्षं आंब्याच्या झाडाला पोटाला साखळी बांधून ठेवलेलं होतं. त्याला पाहून मनात करुणा उत्पन्न होत असे. कारण, त्याचा चेहरा आर्चबिशप ऑब्दूलियो वाय रेसारखा होता. त्याचे तसेच डोळे होते आणि हातही; परंतु म्हणून फर्मिनाने त्याला टाकून दिलं नव्हतं. त्यामागचं खरं कारण होतं, बायकांच्या 'सन्मानार्थ' स्वतःला सुख देण्याची त्याची सवय.

घरातल्या मार्गिकांमध्ये ग्वाटेमालातून आणलेल्या पक्ष्यांचे पिंजरे ठेवलेले होते - करकोचे आणि दलदली प्रदेशातले पिवळ्या पायांचे हेरॉन्स आणि कुंड्यांमधली शोभेची फुलझाडं खायला खिडकीतून आत आलेलं एक तरुण हरीण. शेवटच्या यादवी युद्धाच्या थोडं आधी, जेव्हा पोप शहराला भेट देणार असल्याची वदंता होती, तेव्हा त्यांनी ग्वाटेमालाहून एक बर्ड ऑफ पॅराडाइज अर्थात स्वर्गीय नर्तक आणला होता; परंतु त्याला इकडे आणायला जेवढा वेळ लागला होता, त्यापेक्षा कमी वेळात त्याला मायदेशी परत पाठवण्यात आलं. कारण, तेव्हा असं समजलं की, पोपच्या भेटीची ही अफवा मुद्दामच कटकारस्थान करणाऱ्या लिबरल्सना सावध करण्यासाठी सरकारनेच पसरवली होती. आणखी एकदा, तस्करी केलेला माल

आणणाऱ्या क्यूरासायोच्या जहाजांवरून त्यांनी वेताचं विणकाम केलेला पिंजरा घेतला होता, ज्यात सहा सुगंधित कावळे होते. हे कावळे घेण्यामागचं कारण म्हणजे फर्मिना डासाच्या वडिलांच्या घरी अगदी असेच कावळे होते आणि तिला ते लग्न झाल्यानंतरही हवे होते; परंतु त्यांच्या पंखांच्या फडफडीचा सततचा आवाज कुणालाही सहन झाला नाही, त्यामुळे घरभर दफनविधीला वाहणाऱ्या फुलांच्या चक्रांसारखा भपकारा पसरायचा. त्यांनी एक ॲनाकोंडाही घरी आणला होता. तो चार मीटर लांब होता. तो रात्री झोपत नसे आणि फूत्कार सोडत असे; परंतु त्याने वटवाघळं आणि सॅलॅमँडर्स आणि अशा कितीतरी इजा करू शकणाऱ्या अनेक प्राण्यांना घाबरवून लांब ठेवलं होतं. हे प्राणी पावसाळ्यात घरावर आक्रमण करत. या काळात, डॉ. उर्बिनो त्याच्या अत्यावश्यक व्यावसायिक कामात एवढा व्यग्र होता आणि त्याच्या नागरी व सांस्कृतिक नवयोजनांमध्ये एवढा बुडालेला होता की, या प्राण्यांच्या गोतावळ्यात त्याची बायको कॅरिबियनमधली सर्वांत सुंदर स्त्री असण्याखेरीज सर्वांत सुखी स्त्रीदेखील होती असं गृहीत धरण्यात त्याला समाधान होतं; परंतु एका पावसाळी दुपारी, अशी एक दुर्घटना घडली, ज्यामुळे तो भानावर आला. अखेरीस तो दिवस त्याला दमवणारा ठरला. ड्रॉइंग रूमच्या बाहेर, तिथून नजर जाईल तिथपर्यंत, त्याला मृत प्राण्यांची रक्ताच्या थारोळ्यात पडलेली रांग दिसली. मोलकरणींना काय करावं न हे समजल्याने, त्या खुर्च्यांवर चढून उभ्या होत्या आणि तिथे झालेल्या कत्तलीच्या थरारातून त्या सावरल्या नव्हत्या.

जर्मन मॅस्टिफ कुत्र्यांपैकी एकाला रेबीजचा अचानक झटका आला होता आणि त्याने त्याच्या मार्गात येणाऱ्या सर्व प्राण्यांचे तुकडे तुकडे करून टाकले होते. शेवटी शेजारच्या घरातील एका माळ्याने त्या कुत्र्याशी दोन हात करण्याचं धाडस दाखवलं आणि आपल्या धारदार मोठ्या सुऱ्याने कुत्र्याचे तुकडे केले. त्याच्या तोंडातून गळणाऱ्या हिरव्या लाळेमुळे किती प्राणी संसर्गिक झाले होते किंवा किती प्राण्यांना तो चावला होता, हे कुणालाही माहीत नव्हतं, त्यामुळे डॉ. उर्बिनोने उरलेल्या सगळ्या प्राण्यांना मारून टाकलं आणि त्यांना एका निर्जन शेतामध्ये जाळून टाकण्याची आज्ञा दिली. नंतर त्याने त्याचं घर निर्जंतुक करण्याची विनंती मिसरीकॉर्डिया हॉस्पिटलला केली. यातून एकच प्राणी सुटला. त्याची कुणालाही आठवण झाली नाही – ते होतं शुभसंकेती कासव.

त्या प्रसंगानंतर प्रथमच फर्मिना डासाने घरच्या बाबींमध्ये त्याचा नवरा बरोबर आहे हे मान्य केलं आणि नंतर कितीतरी काळ तिने घरी प्राणी आणण्याला नकारच दिला. त्याऐवजी तिने आपली प्राण्यांची आवड लिनेयसच्या 'नॅचरल हिस्टरी'मधली रंगीत चित्रं पाहून भागवली. ती चित्रं तिने चौकटीत बसवून ड्रॉइंग रूमच्या भिंतीवर टांगली. तिने त्या घरात पुन्हा एकदा कुठला प्राणी आणला जाईल, ही आशा बहुधा सोडून दिली होती. एकदा झालं असं की, पहाटे काही चोर न्हाणीघराच्या

खिडकीतून घरात शिरले आणि त्यांनी पाच पिढ्यांपासून चालत आलेली, वारसाहक्कात मिळालेली चांदीची भांडी बळकावली. डॉ. उर्बिनोने खिडक्यांच्या फ्रेम्सना दुहेरी कुलपं लावली. आतून लोखंडी कांब्या लावून दारं अधिक सुरक्षित केली आणि एका कुलूपबंद पेटीत सगळं मौल्यवान सामान ठेवलं आणि झोपताना उशाशी पिस्तूल ठेवायची युद्धकाळातली सवय पुन्हा लावून घेतली; परंतु तरीही त्याने एखादा आक्रमक कुत्रा आणण्यास नकार दिला - मग तो लसीकरण केलेला असो अथवा नसो, मोकळा असो अथवा साखळीत बांधलेला असो - चोरांनी त्याच्याकडे असलेलं सगळं काही चोरून नेलं तरीही.

''कुणीही मुकं या घरात येणार नाही,'' तो म्हणाला होता.

तिला खरंतर पुन्हा एकदा कुत्रा घ्यावा असं वाटत होतं; परंतु त्याने असं वक्तव्य करून त्या वादावर पडदा टाकला होता. हा वाद मिटल्याचं वरवर वाटत असलं, तरी तसं नव्हतं. त्याने रागाच्या भरात, घाईने केलेल्या सामन्यीकरणाची किंमत त्याला आयुष्यभर चुकवावी लागेल याची त्याने कधी कल्पनाही केली नव्हती. साधी-सरळ असलेली फर्मिना डासा त्यानंतरच्या वर्षांमध्ये काहीशी हुशार झाली आणि 'कुणीही मुकं या घरात येणार नाही' या तिच्या नवऱ्याच्या शब्दांना धरून काही महिन्यांनी ती पुन्हा क्यूरासायोहून येणाऱ्या जहाजांवर गेली. तिथून तिने राजेशाही थाटाचा पॅरॅमारिबो पोपट विकत आणला. नाविकांची अतिशिवराळ भाषा बोलणं एवढंच त्याला येत होतं; परंतु तो हे माणसाचा आवाज काढून एवढं हुबेहूब करत असे की, पहिल्यांदा त्याची बारा सेन्टावोज ही अतिजास्त वाटलेली किंमत नंतर योग्य आहे असं वाटलं.

तो छान पोपट होता. वाटत होता त्यापेक्षा हलका. त्याचं डोकं पिवळं होतं आणि जीभ काळी. खारफुटी जंगलातल्या पोपटांपेक्षा तो एकाच बाबतीत वेगळा होता. त्या पोपटांना कितीही काही केलं, टर्पेन्टाइन दिलं, तरी बोलायला शिकवता येत नसे. पराभूत झालेला डॉ. उर्बिनो, त्याच्या बायकोच्या चतुराईपुढे नतमस्तक झाला आणि एवढंच नाही, तो पोपट मोलकरणींसोबत उत्तेजित झाल्यावर ज्या प्रकारे काय काय करत असे, ते पाहून तो चकितही झाला. पावसाळ्यात दुपारी, त्याची पिसं ओलीकच्च झाल्यावर त्याचं तोंड सुटत असे. मग तो कोणत्यातरी वेगळ्याच काळातले वाक्प्रचार बडबडत असे, जे तो त्या घरात शिकलेला नसे आणि त्यामुळे तो दिसतो, त्यापेक्षा म्हातारा असावा असं वाटत असे. एकदा रात्री छतावरच्या माळ्यातून पुन्हा एकदा चोर आत शिरायचा प्रयत्न करू लागले, तेव्हा डॉक्टरची उरलीसुरली शंकाही फिटली. कारण, त्या पोपटाने मॅस्टिफ कुत्र्याचा हुबेहूब आवाज काढून त्यांना घाबरवून सोडलं. त्याने 'चोर, चोर, चोर' अशी बोंबही ठोकली होती, जी नक्कीच त्या घरात तो शिकला नव्हता. त्यानंतर खुद्द डॉ. उर्बिनोने त्याचा ताबा घेतला आणि आंब्याच्या झाडाखाली त्याला बसण्यासाठी एक दांडी बांधण्याचा

हुकूम सोडला. तिथे पिण्याच्या पाण्यासाठी एक आणि पिकल्या केळ्यासाठी दुसरा असे दोन डबे ठेवण्यात आले आणि उड्या मारण्यासाठी पाळणाही तयार करण्यात आला. डिसेंबर ते मार्च या काळात, रात्री थंडी पडायची आणि उत्तरेकडून येणारे वारे रात्री बाहेर जगणं मुश्कील करून टाकायचे. जरी डॉ. उर्बिनोला पोपटाच्या सुजलेल्या ग्रंथींमुळे माणसालाही श्वसनदाह होऊ शकतो अशी शंका होती, तरी तेव्हा पोपटाला गोधड्यांनी झाकलेल्या पिंजऱ्यात ठेवून घरात नेलं जायचं. कितीतरी वर्षं ते त्याच्या पंखांची पिसं कातरत होते आणि बेढब घोडेस्वारासारखी चाल असलेल्या त्याला हवं तिथे जाण्याची मुभा होती; परंतु एकदा स्वयंपाकघरातल्या दांडीवर उड्या मारण्याचे खेळ खेळत असताना तो स्ट्यूच्या पातेल्यात पडला. तेव्हा त्याने जणू तो खलाशीच असावा अशा आवाजात आरोळी ठोकली होती; परंतु त्याचं नशीब की, तेव्हा तिथे असलेल्या स्वयंपाक्याने त्याला चमच्याने चटकन बाहेर काढलं होतं. तो भाजला होता, भेदरला होता, दमून गेला होता. तरी जिवंत राहिला होता. त्यानंतर पिंजऱ्यात राहणारे पोपट शिकलेलं सगळं विसरून जातात, या वेडगळ समजुतीविरुद्ध जाऊन त्याला दिवसाही पिंजऱ्यात ठेवण्याचा शिरस्ता पडला आणि फक्त दुपारी चार वाजताच्या, डॉ. उर्बिनोच्या पडवीतल्या शिकवणीसाठीच त्याला बाहेर काढलं जाऊ लागलं. त्याचे पंख चांगले मोठे झाले होते हे वेळेत कुणालाही समजलं नाही आणि ज्या दिवशी सकाळी ते कातरायला घेणार, तेव्हा तो पिंजऱ्यातून उडून आंब्याच्या झाडावर जाऊन बसला होता.

त्यानंतर तीन तास त्याला कोणीही पकडू शकलं नव्हतं. मोलकरणींनी शेजारच्या मोलकरणींची मदत घेतली. त्याला खाली येण्यासाठी गळ घातली; परंतु त्याने मात्र तो होता तिथून न हलण्याचा निश्चय केला होता. तो 'लाँग लिव्ह द लिबरल्स, लिबरल्सचा विजय असो, विजय असो' असं ओरडू लागला आणि मोठ्याने हसू लागला. अनेक निष्काळजी दारुड्यांना ही आरोळी ठोकल्याबद्दल जीव गमावावा लागला होता. डॉ. उर्बिनोला त्या पर्णसंभारात तो नीट दिसत नव्हता आणि तो त्याला स्पॅनिश, फ्रेंच आणि अगदी लॅटिन भाषेत बोलून त्याची खुशामत करायचा प्रयत्न करत होता आणि तो पोपटही त्याला त्याच भाषेमध्ये आणि त्याच्याप्रमाणेच आवाजाचे चढ-उतार ठेवत प्रतिसाद देत होता; परंतु झाडाच्या शेंड्यावरून मात्र तो काही हलत नव्हता. आपल्यापैकी कुणीही त्याला हलवू शकणार नाही हे पटल्यानंतर डॉ. उर्बिनोने अग्निशामक दलाला पाचारण करायचं ठरवलं. जो त्याचा तेव्हाचा वेळ घालवण्याचा छंद होता.

त्याआधी काही काळ, कुठे आग लागल्यावर स्वयंसेवक शिड्यांचा वापर करून आणि सापडतील तिथून पाण्याने भरलेल्या बादल्या आणून, ती आग विझवायचा प्रयत्न करत. ही पद्धत एवढी विस्कळित स्वरूपाची होती की, त्यामुळे बहुतेकदा आगीने होणाऱ्या नुकसानापेक्षा जास्त नुकसान ती विझवण्याच्या या प्रकारामुळे

व्हायचं; पण गेल्या काही वर्षांपासून, नागरी सेवांमध्ये सुधारणा करण्यासाठी आर्थिक मदत करणाऱ्या 'सोसायटी फॉर पब्लिक इम्प्रूव्हमेंट' संस्थेमुळे - जिचा अध्यक्ष हुवेनाल उर्बिनो होता - त्यांनी अग्निशामक दलाचे व्यावसायिक जवान आणि सायरन व घंटा असलेला पाण्याचा ट्रक आणि उच्च दाबाचा होज असा जामानिमा केला होता. हे जवान एवढे लोकप्रिय झाले होते की, जेव्हा सावधगिरीची सूचना द्यायला चर्चच्या घंटेचे आवाज येऊ लागत, तेव्हा मुलांच्या शाळांना सुट्टी देण्यात येई आणि जवान आग कसे विझवतात, हे पाहण्यासाठी मुलं घटनास्थळी जमत. सुरुवातीला हे जवान आग विझवण्याचंच काम करायचे; परंतु हॅम्बर्गमध्ये बर्फाच्या वादळामुळे तळघरात तीन दिवस गोठून पडलेल्या एका मुलाला अग्निशामक दलाच्या जवानांनी कसं सोडवलं आणि त्याचा जीव कसा वाचवला हे डॉ. उर्बिनोने नगरपालिकेच्या अधिकाऱ्यांना सांगितलं. नेपल्समधल्या निओपोलिन गल्लीमध्ये त्यांनी दहाव्या मजल्यावरून मृतदेहाची शवपेटीही खाली उतरवली असल्याचं त्याने पाहिलेलं होतं. कारण, त्या इमारतीचा जिना गोलाकार आणि वळणावळणाचा होता, त्यामुळे त्या कुटुंबाला शवपेटी खाली उतरवता येत नव्हती, त्यामुळे तिथले अग्निशामक दलाचे जवान तातडीच्या इतर सेवा नागरिकांना कशा पुरवायच्या हेही शिकले. जसं की, कुलूपं तोडणं किंवा विषारी साप मारणं. लहानमोठ्या अपघातात प्राथमिक आरोग्यसेवा देता यावी, याकरता त्यांच्यासाठी मेडिकल स्कूलचा एक खास अभ्यासक्रमही तयार करण्यात आला होता. त्या जवानांचा कौशल्यांचा विचार केल्यास, खरंतर, या खास पोपटाला झाडावरून खाली उतरवण्यासाठी त्यांना बोलावणं जरा विचित्रच होतं. डॉ. उर्बिनो म्हणाला, "त्यांना सांग मी बोलावलं आहे." आणि मग तो दुपारच्या मेजवानीला जाण्याकरता कपडे घालण्यासाठी निजायच्या खोलीत गेला. खरंतर, त्या क्षणी तो जेरेमाया दे सेंट-आमूरच्या पत्रामुळे विमनस्क मनःस्थितीत होता, त्यामुळे त्याला त्या पोपटाच्या भवितव्याची तितकी चिंता नव्हती.

फर्मिना डासाने अंगाला ढगळ असा रेशमी पोशाख घातला होता. कंबरेपाशी तिने पट्टा लावला होता. तिच्या गळ्यात खऱ्या मोत्यांचा लांब सर होता. त्याला सहा असमान फास होते. तिने उंच टाचांचे सॅटिनचे बूट तिने घातले होते, जी ते क्वचितच घालत असे. कारण पायांना असा त्रास देण्याचं तिचं वय राहिलं नव्हतं. तिचा एकुणातला पोशाख, दिसणं हे काही आदरणीय आजीला शोभेलसं नव्हतं; परंतु ते तिच्या अंगकाठीला शोभून दिसत होतं - लांबुडकी आणि तरी बारीक व ताठ. तिचे हात नाजूक होते, ज्यावर म्हातारपणाचा एकही डाग नव्हता. निळसर-चंदेरी रंगाचे केस अशा प्रकारे बांधले होते की, त्याच्या काही बटा तिच्या गालांवर आल्या होत्या. लग्नामध्ये केलेल्या तिच्या तैलचित्रापैकी तिच्यामध्ये जे उरलं होतं ते म्हणजे, तिचे बदामी रंगाचे नितळ डोळे आणि तिचा जन्मजात गर्विष्ठपणा; परंतु वाढत्या वयाने

तिच्याकडून जे हिरावरून घेतलं होतं, त्यापेक्षा अधिक तिने आपल्या चारित्र्यसंपन्नतेने आणि चोखंदळपणाने कमावलं होतं. तिला एकदम तंदुरुस्त वाटत होतं. लोखंडी उरोवस्त्र, कंबर कसून बांधणं आणि कुल्ले उभारलेले दिसावेत म्हणून लावलेली बसल्स या सगळ्याचा काळ आता मागे पडला होता. मुक्त झालेली, खुला श्वास घेणारी शरीरं जशी आहेत तशी व्यक्त होत होती. अगदी वयाच्या बहात्तराव्या वर्षीही.

डॉ. उर्बिनोला ती प्रसाधन टेबलापाशी बसलेली दिसली. विजेच्या पंख्यांची पाती संथपणे फिरत होती. तिने घंटेच्या आकाराची, जांभळ्या फेल्टने सजवलेली हॅट घातली होती. ती निजायची खोली मोठी आणि उजळलेली होती. त्यात इंग्लिश पद्धतीचा पलंग होता. त्याच्या भोवती मच्छरदाणी लावलेली होती, जिच्यावर गुलाबी धाग्याने कशिदाकाम केलेलं होतं. खोलीच्या दोन खिडक्या पडवीकडे उघडत होत्या. तिथून पावसाच्या चाहुलीने बेभान झालेल्या रातकिड्यांचे आवाज ऐकू येत. मधुचंद्राहून आल्यानंतर, नेहमी फर्मिना डासा तिच्या नवऱ्याचे हवेनुसार आणि प्रसंगानुसार कपडे काढून ठेवू लागली होती. ती आदल्या दिवशी रात्रीच खुर्चीवर ते काढून ठेवत असे म्हणजे जेव्हा तो सकाळी न्हाणीघरातून अंघोळ करून बाहेर यायचा, तेव्हा ते त्याच्यासाठी तयार असायचे. त्याला ती कपडे घालण्यात कधीपासून मदत करू लागली होती आणि अखेरीस त्याला कपडे कधीपासून घालून देऊ लागली हे आठवणं तिला शक्य नव्हतं. ती पहिल्यांदा हे प्रेमापोटी करत असे; परंतु गेल्या पाच किंवा त्याहीपेक्षा जास्त वर्षांपासून तिला तसं करण्यावाचून गत्यंतर नसल्याचं तिला माहीत झालं होतं. कारण, तो स्वतःहून कपडे घालू शकत नसे. त्यांनी नुकताच त्यांच्या लग्नवाढदिवसाचा सुवर्ण सोहळा साजरा केला होता आणि ते एकेमकांशिवाय एक मिनिटभरही जगू शकत नव्हते किंवा तसा विचारही करू शकत नव्हते. जसजसं त्यांचं वय वाढत होतं, तसतशी त्यांची ही क्षमता कमी कमी होत जात होती. त्यांच्यातलं हे परस्पर अवलंबित्व प्रेमापोटी आहे की एक सोय म्हणून आहे हे कुणालाही सांगता आलं नसतं; परंतु आपापले हात छातीवर ठेवून कधीही हा प्रश्न एकमेकांना विचारला नव्हता, कारण त्या दोघांनाही त्याचं उत्तर जाणून घ्यायची इच्छा नव्हती. हळूहळू तिला तिच्या नवऱ्याच्या चालण्यात अस्थिरता जाणवू लागली, त्याची पावलं अडखळत. त्याची मनःस्थिती सतत अस्थिर आणि बदलत असे, त्याला विस्मरण होत असे आणि नुकतीच त्याला झोपेत हुंदके द्यायची सवय लागली असल्याचं तिला समजलं होतं; परंतु तिला ही सगळी लक्षणं अंताकडे जाण्याऐवजी, ती पुन्हा आनंदी बालपणाकडे जाणारी आहेत असं वाटायचं, त्यामुळेच ती त्याच्याकडे 'त्रासदायक म्हातारा' या दृष्टिकोनातून पाहून वागत नसे; तर ती त्याच्याकडे 'वार्धक्य आलेलं बाळ' म्हणून पाहत असे. आणि हे असं पाहणं त्या दोघांसाठी सुदैवाचंच होतं. कारण, त्यामुळे ते दोघंही दया वाटण्याच्या कक्षेबाहेर गेले होते.

दररोजच्या बारीकसारीक कुरबुरी, त्रासांपेक्षा मोठं वैवाहिक संकट टाळणं हे जास्त सोपं असतं, हे त्यांना वेळेत समजलं असतं, तर कदाचित आज त्या दोघांचंही आयुष्य वेगळं काहीतरी झालं असतं; परंतु त्या दोघांनी एकत्रितरीत्या जर काही शिकलं असेल, तर ते हे की, आपल्याला शहाणपण प्राप्त होतं, तोपर्यंत त्याने काही चांगलं घडायची वेळ निघून गेलेली असते. बरीच वर्षं कटू अंतःकरणाने फर्मिना डासाने तिच्या नवऱ्याच्या संतोषदायी पहाट सहन केल्या होत्या. पुन्हा एकदा आणखी एका सकाळी झोपेचं खोबरं होऊ नये म्हणून ती झोपेच्या अखेरच्या तंतूला धरून राहायची, तेव्हाच तो नवजात अर्भकाच्या निरागसपणे उठायचा – उगवलेला प्रत्येक नवा दिवस म्हणजे त्याच्यासाठी विजय असायचा. कोंबडा आरवला रे आरवला की, तिला त्याच्या उठवण्याचा आवाज यायचा आणि तो जिवंत असल्याचं प्रथम लक्षण असायचं, उगाच आलेला खोकला. त्याने तो तिलाही उठवण्यासाठी मुद्दाम काढला असावा असं तिला वाटायचं. मग तो कुरकुर करायचा, केवळ तिला त्रास देण्यासाठी, तेव्हा तो त्याच्या पलंगाशेजारी ठेवलेल्या सपाता घालत असायचा. काळोखात वाट शोधत शोधत तो न्हाणीघराकडे जात असल्याचं तिला जाणवायचं. तासाभराने जेव्हा ती झोपेच्या अधीन व्हायची, तेव्हा तो त्याच्या अभ्यासिकेतून कपडे घालण्यासाठी परतायचा. तेव्हाही तो दिवा लावत नसे. एकदा एका सोहळ्यात खेळ खेळत असताना, त्याला कोणीतरी तुम्ही स्वतःचं वर्णन कसं कराल, असा विचारला असता तो उत्तरला होता – ''काळोखात कपडे घालणारा माणूस.'' ती त्याचे सगळे आवाज ऐकत असे. तिला हे नीट ठाऊक होतं की, त्यांपैकी एकही आवाज गरजेचा नव्हता आणि हे आवाज तो मुद्दाम करत असायचा, जरी तो तसं दाखवत नसला तरी. अगदी तसंच जसं ती जागी असली, तरी झोपायचं खोटं खोटं नाटक करायची. त्याचा हेतू स्पष्ट होता – एरवी इतकं नाही, तरी धडपडण्याच्या त्या क्षणांमध्ये त्याला ती जागी असणं गरजेचं वाटे.

ती ज्या प्रमाणे नाजूक, सुंदर निजत असे, तसं कोणीही नसावं. तिचं शरीर नृत्याची अदाकारी केल्यागत गोलाकार भासायचं आणि तिचा एक हात कपाळापाशी असायचा; परंतु ती झोपलेली असताना – जे ती नसायची – तिची ही कामुकता कुणी मोडली, तर तिच्या तळपायाची आग मस्तकात जायची. डॉ. उर्बिनोला हे माहीत असायचं की, ती त्याच्या अगदी लहानशा आवाजाचीही वाट पाहत असते, नव्हे त्यासाठी ती त्याचे आभारही मानायची. कारण, त्यामुळे तिला पहाटे पाच वाजता उठवल्याबद्दल कोणालातरी दोषी धरता येऊ शकायचं म्हणून जेव्हा अंधारामध्ये कधी कधी पाय हलवून त्याला सपाता शोधण्यासाठी अंदाज घ्यावा लागे, तेव्हा ती तत्काळ झोपाळू आवाजात सांगे, ''काल रात्री तुम्ही त्या न्हाणीघरातच विसरल्या आहात.'' मग तिचा सूर स्पष्टपणे रागीट होत असे. ती शाप दिल्यागत ओरडे, ''या घरात मला कोणी झोपूच देत नाही. हेच इथलं सर्वांत मोठं दुर्भाग्य.''

त्यानंतर ती पलंगावर दुसरीकडे तोंड वळवून, स्वतःचीही दया न येता, दिवा लावत असे. त्या दिवसातल्या पहिल्या विजयात तिला समाधान असे. सत्य असं होतं की, ते दोघं खोटा आणि विकृत खेळ खेळत असत, तरी एकमेकांना त्याने बरं वाटे : सांसारिक प्रेमामधलं हे सुख सगळ्यात धोकादायक असतं; परंतु अशाच खेळामुळे त्यांचं तीस वर्षांचं सहजीवन संपुष्टात येता येता बचावलं. कारण, त्या दिवशी न्हाणीघरात साबण नव्हता.

त्याची सुरुवात दैनंदिन साधेपणाने झाली. डॉ. हुवेनाल उर्बिनो न्हाणीघरातून बाहेर आला. त्या काळात तो तिच्या मदतीशिवाय अंघोळ करू शकायचा. तो दिवा लावून कपडे घालू लागला. नेहमीसारखीच ती तिच्या ऊबदार, सुंदर स्थितीत होती, डोळे बंद होते, तिचा श्वास उथळ होता आणि तिचा तो हात पवित्र नृत्याच्या लकबीत कपाळावर विसावलेला होता; परंतु ती नेहमीसारखी अर्धवट झोपेत होती आणि त्याला ते माहीत होतं. खळीमुळे कडक झालेल्या कपड्याचा अंधारात आवाज झाला. मग डॉ. उर्बिनो स्वतःलाच म्हणाला, ''मी गेला आठवडाभर साबणाशिवाय अंघोळ करतोय.''

मग पूर्ण जागी होत, तिला काय झालं ते आठवलं आणि तिने आपला सगळा राग जगावरती काढला. कारण ती खरंच न्हाणीघरातला साबण बदलायला विसरून गेली होती. तीन दिवसांपूर्वीच, शॉवरखाली अंघोळ करताना तिला साबण नसल्याचं लक्षात आलं होतं, त्यामुळे तिने तो नंतर काढून ठेवायचा असं ठरवलं; परंतु दुसऱ्या दिवशीही ती विसरून गेली. तिसऱ्या दिवशीही तसंच घडलं. मात्र यात एक आठवडा वगैरे काही गेला नव्हता हे सत्य होतं; परंतु त्याच्या बोलण्यामागचा हेतू तिला जास्तीत जास्त अपराधी वाटावं हा होता, याचा अर्थ तीन दिवस साबण नसणं हे क्षम्य होतं असाही नव्हता, त्यामुळे ती रागाने वेडीपिशी झाली. नेहमीप्रमाणे तिने तिचा बचाव आक्रमण करून केला.

''असं का? मी तर रोज अंघोळ करते,'' ती त्याच्यावर ओरडली. त्यात संताप होता. ''...आणि रोज तर साबण असतो तिथे.''

त्याला तिच्या हल्ल्याचे सगळे डावपेच पाठ झाले असले, तरी या वेळी त्यांकडे तो दुर्लक्ष करणार नव्हता. व्यावसायिक सबब देऊन तो मिसरीकॉर्डिया हॉस्पिटलच्या नवशिक्या विद्यार्थ्यांच्या वसतिगृहात राहायला गेला, तेव्हा संध्याकाळी रुग्णांना तपासण्यासाठी जाण्याआधी तो केवळ कपडे बदलण्यासाठी घरी येत असे. त्या वेळी तो आल्याची चाहूल लागताच, ती स्वयंपाकघरात जायची. तिला काहीतरी काम आहे असं खोटं खोटं भासवायची. मग त्याच्या घोडागाडीचा निघून जाण्याचा आवाज येईस्तोवर तिथेच थांबून राहायची. पुढचे तीन महिने, प्रत्येक वेळी जेव्हा ते त्यांचं भांडण मिटवायचा प्रयत्न करायचे, तेव्हा त्यांच्या भावना आणखीनच प्रखर होत पेटून उठायच्या. जोवर न्हाणीघरात साबण नव्हता, हे ती मान्य करणार नव्हती, तोवर

तो दोन पावलं मागे हटणार नव्हता आणि तो तिला त्रास देण्यासाठी खोटं बोलला होता हे त्याच्या लक्षात येणार नव्हतं, तोवर तीही त्याला स्वीकारायला तयार नव्हती.

अर्थातच, या घटनेमुळे त्या दोघांना पहाटेच्या मंद प्रकाशात, प्रक्षुब्ध वातावरणात होऊन गेलेली क्षुल्लक भांडणं उकरून काढायची आयती संधीच मिळाली. रागातून आणखी राग, आणखी संताप धुमसत, त्यामुळे जुन्यापान्या जखमा उघड्या पडल्या आणि त्यांचं रूपांतर नव्या जखमांमध्ये झालं. मग दोघांनाही हे लक्षात आलं की, इतके वर्षं एकत्र संसार केला असला तरी या लढायांमुळे कटुतेला खतपाणी घालण्याखेरीज फार काही साधलेलं नव्हतं. याचाच हा ढळढळीत पुरावा होता. अखेरीस त्याने असा प्रस्ताव ठेवला की, दोघांनीही खुला कबुलीजबाब द्यायचा. आवश्यकता पडली तर आर्चबिशपकडे. जेणेकरून एकदा देवच ठरवून टाकेल की, खरोखरीच न्हाणीघरात साबण होता की नव्हता. तिने स्वतःवर नियंत्रण ठेवायचा खूप प्रयत्न केला, तरीही तिचा संयम सुटला आणि ती किंचाळली; ते वाक्य ऐतिसाहिक होतं : ''खड्ड्यात गेला तो आर्चबिशप!''

अशोभनीय वर्तनामुळे त्या शहराच्या मुख्य पायाला धक्के बसले आणि त्यामुळे प्रतिष्ठेला हानी पोहोचवणारी खोटी वाक्यं खोडून काढणं अशक्यप्राय झालं आणि मग ती वाक्यं जणू काही एखाद्या नाट्यकृती किंवा ऑपेरातला संवाद असावा त्याप्रमाणे जनमानसाने निर्माण केलेल्या लोकप्रिय परंपरांमध्ये जतन केली गेली: 'खड्ड्यात गेला तो आर्चबिशप!' आपण जरा जास्तच बोलून गेलो आहोत हे लक्षात आल्यावर, तिने तिच्या नवऱ्याच्या नेहमीच्या प्रतिक्रियेचा अंदाज बांधला आणि त्याला आपण आपल्या बापाच्या जुन्या घरी राहायला जाऊ, तिथे एकटीच राहू, अशी धमकी दिली. ते घर अजूनही तिच्या मालकीचं होतं; परंतु ते काही सार्वजनिक कार्यालयांना भाड्याने दिलेलं होतं आणि ही धमकी काही अशीच, तेवढ्यापुरती दिलेली नव्हती : तिला खरोखरच निघून जायचं होतं, तिला लोकभयाची चिंता नव्हती आणि हे तिच्या नवऱ्याला वेळीच लक्षात आलं. त्याला स्वतःच्या पूर्वग्रहांची अवज्ञा करणं शक्य नव्हतं आणि त्यामुळे तो शरण गेला; परंतु याचा अर्थ असा नव्हे की, त्याने न्हाणीघरात साबण होता हे मान्य केलं होतं; परंतु आता तो तिच्यासोबत त्यांच्या घरी राहू लागला. ते वेगवेगळ्या खोल्यांमध्ये झोपू लागले आणि तो तिच्याशी एक शब्दही बोलत नव्हता. ते दोघं काही न बोलता जेवण करायचे. मुलांमार्फत एकमेकांना निरोप देण्याचं कौशल्य त्यांनी आत्मसात केलं, ते दोघं एकमेकांशी बोलत नसल्याचं मुलांना कधीही समजलं नाही.

या तजविजीमुळे अभ्यासिकेमध्ये न्हाणीघर नसल्यामुळे पहाटे होणाऱ्या आवाजांची समस्या सुटली होती. कारण, सकाळच्या वर्गाची अभ्यासिकेत तयारी करून झाल्यावरच तो अंघोळ करण्यासाठी निजायच्या खोलीत येत असे आणि त्याच्या बायकोला जाग येऊ नये, यासाठी मनापासून प्रयत्न करत असे. ते बऱ्याचदा

एकाच वेळी न्हाणीघरापाशी एकत्र येत आणि रात्री झोपण्याआधी आळीपाळीने दात घासत. चार महिने असेच गेल्यानंतर, एकदा ती न्हाणीघरात गेली असल्याने, तिची वाट पाहत तो वाचन करत त्यांच्या पलंगावर येऊन झोपला. असं तो बऱ्याचदा करत असे. मग ती त्याच्या शेजारी येऊन मुद्दाम धसमुसळेपणा करत झोपली, जेणेकरून त्याला जाग यावी आणि तो निघून जावा आणि खरंतर त्याला जागही आली; परंतु निघून जाण्याऐवजी त्याने दिवा बंद केला आणि उशीवर स्वतःला स्थिरस्थावर करत झोपून गेला. तिने त्याला खांद्याने ढोसून त्याने अभ्यासिकेत झोपायला जावं अशी आठवण करून दिली; परंतु त्याच्या खापर-खापर पणजोबांच्या पिसांची गादी असलेल्या त्या पलंगावर परतल्यावर त्याला इतकं छान वाटत होतं की, त्याने त्या बदल्यात शरणागती पत्करणं पसंत केलं.

''मला इथेच झोपू दे,'' तो म्हणाला. ''तिथे साबण होता.''

आता ते म्हातारपणाच्या काठावर येऊन ठेपलेले असताना, जेव्हा त्यांना हा संपूर्ण प्रसंग आठवत असे, तेव्हा त्यांच्या सहजीवनाच्या पन्नास वर्षांच्या कालावलधीतला हा सगळ्यात गंभीर वाद होता या चकित करणाऱ्या सत्यावर विश्वास बसायचा नाही आणि या एका वादामुळे त्या दोघांनाही आपापल्या जबाबदाऱ्या झटकून टाकत नव्याने आयुष्य सुरू करावं असं वाटलं होतं यावरही विश्वास बसत नसे. ते आता म्हातारे आणि सौम्य झाले असले, तरीही हा विषय काळजीपूर्वक काढायचे. कारण जणू काही ते कालपरवा भांडले असल्यागत, ती पूर्ण न भरलेली जखम पुन्हा भळभळायला लागू नये म्हणून.

फर्मिना डासाने पहिल्यांदा पुरुषाच्या लघवीचा आवाज ऐकला, तो त्याच्या. त्यांचं लग्न झाल्यानंतरच्या पहिल्या रात्री तिने तो आवाज ऐकला होता, जेव्हा ती जहाजावरच्या खासगी खोलीत थकून झोपली होती. तिला जहाज लागलं होतं. ते जहाज त्यांना फ्रान्सला घेऊन चाललं होतं. उभं राहून करत असलेल्या त्याच्या लघवीच्या धारेचा आवाज तेव्हा एवढा जोरदार, अधिकारायुक्त वाटला होता की, त्यामुळे तिच्यावर येऊ घातलेल्या संकटाविषयीची भीती आणखीनच वाढली. जरी मधल्या वर्षांमध्ये धार कमकुवत झालेली असली तरी ही आठवण तिला बऱ्याचदा येत असे, त्यामुळे लघवीपात्राच्या कडांवर थेंब राहायचे, हे ती कधीही स्वीकारू शकली नाही. डॉ. उर्बिनोने तिला पटवून द्यायचा प्रयत्न केला. ज्या कुणाला समजून घ्यायचं असेल, त्याला ते समजलं असतं. ते असं की, तो रोज घडणारा गैरप्रकार काही त्याच्या निष्काळजीपणामुळे घडत नसे, तिचं तसं म्हणणं असलं तरी. तर त्याच्यामते, त्यामागे काही जैविक कारणं होती : तरुण असताना त्याच्या लघवीची धार एवढी थेट होती की, तो शाळेत असताना आपल्या या 'कौशल्या'ने बाटल्या भरायच्या स्पर्धा जिंकत असे; परंतु वृद्धत्वाच्या आघाताने धारेचा जोर कमी कमी झाला होता, तसंच ती तिरकी आणि पसरल्यागत झाली होती. शेवटी, तिचं रूपांतर

छानशा कारंज्यात झालं होतं, त्यामुळे कितीही प्रयत्न केला तरी त्याला ती थेट लघवीपात्रात सोडणं अशक्यप्राय होतं. तो म्हणायचा, ''पुरुषांबद्दल काहीच माहिती नसलेल्या कुणीतरी लघवीपात्राचा शोध लावलेला असणार.'' घरातल्या शांततेत त्याने दिलेलं योगदान म्हणजे : लघवी केल्यावर तो कागदाने लघवीपात्राच्या कडा पुसायला लागला. या कृतीत नम्रतेपेक्षा त्याचा अपमानच जास्त होता. तिला हे माहिती होतं; परंतु जोवर न्हाणीघरातून अमोनियाचा दर्प येत नसे, तोवर ती तोंडातून चकार शब्दही काढत नसे आणि तो आला की, ती जणू काही गुन्हेगारी कृत्य उघडकीस आणल्यागत म्हणायची, ''ससे ठेवण्याच्या पेटाऱ्यात असतो तसा वास मारतोय इथे.'' वृद्धत्वाच्या संध्याकाळी डॉ. उर्बिनोला या शारीरिक कमकुवतीवरचा एक चांगला उपाय सापडला होता : तो तिच्याप्रमाणेच खाली बसून लघवी करू लागला होता, ज्यामुळे पात्र स्वच्छ राहत असे आणि त्याचाही मान राखला जाई.

आतापावेतो तो स्वतःहून फार कमी गोष्टी करू शकत असे. टबमध्ये असताना एखादवेळी पाय घसरायच्या भीतीमुळे तो शॉवरपाशीसुद्धा दबकून जात असे. त्यांचं घर आधुनिक धाटणीचं होतं आणि त्यांच्याकडे जुन्या शहरातल्या महालांत असतो तसा सिंहाचे पाय असलेला कांस्याचा टब नव्हता. त्याच्याकडचा असा टब त्याने स्वच्छता राखण्याच्या कारणासाठी काढून टाकला होता. तो अंघोळीचा टब म्हणजे टाकाऊ भंगार होतं, ज्याचा शोध युरोपियांनी लावला होता. ते लोक दर महिन्याच्या शेवटच्या शुक्रवारी अंघोळ करायचे आणि त्यात काय, तर पुन्हा तेच घाणेरडं पाणी त्यांच्या अंगावरील मळ काढून टाकण्यासाठी वापरायचे, त्यामुळे त्याने मोठ्या आकाराचा अंघोळीचा लाकडी टब तयार करून घेतला, ज्यात फर्मिना डासा तिच्या नवऱ्याला तो जणू नवजात अर्भक असल्यागत अंघोळ घालत असे.

मॅलोच्या झाडांची पानं आणि संत्र्याच्या साली घातलेलं गरम पाणी अंघोळीसाठी वापरलं जाई. अंघोळ तासभर चाले आणि त्या सुगंधाच्या परिणामाने त्याला गुंगी येऊन कधी कधी तो झोपून जाई. त्याला अंघोळ घातल्यानंतर, फर्मिना त्याला कपडे घालत असे – त्याच्या जांघांमध्ये ती टाल्कम पावडर पसरत असे, त्याच्या अंगावरचे लालसर चट्टे मऊसर होण्यासाठी कोको बटर लावत असे, त्याला छोटी चड्डी एवढ्या प्रेमाने घालत असे की, जणू तो त्याचा डायपर असावा आणि अशा प्रकारे ती त्याला एकेक कपडा घालत राही. त्याच्या सॉक्सपासून ते टोपाझची पिन लावलेल्या टायपर्यंत. त्यांच्या वैवाहिक वादंगाच्या पहाटा आता शांत झाल्या होत्या, कारण तो आता पुनश्च बालपणात आला होता, जे त्याच्या मुलांनी त्याच्यापासून हिरावून घेतलं होतं आणि तिच्या बाजूने तिने शेवटी ते घरघुती वेळापत्रक स्वीकारलं होतं. कारण, तिच्याही हातची बरीच वर्षं आता सरून गेली होती. ती आता कमी झोपत असे आणि सत्तरीला पोहोचल्यानंतर तर ती तिच्या नवऱ्याच्या आधीच उठलेली असे.

पेंटेकॉस्ट संडेच्या दिवशी, जेव्हा त्याने जेरेमाया दे सेंट-आमूरचा मृतदेह पाहण्यासाठी त्यावरचं कापड उचललं, तेव्हा डॉ. उर्बिनोला काहीतरी नव्याने उमजल्याचा अनुभव आला. तोपर्यंतच्या त्याच्या फिजिशियनच्या आणि एका श्रद्धावानाच्या सुबोध प्रवासामध्ये त्याला ते हुलकावणी देत होतं. कितीतरी वर्षं मृत्यूशी ओळखपाळख झाल्यावर, खूप काळ त्याच्याशी लढल्यावर, बरेच चढ-उतार पाहिल्यावर, अनुभवल्यावर जणू काही तो मृत्यूच्या डोळ्यात डोळे घालून पहिल्यांदाच पाहत होता आणि मृत्यूही त्याच्याकडे. ती काही मृत्यूची भीती नव्हती. नव्हे, ती भीती त्याच्या आत अनेक वर्षं होती, त्याच्यासोबत जगत होती. एकदा रात्री एका दुःस्वप्नामुळे तो जागा झाला आणि त्याला समजलं की, मृत्यू ही कायमस्वरूपी शक्यता तर आहेच - जे त्याचं ठाम मत होतं - परंतु मृत्यू तातडीने आलेलं वास्तवही आहे. त्या दिवसापासून त्याच्या सावलीवर मृत्यूच्या सावलीची सोबत आरूढ झाली होती. असं असलं तरी, त्या रात्री त्याने जे काही पाहिलं, ते कशाचं तरी भौतिक अस्तित्व होतं, ज्याची त्याने त्या क्षणापर्यंत केवळ अटळ कल्पना म्हणून केलेली होती. ईश्वरी शक्तीने जेरेमाया दे सेंट-आमूरच्या माध्यमातून त्याला हे जाणवून दिलं याचा त्याला आनंद झाला. कारण, स्वतःच्या निष्पाप अवस्थेची जाणीव असलेला तो संत होता, असं डॉ. उर्बिनोला नेहमी वाटत असे; परंतु जेव्हा पत्रातून त्याची खरी ओळख उघड झाली, त्याचा भूतकाळ आणि फसवणूक करण्याची त्याची कल्पनातीत क्षमता उघड झाली, तेव्हा त्याला जाणवलं की, त्याच्या आयुष्यात काहीतरी निश्चित आणि मागे न घेता येण्यासारखं घडलेलं आहे.

तरीही फर्मिना डासाने त्याच्या उदास मनःस्थितीची लागण करून घेतली नव्हती. अर्थातच ती जेव्हा त्याच्या पायात ट्राउझर्स चढवत होती आणि शर्टाची बटणं लावत होती, तेव्हा त्याने प्रयत्न केला होता; परंतु त्यात त्याला यशोप्राप्ती झाली नाही. कारण, फर्मिना डासाला प्रभावित करणं एवढं सोपं नव्हतं, त्यातही ज्या माणसाची तिला पडलेली नसे, त्या माणसाच्या मृत्यूमुळे तर अजिबातच नाही. तिला जेरेमाया दे सेंट-आमूरबद्दल जे माहीत होतं ते इतकंच की, तो कुबड्या घेऊन चालणारा अपंग आहे. तिने त्याला तसं पाहिलंही नव्हतं. तसंच तो अँटिल्स बेटांवरच्या अनेक बंडांपैकी एकात गोळ्या घालून ठार करण्याची शिक्षा झालेल्या अवस्थेतून स्वतःची सुटका करून घेऊन तिथे आलेला होता आणि मग गरज म्हणून तो इथे लहान मुलांची छायाचित्रं काढू लागला आणि त्या परगण्यात यशस्वी झाला, तसंच तो टोरेमोनिलोज म्हणून ती ज्याला समजत होती, ज्याचं नाव खरंतर कॅपाब्लांका होतं, त्याच्यासोबत बुद्धिबळाचा खेळ जिंकला होता.

''तो केयेनवरून पळून आलेला, भयंकर कृत्यासाठी जन्मठेपेची शिक्षा ठोठावलेला गुन्हेगार होता बाकी काही नाही,'' डॉ. उर्बिनो म्हणाला, ''त्याने तर म्हणे नरमांसही खाल्लेलं होतं.''

त्याने त्याची गुपितं असलेलं पत्र तिच्याकडे दिलं, जी त्याला आपल्या कबरीत सोबत घेऊन जायची होती; परंतु तिने ते कागद न वाचताच घडी करून प्रसाधन टेबलच्या खणामध्ये ठेवून दिले आणि खण कुलूपबंद केला. तिला तिच्या नवऱ्याची चटकन आश्चर्यचकित होण्याची क्षमता माहीत होती, तसंच त्याच्या अतिशयोक्त मतांबाबतही परिचित होती. ही मतं बऱ्याचदा जसजसा काळ गेला, तसतशी समजून घेणं कठीण होत गेलं होतं. तिच्या नवऱ्याची सार्वजनिक जीवनात असलेली छबी त्याच्या संकुचित मनाशी तेवढी मिळतीजुळती नव्हती; परंतु या वेळेस मात्र त्याने अतिच केलं होतं. तिला असं वाटलं होतं की, जेरेमाया दे सेंट-आमूरने पूर्वायुष्यात काय केलं होतं, त्यापेक्षा जेव्हा हद्दपार होऊन एक साधी पिशवी घेऊन तो इथे आला, त्यानंतर त्याने काय केलं यावरून तिच्या नवऱ्याला त्याच्याविषयी आदर वाटायचा आणि आजघडीला त्याची खरी ओळख उघड झाल्यावर, आपल्या नवऱ्याने एवढं अस्वस्थ का व्हावं हे तिला समजत नव्हतं. त्याचे एका बाईशी गुपचूप संबंध होते, त्याचा त्याला एवढा तिटकारा का आला असावा, हेही तिला समजत नव्हतं. कारण, काही विशिष्ट प्रकारच्या पुरुषांच्या वारसाहक्काने चालत आलेल्या अशा परंपरा असतात - ज्यात तो स्वतःदेखील होता. हो, तो कृतघ्नतेच्या क्षणात असला तरी. शिवाय त्या बाईने त्याला मरणाचा निर्णय घेण्यात मदत केली, हा तिच्यासाठी त्यांच्यामधल्या प्रेमाचा तीव्र दुःखद असा पुरावा होता. ती म्हणाली, ''जर तूही त्याच्याप्रमाणे गांभीर्यपूर्वक असा निर्णय घेतलास, तर माझंही तेच कर्तव्य असेल, जे तिने केलं होतं.'' पुन्हा एकदा डॉ. उर्बिनोची गेल्या पन्नास वर्षांपासून वैताग देणाऱ्या एका साध्याशा, त्याला न आकळलेल्या गोष्टीशी नजरानजर झाली.

''तुला काहीही समजत नाही,'' तो म्हणाला. ''तो कोण होता किंवा त्याने काय केलं होतं, याचा मला राग आलेला नाही; पण एवढी वर्षं त्याने आपल्या सगळ्यांना भ्रमात ठेवलं, त्याचा मला राग आला.''

त्याचे डोळे भरून येऊ लागले; परंतु तिने पाहून न पाहिल्यासारखं केलं.

''त्याने योग्य तेच केलं,'' तिने उत्तर दिलं. ''जर का त्याने सत्य सांगितलं असतं, तर तुम्ही किंवा ती बिचारी बाई किंवा या शहरातले इतर जण, कुणीही त्याच्यावर आत्ताएवढं प्रेम केलं नसतं.''

तिने त्याच्या व्हेस्टच्या अर्थात बंडीच्या बटणाच्या भोकातून त्याच्या घड्याळ्याची चेन आत ओवली. त्याच्या टायची गाठ नीटनेटकी दिसण्यासाठी तिच्यावर शेवटचा हात फिरवून त्याची टोपाझ टायपिन लावली. मग तिने त्याचे डोळे आणि ओलसर झालेली दाढी फ्लॉरिडा वॉटर शिंपडलेल्या रुमालाने कोरडी केली आणि त्याच्या छातीवरच्या खिशात तो रुमाल ठेवून दिला. ठेवताना तिने तो असा ठेवला की, मॅग्नोलियाच्या फुलासारखी त्याची टोकं खिशातून वर येतील. खोलीच्या अंतगर्भात घड्याळ्याचे अकरा ठोके घुमू लागले.

''लवकर चला,'' त्याचा हात हातात घेत ती म्हणाली. ''आपल्याला उशीर होईल.''

डॉ. लॅसिडेस ऑलिवेय्याची पत्नी आमिन्ता दीशाम्प आणि तिच्यासारख्याच तिच्या मेहनती सात मुली यांनी मिळून सगळं काही अगदी व्यवस्थित आयोजित केलं होतं. जेणेकरून त्यांचा तो मेजवानाची सोहळा त्या वर्षातला सगळ्यात दिमाखदार सामाजिक सोहळा ठरावा. त्या ऐतिसाहिक जिल्ह्याच्या, मध्यभागी असणारं त्यांच्या कुटुंबाचं घर म्हणजे अस्सल जुन्या धाटणीचं होतं; परंतु एका फ्लोरेंटाइन स्थापत्यशास्त्रीने त्याची वाट लावली होती आणि सतराव्या शतकातल्या अनेक पुरातन वास्तूंची पुनर्बांधणी करून त्यांचं रूपांतर 'वेनिशियन बॅसालिका'[५]त करण्यात आलं होतं, त्या घरात सहा निजायच्या खोल्या आणि दोन मोठ्या हवेशीर जेवायच्या खोल्या आणि स्वागतिका होत्या; परंतु स्थानिक आणि बाहेरच्या अगदी मोजक्या लोकांना आमंत्रित करण्यात आलं असलं, तरी पाहुण्यांना तेवढी जागा पुरेशी पडणार नव्हती. तिथली पडवी चर्चच्या वसतिगृहाप्रमाणे होती. त्याच्या मधोमध कारंजांचे तुषार उडत होते आणि तिथल्या हेलिओट्रोप झाडाच्या कुंड्या संध्याकाळी गंधाळायच्या; परंतु अनेक बड्या मंडळींसाठी ही कमानी असलेली पडवी लहान होती, त्यामुळे दुपारच्या मेजवानीचा तो सोहळा त्यांच्या गावाकडच्या घरी साजरा करण्याचं ठरलं. ते घर मोटारीने गेल्यास तिथून दहा मिनिटांवर, किंग्ज हायवेला लागून होतं. त्या घराला एक एकरभर पडवी होती आणि तिथे मऊ चमकदार पानांची मोठाली लॉरेल झाडं होती. पाणलिलीची फुलं हळुवारपणे नदीवर तरंगत होती. मिसेस ऑलिवेय्याच्या देखरेखेखाली 'डॉन सँचो इन'मधल्या माणसांनी ऊन येत असलेल्या जागी रंगीत कॅनव्हासच्या कनाती टाकल्या होत्या आणि लॉरेल्स वृक्षाखाली मंच उभारून तिथे १२२ पाहुण्यांसाठी बसायची व्यवस्था केली होती. टेबलांवर लिननचे टेबलक्लॉथ घातले होते आणि प्रत्येक टेबलावर आदराप्रीत्यर्थ ताज्या गुलाबांचा गुच्छ ठेवला होता. एका वादकसमूहासाठी आणि 'स्कूल ऑफ फाइन आर्ट्स'च्या चार समूहगायकांच्या चमूसाठी त्यांनी लाकडी मंचही उभारला होता. वादकसमूहाच्या कार्यक्रमात जोडप्यांच्या नृत्यासाठी संगीतवादन केलं जायचं आणि ते नॅशनल वॉल्झ्ट्सही वाजवायचे, तर मिसेस ऑलिवेय्याने तिच्या नवऱ्याच्या वंदनीय शिक्षकासाठी समूहगायनाची आकस्मिक भेट राखून ठेवली होती. हा शिक्षक त्या मेजवानी सोहळ्याचं अध्यक्षपद भूषवणार होता. जरी तिचा नवरा ज्या दिवशी पदवीधर झाला, त्या तारखेला हा सोहळा होत नसला, तरी त्यांनी या कार्यक्रमाचं आपोआप महत्त्व वाढावं म्हणून पेंटेकॉस्ट संडेचा दिवस निवडला होता.

वेळेअभावी कोणतीही महत्त्वाची गोष्ट राहून जाऊ नये म्हणून सगळी तयारी तीन महिने आधीपासून सुरू झाली होती. मेजवानीसाठी सिएनागा दे ओरोहून जिवंत कोंबड्या विकत आणल्या होत्या. तिथल्या कोंबड्या त्या प्रदेशात न

केवळ आकार, तर चवीसाठीही प्रसिद्ध होत्या, तसंच त्या सुपीक गाळाच्या प्रदेशातून वासाहतिक काळात अन्न गोळा करत असल्याने तिथल्या पक्ष्यांच्या पोटात सोन्याचे लहान गोळे मिळाले होते. मिसेस ऑलिवेय्या तिच्या काही मुलींसह आणि तिच्याकडच्या नोकरचाकरांसह मोठ्या आरामदायी जहाजातून स्वतः तिथे गेली होती आणि आपल्या नवऱ्याच्या यशोप्राप्तीच्या आदराप्रीत्यर्थ तिने प्रत्येक ठिकाणाहून सर्वोत्तम गोष्टींची निवड केली होती. तिने प्रत्येक गोष्टीचा अंदाज बांधला होता, अपवाद एकच : तो सोहळा त्या वर्षी जून महिन्यातल्या रविवारी होणार होता. त्या काळात तिथे उशिरा पाऊस पडायचा. त्या दिवशी सकाळी जेव्हा ती 'हाय मास'ला गेली होती, तेव्हा हवेतल्या प्रचंड दमटपणामुळे तिचा भीतीने थरकाप उडाला आणि तो धोका तिच्या लक्षात आला. आकाश भरून आलं होतं आणि समुद्रावरचं क्षितिज दिसेनासं झालं होतं. ही अशुभ चिन्हं असली तरी वेधशाळेचा प्रमुख – ज्याला ती मासला भेटली होती – त्याने तिला आठवण करून दिली की, शहराच्या अगदी कठीण काळात, अगदी क्रूर अशा हिवाळ्यातही, पेंटेकॉस्टच्या दिवशी पाऊस कधीच पडलेला नव्हता, तरी जेव्हा घडाळ्यात बाराचे ठोके पडले आणि बरेच पाहुणे बाहेर पडून मद्यादि पेयांचा आनंद घेऊ लागले, तेव्हा जमीन हादरल्यागत ढगांचा गडगडाट झाला आणि समुद्रावरून आलेल्या वादळी वाऱ्याची धडक टेबलांना बसली, कनाती उडून गेल्या आणि भरून आलेलं आभाळ कोसळू लागलं.

वादळी पावसाच्या त्या गोंधळात डॉ. हुवेनाल उर्बिनो आणि त्याच्याप्रमाणेच उशीर झालेल्या इतर पाहुण्यांना – जे त्याला वाटेत भेटले होते – त्यांना त्या घरी पोहोचायला भरपूर अडचणी आल्या. त्यालाही घोडागाडीतून घरापर्यंत जाण्यासाठी चिखलाने भरलेल्या पडवीतून एका दगडावरून दुसऱ्या दगडावर उड्या मारत जावं लागलं; परंतु अखेरीस त्याला डॉन सँचोच्या माणसांनी उचलून पिवळ्या रंगाच्या कनातीखाली नेलं. हे सारं मानहानिकारक होतं. त्यांनी जमेल त्याप्रमाणे घरात आणि निजायच्या खोलीतदेखील वेगळ्याने टेबलं मांडली, त्यामुळे पाहुण्यांची चिडचिड होणं हे साहजिक होतं. तिथे जहाजाचे बॉयलर असलेल्या खोलीत जशी उष्णता असते तसा उकाडा होता. कारण, वादळी पाऊस खिडक्यांमधून आत येऊ नये म्हणून त्या बंद केल्या होत्या. पडवीतल्या आखणी केलेल्या टेबलांवर त्या-त्या पाहुण्यांची नावं चिठ्ठ्यांनी लिहिलेली होती, रीतीप्रमाणे एक बाजू पुरुषांसाठी आणि दुसरी स्त्रियांसाठी राखीव होती; परंतु आतमध्ये मात्र प्रचंड गोंधळ झाला आणि निदान त्या प्रसंगी तरी आपल्या सामाजिक अंधश्रद्धांना बाजूला ठेवून लोक अपरिहार्य असल्याप्रमाणे हवं तिथे बसले. या प्रलयाच्या मध्यात आमिन्ता ऑलिवेय्या एका वेळी जणू सगळीकडेच होती, तिचे केस भिजले होते आणि तिच्या अत्युत्तम, सुंदर पोशाखावर चिखल उडाला होता; परंतु या आपत्तीतही तिने अजिंक्य

हसू तोंडावर ठेवलेलं होतं, जे ती तिच्या पतीकडून शिकली होती – कितीही संकट कोसळलं, तरी आपल्या दुर्भाग्याला भीक न घालणारं. तिच्या मुलींमध्येही आईचं रक्त असल्याने त्यांच्या मदतीने तिने जमेल, त्याप्रमाणे प्रतिष्ठेनुसार टेबलांची रचना केली. मध्यभागी डॉ. हुवेनाल उर्बिनो आणि त्याच्या उजवीकडे आर्चबिशप ऑब्दूलियो वाय रे. नेहमीप्रमाणे फर्मिना डासा तिच्या नवऱ्याशेजारी बसली होती, तिला त्याला जेवताना पेंग येईल किंवा त्याच्या कोटावर सूप सांडेल, याची नेहमी भीती वाटत असे. त्यांच्यासमोर पन्नाशीचा उत्तम प्रकृती राखलेला, काहीसा बायकी डॉ. लॅसिडेस ऑलिवेय्या बसलेला होता. त्याच्या आनंदी असण्याचा आणि त्याच्या अचूक निदान करण्याचा काहीही संबंध नव्हता. उरलेली टेबलं परगण्याचे आणि नगरपालिकेच्या अधिकाऱ्यांनी व्यापली होती. राज्यपालांनी गेल्या वर्षी 'ब्यूटी क्वीन' झालेल्या सुंदरीला आपल्या शेजारी बसायला मदत केली. जरी रीतीनुसार खास अशा पोशाख परिधान करण्याचा उल्लेख आमंत्रणात नव्हता, तरी त्या देशातल्या सगळ्या दुपारच्या मेजवान्यांना, बायका इव्हिनिंग गाउन्स आणि मौल्यवान खड्यांचे दागिने घालून आल्या होत्या आणि बरेच पुरुष काळा टाय आणि डिनर जॅकेट्स घालून आले होते आणि काहींनी तर फ्रॉककोट्सही परिधान केले होते. फक्त सगळ्यात सुसंस्कृत लोक – ज्यांत डॉ. उर्बिनो होता – त्यांचा नेहमीचा, सामान्य पोशाख करून आले होते. प्रत्येक टेबलावर फ्रेंचमध्ये खानपानाचा सोनेरी किनार असलेला मेन्यू छापून लावलेला होता.

भयानक उष्म्याने भयभीत झालेल्या मिसेस ऑलिवेय्या प्रत्येक पुरुषाकडे जाऊन समारंभाच्या वेळेस आपापली जॅकेट्स काढा अशी विनंती करत होती; परंतु पहिल्यांदा जॅकेट कुणी काढायचं हा प्रश्न होता. "एका अर्थी हा मेजवानी सोहळा ऐतिहासिक आहे," आर्चबिशप डॉ. उर्बिनोला म्हणाला. कारण, स्वातंत्र्यानंतरच्या रक्तलांछित यादवी युद्धांमध्ये जे दोन शत्रुपक्ष होते, ते आता राग ओसरून, जखमा भरून आलेल्या अवस्थेत प्रथमच टेबलाच्या दोन बाजूंना एकमेकांसमोर बसले होते. याचं 'लिबरल' पक्षात उत्साहात – खासकरून तरुणांनी – स्वागत केलं आणि 'कॉन्झर्वेटिव' पक्षाच्या एकाधिकारशाहीला धक्का देऊन पंचेचाळीस वर्षांनी त्यांनी आपल्या पक्षाच्या अध्यक्षाला निवडून आणलं होतं. डॉ. उर्बिनोला ते मान्य नव्हतं. कारण, त्याच्या मते लिबरल पक्षाचा अध्यक्ष हा कॉन्झर्वेटिव पक्षाच्या अध्यक्षासारखाच होता. फक्त त्याने कपडे नीटनेटके घातलेले नव्हते, एवढंच; परंतु त्याला आर्चबिशपला खोडून काढायचं नव्हतं, तरी त्याला हे सांगायला आवडलं असतं की, या कार्यक्रमाला आलेले पाहुणे त्यांचे विचार काय आहेत, हे पाहून आमंत्रित केले गेलेले नव्हते, तर ते त्यांच्या उच्च वंशावळीमुळे तिथे होते. ही गुणवत्ता राजकारणातले चढ-उतार आणि युद्धातला विध्वंस यांपेक्षा कायमच अधिक उंचीवरची होती. खरंतर, त्या दृष्टिकोनातून पाहिल्यास तिथे कोणीही अनुपस्थित नव्हतं.

ज्या वेगाने पाऊस आला, त्या वेगाने निवळलादेखील आणि निरभ्र आकाशात सूर्य पुन्हा तळपू लागला; परंतु ते वादळ एवढं विध्वंसक होतं की, बरीच झाडं पडली होती आणि पावसाच्या अतिरिक्त पाण्यामुळे सगळी पडवी चिखलमय झाली होती. सगळ्यात मोठं संकट स्वयंपाकघरावर कोसळलं होतं. विटांची चूल करून त्यात सरपण टाकून आग पेटवली होती आणि आचाऱ्यांना त्यांच्या भांड्यांचं पावसापासून संरक्षण करण्यासाठी काही वेळच मिळाला नव्हता. पुराने उद्ध्वस्त झालेल्या स्वयंपाकघराची पुन्हा मांडणी करून, मागच्या गॅलरीत पुन्हा आग पेटवण्यात त्यांचा मौल्यवान वेळ वाया गेला होता; परंतु एक वाजेपर्यंत यातून मार्ग काढण्यात आला. फक्त गोडाचे पदार्थ तेवढे आले नव्हते – 'सिस्टर्स ऑफ सेंट क्लेर' यांच्याकडे त्याचं काम देण्यात आलं होतं. अकराच्या आत गोड पदार्थ पाठवण्याचं त्यांनी कबूल केलं होतं; परंतु किंग्ज हायवेलगत असलेला मोठा खड्डा पावसाच्या पाण्यामुळे भरून गेल्याची शक्यता होती – कारण तो कडक हिवाळ्यातही भरून जायचा – त्यामुळे गोडाचे पदार्थ यायला आणखी दोनेक तास लागतील, अशी भीती वाटत होती. वादळ शमल्या शमल्या त्यांनी खिडक्या उघडल्या आणि गंधकीय वादळामुळे शुद्ध झालेली हवा आत येऊन घर गार झालं. पडवीतल्या गच्चीवर समूहवादकांना वॉल्ट्झवादन करण्यास सांगण्यात आलं, त्यामुळे गोंधळ आणखी टिपेला पोहोचला. कारण, घरात तांब्याच्या भांड्यांची आदळाआपट होऊ लागल्याने, प्रत्येकाला मोठ्याने बोलावं लागत होतं. वाट पाहून थकलेली, रडकुंडीला आली असूनही तोंडावर हास्य विलसत ठेवणाऱ्या आमिन्ता ऑलिवेय्याने शेवटी जेवण वाढण्यास सुरुवात करा, अशी आज्ञा दिली.

'स्कूल ऑफ फाइन आर्ट्स'च्या चमूने मोत्झार्टच्या 'द चास'च्या सुरांनी सुरुवात केली, त्यामुळे औपचारिक शांतता पसरली. या शांततेत त्यांनी मैफल सुरू केली. गोंधळ, आवाज आणखी वाढत गेले तरी आणि डॉन सँचोचे काळे नोकर वाफाळत्या डिशेस घेऊन टेबलांमधून कसेबसे येत-जात असले, तरी डॉ. उर्बिनोने या सगळ्या अडथळ्यांना पार करत तो कार्यक्रम ऐकणं साधलं. गेल्या काही वर्षांमध्ये त्याची एकाग्र व्हायची क्षमता कमी झाली होती. इतकी की, त्याला बुद्धिबळाच्या डावातली प्रत्येक खेळी लिहून ठेवावी लागायची. हो, तरीही तो गंभीर चर्चा करणं आणि कार्यक्रम ऐकणं असं दोन्ही एकाच वेळी करू शकायचा; परंतु ऑस्ट्रियात असताना त्याच्या एका मित्र – जो महान जर्मन ऑर्केस्ट्रा कंडक्टर होता – त्याने जेव्हा ट्रान्सहॉसर ऐकत डॉन जिओवान्नीच्या सुरांचं वाचन केलं होतं, त्या एकाग्रतेच्या परमोच्चबिंदूपर्यंत तो कधीही जाऊ शकला नव्हता.

कार्यक्रमातल्या दुसऱ्या भागात वाजवली गेलेली शूबर्टची 'डेथ अँड मेडन' ही सांगीतिका सुलभ नाट्यमयता आणून सादर केली गेली असं त्याचं मत होतं. झाकलेल्या थाळ्यांचा किणकिण असा आवाज येत असल्याने तो प्रयत्नपूर्वक

संगीत ऐकत होता, त्याच वेळी त्याने त्याच्याकडे पाहून अभिवादन करत असलेल्या एका लज्जित झालेल्या तरुणाकडे पाहिलं. निःशंकपणे त्याने त्याला कुठेतरी पाहिलं होतं; परंतु कुठे हे त्याला काही केल्या आठवत नव्हतं. असं त्याच्या बाबतीत बऱ्याचदा घडायचं. माणसांच्या नावांबद्दल, तो ओळखत असलेल्या लोकांबद्दल किंवा जुन्या काळातल्या धुनींबद्दल. न आठवल्यामुळे त्याच्या मनाला एवढ्या तीव्र वेदना व्हायच्या की, पहाटेपर्यंत हा त्रास सहन करण्याऐवजी आपण सरळ मरून गेलेलं बरं, असं त्याला एकदा वाटलं होतं. अशीच स्थिती आता येतेय असं वाटत असतानाच त्याच्या स्मृतींमध्ये स्मरणांचा लखलखटात होऊन आणि त्याच्यावर कृपा झाली. गेल्या वर्षीच्या त्याच्या विद्यार्थ्यांपैकी तो मुलगा एक होता. त्या निवडकांच्या समारंभात त्याला पाहून डॉक्टरला आश्चर्य वाटलं; परंतु डॉ. ऑलिवेय्याने त्याला आठवण करून दिली की, तो आरोग्यमंत्र्यांचा मुलगा आहे आणि सध्या तो न्यायवैद्यक विषयात प्रबंध लिहिण्याचं काम करतो आहे. डॉ. हुवेनाल उर्बिनोने त्याचं हात हलवून आनंदाने स्वागत केलं आणि प्रतिसाद म्हणून तो तरुण डॉक्टर उठून उभा राहत कंबरेत वाकला; परंतु ना तेव्हा, ना पुन्हा कधी त्याच्या लक्षात आलं की : जेरेमाया दे सेंट-आमूरच्या घरी आज सकाळी जो नवशिक्या होता, तो हाच.

म्हातारपणावर पुन्हा एकदा विजय मिळवल्यामुळे त्याला आनंद झाला. मग तो तलम आणि प्रवाही अशा संगीताच्या लयीला शरण गेला. ते कार्यक्रमातलं अंतिम वादन होतं. ती धून तो ओळखू शकला नाही. नंतर नुकताच फ्रान्सहून परतलेल्या एका तरुण चेलोवादकाने सांगितलं की, ती धून गाबरिएल फॉरे यांच्या 'क्वार्टेट ऑफ स्ट्रिंग्ज'मधली आहे. डॉ. उर्बिनो युरोपात चाललेल्या नव्या प्रवाहांची कायम माहिती घेत असला, तरी त्याला हे माहीत नव्हतं. नेहमीप्रमाणेच फर्मिनो डासाचा लक्ष त्याच्यावर होतं – खासकरून तो लोकांमध्ये असताना फार अंतर्मुख होई तेव्हा. तिने खायचं थांबवून तिचा हात त्याच्या हातावर ठेवला. ती म्हणाली, ''त्यांचा आता फार विचार करू नका.'' सुदूरच्या परमानंदी किनाऱ्यावरून डॉ. उर्बिनो तिच्याकडे पाहून हसला आणि तेव्हाच तिला ज्याची भीती वाटली होती, त्याचा तो विचार करू लागला. त्याला जेरेमाया दे सेंट-आमूर आठवला. या वेळी खोट्या पदकांसह त्याच्या शवपेटीत असेल, त्याने त्याचा बोगस सैनिकी गणवेश घातला असेल, त्याच्याकडे छायाचित्रांमधली मुलं संशयी मुद्रेने पाहत असतील. त्या आत्महत्येबद्दल सांगण्यासाठी त्याने आर्चबिशपकडे मान वळवली; परंतु ती बातमी बिशपने आधीच ऐकली होती. 'हाय मास'नंतर त्यावर बरीच चर्चा झाली होती. जनरल जेरेनिमो अर्गोते याने कॅरिबियन स्थलांतरितांच्या वतीने त्याचा पवित्र भूमीवर दफनविधी करण्याची विनंतीही बिशपला केली होती. तो म्हणाला, ''माझ्या मते, अशी विनंती करणं हेदेखील अनादर दर्शवणारं कृत्य आहे.'' मग

त्याने दयार्द्र होत विचारलं की, आत्महत्येचं कारण काय होतं? डॉ. उर्बिनोने उत्तर दिलं, "गेरोन्टोफोबिया." बरोब्बर शब्द. तो त्याने त्या क्षणी शोधला होता असं त्याला वाटलं तरी. पाहुण्यांची विचारपूस करणारा डॉ. ऑलिवेय्या त्याच्या सगळ्यात जवळ बसला होता. काही क्षण बोलायचं थांबून त्याने शिक्षकाबरोबरच्या संभाषणात भाग घेतला. तो म्हणाला, "अजूनही जी प्रेमाखातर केलेली नाही अशी आत्महत्या घडणं, हे फारच वाईट." डॉ. उर्बिनोला त्याचेच विचार त्याच्या सगळ्यात लाडक्या शिष्याच्या तोंडून ऐकायला मिळाल्याबद्दल काहीही आश्चर्य वाटलं नाही.

"...आणि आणखी वाईट म्हणजे," तो म्हणाला. "गोल्ड सायनाइडचा वापर करून."

तो असं म्हणाला, तेव्हा त्याच्या मनात करुणा उत्पन्न झाली, जिने त्या पत्रामुळे निर्माण झालेल्या कडवटपणावर मात केली. यासाठी त्याने त्याच्या बायकोचे नव्हे, तर संगीताच्या जादूचे आभार मानले. मग तो आर्चबिशपशी त्या सामान्य माणसांमधल्या मृत संताविषयी बोलू लागला, ज्याच्याशी तो संध्याकाळी बराच वेळ बुद्धिबळ खेळत असे. तो मुलांना आनंद देणाऱ्या त्याच्या कलेबद्दल, त्याच्या समर्पणाबद्दल बोलला. जगातल्या सगळ्या गोष्टींबद्दलची त्याची दुर्मीळ विद्वत्ता, त्याच्या स्पार्टन सवयी यांबद्दल बोलला आणि मग त्याचं त्यालाच जेरेमायाच्या आत्म्याच्या पावित्र्याबद्दल समजून चुकलेलं पाहून उर्बिनो आश्चर्यचकित झाला. हे पावित्र्य जेरेमायाने त्याच्या भूतकाळापासून कायमचं वेगळं करून टाकलं होतं. मग तो महापौराशी त्याच्या छायाचित्रणाच्या प्लेट्स जतन केल्याने होणाऱ्या फायद्यांबद्दल बोलला. तो म्हणाला की, ही छायाचित्रं अशा पिढीची होती, जी कदाचित त्या चित्रांबाहेर कधीही तितकी आनंदात दिसणार नव्हती. ही पिढी त्या शहराचं भविष्य होती. एका सैनिकाने आणि सुशिक्षित कॅथलिकने आत्महत्या ही संतपणाची कृती समजण्याचं धाडस केल्यामुळे आर्चबिशप संतापला होता; परंतु त्याने प्लेट्स जतन करून त्यांचा खास विभाग करण्याच्या योजनेला संमती दिली. त्या कोणाकडून विकत घेता येतील, हे महापौराला जाणून घ्यायचं होतं. गुपिताचा तो निखारा सांभाळताना डॉ. उर्बिनोची जीभ जळून गेली. "मी पाहतो ते सगळं." आणि पाच तासांपूर्वी ज्या बाईला त्याने नाकारलं होतं, तिला दिलेल्या वचनाची पूर्तता केल्याचं समाधान त्याला वाटलं. फर्मिना डासाच्या ते लक्षात आलं आणि दबक्या आवाजात तिने त्याला तो दफनविधीला जाणार असल्याचं वचन द्यायला लावलं. सुटलो असं जाणवून त्याने सांगितलं की, अर्थातच तो जाणार होता.

सगळी भाषणं नेमकी आणि साधी होती. समूहवादकांनी लोकप्रिय धून वाजवायला सुरुवात केली, जी कार्यक्रमावेळी घोषित केलेली नव्हती आणि पाहुणे गच्च्यांशेजारी उभे राहून डॉन सँचोची माणसं कधी पडवी वाळवताहेत याची वाट पाहत होते. कुणाला नृत्य करायचं असेल, तर म्हणून हे वाळवण्याचं काम सुरू होतं,

तेव्हा ड्राइंग रूममध्ये त्या दिवशीचे प्रमुख तेवढे उरले होते. अखेरच्या टोस्टच्या वेळी डॉ. उर्बिनोने एका घोटात अर्धा ग्लासभर ब्रँडी प्यायल्याचा आनंद ते साजरा करत होते. एका खास डिशच्या सोबत म्हणून त्याने त्याआधी ग्रँड क्रू वाइनचाही असाच अर्धा ग्लास एका घोटात रिचवला असल्याचं कोणाच्याही लक्षात नव्हतं; परंतु त्याला ते हवं होतं आणि त्याने स्वतःचे लाड करायचं ठरवलं होतं. पुन्हा एकदा, कितीतरी वर्षांनंतर त्याला गावंसं वाटलं. तरुण चेलोवादकाच्या आग्रहाखातर त्याला गावं लागणार होतं; परंतु तेवढ्यात एक नवी मोटार त्या चिखलभरल्या पडवीतून भरधाव आली आणि त्यामुळे वादकांवर पाणी उडलं. तिने हॉर्न वाजवून बदकांना घाबरवून उडवून लावलं. पडवीच्या आवारात वाहन थांबलं आणि त्यातून डॉ. मार्को ऑरेलियो उर्बिनो डासा आणि त्याची पत्नी अवतरले. दोघांच्याही हातात लेसच्या कापडाने बांधलेले ट्रे होते आणि ते हसत होते. गाडीचालकाच्या बाजूला खाली आणि मागच्या आसनांवरदेखील उरलेले ट्रे ठेवण्यात आले होते. ते उशिरा पोहोचलेले गोडाचे पदार्थ होते. टाळ्या आणि मोठ्याने केलेले विनोद असं सगळं जेव्हा संपलं, तेव्हा डॉ. उर्बिनो डासाने अत्यंत गंभीरपणे वादळ येण्याआधी काय घडलं ते सांगितलं. सिस्टर्स ऑफ सेंट क्लेरनी त्यांना गोडाचे पदार्थ घेऊन जाण्यासंबंधी विचारणा केली होती; परंतु तेव्हा ते किंग्ज हायवे सोडून मागे आले होते. कारण, त्यांच्या आईवडिलांच्या घरी आग लागलेली असल्याचं कोणीतरी त्यांना सांगितलं होतं. त्याचा मुलगा सगळी कथा सांगण्याआधीच डॉ. उर्बिनो अस्वस्थ झाला; परंतु त्याच्या बायकोने पोपटाला उतरवण्यासाठी अग्निशामक दलाला त्याने बोलावलं होतं, अशी आठवण करून दिली. उल्हसित झालेल्या आमिन्ता ऑलिवेय्याने कॉफीपान झालेलं असलं, तरी गच्चीवर गोड पदार्थ देण्याचं ठरवलं; परंतु डॉ. हुवेनाल उर्बिनो आणि त्याच्या बायकोने मात्र त्याची चव न चाखता निरोप घेतला. कारण, दफनविधीला जाण्याआधी प्यारी असलेली वामकुक्षी घेण्यासाठी त्यांच्याजवळ फारच कमी वेळ उरला होता.

घरी आल्यावर त्याने झोप काढली; परंतु ती झोप काही स्वस्थ नव्हती आणि अगदी थोडी होती. याचं कारण म्हणजे घरी परतल्यावर त्याला दिसलं की, आगीमुळे होणाऱ्या नुकसानाएवढं नुकसान अग्निशामक दलाच्या जवानांनी केलं होतं. पोपटाला घाबरवण्यासाठी त्यांनी होजने जोरात पाण्याचा फवारा मारून झाडाच्या फांद्या विस्कटल्या होत्या आणि त्या अनियंत्रित फवाऱ्याचं पाणी निजायच्या मुख्य खोलीमध्ये खिडकीतून वेगाने आत गेलं होतं, त्यामुळे तिथल्या लाकडी सामानाचं आणि भिंतींवरच्या अज्ञात पूर्वजांच्या तैलचित्रांचं अपरिमित नुकसान झालं होतं. अग्निशामक दलाची घंटा ऐकून खरोखरीच आग लागलेली आहे, असं समजून शेजारीपाजारी तिथे जमले होते, तरी गोंधळ फार झाला नव्हता. कारण रविवार असल्याने शाळांना सुट्टी होती. त्यांच्याकडच्या मोठ्या शिड्यांचा वापर करूनही

त्यांना पोपटापर्यंत पोहोचता येत नसल्याचं त्यांच्या लक्षात आल्यावर त्यांनी झाडाच्या फांद्या छाटायला सुरुवात केली आणि सुदैव असं की, डॉ. उर्बिनो डासा तिथे वेळेत पोहोचल्यामुळे झाडाच्या काही फांद्या तरी शिल्लक राहिल्या. त्यांना झाड कापण्याची परवानगी मिळाल्यास ते पाच वाजल्यानंतर पुन्हा येतील, असं सांगून ते निघून गेले; परंतु जातानाही त्यांनी आतली गच्ची, ड्राइंग रूम मातीभरल्या बुटांनी खराब केली आणि फर्मिना डासाचा आवडता टर्किश रगही त्यात फाटला.

ही सगळी अनावश्यक संकटं होती, कारण त्या सगळ्या गोंधळाचा पोपटाने फायदा घेतला होता आणि तो शेजारच्या झाडीतून पलीकडे गेला असावा, असं सगळ्यांना वाटत होतं. खरंतर, डॉ. उर्बिनोने त्याला साद घालून झाडांमध्ये शोधलं; परंतु कुठूनही कोणत्याही भाषेत प्रतिसाद आला नव्हता. शिट्टी किंवा गाण्यांनाही प्रतिसाद मिळाला नाही, त्यामुळे त्याने आपले प्रयत्न सोडून दिले. तो हरवला आहे असं समजून झोपायला गेला, तेव्हा जवळपास तीन वाजत आले होते; परंतु आधी त्याने त्याच्या लघवीतून येणाऱ्या बागेच्या रहस्यमय वासाचा तत्काळ आनंद घेतला, जी कोमट ॲस्परागसमुळे शुद्ध झाली होती.

औदासीन्यामुळे त्याला जाग आली. हे औदास्य त्या दिवशी सकाळी त्याच्या मित्राच्या प्रेतापुढे उभं राहण्यामुळे आलेलं नव्हतं, तर वामकुक्षीनंतर एक अदृश्य असा ढग त्याच्या आत्म्याला भारून जाऊ लागला होता आणि त्याचा त्याने काढलेला अर्थ असा की, आता शेवटच्या काही दुपारी शिल्लक राहिलेल्या आहेत, असं दैवी सूचन करण्यात आलं होतं. वयाच्या पन्नाशीपर्यंत त्याला त्याच्या अवयवांच्या आकाराची, वजनाची आणि स्थितीची तेवढी जाणीव नसायची. नंतर हळूहळू तो रोज जेव्हा जेव्हा वामकुक्षीसाठी डोळे मिटू लागला, तेव्हा तो त्यांचा अंदाज घेऊ लागला, त्यांना जाणवून घेऊ लागला. एकेक करत. त्याच्या शरीराच्या आत. निद्रानाश झालेलं त्याचं हृदय, त्याचं गूढ यकृत, अभेद्य स्वादूपिंड आणि मग त्याला हळूहळू असं लक्षात येऊ लागलं की, अतिवृद्ध झालेले लोकही त्याच्यापेक्षा जास्त तरुण आहेत आणि त्याच्या पिढीच्या प्रसिद्ध समूहचित्रांतल्या व्यक्तींपैकी तो एकटाच जिवंत आहे. जेव्हा त्याला आपल्याला विस्मरणाचे झटके येत आहेत याची जाणीव झाली, तेव्हा त्याने मेडिकल स्कूलमधल्या त्याच्या एका शिक्षकाकडून ऐकलेल्या क्लृप्तीचा आसरा घेतला : ''आठवण नसलेला माणूस कागदातून ती निर्माण करतो.'' परंतु हा भ्रम थोडाच काळ राहिला. कारण, लवकरच तो अशा स्थितीला पोहोचला, जेव्हा त्याने त्याच्या खिशातल्या चिठोऱ्यांवर आठवणीसाठी लिहिलेले संदेश नक्की कशासाठी आहेत, हे तो विसरू लागला होता; त्यानेच घातलेला चश्मा घरभर शोधू लागला, दार कुलूपबंद केलेलं असूनही पुन्हा त्यात चावी घालू लागला आणि तो काय वाचतो आहे हेदेखील तो विसरू लागला. कारण, तो नेमका वाद कशामुळे चालू किंवा पात्रांचा एकमेकांशी काय संबंध आहे

हे विसरून जाऊ लागला; परंतु तो सगळ्यात जास्त अस्वस्थ कशामुळे झाला असेल, तर कारणमीमांसा करण्याच्या त्याच्या क्षमतेवरचा त्याचाच ढळत चाललेला विश्वास : हळूहळू जसं तळ फुटलेल्या नौकेत पाणी भरत जातं आणि ती बुडणं अटळ होतं, तसंच तो त्याची चांगली निर्णयक्षमता गमावत चालला होता.

अनुभवानुसार – ज्याला वैज्ञानिक आधार नव्हता – डॉ. हुवेनाल उर्बिनोला कळलं होतं की, बहुतेक सर्व जीवघेण्या आजारांना त्यांचा स्वतःचा असा वास असतो; परंतु त्यांपैकी वार्धक्याचा वास हा सर्वांत विशिष्ट असा असतो. विच्छेदनासाठी घेतलेली प्रेतं डोक्यापासून पायापर्यंत उघडी केली की, त्याला तो वास यायचा. तसा वास त्याला आपलं वय यशस्वीरीत्या लपवणाऱ्या त्याच्या रुग्णांनाही येत असे. त्याला तो वास कपड्यांवरच्या त्याच्या घामामध्ये आणि रोज रात्री झोपलेल्या त्याच्या बायकोच्या श्वासांमध्येही येत असे. तो जर जुन्या विचारांचा ख्रिश्चन नसता, तर कदाचित त्यानेही जेरेमाया दे सेंट-आमूरच्या मताला मान्यता दर्शवली असती. ते म्हणजे वार्धक्य ही अशी घाणेरडी, असभ्य स्थिती असते; ती फार उशीर होण्याआधीच संपवली पाहिजे. त्याच्यासारख्या पुरुषासाठीही – जो लैंगिक सुख देण्यात चांगला होता – दिलासादायक असलेली बाब होती लैंगिक शांततेची : हळूहळू, सुदैवाने त्याची लैंगिक भूक विझून गेली होती. वयाच्या एक्याऐंशीव्या वर्षी तो एवढा विचार सहज करू शकत होता की, या जगाशी त्याचा असलेला संबंध काही बारीक तंतूंमुळे जोडलेला आहे आणि ते तंतू त्याने झोपेत साधी कूस जरी बदलली तरी तुटून जाऊ शकतात आणि जर का काहीही करून तो हे तंतू जोडून ठेवू शकला, तर त्यामागचं कारण म्हणजे मृत्यूच्या काळोखात देव सापडणार नाही ही भीती हे होय.

फर्मिना डासा अग्निशामक दलाच्या जवानांनी अस्ताव्यस्त केलेली निजायची खोली आवरण्यात व्यस्त होती आणि चारच्या थोडं आधी तिने रोजच्या प्रमाणे बर्फ घातलेलं लिंबाचं सरबत आपल्या नवऱ्याकडे रवाना केलं होतं, तसंच त्याला दफनविधीला जायचं आहे, अशी आठवणही करायला सांगितलं होतं. त्या दुपारी डॉ. उर्बिनोच्या हाताशी दोन पुस्तकं होती – ॲलेक्सिस कॅरेल लिखित 'मॅन, द अननोन' आणि ॲलेक्स म्यून्थे लिखित 'द स्टोरी ऑफ सॅन मिशेल'. दुसऱ्या पुस्तकाची पानं अजूनही कापायची होती आणि म्हणून त्याने आचारी दिग्ना पार्दोला त्याच्या निजायच्या खोलीत ठेवलेला कागद कापायचा चाकू आणायला पाठवलं; परंतु जेव्हा तो चाकू त्याला आणून देण्यात आला, तेव्हा तो 'मॅन, द अननोन' खूण केलेल्या ठिकाणाहून वाचू लागला होता. पुस्तकाची शेवटची काही पानं राहिली होती. दुपारी शेवटच्या टोस्टच्या वेळेस त्याने ब्रँडीचा अर्धा ग्लास रिचवला असल्याने त्याचं डोकं किंचित दुखत होतं, त्यातून मार्ग काढत तो हळूहळू वाचन करत होता. वाचनातून थोडा विराम घेतल्यावर तो सरबताचा एक घोट घेत असे

किंवा बर्फ चघळत असे. त्याचे हिरवे सस्पेंडर्स कंबरेपासून खाली लोंबत होते. दफनविधीला जाण्याकरता कपडे बदलण्याच्या कल्पनेने तो वैतागला होता. लवकरच त्याने वाचन थांबवलं, एकावर एक पुस्तक ठेवलं आणि वेताने विणलेली आरामखुर्ची तो हळूहळू पुढे-मागे करू लागला. अंगणातल्या चिखलातली केळीची झाडं, फांद्या छाटलेला आंबा, पाऊस पडल्यानंतर येणाऱ्या उडत्या मुंग्या आणि पुन्हा परतून न येणाऱ्या सुंदर दुपारचे क्षणभंगुरत्व निरखत तो खेदाने खोलात विचार करू लागला. कधीकाळी त्याच्याकडे पॅरॅमारिबोहून आणलेला पोपट होता, ज्यावर तो माणसागत प्रेम करायचा, हे तो विसरून गेला होता. तेवढ्यात त्याने त्याचा आवाज ऐकला, ''राजेशाही पोपट.'' त्याचा आवाज जवळून आला होता, अगदी त्याच्या शेजारून आल्यासारखा आणि मग त्याने त्याला आंब्याच्या झाडाच्या खालच्या फांदीवर बसलेला पाहिला.

''हरामखोरा!'' तो ओरडला.

पोपटाने त्याची नक्कल करत उत्तर दिलं, ''तू तर महाहरामखोर, डॉक्टर.''

पोपटाशी बोलता बोलता, तो घाबरणार नाही अशा बेताने त्याने पायात बूट चढवले आणि सस्पेंडर्स खांद्यावरून ओढून घेऊन तो अंगणात गेला. काठीच्या आधाराने तो पडवीच्या तीन पायऱ्या उतरला. अंगणात अजूनही चिखल होता. पोपट जागेवरून हलला नाही आणि जमिनीलगतच्या फांदीवर येऊन विसावला. उर्बिनोने आपली काठी वर धरली असती तर तो त्याच्या चंदेरी मुठीवर येऊन सहज बसला असता, जसा तो नेहमी येऊन बसायचा; परंतु पोपट थोडा बाजूला होत, दुसऱ्या फांदीवर जाऊन बसला. ती थोडी वरच्या दिशेला होती; परंतु तिथवर जाणं सहजसोपं होतं. तिथे अग्निशामक दलाचे जवान येण्याआधीच घरातली शिडी झाडाला लावून ठेवलेली होती. डॉ. उर्बिनोने उंचीचा अंदाज घेतला आणि त्याने विचार केला की, जर का तो शिडीच्या दोन पायऱ्या चढला, तर पोपटाला सहज पकडता येऊ शकतं. त्या उद्धट पक्ष्याचं लक्ष वळवण्यासाठी तो ओळखीचं गाणं म्हणत एक पायरी चढला. पोपटानेही ते गाणं जसंच्या तसं म्हटलं आणि म्हणताना तो भीत भीत आणखी एक फांदी वर गेला. तो कोणत्याही अडचणीशिवाय दोन हातांनी शिडी धरून आणखी एक पायरी वर चढला आणि पोपट पुन्हा तेच गाणं म्हणत तिथेच थांबून राहिला. तो जेव्हा तिसरी आणि मग चौथी पायरी चढला, तेव्हा त्याचा फांदीच्या उंचीचा अंदाज चुकला आणि त्याने एका हाताने शिडी घट्ट धरली आणि दुसऱ्या हाताने त्याच्या उजवीकडे असलेल्या पोपटाला पकडायचा प्रयत्न केला. दिग्ना पार्दो त्यांच्याकडची सगळ्यात जुनी नोकर होती. ती त्याला दफनविधीला जाण्याबाबतीत आठवण करून देण्यासाठी त्याच्याकडे जात होती, तेव्हा तिने त्याला पाठमोरं शिडीवर चढलेलं पाहिलं आणि त्याचे हिरवे सस्पेंडर्स नसते तर तोच वर चढला आहे यावर तिचा विश्वासच बसला नसता.

ती चिरकली, ''अहो, तुम्ही काय करताय? स्वतःचा जीव धोक्यात घालताय तुम्ही! सॅन्टिसिमो सॅक्रॅमॅन्तो.''

डॉ. उर्बिनोने त्या पोपटाला गळ्यापाशी धरून विजयोद्गार काढला; परंतु त्याने त्याला लगेच सोडून दिलं. कारण शिडी त्याच्या पायाखालून निसटली आणि काही क्षण तो हवेतच राहिला. मग त्याला हे समजलं की, तो कम्युनियनशिवायच मरणार आहे – एका क्षणात, कशाचाही पश्चात्ताप व्यक्त न करता किंवा कोणाचा निरोपही न घेता. पेंटेकॉस्ट संडेच्या दिवशी चार वाजून सात मिनिटांनी.

संध्याकाळच्या जेवणासाठी केलेल्या सूपची चव घेण्यासाठी फर्मिनो डासा स्वयंपाकघरात गेली असतानाच, तिला दिग्ना पार्दोची भयंकर किंकाळी ऐकू आली आणि मग नोकर-चाकरांचं आणि सगळ्या शेजाऱ्यापाजाऱ्यांचं ओरडणं ऐकू आलं. तिने चमचा तसाच खाली टाकला आणि म्हातारपणाचं ओझं सांभाळत ती शक्य तितकं पळत, एखाद्या वेड्या बाईप्रमाणे किंचाळत गेली. तिला अजूनही आंब्याच्या झाडाखाली काय घडलं होतं याची कल्पना नव्हती. जेव्हा तिने चिखलात उताणा झोपलेल्या त्याला पाहिलं, तेव्हा तिचं हृदय तोंडातून बाहेर यायचं तेवढं बाकी होतं. तो मरायला टेकला होता; परंतु तरी तिला त्याच्यापर्यंत येण्यासाठी पुरेसा वेळ मिळावा म्हणून त्याने मरणाचा शेवटचा तडाखा रोखून ठेवला होता. सगळ्या गडबड-गोंगाटातही त्याने तिला ओळखलं. तिच्याबरोबर मरण न आल्याने त्याच्या डोळ्यांतून पुन्हा कधीही व्यक्त न करता येणारं दुःख ठिबकू लागलं आणि त्याने तिच्या डोळ्यांमध्ये अखेरचं पाहिलं. त्याचे डोळे उजळलेले होते, दुःखाने जर्जर झालेले होते. त्यांच्या पन्नास वर्षांच्या सहजीवनामध्ये तिने त्याचे डोळे कधीही इतके कृतज्ञ झाल्याचं पाहिलं नव्हतं. शेवटचा श्वास घेताना तो कसंबसं म्हणाला, ''मी तुझ्यावर किती प्रेम करतो हे फक्त देवालाच माहीत आहे.''

त्याचा मृत्यू संस्मरणीय ठरला आणि त्याला कारणंही तशीच होती. फ्रान्समध्ये विशेष अभ्यासाचा कोर्स पूर्ण केल्यानंतर, डॉ. हुवेनाल उर्बिनो त्याच्या देशात माहीत झाला तो त्याने कॉलराची महामारी त्याच्या परगण्यातून कायमची हद्दपार करून टाकण्यासाठी वापरलेल्या पद्धतींबद्दल. तो युरोपमध्ये होता, तेव्हा आलेल्या कॉलरच्या आधीच्या साथीत शहरी लोकसंख्येपैकी एक चतुर्थांश लोक तीन महिन्यांत मृत्युमुखी पडले होते. त्यात त्याचे वडीलही बळी गेले होते. तेदेखील प्रतिष्ठित फिजिशियन होते. त्याला तत्काळ मिळालेल्या प्रसिद्धीचा आणि मिळालेल्या प्रतिष्ठित घराण्याच्या वारशाच्या धनाच्या जोरावर त्याने 'मेडिकल सोसायटी'ची स्थापना केली. कॅरेबियनमधल्या परगण्यांतील ही पहिली आणि कितीतरी वर्षं एकमेव सोसायटी होती. तो तिचा आजन्म अध्यक्ष होता. त्याने पहिल्यांदा पाण्यासाठी पाइप्सची योजना, सांडपाणी जाण्याची नियोजनबद्ध व्यवस्था केली, तसंच पहिल्यांदा सार्वजनिक बाजारासाठी छप्पर बांधून घेतलं, ज्यामुळे लास

अनिमास खाडीतली सगळी घाण साफ करणं सुलभ होणार होतं. तो 'ॲकॅडमी ऑफ लँग्वेज' आणि 'ॲकॅडमी ऑफ हिस्ट्री' यांचा अध्यक्ष होता. चर्चच्या केलेल्या सेवेबद्दल, त्याला 'लॅटिन पॅट्रियार्क ऑफ जेरूसलेम'ने 'नाइट ऑफ ऑर्डर ऑफ द होली सेपल्चर' हा किताब दिला होता आणि फ्रेंच सरकारने त्याला 'कमांडर इन लेजनन ऑफ ऑनर' अशी पदवी बहाल केली होती. शहरातल्या धर्मविषयक तसंच नागरी सोसायट्यांमध्ये किंवा संस्थांमध्ये तो आनंदाने सहभागी व्हायचा आणि 'पॅट्रिऑटिक हुन्टा'मध्ये त्याला विशेष रस होता. ही संस्था राजकारणात रस नसलेल्या प्रतिष्ठित नागरिकांची होती, जी सरकार आणि स्थानिक व्यापाऱ्यांना त्या काळात धाडसी वाटतील अशा प्रागतिक कल्पना अमलात आणण्यासाठी आग्रह करायची. त्यातली पहिली संस्मरणीय कल्पना होती, एरोस्टॅटिक फुग्याचा वापर करून त्याच्या पहिल्या उड्डाणाच्या साहाय्याने सॅन जुआन दी ल सिनेगाला टपाल पाठवणं. विमानाने पत्र पाठवण्याच्या शक्यतेचा विचार होण्याआधी याचा विचार करण्यात आला होता. त्याचंच कल्पनाबीज असलेल्या 'सेंटर फॉर आर्ट्स'ने 'स्कूल ऑफ फाइन आर्ट्स'ची स्थापना केली होती आणि कितीतरी वर्षं तो एप्रिलमध्ये होणाऱ्या 'पोएटिक फेस्टिव्हल'चा अर्थात काव्योत्सवाचा आश्रयदाता होता.

गेल्या कमीत कमी शंभर वर्षांच्या कालावधीत जे अशक्य वाटत होतं, ते केवळ त्याने शक्य करून दाखवलं होतं - ड्रॅमॅटिक थिएटरची पुनर्बांधणी. वासाहतिक काळापासून, आधी कोंबड्याचं खुराडं म्हणून आणि नंतर कोंबड्यांच्या झुंजी लावण्याच्या खेळासाठी कोंबड्यांचं प्रजनन करण्याची जागा म्हणून ते वापरलं जात होतं. नागरी मोहिमांपैकी ही मोहीम कळसाध्याय ठरली, कारण त्यात शहरातील वेगवेगळ्या क्षेत्रांतले लोक एकत्र आले होते आणि बऱ्याच जणांना ती मोहीम अधिक चांगल्या कारणासाठी व्हावी असं वाटलं होतं. बसायची व्यवस्था किंवा प्रकाशव्यवस्था नसतानाही, ड्रॅमॅटिक थिएटरचं उद्घाटन नव्याने केलं गेलं होतं आणि प्रेक्षकांना मध्यंतरासाठी आपापल्या खुर्च्या आणि दिवे आणावे लागायचे. मोठ्या कार्यक्रमांवेळी युरोपात असलेला हा नियम इथेही लागू करण्यात आला आणि कॅरिबियन उन्हाळ्यामध्ये, सर्वाधिक उकाड्याच्या दिवशी अशा समारंभांचा वापर स्त्रिया त्यांचे पल्लेदार लांबलचक पोशाख आणि फर कोट्स यांचं प्रदर्शन करण्यासाठी करू लागल्या; परंतु तिथे नोकरचाकरांनी खुर्च्या आणि दिवे आणि खाण्याचे पदार्थ वाहून आणण्याला परवानगी घ्यावी लागायची. कारण, लांबलचक कार्यक्रमांच्या मध्ये तगून राहण्यासाठी ते आवश्यक असायचं. त्यातले काही तर पहाटेच्या मासची वेळ होईपर्यंत संपत नसत. या हंगामाची सुरुवात झाली ती फ्रेंच ऑपेरा कंपनीने. ऑर्केस्ट्रामध्ये हार्प वाद्याचा वापर ही त्यांची नावीन्यता होती आणि अविस्मरणीय अशा एका टर्किश सोप्रानोचा निर्दोष आवाज आणि नाट्यमय गुण ही त्यांची प्रतिष्ठा होती. ती अनवाणी पायाने वावरत गात असे आणि तिच्या

बोटांवर मौल्यवान खड्यांच्या अंगठ्या घातलेल्या असत. पहिला प्रवेश संपल्यानंतर रंगमंच दिसत नसे आणि जळत्या पाम तेलाच्या दिव्यांमुळे गायकांचा आवाज बसत असे; परंतु शहराचा इतिहास लिहिणारे असल्या बारीकसारीक गोष्टी वगळून संस्मरणीय प्रसंगांचे उदात्तीकरण करण्यात माहीर होते. डॉ. उर्बिनोने ज्या काही नवीन गोष्टी आणल्या, त्यात ऑपेराचा हा ज्वर शहरातल्या सगळ्या घटकांना संसर्ग करून गेला आणि त्यामुळे आयसोल्डेज आणि ओटेल्लोज आणि ऐडिआस आणि सीगफ्राइड्सच्या अनेक पिढ्यांचा उदय झाला; परंतु डॉ. उर्बिनोला ज्या टोकाची अपेक्षा होती – जसं इटालियनाइजर्स आणि वॅग्नेरियन्स मध्यतरांमध्ये काठ्या आणि बांबू घेऊन एकमेकांसमोर उभे ठाकलेले बघायची – ते काही कधी घडलं नाही.

कोणतीही अट न घालता वारंवार विचारणा करूनही, डॉ. हुवेनाल उर्बिनोने कधीही सार्वजनिक पदं स्वीकारली नव्हती. जे फिजिशियन त्यांची व्यावसायिक प्रतिष्ठा राजकीय पदं मिळवण्यासाठी वापरत असत, त्यांच्यावर तो खरमरीत टीका करत असे. जरी तो नेहमी लिबरल म्हणून समजला जाई आणि तो सवयीने त्या पक्षाच्या उमेदवाराला मत देई, तरी तसं करण्यामागे निश्चित अशा भूमिकेपेक्षा परंपरा हे कारण होतं आणि तो अशा प्रतिष्ठित, महान समजल्या जाणाऱ्या कुटुंबांपैकी अखेरचा पुरुष होता, जो अजूनही रस्त्यावरून आर्चबिशपची घोडागाडी गेल्यावर तिथे गुघड्यावर बसत. तो मुळात शांततावादी होता, देशाच्या भल्यासाठी लिबरल आणि कॉन्झर्वेटिव यांच्यात निश्चित समेट व्हावी अशा मताचा तो होता; परंतु त्याची सार्वजनिक वर्तणूक एवढी स्वायत्त होती की, त्यामुळे कोणताही गट 'तो आमचा आहे' असं म्हणत नसे. लिबरल्स त्याला पुरातन काळातला मागासलेला गॉथिक माणूस म्हणत, तर कॉन्झर्वेटिव्ज त्याला तो मेसन आहे असं म्हणत आणि मेसन्स त्याला तो जणू पोपच्या आखत्यारीतला, गुप्त लिपिक असावा असं वागवत. त्याच्या कमी कडव्या टीकाकारांना तो उच्चकुलीन उमराव वाटत असे, जो काव्योत्सव वगैरे आयोजनात निरातिशय खूश होता आणि तेही केव्हा, जेव्हा देश अंतहीन अशा यादवी युद्धात रक्ताने भळभळून जात होता तेव्हा.

त्याच्या केवळ दोन कृती त्याच्या उभ्या राहिलेल्या प्रतिमेला धरून नसल्यासारख्या वाटायच्या. एक म्हणजे त्याच्या कुटुंबीयांचा, वारसाहक्काने चालत आलेला महाल – मार्कीस दे कॅसलड्युरो – सोडून नवश्रीमंतांच्या भागात त्याने आपलं घर घेतलं. दुसरं म्हणजे त्याने खालच्या वर्गातल्या एका सुंदर स्त्रीशी लग्न केलं, जिला नावही नव्हतं आणि संपत्तीदेखील. उच्चपणा आणि चारित्र्य यांबाबत ती कितीतरी वरचढ असल्याचं मान्य करायला लागेपर्यंत एरवी खासगीत मोठाली नावं असलेल्या वर्गातल्या बायका तिची खिल्ली उडवत असत. त्याच्या प्रतिमेत असलेल्या या आणि आणखी उणिवा तो पूर्णपणे जाणून होता आणि अस्ताला पोहोचू घातलेल्या कुटुंबाचे नाव लावणारा तो शेवटचा असल्याचंही त्याला माहीत

होतं. तो आणि त्याची मुलं यांत जमीन-आस्मानाचा फरक होता. त्याचा पन्नास वर्षांचा मुलगा, मार्को ऑरेलियो त्याच्याप्रमाणे डॉक्टर होता आणि कोणत्याही पिढीत कुटुंबातल्या पहिल्या मुलाप्रमाणे त्याने फार काही दखल घेण्याजोगं काम केलं नव्हतं. त्याला मुलंही झाली नाहीत. डॉ. उर्बिनोच्या एकमेव मुलीने, ऑफेलियाने न्यू ऑर्लिन्समधल्या एका श्रीमंत बँक कर्मचाऱ्याशी लग्न केलं होतं आणि रजोनिवृत्तीचा काळ येईस्तोवर तिला तीन मुली झाल्या होत्या, एकही मुलगा नव्हता; परंतु इतिहासाच्या समुद्रामध्ये आपल्या रक्ताच्या प्रवाहाला प्रतिबंध होणार आहे, यामुळे त्याला दुःख होत असलं, तरी त्याला सगळ्यात जास्त चिंता वाटायची ती मरणाची. कारण, तो मेल्यानंतर त्याच्याशिवाय फर्मिना डासाचं आयुष्य एकांतवासातलं झालं असतं.

काही झालं तरी ही दुःखद घटना घडल्यावर घरी तर गलबला झालाच; परंतु तो सामान्य लोकांमध्येही पसरला. आख्यायिकेचं तेज म्हणा किंवा आणखी काही म्हणा, काहीतरी पाहायला मिळेल या अपेक्षेने लोकांनी रस्त्यावर गर्दी केली. तीन दिवसांचा दुखवटा जाहीर करण्यात आला. सरकारी इमारतींवरचे झेंडे अर्ध्यावर उतरवण्यात आले आणि ज्या भव्य कौटुंबिक कबरीत त्याला दफन करण्यात येणार होतं, त्या कबरीच्या भुयाराचं तोंड बंद करेपर्यंत सगळ्या चर्चमधल्या घंटा अव्याहत वाजवण्यात आल्या. स्कूल ऑफ फाइन आर्ट्समधल्या एका चमूने 'मृत्यूचा मुखवटा' तयार केला होता, जो त्याच्या छातीपर्यंतच्या पुतळ्यासाठी साचा म्हणून वापरला जाणार होता; परंतु ती योजना रद्द करण्यात आली. मृत्युसमयी त्याच्या चेहऱ्यावरच्या भीतीचं इतकं हुबेहूब चित्रण कोणालाही सभ्यतेला धरून वाटलं नाही. युरोपला जाण्यासाठी निघालेल्या आणि शहरात मुक्कामाला थांबलेल्या एका प्रसिद्ध चित्रकाराने वास्तववादी पद्धतीने भल्यामोठ्या कॅनव्हासवर एक चित्र काढलं, ज्यात डॉ. उर्बिनो मृत्यूच्या क्षणी शिडीवर उभा होता आणि तेव्हा त्याने आपले हात त्या पोपटाला पकडण्यासाठी पुढे केले होते. त्यात एकच घटक सत्य परिस्थितीला धरून नव्हता. तो म्हणजे त्या चित्रामध्ये त्याने कॉलर नसलेला शर्ट आणि हिरवे पट्टे असलेले सस्पेंडर्स असा पोशाख केल्याचं दाखवलं नव्हतं, तर त्याने बोलर हॅट आणि काळा फ्रॉक कोट घातलेला आहे असं दर्शवलं होतं. या चित्राची नक्कल तांब्याच्या गोलाकार छपाई करण्याच्या पद्धतीवरून करण्यात आली, जी कॉलराच्या काळात तयार केली गेली होती, त्यामुळे प्रत्येकाला ते चित्र पाहता आलं. आयात केलेल्या वस्तू विकल्या जाणाऱ्या 'द गोल्डन वायर' दुकानाच्या भव्य गॅलरीमध्ये मृत्यूनंतर काही महिने ते चित्र प्रदर्शित करण्यात आलं. सगळं शहर रांगा लावून ते पाहायला आलं. त्यानंतर ते चित्र सार्वजनिक आणि खासगी संस्थांच्या भिंतींवर लावण्यात आलं, ज्यांना त्यांच्या या प्रतिष्ठित आश्रयदात्याच्या स्मृतीला अभिवादन करणं गरजेचं वाटलं आणि सर्वांत शेवटी, त्याच्या दुसऱ्या

दफनविधीनंतर, ते स्कूल ऑफ फाइन आर्ट्समध्ये लावण्यात आलं. त्यानंतर ते खूप वर्षांनी तिथून कला विषयाच्या विद्यार्थ्यांनी खाली उतरवलं. त्यांनी ते विद्यापीठाच्या चौकात ज्या काळाचा ते तिरस्कार करायचे त्या काळाचं, तेव्हाच्या सौंदर्यशास्त्राचं प्रतीक म्हणून जाळलं.

विधवा झाल्यानंतर, तिच्या नवऱ्याला जेवढी भीती वाटली होती, तेवढी काही फर्मिना डासा असाहाय्य झाली नव्हती. मृतदेहाचा वापर कोणत्याही इतर कारणासाठी करू नये, या तिच्या मतावर ती ठाम राहिली आणि परगण्याच्या असेंब्ली चेंबरमध्ये लोकांच्या दर्शनासाठी मृतदेह ठेवावा अशी तार रिपब्लिकच्या अध्यक्षांची आल्यावरही तिने आपलं मत बदललं नव्हतं. या ठामपणाने तिने कॅथेड्रलच्या जागरणालाही विरोध केला. स्वतः आर्चबिशप यांनी तशी विनंती केली होती तरीसुद्धा. त्याचा मृतदेह तिथे केवळ फ्यूनरल माससाठी ठेवला जाईल, एवढ्याच एका गोष्टीला तिने मान्यता दिली. वेगवेगळ्या लोकांच्या विनंत्या आल्याने भांबावून मूर्ख ठरलेल्या तिच्या मुलाच्या मध्यस्थीनंतरही फर्मिना डासा आपल्या मतावर अढळ राहिली : ते म्हणजे मृत व्यक्ती केवळ त्याच्या कुटुंबाची असून जागरण त्यांच्या घरात केलं जाईल. त्या वेळी कॉफी, भजी असा बेत असणार होता आणि त्या काळात कुणीही त्याच्या सवडीने दुःख व्यक्त करू शकणार होता. ते प्रथेनुसार नऊ रात्रींचं जागरण असणार नव्हतं. दफनविधी झाल्यावर घराची दारं बंद होणार होती आणि मग निकटवर्तीयांशिवाय ती इतर कुणाहीसाठी उघडली जाणार नव्हती.

घरावर मरणकळा पसरली होती. सुरक्षित राहण्याकरता प्रत्येक मौल्यवान वस्तू कुलूपबंद करण्यात आली होती आणि त्यामुळे ओस पडलेल्या भिंतींवर त्या ठिकाणी लटकवलेल्या तैलचित्रांच्या धुळीच्या बाह्यरेषा तेवढ्या उरल्या होत्या. घरातल्या आणि शेजारच्यांकडून मागून आणलेल्या खुर्च्या ड्रॉइंग रूमच्या भिंतीपासून ते निजायच्या खोलीच्या भिंतीपर्यंत ओळीने लावलेल्या होत्या, रिकाम्या जागा आणखी मोठ्या दिसत होत्या आणि भुताटकी केल्यागत आवाजांचे प्रतिध्वनी येत होते. कारण, लाकडी सामानाचे मोठाले भाग एका बाजूला हलवण्यात आले होते. त्याला अपवाद होता तो कॉन्सर्ट पियानोचा, जो खोलीच्या कोपऱ्यात पांढऱ्या कापडाने झाकून ठेवला होता. ग्रंथालयाच्या मध्यभागी, त्याच्या वडिलांच्या मेजावर शवपेटीत न ठेवलेला हुवेनाल उर्बिनो दे ला कायेचा मृतदेह ठेवला होता. त्याच्या चेहऱ्यावर शेवटच्या भीतीची मुद्रा होती, त्याने बिनबाह्यांचा काळा कोट घातला होता आणि त्याच्याशेजारी 'होली सेप्युल्चर ऑफ नाइट्स'ची सैनिकी तलवार ठेवली होती. त्याच्या बाजूला शोकमग्न, गदगदणारी, स्तब्ध; परंतु तरी स्वतःवर संपूर्ण ताबा असलेली फर्मिना डासा उभी होती. ती दुसऱ्या दिवशी सकाळी अकरा वाजेपर्यंत निर्भाव चेहऱ्याने सांत्वनांचा स्वीकार करत उभी होती. त्यानंतर तिने पडवीत उभं राहून आपल्या नवऱ्याला रुमाल हलवून अखेरचा निरोप दिला.

दिम्रा पार्दोची किंकाळी ऐकल्यानंतर आणि चिखलात पडलेला आपल्या आयुष्यातला तो म्हातारा शेवटची घटका मोजत आहे हे पाहिल्यानंतर स्वतःवर नियंत्रण ठेवणं हे तेवढं सोपं नव्हतं. तिची पहिली प्रतिक्रिया आशा वाटण्याची होती. कारण, त्याचे डोळे उघडे होते आणि त्यातून तेज प्रक्षेपित होत होतं, जे तिने त्याआधी कधीही पाहिलेलं नव्हतं. तिने देवाकडे त्याला आणखी काही क्षण दे अशी प्रार्थना केली म्हणजे त्यांच्यात कितीही मतभेद असले, तरी तिचं त्याच्यावर किती प्रेम आहे त्याला समजावं आणि तिला त्याच्याबरोबर पुन्हा एकदा नवं आयुष्य सुरू करता यावं. जेणेकरून त्यांना आपल्या मनातलं राखून ठेवलेलं अव्यक्त व्यक्त करता येऊ शकेल आणि भूतकाळात त्यांनी केलेल्या चुका, नव्याने सुधारता येऊ शकतील; परंतु हेकेखोर मृत्यूने तिला मात दिली. तिची वेदना जगाविरोधात, अगदी स्वतःच्या विरोधातही आंधळा संताप होऊन स्फोट पावली आणि त्यामुळे तिचा पुढचा एकांतवास सहन करण्यासाठी स्वतःवर नियंत्रण ठेवून आणि धैर्य कमावून ती उभी राहू शकली. त्यानंतर तिचं चित्त जराही थाऱ्यावर नव्हतं; परंतु तिच्या कोणत्याही हावभावामुळे तिचं दुःख दिसणार नाही याची काळजी तिने घेतली. जेव्हा रविवारी रात्री अकरा वाजता बिशपची खास शवपेटी आणली गेली, जिला मेणाचा वास येत होता, जिला तांब्याच्या कड्या होत्या आणि रेशमी लायनिंग होतं, तेव्हा ती साहजिकरीत्या वेळ कारुण्याने भरून गेली. त्याच्या मुलाने जराही वेळ न दवडता शवपेटी मागवली होती. कारण, तिथल्या दमट हवेत आधीपासूनच अनेक फुलांचा वास दाटून राहिला होता आणि गुदमरल्यागत होत होतं. त्याने प्रथम त्याच्या वडिलांच्या गळ्याभोवती जांभळ्या रेषा पाहिल्या असल्यासारखं त्याला वाटलं. मग गर्दीतला कोणीतरी त्या शांततेत बोलताना ऐकू आलं, ''या वयात तुम्ही जरी जिवंत असलात, तरी अर्धेमेलेच असता.'' शवपेटी बंद करण्याच्या आधी फर्मिना डासाने तिची विवाहअंगठी काढली, मृत नवऱ्याच्या बोटात चढवली आणि जेव्हा जेव्हा सार्वजनिक ठिकाणी तो काहीतरी विषयांतर करत असल्याचं तिला लक्षात यायचं, तेव्हा ती ज्या प्रकारे त्याचे हात हातात धरायची, तसंच तिने आत्ताही केलं.

''आपण लवकरच पुन्हा भेटू,'' ती त्याला म्हणाली.

त्या प्रतिष्ठित लोकांच्या गर्दीत न दिसणाऱ्या फ्लोरेंतिनो अरिसाच्या मनात खोल वेदना होती. जरी रात्रीच्या तत्काळ कामासाठी त्याच्या इतकं कोणीही तयार नव्हतं किंवा उपयोगाचं नव्हतं, तरी फर्मिना डासाचा पहिल्या सांत्वनाच्या वेळी जो गोंधळ उडाला, त्यात तिने त्याला ओळखलं नव्हतं. लोकांना पुरेशी कॉफी मिळावी या दृष्टीने गर्दीने भरलेल्या स्वयंपाकघरात त्यानेच त्याच्या अधिकाराने एक व्यवस्था लावली. जेव्हा शेजारच्यांच्या खुर्च्या अपुऱ्या पडू लागल्या, तेव्हा त्याने अधिकच्या खुर्च्या मिळवल्या आणि जेव्हा घरातली जागा अपुरी पडू लागली, तेव्हा त्यानेच

जास्तीची फुलांची चक्रं पडवीत ठेवायला सांगितली. डॉ. लॅसिडेस ऑलिवेय्याच्या पाहुण्यांकरता पुरेशी ब्रँडी असेल याची त्याने बडदास्त ठेवली. त्यांचा समारंभ परमोच्च टोकावर असताना त्यांना ही वाईट बातमी समजली होती आणि तेव्हा त्यांनी मेजवानी चालू राहावी म्हणून तत्काळ तिथे जाऊन आंब्याच्या झाडाखाली गोलाकारात बसलेल्यांची व्यवस्था लावली होती. फरारी झालेला तो पोपट जेव्हा मध्यरात्री जेवायच्या खोलीत आला, तेव्हा काय प्रतिक्रिया द्यायची हे केवळ त्यालाच माहीत होतं. त्या पोपटाची मान ताठ होती आणि पंख पसरलेले होते. ते पाहून घरातले सगळे आश्चर्याने स्तब्ध झाले, कारण ते पश्चात्तापाचं चिन्हं मानलं गेलं. फ्लोरेंतिनो अरिसाने त्याला मान धरून पकडलं आणि त्याला पिंजऱ्याकडे नेलं. त्याने अशा पद्धतीने, एवढ्या तारतम्याने आणि कार्यक्षमतेने हे काम केलं की, त्यामुळे तो कुणाच्या घरात नाक खुपसतो आहे, असं वाटलं नाही. उलट, घरावर संकट कोसळलं असताना, तो अमूल्य अशी सेवा करतो आहे असं भासलं.

तो जसा होता तसाच भासला : गंभीर आणि उपयोगी वृद्ध पुरुष. तो उंच होता आणि त्याची चण कृश होती. त्वचा गडद आणि त्याने गुळगुळीत दाढी केलेली होती. चंदेरी चौकटीच्या चश्म्यामागचे त्याचे डोळे उत्सुक होते आणि त्याने जुन्या काळातली मिशी ठेवली होती, जिच्या टोकांना मेण लावलेलं होतं. त्याच्या डोक्यावरच्या केसांचे उरलेसुरले तुरे त्याने डोक्यावरून मागच्या बाजूला विंचरून त्याच्या उजळत्या टकलाच्या मध्यावर चातुर्याने ठेवले होते. जेणेकरून पूर्णपणे पडलेलं टक्कल जरा झाकलं जावं. त्याचं नैसर्गिक स्त्रीदाक्षिण्य आणि आरामशीर वागणूक हे तत्काळ भुरळ घालणारं होतं, आजन्म ब्रह्मचारी असलेल्याच्या बाबतीत या गुणांकडे संशयाने बघितलं जायचं. मार्चमध्ये त्याने वयाची ७६ पूर्ण केली होती. त्या काळात त्याने बराच पैसा, चतुराईने आणि इच्छाशक्ती पणाला लावून हे वय झाकलं होतं. आत्म्याच्या एकांतवासात हे त्याला खात्रीने वाटत होतं की, जगात इतर कोणाहीपेक्षा जास्त काळ त्याने शांतपणे, मौन राखत प्रेम केलं होतं.

डॉ. उर्बिनोच्या मृत्यूच्या रात्री, जेव्हा त्याने मृत्यूची बातमी ऐकली होती, तेव्हा तो ज्या पोशाखात होता त्याच पोशाखात तो होता, जो तो नेहमी घालायचा – जूनमधल्या नरकासमान उष्ण वाटाव्या अशा हवेतही. गडद रंगाचा सूट, रेशमी बो टाय आणि कॉलर, फेल्ट हॅट आणि चमकती काळी छत्री, जिचा वापर तो चालायची काठी असाही करायचा; परंतु जेव्हा तांबडं फुटू लागलं, तेव्हा तो जागरणातून दोन तासांसाठी उठला आणि घरी जाऊन उगवत्या सूर्याप्रमाणे ताजातवाना होऊन आला. त्याने काळजीपूर्वक दाढी केली आणि प्रसाधन टेबलवर बसून अत्तर लावलं. त्याने दफनविधी आणि होली वीकच्या ऑफिसेसला बऱ्याचदा घातला जाणारा काळा फ्रॉक कोट घातला, टायऐवजी विंग कॉलर आणि आर्टिस्ट बो घातला आणि बोलर हॅट घातली. त्याने छत्रीही सोबत घेतली, सवय म्हणून नव्हे, तर

त्याला नक्की माहीत होतं की, दुपार व्हायच्या आधी पाऊस पडणार आहे आणि त्याने तसं सांगून डॉ. उर्बिनो डासाला दफनविधी थोडा आधी करता येईल का, असंही विचारलं होतं, तेव्हा लोकांनी तसा प्रयत्न करायचा असं ठरवलं, कारण फ्लोरेंतिनो अरिसा नदीबोटींचा व्यवसाय करणाऱ्या कुटुंबांपैकी होता आणि तो 'कॅरिबियन रिव्हर कंपनी'चा अध्यक्षही होता, त्यामुळे त्याला हवामान अंदाज माहिती असणं अपेक्षित होतं; परंतु नागरी आणि सैनिकी अधिकारी, खासगी आणि सार्वजनिक संस्था, सैनिकांचे समूहवादक, स्कूल ऑफ फाइन आर्ट्सचा ऑक्रेस्ट्रा आणि शालेय तसंच धार्मिक संस्था या सगळ्यांसोबतच्या व्यवस्थांची सांगड घालता आली नाही. ते सगळे अकरा वाजताच्या सोहळ्याची तयारी करत होते. परिणामी जो ऐतिहासिक दफनविधी सोहळा होणं अपेक्षित होतं, त्याची धो-धो कोसळणाऱ्या पावसामुळे दाणादाण उडाली. कौटुंबिक कबरीच्या जागेपर्यंत चिखल तुडवत फार कमी जण गेले. ती कबर झाडांच्या फांद्यांनी संरक्षित केलेली होती. आदल्या दुपारी, त्याच फांद्याच्या सावलीत; परंतु त्या भिंतीच्या दुसऱ्या बाजूला असलेल्या, आत्महत्यांसाठी राखीव असलेल्या विभागात कॅरिबियन स्थलांतरित जेरेमाया दे सेंट-आमूरला पुरण्यात आलं होतं. त्याच्या शेजारी त्याच्या कुत्र्यालाही दफन केलं होतं, कारण तशी त्याची इच्छा होती.

शेवटपर्यंत थांबलेल्या तुरळक लोकांपैकी फ्लोरेंतिनो अरिसा हा एक होता. तो पावसात चिंब भिजून गेला होता आणि त्यामुळे आपल्याला न्यूमोनिया होईल की काय, या भीतीने तो घरी गेला. कितीतरी वर्षं नीट काळजी घेऊन आणि प्रतिबंधात्मक असे उपाय करून त्याने या आजाराला लांब ठेवलं होतं. त्याने ब्रँडी घालून गरम पाण्यात लिंबू सरबत तयार केलं आणि दोन ॲस्पिरीनच्या गोळ्यांसह ते प्यायलं. बादलीभर घाम येईस्तोवर त्याने पलंगावर आडवं पडत स्वतःला लोकरीच्या शालीत गुंडाळून घेतलं. जेणेकरून त्याच्या शरीराच्या तापमानाचा समतोल साधला जाईल. जेव्हा तो पुन्हा जागरात सहभागी झाला, तेव्हा आपली शक्ती आपल्याला पुन्हा प्राप्त झाली असल्याचं त्याला लक्षात आलं. फर्मिना डासाने पुन्हा एकदा आपल्या घराचा ताबा घेतला होता. घर आता स्वच्छ करण्यात आलं होतं आणि भेट देणाऱ्या लोकांसाठी सज्ज होतं. ग्रंथालयातल्या उंच आसनावर पेस्टल खडूंनी काढलेलं तिच्या मृत नवऱ्याचं व्यक्तिचित्र ठेवण्यात आलं होतं, त्याला काळ्या रंगाची चौकट लावण्यात आली होती. आठ वाजताच्या सुमारास रात्र होण्याआधीच्या भयानक गरमीत जास्तीत जास्त लोक जमले; परंतु रविवार दुपारपासून दमलेल्या त्या विधवेला प्रथमच जरा आराम करता यावा, या हेतूने प्रार्थना झाल्यानंतर लवकर निरोप घ्यायला हवा असा संदेश कोणीतरी पसरवला.

ग्रंथालयाच्या दारापाशी फर्मिना डासाने बऱ्याच जणांचा निरोप घेतला; परंतु काही जवळच्या मित्रांच्या शेवटच्या गटाला निरोप देण्यासाठी ती घराच्या मुख्य

प्रवेशद्वारापर्यंत गेली, त्यामुळे ती स्वतःच घराचं दारही लावू शकणार होती. ती तिच्या शेवटच्या श्वासापर्यंत ते काम करण्यासाठी तयार असल्यागत ते करायची. तिने फ्लोरेंतिनो अरिसाला रिकाम्या ड्रॉइंग रूममध्ये सुतकी पोशाखात खोलीच्या मध्यभागी उभं असलेलं पाहिलं. तिला आनंद झाला, कारण कितीतरी वर्षांपूर्वी तिने त्याला आपल्या आयुष्यातून वजा करून टाकलं होतं आणि त्यानंतर प्रथमच तिने त्याला स्पष्टपणे, विस्मरणामुळे पवित्र झालेला पाहिलं; परंतु तिने त्याचे आल्याबद्दल आभार मानण्याआधीच, त्याने त्याची हॅट छातीपाशी धरली, तो थरथरत होता, आणि अखेरीस त्याने आयुष्यभर जपलेलं गळू फुटलं.

''फर्मिना,'' तो म्हणाला, ''मी या संधीची वाट पाहत पन्नास वर्षांपेक्षा जास्त काळ थांबलो होतो. पुन्हा एकदा अनंतकाळाच्या निष्ठेने, कायमस्वरूपी प्रेमाची शपथ घेण्यासाठी.''

जर का त्या क्षणाला फ्लोरेंतिनो अरिसा पवित्र दैवी शक्तीच्या आशीर्वादाने प्रेरित झालेला आहे, यावर विश्वास ठेवण्यासाठी तिला कुठलंही कारण सापडलं नसतं, तर फर्मिना डासाला आपण एखाद्या वेडगळ माणसाशी बोलत आहोत, असंच वाटलं असतं. तिला तत्काळ असं वाटलं की, त्याला तिचं घर धर्मभ्रष्ट करण्याबद्दल शिव्याशाप द्यावेत, कारण तिच्या नवऱ्याचा देह अजूनही कबरीत थंडगार झालेला नव्हता; परंतु त्या प्रकोपातही तिच्यातल्या सभ्यतेने तिला रोखलं. ''चालते व्हा इथून,'' ती म्हणाली. ''...आणि तुमच्या हाती असलेल्या उर्वरित वर्षांत मला पुन्हा कधी तुमचं तोंडही दाखवू नका.'' तिने प्रवेशद्वार उघडलं. शेवटी तिने टिप्पणी केली, ''तुमच्या हाती फार वर्षं उरलेली नसावीत हीच आता आशा.''

निर्मनुष्य रस्त्यांवरून जाणाऱ्या त्याच्या पावलांचा आवाज जेव्हा विरून गेला तेव्हा तिने पट्ट्या-पट्ट्याचं ते लोखंडी प्रवेशद्वार लावून कुलूपबंद केलं आणि तिच्या नशिबाला एकट्याने सामोरी गेली. तिला ती अठरा वर्षांचीही नव्हती, तेव्हा जे नाट्य तिने घडवलं होतं, त्याचा आवाका, त्याच्या ओझ्याची तोपर्यंत तिला यत्किंचितही जाणीव नव्हती आणि हे नाट्य तिचा मरेपर्यंत पाठलाग करणार आहे हेही तिला माहीत नव्हतं. दुपारच्या त्या प्रसंगानंतर ती प्रथमच रडली, तेव्हा तिला पाहणारं कोणीही नव्हतं, तिच्यासाठी रडण्याचा तोच एकमेव मार्ग होता – तिच्या पतीच्या मृत्यूसाठी, तिच्या एकटेपणासाठी आणि संतापामुळे ती रडली आणि जेव्हा ती निजायच्या खोलीत गेली, तेव्हा ती स्वतःसाठी रडली. कारण, तिचा कौमार्यभंग झाल्यापासून ती क्वचितच एकटी त्या पलंगावर झोपली होती. तिच्या नवऱ्याच्या ज्या काही वस्तू होत्या, त्या पाहून तिला रडायला आलं : त्याच्या चपला, उशीखालचा पायजमा, ड्रेसिंग टेबलच्या आरशापाशी असलेली त्याची रिकामी जागा, तिच्या त्वचेला लागलेला त्याचा वास. एका अंधूकसर विचाराने ती थरथरली, 'आपलं ज्या लोकांवर प्रेम असतं, त्या लोकांनी मरताना त्यांच्या मालकीच्या सगळ्या

वस्तू घेऊन जायला हव्यात.' झोपण्यासाठी तिला इतर कुणाचाही मदत नको होती, तिला झोपण्याआधी काहीही खायची इच्छा नव्हती. दुःखाने पिचलेल्या तिने त्या रात्री झोपल्यानंतर तिलाही मृत्यू द्यावा, अशी देवाकडे प्रार्थना केली आणि त्या आशेसह ती लवंडली आणि तत्काळ झोपी गेली – तशीच अनवाणी आणि पूर्ण पोशाखात. तिच्याही नकळत; परंतु झोपेत असताना तिला आपण जिवंत आहोत, आपल्या शेजारचा पलंग रिकामा आहे हे समजत होतं आणि सवयीने पलंगाच्या डाव्या बाजूला डावीकडे तोंड करून झोपली होती; परंतु तेव्हा तिला आणखी एका शरीराचं वजन तिथे नसल्याचं जाणवत होतं. झोपेत विचार करताना तिला वाटलं की, तिला पुन्हा कधीही तसं झोपता येणार नव्हतं आणि ती झोपेमध्ये हुंदके देऊ लागली. ती झोपली, हुंदके देत, तिची कूस न बदलता. कोंबड्याची आरवणी झाल्यानंतर बऱ्याच वेळाने आणि तो नसताना आलेल्या तिरस्करणीय सूर्यामुळे तिला जाग आली. त्याच वेळी तिला असं लक्षात आलं की, तिला मृत्यू न येता ती बराच वेळ झोपी गेली होती, झोपेत हुंदके देत होती आणि झोपेत हुंदके देत असताना, तिच्या मनात तिच्या मृत नवऱ्यापेक्षा फ्लोरेंतिनो अरिसाचे विचारच जास्त होते.

दुसरीकडे, त्यांच्या प्रेमप्रकरणाला एकावन्न वर्षं, नऊ महिने आणि चार दिवस एवढा काळ होऊन गेला, तरीही फ्लोरेंतिनो अरिसा एक क्षणही फर्मिना डासाचा विचार करण्यावाचून स्वतःला थांबवू शकला नव्हता. त्याच्या हाताबाहेर गेलेल्या आणि अडचणीत आलेल्या या प्रेमप्रकरणात तिने त्याला नकार दिला होता. खोलीतल्या भिंतींवर रेषा काढून, त्यांवर काट मारून त्याला त्या सगळ्या प्रकरणाला किती दिवस झाले याची गणती करण्याची आवश्यकता नव्हती. कारण, असा एकही दिवस गेला नव्हता की, त्याला तिची आठवण आली नव्हती. त्यांची ताटातूट झाली होती, तेव्हा तो त्याच्या आईसोबत – त्रान्झितो अरिसासोबत राहायचा. ते स्ट्रीट ऑफ विडोंज नामक रस्त्यावर असलेल्या एका भाड्याच्या घरात राहायचे. तिथे त्याच्या आईचं विणकामाचं दुकान होतं. ती ते तरुण असल्यापासून चालवत होती आणि तिथे ती युद्धात जखमी झालेल्या सैनिकांना मलमपट्टी करण्यासाठी जुने शर्ट्स आणि रग्ज कापून विकत असे. तो तिचा एकुलता एक मुलगा होता. प्रसिद्ध जहाजमालक डॉन पाउस व्ही लोआयझा याच्यापासून तो तिला झाला होता. डॉन हा 'रिव्हर कंपनी ऑफ कॅरिबियन'ची स्थापना करणाऱ्या तिघा भावडांपैकी एक होता. त्यांच्या या कंपनीमुळे माग्दालेना नदीतून जलवाहतूक करण्याला चालना मिळाली होती.

त्याचा मुलगा दहा वर्षांचा असताना डॉन पाउस व्ही लोआयझा मरण पावला. जरी तो त्याच्या मुलाच्या सगळ्या खर्चाची गुपचूप नीट काळजी घेत असला, तरी त्याने कधीही तो मुलगा त्याचा कायदेशीर वारस आहे हे मान्य केलं नव्हतं, त्यामुळे त्याच्या भविष्यासाठी कसलीही तजवीज त्याने केली नव्हती. परिणामी जरी सगळ्यांना तो कुणाचा मुलगा आहे हे माहीत असलं, तरी फ्लोरेंतिनो अरिसाने

नेहमीच आपल्या आईचं नाव लावलं. फ्लोरेंतिनो अरिसाला त्याच्या वडिलांच्या मृत्यूनंतर शिक्षण सोडावं लागलं आणि तो पोस्ट ऑफिसात नवशिक्या साहाय्यक म्हणून कामाला लागला. तिथे पोती उघडणं, टपालाचं वर्गीकरण करणं आणि ज्या-ज्या देशातून टपाल आलं आहे, त्या-त्या देशाचे झेंडे प्रवेशद्वारावर लावणं हे त्याचं कामं होती.

त्याच्या चांगल्या कामामुळे त्याने तार चालक जर्मन स्थलांतरित लोतारिओ थुगुट याचं लक्ष वेधलं. थुगुट कॅथेड्रलमधल्या महत्त्वाच्या सोहळ्यांच्या वेळी ऑर्गन वाजवत असे आणि घरी संगीताचे धडे देत असे. थुगुटने त्याला मोर्स कोड आणि तारेची सगळी यंत्रणा कशी चालते हे शिकवलं. त्याच्याकडून व्हॉयोलिन वादनाचे थोडे फार धडे घेतल्यावर तर फ्लोरेंतिनो अरिसा एखाद्या सिद्धहस्त व्यावसायिक वादकाप्रमाणे व्हायोलिन वाजवू लागला. तो फर्मिना डासाला भेटला, तेव्हा त्याच्या सामाजिक वर्तुळात सगळ्यात जास्त मागणी असणारा तरुण म्हणून प्रसिद्ध होता. त्याला तेव्हाची प्रचलित नृत्यं करता यायची आणि लोकप्रिय भावकाव्यं त्याची तोंडपाठ असत. तो त्याच्या मित्रांच्या प्रेयस्यांसाठी व्हायोलिन वादन करायला एका पायावर नेहमी तयार असे. तो बारकुडा होता. त्याने त्याचे केस सुगंधित पोमेड लावून चापूनचोपून मागे वळवलेले असत आणि दृष्टिदोषामुळे त्याच्या डोळ्यांवर कायम चश्मा चढवलेला असे, त्यामुळे त्याचं दिसणं उदास, दुःखी वाटायचं. दृष्टिदोषाव्यतिरिक्त, त्याला दीर्घकालीन बद्धकोष्ठाचा त्रास होता, ज्यामुळे त्याला आयुष्यभर एनिमा घ्यावा लागला होता. त्याच्या मृत्यू पावलेल्या वडिलांकडून वारसा म्हणून त्याला एक काळा सूट मिळाला होता; परंतु त्रान्झितो अरिसा त्या सूटची इतकी नीट काळजी घ्यायची की, दर रविवारी तो नवा वाटत असे. तो अशक्त दिसत असला, त्याचे कपडे राखून ठेवलेले, गंभीर, उदास असले, तरी त्याच्या ओळखीतल्या मुली त्याच्यासोबत कुणाला वेळ व्यतीत करता येईल, यासाठी पैजा खेळायच्या आणि तोही त्यांच्यासोबत वेळ घालवण्यासाठी जुगार खेळत असे; परंतु जेव्हा त्याला फर्मिना डासा भेटली, तेव्हा त्याची निरागसता संपली.

त्याने तिला पहिल्यांदा एका दुपारी पाहिलं, जेव्हा लोतारिओ थुगुटने कोण्या लॉरेंझो डासा नावाच्या माणसासाठी आलेली तार द्यायला त्याला पाठवलं होतं. त्यावर घराचा पत्ता नव्हता. त्याला तो पार्क ऑफ एव्हांजेल्समधल्या जुन्यापुराण्या घरांच्या भागात सापडला. ते घर अर्धवट पडझड झालेलं होतं. पडवीतल्या कुंड्यांमधून गवत उगवलेलं होतं आणि दगडी कारंजदेखील कोरडं होतं. क्लॉइस्टर मठाप्रमाणे त्याची रचना होती. मार्गिकेमधून अनवाणी चालणाऱ्या एका मोलकरणीच्या मागोमाग चालत असताना त्याला कोणत्याही माणसाचा आवाज ऐकू आला नव्हता. मार्गिकेत उरलेल्या चुन्याची आणि सिमेंटची पोती पडलेली होती आणि काही बांधकामाची हत्यारंदेखील होती. त्या घराचं पुनर्बांधणीचं काम जोरात चालू होतं. पडवीतल्या

एका टोकाला, एका तात्पुरत्या कार्यालयात एक जाड माणूस टेबलापाशी बसला होता. त्याच्या डोक्यावरच्या कुरळ्या केसांच्या पुढच्या बटा एवढ्या वाढल्या होत्या की, त्या त्याच्या मिश्यांपर्यंत आल्या होत्या. तो बसल्या बसल्या वामकुक्षी घेत होता. त्याचंच नाव लॉरेंझो डासा होतं. त्या शहरामध्ये त्याला फारसं कोणी ओळखत नव्हतं. कारण, तो जेमतेम दोन वर्षांपूर्वी तिथे आला होता आणि त्याला फारसे मित्र नव्हते.

एखादं अशुभ स्वप्न प्रत्यक्षातही सुरू असल्यागत त्याने तो तारेचा लखोटा घेतला. फ्लोरेंतिनो अरिसाने त्याच्या रागीट डोळ्यांकडे एका औपचारिक कारुण्याच्या नजरेने पाहिलं; त्याची बोटं कशीतरी लखोट्यावरची लाख काढून तो उघडायचा प्रयत्न करत होती. त्याच्या मनात भीती दाटली होती. फ्लोरेंतिनो अरिसाने कितीतरी वेळा तार पोहोचवण्याचं काम करताना अशी भीती पाहिली होती. कारण, अजूनही लोक तार येण्याचा संबंध मृत्यूच्या बातमीशी लावत होते. वाचून झाल्यावर त्याने पुन्हा एकदा स्वतःला सावरलं. तो उद्गारला, ‘‘चांगली बातमी.’’ आणि त्याने फ्लोरेंतिनो अरिसाला देय असलेले पाच रिअल्स दिले. त्याच्या चेहऱ्यावर सुटकेचं हास्य विलसलं आणि तो फ्लोरेंतिनोला म्हणाला की, जर का बातमी वाईट असती, तर त्याने बक्षिसी दिली नसती. मग त्याने हस्तांदोलन करत त्याचा निरोप घेतला. तार देणाऱ्याबरोबर असं सहसा केलं जात नसे आणि मग मोलकरीण त्याला पुन्हा रस्त्यावरच्या प्रवेशद्वाराकडे घेऊन जाऊ लागली, जणू ती त्याला रस्ता दाखवण्यापेक्षा त्याच्यावर लक्षच ठेवत होती. मार्गिकेमधून ते आल्या पावली जाऊ लागले; परंतु आता फ्लोरेंतिनो अरिसाला हे लक्षात आलं की, त्या घरात आणखीही काही माणसं आहेत. कारण, आता अंगणातला उजेड स्त्रियांच्या आवाजाने भरून गेला होता. वाचनाचे धडे घेतले जात होते. तो विणकाम खोलीच्या जवळून गेला, तेव्हा त्याला खिडकीतून दिसलं की, एक स्त्री आणि एक मुलगी एकमेकींशेजारी खुर्च्यांवर बसल्या होत्या आणि स्त्रीच्या मांडीवर उघडं पुस्तक होतं, तिचं वाचन सुरू होतं. ते जरा विचित्र दृश्य होतं : मुलगी आईला वाचायला शिकवत होती; परंतु त्याने काढलेला अर्थ जरासा चुकीचा होता. कारण, ती बाई त्या मुलीची आत्या होती, आई नव्हती. असं असलं तरी त्या बाईने त्या मुलीला स्वतःची मुलगी असल्यागत वाढवलं होतं. त्यांचा पाठ मध्येच न थांबवता, मुलीने खिडकीजवळून कोण जातं आहे हे पाहायला तिकडे पाहिलं आणि तो एक साधा कटाक्ष प्रेमाच्या विस्फोटाचा उत्प्रेरकबिंदू ठरला, जे पन्नास वर्षं सरून गेल्यानंतरही संपलेलं नव्हतं.

फ्लोरेंतिनो अरिसाला लॉरेंझो डासाबद्दल जे काही समजलं होतं, ते इतकंच की, तो कॉलराच्या महामारीनंतर लगेचच, आपल्या मुलीसह आणि अविवाहित बहिणीसह सान हुआन दे ला सिएनागा इथून या शहरात आला होता आणि त्याला इथे पाऊल ठेवताना ज्याने कुणी पाहिलं होतं, त्यांना तो तिथे वास्तव्यास आला

होता, याबद्दल जराही शंका नव्हती. कारण, त्याच्यासोबत तो घरात राहण्यासाठी जे जे आवश्यक असतं, ते सगळं सामानसुमान घेऊन आला होता. त्याची मुलगी लहान असतानाच त्याची बायको मरण पावली होती. त्याची बहीण, एस्कोलास्तिका ही चाळिशीची होती आणि घराबाहेर पडताना सेंट फ्रान्सिसचा ढगळा पोशाख घालायची, तर घरी असताना पेनिटेंट्सचा रोप परिधान करण्याची घेतलेली शपथ ती निभावत होती. ती मुलगी तेरा वर्षांची होती आणि तिला तिच्या मृत आईचं नाव देण्यात आलं होतं : फर्मिना.

लॉरेंझो डासा हा चांगला श्रीमंत माणूस असावा असं वाटत तरी होतं, कारण तो कोणाकडेही नोकरी न करता जगत होता आणि त्याने घरासाठी रोख रक्कम दिली होती. त्याने ते घर दोनशे सोन्याचे पेसो खर्च करून घेतलं होतं आणि त्याच्या दुप्पट खर्च त्या घराच्या पुनर्बांधणीला, डागडुजीला येणार होता. त्याची मुलगी ॲकॅडमी ऑफ प्रेझेंटेन्शन ऑफ ब्लेस्ड व्हर्जिन इथे शिकत होती. तिथे दोनशे वर्षांपेक्षा जास्त काळापासून, तरुण मुलींना मेहनती आणि विनम्र पत्नी होण्यासाठी आवश्यक ती कला-कौशल्यं शिकवली जात असत. वासाहतिक काळात आणि रिपब्लिकच्या सुरुवीताच्या वर्षांत, ही शाळा फक्त प्रतिष्ठित कुटुंबातल्या विद्यार्थिनींनाच स्वीकारत असे; परंतु स्वातंत्र्यानंतर जुन्या प्रतिष्ठित घराण्यांची पडझड झाली आणि त्या शाळेला नव्या काळाचं नवं वास्तव स्वीकारावं लागलं. मग अकादमीने तुमचा वर्ण कोणताही असो, ज्या कोणाला परवडू शकणार असेल, त्या कोणाहीसाठी आपले दरवाजे खुले केले. त्यात फक्त एकच महत्त्वाची अट होती, ती म्हणजे त्या मुलींचा जन्म कॅथॉलिक विवाहांमधून झालेला हवा. काही असलं तरी ती शाळा महागडी होती आणि वस्तुस्थिती अशी की, फर्मिना डासा तिथे शिकत होती हे तिच्या कुटुंबाची आर्थिक स्थिती चांगली असल्याचं चिन्ह होतं, मग सामाजिक पत काहीही असो. या बातमीमुळे फ्लोरेंतिनो अरिसाला प्रोत्साहन मिळालं. कारण, त्यातून ती तारुण्यसुलभ वयातली बदामाच्या आकाराचे डोळे असलेली मुलगी त्याच्या स्वप्नांचा आवाक्यातली आहे, असं सूचित होत होतं; परंतु लवकरच तिच्या वडिलांच्या कडक शिस्तीमुळे त्याच्या मार्गात कधीही न सुटणारी अडचण निर्माण झाली. इतर विद्यार्थिनींप्रमाणे फर्मिना डासा शाळेत जाताना आपल्या एखाद्या जुन्याजाणत्या मोलकरणीबरोबर किंवा इतर विद्यार्थ्यांच्या गटासोबत जात नसे. ती कायम तिच्या अविवाहित आत्यासोबत चालत जात असे आणि तिला जराही इकडेतिकडे करण्याची परवानगी नव्हती, असं तिच्या वर्तणुकीवरून लक्षात यायचं.

अशा प्रकारे निष्पाप पद्धतीने, फ्लोरेंतिनो अरिसाने त्याचं आयुष्य एकांडा शिकारी म्हणून जगण्याचा मार्ग पत्करला. तो असा की, सकाळी सात वाजल्यापासून, एका लहानशा बागेत कुणाचं लक्ष जाणार नाही अशा बाकावर तो जाऊन बसत असे आणि जोवर ती त्याला दिसत नाही, तोवर तो बदामाच्या झाडांच्या सावलीत

पुस्तक वाचत बसण्याचं खोटं खोटं नाटक वठवत असे. तिने तिचा निळ्या रेषा असलेला गणवेश घातलेला असे. तिचे स्टॉकिंग्ज गुडघ्यांपर्यंत असत, तर पायात लेसचे ऑक्सफर्ड जोडे. तिने एका बाजूला बो लावलेली एकपेडी वेणी घातलेली असे, जी तिच्या कंबरेपर्यंत घुटमळत असे. तिच्यात निसर्गतः एक गर्विष्ठपणा असल्यागत ती चालत असे. तिची मान ताठ आणि नजर जराही इकडेतिकडे फिरकत नसे. तिच्या हरणाच्या चालीमुळे जणू तिला गुरुत्वाकर्षणापासून संरक्षण मिळाल्यागत वाटे. तिने तिच्या पुस्तकांची पिशवी छातीशी धरलेली असे. तिच्या बाजूला तिच्या चालण्याच्या वेगाशी कसाबसा मेळ राखत चाललेली आत्या असे. तिने सेंट फ्रान्सिसचा ढगळा पोशाख घातलेला असे आणि ती आपल्या भाचीला भेटण्यासाठी कुणालाही जरासाही अवकाश मिळू नये, याची काटेकोरपणे काळजी घेत असे. फ्लोरेंतिनो अरिसा त्यांना चार वेळा येता-जाताना पाहत असे आणि रविवारी एकदा, जेव्हा ते हाय मासला जाण्यासाठी बाहेर पडत असत तेव्हा. त्या मुलीला नुसतं पाहणं त्याच्याकरता पुरेसं होतं. हळूहळू ती त्याच्या कल्पनाविश्वाचा भाग होऊ लागली आणि दोन आठवड्यांनंतर तो फक्त तिचा आणि तिचाच विचार करू लागला. त्याने फर्मिना डासाला सुंदर हस्ताक्षरात लिहिलेली एक साधीशी चिठ्ठी पाठवण्याचं ठरवलं; परंतु त्याने ती चिठ्ठी कितीतरी दिवस तिला कशी द्यायची असा विचार करत आपल्या खिशात ठेवली होती आणि झोपी जाण्याआधी तो आणखी काही पानं लिहू लागला होता, त्यामुळे ते मुळातलं पत्र तारीफ करणारा शब्दकोश होऊन गेला. तो जी पुस्तकं वाचून मुखोद्गत करत असे, त्यावरून त्याने पत्रलेखनाची प्रेरणा घेतली होती. कारण, तो त्याच्या प्रेमप्रकरणाला पाहण्यासाठी बागेत बसलेला असताना तीच पुस्तकं सारखी वाचत असे.

तिला पत्र देण्यासाठी मार्ग शोधत असताना, त्याने प्रेझेन्टेशन ॲकॅडमीतल्या इतर काही विद्यार्थिनींशी ओळख करून घ्यायचा प्रयत्न केला; परंतु त्या त्याच्या जगापासून खूप दूरवरच्या होत्या. शिवाय, त्याचे हेतू इतर कुणालाही समजणं हे फारसं शहाणपणाचं ठरणार नाही हे त्याला खूप विचारांती पटलं. तरीही, शहरात आल्यानंतर काही दिवसांनी फर्मिना डासाला शनिवारी नृत्य करायला आमंत्रित करण्यात आलं होतं, याची माहिती त्याला काढता आली; परंतु तिच्या बापाने तिला परवानगी दिली नव्हती. त्याचं म्हणणं होतं - ''प्रत्येक गोष्ट योग्य वेळी होऊ दे.'' तोपर्यंत त्याचं पत्र पाठपोठ साठ पानी झालं होतं, फ्लोरेंतिनो अरिसा त्याच्या मनातल्या गुपिताचं ओझं सहन करू शकत नव्हता आणि त्याने आपलं मन आपल्या आईकडे मोकळं करून टाकलं. त्याच्या जवळची तीच एकमेव अशी व्यक्ती होती, जिच्याकडे तो विश्वासाने बोलू शकत होता. त्रान्झितो अरिसाचे डोळे आपल्या मुलाच्या प्रेमातील निष्पापतेने पाणावले आणि तिने तिच्या ज्ञानानुसार त्याला मार्गदर्शन करण्याचा प्रयत्न केला. त्याने तो काव्यात्म कागदांचा गठ्ठा तिला देऊ

नये, याबाबत त्याला पहिल्यांदा समजावलं, त्यामुळे त्याच्या स्वप्नातली ती मुलगी ते पत्र पाहून घाबरून जाण्याशिवाय बाकी काहीही घडलं नसतं. कारण, प्रेमाच्या या नाजूक प्रकरणात त्याच्याएवढीच तीदेखील कोवळी व नवखी असण्याचीच शक्यता होती. ती म्हणाली की, पहिली पायरी अशी की, तुला तिच्यात रस आहे हे दाखवून दे, ज्यामुळे तुझं प्रेम उघड केल्यावर तिला त्याचा धक्का बसणार नाही आणि तिला विचार करायला वेळ मिळेल.

''पण या सगळ्यात,'' ती म्हणाली. ''पहिल्यांदा तुला त्या मुलीचं नव्हे, तर तिच्या आत्याचं मन जिंकणं गरजेचं आहे.''

निःशंकपणे दोन्ही सल्ले शहाणपणाचे होते; परंतु ते फार उशिरा मिळाले होते. वस्तुतः, त्या दिवशी जेव्हा फर्मिना डासाने तिच्या आत्याला वाचनाचे धडे देताना आपलं मन थोडं भरकटू दिलं होतं आणि मार्गिकेतून जाणाऱ्याकडे नजर उचलून पाहिलं होतं, तेव्हाच त्याच्या हळव्या, अरक्षित व्यक्तित्वाने तिचं लक्ष वेधून घेतलं होतं. त्या रात्री तिच्या बापाने आलेल्या तारेचा उल्लेख केल्यावर, तिला फ्लोरेंतिनो अरिसा तिच्या घरी का आला होता आणि तो पोटापाण्यासाठी काय करतो, हे समजलं होतं. त्या माहितीमुळे तिचा रस वाढला होता, कारण त्या काळी तिच्याप्रमाणे इतर बरेच जणांना तारेचा शोध जादुई वाटायचा. त्या छोट्या बागेत झाडाखाली बसून पुस्तक वाचत असलेल्या फ्लोरेंतिनो अरिसाला ओळखलं असलं, तरी तिला त्याचं फार काही वाटलं नव्हतं; परंतु जेव्हा तिच्या आत्याने तो तिथे बरेच आठवड्यांपासून बसलेला असतो असं सांगितलं तेव्हा तिला जरा अस्वस्थ, कसंतरी वाटलं. मग त्यानंतर जेव्हा त्यांना तो रविवारच्या मासलाही दिसू लागला, तेव्हा तिच्या आत्याला खात्री झाली की, या भेटी काही अशाच घडत नाहीयेत. ती म्हणाली, ''तो काही माझ्याखातर हे सगळे उपद्व्याप करत नाहीये.'' एस्कोलास्तिका कडक शिस्तीची आणि पश्चात्तापी पोशाख घालणारी असली, तरी तिला जीवनातल्या गुंतागुंतीची, सहजप्रेरणेची जाण होती. तिचातल्या महत्त्वाच्या गुणांपैकी हा एक गुण होता. आणि एक पुरुष आपल्या भाचीत रस दाखवतो आहे या साध्या कल्पनेनेही तिच्या मनात भावनांचा कल्लोळ झाला. प्रेमाबद्दल असलेल्या साध्या कुतूहलापासूनही फर्मिना डासा सुरक्षित अंतरावर होती आणि फ्लोरेंतिनो अरिसाला पाहून तिच्या मनात निर्माण झालेली एकमेव भावना होती, ती दयेची. कारण तो आजारी आहे असं तिला वाटलं होतं; परंतु तिच्या आत्याने तिला सांगितलं की, पुरुषांची खरी वर्तणूक समजून घ्यायला जगण्याचा अनुभव लागतो आणि तिला याची खात्री पटली होती की, बागेच्या बाकड्यावर बसून त्यांना पाहणारा तो पुरुष प्रेमज्वराने ग्रस्त झालेला आहे.

प्रेम नसलेल्या विवाहातून जन्माला आलेल्या त्या एकुलत्या एक मुलीसाठी तिला समजून घेणारं आणि जिव्हाळा देणारं आश्रयस्थान आत्या एस्कोलास्तिका

होती. तिच्या आईच्या मृत्यूनंतर आत्याने तिला वाढवलं होतं आणि ती तिच्या आत्यापेक्षाही तिची सहकारी, सोबतीण जास्त होती, त्यामुळे फ्लोरेंतिनो अरिसाला पाहणं हे त्या दोघींकरता वेळ घालवण्यासाठी मिळालेलं जवळिकीच्या करमणुकींच्या साधनांपैकी एक झालं. दिवसातून चार वेळा पार्क ऑफ द एव्हांजेल्सच्या त्या लहानशा बागेमधून त्या दोघी जेव्हा जायच्या, तेव्हा आजरी, बारकुड्या आणि छाप न पाडणारा तो मुलगा दिसतो आहे का, हे पाहण्यासाठी घाईघाईने कटाक्ष टाकायच्या. हवेत कितीही गरमी असो, तो कायम काळ्या कपड्यांत असायचा आणि झाडांखाली बसून पुस्तक वाचण्याचं नाटक करायचा. त्यांच्यापैकी जी कोणी प्रथम त्याला पाहील, ती आपलं हसू दाबत म्हणायची, ''तो बघ तिथे.'' त्याने नजर वर करून त्यांना पाहण्याआधी, त्याच्या आयुष्यातल्या त्या कठोर, अलिप्त स्त्रिया जणू त्यांनी त्याला न पाहिल्यागत बागेतून चालत निघून गेलेल्या असायच्या.

''बिचारा,'' तिची आत्या म्हणाली होती. ''मी तुझ्या बरोबर असल्याने तो तुझ्याजवळ येण्याचं धाडसही करू शकत नाही; पण जर तो खरंच तितका गंभीर असेल, तर एक दिवस तो येईल आणि तुला पत्र देईल.''

त्यांच्या पुढातल्या सगळ्या अडचणी पाहून, तिने फर्मिनाला खाणाखुणांच्या भाषेत बोलायला शिकवलं होतं, जो निषिद्ध असलेल्या प्रेमातला सगळ्यात गरजेचा डावपेच होता. या अनपेक्षित, जवळपास हास्यास्पद बाळबोधपणामुळे फर्मिना डासाच्या मनात वेगळंच कुतूहल जागृत झालं; परंतु पुढचे कितीतरी महिने ते पुढे जाईल असं तिला वाटलं नाही. तिला कळलंही नाही की, तिच्या कमरणुकीच्या साधनाने कधी तिच्या मनाचा कब्जा घेतला आणि तिचं रक्त त्याला पाहण्यासाठी सळसळू लागलं. एकदा रात्री तिला अचानक जाग आली. अंधारात तिच्या पलंगापासून फुटभराच्या अंतरावर तो उभा राहून तिच्याकडे पाहत असल्याचं तिला दिसलं होतं. मग तिच्या आत्याने बांधलेले अंदाज खरंच ठरावेत यासाठी तिचं मन विरहात तळमळू लागलं आणि ती देवाकडे तशी प्रार्थना करत असे की, त्याला त्याचं पत्र देण्यासाठी धैर्य दे. जेणेकरून तिला त्यात काय आहे हे समजू शकेल.

परंतु तिच्या सगळ्या प्रार्थनांमधून फलनिष्पत्ती झाली नाही. उलटच झालं. हे घडलं तेव्हा, जेव्हा फ्लोरेंतिनो अरिसाने आपलं मन आपल्या आईकडे मोकळं केलं होतं आणि तिने ते सत्तर पानी पत्र तिला न देण्याचा सल्ला दिला होता, त्यामुळे तिला वर्षभर तरी वाट पाहावी लागली. डिसेंबरमधल्या सुट्ट्या जवळ येऊ लागल्या, तेव्हा तिच्या मनाच्या कब्जा घेतलेल्या गोष्टीचं रूपांतर आशेचा भंग होण्यात झालं आणि या तीन महिन्यांच्या सुट्टीच्या काळात बागेतून चालत जाता येणार नसल्याने, आपण त्याला कसं पाहायचं आणि त्याला आपण कशा दिसू शकू याचा ती सतत विचार करू लागली. ख्रिसमस सणाच्या आदल्या संध्याकाळीही तिच्या मनातल्या या प्रश्नांना उत्तरं मिळालेली नव्हती, तेव्हा 'मिडनाइट मास'च्या वेळी गर्दीमध्ये तो असेल, आपल्याला

पाहत असेल या चाहुलीने ती थरारून गेली आणि एक अस्वस्थता तिच्या मनात भरून राहिली. तिला तिची मान हलवता येत नव्हती. कारण, ती तिचा बाप आणि आत्या यांच्या मध्ये बसली होती आणि त्यांना तिची तगमग लक्षात येऊ नये, यासाठी तिला तिच्या भावनांवर नियंत्रण ठेवणं गरजेचं होतं; परंतु चर्चमधून बाहेर पडणाऱ्या गर्दीत तिला तो अगदी स्पष्टपणे, जवळ आलेला जाणवला. ती जेव्हा चर्चच्या मध्यभागातून जात होती आणि तेव्हा तिने एका अज्ञात शक्तीच्या ओढीने खांद्यावरून मागे पाहिलं. हातभराच्या अंतरावर तिने ते गार डोळे, गडद, राखाडी चेहरा आणि प्रेमाच्या भीतीने थरथरणारे ओठ पाहिले. स्वतःच्याच त्या औद्धत्याने, आपला तोल जाईल या भीतीने तिने आत्याचा हात धरला आणि तेव्हा आत्याला लेसच्या मोजामधूनही तिचे थंडगार पडलेले हात आणि घामाचा ओलसरपणा जाणवला. चटकन कुणाच्या लक्षातही येणार नाही अशा खुणांमधून आत्याने तिला तीही त्यात सहअपराधी असल्यागत शांत केलं. ड्रम आणि फटाक्यांच्या आवाजात, प्रवेशद्वारापाशीच्या रंगीत दिव्यांच्या प्रकाशात आणि गर्दीच्या गडबड-गोंधळात, फ्लोरेंतिनो अरिसा रात्री झोपेत चालायची सवय असलेल्या एखाद्या माणसासारखा पहाटेपर्यंत डबडबत्या डोळ्यांनी तो उत्सव पाहत भटकत राहिला. त्या रात्री देवाचा नव्हे, तर आपलाच जन्म झाला आहे असा भास त्याला होत होता.

पुढील आठवड्यात त्याच्या मनाची अस्वस्थता आणखीनच वाढली. जेव्हा उदासवाण्या मनाने, दुपारी वामकुक्षी घ्यायच्या वेळेत तो फर्मिना डासाच्या घराजवळून गेला, तेव्हा त्याला ती आणि तिची आत्या दारापाशीच्या बदामांच्या झाडाखाली बसलेल्या दिसल्या. त्याने पहिल्यांदा जेव्हा तिला शिवणकामाच्या खोलीत पाहिलं होतं, तशाच त्या मोकळ्या हवेत बसलेल्या होत्या : फर्मिना तिच्या आत्याला वाचनाचे धडे देत होती; परंतु शाळेचा गणवेश न घातलेली फर्मिना डासा वेगळी भासली. तिने अनेक घड्या असलेला ट्युनिक घातला होता, ज्या ग्रीक पद्धतीप्रमाणे तिच्या खांद्यावरून खाली पडल्या होत्या आणि तिने बागेतल्या ताज्या फुलांची माळ माळली होती, त्यामुळे ती 'मुकुट घातलेली देवता' वाटली. फ्लोरेंतिनो अरिसा अशा जागी बागेत बसून राहिला, जिथून तो त्यांना खात्रीने दिसेल आणि मग तो वाचनाचं नाटक न करता, उघडं पुस्तक घेऊन बसला आणि त्याचे डोळे मात्र भासमय कुमारिकेकडे लागलेले होते, तिने मात्र त्याच्याकडे दया म्हणूनदेखील एकदाही पाहिलं नाही.

प्रथम त्याला असं वाटलं की, बहुधा घरात दुरुस्तीचं काम सुरू असल्यामुळे, बदामाच्या झाडाखालचे ते वाचनाचे वर्ग हा सहज केलेला बदल असावा; परंतु त्यानंतर जसजसे दिवस जाऊ लागले, तसं त्याच्या लक्षात आलं की, फर्मिना डासा त्या तीन महिन्यांच्या सुटीच्या काळात दररोज दुपारी तिथेच, त्याच्या दृष्टिक्षेपाच्या परिघात असायची, त्यामुळे त्याच्या मनात आशा पल्लवित झाल्या. ती त्याला पाहते

आहे, याची कोणतीही चिन्हं त्याला दिसत नव्हती. त्याला होकार अथवा नकाराची कुठलीही खूण ओळखता येत नव्हती; परंतु तिच्या अलिप्तपणात निश्चित अशी एक चमक होती. ज्यामुळे त्याला निश्चयाने प्रयत्न करत राहण्यासाठी प्रोत्साहन मिळालं होतं. मग एकदा दुपारी, जानेवारी महिन्याच्या शेवटाला, आत्याने तिचं काम खुर्चीवर ठेवून दारापाशी पिवळी पानगळ करणाऱ्या बदामाच्या झाडाखाली तिच्या भाचीला एकटीला सोडून ती निघून गेली. ही मुद्दाम निर्माण केलेली संधी आहे हे तत्काळ समजल्याने फ्लोरेंतिनो अरिसा प्रोत्साहित झाला आणि रस्ता ओलांडून फर्मिना डासाच्या समोर जाऊन थांबला. इतक्या जवळ की, त्याला तिच्या श्वासांचा हुंकार ऐकू येऊ शकत होता आणि तिच्या केसातल्या फुलांचा गंध येत होता, जो त्यानंतर आयुष्यभर तो विसरू शकणार नव्हता. तो ताठ मानेने निश्चयपूर्वक बोलू लागला. तोच निश्चय जो पन्नास वर्षांनंतरही त्या एका कारणासाठी अगदी तसाच होता.

''मला एवढंच विचारायचं आहे की, तू माझं पत्र स्वीकारशील का?'' तो म्हणाला.

फर्मिना डासाला त्याच्याकडून असा सूर अपेक्षित नव्हता : तो तीक्ष्ण, स्पष्ट आणि नियंत्रित होता, जो त्याच्या अशक्त व्यक्तिमत्त्वाशी मिळताजुळता नव्हता. तिच्या पोशाखावरच्या भरतकामावरून किंचितही नजर न हटवता, ती उत्तरली, ''माझ्या वडिलांच्या परवानगीशिवाय मी ते स्वीकारू शकत नाही.'' त्या आवाजातल्या उबदारपणाने फ्लोरेंतिनो अरिसा थरारला, त्यातला शांततेचा स्वर तो आयुष्यभर विसरू शकणार नव्हता; परंतु स्वतःला अविचल ठेवत तो उत्तरला, ''मग घे परवानगी.'' मग त्याने याचना करून त्याच्या आज्ञेत गोडवा भरला. ''हा माझ्या जीवन-मरणाचा प्रश्न आहे,'' फर्मिना डासाने त्याच्याकडे न पाहता, भरतकाम करत राहिली; परंतु तिच्या निर्णयामुळे फट मोठी होऊन एक दार उघडलं जाणार होतं, ज्यातून अखखं जग जाऊ शकलं असतं.

''रोज दुपारी येत जा,'' ती त्याला म्हणाली. ''आणि मी जोवर माझी जागा बदलत नाही तोवर वाट बघ.''

पुढचा सोमवार येईपर्यंत तिच्या बोलण्याचा अर्थ फ्लोरेंतिनो अरिसाला समजला नाही. त्यानंतर त्या लहानशा बागेतल्या बाकड्यावर बसून त्याने तेच दृश्य फक्त एका बदलासह पाहिलं : जेव्हा एस्कोलास्तिका आत्या घरामध्ये गेली, तेव्हा फर्मिना डासा उभी राहिली आणि दुसऱ्या खुर्चीवर जाऊन बसली. आपल्या कोटाच्या खिशापाशी कॅमेलियाचं पांढरं फूल लावलेला फ्लोरेंतिनो अरिसा रस्ता ओलांडून गेला आणि तिच्यासमोर उभा राहिला. तो म्हणाला, ''माझ्या आयुष्यातला हा सगळ्यांत मोठा क्षण आहे.'' फर्मिना डासाने त्याच्याकडे डोळे वर करून पाहिलं नाही; परंतु तिने आजूबाजूला पाहिलं. तिला उष्ण, कोरड्या ऋतूतले निर्मनुष्य रस्ते दिसले आणि वारा वाळकी पानं आपल्यासोबत वाहून नेत असताना दिसला.

''मला दे,'' ती म्हणाली.

खरंतर, फ्लोरेंतिनो अरिसाला त्याने तिच्यासाठी लिहिलेली आणि खूपदा वाचल्याने तोंडपाठ झालेली सत्तर पानं द्यायची होती; परंतु नंतर त्याने सभ्य भाषेतलं आणि स्पष्ट तपशील असलेलं अर्ध्या पानाचं पत्र द्यायचा निर्णय घेतला होता. त्यात त्याने आवश्यक तेवढंच वचन दिलं होतं : त्याची एकनिष्ठता आणि कायमस्वरूपी प्रेम. त्याच्या जाकिटाच्या आतल्या कप्प्यात ठेवलेलं पत्र त्याने काढलं आणि त्या भरतकाम करणारीच्या घाबरलेल्या डोळ्यांसमोर धरलं. अजूनही त्या डोळ्यांनी वर पाहण्याचं धाडस केलं नव्हतं. तिने थरथरणाऱ्या हातातलं ते निळं पाकीट पाहिलं आणि भरतकामाची लाकडी चौकट अशा प्रकारे वर उचलली की, ते पत्र त्याला तिच्यावर ठेवता यावं. कारण, त्याची थरथरणारी बोटं दिसल्याचं ती मान्य करू शकत नव्हती. मग एक पक्षी बदामाच्या झाडावरून उडाला. त्याचं शिट बरोब्बर त्या भरतकामावर येऊन पडलं. फर्मिना डासाने ती चौकट झटकन बाजूला केली आणि काय घडलं हे त्याला समजू नये म्हणून खुर्चीमागे लपवली. तिने पहिल्यांदा त्याच्याकडे पाहिलं. तिचा चेहरा उजळला. फ्लोरेंतिनो अरिसा चेहऱ्यावर काही न दाखवता पत्र हातात धरून होता. तो म्हणाला, ''शुभशकुन!'' तिने प्रथमच हसून त्याचे आभार मानले आणि जवळपास त्याच्या हातातून ते पत्र हिसकावून घेतलं. त्याची घडी घातली आणि आपल्या पोशाखाच्या आत, छातीपाशी ठेवून दिलं. मग त्याने तिला कोटाला लावलेलं कॅमेलियाचं फूल दिलं. तिने नकार देत म्हटलं, ''हे फूल वचनबद्धतेचं प्रतीक आहे.'' मग आपली वेळ संपली आहे हे समजल्यामुळे तिने पुन्हा अलिप्तपणाचा बुरखा चढवला.

''आता जा,'' ती म्हणाली. ''आणि मी सांगेस्तोवर परत येऊ नकोस.''

फ्लोरेंतिनो अरिसाने तिला पहिल्यांदा पाहिलं हे त्याच्या आईला त्याने सांगण्याआधीच समजलं होतं. कारण, तो गप्प गप्प झाला होता आणि त्याची भूक मेली होती. तो रात्रभर पलंगावर इकडून तिकडे तिकडून इकडे तळमळत असायचा; परंतु पहिल्या पत्राला प्रत्युत्तर येण्याची वाट पाहणं सुरू झाल्यानंतर, त्याच्या मासनिक त्रासाला हागवण आणि हिरवट उलट्यांची जोड मिळाली. तो अस्ताव्यस्त झाला आणि मध्येच अचानक पांढराफटक पडण्याचे झटके त्याला येऊ लागले, त्यामुळे त्याची आई घाबरली. कारण, ही लक्षणं काही प्रेमात पडल्यावर होणाऱ्या त्रासाशी मिळतीजुळती नव्हती, तर ती विध्वंसक कॉलराच्या जवळ जाणारी होती. त्रान्झितो अरिसाचा ती प्रेयसी असल्यापासून विश्वसनीय असलेल्या, तिच्या 'गॉडफादर' होमियोपॅथिक डॉक्टरने रुग्णाची परिस्थिती पाहून प्रथम सावधतेचा इशारा दिला होता. कारण, फ्लोरेंतिनोची नाडी अशक्त होती, श्वास उथळ झाला होता आणि तो पांढरा पडला होता. ही मरणाऱ्या माणसाची लक्षणं होती; परंतु त्याने तपासणी केल्यावर ताप नसल्याचं किंवा कुठेही दुखत नसल्याचं उघड झालं. रुग्णाला केवळ

मरून जायची तीव्र इच्छा होती, त्यामुळे खुबीने प्रश्न विचारणं आवश्यक होतं, पहिल्यांदा रुग्णाला आणि नंतर त्याच्या आईला. त्यातून पुन्हा एकदा असा निष्कर्ष काढता आला की, प्रेमाची लक्षणं ही कॉलराच्या लक्षणांसारखीच असतात. त्याने त्याच्या चेतापेशी शांत व्हाव्यात म्हणून 'लिंडन ब्लॉसम'चा अर्क दिला आणि हवापालट करायला हवं असं सुचवलं. परिणामी अंतर वाढून त्याला आराम पडेल; परंतु फ्लोरेंतिनो अरिसाची मात्र एकच इच्छा होती, ज्यासाठी तो तळमळत होता : हौताम्यातला आनंद लुटणं.

त्रान्झितो अरिसा ही मुक्त केली गेलेली 'क्वाड्रून' होती म्हणजे तिच्यात एक चतुर्थांश कृष्णवर्णीय रक्त होतं. गरिबीमुळे तिला तिच्या आनंदासाठीच्या प्रेरणांची पूर्ती कधीच करता आली नव्हती आणि ती आपल्या मुलाला होत असलेला त्रास, वेदना जणू काही तिलाच होत असल्यागत त्याचा आनंद घेत होती. जेव्हा त्याची मनःस्थिती बिघडत असे तेव्हा ती त्याला अर्क प्यायला लावत असे आणि थंडी वाजू नये म्हणून ती त्याला लोकरीच्या शालीत गुंडाळून टाकत असे; परंतु त्याच वेळी ती त्याला या मानसिक व शारीरिक अशक्तपणाचा आनंद घेण्यास प्रोत्साहनही देत असे.

''जोवर तू तरुण आहेस आणि जास्तीत जास्त त्रास सहन करू शकतोस तोवर भोग भोगून घे,'' ती त्याला म्हणाली. ''कारण, या गोष्टी काही आयुष्यभर राहत नाहीत.''

अर्थातच, पोस्ट ऑफिसमध्ये मात्र हे कुणालाही मान्य होणारं नव्हतं. फ्लोरेंतिनो अरिसाचं कामावरून लक्ष उडालं होतं आणि तो एवढा दुर्लक्ष करू लागला होता की, टपाल आल्याचं घोषित करण्यासाठी लावण्यात येणाऱ्या झेंड्यांमध्ये त्याचा गोंधळ होऊ लागला होता. एका बुधवारी त्याने जर्मनीचा झेंडा फडकवला जेव्हा लेलँड कंपनीचं जहाज तिथे आलं होतं आणि त्याने लिव्हरपूलहून टपाल आणलं होतं. दुसऱ्या एका दिवशी त्याने युनायडेट स्टेट्सचा झेंडा फडकवला, तेव्हा जेनेराल ट्रान्सलँटिकचं जहाज आलं होतं आणि त्याने सेंट नायझेरवरून पत्रं आणली होती. प्रेमामुळे झालेल्या या गोंधळामुळे टपालाच्या वितरणात एवढी अनागोंदी माजली की, त्यामुळे लोकांनी भरपूर निषेध केला. फ्लोरेंतिनो अरिसाची नोकरी न जाण्यामागे एकच कारण होतं : त्याला लोतारिओ थुगुटने तारयंत्रणेसाठी तिथे ठेवून घेतलं होतं आणि त्याला तो कॅथेड्रलच्या कॉयरसाठी व्हायोलिन वाजवायला न्यायचा. त्यांच्यातली मैत्री समजून घेणं कठीण होतं. कारण, त्या दोघांची वयं भिन्न होती, कदाचित ते आजोबा आणि नातू असले असते; परंतु ते एकाच कार्यालयात काम करणारे सहकारी होते. त्याच बरोबर ते बंदराजवळच्या मद्यगृहांमध्येही जायचे. त्या मद्यगृहांमध्ये वेगवेगळ्या सामाजिक स्तरातला प्रत्येक जण रोज संध्याकाळी जायचा. या मद्यपींमध्ये जसे भिकारी असायचे, तसेच 'सोशल क्लब'मधल्या मेजवान्यांमधून

पळून आलेले सभ्य लोकही असायचे. ते तिथे तळलेले मासे आणि नारळ घातलेला भात खायला यायचे. पोस्ट ऑफिसातली शेवटची पाळी झाल्यावर लोतारिओ थुगुट तिथे नेहमी जायचा. तो जमैकन मद्य पीत पहाटेपर्यंत अँटेलियन खलाश्यांमधल्या वेड्या लोकांच्या चमूसोबत ॲकॉर्डियन वाजवत बसायचा. जाडगेला, रुंद असलेल्या त्याची दाढी सोनेरी रंगाची होती आणि जेव्हा तो रात्री बाहेर पडायचा, तेव्हा लिबर्टी कॅप घालायचा. त्याने जर का गळ्यात घंटांची माळ घातली असती, तर तो अगदी सेंट निकोलससारखा दिसला असता. आठवड्यातून एकदा तरी तो त्याची संध्याकाळ 'नाइट बर्ड' अर्थात 'छोट्या रातपक्ष्यां'सोबत घालवायचा. नाइट बर्ड हे नाव त्याने ठेवलं होतं. हे पक्षी खलाश्यांसाठी बांधलेल्या एका तात्पुरत्या विश्रामस्थळी ज्यांना तत्काळ प्रेम हवं आहे, त्यांच्या गरजा भागवायचे. फ्लोरेंतिनो अरिसाला पहिल्यांदा भेटल्यानंतर थुगुटने आनंदाने प्रथम काय केलं असेल, तर त्याच्या या स्वर्गातल्या रहस्यांशी त्याची ओळख करून दिली. सर्वोत्तम वाटलेल्या रातपक्ष्यांची त्याने स्वतः निवड केली, त्यांच्याशी मोबदल्याची चर्चा करून त्यांना स्वतःहून आगाऊ रक्कमही देऊ केली होती; परंतु फ्लोरेंतिनो अरिसाने त्याचा स्वीकार केला नाही : त्याचं कौमार्य अनाघ्रात होतं आणि त्याने तो प्रेमात पडेपर्यंत ते अनाघ्रात ठेवण्याचा निर्णय घेतला होता.

ते विश्रामस्थळ म्हणजे आधी वासाहतिक काळात चांगले दिवस पाहिलेला महाल होता आणि तिथल्या संगमरवर लावलेल्या मोठाल्या खोल्या प्लॅस्टरबोर्ड लावून विभागल्या होत्या. त्या बोर्डाला भोकंही होती, ज्यातून आतलं पाहता येत असे, त्यामुळे या खोल्या जशा 'कार्यक्रम' करण्यासाठी भाड्याने दिल्या जायच्या, तशाच त्या कार्यक्रम पाहण्यासाठीही होत्या. या ठिकाणाविषयीच्या अनेक कथा प्रचलित होत्या : जास्तच आगाऊपणा करणाऱ्यांचे डोळे विणकामाच्या सुयांनी फोडले गेले होते, एका माणसाला तो त्याच्या बायकोवरच नजर ठेवतो आहे हे लक्षात आलं होतं, उच्चकुलीन सभ्य पुरुष वेश्येचा पोशाख करून यायचे, जेणेकरून रजेवर आलेल्या कोणत्या खलाश्याबरोबर आपण होतो हे विसरता येईल, अशी अनेक उदाहरणं. बघणारे आणि करणारे यांच्या इतक्या चमत्कारिक कथा ऐकल्यावर तिथल्या खोलीत जाण्याच्या निव्वळ कल्पनेनेही फ्लोरेंतिनो अरिसाचा थरकाप झाला, त्यामुळे असं करणं आणि बघणं हे युरोपीय राजकुमारांना साजेसं वागणं आहे, हे थुगुट फ्लोरेंतिनो अरिसाला पटवून देऊ शकला नाही.

त्याच्या जाडगेल्या देहयष्टीमुळे जरी तसं वाटत नसलं, तरी लोतारिओ थुगुटचं गुप्तांग पंख असलेल्या देवदूतांच्या गुप्तांगासारखं गुलाबाच्या कळीसारखं होतं; परंतु तो एक सुदैवी दोष होता. कारण सर्वांत बदनाम रातपक्षी, त्याच्यासोबत कुणाला शय्यासोबत करायला मिळणार याबाबत वाद घालायचे आणि मग ते जणू गळे चिरल्यागत चिरकायचे, महालातल्या खांबाना थरथरवायचे आणि भुतांना भीतीने

थरकापवायचे. त्या म्हणायच्या की, तो सापाच्या विषापासून तयार केलेलं तेल वापरतो ज्यामुळे बायका पेटून उठतात; परंतु तो शपथेवर सांगायचा की, त्याला देवाने दिलेल्या 'साधना'शिवाय त्याच्याकडे इतर काहीही नाही. तो गडगडाटी हास्य करत म्हणायचा, ''ते विशुद्ध प्रेम आहे.'' फ्लोरेंतिनो अरिसाला बहुधा तो बरोबर होता हे कळायला कितीतरी वर्षं जावी लागली. त्याच्या भावनिक शिक्षणाच्या पुढच्या, अधिक विकसित टप्प्यावर अखेरीस त्याला पटलं, तो एका अशा पुरुषाला भेटला, जो तीन बायकांना वापरत होता आणि जणू एखाद्या राजासारखं आयुष्य जगला. त्या तिघी जणी त्यांचं खातं पहाटे पाहायच्या. त्यांना झालेला नफा कमी असल्यामुळे त्या त्याच्या पाया पडायच्या आणि तो त्यांच्यापैकी जिला सगळ्यात जास्त नफा व्हायचा, तिच्यासोबत शय्यासोबत करून तेवढीच काय ती कृपादृष्टी त्यांना हवी असायची. फ्लोरेंतिनो अरिसाला वाटलं की, केवळ दहशतच एवढी अवहेलना निर्माण करू शकते; परंतु त्या तिघी मुलींपैकी एकीने त्याला अंतर्विरोधी सत्य सांगून आश्चर्याचा धक्का दिला होता.

''या अशा गोष्टी,'' ती म्हणाली, ''त्या तुम्ही केवळ प्रेमाखातर करता.''

व्याभिचारी म्हणून असलेले त्याचे गुण तेवढे नव्हते, जेवढे भुरळ घालणारे होते, त्यामुळे लोतारिओ थुगुट हा त्या विश्रामस्थळाच्या सन्माननीय ग्राहकांपैकी एक ग्राहक झाला होता. फ्लोरेंतिनो अरिसादेखील शांत आणि सभ्य असल्याने, त्यालाही त्या स्थळाच्या मालकाकडून आदर प्राप्त झाला होता. त्याच्या आयुष्यातल्या सगळ्यात वेदनादायी कठीणतम काळात त्याने तिथल्या लहानशा खोलीमध्ये स्वतःला बंदिस्त करून घेतलं. त्या श्वास घुसमटवणाऱ्या खोलीत तो कविता आणि रडवणाऱ्या हळव्या प्रेमकथांच्या मालिका वाचायचा. तो त्याच्याच तंद्रीत असताना बाल्कन्यांमधल्या काळ्या पाकोळ्यांची घरटी, चुंबनांचे आवाज आणि तो वामकुक्षी घेताना होणारी पंखांची फडफड हे सगळं सोडून देत असे. संध्याकाळी जेव्हा हवा थंड पडत असे, तेव्हा आपल्या प्रेमपात्राला रात्रीसाठी मनवायला आलेल्या पुरुषांचे संवाद ऐकावे लागत. परिणामी फ्लोरेंतिनो अरिसाने बेइमानी केलेल्यांचे कितीतरी संवाद ऐकले होते आणि काही वेळेस सरकारी पातळीवरची गुपितंदेखील. कारण, तिकडे येणाऱ्या ग्राहकांत स्थानिक अधिकारीही असल्यामुळे ते जेव्हा त्यांच्या प्रेमपात्रांकडे आपलं मन मोकळं करत, तेव्हा ते शेजारी खेटून असलेल्या खोल्यांमधल्या इतर कुणाच्या तरी कानांवर पडेल याची काळजीही घेत नसत. याच प्रकारातून त्याला समुद्राच्या तळाशी सोतावेन्तो आर्किपलागोच्या उत्तरेला बुडालेल्या स्पॅनिश जहाजाबद्दल समजलं होतं. अठराव्या शतकात हे जहाज पन्नास हजार कोटी पेसोपेक्षा जास्त किमतीचं शुद्ध सोनं आणि मौलिक खडे-रत्नं घेऊन बुडालं होतं. जहाजाच्या या दंतकथेमुळे तो पहिल्यांदा चकित झाला खरा; परंतु पुढचे काही महिने त्याने त्याचा फार विचार केला नव्हता. त्याचं प्रेम पुनर्जागृत

झाल्यावर, तो बुडालेला खजिना मिळवण्याची प्रखर इच्छा त्याच्या मनात दाटून आली, त्यामुळे फर्मिना डासावर त्याला सोन्याचा वर्षाव करता आला असता.

काही वर्षांनंतर, काव्याच्या परीसस्पर्शाने त्या कुमारिकेला आपण कल्पनेत कसं रंगवलं होतं हे त्याने आठवायचा प्रयत्न केला, तेव्हा त्या काळातल्या उदास, दुःखी संधिप्रकाशापासून तो तिला वेगळं करू शकला नव्हता. जेव्हा तो त्याने पाठवलेल्या पहिल्या पत्राच्या उत्तराच्या विरहात तळमळायचा, तेव्हा त्याने तिची प्रतिमा लुकलुकणाऱ्या दुपारी बदामाच्या झाडांच्या बहराच्या वर्षावातच पाहिली होती, जिथे वर्षातला कोणताही ऋतू सुरू असला, तरी महिना एप्रिलचाच जणू असायचा. लोतारिओ थुगुटच्या कॉयरमध्ये व्हायोलिन वादन करण्यात रस असण्यामागचं एकमेव कारण म्हणजे तिथून मिळणारी सोयीची जागा. तिथून स्तोत्र म्हणताना, झुलुकांमुळे तिचा फडफडणारा ट्यूनिक त्याला पाहता यायचा; परंतु या सुखातही त्याच्या बिघडलेल्या मानसिक स्थितीने विरजण टाकलं. कारण, त्याच्या मनाची स्थिती पाहता, ते गूढगर्भ संगीत त्याला निरुद्रपी वाटलं. त्याने ते प्रेमाच्या वॉल्ट्झने अधिक उत्साहदायी करायचा प्रयत्न केला, त्यामुळे लोतारिओ थुगुटला त्याला 'कॉयर सोडून जा' असं सांगणं भाग पडलं. याच काळात फर्मिना डासाची चव समजून घेण्यासाठी त्रान्झितो अरिसाने अंगणातल्या कुंड्यात लावलेल्या फुलझाडांची फुलं खाण्याच्या तीव्र इच्छेला तो शरण गेला. याच काळात, त्याला त्याच्या आईच्या एका जुन्या ट्रंकेत हॅम्बर्ग-अमेरिकन लाइनकडून जकात चुकवून विकत आणलेली कलोनची एक लीटरची बाटली सापडली होती आणि त्याच्या प्रेयसीची चव समजून घेण्यासाठी ती बाटली तोंडाला लावून पाहण्यापासून तो स्वतःला परावृत्त करू शकला नव्हता. पहाट होईस्तोवर त्या बाटलीतलं द्रव तो पीत राहिला आणि फर्मिना डासाच्या नावाने तो मद्यपी झाला. त्याचा घसा खरवडला जाईस्तोवर पीत राहिला. पहिल्यांदा तो बंदराजवळच्या विश्रमास्थळामध्ये होता आणि नंतर तो जेट्टीवरून समुद्र पाहत राहिला, तेव्हा तिथे त्याला आश्रयस्थान नसलेल्या ठिकाणी प्रेमिक प्रेमात आकंठ बुडालेले दिसले. शेवटी तो तिथे बेशुद्ध होऊन पडला. त्रान्झितो अरिसाने त्याची सकाळी सहा वाजेपर्यंत वाट पाहिली. भीतीने ती गलितगात्र झाली होती. तिने त्याला असंभवनीय अशा लपायच्या ठिकाणी शोधलं; परंतु थोड्याच वेळात, दुपारच्या सुमाराला तो खाडीपासच्या सुरक्षित किनारी तिला सापडला, जिथे पाण्यात बुडालेली प्रेतं वाहत येत. तो सुगंधित उलटीच्या थारोळ्यात पडलेला होता.

त्या दुखवण्यातून सावरतानाच्या काळाचा फायदा घेऊन त्याच्या आईने त्याच्या कृतिशील नसण्याबद्दल नाराजी व्यक्त केली. कारण, तो केवळ तिच्या पत्रोत्तराची वाट पाहत होता. तिने त्याला आठवण करून दिली की, प्रेमाच्या राज्यामध्ये कमकुवत कधीही प्रवेश करू शकत नाही. हे राज्य फार कठोर आणि अनुदार असतं

आणि त्यामुळे आयुष्याला सामोरं जाताना आवश्यक असलेली सुरक्षितता देणाऱ्या दृढनिश्चयी पुरुषांनाच बायका आपला स्व हवाली करतात असंही तिने सांगितलं. फ्लोरेंतिनोने त्यातून धडा घेतला, बहुधा चांगलाच. जेव्हा तिने त्याला तिच्या शिवणकामाच्या दुकानातून काळा सूट आणि कडक फेल्ट हॅट, त्याचा काव्यात्मक बो टाय आणि सेल्युलाइड कॉलर असा पोशाख करून बाहेर पडताना पाहिलं, तेव्हा तिने त्याला विनोद केल्यागत विचारलं की, दफनविधीला जातो आहेस की काय. उत्तर देताना त्याचे कान गरम झाले, तो म्हणाला, "जवळपास त्यासाठीच जातो आहे.'' त्रान्झितो अरिसाला त्याचा अभिमान वाटला, तो आई म्हणून नव्हता, तर ऐहिक होता. तिच्या लक्षात आलं की, भीतीमुळे तो धड श्वासही घेऊ शकत नव्हता; परंतु त्याचा निश्चय मात्र अजिंक्य होता. तिने त्याला अखेरच्या सूचना दिल्या आणि आपले आशीर्वाद दिले आणि ती योग्य असं हसली. विजयोत्सव साजरा करण्यासाठी तिने त्याला आणखी एक कलोनची बाटली देण्याचं वचन दिलं.

एक महिन्यापूर्वी त्याने फर्मिना डासाला पत्र दिलं होतं आणि तेव्हापासून जवळपास रोज त्याने तिला दिलेलं त्या लहान बागेत न येण्याचं वचन मोडलं होतं; परंतु तिला दिसणार नाही याची काळजी तो घ्यायचा. काहीही बदललं नव्हतं. झाडाखाली चालणारा वाचनाचा पाठ दुपारी दोनच्या सुमारास संपायचा, तेव्हा शहर वामकुक्षी संपवून जागं होत असायचं. मग फर्मिना डासा तिच्या आत्यासोबत हवेत गारवा होईपर्यंत भरतकाम करत बसायची. फ्लोरेंतिनो अरिसा तिची आत्या घरात जाण्याची वाट पाहत बसला नाही आणि त्याने एखाद्या योद्ध्याप्रमाणे ढांगा टाकत रस्ता ओलांडला, त्यामुळे त्याला त्याच्या लटपटणाऱ्या गुडघ्यांवर मात करता आली. तो तिच्याशी नव्हे, तर तिच्या आत्याशी बोलला.

"कृपया, या तरुणीसह काही क्षण घालवण्यासाठी तुम्ही मला एकटं सोडाल का?'' तो म्हणाला. "मला तिला काहीतरी महत्त्वाचं सांगायचं आहे.''

"केवढा हा उद्धटपणा!'' तिची आत्या त्याला म्हणाली. "तिची अशी एकही गोष्ट नाही की, जी मी ऐकू शकत नाही.''

"तसं असेल तर मग मी तिला काहीही सांगणार नाही,'' तो म्हणाला. "पण त्यानंतर होणाऱ्या परिणामांना तुम्ही जबाबदार असाल, सांगून ठेवतो.''

आदर्श प्रियकराकडून अशा प्रकारच्या वर्तनाची अपेक्षा एस्कोलास्तिका डासाला नव्हती; परंतु त्याच्या बोलण्याने सावध होऊन ती उठून उभी राहिली. कारण, पहिल्यांदाच तो पवित्र आत्म्याने दिलेल्या प्रेरणेतून बोलतो आहे, अशी तीव्र जाणीव तिला झाली, त्यामुळे ती घरात गेली आणि त्या दोन तरुणांना तिने दाराजवळच्या बदामांच्या झाडाखाली एकटं सोडलं.

प्रत्यक्षात, त्या अबोल, आपल्याशी संबंध जोडू पाहणाऱ्या पुरुषाबद्दल फर्मिना डासाला फार काही माहिती नव्हती. तो तिच्या आयुष्यात हिवाळ्यात येणाऱ्या

स्थलांतरित पाकोळीसारखा आला होता आणि जर त्याची त्या पत्राच्या खाली सही नसती, तर तिला त्याचं नावही समजलं नसतं. तिला हे माहीत झालं होतं की, तो कुमारी मातेला झालेला, वडील नसलेला मुलगा आहे. त्याची आई कष्टाळू आणि गंभीर प्रवृत्तीची असली, तरी तारुण्यात झालेल्या एका चुकीचा गडद ठसा तिच्या मनावर उमटलेला आहे. तिला हेदेखील माहीत झालं होतं की, तिला वाटत होतं त्याप्रमाणे तो काही संदेश पोहोचवणारा पोऱ्या नसून, प्रशिक्षित साहाय्यक आहे आणि त्यात त्याचं भविष्यही उज्ज्वल आहे. तिला असंही वाटलं होतं की, तिला पाहण्यासाठी तो तिच्या वडिलांना तार देण्यासाठी आला होता. त्या कल्पनेने ती काहीशी हेलावून गेली. तो कॉयरमधला एक वादक आहे हेही तिला माहीत झालं होतं आणि जरी मासमध्ये त्याला पाहण्यासाठी तिने एकदाही नजर वर केलेली नसली, तरी एका रविवारी उघड झालं होतं की, इतर सगळ्या वाद्यांचं वादन तिथे उपस्थित असलेल्यांसाठी होत होतं आणि फक्त एका व्हायोलिनचं वादन मात्र तिच्यासाठी होतं. तिने निवडला असता असा तो पुरुष नव्हता. त्याचा बेवारशी पोरांचा असतो तसा चश्मा, कारकुनाचा पोशाख, त्याची गूढता यांमुळे तिच्या मनात त्याच्याबद्दल निःसंशय कुतूहल जागृत झालं होतं; परंतु तिने कधीही अशी कल्पना केली नव्हती की, ते कुतूहल म्हणजे प्रेमाच्या अनेक मुखवट्यांपैकी एक आहे.

तिने त्याचं पत्र का स्वीकारलं, याचं स्पष्टीकरण तिला स्वतःलाही देता आलं नसतं. तिला त्याबद्दल पश्चात्ताप वाटत नसला, तरी त्या पत्राला उत्तर देण्यासाठी सतत वाढत जाणाऱ्या दडपणामुळे तिचं आयुष्य गुंतागुंतीचं झालं. तिला तिच्या बापाचा प्रत्येक शब्द, त्याचा साधा कटाक्ष, त्याचे हावभाव सगळं जणू काही तिचं रहस्य उघड करण्यासाठी रचलेले सापळे वाटत होते. ती एवढी सावध झाली होती की, चुकूनमाकून एखादा शब्द तोंडून निघाला तर सापडेल या भीतीने ती टेबलापाशी एकत्र बसलेले असताना बोलणंदेखील टाळत होती आणि ती तिच्या आत्याशीही चकवाचकवी करू लागली होती. आत्याला मात्र तिचे घोर जणू आपलेच आहेत असं वाटत होतं. विचित्र वेळांना पत्र पुन्हा वाचण्यासाठी ती स्वतःला न्हाणीघरात कोंडून घ्यायची. ती त्याच्या अठ्ठावन्न शब्द आणि तीनशे चौदा अक्षरांमध्ये काही जादू, काही रहस्यमय संकेत आहेत का हे शोधायचा प्रयत्न करायची. ते शब्द जे सांगत होते, त्यापेक्षा अधिक काहीतरी सांगतील अशी तिला आशा होती; परंतु तिला पहिल्या वाचनातून जे समजलं होतं, तेच तिला पुन्हा वाचन केल्यावर समजायचं. पत्र मिळाल्यावर ती पहिल्यांदा धावत न्हाणीघरात गेली होती आणि स्वतःला कोंडून घेतलं होतं, तिचं हृदय धडधडत होतं, अस्वस्थ करणारं, मोठं पत्र असेल या आशेने तिने घाईघाईने पाकीट फाडलं होतं; परंतु त्यातून केवळ एक चिठ्ठी निघाली होती, जी गंधाळलेली होती. त्यातल्या निश्चयी सुराने ती घाबरून गेली होती.

प्रथम, आपण त्या पत्राला उत्तर लिहायला हवं याचा तिने गंभीरपणे विचारही केला नव्हता; परंतु ते पत्र एवढं सुस्पष्ट होतं की, त्याला टाळणं अशक्य होतं. दरम्यान, शंकांच्या वादळात अडकलेली असताना, आपण फ्लोरेंतिनो अरिसाचा वारंवार विचार करू लागलो आहे आणि त्याच्यात जास्त रस घेऊ लागली आहे हे समजल्यामुळे ती आश्चर्याने थक्क झाली. एवढंच नाही, तर ती स्वतःलाच रागारागात विचारायची की, नेहमीच्या वेळेला तो त्या लहान बागेत का बरं येत नाही. तिला हेही आठवायचं नाही की, पत्राला उत्तर देण्याची तयारी करण्याच्या काळात 'मी तुला सांगेपर्यंत येऊ नकोस' असं तिनेच त्याला बजावलं होतं आणि अशा प्रकारे, तिने याआधी कुणाचाही केला नव्हता, तसा ती त्याचा विचार करू लागली होती; जिथे तो नसायचा तिथे तो आहे असं तिला वाटू लागलं, तो जिथे असू शकला नसता, तिथे तो हवा आहे असं तिला वाटू लागलं. अचानक ती दचकून उठू लागली. झोपलेली असताना तो तिच्याकडे अंधारातून पाहतो आहे असं तिला जाणवायचं, त्यामुळे जेव्हा त्या दुपारी तो पिवळ्या पानांवर दमदार पावलं टाकत लहान बागेतून चालत तिच्या समोर आला, तेव्हा तिला असंच वाटलं की, हादेखील तिच्या मनाचा खेळ आहे; परंतु जेव्हा त्याने अधिकारवाणीने तिच्याकडे पत्रोत्तराची मागणी केली – जे बोलणं त्याच्या एरवीच्या शैथिल्यापेक्षा वेगळं होतं – तेव्हा तिने तिच्या भीतीवर मात करायचा प्रयत्न केला आणि सत्याचा आधार घेत टाळाटाळ करायचा प्रयत्न केला : तिला त्याला कसं उत्तर द्यायचं हे समजत नव्हतं; परंतु अशी उडवाउडवीची कारणं देऊन फ्लोरेंतिनो अरिसाला घालवून देणं शक्य नव्हतं. तो सहजी जाणार नव्हता.

''जर एखाद्याने पत्र स्वीकारलं,'' तो तिला म्हणाला, ''तर त्याला उत्तर न देणं हे सौजन्याला धरून नसतं.''

भुलभुलैयाचा हा शेवट होता. फर्मिना डासाने स्वतःवर ताबा मिळवला, उशीर झाल्याबद्दल क्षमा मागितली आणि प्रामाणिकपणे शब्द दिला की, सुट्टी संपण्याआधी ती उत्तर देईल आणि तसंच झालं. फेब्रुवारी महिन्यातल्या शेवटच्या शुक्रवारी, शाळा सुरू होण्याच्या तीन दिवस आधी, आत्या एस्कोलास्तिका पोस्ट ऑफिसमध्ये गेली. तिने पीएद्रास दे मोलरला तार पाठवायला किती खर्च येईल, असं विचारलं. जिथे तारसेवा पुरवली जायची, त्या गावांच्या यादीत या गावाचं नावही नव्हतं आणि तिने मुद्दाम फ्लोरेंतिनो अरिसाने तिला उत्तर द्यावं यासाठी त्याच्याकडे पाहिलं, जणू काही तिने याआधी त्याला कधी पाहिलं नव्हतं. ती तिथून निघाली तेव्हा तिने तिची चामड्याचं वेष्टन असलेली स्तोत्रांची वही, त्याच्या काउंटवर मुद्दाम विसरल्यासारखी ठेवली. आनंदाने वेडा झालेल्या फ्लोरेंतिनो अरिसाने उरलेली ती सगळी दुपार गुलाबांच्या पाकळ्या खाण्यात आणि त्या चिठ्ठीतलं अक्षर न् अक्षर वाचून काढण्यात, पुन्हा पुन्हा वाचण्यात व्यतीत केली आणि जितक्यांदा त्याने ती

चिठ्ठी वाचली, तितक्यांदा त्याने फुलं खाल्ली. मध्यरात्रीपर्यंत त्याने ते पत्र इतक्यांदा वाचलं होतं आणि एवढे गुलाब संपवले होते की, त्याच्या आईला त्याचं डोकं धरून ठेवावं लागलं, जणू काही तो वासरू असावा आणि तिने त्याला एरंडेलाचं तेल जबरदस्तीने पाजलं.

त्या वर्षी ते विध्वंसक प्रेमात पडले. दोघंही एकमेकांचा विचार करण्यापासून, एकमेकांची स्वप्न पाहण्यापासून स्वतःला परावृत्त करू शकत नव्हते आणि ते ज्या अधीरपणे एकमेकांच्या पत्रांची वाट पाहायचे, त्याच अधीरपणे ते एकमेकांना पत्रोत्तरंही लिहायचे. त्या वसंत ऋतूमध्ये किंवा त्यापुढच्या वर्षीदेखील, त्यांना एकमेकांशी प्रत्यक्षात बोलायची संधी मिळाली नव्हती. एवढंच नाही, तर त्यांनी पहिल्यांदा एकमेकांना पाहून झाल्यावर, नंतर पन्नास वर्षांनंतर त्याने आपला दृढनिश्चय तिला पुन्हा सांगेपर्यंत, त्यांना एकांतात भेटण्याची किंवा प्रेमाबद्दल चार गोष्टी बोलण्याची संधी प्राप्त झाली नव्हती; परंतु पहिल्या तीन महिन्यांच्या कालावधीत असा एकही दिवस गेला नाही की, ज्या दिवशी त्यांनी एकमेकांना पत्रं लिहिली नाहीत. काही वेळा तर ते दिवसातून दोनदा पत्र लिहीत; परंतु या उत्कट धगीला पाहून एस्कोलास्तिका आत्या घाबरून गेली. कारण, तिनेच ती आग लावण्यात हातभार लावला होता.

आत्याने पोस्ट ऑफिसात पहिल्यांदा पत्र नेऊन देण्याचं काम करून जणू आपल्या नशिबाच्या विरोधात सूड घेतला होता. त्यानंतर तिने जवळपास दररोज संदेशांची देवाणघेवाण करण्यास अनुमती दिली, जी रस्त्यावरची एखादी साधाशी भेट भासायची; परंतु तिने त्यांना बोलण्याची परवानगी दिली नाही, मग ते बोलणं साधंसं आणि चटकन संपणारं असलं तरी. तिच्यात तेवढी हिंमत नव्हती. तरुण मुली त्या वयात ज्या कपोलकल्पनांना बळी पडतात, तशी आपली भाची बळी पडलेली नव्हती, तर तिने आपलं आयुष्य प्रेमाच्या होमकुंडात समर्पित केलं होतं, हे आत्याला तीन महिन्यांनंतर समजलं. खरंतर, एस्कोलास्तिका डासा आधारासाठी तिच्या भावाच्या दयाळूपणावर अवलंबून होती, तिच्याकडे जगण्यासाठी इतर कुठलंही साधन नव्हतं आणि त्याचा जुलमी स्वभाव अशा प्रकारचा विश्वासघात कधीही माफ करणार नाही, हेही तिला माहीत होतं; परंतु जेव्हा अंतिम निर्णय घेण्याची वेळ आली, तेव्हा कधीही भरपाई न होणाऱ्या ज्या दुःखाला तिला सामोरं जावं लागलं होतं, ते दुःख आपल्या भाचीच्या वाट्याला येऊ नये असं तिला वाटलं. तरुण असल्यापासून त्या दुःखाला आत्याने जोपासलं होतं, त्यामुळे तिने आपल्या भाचीला एक क्लृप्ती वापरण्याची परवानगी दिली. ज्यामुळे ती निरपराध असल्याचा भास निर्माण होईल. क्लृप्ती साधी होती : ॲकॅडमीतून घरी जाण्याच्या नेहमीच्या रस्त्यावर फर्मिना डासा तिचं पत्र एकाच जागी ठेवायची आणि त्या पत्रात ती फ्लोरेंतिनो अरिसाला त्याने पत्रोत्तर कुठे ठेवणं अपेक्षित आहे हे सुचवायची.

फ्लोरेंतिनो अरिसादेखील तसंच करायचा. अशा प्रकारे, वर्षभराचा काळात, एस्कोलास्तिका आत्याच्या सदसद्विविवेकात चाललेला संघर्ष चर्चच्या बाप्टिस्टरीज, झाडांच्या ढोल्या आणि पडझड झालेल्या वासाहतिक किल्ल्यांच्या अवशेषांमधल्या सांदीसपाट्या अशा विविध ठिकाणी हस्तांतरित होत राहिला. कधी कधी त्यांची पत्रं पावसात भिजून जात, कधी मातीने माखून जात, कधी फाटून जात आणि काही तर इतर काही कारणांमुळे हरवून जात; परंतु ते एकमेकांच्या संपर्कात राहण्याचा मार्ग शोधून काढण्यात नेहमी यशस्वी होत.

फ्लोरेंतिनो अरिसा रोज रात्री पत्र लिहीत असे. शिवणकामाच्या दुकानात बसून पाम तेलाच्या कंदिलाच्या प्रकाशात एकामागोमाग एक पत्र लिहिताना, आपण त्या धुरामुळे गुदरमरून जाऊ याचीही फिकीर त्याला नसे आणि 'पॉप्युलर लायब्ररी'त असणाऱ्या त्याच्या आवडत्या कवींच्या शैलीचं – तेव्हाही त्यांचे ऐंशी खंड तिथे होते – तो जितकं अनुकरण करायला जात असे, तितकी त्याची पत्रं अघळपघळ आणि वेडाने पछाडलेल्या माणसाने लिहिल्यासारखी होत असत. या वेदनादायी काळाचा आनंद घेण्यास सांगणाऱ्या त्याच्या आईला त्याच्या तब्येतीची काळजी वाटू लागली. "तू तुझ्या डोक्याला किती थकवशील रे," कोंबडे आरवण्याचा आवाज झाला की, ती निजायच्या खोलीतून त्याला ओरडून विचारायची. "कुठलीही बाई इतकी मोलाची नसते." तिने त्याआधी इतर कुणालाही इतक्या निरंकुश उत्कटतेच्या अवस्थेत पाहिलेलं नव्हतं; परंतु तो तिच्याकडे लक्ष देत नसे. कधी कधी तो न झोपताच पोस्ट ऑफिसला जात असे. त्याचे केस विस्कटलेले, अस्ताव्यस्त असत. शाळेतून घरी जाताना फर्मिना डासाला मिळावं म्हणून तो त्यांच्या ठरलेल्या पत्र लपवण्याच्या जागी पत्र ठेवून आलेला असे. दुसरीकडे, तिच्या बापाची तिच्यावर चौकस नजर असल्यामुळे आणि ॲकॅडमीतल्या नन्स तिच्यावर चोरून पाळत ठेवत असल्यामुळे तिला जेमतेम वहीचं अर्धंएक पान पत्र लिहायची सवड मिळत असे. तेही केव्हा, जेव्हा ती न्हाणीघरात स्वतःला कोंडून घेत असे तेव्हा किंवा वर्गात टिपणं घेण्याचं खोटं नाटक करत असे तेव्हा; परंतु तिच्याकडे असलेल्या मर्यादित वेळामुळे किंवा पकडले जाण्याचा भीतीमुळे ती तसं करायची असं नव्हतं, तर एकुणात तिचा स्वभावच तसा होता. ती पत्रांत भावनिक फसवे चकवे टाकणं टाळायची आणि खलाशी जहाजाच्या नोंदवहीत ज्या उपयुक्ततावादी शैलीत नोंदी करतात, तशी तिने दैनंदिन आयुष्यातल्या घडामोडी पत्रात नोंदवण्यावर स्वतःला सीमित करून घेतलं होतं. खरंतर, तिची पत्र लक्ष दुसरीकडे वळवणारी होती, आगीत हात न घालता निखारे धुमसते ठेवणारी. दुसरीकडे, फ्लोरेंतिनो अरिसा प्रत्येक ओळ लिहिताना स्वतःला जाळून घेत होता. आपल्या वेडाचा तिलाही संसर्ग व्हावा यासाठी अधीर होत होता. कॅमेलियाच्या पाकळ्यांवर पिनेच्या टोकाने कोरलेली कवितांची लहान-लहान कडवी तो तिला पाठवायचा. तिने नव्हे, तर त्याने, तिला त्याच्या केसांची

बट पत्रात गुंडाळून पाठवली होती. त्याच्यात तेवढी हिंमत होती; परंतु बराच काळ थांबूनही त्याला त्याचा प्रतिसाद कधीही मिळाला नव्हता. तो म्हणजे फर्मिना डासाच्या वेणीचा पेड. सरतेशेवटी त्याने तिला एक पाऊल पुढे टाकायला लावलं, तेव्हापासून तिने त्याला शब्दकोशात ठेवलेली जाळी पडलेली पानं, फुलपाखरांचे पंख, पक्ष्यांची पिसं पाठवायला सुरुवात केली आणि त्याच्या वाढदिवसाला तिने त्याला सेंट पीटर्स क्लेविएर्सच्या हॅबिटचा - झग्याचा एक चौरस सेंटीमीटरचा तुकडा भेट दिला. त्या काळात तो गुप्तपणे विकला जात असे, ज्याची किंमत एका शाळकरी मुलीच्या आवाक्याबाहेरची होती. एका रात्री, कोणतीही सूचना न देता, फर्मिना डासा दचकून उठली : व्हायोलिनवर कुणीतरी प्रेमगीत वाजवत होतं आणि पुन्हा पुन्हा तेच वॉल्ट्झ वाजवलं जात होतं. जेव्हा तिला लक्षात आलं की, त्या गीतातला प्रत्येक सूर हा तिने दिलेल्या हर्बेरियनच्या पाकळ्यांसाठी, गणिताच्या वर्गात पत्र लिहिण्याकरता चोरलेल्या क्षणांसाठी, विज्ञानाच्या परीक्षेचा विचार करण्याऐवजी, ती त्याचा विचार करतेय हे समजल्यावर वाटलेल्या भीतीसाठी - या सगळ्यासाठी आभार मानण्याकरता आहे, तेव्हा तिचा थरकाप उडाला; परंतु फ्लोरेंतिनो अशी अविचारी कृती करेल, यावर विश्वास ठेवण्याची हिंमत तिला झाली नाही.

दुसऱ्या दिवशी न्याहारीच्या वेळेस, लॉरेंझो डासाला उत्सुकता लपवून ठेवता आली नाही. कारण सेरेनेड्झ - प्रेमगीताच्या परिभाषेत एकच तुकडा वाजवण्यामागचा अर्थ काय हे त्याला माहीत नव्हतं आणि दुसरं म्हणजे त्याने कितीही लक्षपूर्वक ऐकलं तरी त्याला ते गीत कोणत्या घरासाठी वाजवलं जात होतं हे समजलं नव्हतं. एस्कोलास्तिका आत्या शांतपणे म्हणाली की, तिने तिच्या निजायच्या खोलीतून त्या एकलवादन करणाऱ्या व्हायोलिनवादकाला पाहिलं होतं, तो बागेच्या पलीकडच्या बाजूला होता आणि ती म्हणाली की, काही झालं तरी एकच तुकडा पुन्हा पुन्हा वाजवणं याचा अर्थ नातं तुटणं, प्रेमभंग होय. आत्याच्या बिनधास्त बोलण्याने फर्मिना डासा अचंबित झाली. त्या दिवशीच्या पत्रामध्ये फ्लोरेंतिनो अरिसाने सांगितलं की, प्रेमगीताचं वादन तोच करत होता, जे त्याने वॉल्ट्झवर रचलं होतं आणि त्या रचनेला त्याने त्याच्या मनातलं फर्मिना डासाचं नाव दिलं होतं : 'मुकुट घातलेली देवता.' त्याने त्यानंतर बागेत वादन केलं नाही; परंतु पौर्णिमेच्या दिवशी चांदण्यात निवडक ठिकाणी तो वादन करायचा, ज्यामुळे तिला ते न घाबरता निःसंकोचपणे निजायच्या खोलीतून ऐकता येऊ शकायचं. त्याची सगळ्यात आवडती जागा होती पॉपर्स सीमेट्री - कंगालांचं स्मशान. ती टेकडीवरची वादळवाऱ्यात उघडी असलेली जागा होती. तिथे टर्की, बझर्ड पक्षी आवाज करत फिरायचे आणि त्यामुळे संगीताला एक अमानवीय असा अनुनाद प्राप्त व्हायचा. त्यानंतर तर त्याला वाऱ्याच्या वाहण्याची दिशाही ओळखता येऊ लागली आणि त्यामुळे त्याला त्याची धून आवश्यक तितकी वाहून नेली जाईल, याची खात्री वाटू लागली.

त्या वर्षीच्या ऑगस्ट महिन्यात नव्याने नागरी युद्ध भडकण्याची भीती पसरू लागली. तसं तर देशात पन्नासहून अधिक वर्षांच्या काळात अनेक नागरी युद्ध झाली होती आणि त्यामुळे देश उद्ध्वस्त झाला होता. या वेळी सरकारने कॅरिबियन किनाऱ्यालगतच्या परगण्यांमध्ये मार्शल लॉ लावला आणि रात्री सहा ते सकाळी सहा अशा वेळेत संचारबंदीही जारी केली. आधीपासून ठिकाणी अशांतता पसरली होती आणि सैनिकांनी जशास तसे उत्तर देण्यास सुरुवात केली होती; परंतु फ्लोरेंतिनो अरिसा एवढा गोंधळलेला होता की, त्यामुळे बाहेरच्या जगात काय चाललं आहे याची त्याला जाणीवही नव्हती. एकदा पहाटे गस्तिपथकाने त्याला अडवलं आणि कैद केलं. त्याच्या शृंगारिक चिथावणीखोर वादनाने सीमेट्रीच्या पवित्र शांततेचा जणू भंग झाला होता. काहीतरी जादू झाली आणि त्याची फाशी टळली. तो हेर असल्याचा आरोप त्याच्यावर लावण्यात आला. तो गुप्तसंदेश वापरून जवळच असलेल्या लिबरल लोकांच्या जहाजाला संदेश पोहोचवत होता असा आरोप त्याच्यावर ठेवण्यात आला.

''हेर? तुम्हाला म्हणायचंय तरी काय?'' फ्लोरेंतिनो अरिसाने विचारलं. ''मी तर एक बिचारा प्रेमिक आहे.''

तिथल्या शिबंदीतल्या एका कोठडीत त्याला तीन रात्र पायाला बेड्या घालून झोपावं लागलं; परंतु जेव्हा त्याला सोडून देण्यात आलं, तेव्हा त्या अल्प कैदेने त्याची फसवणूक केली असल्याचं त्याला वाटलं आणि तो त्याच्या म्हातारपणाच्या काळात, जेव्हा इतर एवढी युद्धं झाली होती की, त्यामुळे त्याचा गोंधळ उडाला होता, तेव्हाही तो असा विचार करत असे की, तो शहरातला – कदाचित देशातला – एकमेव असा पुरुष आहे, ज्याला प्रेमाखातर पाच पाउंडाच्या बेड्या पायात घालाव्या लागल्या होत्या.

त्यांच्या पत्रव्यवहाराला जवळपास दोन वर्षं झाल्यावर फ्लोरेंतिनो अरिसाने एका परिच्छेदाचं एक पत्र लिहिलं, ज्यात त्याने फर्मिना डासाला औपचारिकरीत्या लग्नाची मागणी घातली. त्या आधीच्या सहा महिन्यांमध्ये त्याने कितीतरी वेळा तिला कॅमेलियाचं पांढरं फूल पाठवलं होतं; परंतु तिने ते तिच्या पत्रासोबत परत पाठवलं होतं, त्यामुळे ती त्याला पत्र लिहिणार असल्याची खात्री त्याला होती; परंतु त्यात कोणातीही गंभीर वचनबद्धता नव्हती. खरंतर, त्याने कॅमेलियाची फुलं पाठवणं आणि तिने परत करणं, याकडे तिने प्रेमिकांचा खेळ म्हणून पाहिलं होतं, आपल्या नशिबाच्या रस्त्यातलं हे निर्णायक वळण आहे हे तिच्या लक्षातच आलं नव्हतं; परंतु जेव्हा प्रथमच त्याने औपचारिक मागणी घातली, तेव्हा तिला मरणाच्या दाढेत अडकल्यासारखं, जखमी झाल्यासारखं वाटलं. ती भीतीने गळाठून गेली. तिने एस्कोलिस्तिका आत्याची मदत मागितली. आत्याने तिला हिंमत एकवटून, स्पष्टपणे सल्ला दिला. ही हिंमत आणि तेज तिच्या विशीत तिच्यापाशी नव्हतं, जेव्हा स्वतःचं

नशीब घडवणं तिला भाग पडलं होतं. परिणामी तिचं नशीब काय असणार हे इतर कोणीतरी ठरवलं होतं.

‘‘त्याला हो म्हण,’’ ती म्हणाली. ‘‘जरी तुला मरणाची भीती वाटत असली तरी, जरी तुला नंतर आपली चूक झाली असं वाटलं तरी, तू काहीही केलंस तरी; पण नकार दिलास तर मात्र त्याची खंत तुला पुढे आयुष्यभर वाटत राहील.’’

तरी फर्मिना डासा इतकी गोंधळून गेली होती की, तिने विचार करण्यासाठी आणखी वेळ मागून घेतला. प्रथम तिने एक महिना सांगितला, मग त्याचे दोन आणि मग तीन महिने झाले. चवथा महिना सरला, तरीही तिने काहीही उत्तर न दिल्याने, पाकिटामधून पुन्हा कॅमेलियाचं फूल आलं; परंतु या वेळी ते नेहमीसारखं नव्हतं, त्याच्यासोबत निर्णायक चिट्ठी होती, ज्यात निर्वाणीचा इशारा दिला होता : ‘आत्ता, नाहीतर कधीच नाही.’ त्या दिवशी दुपारी जेव्हा फ्लोरेंतिनो अरिसाला एका पाकिटातून चिट्ठी आली, तेव्हा त्याचा चेहरा मृत्युभयाने गळाठून गेला. चिट्ठी वहीचा चिटोऱ्यावर लिहिलेली होती, ज्यावर एका ओळीत पेन्सिलीने उत्तर लिहिलं होतं : ‘जर तू मला वांगं खायला न घालण्याचं वचन दिलंस, तर मी तुझ्याशी लग्न करीन.’

फ्लोरेंतिनो अरिसाला हे उत्तर अनपेक्षित होतं. तो तयारीत नव्हता; परंतु त्याची आई मात्र तयारी करत होती. जेव्हा त्याने सहा महिन्यांपूर्वी तिला आपली लग्न करण्याची इच्छा आहे असं तिला सांगितलं होतं, तेव्हापासून त्रान्झितो अरिसाने सगळं घर भाड्याने घेण्याबाबतची बोलणी करायला सुरुवात केली होती. तोवर ते त्या घरात दोन कुटुंबांसोबत राहत होते. ते घर म्हणजे सतराव्या शतकात बांधलेली दुमजली इमारत होती. स्पॅनिशांची सत्ता असताना त्या इमारतीमध्ये संपूर्णपणे सरकारच्या ताब्यात असलेला तंबाखूच्या धंद्याचं कार्यालय होतं. नंतर तिची देखभाल करण्यासाठी पुरेसे पैसे नसल्याने त्या इमारतीच्या फाटक्या मालकांना ती तुकड्या-तुकड्याने भाड्याने द्यावी लागली होती. इमारतीचा एक भाग रस्त्याकडे तोंड करणारा होता, जिथे पूर्वी तंबाखूचं किरकोळ विक्री करणारं दुकान होतं. दुसरा भाग, मागच्या बाजूला, चिरेबंदी पडवीकडचा होता, जिथे पूर्वी तंबाखूचा कारखाना होता. तिथे एक मोठा तबेलाही होता, जो सध्याचे भाडेकरू सामायिक धुणं करण्यासाठी आणि कपडे वाळवण्यासाठी वापरायचे. सगळ्यात लहान असूनही त्रान्झितो अरिसाने इमारतीचा पहिला भाग घेतला, जो सगळ्यात जास्त सोयीस्कर आणि चांगल्या स्थितीत ठेवलेला होता. तिचं शिवणकामाचं दुकान पूर्वीच्या तंबाखूच्या दुकानाच्या जागी होतं. त्याला रस्त्याकडून मोठा दरवाजा होता आणि एका बाजूला पूर्वीच्या दुकानाची खोली होती. खोलीत हवा येण्या-जाण्यासाठी छताला केवळ एक झरोका होता. तिथे त्रान्झितो अरिसा झोपायची. साठा करायची खोली लाकडी फळीने विभागलेली होती. तिथे एका भागात एक टेबल आणि

चार खुर्च्या होत्या, ज्यांचा वापर लेखन आणि खानपानासाठी केला जायचा. तिथेच फ्लोरेंतिनो अरिसाने त्याची हॅमॉक लटकवली होती. जेव्हा तो पहाटे लिहीत नसे, तेव्हा तो तिथे झोपत असे. दोघा जणांसाठी ती जागा पुरेशी होती; परंतु तिसऱ्या व्यक्तीसाठी खूप लहान होती आणि ॲकॅडमी ऑफ प्रेझेन्टेशन ऑफ ब्लेस्ड व्हर्जिनमध्ये शिकणाऱ्या आणि जिच्या बापाने पडझड झालेलं घर नव्याने बांधलं होतं, अशा तरुणीसाठी ती जागा अजिबातच पुरेशी नव्हती. तिकडे सात-सात मोठाली बिरुदं असलेली कुटुंबं त्यांच्या जुन्या हवेलीत डोक्यावरचं छत अंगावर पडून आपण त्यात गडप होऊन जाऊ या भीतीने झोपी जात होती, त्यामुळे त्रान्झितो अरिसाने मालकाला सांगून ती अंगणातली गॅलरी घेईल आणि त्या बदल्यात पाच वर्षं घर चांगल्या स्थितीत ठेवेल असा करार केला.

तिने त्यासाठी आर्थिक तजवीजही केली होती. शिवणकाम आणि जखमा बांधायच्या चिंध्या विकून तिला मध्यम प्रतीचं आयुष्य व्यतीत करता येईल एवढे पैसे मिळत; परंतु त्याव्यतिरिक्त तिला आणखीही रोख उत्पन्न मिळत असे. तिने बचत केलेले तिचे पैसे लज्जित झालेल्या 'नवगरिबांना' उधारीवर देऊन दुप्पटतिप्पट केले होते. तिचा हा नवा ग्राहकवर्ग लाजेखातर तिचे वाढीव व्याजदर मान्य करत असे. राण्यांची ऐट असलेल्या स्त्रिया शिवणकामाच्या दुकानासमोर आपल्या गाडीतून उतरत, त्यांच्याभोवती मोलकरणी अथवा नोकरचाकरांचा लवाजमा नसे आणि जणू काही त्या आपण हॉलंड लेसेस किंवा ट्रिमिंग्ज असं काहीतरी घ्यायला आलो आहोत असं भासवत; परंतु खरंतर त्या त्यांच्या हरवून गेलेल्या स्वर्गातले उरलेसुरले अखेरचे तेजाळते दागिने तारण ठेवण्यासाठी आलेल्या असत, तेव्हा त्यांना हुंदके आवरता येत नसत. त्यांच्या प्रतिष्ठेचा विचार करून त्रान्झितो अरिसा त्यांना त्यांच्या अडचणीतून सोडवण्यासाठी मदत करत असे. त्यांच्यातल्या बऱ्याच जणी त्यांना मिळणाऱ्या मेहरनजरेपेक्षा मिळणाऱ्या सन्मानामुळे कृतज्ञ होत. दहा वर्षांच्या आत तिला मौल्यवान रत्नांमधलं कळू लागलं, जे बऱ्याचदा परत सोडवून घेतले जायचे आणि पुन्हा गहाण ठेवले जायचे. जणू काही ते तिचेच होऊन जायचे आणि जेव्हा तिच्या मुलाने लग्नाचा निर्णय घेतला, तेव्हा तिने तिचा नफा सोन्यामध्ये रूपांतरित करून एका मातीच्या भांड्यात लवपून ठेवला. ते भांडं तिच्या पलंगाखाली ठेवलं होतं. नंतर तिने तिच्याकडच्या पैशांची मोजदाद केल्यावर, ती ते भाड्याचं घर पाच वर्षांसाठी घेऊ शकते हे तिच्या लक्षात आलं. शिवाय थोडीफार चलाखी करून आणि थोड्याफार नशिबाच्या साथीने ती ते कदाचित विकत घेऊ शकेल असंही तिला वाटलं. मरण्याआधी, बारा नातवंडं व्हावीत अशी तिची इच्छा होती. फ्लोरेंतिनो अरिसाबाबत बोलायचं तर प्रथम साहाय्यक म्हणून त्याची पोस्ट ऑफिसमध्ये नेमणूक होणार असल्याचं औपचारिक पत्र त्याला मिळालं होतं. पुढल्या वर्षी लोतारिओ थुगुट 'स्कूल ऑफ टेलिग्राफी अँड मॅग्नेटिझम'चा संचालक

म्हणून काम करायला जाणार होता, तेव्हा फ्लोरेंतिनो अरिसा ऑफिसचा प्रमुख व्हावा, अशी त्याची इच्छा होती.

अशा प्रकारे लग्नाबाबतचे व्यावहारिक प्रश्न सुटले होते. तरी त्रान्झिटो अरिसाला वाटलं की, शेवटच्या दोन गोष्टी महत्त्वाच्या ठरणार होत्या. पहिली म्हणजे लॉरेंझो डासा कोण आहे याचा शोध घेणं. त्याच्या उच्चाराच्या ढबीवरून जरी तो मूळचा कुठूनचा आहे हे समजत असलं, तरी त्याच्या ओळखीबाबत आणि कामधामाबाबत कोणालाही निश्चित अशी माहिती नव्हती. दुसरं म्हणजे विवाहनिश्चयाचा कालावधी बराच मोठा असायला हवा, ज्यामुळे उभयंतांना व्यक्तिशः एकमेकांची ओळख करून घेण्यासाठी वेळ मिळावा आणि हा कालावधी दोघांनाही एकमेकांबद्दल विशिष्ट अशा जिव्हाळा निर्माण होईपर्यंत कडकपणे राखून ठेवण्यात यावा. युद्ध संपेस्तोवर त्यांनी धीर धरावा असं तिने सुचवलं. पूर्णतः गुप्तता पाळण्याबाबत फ्लोरेंतिनो अरिसा राजी झाला – त्याच्या आईने दिलेल्या कारणामुळेही आणि त्याच्या स्वतःच्या अंतर्मुख स्वभावामुळेही. तो उशीर करायलाही तयार होता; परंतु त्याला त्यामागची कारण अवास्तव वाटली. कारण, स्वातंत्र्य मिळून देशाला पन्नास वर्षं झाली होती, तरी नागरिकांचा एकही दिवस शांततेत गेला नव्हता.

''आम्ही दोघं वाट पाहत म्हातारे होऊन जाऊ,'' तो म्हणाला.

त्याचा 'गॉडफादर', होमिओपॅथिक डॉक्टरही या सगळ्या चर्चेमध्ये भाग घेत असे. त्याला युद्ध ही समस्या आहे असं वाटत नव्हतं. त्याच्यामते ते युद्ध गरिबांच्या संघर्षापेक्षा फार काही नव्हतं, ज्यांना जमीनदारांनी औताला बांधलेल्या बैलाप्रमाणे वागवलं होतं आणि ज्या अनवाणी सैनिकांविरुद्ध ते लढत होते, त्यांना सरकार युद्ध करायला भाग पाडत होतं.

''डोंगराळ भागांमध्ये युद्ध चालू आहे,'' तो म्हणाला. ''मला आठवतं तेव्हापासून त्यांनी गोळ्यांनी नव्हे, तर हुकूमनामे काढून आपल्या शहरांना मारून टाकलं आहे.''

पुढच्या आठवड्यांमध्ये झालेल्या पत्रा-पत्रीमध्ये विवाहनिश्चयाचे तपशील निश्चित करण्यात आले. एस्कोलास्तिका आत्याच्या सल्ल्यानुसार फर्मिना डासाने दोन वर्षं थांबण्याची आणि पूर्णतः गुप्तता ठेवण्याची अट मान्य केली. तिने असं सूचित केलं की, जेव्हा तिचं सेकंडरी स्कूल संपेल, तेव्हा ख्रिसमसच्या सुट्टीत फ्लोरेंतिनो अरिसाने तिला मागणी घालावी. जेव्हा योग्य वेळ येईल, तेव्हा तिच्या बापाच्या परवानगीनुसार या प्रेमाच्या नात्याला औपचारिकत्व कसं द्यायचं हे ठरवलं जाईल. दरम्यानच्या काळात, ते त्याच वारंवारतेने आणि उत्कटतेने एकमेकांना पत्र लिहीत राहिले; परंतु आता ते आधीच्या अवस्थेतून मुक्त झाले होते. त्यांच्या पत्रांचा सूर ते एकमेकांचे नवरा-बायको असल्यागत 'घरगुती' झाला. कशानेही त्यांच्या स्वप्नांमध्ये अडचण निर्माण होत नव्हती.

फ्लोरेंतिनो अरिसाचं आयुष्य बदलून गेलं होतं. प्रेमाला प्रतिसाद मिळाल्यामुळे त्याला त्यापूर्वी माहीत नसलेला आत्मविश्वास आणि शक्ती प्राप्त झाली होती आणि तो आपल्या कामात एवढा कार्यक्षम झाला होता की, लोतारिओ थुगुटलानंतर कायमस्वरूपी साहाय्यक म्हणून त्याचं नाव पुढे करण्यात काहीही अडचण वाटत नव्हती. तोवर स्कूल ऑफ टेलिग्राफी आणि मॅग्नेटिझममध्ये जायच्या थुटगच्या योजना बारगळल्या होत्या, त्यामुळे तो जर्मन पुरुष त्याच्या मोकळ्या वेळात त्याच्या पसंतीच्या गोष्टी करू लागला : ॲकॉर्डियन वादनासाठी बंदरावर जाणं आणि खलाश्यांसोबत बिअर पिणं, विश्रामस्थळामध्ये संध्याकाळ व्यतीत करणं. बऱ्याच काळानंतर फ्लोरेंतिनो अरिसाला समजलं की, त्या सुखाच्या महालात लोतारिओ थुगुटचा प्रभाव होता, कारण तो त्याचा मालक झाला होता आणि तो बंदरातल्या 'पक्ष्यां'चे आर्थिक व्यवहारही सांभाळायचा. अनेक वर्षं आपल्या बचतीतून त्याने तो महाल हळूहळू विकत घेतला होता; परंतु ते सगळं चालवायचा तो माणूस वेगळा होता – हडकुळा, एकाक्ष लहानखुरा. टक्कल पडलेला. तो फार दयाळू अंतःकरणाचा होता, त्यामुळे असा माणूस एवढा चांगला व्यवस्थापक कसा होऊ शकतो, हे कुणालाही समजत नसे; परंतु तो तसा होता खरा. निदान फ्लोरेंतिनो अरिसाला तरी तसं वाटायचं, कारण विनंती न करतादेखील त्याच्यासाठी त्याने विश्रामस्थळी एक खोली कायमस्वरूपी ठेवली. फ्लोरेंतिनोला वाटेल तेव्हा तिचा वापर कंबरेखालचं सुख भोगण्यासाठी करता येणार होता, त्याशिवाय त्या खोलीचा विनियोग त्याला वाचनासाठी आणि प्रेमपत्रलेखनासाठी एक शांत जागा म्हणूनही करता येणार होता. विवाहनिश्चयाची औपचारिकता पार पडेस्तोवर कितीतरी महिने जसजसे जात होते, तसतसे तो आपला कितीतरी वेळ कार्यालय किंवा घर यांपेक्षा त्या खोलीत जास्त घालवू लागला. काही काळ तर असा होता की, त्रान्झितो अरिसाला तो केवळ कपडे बदलण्यासाठी घरी आलेला पाहायला मिळायचा.

त्याची वाचनाची भूक इतकी प्रचंड वाढली होती की, तो दुर्गुण ठरावा. तो अधाशासारखा वाचायचा. जेव्हा त्याच्या आईने त्याला वाचायला शिकवलं, तेव्हा तिने त्याला नॉर्डिक लेखकांची चित्रमय पुस्तकं आणून दिली होती. ती पुस्तकं मुलांची पुस्तकं म्हणून विकली जायची; परंतु प्रत्यक्षात कोणीही कोणत्याही वयात वाचण्याच्या दृष्टीने विचार केल्यास ती सगळ्यात क्रूर आणि विकृत होती. तो पाच वर्षांचा असताना, ती पुस्तकं फ्लोरेंतिनो अरिसाला पाठ झाली होती आणि तो ती शाळेत वर्गात आणि संध्याकाळच्या साहित्यिक गप्पात म्हणून दाखवायचा; परंतु ती पुस्तकं त्याच्या एवढी परिचयाची झाली असली तरी त्यांनी मनात उत्पन्न केलेलं भय काही तो घालवू शकला नाही. उलट, ते भय आणखी तीव्र झालं, त्यामुळे तो काव्य वाचू लागल्यावर, त्याला ते वाळवंटात मरुद्यान सापडावं तसं झालं. कुमारवयात असतानाच त्याने पॉप्युलर लायब्ररीत असलेले काव्याचे सगळे खंड अधाशासारखे

वाचून काढले होते. हे खंड त्रान्झिटो अरिसाने द आर्केड ऑफ स्क्राइब्ज इथल्या बाजारात स्वस्तात पुस्तकं विकणाऱ्या विक्रेत्याकडून आणले होते. तिथे कुणालाही काहीही – होमरपासून ते सर्वांत सुमार स्थानिक कवीपर्यंत – सापडू शकायचं; परंतु त्याने वाचताना कुठलाही भेदभाव केला नाही : त्याला जे दिसलं ते तो वाचत गेला, जणू काही ते त्याच्या नशिबात लिहिलेलं होतं आणि इतकी वर्षं वाचन करूनही, त्याने जे काही वाचलं होतं, त्यापैकी काय चांगलं आणि काय वाईट याचा निवाडा त्याला करता येऊ शकत नव्हता. एक मात्र स्पष्ट होतं की, गद्यापेक्षा त्याने पद्याला अधिक पसंती दिली होती आणि पद्यातही त्याला प्रेमकविता अधिक आवडायच्या, ज्या एक-दोनदा वाचल्यावर त्याला तोंडपाठ व्हायच्या. जेवढ्या त्या यमकबद्ध, वृत्तबद्ध आणि हृदयद्रावक असतील तेवढ्या त्या त्याच्या जास्त लक्षात राहायच्या आणि त्या त्याला सहज समजायच्या.

फर्मिना डासाला लिहिलेल्या पहिल्या पत्रांचा मूळ प्रेरणास्रोत या कविता होत्या. प्रेम व्यक्त करण्यातला अर्धकच्चेपणा त्याने स्पॅनिश स्वच्छंदतावाद्यांकडून घेतलेला होता आणि वास्तव आयुष्याने त्याला मानसिक यातनांपेक्षा रोजमर्राच्या गोष्टींचा विचार करायला भाग पाडेपर्यंत त्याची पत्रं याच मनोवृत्तीतली असायची. तोवर तो मालिकास्वरूपातल्या, हळव्या, डोळे पाणावणाऱ्या कादंबऱ्यांकडे आणि इतर गोष्टींकडे वळला. चौकात आणि कमानींच्या रांगाखाली स्थानिक कवींकडून दोन सेंटावोला विकल्या जाणाऱ्या पत्रिका वाचून तो त्याच्या आईसोबत रडायला शिकला; परंतु त्याच काळात त्याने सुवर्णकाळातलं कॅस्टिलियन काव्य पाठ केलं. थोडक्यात, त्याच्या हातात जे जे पडेल, ते ते त्याने वाचून काढलं, त्यामुळे पहिल्या प्रेमानंतरच्या अत्यंत खडतर काळात, जेव्हा तो तरुण राहिला नव्हता, तेव्हा त्याने यंग पीपल्स ट्रेझरीचे एक ते वीस खंड, गार्नियर ब्रदर्स क्लासिक्सचं संपूर्ण भाषांतर आणि प्रोमीटो कलेक्शनमध्ये प्रकाशित करण्यात आलेलं डॉन विसेंटो ब्लास्को इबानेजचं सर्वांत सोपं साहित्य असं सगळं वाचलेलं असणार होतं.

त्या विश्रामस्थळी वाचन आणि उतावीळ पत्रं लिहिण्यापुरती त्याच्या तारुण्यातली धाडसं मर्यादित नव्हती, तर त्यात प्रेम नसलेल्या 'प्रेमाच्या' गुपितांचाही समावेश होता. त्याच्या मैत्रिणी – रात्रपक्षिणी दुपारी झोपून उठल्या की, त्या महालाला जाग येई. त्या नुकत्याच जन्मल्याप्रमाणे नग्नावस्थेत असायच्या. फ्लोरेंतिनो अरिसा आपलं काम आटोपून तिथे पोहोचायचा, तेव्हा तो महाल जणू प्राचीन नग्न देवतांनी भरल्यागत भासायचा. त्या बायका शहरातल्या गुपितांवर आपल्या टीकाटिप्पण्या तावातावाने करायच्या. ती गुपितं त्यांना बेइमानी कथनकर्त्यांमुळे समजलेली असायची. त्यांच्या नग्नतेत बऱ्याच जणींच्या भूतकाळाच्या खाणाखुणा दिसून यायच्या : पोटामध्ये सुरा खुपसल्याचे व्रण, पिस्तुलाची गोळी घुसल्याची खूण, प्रेमाखातर वस्तऱ्याने केलेल्या जखमांचे व्रण, जणू खाटकाने शिवल्यानंतर राहिलेले

सिझेरीयनचे व्रण. त्यांच्यातल्या काहींची लहान मुलं दिवसा त्यांच्यापाशी असायची. तारुण्यसुलभ हट्टीपणा किंवा निष्काळजीपणाची फलितं असलेल्या त्या मुलांचे कपडे त्यांना तिथे आणल्या आणल्या काढून टाकले जायचे. परिणामी त्या नग्नतेच्या स्वर्गात त्यांना वेगळं वाटत नसे. प्रत्येक जण आपापलं जेवण स्वतः बनवत आणि फ्लोरेंतिनो अरिसाला त्यातलं सगळ्यात चांगलं खाणं मिळायचं. कारण, जेव्हा त्याला जेवायला बोलावलं जात असे, तेव्हा तो त्यातले सर्वांत चांगला पदार्थ निवडून घेत असे. संध्याकाळ होईपर्यंत ही मेजवानी रोज चाले. मग नग्न बायका गाणी म्हणत, ओरडत न्हाणीघराकडे आपला मोर्चा वळवत. साबण, दात घासायचे ब्रश वापरत, एकमेकींचे केस कापत. त्यासाठी ब्रश, कात्र्या मागून घेत. उसने घेतलेले कपडे घालत. शोचनीय विदूषकांप्रमाणे स्वतःला रंगवून घेत आणि मग रात्रीकरता आपली पहिली 'शिकार' शोधायला बाहेर पडत. मग त्या घरातलं जीवन व्यक्तिनिरपेक्ष आणि असंस्कृत बनत असे आणि किंमत चुकवल्याशिवाय तिथला वाटा मिळणं अशक्य असे.

फर्मिना डासाला ओळखू लागल्यापासून, त्या विश्रांतीस्थळी फ्लोरेंतिनो अरिसाला सगळ्यात छान वाटायचं. कारण, त्या एकमेव ठिकाणी, ती त्याच्यासोबत आहे असं त्याला वाटायचं. कदाचित, तिथे एक सुसंस्कृत, केस चंदेरी झालेली वयस्कर बाई राहायची, यामुळे असेल. ती त्या नग्न बायकांच्या बेधुंद निषिद्ध आयुष्यात भाग घेत नसे. त्या बायकांनाही तिच्याबद्दल पवित्र असा आदर वाटायचा. लहान असताना तिला एका अपरिपक्व प्रियकराने तिला तिथे आणलं होतं आणि काही काळ तिचा उपभोग घेतल्यानंतर तिला तिच्या नशिबावर सोडून दिलं होतं, तरीही कलंकित होऊनही तिचं लग्न झालं आणि ते चांगलं टिकलंदेखील. जेव्हा ती म्हातारी झाली आणि एकटीच राहिली, तेव्हा तिला आपल्याकडेच न्यावं यासाठी तिच्या दोन मुलांनी आणि तीन मुलींनी बराच वाद घातला; परंतु तिने त्या विश्रामस्थळी राहण्याचा निर्णय घेतला. तारुण्यात तिला भ्रष्टमार्गाला नेणारी ती जागा तिला राहण्यास योग्य वाटली. तिची कायमस्वरूपी असलेली खोली हेच तिचं घर झालं आणि त्यामुळे तिच्याशी फ्लोरेंतिनो अरिसाचं तत्काळ सूत जमलं. ती म्हणायची की, तू जगातला सर्वांत ज्ञानी पुरुष होणार आहेस. कारण या कामवासनांच्या स्वर्गात बसूनही तू वाचन करू शकतो आहेस आणि स्वतःला समृद्ध करतो आहेस. फ्लोरेंतिनो अरिसालाही तिच्या विषयी खूप जिव्हाळा होता. तो तिला खरेदी करण्यासाठी मदत करायचा आणि तिच्याशी गप्पा मारत दुपार घालवायचा. प्रेमाच्या विश्वात ती बाई हुशार असणार असं त्याला वाटायचं. कारण, कुठलीही गुपितं न सांगतादेखील, तिने त्याला त्याच्या प्रेमप्रकरणाबाबत अनेक अंतर्दृष्टी देणाऱ्या गोष्टी सांगितल्या होत्या.

फर्मिना डासाच्या प्रेमात पडण्याआधी, तो त्याच्या हाताशी असलेल्या मोहांना बळी पडला नव्हता, त्यामुळे तिला त्याची औपचारिक वाग्दत्त वधू करून

घेतल्यानंतरही मोहात पडण्याचा प्रश्नच नव्हता, त्यामुळे फ्लोरेंतिनो अरिसा त्या बायकांसोबत राहत असे, त्यांच्याशी सुख-दुःखांची देवाणघेवाण करत असे; परंतु तो किंवा त्यापलीकडे कधीच गेला नाही. त्याच्या या निश्चयाची दृढता एका अनपेक्षित प्रसंगी दिसून आली. एकदा संध्याकाळी सहाच्या सुमारास, जेव्हा बायका संध्याकाळच्या ग्राहकांचं स्वागत करण्यासाठी पोशाख करत होत्या, तेव्हा विश्रांतीस्थळाच्या खोल्या स्वच्छ करणारी बाई त्याच्या खोलीत आली. ती तरुण होती; परंतु अकाली म्हातारी, निस्तेज आणि खप्पड झाली होती, जणू तिथल्या तेजाळ नग्नतेमध्ये ती पोशाख केलेली पश्चात्तापदग्ध स्त्री असावी अशी. तो तिला दररोज अलिप्तपणे पाहायचा. तिचं निरीक्षण करायचा : झाडू घेऊन ती खोलीमधून चालायची, तिच्याकडे कचऱ्याचा डबा असायचा आणि एका विरलेल्या कापडाने ती जमिनीवर पडलेले, वापरलेले निरोध उचलायची. फ्लोरेंतिनो अरिसा वाचत पडला असताना ती खोलीत आली आणि नेहमीप्रमाणे तिने त्याला कोणताही त्रास होऊन नये, याची काळजी घेत केर काढू लागली. ती पलंगाजवळ आल्यावर, त्याला त्याच्या बेंबीखाली उष्ण आणि मऊ हाताचा स्पर्श झाला. तो हात काहीतरी शोधत होता, काहीतरी पाहत होता असं त्याला जाणवलं. तो हात त्याच्या ट्राउझरची बटणं काढू लागला आणि तेव्हा तिच्या श्वासोच्छ्वासांचा उमासा त्या खोलीत भरून राहिला. तो वाचत असल्याचं खोटं नाटक करत राहिला आणि जेव्हा त्याला असह्य झालं, तेव्हा त्याने कूस बदलली.

तिची त्रेधातिरपीट उडाली. तिला साफसफाईचं काम देताना, तिने कोणत्याही ग्राहकासोबत शय्यासोबत करायचा प्रयत्न करायचा नाही अशी कडक सूचना तिला दिली होती. त्यांनी तिला तसं सांगणं आवश्यक नव्हतं, कारण ती अशा बायकांपैकी एक होती, जी पैशांसाठी कुणासोबत झोपणं म्हणजे वेश्याव्यवसाय करणं असं मानत नसे, तर अनोळखी लोकांसोबत शय्यासोबत करणं म्हणजे वेश्याव्यवसाय असं तिला वाटे. तिला दोन मुलं होती. दोघांचे बाप वेगळे होते. कारण सहज, असंच केलेल्या धाडसातून ती झाली नव्हती. तिचा नियम होता. तिच्याकडे तीनहून अधिक वेळा आलेल्या पुरुषासोबत ती नंतर शय्यासोबत करत नसे. तोपर्यंत ती निकडीची जाणीव नसलेली बाई झालेली होती, अशी बाई जी तिच्या स्वभावामुळे निराश न होता प्रतीक्षा करण्यासाठी तयार झाली होती; परंतु तिच्या नैतिक मूल्यांपेक्षा त्या महालातलं जगणं अधिक ताकदवान असल्याचं सिद्ध झालं. ती संध्याकाळी सहा वाजता कामाला यायची आणि अख्खी रात्र खोल्यांची साफसफाई करण्यात, चादरी बदलण्यात, निरोध उचलण्याचं काम करण्यात घालवायची. प्रेमसहवासानंतर पुरुष कोणकोणत्या वस्तू तिथे ठेवून जायचे याची कल्पनाही करता येणार नाही. ते गेल्यावर तिथे उलट्या आणि अश्रू असायचे, जे तिला समजण्यासारखं होतं; परंतु शृंगाराची कितीतरी गूढ रहस्यं ते तिथे सोडून जायचे : रक्ताची थारोळी, विष्ठेचे पो,

काचेचे डोळे, सोन्याची घड्याळं, खोटे दात, सोनेरी वळ्यांची लॉकेट्स, प्रेमपत्र, व्यावसायिक पत्र, सांत्वनपर पत्र - अशी विविध प्रकारची पत्रं. काही जण या वस्तू घेण्यासाठी परत यायचे; परंतु बऱ्याच वस्तू तशाच पडून राहायच्या आणि लोतारिओ थुगुट त्या कुलूपबंद करून ठेवायचा. त्यामागे त्याचा विचार असे की, आज नाही तर उद्या या विसरून गेलेल्या वस्तूंमुळे चांगले दिवस पाहिलेला हा महाल, प्रेमाचं संग्रहालय बनेल.

तिचं काम कष्टाचं होतं. त्यामानाने तिला पैसे कमी मिळायचे, तरी ती चांगलं काम करायची; परंतु तिला सहन होत नसे ते म्हणजे हुंदके, शोकविलाप, पलंगांच्या कुरकुरीचे आवाज, त्यामुळे तिचं रक्त खवळायचं, तापायचं आणि तिला एवढं दुःख व्हायचं की, पहाट झाल्यावर ती रस्त्यावर भेटलेल्या पहिल्या भिकाऱ्यासोबत किंवा एकही प्रश्न न विचारता तिला जे हवं आहे ते देण्याची तयारी असलेल्या कोणत्याही दारुड्यासोबत शय्यासोबत करण्याची तीव्र इच्छा तिला सहन होत नसे. तरुण, टापटीप आणि एकट्या फ्लोरेंतिनो अरिसाला पाहताच तिला तो स्वर्गीय देणगी वाटला होता. कारण, त्याला पहिल्यांदा पाहिल्याच्या क्षणापासून तो तिच्यासारखाच आहे हे तिला समजलं होतं : प्रेमाची गरज असलेला; परंतु तो तिला पछाडणाऱ्या इच्छेबाबत अनभिज्ञ होता. त्याने त्याचं कौमार्य फर्मिना डासासाठी राखून ठेवलं होतं आणि जगामध्ये अशी कोणतीही शक्ती अथवा असा प्रतिवाद नव्हता, जो त्याला त्याच्या निश्चयापासून ढळू देईल.

विवाहनिश्चयाची औपचारिकता करण्याची जी तारीख ठरवली होती, त्या आधीचे चार महिने त्याचं आयुष्य असं होतं. एकदा सकाळी सात वाजता पोस्ट ऑफिसमध्ये जाऊन लॉरेंझो डासाने फ्लोरेंतिनो अरिसाची चौकशी केली. फ्लोरेंतिनो तोवर यायचा होता म्हणून लॉरेंझो डासा तिथल्या बाकड्यावर त्याची आठ वाजून दहा मिनिटांपर्यंत वाट पाहत बसला. चाळा म्हणून तो एका हाताच्या बोटातून दुसऱ्या हाताच्या बोटात जाड सोन्याची अंगठी घालत होता. त्या अंगठीवर निरनिराळ्या रंगांत चमकणारा मौल्यवान खडा होता. फ्लोरेंतिनो अरिसा तिथे पोहोचल्या पोहोचल्या त्याने त्याला ओळखलं. हा आपल्या घरी तार द्यायला आला होता हे त्याला आठवत होतं. त्याने त्याच्या खांद्यावर हात टाकला.

''जरा ये रे पोरा, माझ्यासोबत,'' तो म्हणाला. ''आपल्या दोघांना पाच मिनिटं बोलायला हवं. पुरुषा-पुरुषांचं बोलणं.''

फ्लोरेंतिनो अरिसा प्रेतासारखा कडक, काळानिळा पडला. तो गुमान त्याच्यासोबत गेला. त्याला ही भेट अनपेक्षित होती, त्यामुळे तो तयार नव्हता. फर्मिना डासाला काय घडलं आहे हे त्याला कळवण्यासाठी पुरेसा वेळ मिळाला नव्हता किंवा साधनं मिळाली नव्हती. झालं होतं असं की, आदल्या शनिवारी, ॲकॅडमी ऑफ द प्रेझेंटेशन ऑफ ब्लेस्ड व्हर्जिनच्या वरिष्ठ सिस्टर फ्रँका दे ला लूझ

विश्वरचनेबद्दल शिकवायला वर्गात आल्या होत्या आणि हेरगिरी करत होत्या. तेव्हा त्यांना लक्षात आलं की, फर्मिना डासा तिच्या वहीमध्ये अभ्यासाची टिपणं घ्यायचं नाटक करत होती आणि प्रत्यक्षात ती प्रेमपत्र लिहीत होती. ॲकॅडमीच्या नियमांनुसार, तिची हकालपट्टी करण्यात येणार होती. ॲकॅडमीच्या मुख्य अधिकाऱ्याकडून लॉरेंझो डासाला ताबडतोब बोलावणं धाडण्यात आलं, तेव्हा त्याच्या लक्षात आलं की, त्याच्या पोलादी चौकटीतून कुठेतरी काहीतरी पाणी मुरत होतं आणि त्याची त्याला सुतरामही कल्पना नव्हती. अंगभूत मनोधैर्य असलेल्या फर्मिना डासाने आपली पत्र लिहिण्याची चूक कबूल केली; परंतु आपल्या गुप्त प्रियकराची ओळख उघड करण्यास तिने नकार दिला आणि ट्रिब्यूनल ऑफ ऑर्डरसमोरही ती ठाम राहिली. त्यामुळे तिची ॲकॅडमीतून हकालपट्टी करण्याचा निवाडा ट्रिब्यूनलने दिला. अर्थातच, तिच्या बापाने तिची सगळी खोली कसून तपासली. तोपर्यंत ती खोली म्हणजे तिचा पवित्र, कुणाही हात न लावलेला गाभारा होता. तिच्या ट्रंकेच्या बुडाला असलेल्या एका चोरकप्प्यात त्याला तीन वर्षं लिहिलेली असावीत एवढ्या प्रेमपत्रांचा गठ्ठा सापडला. जितक्या प्रेमाने ती पत्र लिहायला स्फूर्ती मिळाली होती, तितक्याच प्रेमाने तो गठ्ठा तिथे लपवलेला होता. पत्रातली सही स्पष्ट होती; परंतु लॉरेंझो डासाचा विश्वास बसत नव्हता - तेव्हाही आणि त्यानंतरही - की, तिचा गुप्त प्रियकर हा एक तारयंत्रणा चालवणारा आहे आणि त्याला व्हायोलिन वाजवायला आवडतं, याशिवाय त्याच्या मुलीला त्याच्याबद्दल फार काही माहिती नव्हती.

एवढ्या गुंतागुंतीचे नातेसंबंध घडून येणं हे त्याच्या बहिणीच्या सहभागाशिवाय शक्यच नव्हतं हे निश्चित. त्याने तिला माफ करण्याचं किंवा आपली बाजू मांडण्याचं औदार्यही न दाखवता सान हुआन दे ला सिएनागाला जाणाऱ्या जहाजात बसवलं. आत्याला फर्मिना डासाने घराच्या दारापाशी ज्या प्रकारे शेवटचा निरोप दिला, ती आठवण तिला कायम बोचत राहिली. हडकुळी, फिकुटलेली आत्या तपकिरी पोशाखात आतून तापाने फणफणलेली होती. त्या रिमझिमत्या पावसात घरासमोरच्या लहान बागेमधून ती निघून गेली. तिने तिच्यासोबत तिच्या मालकीच्या वस्तू तेवढ्या घेतल्या होत्या : झोपायची चटई आणि एक महिन्याचा खर्च भागेल एवढे पैसे. तिने ते पैसे हातरुमालामध्ये गुंडाळून हातात घट्ट धरले होते. आपल्या बापाच्या तावडीतून मुक्त झाल्या झाल्या फर्मिना डासाने तिचा कॅरिबियन परगण्यांमध्ये शोध घ्यायला सुरुवात केली होती. तिची माहिती असणाऱ्या, तिला ओळखणाऱ्या प्रत्येकाकडे तिच्याबद्दल विचारणा केली होती; पण तिला तिचा कुठेही मागमूस लागला नव्हता; परंतु जवळपास तीस वर्षांनंतर तिला एक पत्र मिळालं, जे तिच्यापर्यंत पोहोचायला बराच अवधी लागला होता. कारण, ते खूप जणांच्या हस्ते-परहस्ते तिच्यापर्यंत पोहोचलं होतं. त्या पत्रानुसार ती 'वॉटर ऑफ गॉड' या कुष्ठरोग्यांसाठी असलेल्या आश्रमात मृत्यू पावली होती. एस्कोलास्तिका आत्यासोबत आपण केलेल्या अन्याय्य

वर्तणुकीमुळे आपली मुलगी त्याविरोधात इतकी संतापून प्रतिक्रिया देईल, याचा अंदाज लॉरेंझो डासाला बांधता आला नाही. तिची आत्या तिला आईसमान होती, जी तिला आठवत नसे. तिने स्वतःला एका खोलीत कोंडून घेतलं. खाणं-पिणं सोडून दिलं. मग तो दार उघडण्यासाठी विनवण्या करू लागला. पहिल्यांदा त्याने धमक्या दिल्या आणि नंतर अर्जविनंत्या. शेवटी ज्या वेळी दार उघडलं गेलं, तेव्हा त्याच्या लक्षात आलं की, आत जणू जखमी वाघीण होती आणि ती आता पूर्वीची पंधरा वर्षांची मुलगी राहिलेली नव्हती.

त्याने तिची हरप्रकारे खुशामत करून फूस लावायचा प्रयत्न केला. तिच्या त्या वयात प्रेम म्हणजे निव्वळ भ्रम असतो, हे त्याने तिला समजवायचा प्रयत्न केला. तिने ती पत्रं परत द्यावीत आणि ॲकॅडमीची गुडघे टेकून क्षमा-याचना करावी हे तिला पटवायचा प्रयत्न केला. तिला साजेसा, आनंदात, सुखी ठेवणारा वर शोधण्यासाठी तो तिला मदत करेल, असं वचन त्याने तिला दिलं; परंतु एकदा सोमवारी दुपारचं जेवण घेत असताना, त्याने हात टेकले आणि त्याचा संयम सुटला. तो चिडला. तोपर्यंत झालेले अपमान आणि फसवणूक गिळून टाकल्यामुळे, कधी ना कधीतरी त्याचा स्फोट होणारच होता. त्या वेळी तिने अजिबात नाटकबाजी न करता, थेट सुरी स्वतःच्या गळ्याला लावली. तिचा हात स्थिर होता, तिचे डोळे स्तिमित करणारे होते, त्यामुळे तिला आव्हान देण्याची हिंमत त्याला झाली नाही. मग तेव्हा त्याने पुरुषा-पुरुषांमध्ये पाच मिनिटांची बोलणी करून हे प्रकरण मिटवण्याचा धोका पत्करण्याचं ठरवलं. ज्या पुरुषाला त्याने पाहिल्याचं त्याला आठवतही नव्हतं, त्याला अचानकच खूप महत्त्व प्राप्त झालं होतं आणि तो त्याच्या आयुष्यात फार मोठं दुःख घेऊन आला होता. सवयीचा भाग म्हणून त्याने बाहेर पडण्याआधी आपलं पिस्तूल घेतलं; परंतु ते आपल्या शर्टाखाली राहील याची काळजी घेतली.

फ्लोरेंतिनो अरिसा अजूनही धक्क्यातून सावरलेला नव्हता. लॉरेंझो डासा त्याला हाताला धरून कॅथेड्रलच्या चौकातून पॅरिश कॅफेच्या आर्केड्स असलेल्या गॅलरीत घेऊन गेला आणि त्याला बसण्याची विनंती केली. त्या वेळी तिथे कुणीही ग्राहक उपस्थित नव्हता : एक कृष्णवर्णीय स्त्री त्या प्रचंड मोठ्या सलाँच्या टाइल्स घासत होती. त्याला धुळीने भरलेल्या, डाग पडलेल्या खिडक्या होत्या आणि खुर्च्या अजूनही मार्बलच्या टेबलांवर उलट्या करून ठेवलेल्या होत्या. फ्लोरेंतिनो अरिसाने खूपदा लॉरेंझो डासाला तिथे बसून बाजारातल्या ॲस्टुरियन लोकांशी जुगार खेळताना आणि वाईन पिताना पाहिलं होतं, तेव्हा ते दीर्घकाळ चाललेल्या युद्धांबद्दल आरडाओरडा करत वाद घालायचे, ज्यांचा आमच्याशी काहीही संबंध नसायचा. प्रेमातल्या विधिलिखिताविषयी जाणीव असल्यामुळे आज ना उद्या आपल्याला लॉरेंझो डासाला भेटावं लागणार आहे, याची जाणीव फ्लोरेंतिनोला होती, त्यामुळे

त्याला ती भेट कशी असेल असा बहुतेकदा प्रश्न पडायचा. कोणतीही मानवी शक्ती या भेटीला अटकाव करू शकणार नव्हती. कारण, ती त्या दोघांच्या नशिबात कायमची कोरली गेली होती. ती भेट म्हणजे एकतर्फी वाद असेल, असं त्याला वाटलं होतं. कारण, फर्मिना डासाने त्याला पत्रांमधून तिचा बाप कसा वादळी व्यक्तिमत्त्व आहे हे सांगून त्याला सावध केलं होतंच; परंतु त्याबरोबर जुगाराच्या टेबलावर बसून हसतानाही त्याचे डोळे रागीट असल्याचं त्यानेही टिपलं होतं. त्याची प्रत्येक गोष्ट असंस्कृत, उद्धट आणि ग्राम्य वाटायची : त्याची लाजीरवाणी ढेरी, जोरजोरात बोलणं, लिंक्स प्राण्यासारखे त्याचे मोठाले कल्ले, रखरखीत हात, खडा लावलेली बोटातली अंगठी. फ्लोरेंतिनो अरिसाने जेव्हा त्याला पहिल्यांदा चालताना पाहिलं होतं, तेव्हा त्याला त्याच्या चालण्याच्या सवयीने आकृष्ट केलं होतं. कारण, ती तंतोतंत त्याच्या मुलीसारखी होती : हरणासारखी. तरी, जेव्हा लॉरेंझो डासाने त्याला बसायला खुर्ची पुढे केली, तेव्हा त्याला तो भासला होता तितका कठोर वाटला नाही आणि जेव्हा त्याने त्याला 'ॲनिसेट' या बडिशेपेपासून केलेल्या मद्याचा ग्लास घेण्यासाठी आमंत्रित केलं, तेव्हा त्याची हिंमत पुनरुज्जीवित झाली. फ्लोरेंतिनो अरिसाने सकाळी आठ वाजता कधीही मद्य प्यायलं नव्हतं; परंतु त्याने त्याचा अगत्याने स्वीकार केला. कारण, त्याला त्याची तातडीने गरज होती.

खरंतर, लॉरेंझो डासाने त्याला जे काही सांगायचं होतं, त्यासाठी पाच मिनिटांपेक्षा जास्त काळ घेतला नाही आणि त्याने ते एवढ्या प्रामाणिकपणे सांगितलं की, फ्लोरेंतिनो अरिसाच्या मनात गोंधळ माजला. त्याच्या पत्नीच्या मृत्यूनंतर त्याच्या पुढ्यात एकमेव ध्येय होतं : आपल्या मुलीला मोठी 'मादाम' बनवायचं. खेचरं-गाढवांचा सौदा करणाऱ्या व्यापाऱ्यासाठी हा मार्ग खडतर आणि अनिश्चिततेने भरलेला होता. त्याला साधं लिहिता, वाचतादेखील येत नसे. सान हुआन दे ला सिएनागा परगण्यामध्ये त्याची 'घोडे चोर' म्हणून जी ख्याती होती, ती खरंतर सिद्ध झालेली नव्हती. त्याने खेचरं-गाढवं विकणारे ओढतात ती सिगार पेटवली आणि तो दुःखी स्वरात बोलू लागला, ''तब्येत खराब असण्यापेक्षा जास्त वाईट एकच गोष्ट असते. ती म्हणजे तुमचं नाव खराब असणं.'' तो म्हणाला की, त्याचं नशीब चमकण्यामागचं खरं रहस्य असं की, त्याच्या गाढवा-खेचरांनीही केले नसतील एवढे कष्ट त्याने सातत्याने, निश्चयपूर्वक केले होते, अगदी त्या युद्धांच्या सगळ्यात वाईट दिवसांमध्येही, जेव्हा गावच्या गावं राख झाली आणि जमिनी उजाड, भकास झाल्या होत्या. त्याच्या मुलीने कधीही तिच्या नियतीचा आधीपासून विचार केला नसला, तरी ती त्याचा उत्साही साथीदार असल्याप्रमाणे वागत असे. ती हुशार आणि पद्धतीशीर काम करणारी मुलगी होती. जेव्हा तिला वाचता यायला लागलं, तेव्हा तिने ते आपल्या बापालाही शिकवलं आणि वयाच्या बाराव्या वर्षी तिला 'वास्तव' समजून घेऊन जमिनीवर पाय ठेवण्याच्या कलेवर

प्रभुत्व मिळवता आलं होतं, त्यामुळे ती एस्कोलास्तिका आत्याच्या मदतीने अख्खं घर चालवू शकली असती. त्याने निःश्वास सोडला. ''ती असं खेचर आहे, ज्याची किंमत त्याच्या वजनाइतक्या सोन्याएवढी आहे.'' त्याच्या मुलीने सगळ्या विषयांत सर्वाधिक गुण मिळवून प्राथमिक शिक्षण पूर्ण केलं आणि पुढचं शिक्षण घेत असताना त्याच्या लक्षात आलं की, त्याच्या स्वप्नांचा विचार करता सान जुआन दे ला सिनएगाना फारच लहान आहे. मग त्याने जमीन आणि प्राणी विकून पैसा केला आणि नव्या प्रेरणेने, सत्तर हजार सोन्याचे पेसोज घेऊन तो या भग्न आणि जीर्ण झालेल्या प्रतिष्ठेच्या शहरात आला. इथे जुन्या पद्धतीने वाढलेल्या सुंदर बाईचा कुण्या नशीबवानाशी लग्न झाल्यास, पुनर्जन्म होण्याची अजूनही शक्यता होती. त्याच्या या खूप झगडून तयार झालेल्या योजनेत अचानक फ्लोरेंतिनो अरिसाने येणं अनपेक्षित होतं. ''त्यामुळे मी तुला एक विनंती करतो,'' लॉरेंझो डासा म्हणाला. ॲनिसेटच्या ग्लासात त्याने सिगारचं टोक बुडवून काढलं आणि धूर बाहेर न काढता दुःखी सुरात त्याने समारोप केला : ''आमच्या मार्गातून निघून जा.''

फ्लोरेंतिनो अरिसाने घोट घोट ॲनिसेट पीत त्याचं सगळं बोलणं ऐकलं होतं आणि तो फर्मिना डासाच्या त्याच्यासमोर उघड झालेल्या भूतकाळात एवढा गुंगून गेला होता की, आपली बोलायची पाळी आल्यावर, आपण काय बोलायचं याचा विचारही केला नव्हता; परंतु आता तो क्षण आला होता. त्याला लक्षात आलं की, तो जे काही बोलणार आहे, त्यावरून त्याची नियतीशी तडजोड होणार आहे.

''तुम्ही तिच्याशी बोललात का?'' त्याने विचारलं.

''त्याची काळजी नको. तुझा काहीही संबंध नाही त्याच्याशी,'' लॉरेंझो डासा म्हणाला.

''मी फक्त एक प्रश्न विचारला,'' फ्लोरेंतिनो अरिसा म्हणाला. ''कारण जो काही निर्णय घ्यायला हवा, तो तिनेच असं मला वाटतं.''

''नाही, अजिबात नाही,'' लॉरेंझो डासा म्हणाला. ''हा प्रश्न पुरुषांचा आहे, पुरुषच काय ते ठरवतील.'' त्याचा आवाज वाढत गेला आणि धमकावणारा झाला. त्यामुळे त्यांच्या शेजारी बसलेल्या एका ग्राहकाने मागे वळून त्यांच्याकडे पाहिलं. फ्लोरेंतिनो अरिसा अगदी हळू आवाजात; परंतु अधिकारवाणीने, निश्चयपूर्वक म्हणाला : ''जे काय असेल ते असेल; पण मी तिचा विचार समजल्याशिवाय उत्तर देऊ शकत नाही. तसं करणं म्हणजे तिचा विश्वासघात ठरेल.''

मग लॉरेंझो डासा त्याच्या खुर्चीत मागे सरकला. त्याच्या पापण्या लाल आणि ओलसर झाल्या. डावा डोळा गोल फिरून बाहेरच्या दिशेने पाहत राहिला. मग तोही दबक्या आवाजात बोलू लागला.

''मला तुला गोळी मारायला भाग पाडू नकोस,'' तो म्हणाला.

आपल्या अंगातून भीतीचा थंडगार लाव्हा वाहत जातो आहे, असं फ्लोरेंतिनो अरिसाला जाणवलं; परंतु त्याचा आवाज जराही कापरा झाला नाही. कारण, पवित्र आत्म्याने आपल्याला आतून उजळून टाकलं आहे असं त्याला वाटलं.

''गोळी मार मला,'' हात छातीवर ठेवत तो म्हणाला. ''प्रेमाखातर मृत्यू आल्यावर मिळणारी कीर्ती सगळ्यात वंदनीय असते.''

तिरळ्या डोळ्यांनी त्याच्याकडे पाहण्यासाठी लॉरेंझो डासाला एका बाजूला व्हावं लागलं. तो त्याच्या अंगावर थुंकल्यागत म्हणाला : ''रांडीच्या!''

त्याच आठवड्यात आपल्या मुलीला तो प्रवासाला घेऊन गेला, ज्यामुळे ती घडलेलं सगळं विसरून जाणार होती. कोणतंही स्पष्टीकरण न देता, तो तिच्या निजायच्या खोलीत धाडकन गेला. त्याची मिशी रागाने कलंकित झाली होती. तो सिगारचं टोक चघळत होता. त्याने तिला सामान बांधण्याची आज्ञा दिली. तिने त्याला कुठे जायचं आहे असं विचारलं, तेव्हा तो म्हणाला, ''मसणात!'' त्याचं ते प्रत्युत्तर तिला खरं वाटल्याने ती घाबरून गेली. तिने त्याला थोडे दिवस आधी, ज्या हिमतीने तोंड दिलं होतं, तसं करायचा प्रयत्न केला; परंतु त्याने आपला तांब्याची पट्टी ठोकून बसवलेला पट्टा हातात घेतला. मुठीभोवती गुंडाळला आणि मूठ एवढ्या जोरात टेबलावर आदळली की, घरामध्ये कोणीतरी बंदुकीचा बार उडवला असावा असा भास झाला. फर्मिना डासाला तिच्या शक्तीची मर्यादा समजून चुकली, त्यामुळे तिने दोन चटयांसह गुंडाळलेली गादी आणि एक हॅमॉक आणि दोन मोठ्या ट्रंका भरून कपडे असं सामान भरलं. तिला खात्री होती की, ती अशा प्रवासाला निघाली आहे, ज्यातून ती कधीही परत येणार नाही. कपडे घालण्याआधी, तिने स्वतःला न्हाणीघरात कोंडून घेतलं आणि तिथे असलेल्या कागदाच्या कपट्यावर फ्लोरेंतिनो अरिसासाठी निरोपाची चिठ्ठी खरडली. त्यानंतर तिने तिची अख्खी वेणी मानेच्या मागच्या बाजूकडून कातरीने कापली. सोनेरी धाग्याने विणकाम केलेल्या व्हेल्वेटच्या डब्यात गुंडाळली आणि चिठ्ठीसोबत पाठवून दिली.

तो प्रवास खडतर, मानसिक थकवा आणणारा होता. पहिला टप्पा होता सिएरा नेवाडाच्या डोंगराळ भागातल्या प्रवासाचा. तो प्रवास खेचरं हाकणाऱ्या एका अँडियन कारव्यासोबत झाला, जो अकरा दिवस चालला. त्या काळात ते तळपत्या उन्हात भाजून निघाले किंवा ऑक्टोबरच्या पावसाने झोडपले गेले आणि जवळपास नेहमीच उंच कड्यांवरून सुन्न करत उठणाऱ्या वाफेच्या लोटांमुळे भीती वाटून गर्भगळीत झाले. तिसऱ्या दिवशी एक खेचर गोचिडीमुळे वेडंपिसं झालं आणि त्याच्यावरच्या वाहकासह अरुंद दरीत पडलं. त्याने त्याच्यासोबत अख्खी रांगच्या रांग ओढून नेली : एकमेकांना बांधून जोडलेली ती सात खेचरं आणि माणसांच्या किंकाळ्या त्या दऱ्याखोऱ्यांमध्ये तो अपघात झाल्यानंतरही कितीतरी वेळ प्रतिध्वनित होत राहिल्या आणि ते प्रतिध्वनी नंतरही फर्मिना डासाच्या स्मृतीत वर्षानुवर्षं घुमत राहणार होते.

तिचं सगळं सामान खेचरांच्या पाठीवर लादलेलं होतं; परंतु त्या दरीत कोसळण्याच्या प्रसंगी, भीतिदायक किंकाळ्या तळापर्यंत जाऊन बसेस्तोवर, तिने त्या खेचरावरच्या मृत चालकाचा किंवा तिच्या सामानसुमानाचा विचार केला नव्हता, तर ती ज्या खेचरावर बसून प्रवास करत होती, ते खेचर का बरं इतर खेचरांना बांधलेलं नव्हतं, हे किती दुर्दैवी आहे, याचा विचार ती करत राहिली होती.

ती प्रथमच असा खेचरावर स्वार होऊन प्रवास करत होती. ती पुन्हा कधीही फ्लोरेंतिनो अरिसाला भेटू शकणार नाही किंवा त्याची प्रेमपत्रं तिला मिळणार नाहीत हे तिला खात्रीने माहीत झालं नसतं, तर तिला त्या प्रवासाचं भय आणि सांगता न येणारी हलाखी तेवढी कडू वाटली नसती. प्रवासाच्या सुरुवातीपासून ती तिच्या बापाशी एकही शब्द बोलत नव्हती आणि तोदेखील रागाच्या भरात चकार शब्द बोलला नव्हता. अगदी गरजेचं असेल तेव्हाच तो बोलत होता किंवा एखाद्या चालकाबरोबर तिला तो निरोप पाठवत होता. त्यांचं नशीब चांगलं असेल तर त्यांना रस्त्यालगतचं एखादं आश्रयस्थान मिळे. तिथे जेवायला ग्रामीण ढंगाचं जेवण मिळे, जे खाण्यास ती नकार द्यायची. तिथे त्यांना कॅनव्हासचे कॉट भाड्याने मिळायचे. त्यांना घाम आणि मलमूत्राचा वास मारायचा; परंतु बऱ्याचदा ते रात्रीचा मुक्काम इंडियन वंशीय लोकांच्या वस्त्यांपाशी करायचे. रस्त्याच्या कडेला खुली सार्वजनिक वसतिगृहं बांधलेली असायची. लाकडी खांबांच्या रांगेवर उभारलेली आणि पामच्या झावळ्यांनी शाकारलेली छपरं असलेली. तिथे कोणत्याही प्रवाशाला पहाटेपर्यंत राहण्याची परवानगी होती. फर्मिना डासाचा एकही रात्र डोळ्याला डोळा लागला नाही, ती भीतीने घामाघूम व्हायची आणि काळोखात आवाज न करता येणाऱ्या प्रवाशांच्या येण्या-जाण्याचे आवाज ऐकत राहायची. ते त्यांची गाढवं-खेचरं खांबांना बांधून त्यांना हवं तिथे हॅमॉक लावायचे.

रात्र पडायच्या वेळेस, जेव्हा पहिले प्रवासी यायचे, तेव्हा ते ठिकाण मोकळं आणि शांत असायचं; परंतु पहाट व्हायची तेव्हा त्याचं रूपांतर जत्रेच्या मैदानासारखं झालेलं असायचं. वर-खाली अशा वेगवेगळ्या पातळ्यांवर लटकणाऱ्या हॅमॉक्सची भाऊगर्दी व्हायची आणि डोंगराळ भागातले ॲरूआक इंडियन लोक बसल्या बसल्या झोपलेले असायचे. मेंढ्यांची विटकी कातडीची लक्तरं त्यांनी अंगावर घेतलेली असायची आणि क्रेट्समधल्या कोंबड्यांच्या झुंजीचे आवाज ऐकू यायचे आणि शांत डोंगरी कुत्र्यांच्या धापा टाकण्याचे आवाज यायचे. या कुत्र्यांना युद्धाच्या धोक्यामुळे न भुंकण्याबाबत शिकवलेलं होतं. ही हलाखी, त्रास आणि होणारी उपासमार लॉरेंझो डासाला सवयीची होती, त्याने त्याचं अर्धअधिक आयुष्य असा प्रवास करत घालवलेलं होतं आणि जवळपास रोज, पहाटेच्या वेळी त्याला त्याचे जुने मित्र भेटत; परंतु त्याच्या मुलीसाठी हा प्रवास म्हणजे निरंतर होणारी यातना होती. विरहाच्या दुःखामुळे आधीच तिची भूक मेली होती, त्यात खारवलेल्या

कॅटफिशच्या दुर्गंधीमुळे त्यात आणखी भर पडे आणि अशा प्रकारे हळूहळू तिची खाण्याची सवय नेस्तनाबूत झाली. त्या प्रवासात दुःखाने वेडिपिशी न होण्याचं कारण फ्लोरेंतिनो अरिसाच्या आठवणीने तिला दिलासा मिळत होता. ती भूमी विस्मरण करायला लावणारी होती, याची तिला पूर्णतः खात्री पटली होती.

आणखी एक म्हणजे युद्धाची सतत टांगती तलवार डोक्यावर होती. प्रवासाच्या सुरुवातीपासून, ते नेहमी विखुरल्या गेलेल्या गस्तिपथकांना सापडण्याच्या भीतीबद्दल बोललं जायचं आणि खेचरांच्या चालकांनी त्यांना दोन्ही बाजूच्या लोकांना कसं ओळखायचं याचे विविध मार्ग त्यांना सांगून ठेवले होते. जेणेकरून त्यानुसार वेळप्रसंगी वागता येईल. त्यांची बऱ्याचदा घोड्यावर बसलेल्या सैनिकांच्या तुकड्यांशी गाठभेट व्हायची. त्यांचा एक अधिकारी असायचा. तो नव्याने भरती झालेल्या सैनिकांना गुरांप्रमाणे दोरीने बांधून एकत्र ठेवायचा. अनेक भयंकर गोष्टींचा मारा झाल्यामुळे एक गोष्ट मात्र फर्मिना डासा विसरून गेली होती, जी प्रत्यक्षात पाहण्यापेक्षा तिला ती दंतकथा म्हणूनच माहीत होती; परंतु एकदा रात्री एका तुकडीने – जी कुठल्या गटाच्या बाजूची होती हे अज्ञात होतं – तिने कारव्यातल्या दोन प्रवाशांना पकडलं आणि वस्तीपासून थोडं दूर असलेल्या कॅम्पॅनो झाडावर फासावर लटकावलं. लॉरेंझो डासा त्यांना ओळखतही नव्हता; परंतु तरी त्याने त्यांना खाली उतरवलं. त्यांना ख्रिश्चन पद्धतीने दफन केलं आणि आपल्याबाबतीत असं काही न घडल्याबद्दल नशिबाचे आभार मानले. कारण : हल्लेखोरांनी त्याच्या पोटाला बंदूक लावून त्याला उठवलं होतं आणि फाटक्या कपड्यातल्या एका अधिकाऱ्याने, ज्याचा चेहरा कोळशाने रंगवलेला होता, त्याने त्याच्या अंगावर दिव्याचा उजेड फेकत तो लिबरल आहे की कॉन्झर्वेटिव्ह असं विचारलं होतं.

''यांपैकी कुणीही नाही,'' लॉरेंझो डासा उत्तरला होता. ''मी एक स्पॅनिश आहे.''

''काय ते नशीब!'' अधिकारी म्हणाला होता आणि त्याने हात वर करून त्याला सॅल्यूट ठोकला. ''लाँग लिव्ह द किंग!''

दोन दिवसांनी ते एका उजळत्या पठारावर पोहोचले, जिथे एक आनंदी गाव वसलं होतं. त्याचं नाव होतं वाजेदुपार. तिथे अंगणांमध्ये कोंबड्यांच्या झुंजी सुरू होत्या, रस्त्याच्या कोपऱ्यांवर ॲकॉर्डियन वादन सुरू होतं, योग्य पद्धतीने संगोपन केलेल्या घोड्यांवरून चालक जात-येत होतो, रॉकेट्स उडवली जात होती आणि घंटानाद ऐकू येत होते. फटक्यांच्या रोषणाईसाठी एक किल्ला बांधला जात होता. फर्मिना डासा मात्र हे उत्सवी वातावरण टिपू शकली नाही. ते तिच्या मामाच्या, लिसिमाको सान्चेसच्या घरी राहिले. तो त्यांना किंग्ज हायवेला घ्यायला गेला होता. त्याच्यासोबत त्या परगण्यातल्या त्यांच्या नातेवाइकांचं टोळकं होतं, सगळे जण उत्तम पद्धतीने पैदास केलेल्या घोड्यांवर बसलेले होते. गावातल्या रस्त्यावरून

जाताना त्यांचं स्वागत फटाके वाजवून करण्यात आलं. ग्रँड प्लाझा चौकात, चर्चच्या शेजारी मामाचं घर होतं, जे कितीतरी वेळा दुरुस्त करण्यात आलेलं होतं आणि ते घर मोठ्या वतनवाडीमधल्या मुख्य घरासारखं वाटत होतं. तिथल्या खोल्या मोठ्या, अंधाऱ्या होत्या, गॅलरीचं तोंड फळबागांच्या दिशेला होतं आणि तिथे गरम उसाच्या रसाचा गंध दरवळत होता.

तबेल्यामध्ये आपलं सामान ठेवल्यावर आणि घोडे लावल्यानंतर, ते स्वागतकक्षात आले. ती खोली कितीतरी अनोळखी नातेवाइकांनी भरून गेली होती. तिला ते नकोसे झाले. खरंतर त्यांना ते आल्याचा आनंद झाला होता आणि ते तो व्यक्त करत होते; परंतु तिला त्याचा त्रासच जास्त झाला. कारण, तिला त्या जगात इतर कुणावर प्रेम करणं शक्य नव्हतं. त्यात खोगिरावर बसून बसून तिला जखमा झाल्या होत्या. थकवा आणि जुलाब यांमुळे ती अर्धमेली झाली होती, त्यामुळे तिला हवा होता, एकांत – अशी एक शांत जागा जिथे ती मनसोक्त रडून घेऊ शकेल. तिची मामेबहीण, हिल्डेब्रांडा सान्चेस तिच्यापेक्षा दोन वर्षांनी मोठी होती आणि तिच्याकडेही फर्मिनाप्रमाणे राजेशाही उद्धटपणा होता. फर्मिनाला पाहिल्या पाहिल्या तिला तिची अवस्था लक्षात आली. कारण, तीही स्वच्छंदी, मनस्वी प्रेमाच्या निखाऱ्यांनी फुलून गेली होती. अंधार पडल्यानंतर तिने तिला निजायच्या खोलीत नेलं. ती खोली तिने तयार केली होती आणि तिच्यासोबत ती राहणार होती. तिच्या कुल्ल्यांवर झालेल्या जखमा पाहून अजूनही ती जिवंत कशी काय, असा प्रश्न पडला. तिच्या आईच्या मदतीने – तीदेखील गोड बाई होती आणि जणू ते दोघं जुळे असावेत एवढी ती आपल्या नवऱ्यासारखी दिसायची – तिने फर्मिनासाठी अंघोळीची तयारी केली आणि अर्निका झाडाच्या औषधाने जखमांना मलमपट्टी करून जरा निववलं, तेव्हाच गढीतल्या फटक्यांच्या दारूने घर हादरून गेलं.

मध्यरात्री नातेवाईक गेल्यानंतर, सोहळ्यांच्या सार्वजनिक ठिकाणी निखाऱ्यांचा धूर मंदपणे तरळू लागला, तेव्हा हिल्डेब्रांडाने फर्मिना डासाला मऊ मलमली कापडाचा रात्री घालायचा गाऊन दिला आणि तिला पलंगावर झोपायला मदत केली. पलंगावर गुळगुळीत कापड घातलं होतं आणि पिसांची उशीदेखील होती. त्यामुळे ती अचानक मिळालेल्या या सुखाने अत्यानंदाने सैरभैर झाली. शेवटी, त्या दोघीच निजायच्या खोलीत उरल्यावर, हिल्डेब्रांडाने खोलीचं दार बंद केलं आणि तिच्या पलंगाच्या चटईच्या खाली असलेलं एक मॅनिला पाकीट बाहेर काढलं, ज्यावर राष्ट्रीय तारयंत्रणेचा शिक्का मारलेला होता. आपल्या बहिणीच्या चेहऱ्यावरचे उजळते हावभाव पाहणं फर्मिना डासासाठी पुरेसं होतं. तिच्या मनात पुन्हा एकदा आठवणींच्या पांढऱ्या गार्डेनिया फुलांचे गंध दरवळू लागले. मग तिने लाखेने बंद केलेलं ते पाकीट दाताने उघडलं आणि तिच्यासाठी निषिद्ध असलेल्या त्या अकरा पत्रांमध्ये ती बुडून गेली. ती पहाटेपर्यंत त्यावर अश्रूंचा वर्षाव करत राहिली.

त्याला ते समजलं होतं. प्रवासाला सुरुवात करण्याआधी, लॉरेंझो डासाने त्याच्या मेव्हण्याला, लिसिमाको सान्चेसला तार पाठवून वर्दी देण्याची चूक केली होती. परिणामी लिसिमाकोने लॉरेंझो तिथे येत असल्याची बातमी त्या परगण्यामधल्या गावा-शहरांतल्या त्याच्या विशाल आणि गुंतागुंतीच्या जाळ्यामधून ओळखीच्या लोकांमध्ये पसरवली होती. त्यातून फ्लोरेंतिनो अरिसाला त्यांच्या प्रवासाची साद्यंत माहिती मिळाली होतीच, शिवाय त्याला तिथल्या तार ऑपरेटरांशी निकटचा बंधुभाव स्थापित करता आला. हे ऑपरेटर पुढे फर्मिना डासाच्या प्रवासाच्या काबो दे ला व्हेलामधल्या शेवटच्या थांब्यापर्यंत तिचा माग काढत राहणार होते म्हणूनच त्याला ती वाजेदुपारला पोहोचल्याक्षणापासून तिच्याशी उत्कट संवाद साधत राहणं शक्य झालं होतं. तिथे ती तीन महिने राहिली. रिओवाछापर्यंत प्रवास करण्याआधी तिला आणखी दीड वर्ष लागणार होतं, त्यामुळे आपली मुलगी तोपर्यंत सगळं काही विसरून जाईल आणि आपण पुन्हा घरी परतू शकू, असं लॉरेंझो डासाने गृहीत धरलेलं होतं. सासरकडच्या लोकांनी केलेल्या स्वागतामुळे आणि दिलेल्या चांगल्या वागणुकीमुळे तो बहुधा शांत झाला होता, सावध राहण्यापासून त्याचं चित्त विचलित झालं होतं. त्याच्या सासरकडच्यांनी अनेक वर्षांनंतर त्यांचे पूर्वग्रह बाजूला ठेवले होते आणि तो जणू त्यांचापैकी एक आहे असं समजून त्याचं मुक्त मनाने स्वागत केलं होतं. जरी त्या भेटीचा तो उद्देश नसला, तरी ही भेट म्हणजे उशिराने झालेला सलोखा होता. खरंतर, फर्मिना सान्चेसच्या कुटुंबाने कुठलीही पार्श्वभूमी नसलेल्या, फुशारक्या मारणाऱ्या, सतत फिरतीवर असणाऱ्या आणि गाढवांचा वरवर पाहता साधा; परंतु अप्रमाणिक व्यवहार करणाऱ्या एका गावंढळ स्थलांतरिताशी लग्न करण्याला हर प्रकारे विरोधच केला होता. लॉरेंझो डासाने सगळं काही पणाला लावलं, कारण त्याची प्रेयसी त्या प्रांतातल्या कुटुंबीयांमध्ये लाडकी होती : जंगली बायका आणि प्रेमळ मनाचे पुरुष यांच्या जमातीपैकी ती होती. ती जमात गुंतागुंतीची होती, त्यातले लोक प्रतिष्ठेसाठी सगळं काही विसरायला तयार असायचे. असं असलं तरी विरोध होऊनही फर्मिना सान्चेस प्रेमावरच्या अंधविश्वासाने आपल्या इच्छेबद्दल ठाम राहिली आणि तिने आपल्या कुटुंबाशिवाय तातडीने आणि अत्यंत गुप्तपणे विवाह केला, त्यामुळे तिने एवढा घाईचा निर्णय प्रेमासाठी न घेता, आधी झालेल्या चुकीवर पवित्र पांघरूण टाकण्यासाठी घेतला असावा असं तेव्हा वाटलं.

पंचवीस वर्षांचा काळ उलटल्यानंतर, आपल्या मुलीच्या प्रेमप्रकरणातला हेकेखोरपणा हा त्याच्याच भूतकाळाशी मिळताजुळता आहे, हे लॉरेंझो डासाला समजलं नव्हतं आणि त्याने पूर्वी त्याला ज्या सासरकडच्यांनी विरोध केला होता त्यांच्याकडे आपल्या कमनशिबाबद्दल तक्रारही केली. जशी त्याच्या लग्नाच्या वेळी त्यांनी त्यांच्या नातलगांकडे केली होती. त्याने आपलं दुःख व्यक्त करण्यात खर्ची केलेल्या वेळामुळे, इकडे त्याच्या मुलीला प्रेमप्रकरणासाठी अधिकचा वेळच

मिळाला. तो त्या समृद्ध भूमीत आपल्या मेव्हण्यासोबत खोंडांना नपुंसक करण्यासाठी आणि खेचरांना माणसाळवण्यासाठी जायचा आणि दुसरीकडे ती आपल्या अनेक मावस व मामेबहिणींसोबत वेळ घालवण्यासाठी मुक्त झाली. या मैत्रिणींच्या गटाचं नेतृत्व हिल्डेब्रांडा सान्चेसकडे होतं. ती त्यांच्यात सगळ्यात सुंदर आणि मदत करणारी मुलगी होती. तिचं एका विवाहित माणसावर उत्कट प्रेम होतं; परंतु त्या प्रेमाला काही भविष्य नव्हतं. तो माणूस बाप होता आणि तिच्यापेक्षा वीस वर्षांनी मोठा होता. तिला त्याच्याकडे केवळ चोरून कटाक्ष टाकण्यातच समाधान मानावं लागत होतं.

वाजेदुपारमधल्या दीर्घकालीन वास्तव्यानंतर त्यांनी पर्वतांच्या पायथ्याशी असलेल्या डोंगराळ भागातून फुलांची कुरणं आणि स्वप्नवत वाटणारी पठारं मागे टाकत प्रवासाला सुरुवात केली आणि या सगळ्यात ते ज्या ज्या गावांमध्ये गेले, तिथे त्यांचं संगीत वादनाने आणि फटाके उडवून स्वागत करण्यात आलं. याबरोबरच तिला नवी गुपितं राखलेल्या बहिणी आणि तारांच्या कार्यालयातून वेळेवर आलेले संदेशही मिळत होते. फर्मिना डासाला लवकरच हे समजलं की, ते ज्या दिवशी वाजेदुपारला पोहोचले, तो दिवस काही वेगळा नव्हता. त्या सुपीक प्रांतात आठवड्यातला प्रत्येक दिवसच हा तसा जगण्याने भारलेला असायचा, जणू तो सुटीचा दिवस असावा. रात्री पडल्यावर, भेटायला आलेली सगळी मंडळी जिथे असतील तिथेच झोपी जायची आणि भूक लागल्यावर तिथेच जेवायची. त्यांच्यासाठी घराची दारं कायम उघडी असायची. तिथे कायम हॅमॉक्स टांगलेल्या असायच्या आणि चुलीवर जास्तीचा मटणाचं स्ट्यू कायम रटरटत असायचा म्हणजे तार येण्याआधीच जर पाहुणे आले तर त्यांना तो वाढता यावा आणि नेहमी असंच व्हायचं. उर्वरित प्रवासात बहिणीला सोबत म्हणून हिल्डेब्रांडा सान्चेसही आली होती. फर्मिनाला तिने आनंदाने तिच्या रक्ताच्या नात्यांमधल्या गुंतागुंतीच्या गोष्टी अगदी मूळ पुरुषापासून सांगितल्या, त्यामुळे फर्मिना डासाला स्वतःबद्दल बरंच काही समजलं, तिला प्रथमच मुक्त वाटत होतं, तिला सुरक्षित आणि मैत्री मिळाल्यासारखं वाटत होतं. स्वातंत्र्याच्या वारा तिने फुप्फुसात भरून घेतला होता, ज्यामुळे तिची जीवनेच्छा परतली होती आणि ती स्थिरचित्त झाली होती. आयुष्याच्या अखेरच्या वर्षांमध्येही तिला हा प्रवास स्पष्टपणे आठवणार होता आणि तो तिच्या स्मृतींत अधिकाधिक ताजा होत जाणार होता, कारण स्मरणरंजन नेहमीच अधिक स्पष्ट जाणवतं.

एकदा रात्री ती नेहमीप्रमाणे चालून परतल्यावर, तिला एक साक्षात्कार झाला, ज्याने ती विस्मयचकित झाली. तो म्हणजे प्रेमाशिवाय किंवा ते असूनही एखादा आनंदी असू शकतो. ती सावध झाली, कारण तिच्या बहिणीच्या आईवडिलांचं लॉरेंझो डासाशी झालेल्या संभाषणामुळे चकित झाली होती. त्यांनी त्याला त्याच्या मुलीचं लग्न त्यांच्या एकमेव वारसाशी लावून देण्याबद्दल सांगितलं होतं. तो मुलगा

क्लोफाज मॉस्कोटच्या संपत्तीचा वारसदार होता. फर्मिना डासाला तो माहीत होता. तिने त्याला चौकात पाहिलं होतं. तो त्याच्या देखण्या घोड्यावरून तिथे फिरत असे. त्याचे लगाम एवढे श्रीमंती होते जणू ते माससाठी असणाऱ्या दागिन्यांनी मढवलेले वाटावेत असे होते. तो सभ्य, छान, हुशार होता आणि त्याच्या स्वप्नाळू पापण्यांमुळे पाषाणानेही सुस्कारे सोडले असते; परंतु तिने तिच्या स्मृतीत बसलेल्या बिचाऱ्या, कृश, लहान बागेत बदामाच्या झाडाखाली बसलेल्या, कवितेची पुस्तकं मांडीवर ठेवलेल्या फ्लोरेंतिनो अरिसाशी त्याची तुलना केली आणि मग तिच्या मनात शंकेचा एवढासा ढगही राहिला नाही.

त्या दिवसांमध्ये हिल्डेब्रांडा सान्चेसच्या मनात एका ज्योतिषीला भेटून फार मोठ्या आशा निर्माण झाल्या होती. ती त्या ज्योतिषीच्या भविष्य पाहण्याच्या, अज्ञात गोष्टी सांगण्याच्या कौशल्यामुळे चकित झाली होती. बापाच्या हेतूंमुळे खचलेली फर्मिना डासादेखील तिच्यासोबत त्या ज्योतिषाकडे गेली. त्याच्या पत्त्यांच्या विद्येचा वापर करून त्याने कथन केलं की, तिचं लग्न सुखाचं आणि दीर्घकालीन असेल, त्यात कोणताही अडथळा येणार नाही आणि या अंदाजामुळे तिच्यात पुन्हा हिंमत एकटवली. कारण, तिच्या प्रियकराव्यतिरिक्त ती आपल्या नियतीसोबत इतर कुणालाही जोडण्याची कल्पनाही करू शकत नव्हती. या स्थिरतेमुळे तिचा उत्साह उंचावला. तिच्या नशिबावर तिचं नियंत्रण आहे, असं तिला वाटलं. त्याच वेळी फ्लोरेंतिनो अरिसासोबत तारेतून होणारा संपर्क हा विविध योजलेल्या गोष्टी आणि भ्रामक वचनं यांचा मिलाफ असा न राहता, तो अधिक पद्धतशीर, व्यावहारिक गोष्टींबद्दलचा आणि जास्त उत्कट झाला. त्यांनी तारखा ठरवल्या, साधनं तयार ठेवली आणि एकमेकांना भेटल्यावर त्वरित जमेल तसं, कोणाशीही सल्लामसलत न करता निश्चयाने परस्पर लग्न करण्याची शपथ घेतली. फर्मिना डासाने ही बांधिलकी एवढ्या गांभीर्याने घेतली होती की, एकदा रात्री फॉन्सेका शहरात तिच्या बापाने तिला तिच्या पहिल्या नृत्य कार्यक्रमाला परवानगी दिली होती; परंतु ती आपल्या होणाऱ्या वराच्या होकाराशिवाय नृत्याला जाण्याचा विचारही करू शकत नव्हती. तिला ते सभ्यपणाचं वाटत नव्हतं. त्या रात्री फ्लोरेंतिनो अरिसा लोतारिओ थुगुटसोबत विश्रामस्थळी पत्ते खेळत होता, तेव्हा त्याला तातडीची तार आली असल्याचं सांगण्यात आलं.

फर्मिना डासाला नृत्यासाठी परवानगी घेता यावी याकरता फॉन्सेका इथला तार ऑपरेटर सात केंद्रं एकापाठोपाठ एक पार करत त्याच्यापर्यंत पोहोचला होता आणि तिला ती मिळाली, तरीही, तिचं एका होकाराच्या शब्दाने समाधान झालं नव्हतं. तिने दुसऱ्या बाजूने फ्लोरेंतिनो अरिसाच संदेश पाठवतो आहे, हे सिद्ध करणारा पुरावा मागितला, तेव्हा त्याला तो सन्मान वाटण्यापेक्षा जास्त विस्मय वाटला आणि त्याने ओळखीचं वाक्य रचलं : 'तिला कळवा की, मी मुकुटधारी देवतेची शपथ घेतली

आहे.' फर्मिना डासाला संकेतशब्द समजला आणि तिच्या आयुष्यातल्या पहिल्या नृत्य कार्यक्रमाला ती सकाळी सातपर्यंत थांबून राहिली. शेवटी, मासला जायला उशीर होऊ नये म्हणून तिला झटपट कपडे बदलून जावं लागलं. तोपर्यंत तिच्या बापाने तिच्याकडून जेवढी पत्रं जप्त केली होती, त्यापेक्षा जास्त पत्रं आणि तारा तिच्या ट्रंकेमध्ये जमा झाल्या होत्या आणि ती एखाद्या विवाहितेसारखी वावरायला, वागायला शिकली होती. तिच्यात झालेल्या बदलांचा अर्थ लॉरेंझो डासाने असा काढला की, अंतरामुळे आणि काळामुळे ती पौगंडावस्थेतल्या कल्पनांपासून मुक्त झाली आहे. एस्कोलास्तिका आत्याच्या हाकालपट्टीनंतर त्यांच्यामध्ये एक औपचारिक अढी निर्माण झाली होती आणि त्या चौकटीत त्यांचे संबंध जरा निवळू लागले. त्यांचं नातं जास्त मोकळं झालं आणि त्यामुळे त्यांच्या जगण्यात अशी सहजता आली की, त्यांचे संबंध जिव्हाळ्याचे आहेत याबद्दल कोणालाही शंका आली नसती.

त्या सुमारास, तिच्यासाठी समुद्राच्या तळाशी बुडालेल्या खजिन्याचं जहाज शोधायचा त्याने निश्चय केला असल्याचं फ्लोरेंतिनो अरिसाने आपल्या पत्रांमधून तिला कळवायचं ठरवलं आणि ते सत्य होतं. एका उन्हाने तापलेल्या दुपारी, जेव्हा समुद्राचं पाणी ॲल्युमिनिअमसारखं वाटत होतं, तेव्हा अचानक ही कल्पना त्याच्या डोक्यात चमकली होती. म्यूलियन झाडांच्या पानांमुळे कितीतरी मासे समुद्राच्या पृष्ठभागी आले होते. पक्षी शिकार गोळा करण्यासाठी हवेतल्या हवेत झडपा घालत होते आणि त्या 'जादू'मुळे मिळालेल्या फलितासाठी पक्ष्यांसोबत भांडावं लागू नये म्हणून आपल्या वल्ह्यांनी त्यांना हाकलवून लावत होता. वसाहती काळापासून कायद्यानुसार म्यूलियन झाडाचा वापर करून माशांना बेशुद्ध करण्यावर बंदी होती; परंतु कॅरिबियन मासेमारांमध्ये मात्र त्याची जागा डायनामाइटने घेईस्तोवर ही पद्धत कायम होती. फर्मिना डासा प्रवास करत होती, तेव्हा फ्लोरेंतिनो अरिसा जेट्टीवर उभा राहून मासेमारांनी जाळी भरभरून बेशुद्ध पडलेले मासे नेताना पाहणं हा त्याचा वेळ घालवण्याचा छंद झाला होता. त्याच वेळी मुलांची एक टोळी उत्सुक असलेल्या तिथल्या लोकांना समुद्रात नाणं टाकायला सांगायची आणि शार्कसारख्या झपाट्याने बुडी मारून ते नाणं शोधून पुन्हा त्यांना द्यायची. यासाठी ही मुलं मोठ्या बोट कंपनीच्या जहाजांना भेटायला जायची. त्यांच्या या बुडी मारण्याच्या कलेची वर्णनं युनायटेड स्टेट्स आणि युरोपातल्या कितीतरी प्रवाशांनी आपल्या लेखनात वर्णिली होती. प्रेमात पडण्याच्या आधीपासून फ्लोरेंतिनो अरिसाला ही मुलं माहीत होती; परंतु तेव्हा ते बुडालेल्या जहाजाचा खजिना शोधून काढण्याच्या कामात त्याला मदत करतील, असं त्याला कधीही वाटलं नव्हतं. त्या दुपारी मात्र त्याला तसं वाटलं आणि नंतरच्या रविवारपासून फर्मिना डासा येईपर्यंत म्हणजे जवळपास एक वर्ष, त्याला चित्तभ्रमित व्हायला आणखी एक निमित्त मिळालं.

त्या डुबकी मारणाऱ्या मुलांपैकी एक असलेल्या युक्लिडसशी फक्त दहा मिनिटं बोलल्यावर, पाण्याखालच्या शोधमोहिमेच्या कल्पनेने तो फ्लोरेंतिनोइतका उत्साहित झाला. फ्लोरेंतिनो अरिसाने त्या मोहिमेमागचं पूर्ण सत्य त्याला सांगितलं नव्हतं; परंतु त्याने त्याची पाणबुड्या आणि दर्यावर्दी म्हणून असलेल्या क्षमतांची कसून चौकशी केली होती. त्याने त्याला तू वीस मीटर खोलात हवेशिवाय बुडी मारू शकतोस का विचारल्यावर, युक्लिडस हो म्हणाला. त्याने त्याला भर वादळवाऱ्यात खुल्या सुमद्रामध्ये मासेमारांची बोट घेऊन जाऊ शकतोस का, असं विचारल्यावर युक्लिडस हो म्हणाला. सोतावेन्तो आर्किपेलागोमधल्या सर्वांत मोठ्या बेटापासून वायव्य दिशेला सोळा नॉटिकल मैलांवरची विशिष्ट अशी जागा शोधू शकतोस का, असं विचारल्यावर युक्लिडस हो म्हणाला. त्याने त्याला रात्री ताऱ्यांच्या साहाय्याने दिशा शोधून प्रवास करू शकतोस का, असं विचारल्यावर युक्लिडस हो म्हणाला. त्याने मासेमार त्याला मासे गोळा करण्यासाठी जेवढे पैसे देतात, तेवढ्या पैशात तो हे काम करायला तयार आहे का विचारल्यावर युक्लिडस हो म्हणाला; परंतु त्याने प्रत्येक रविवारसाठी अधिकचे पाच रिअल्स मागितले. त्याने त्याला शार्क माशांपासून बचाव कसा करायचा हे माहीत आहे का, असं विचारल्यावर, युक्लिडस हो म्हणाला. त्याच्याकडे त्यांना घाबरवून पळवून लावण्यासाठी काही जादुई क्लृप्त्या होत्या. तुला छळ करणाऱ्या तुरुंगात कैद केल्यास, काही झालं तरी तोंडून एकही शब्द काढायची नाही, हे जमेल का, असं विचारल्यावरही युक्लिडसने होकार भरला. खरंतर, तो कुठल्याच गोष्टीला नाही असं म्हणाला नाही. त्याला ज्यामुळे त्याच्यावर शंका घेतली जाणार नाही, अशा प्रकारे खात्रीने हो कसं म्हणायचं हे नीट माहीत होतं. मग त्या मुलाने खर्चाचा हिशेब केला : बोट भाड्याने घेणं, बोटीसाठी वल्ही भाड्याने घेणं, त्यांच्या मोहिमेचा कुणालाही संशय येऊ नये म्हणून मुद्दाम मासेमारीचं साहित्य घेणं. याबरोबरच सोबत खाणं, प्यायचं पाणी, तेलाचा दिवा, घट्ट चरबीच्या मेणबत्त्या आणि आपत्कालीन परिस्थितीसाठी शिकाऱ्यांचा भोंगा हे सगळं घेणंही गरजेचं होतं.

बारा वर्षांचा युक्लिडस कामात चटपटीत, हुशार आणि बडबड्या मुलगा होता. ईल माशासारखं त्याचं शरीर चपळ होतं. ऊनवाऱ्यामुळे त्याची त्वचा एवढी रापली होती की, त्याचा खरा वर्ण कसा आहे हे ओळखता येणं कठीण होतं, त्यामुळे त्याचे पिवळे डोळे आणखीनच उजळून गेल्यासारखे वाटायचे. फ्लोरेंतिनो अरिसाने तत्काळ तिथल्या तिथे ठरवलं की, तो अशा प्रकारच्या साहसी मोहिमेकरता अगदी योग्य असा साथीदार आहे. ते आणखी उशीर न करता पुढच्या रविवारी मोहिमेला निघाले.

मासेमाऱ्यांच्या बंदरातून ते पहाटे बोटीने निघाले. त्यांनी सगळी तयारी नीट केली होती. युक्लिडस जवळपास नग्न होता. नेहमीप्रमाणे त्याने कंबरेला कापड गुंडाळलं होतं. फ्लोरेंतिनो अरिसाने फ्रॉक कोट, हॅट, त्याचे चामड्याचे बूट,

कवीसारखा बो टाय असा पोशाख केला होता. त्याने बेटांपर्यंत पोहोचेपर्यंतच्या काळात वाचनासाठी आपल्याबरोबर एक पुस्तकही घेतलं होतं. पहिल्या रविवारीच त्याला समजलं की, युक्लिडस जसा उत्तम पाणबुड्या आहे, तितकाच तो उत्तम दर्यावर्दीही आहे, त्यामुळे त्याच्याकडे समुद्रातल्या आणि खाडीतल्या जहाजांच्या अवशेषांचं चकित करणारं ज्ञान आहे. त्याला प्रचंड मोठ्या गंजक्या जुन्या जहाजांबद्दलचे अनपेक्षित असलेले तपशील आठवत होते, त्याला प्रत्येक नव्या ब्यूऑय - तरंगत्या खुणेचं वय माहीत होतं, प्रत्येक गाळसाळ कधी आला हे माहीत होतं, स्पेनच्या रहिवशांनी ज्या साखळीने खाडीचं तोंड बंद केलं, त्या साखळीत किती कड्या आहेत हे माहीत होतं. आपल्या या मोहिमेचा खरा उद्देश त्याला समजू शकेल, अशी भीती वाटून फ्लोरेंतिनो अरिसाने त्याला मुद्दामच काही फसवे प्रश्न विचारले आणि त्यावरून युक्लिडसला त्या बुडालेल्या जहाजाबद्दल किंचितही शंका आली नसल्याचं त्याला समजलं.

विश्रांतस्थळी जेव्हा पहिल्यांदा फ्लोरेंतिनोने बुडालेल्या खजिन्याची गोष्ट ऐकली होती, तेव्हापासून त्याने बुडालेल्या जहाजांची, गलबतांची जमेल तितकी माहिती मिळवायला सुरुवात केली होती. तेव्हा त्याला कळलं की, सॅन होजे हे काही कोरल डेप्थमधलं एकमेव जहाज नव्हतं, तर ते टेरा फर्मा आरमारी तांड्याचं मुख्य जहाज होतं आणि ते पनामामधल्या पोर्टोबेलो इथे होणाऱ्या मोठ्या जत्रेतून प्रचंड मोठी संपत्ती घेऊन मे १७०८नंतर पोहोचलं होतं : पेरू आणि व्हेराक्रूझहून तीनशे ट्रंका भरून चांदी आणि कॉन्टाडोराच्या बेटांवरून गोळा केलेले आणि मोजून घेतलेले एकशे दहा ट्रंकाभरून मोती. कितीतरी महिने ते इथेच होतं आणि रात्रंदिवस उत्सव साजरे करत होतं. उरलेला खजिना मात्र स्पेनच्या साम्राज्याला गरिबीतून वाचवण्यासाठी होता : मुझो आणि सोमोंदोकोहून एकशे सोळा ट्रंका भरून पाचू आणि तीस कोटी सोन्याची नाणी.

टेरा फर्मा आरमारामध्ये बारापेक्षा जास्त पुरवठा करणारी जहाजं होती. ही जहाजं वेगवेगळ्या आकारांची होती आणि तिचा प्रवास दारूगोळ्याने सुसज्ज असलेल्या फ्रेंच आरमारी जहाजांच्या स्क्वॉड्रनसह होणार होता; परंतु फ्रेंच जहाजं संरक्षण करण्यात असमर्थ ठरलं होतं. कारण कमांडर चार्ल्स वेजरच्या नेतृत्वाखाली असलेल्या इंग्लिश आरमारी जहाजांनी अचूक नेम साधत तोफगोळे डागले होते. कमांडर खाडीच्या तोंडापाशी सोतावेंतो अर्किपेलागो इथे वाट पाहत बसला होता. त्यामुळे नेमकी किती जहाजं बळी गेली आणि इंग्लिश आरमाराच्या हल्ल्यातून किती निसटली, याची कुठेही विश्वासार्ह नोंद नसली तरी सॅन होजे हे एकमेव बुडालेलं जहाज नव्हतं. एक मात्र नक्की होतं की, हे प्रमुख जहाज तिच्यावरील सर्व खलाश्यांसह आणि डेकवरल्या कमांडरसह प्रथम बुडालं आणि त्याच्यातच सगळ्यात जास्त खजिन्याचा माल भरलेला होता.

त्या काळच्या दर्यावर्दी तक्त्यावरून फ्लोरेंतिनो अरिसाने या जहाजांचा मार्ग समजून घेतला होता आणि त्याला आपल्याला जहाज नेमकं जिथे बुडालं होतं, ते ठिकाण समजलं असल्याचं वाटत होतं. बोका शिकाच्या दोन गढ्यांमधून जात त्यांनी खाडी पार केली आणि चार तासांच्या प्रवसानंतर ते आर्किपेलागोच्या संथ, शांत पाण्यामध्ये आले. तिथल्या प्रवाळांच्या खडकांत ते झोपलेले झिंगे हातांनी पकडू शकत होते. हवा इतकी मुलायम होती आणि समुद्र इतका शांत व स्वच्छ होता की, फ्लोरेंतिनो अरिसाला वाटलं, आपण आपलंच प्रतिबिंब आहोत. बॅकवॉटरच्या एका टोकाला, सर्वांत मोठ्या बेटापासून दोन तासांवर जहाज बुडाल्याचं ठिकाण होतं.

आग ओकणाऱ्या सूर्याखाली औपचारिक पोशाखात गुदमरू लागलेल्या फ्लोरेंतिनो अरिसाने युक्लिडसला असं सूचित केलं की, त्याने पाण्यामध्ये वीस मीटर खोल खाली बुडी मारावी आणि तळाला जे काही सापडेल, ते घेऊन वर यावं. पाणी एवढं स्वच्छ होतं की, जणू एखादा काळा शार्क निळ्या माश्यांमध्ये त्यांना स्पर्शही न करता युक्लिडसला पोहताना पाहिलं. मग तो प्रवाळांच्या गर्दीत दडून गेला आणि जेव्हा त्याला वाटलं की, युक्लिडसने श्वास घ्यायला हवा, तेव्हाच त्याला त्याच्या मागून त्याचा आवाज ऐकू आला. युक्लिडस हात उंचावून उभा होता आणि त्याच्या कंबरेपर्यंत पाणी होतं. त्यानंतर ते बऱ्याचदा उत्तर दिशेला आणखी खोल पाण्यात शोधकाम करू लागले, युक्लिडसने आपण वेळ वाया घालवत असल्याचा निष्कर्ष काढेस्तोवर ते स्वतःत मग्न असलेल्या मँटा रे माशाजवळून, लाजाळू स्क्वीडच्या शेजारून, सावलीतल्या रोझबुशेसवरून बोटीने जात होते.

''जर तुम्ही मला काय शोधायचं आहे हे सांगितलं नाहीत, तर ते कसं सापडणार?'' युक्लिडसने विचारलं होतं.

परंतु फ्लोरेंतिनोने त्याला काहीही सांगितलं नाही. मग युक्लिडसने त्याच्यासमोर प्रस्ताव मांडला की, त्यानेही कपडे काढून आपल्यासोबत बुडी मारावी : या जगाखाली असलेलं वेगळं आकाश, प्रवाळांच्या रांगा पाहण्यासाठी. देवाने समुद्राची निर्मिती खिडकीतून पाहण्यासाठी केली आहे, असं फ्लोरेंतिनो अरिसा नेहमी म्हणत असे, त्यामुळे तो कधीही पोहायला शिकला नव्हता. थोड्या वेळाने, दुपारी आकाश ढगाळ झालं आणि हवा दमट व गार पडली आणि लवकरच काही समजायच्या आत आकाश आणखी गडदकाळं झालं, त्यामुळे त्यांना दीपस्तंभाच्या आधारे जाऊन बंदराकडे जाण्यासाठी दिशा शोधावी लागली. ते खाडीत प्रवेश करणार इतक्यात त्यांच्या अगदी जवळून फ्रान्सहून आलेलं झगमगीत दिवे असलेलं आणि आपल्यामागे स्ट्यू व उकडलेले फ्लॉवर यांचा वास सोडत गेलेलं मोठ्ठं पांढरं जहाज दिसलं.

अशा प्रकारे त्यांनी तीन रविवार वाया घालवले आणि जर फ्लोरेंतिनो अरिसाने युक्लिडसला त्याचं गुपित सांगितलं नसतं, तर ते पुढचेही असे कितीतरी रविवार

वाया घालवत बसले असते. युक्लिडसने नंतर सगळी शोधमोहीम नव्याने आखली आणि ते जहाजांच्या जुन्या मार्गाने गेले. फ्लोरेंतिनो अरिसाने ज्या ठिकाणी शोधायचं ठरवलं होतं, त्यापासून वीस नॉटिकल लीग्ज पूर्वेकडे ते जाऊ लागले. जेमतेम दोन महिन्यांचा कालावधी गेल्यानंतर, एका पावसाळी दुपारी युक्लिडसने समुद्राच्या तळाशी बराच वेळ बुडी मारली आणि दरम्यान, त्यांची बोट इतकी भरकटली की, त्याला तिच्याकडे येण्यासाठी अर्धा तास पोहत यावं लागलं. कारण, फ्लोरेंतिनो अरिसाला बोट त्याच्या जवळ वल्हवत नेता येऊ शकली नव्हती. सरतेशेवटी तो बोटीवर चढल्यावर, त्याने त्याच्या तोंडातून बायकांच्या दागिन्यांचे दोन तुकडे काढले आणि जणू त्याच्या चिकाटीचं ते बक्षीस असल्याप्रमाणे दाखवले.

त्याने जे काही सांगितलं, ते एवढं चित्तवेधक होतं की, फ्लोरेंतिनो अरिसाने निर्धार केला की, तो पोहायला आणि शक्य तितक्या जास्त खोल बुडी मारायला शिकेल. जेणेकरून त्याला प्रत्यक्ष डोळ्यांनी पाहता येऊ शकेल. त्याने सांगितलं की, त्या ठिकाणी, फक्त अठरा मीटर खाली, प्रवाळ खडकांच्या इथे कितीतरी जुनी जहाजं बुडालेली आहेत. एवढी की, त्यांची गणती करणं अशक्य आहे आणि ती अशी पसरलेली आहेत की, त्यांचा अंत कुठे होतो हे तुम्हाला दिसूही शकत नाही. त्याने सांगितल्यापैकी सगळ्यात चकित करणारी गोष्ट अशी की, खाडीत जी कुठली जुनीपुराणी जहाजं तरंगत होती, त्यापेक्षा कितीतरी चांगल्या अवस्थेतली जहाजं खाली बुडालेली होती. त्याने असंही सांगितलं की, तिथे दोन ते चार डोलकाठ्या असलेल्या अनेक नौकाही आहेत, ज्यांची शिडं अजूनही तशीच जोडलेली आहेत. जणू ती जहाजं, नौका त्यांचा काळ आणि अवकाश आपल्यासोबत घेऊन बुडाली असावीत असं भासत होतं, त्यामुळे ती जहाजं ९ जून, शनिवार, सकाळी अकराच्या झळाळत्या उन्हात, जेव्हा ती बुडाली होती, तशीच अजूनही उजळून जात असावीत असं वाटत होतं. आपल्या कल्पनाशक्तीच्या रेट्यामुळे त्याला क्षणभर बोलता आलं नाही. तो अडखळला. तो म्हणाला की, सॅन होजे जहाज सगळ्यात वेगळं दिसून येत होतं. त्याच्या मागच्या बाजूला लिहिलेलं सोनेरी अक्षरातलं नाव दिसू शकत होतं; परंतु इंग्लिश तोफांचा मारा झेलून सगळ्यात नुकसान झालेलं ते जहाज होतं. तो म्हणाला की, तीनशे वर्षांपेक्षा जास्त जगलेला प्राचीन ऑक्टोपस त्याने आत पाहिला होता. त्याच्या सोंडा त्याने तोफेच्या तोंडातून बाहेर आलेल्या पाहिल्या आणि तो जेवणाच्या खोलीएवढा वाढला होता. त्याला मुक्त करण्यासाठी ते जहाजच नष्ट करावं लागलं असतं. त्याने कमांडरचं प्रेतही पाहिल्याचं सांगितलं. लढाईचा पोशाख केलेलं. ते खलाश्यांच्या राहण्याच्या ठिकाणी होतं. त्याचा दम तोपर्यंत टिकला नव्हता म्हणून तो खजिन्यापर्यंत पोहोचू शकला नव्हता. त्याने पुरावे आणले होते : पाचूचे खडे असलेली कानातली आणि व्हर्जिनचं मेडल, ज्याची साखळी सुमद्राच्या पाण्यातल्या मिठाने गंजली होती.

आणि तेव्हा फ्लोरेंतिनो अरिसाने, ती परतण्याच्या थोडं आधी, फोनेस्काला पाठवलेल्या फर्मिना डासाला लिहिलेल्या पत्रात पहिल्यांदा खजिन्याचा उल्लेख केला होता. बुडालेल्या जहाजाचा इतिहास तिला माहीत होता. कारण, लॉरेंझो डासाकडून तिने तो बऱ्याचदा ऐकला होता. लॉरेंझोने एका जर्मन गोताखोरी करणाऱ्या कंपनीला तो खजिना परत मिळवण्यासाठी पटवण्यात बराच पैसा आणि वेळ घालवलेला होता. त्याने चिकाटीने त्या शोधमोहिमेवर वेळ घालवलाही असता; परंतु 'अॅकॅडमी ऑफ हिस्टरी'मधल्या अनेक सदस्यांनी त्याला सांगितलं की, बुडालेल्या जहाजाची ती दंतकथा ही राजाचा खजिना चोरणाऱ्या व्हाइसरॉयच्या कुण्या चोरांनीच परसवलेली आहे, त्यामुळे त्याने तो विषय सोडून दिला होता. काही असलं तरी, कोणत्याही माणसाला तिथपर्यंत पोहोचणं - समुद्रात दोनशे मीटर्स खोल - जवळपास अशक्यप्राय गोष्ट आहे. फ्लोरेंतिनो अरिसाने केलेला वीस मीटर खोलीचा दावा चुकीचा होता; परंतु ती त्याच्या काव्यात्म अतिशयोक्तीशी एवढी परिचित झाली होती की, त्यामुळे तिने जहाजाच्या त्या शोधमोहिमेचं त्याचं साहस मोठं यश म्हणून साजरं केलं; परंतु नंतरही जेव्हा तिला आणखी काही पत्रं, आणखी काही चमत्कारिक, अद्भुत तपशिलांसह येत गेली - हे सगळे तपशील त्याने प्रेमाची वचनं ज्या गांभीर्याने दिली होती, त्याच गंभीरपणे लिहिलेले होते - तेव्हा तिला हिल्डेब्रांडा सान्चेसपाशी तिचा प्रियकर नक्कीच वेडा झालेला आहे, अशी कबुली द्यावी लागली.

दरम्यान, या काळात युक्लिडसने त्याची गोष्ट सिद्ध करण्यासाठी कितीतरी पुरावे वर आणले होते, त्यामुळे प्रवाळांमध्ये विखुरलेली कानातली आणि अंगठी काढण्यापुरता हा प्रश्न सीमित राहिला नव्हता, तर तो अधिक मोठा झाला होता. त्या बॅबिलोनियन खजिन्याची पन्नास जहाजं धक्का न लागता वर काढण्यासाठी मोहीम राबवायला हवी होती आणि ती मोठी आणि खर्चिक बाब होती. मग जे आज नाहीतर उद्या घडायचं होतं ते घडलं : फ्लोरेंतिनो अरिसाने त्याच्या या साहसाचं यशस्वी निष्कर्षात रूपांतर करण्यासाठी आपल्या आईची मदत मागितली. तिने एका झटक्यात दातांनी चावून त्या धातूचं परीक्षण केलं आणि ती रत्नं प्रकाशात धरून काचेची असल्याचं ओळखलं. आपल्या मुलाच्या भोळेपणाचा फायदा घेतला जात असल्याचं काही क्षणात तिच्या लक्षात आलं. युक्लिडसने फ्लोरेंतिनो अरिसासमोर गुडघ्यावर बसून त्याची काहीही चूक नसल्याची शपथ घेतली; परंतु त्याच्या पुढच्या रविवारपासून तो बंदरावर इतरत्र कुठेही दिसला नाही.

त्या अनर्थातून फ्लोरेंतिनो अरिसाला एकमेव चांगली बाब हाताशी लागली, ती म्हणजे दीपस्तंभाचा प्रेमळ निवारा. एकदा रात्री, अचानक आलेल्या वादळामुळे स्तिमित होऊन तो युक्लिडससोबत बोटीतून तिथे गेला होता. त्यानंतर तो रोज दुपारी तिथे जाऊन दीपस्तंभाचा संभाळ करणाऱ्याशी गप्पा मारू लागला. तो माणूस त्याला

ज्ञात असणाऱ्या जमीन आणि पाण्याच्या आश्चर्यचकित करून टाकणाऱ्या असंख्य गोष्टी सांगत असे. जग कितीही बदललं तरी त्यांच्यात टिकून राहणाऱ्या मैत्रीची ही सुरुवात होती. तिथे फ्लोरेंतिनो अरिसा आग पेटती कशी ठेवायची हे शिकला; प्रथमतः लाकडांचे भारे टाकून आणि नंतर तेलाचे मोठाले मातीचे बुधले रिकामे करून. तोवर वीज आलेली नव्हती. तो प्रकाशाला दिशा कशी द्यायची आणि आरशांच्या साहाय्याने त्या प्रकाशाची प्रखरता कशी वाढवायची हे शिकला आणि कितीतरी वेळा जेव्हा दीपस्तंभ सांभाळणाऱ्याला तिथे थांबता येणं शक्य नसे, तेव्हा तो समुद्रावर नजर ठेवण्यासाठी रात्रीचा मुक्काम तिथे करत असे. तो आवाजावरून जहाजं ओळखायला शिकला आणि क्षितिजावर दिसणाऱ्या दिव्यांवरून जहाजाचा आकार ओळखू लागला आणि दीपस्तंभाच्या धोक्याची सूचना देणाऱ्या दिव्यामधून जहाजाकडून येणारे इशारे तो समजून घेऊ लागला.

दर रविवारी दिवसा आणखी एक सुख तिथे असायचं. जुन्या शहरातले श्रीमंत लोक राहायचे त्या डिस्क्ट्रिक्ट ऑफ व्हॉइसरॉय भागात, प्लॅस्टरची भिंत घालून स्त्रियांसाठीचा समुद्रकिनारा वेगळा करण्यात आला होता : एकाची बाजू उजवीकडे होती आणि दुसरी दीपस्तंभाच्या डावीकडची, त्यामुळे दीपस्तंभ सांभाळणाऱ्याने तिथे एक लहानशी दुर्बीण लावली होती, ज्यातून एक सेंटावो देऊन बायकांचा किनारा न्याहाळता यायचा. त्यांना कोणीतरी पाहतं आहे हे माहीत नसल्याने, तरुणी त्यांच्या क्षमतेप्रमाणे स्वतःचं प्रदर्शन करायच्या. त्या चुरगळलेले बेदिंग सूट आणि स्लिपर्स आणि हॅट घालायच्या, ज्यात त्यांची शरीरं रस्त्यावर घालायच्या कपड्यांइतकीच झाकलेली असायची आणि शिवाय त्या कमी आकर्षक दिसायच्या. सूर्यप्रकाशात वेताच्या खुर्चीत बसलेल्या त्यांच्या आयांनीही असेच पोशाख केलेले असायचे – तशाच पिसांच्या हॅट्स, 'हाय मास'ला असायच्या तशाच छत्र्या हातात धरून त्या किनाऱ्यावरून आपल्या मुलींकडे लक्ष ठेवून असायचा. त्यांना भीती वाटायची की, शेजारच्या किनाऱ्यावरच्या पुरुषांनी आपल्या मुलींना पाण्यात असताना फशी पाडू नये याची. खरंतर त्या दुर्बिणीतून एरवी रस्त्यावर जे दिसतं, त्यापेक्षा वेगळं असं काहीही दिसायचं नाही किंवा उत्तेजित करणारंदेखील काहीही नसायचं; परंतु तिथे भिंत घातलेल्या परिसरातल्या निषिद्ध समजलेल्या गेलेल्या बेचव फळाचा आनंद घेण्यासाठी दर रविवारी कितीतरी ग्राहक यायचे.

फ्लोरेंतिनो अरिसा त्यांच्यात असायचा, मात्र कंटाळ्यामुळे, पाहण्याच्या सुखासाठी नव्हे; परंतु तो त्या दीपस्तंभाचा सांबाळ करणाऱ्या माणसाचा चांगला मित्र होण्यामागे खरं कारण हे नव्हतं. ते असं होतं की, फर्मिना डासाने त्याला पुढे नकार दिल्यानंतर, तिची पोकळी भरून काढण्याच्या प्रयत्नात त्याची भिन्न प्रकारची प्रेमप्रकरणं करण्याचा ज्वर चढला होता आणि इतरत्र कुठे नव्हे, तर त्या दीपस्तंभात त्याने त्याच्या आयुष्यातले आनंदी क्षण व्यतीत केले आणि त्याला तिथे त्याच्या

वाईट काळात खूप दिलासा मिळाला. त्याची ती आवडती जागा होती. एवढी की, त्याने त्याच्या आईला आणि नंतर त्याच्या लिओकाकाला ती जागा विकत घेण्यासाठी त्याला मदत करा, असं सांगून पटवायचा खूप प्रयत्न केला होता. त्या काळी कॅरिबियनमध्ये दीपस्तंभ ही खासगी मालमत्ता असायची आणि त्याचे मालक जहाजाच्या आकारानुसार बंदरात शिरू देण्याच्या परवानगी बदल्यात काही रक्कम आकारायचे. फ्लोरेंतिनो अरिसाला वाटायचं की, कवितेतून नफा कमावण्याचा हा सर्वांत सन्मानीय मार्ग होता; परंतु त्याची आई किंवा काका दोघंही त्याच्या कल्पनेशी सहमत झाले नव्हते आणि जेव्हा फ्लोरेंतिनो अरिसा स्वतः तो स्तंभ विकत घेऊ शकायच्या स्थितीत आला, तेव्हा सर्व दीपस्तंभ सरकारी मालमत्ता झाली होती.

तरीही, त्याची ही सगळी स्वप्नं काही वाया गेली नाहीत. गलबताची दंतकथा आणि दीपस्तंभाची नवलाई यांमुळे त्याला फर्मिना डासाच्या अनुपस्थितीचं दुःख कमी करण्यात मदतच झाली आणि मग जेव्हा त्याला अजिबात अपेक्षित नव्हतं, तेव्हाच ती परतत असल्याची बातमी त्याला मिळाली. रिओवाछामधल्या प्रदीर्घ वास्तव्यानंतर लॉरेंझो डासाने घरी परतण्याचा निर्णय घेतला होता. तो ऋतू काही समुद्रातला आल्हाददायक ऋतू नव्हता. कारण, डिसेंबरमधले व्यापारी वारे आणि ऐतिहासिक दोन डोलकाठ्यांचं जहाज वापरत. केवळ तेच जहाज हे वारे ओलांडून जाऊ शकायचा धोका पत्करू शकलं असतं; पण वारे उलटे वाहिले तर जिथून निघालं, त्याच बंदराकडे परत जायची शक्यताही होती आणि तसंच घडलं. फर्मिना डासाने तिच्या केबिनमधल्या खाटेवर पट्टे बांधलेल्या अवस्थेत, पोटातलं पित्त उलटून टाकत वेदनादायी रात्र काढली. ती केबिन म्हणजे एखाद्या गुत्त्यातल्या संडासासारखी अत्यंत अरुंद, घुसमटवणारी होती. शिवाय तिथे दुर्गंध येत होता आणि गरमीही होत होती. जहाज एवढं जोरात हलत होतं की, आपण बांधलेले संरक्षण पट्टे तुटून जातील असं तिला वाटलं. डेकवर तिला लोकांच्या ओरडण्याचे काही तुटक आवाजही ऐकू येत होते, ते जहाज बुडत असल्यागत ओरडत असावेत असं वाटत होतं आणि तिच्या शेजारी बंकवर झोपलेल्या बापाचं वाघासारखं घोरणं, तिच्या भीतीत आणखी भर टाकत होतं. जवळपास तीन वर्षांनंतर प्रथमच तिने आख्खी रात्र जागरणात काढली आणि प्रथमच एक क्षणही ती फ्लोरेंतिनो अरिसाचा विचार करत नव्हती, तर दुसरीकडे, तोही मागच्या खोलीतल्या हॅमॉकवर तळमळत जागाच होता. ती परत येईपर्यंतचा हरएक मिनिट मोजत होता, जो त्याला अनंत काळासारखा भासत होता. पहाटे वारा अचानक पडला आणि समुद्र शांत झाला. फर्मिना डासाला असं लक्षात आलं की, तिला प्रचंड प्रमाणात समुद्र लागण्याचा त्रास झालेला असला तरी ती झोपली होती. नांगराच्या साखळ्यांच्या आवाजांमुळे तिला जाग आली. मग तिने पट्टे सोडले आणि भोकातून बाहेर पाहिलं. तिचे डोळे

बंदरावरच्या गलबल्यामध्ये फ्लोरेंतिनो अरिसाला शोधत होते; परंतु तिला पामच्या झाडांमधून दिसणाऱ्या घराच्या छपरांवर सूर्याची पहिली किरणं पडली आहेत एवढंच दिसलं आणि रिओवाछामधल्या गोदीमधून जिथून जहाज निघालं होतं तिथल्या सडक्या फळ्या दिसल्या.

उरलेला सगळा दिवस तिला भास झाल्यासारखा गेला : ती कालपर्यंत ज्या घरी होती, त्याच घरी आजही होती. तेच पाहुणे, नातेवाईक त्यांचं स्वागत करायला आले होते, ज्यांनी तिला निरोप दिला होता, ते त्याच त्या गोष्टी बोलत होते. आपण जगून झालेल्या आयुष्याचा तुकडा पुन्हा जगत आहोत या कल्पनेने तिची मती गुंग झाली. ही पुनरावृत्ती एवढी विश्वासनीय होती की, फर्मिन डासा जहाजातल्या प्रवासाचाही पुनरावृत्ती होईल या विचाराने थरकापली. त्या आठवणीनेही तिला भीती वाटली, तरी घरी जाण्याचा आणखी एक शक्य मार्ग होता तो म्हणजे गाढवांच्या पाठींवर बसून पर्वतांमधून दोन आठवड्यांचा प्रवास करणं. या प्रवासाची स्थिती तर आधीपेक्षा आणखीनच धोकादायक झाली होती. कारण, कॉका या अँडियन राज्यात नव्याने यादवी युद्धाला सुरुवात झाली होती आणि ते आता कॅरिबियनच्या प्रातांमध्ये पसरू लागलं होतं, त्यामुळे त्या रात्री आठ वाजता तिला पुन्हा एकदा बंदरावर नेण्यात आलं, तेव्हाही तिथे डोळ्यांतून टिपं गाळत निरोप देणारे तेच नातेवाईक होते आणि त्यांनी तिला तशाच निघतानाच्या शेवटच्या घडीला भेटी दिल्या होत्या, ज्या केबिनमध्ये मावत नव्हत्या. जेव्हा प्रवासाची वेळ झाली, तेव्हा कुटुंबाने हवेत गोळ्यांच्या फैऱ्या झाडून जहाजाला वंदन केलं आणि लॉरेंझो डासानेही आपल्या पिस्तुलातून पाच गोळ्या झाडून त्याला प्रतिसाद दिला. रात्रभर वारे अनुकूल असल्यामुळे फर्मिना डासाची भीती उडून गेली आणि समुद्रावरून फुलांचा गंध वाहून आणणारा वारा येत असल्यामुळे तिला संरक्षक पट्ट्या न लावताही शांत झोप लागली. फ्लोरेंतिनो अरिसाला ती परत एकदा पाहते आहे, असं स्वप्न तिला पडलं आणि त्यात त्याने तिने नेहमी पाहिलेला चेहरा काढून मुखवटा घातलेला होता; परंतु त्याचा मुखवटा खऱ्या चेहऱ्याशी अगदी मिळताजुळता होता. त्या गूढ स्वप्नामुळे तिला लवकर जाग आली, तेव्हा तिला तिचा बाप ब्रँडीसह कॉफी पीत असल्याचं आढळलं. मद्यामुळे त्यांचे डोळे तिरळे झाले होते; परंतु त्यांच्या परतण्याबद्दल त्याने जराही अनिश्चतता दाखवली नाही.

त्यांचं जहाज बंदरात शिरलं. किनाऱ्याजवळ सुरक्षित ठिकाणी मुख्य बाजारापाशी गळ टाकून उभ्या असलेल्या जहाजांच्या भुलभुलैयातून मार्ग काढत ते जहाज शांतपणे पुढे गेलं. त्या बाजाराचा वास कितीतरी दूरवरूनही येत होता. पावसाच्या रिपरिपीमुळे पहाट साकळून राहिली होती आणि लवकरच धो-धो पाऊस कोसळायला सुरुवात झाली. तार ऑफिसच्या बाल्कनीत उभं राहिलेल्या फ्लोरेंतिनो अरिसाने त्या जहाजाला ओळखलं. त्याने लास ॲनिमाज खाडी ओलांडून

बाजारातल्या पदपथापाशी नांगर टाकला. पावसामुळे त्याची शिडं मरगळली होती. आदल्या दिवशी तो सकाळी अकरापर्यंत वाट पाहत थांबला होता, तेव्हा उलट्या वाऱ्यांमुळे जहाजाला यायला उशीर होणार आहे अशी तार पोहोचली होती आणि आज सकाळी चार वाजल्यापासून तो जागा राहिला होता, वाट पाहतच राहिला. किनाऱ्यावर प्रवाशांना घेऊन येणाऱ्या लहानशा होडक्याकडे तो एकटक पाहत होता. ते प्रवासी वादळाची तमा न बाळगता परतण्यास तयार झाले होते. अर्ध अंतर कापल्यावर, होडकं गाळात रुतून बसलं. बऱ्याच जणांना होडकं सोडून चिखलातून वाट काढत काढत बंदराच्या पदपथापाशी यावं लागलं. पाऊस थांबेल याची वाट पाहत बराच वेळ वाया घालवल्यानंतर, आठ वाजता कंबरेपर्यंत पाण्यात बुडालेल्या एका कृष्णवर्णीय कामगाराने जहाजाच्या रेलिंगपाशी फर्मिना डासाला आपल्या बाहूत घेतलं आणि तिला उचलून किनाऱ्यावर आणलं; परंतु ती चिंब भिजून गेली असल्यामुळे तिला फ्लोरेंतिनो अरिसाने ओळखलं नाही.

बंद घरात शिरेपर्यंत ती किती प्रौढ आणि प्रगल्भ झाली आहे, याची तिची तिलाही कल्पना आली नव्हती. तिने घराचं दार उघडून आत शिरताच काळी मोलकरीण गाला प्लासिडियाच्या मदतीने ती जागा पुन्हा जगण्यालायक बनवण्याचं शिवधनुष्य पेलायचं ठरवलं. गाला प्लासिडिया जुन्या काळी गुलामांसाठी बांधलेल्या भागात राहायची आणि फर्मिना परतल्याचं समजात ती त्वरित तिच्याकडे आली होती. फर्मिना डासा आता बापाने लाडावलेली आणि दडपवलेली लहान मुलगी राहिलेली नव्हती, तर ती आता धूळ आणि कोळ्यांची जाळी असलेल्या साम्राज्याची मालकीण, सांभाळकर्ती झाली होती. हे साम्राज्य तिच्या अपराजित प्रेमाच्या शक्तीच्या जोरावर वाचवता येणं केवळ शक्य होतं. तिला जराही दडपण वाटलं नाही. कारण, तिच्या वाढत गेलेल्या हिमतीच्या ताकदीवर ती जग हलवू शकणार होती. त्याच दिवशी रात्री, स्वयंपाकघरातल्या मोठ्या टेबलापाशी बसून गरम चॉकलेट घेत असताना, तिच्या बापाने तिला घर चालवण्याचे सगळे अधिकार बहाल केले आणि त्याने ते एखादा पवित्र संस्कारविधी असावा अशा प्रकारे औपचारिकरीत्या जाहीर केलं.

''मी तुझ्या आयुष्याची किल्ली तुझ्याकडे देतो आहे,'' तो म्हणाला.

सतरा पावसाळे-उन्हाळे पाहिलेल्या तिने स्थिर हातांनी ते स्वीकारलं. आपण स्वातंत्र्याचा जो प्रत्येक कणन्‌कण जिंकून घेतला आहे तो प्रेमासाठी याचं भान तिला होतं. त्या रात्री तिला वाईट स्वप्न पडलं. सकाळी उठल्यानंतर तिला परतल्यावर प्रथमच घरी असल्यामुळे ती नाराज असल्याचं जाणवलं. जेव्हा तिने बाल्कनीची खिडकी उघडली, तेव्हा समोरच्या लहान बागेत पाऊस पडत होता. तिने तिथला पुतळा पाहिला आणि ज्यावर फ्लोरेंतिनो अरिसा कवितांची पुस्तकं घेऊन बसायचा तो संगमरवरी बाकही पाहिला. ती आता त्याच्याकडे 'अप्राप्य प्रियकर' या दृष्टीने

पाहू शकत नव्हती, तो आता तिचा 'निश्चित झालेला नवरा' होता, ज्याला तिने आपलं हृदय, आपला आत्मा अर्पिला होता. ती तिथे नसताना, त्या दोघांच्या हरवून गेलेल्या काळाचं प्रचंड ओझं तिला जाणवलं. जिवंत राहणं किती कठीण होतं आणि त्या पुरुषावर प्रेम करण्यासाठी तिला आणखी प्रेमाचा किती गरज आहे हेही तिला समजलं. तो लहान बागेत नसल्याचं पाहून तिला आश्चर्य वाटलं. कारण, कितीही पाऊस असला, तरी तो तिथे असायचा. तिला त्याच्याकडून कोणताही संकेत किंवा पूर्वसूचना आलेल्या नव्हत्या आणि अचानक मनात आलेल्या त्याच्या मृत्यूच्या विचाराने तिचा थरकाप उडाला; परंतु तिने एकदाचा तो दुष्ट विचार बाजूला सारला. कारण त्यांनी एकमेकांना ती परतणार असल्याच्या आनंदात केलेल्या तारांमध्ये, ती प्रत्यक्षात परतल्यानंतर त्यांनी कशा प्रकारे संपर्क ठेवायचा, हे ठरवायचं ते विसरून गेले होते.

खरंतर, फ्लोरेंतिनो अरिसाला ती परतली नाहीये याबद्दल खात्री होती; परंतु रिओवाछामधल्या तार ऑपरेटरने पक्की माहिती दिली की, ज्या जहाजाला उलट्या वाऱ्यामुळे आदल्या दिवशी येता आलं नव्हतं, ते दुसऱ्या दिवशी, शुक्रवारी, पुन्हा प्रवासाला निघालं होतं, त्यामुळे आठवड्याच्या शेवटी तिच्या घरात लोकांच्या वावराची काही खूण दिसत आहे का, हे पाहण्यासाठी तो गेला आणि सोमवारी संध्याकाळी त्याने खिडकीतून एक दिवा घरात फिरत असल्याचं पाहिलं. मग रात्री नऊनंतर निजायच्या खोलीत तो विझवला गेला. प्रेमात पडल्यानंतरच्या पहिल्यावहिल्या रात्रींत, तो जसा अस्वस्थ असायचा, तसाच आताही झाला. त्याला झोप लागत नव्हती. त्याला भयंकर मळमळत होतं, उलटी होईल असं वाटत होतं. त्रान्झितो अरिसा कोंबड्याच्या आरवण्याने उठली आणि आपला मुलगा मध्यरात्री पडवीत गेला होता आणि तो अजूनही परत आलेला नाही यामुळे ती सावध झाली. तिला तो घरीदेखील कुठे दिसला नाही. तो जेट्टीच्या कडेने भटकायला गेला होता. कवितांचे शब्द वाऱ्यावर सोडत तांबडं फुटेपर्यंत आनंदाने रडत होता. थकलेल्या मनःस्थितीत तो सकाळी आठ वाजता पॅरिश कॅफेच्या आर्केडमध्ये बसला, फर्मिना डासाचं स्वागत करण्यासाठी कसं पत्र पाठवायचं याचा विचार करत होता, तेव्हा त्याला जणू भूकंपासारखा मोठा धक्काच बसला. त्याचं हृदय पिळवून निघालं. तो हादरून गेला.

कॅथेड्रलच्या चौकातून गाला प्लासिडियाबरोबर ती जाताना त्याने पाहिलं. गाला प्लासिडियाने खरेदीसाठी टोपल्या घेतल्या होत्या. फर्मिना डासाने पहिल्यांदाच शाळेचा गणवेश घातलेला नव्हता. ती प्रवासाला जाताना होती, त्यापेक्षा आता उंच झाली होती. ती आता अधिक सभ्य आणि उत्कट वाटत होती. निर्बंधातल्या प्रगल्भतेमुळे तिचं सौदर्यं शुद्ध झालं होतं. तिचे केस वाढले होते; परंतु तिने त्यांची वेणी अशीच सुटी न ठेवता तिच्या डाव्या खांद्यावरून वळवून घेतली होती आणि

या साध्या बदलामुळे तिच्या मुलगी असण्याच्या सगळ्या खुणा पुसल्या गेल्या होत्या. त्याच्या नजरेतल्या मुलीने इकडेतिकडे न पाहता चौक ओलांडेस्तोवर, फ्लोरेंतिनो अरिसा तसाच स्तिमित होऊन बसून राहिला; परंतु मग ज्यामुळे त्याचा शक्तिपात होऊन तो तिथेच बसून राहिला होता, त्याच शक्तीने तो घाईत उठला. तिचा पाठलाग करू लागला. तोवर ती कॅथेड्रलच्या कोपऱ्यावर वळून खडबडीत फरसबंदीवरून जात बाजारातल्या गोंगाटात हरवून गेली होती.

तो तिला दिसणार नाही, अशा प्रकारे त्याने माग काढला. ही जी त्याची जगातली सगळ्यात प्रिय व्यक्ती होती, तिचे साधेसुधे हावभाव, बोलणं-चालणं आणि तिला अकाली प्राप्त झालेली प्रगल्भता त्याने टिपली. तिला तो प्रथमच अशा नैसर्गिक अवस्थेत पाहत होता. ती ज्या सहजपणे आणि मोकळेपणाने गर्दीतून मार्ग काढत जात होती ते पाहून तो चकित झाला. इकडे गाला प्लासिडिया लोकांवर आदळत होती आणि टोपल्यांमध्ये अडकून जात होती. तिला तिच्यासोबत राहण्यासाठी पळावं लागत होतं, तर तिकडे ती काळोखात उडणाऱ्या वटवाघळाप्रमाणे कोणावरही न आदळता, रस्त्यावरच्या गोंधळातून आपल्या काळ-अवकाशानुसार आपला मार्ग शोधत जात होती. ती एस्कोलास्तिका आत्यासोबत कितीतरी वेळा बाजारात गेली होती; परंतु तेव्हा त्यांची खरेदी अगदी किरकोळ असायची. कारण, तिच्या बापाने आजवर स्वतः खरेदी केली होती - लाकडी सामान, अन्नपदार्थ इथपासून ते बायकांच्या कपड्यांपर्यंत सगळं काही. तिच्यासाठी ही पहिली चित्तवेधक, धाडसी सफर होती, ज्याची तिने मुलगी असताना स्वप्नं पाहिली होती.

अनंतकाळ टिकणाऱ्या प्रेमाचा अर्क देणाऱ्या गारुड्याच्या विनंत्यांकडे किंवा अंगावर जखमा झालेल्या आणि दारापाशी उभे राहून दयायाचना करणाऱ्या भिकाऱ्यांकडे किंवा प्रशिक्षित सुसर विकणाऱ्या खोट्या इंडियनकडे तिने लक्ष दिलं नाही. तिने निश्चित असं काहीही न ठरवता, मोठी चक्कर टाकली. जेव्हा तिला एखादी वस्तू पाहून आनंद झाला, तेव्हा ती त्यापाशी थांबली. ती प्रत्येक दारापाशी थांबली, जिथे काही विकण्यासाठी होतं आणि प्रत्येक ठिकाणी तिला असं काहीतरी सापडलं ज्यामुळे तिची जगण्याची इच्छा वृद्धिंगत झाली. मोठाल्या पेट्यांमधल्या कापडांना येणाऱ्या खसच्या वासामुळे ती सुखावली, उठावदार रेशमात तिने स्वतःला गुंडाळून घेतलं, द गोल्डन वायरमधल्या पूर्णाकृती आरशात स्वतःचं रूप पाहून ती स्वतःवरच हसली, तेव्हा ती भांगात कंगवा खोवलेली, हातातल्या पंख्यावर फुलांची नक्षी असलेली माद्रिदमधली कोणी एक बाई झाली होती. परदेशी अन्नपदार्थ विकणाऱ्या दुकानामध्ये हेरिंग माशाच्या लोणचाची बरणी उघडल्यावर तिला ईशान्येमध्ये असतानाच्या रात्रींची आठवण झाली - ती खूप लहान असताना सान हुआन गे ला सिएनागामध्ये होती तेव्हाची. ज्येष्ठमधाच्या चवीसारखा लागणाऱ्या ॲलिकान्त सॉसेजचे नमुने तिने चाखले आणि तिने शनिवारच्या न्याहारासाठी दोन

खरेदीही केले. याशिवाय तिने कॉड माशाचे काप आणि मद्यात मुरवलेल्या बेदाण्यांची एक बरणीही घेतली. मसाल्यांच्या दुकानात, तिने सेज आणि ऑरेगॅनोची पानं हाताच्या तळव्यावर चुरून त्यांचा वास घेतला आणि तिने मूठभर लवंगा विकत घेतल्या, तसंच मूठभर चक्रीफूल आणि आलं विकत घेतलं. नंतर सेयेन मिऱ्यामुळे आलेल्या शिंकांमुळे तिच्या डोळ्यांतून घळाघळा आनंदाश्रू वाहू लागले. ती त्या दुकानातून बाहेर पडली. कारण, तिला शिंका येऊ लागल्या. फ्रेंच सौंदर्यप्रसाधनांच्या दुकानात, तिने रूटर साबण आणि बाल्समचं पाणी विकत घेतल्यावर, त्यांनी तिच्या कानामागे पॅरिसहून नुकत्याच आलेल्या अत्तराच्या फायाचा स्पर्श केला आणि धूम्रपान केल्यानंतर तोंडाला वास येऊ नये म्हणून खायच्या गोळ्या त्यांनी तिला दिल्या.

विकत घेताना ती खेळ खेळत होती हे खरंच; परंतु कोणत्याही संदेहाविना तिने आवश्यक त्या सगळ्या गोष्टी विकत घेतल्या. ती अशा अधिकारवाणीने विकत घेत होती की, कुणालाही ती प्रथमच खरेदी करते आहे अशी शंकादेखील आली नाही. कारण, ती फक्त स्वतःसाठी खरेदी करत नव्हती तर त्याच्यासाठीही करते आहे याबाबत तिला जाणीव होती : तिने टेबलासाठी बारा यार्ड मापाचं कापड घेतलं, घट्ट विणलेल्या कापडाची चादर घेतली, जी लग्नानंतर त्या दोघांच्या अंगावरील घामाने पहाटेपर्यंत ओलसर झाली असती, त्यांच्या प्रेमाच्या घरात आनंद लुटण्यासाठी दोघांकरता सगळ्यातलं जे जे उत्कृष्ट तिथे होतं, ते ती घेणार होती. तिने सवलतीची विचारणा करून ती मिळवलीदेखील. तिला योग्य वाटलेला भाव मिळेपर्यंत तिने सभ्यपणे, औचित्याने घासाघीस केली. तिने सोन्याचे तुकडे देऊन किंमत चुकवली, जे दुकानादारांनी केवळ आनंद घेण्यासाठी काउंटवर वाजवून पाहिले.

थक्क होऊन फ्लोरेंतिनो अरिसा तिला चोरून पाहत होता, तिचा धापा टाकत पाठलाग करत होता. असं करताना तो कितीतरी वेळा मोलकरणीच्या टोपल्यांवर धडकला आणि त्याबदल्यात तिची माफी मागितल्यावर तिने त्याला हसत प्रतिसाद दिला. एकदा ती त्याच्या इतकी जवळून गेली की, त्याला तिचा गंध हुंगता आला आणि जर तिला तो दिसला नव्हता, तर त्यामागचं कारण ती त्याला पाहू शकली नाही हे नव्हतं, तर खरं कारण होतं चालण्याची तिची मानी, गर्विष्ठ पद्धत. त्याला ती फार सुंदर भासली, आकर्षक, सामान्य लोकांपेक्षा खूप वेगळी, त्यामुळे त्याला हे समजू शकत नव्हतं की, रस्त्यावरच्या खड्यांवर पाय आदळून होणाऱ्या तिच्या पदरवामुळे त्याच्या इतका प्रत्येक जण अस्वस्थ का होत नव्हता, तिच्या चेहऱ्यावरच्या जाळीदार आच्छादनातल्या श्वासांमुळे ढवळल्या जाणाऱ्या हवेने तिथल्या प्रत्येकाचं मन चळत का नव्हतं, तिच्या वेणीच्या हलण्यामुळे, तिच्या हातांच्या हालचालींमुळे, तिच्या हसण्यामुळे तिथल्या प्रत्येकाला पिसं का लागत नव्हती? तिच्या हावाभावांपैकी एकही तपशील त्याच्या नजरेतून निसटला नव्हता, जो तिची स्वभाववैशिष्ट्यं सूचित करत होता; परंतु तिची जादू नष्ट होईल की

काय, अशी भीती वाटून त्याची तिला भेटण्याची हिंमत झाली नव्हती, तरीही जेव्हा ती आर्केड ऑफ स्क्राइब्ज बाजारामधल्या प्रचंड गडबड-गोंधळात शिरली, तेव्हा त्याला कितीतरी वर्षांपासून हवा असलेला तो क्षण आपल्या हातून निसटून जाण्याची भीती वाटली.

फर्मिना डासा शाळेत असताना तिथल्या मुलींना असं सांगण्यात आलं होतं की, आर्केड ऑफ स्क्राइब्ज हे ठिकाण अधोगतीचं, विनाशाचं आहे. परिणामी सभ्य तरुणींनी तिथे जाण्यास मनाई होती. एका लहानशा चौकापासून जवळ आर्केड्स असलेली ती जागा होती, जिथे गाढवगाड्या भाड्याने घेता यायच्या, जिथे मोठमोठ्या आवाजात, दाट गर्दीत व्यापारउदीम चालायचा. वसाहती काळात ते नाव त्या जागेला पडलं होतं, जेव्हा बंड्या आणि शर्टाच्या खोट्या बाह्या घातलेल्या मितभाषी धंदेवाईक लेखनिकांनी तिथे प्रथम बसायला सुरुवात केली. ते तिथे सगळ्या प्रकारची कागदपत्रं लिहून देण्याच्या बदल्यात गरीब पुरुषांकडून मिळणाऱ्या मोबलदल्याची वाट पाहत बसायचे : तक्रार किंवा याचिकेचा संक्षेप, कायदेशीर शपथपत्र, अभिनंदनपर किंवा सांत्वनपर पत्रं, प्रेमप्रकरणांच्या स्थितीनुसार योग्य अशी प्रेमपत्रं. अर्थातच त्यांनी त्या गोंधळाने भरलेल्या बाजाराला कुप्रसिद्ध बनवलेलं नव्हतं; परंतु त्यांच्यानंतर, तुलनेने नुकत्याच आलेल्या फेरीवाल्यांनी त्या बाजाराला तशी प्रतिष्ठा दिली होती. हे लोक युरोपीय जहाजांमधून तस्करी करून सर्व प्रकारच्या वस्तूंचा तिथे बेकायदेशीर धंदा करायचे. त्यात अश्लील पोस्टकार्ड्स आणि लैंगिक शक्ती वाढवणारी वेगवेगळी तेलं असायची, तसंच प्रसिद्ध कॅटालोनियन निरोधही असायचे, ज्यावर इग्वानाचा तुरा लावलेला असे, जो 'गरजेच्या' प्रसंगी फडफडत असे किंवा त्यांच्या टोकांवर फुलं असायची जी वापरणाऱ्याच्या इच्छेनुसार फुलवता यायची. रस्त्यावरच्या या व्यावसायिक रितीरिवाजांमध्ये फर्मिना डासा तितकी कुशल नव्हती. ती कुठे चालली आहे याकडे तिचं लक्ष नव्हतं, तर अकरा वाजता तळपणाऱ्या उन्हापासून बचाव करण्यासाठी सावली शोधायला ती आर्केडमधून आत गेली होती.

ती बुटांना पॉलिश करणाऱ्या मुलांच्या आणि पक्षी विक्रेत्यांच्या, स्वस्त पुस्तकं विकणाऱ्या गाडीवाल्यांच्या, वैदूंच्या आणि ओरडत असलेल्या मिठाई विक्रेत्यांच्या मोठ्या गोंधळात बुडून गेली. तो मिठाई विक्रेता गर्दीच्या गोंगाटातून वर येत ओरडत होता : लहानगीसाठी अननसाची मिठाई घ्या, खोबऱ्याची कँडी घ्या, तुमच्या प्रिय व्यक्तीसाठी गुळाची ढेप घ्या; परंतु या सगळ्या गडबड-गोंधळापासून अलिप्त असलेल्या तिचं लक्ष एका कागद विक्रेत्याने तत्काळ वेधून घेतलं. तो जादुई शाई, रक्तासारखी भासणारी लाल शाई, सांत्वनाचे संदेश पाठवण्यासाठी दुःखपर शाई, काळोखात वाचण्यासाठी चमकणारी शाई, एरवी न दिसणारी; पण ज्योतीवर धरल्यावर दिसणारी शाई अशा विविध प्रकारच्या शाया दाखवत होता. फ्लोरेंतिनो

अरिसाला चकित करण्यासाठी आणि तिच्या विनोदबुद्धीने स्तिमित करण्यासाठी तिला सगळ्या शाया हव्या होत्या; परंतु अनेकदा पाहून घेतल्यावर तिने सोनेरी शाईची बाटली घेण्याचा निर्णय घेतला. मग ती कँडी विक्रेत्याकडे गेली, जो त्यांच्या मोठ्या गोलाकार बरण्यांच्या मागे बसला होता. तिने प्रत्येक बरणीकडे बोट दाखवत प्रत्येक बरणीतल्या सहा कँड्या विकत घेतल्या. कारण तिला त्या सगळ्या गोंधळात स्वतःचाच आवाज ऐकू येत नव्हता : सहा या, सहा त्या, सहा अशा, सहा तशा... प्रत्येकीतल्या सहा. तिने त्या कँड्या चिकट पाकावर घोंघावणाऱ्या माश्यांच्या ढगापासून, सतत चाललेल्या गडबड-गोंधळापासून, मरणप्राय उष्णतेमुळे येणाऱ्या घामाच्या वासापासून अलिप्त होत सहजगम्य डौलदारपणे आपल्या नोकराणीकडच्या टोपलीत टाकल्या. ती भानावर आली ती एका सुस्वभावी काळ्या बाईमुळे, जिने तिच्या डोक्याभोवती सुंदर, गोलाकार रंगीत कापड गुंडाळलं होतं. तिने तिला खाटकाच्या सुऱ्याच्या टोकावर खोचलेल्या अननसाचा एक तुकडा खायला दिला. तिने तो घेऊन अख्खाच्या अख्खा तुकडा तोंडात टाकला. त्याची चव घेतली आणि तिची नजर गर्दी भटकत असताना तो चावू लागली, तेव्हाच अचानक बसलेल्या धक्क्याने ती तिथल्या तिथे थबकली. त्या प्रचंड गोंगाटात फक्त तिलाच ऐकू जाईल असा आवाज तिच्या मागे, अगदी जवळ, तिच्या कानामागे ऐकू आला : ''मुकुटधारी देवतेसाठी हे ठिकाण योग्य नव्हे.''

तिने आपली मान वळवून मागे पाहिलं. तिच्यापासून हाताच्या अंतरावर, तिला हिमासारखे थंडगार डोळे दिसले, तसाच निळाकरडा चेहरा होता, तसेच भीतीने थरकापलेले ओठ होते जे 'मिडनाइट मास'च्या गर्दीत तिच्या अगदी जवळ होते. तिने पहिल्यांदा पाहिले होते तसेच ते होते; परंतु आता ती प्रेमामुळे गोंधळून गेली नाही, तर तिला खोलवर भ्रमनिरासाचा अनुभव आला. एका क्षणात तिला तिने केलेल्या चुकीचा साक्षात्कार झाला आणि घाबरतच तिने स्वतःला विचारलं की, एवढ्या दीर्घकाळापासून आणि एवढ्या आक्रमकतेने आपण आपल्या हृदयात या भ्रामक समजुतीला कसं काय वाढवत राहिलो. ती कसाबसा विचार करू शकली : 'देवा, बिचारा तो!' फ्लोरेंतिनो अरिसा हसला, त्याने काहीतरी बोलण्यासाठी प्रयत्न केला, तिचा पाठलाग करायचा प्रयत्न केला; परंतु तिने हात हलवण्याचा एक इशारा करून त्याला तिच्या आयुष्यातून खोडून टाकलं.

''नको, कृपया, नको,'' ती त्याला म्हणाली. ''विसरून जा.''

त्या दुपारी, जेव्हा तिचा बाप वामकुक्षी घेत होता, तेव्हा तिने दोन ओळींचं पत्र लिहून ते गाला प्लासिडियामार्फत पाठवलं : ''आज मी जेव्हा तुला पाहिलं, तेव्हा मला असं लक्षात आलं की, आपल्यात जे काही आहे, तो भ्रम आहे. याशिवाय काहीही नाही.'' नोकराणीने त्याच्या तारा, पत्रं, त्याच्या कविता, वाळलेली कॅमेलियाची फुलं असं सगळंदेखील त्या पत्रासोबत परत केलं आणि त्यालाही

तिची पत्रं, भेटी, एस्कोलास्तिका आत्याची वही, तिच्या हर्बेरियममधल्या झाडाची पानं, सेंट पीटर क्लेवियरचं एक चौरस सेंटीमीटरचं हॅबिट, संतांची मेडल्स, शाळेच्या गणवेशासह रेशमी फितीसह बांधलेली पंधराव्या वर्षीची तिची वेणी असं सगळं परत करायला सांगितलं. त्यानंतरच्या दिवसांत, वेडेपणाच्या टोकावर असताना, त्याने तिला अधीर झालेली कितीतरी पत्रं लिहिली आणि तिच्या नोकराणीला साकडं घालून अडवत ती तिच्यापर्यंत पोहोचवण्याची विनंती केली; परंतु तिने तिला सांगण्यात आलेल्या सूचनांचं तंतोतंत पालन केलं. दिलेल्या भेटी परत घेण्याशिवाय, तिने इतर काहीही स्वीकारलं नाही. तिने त्याला इतका आग्रह केला की, फ्लोरेंतिनो अरिसाने वेणीशिवाय इतर सगळ्या वस्तू परत केल्या. ती वेणी तो प्रत्यक्ष फर्मिना डासाला भेटूनच देणार होता, ज्यामुळे त्यांना बोलता येऊ शकलं असतं. अगदी काही क्षणांसाठी तरी; परंतु तिने नकार दिला. त्याच्यासाठी तिचा हा निर्णय प्राणघातक ठरू शकेल अशी भीती वाटून, त्रान्झितो अरिसाने आपला मानसन्मान गिळून फर्मिना डासाकडे पाच मिनिटांचा वेळ मिळावा यासाठी याचना केली. तिच्या घराच्या दारापाशी फर्मिना डासा तिला भेटली. तिने तिला बसायलादेखील सांगितलं नाही, आत यायला सांगितलं नाही. तिच्यात कमकुवतपणाचा लवलेशही नव्हता. दोन दिवसांनी, त्याच्या आईशी वादविवाद घातल्यानंतर, फ्लोरेंतिनो अरिसाने त्याच्या खोलीच्या भिंतीवरून काचेची पेटी खाली काढली. त्यात त्याने जणू काही एखादे पवित्र अवषेश असावेत त्याप्रमाणे तिची वेणी त्यात ठेवली होती आणि मग त्रान्झितो अरिसाने स्वतःहून ती वेणी सोनेरी रेशमी धाग्याने विणकाम केलेल्या व्हेल्वेट पेटीसह परत केली. त्यांच्या लांबलचक आयुष्यात, नंतर अनेक प्रसंग येऊनही, फ्लोरेंतिनो अरिसाला कधीही फर्मिना डासाशी एकट्याने बोलायची किंवा तिला पाहायची संधी मिळाली नव्हती; परंतु एक्कावन्न वर्षं, नऊ महिने आणि चार दिवस – इतका काळ गेल्यावर, ती विधवा झाल्याच्या पहिल्या रात्री, त्याने तिच्याशी अनंतकाळासाठी एकनिष्ठ राहण्याची आणि कायमस्वरूपी प्रेम करण्याची शपथ घेतली.

वयाच्या अठ्ठाविसाव्या वर्षी, डॉ. हुवेनाल उर्बिनो सर्वांत जास्त मागणी असणारा अविवाहित पुरुष होता. तो पॅरिसमध्ये दीर्घकाळ वास्तव्य करून परतला होता. तिथे त्याने मेडिसिन आणि शस्त्रक्रिया या विषयांत अधिक प्रगत शिक्षण पूर्ण केलं होतं आणि ज्या वेळी त्याने जहाजातून जमिनीवर पाऊल ठेवलं, तेव्हा पॅरिसमध्ये त्याने एकाही मिनिटाचा अपव्यय केला नसल्याचं त्याच्या वागण्यातून स्पष्ट झालं. तो परदेशातून चिकित्सक होऊन परतला. त्याने स्वतःच्या स्वभावावर अधिक नियंत्रण मिळवलं होतं. त्याच्या समकालीनांमध्ये त्यांच्या शास्त्रात त्याच्याएवढं कठोर आणि माहीतगार कुणीही नव्हतं आणि त्यांच्यापैकी कुणीही संगीतावर त्याच्या एवढं चांगलं नृत्य करू शकत नव्हतं किंवा पियानोवादनात आयत्या धुनीत बदल करू शकत नव्हतं. त्याच्या व्यक्तिमत्त्वातली जादू आणि त्याच्या कुटुंबाची प्रतिष्ठा यांमुळे त्याच्या वर्तुळातील मुली खासगीमध्ये गुप्त पैजा लावून त्याच्यासोबत कोण वेळ घालवणार हे ठरवायच्या आणि तोही हा जुगार खेळला; परंतु त्याला त्याचा डौल, औचित्य टिकवणं जमत असे; परंतु तो फर्मिना डासाच्या सामान्य दर्जाच्या उत्फुल्लतेला शरण जात बळी गेला होता.

हे प्रेम म्हणजे वैद्यकीय चुकीचा परिणाम आहे, असं म्हणायला त्याला आवडत असे. त्याला स्वतःलाही असं काही घडलं यावर विश्वास ठेवता आला नव्हता. कारण, त्याच्या आयुष्यात त्या काळात त्याच्या उत्कटतेचे सगळे स्रोत त्याने त्याच्या शहराच्या नियतीवर केंद्रित केलेले होते आणि तो तेव्हाही, इतर कुठलाही विचार न करता म्हणायचा की, या जगात त्या शहरासमान दुसरं काहीही नाही. पॅरिसमध्ये, पानगळीच्या मोसमात अशाच एक मैत्रिणीसोबत हातात हात घालून फिरताना, त्या सोनेरी दुपारी, शेगडीतून चेस्टनटच्या लाकडांचा येणारा

गंध, अ‍ॅकॉर्डियनचा आवाज, प्रेमात बुडालेले प्रेमिक खुल्या गच्च्यांवर चुंबन घेणं यापेक्षा अधिक शुद्ध आनंदाची कल्पना करणं अवघड होतं. तरी त्याने स्वतःच्या हृदयावर हात ठेवून सांगितलं होतं की, तो या सगळ्याची त्याच्या एप्रिलमधल्या एका कॅरिबियन क्षणाशी अदलाबदल करण्यास तयार नव्हता. मन वाईट आठवणी वगळतं आणि चांगल्या आठवणी फुगवून दाखवतं, या त्याच्या फसव्या चालींमुळे आपण भूतकाळाचं ओझं सहज बागळू शकतो हे कळायला तो अजून बराच लहान होता; परंतु जेव्हा त्याने जहाजाच्या रेलिंगपाशी उभं राहून वसाहती जिल्ह्याचा पांढरा भाग पुन्हा पाहिला – छपरावरचे स्तब्ध बझर्ड पक्षी, बाल्कन्यांमध्ये सुकवण्यासाठी घातलेले गरीब लोकांचे कपडे – तेव्हा त्याला समजलं की, तो गतकातरतेच्या सहृदयी कपटाचा किती सहज बळी गेला होता ते.

बुडून मेलेल्या प्राण्यांच्या प्रेतांमधून मार्ग काढत जहाज खाडीतून जाऊ लागलं आणि त्या वासामुळे जवळपास सगळ्याच प्रवाशांनी केबिन्समध्ये आसरा घेतला. तो तरुण डॉक्टर लाकडी पुलावरून चालत गेला. त्याने लोकरीच्या कापडाचा पोशाख केला होता. व्हेस्ट आणि कोट घातला होता. त्याने लुई पाश्चरछाप दाढी राखली होती आणि केसांचा मधोमध नीट भांग पाडलेला होता. त्याने स्वतःवर नियंत्रण ठेवत घशात आलेला आवंढा गिळला; भीतीने नव्हे, तर तो निराशेमुळे आलेला होता. गोदी जवळपास निर्मनुष्य होती. गणवेश न घातलेल्या अनवाणी सैनिकांची तिथे गस्त होती. त्याच्या बहिणी आणि त्याची आई त्याची वाट पाहत होत्या. त्यांच्याबरोबर त्याचे जवळचे मित्र होते, ते चार पावसाळे पाहिल्याचा आव आणत असले, तरी नीरस, अपेक्षाभंग झालेले वाटत होते. ते एखाद्या परदेशी आणि अलिप्त माणसाप्रमाणे यादवी युद्धाच्या समस्येबद्दल बोलत होते; परंतु तरी त्यांचा आवाज भीतीने थरथर कापत होता आणि त्यांच्या शब्दांतली अनिश्चितता त्यांच्या डोळ्यांमध्येही दिसत होती. त्या सगळ्यांमध्ये तो त्याच्या आईला पाहून आतून पुरता हलला. ती अजूनही तरुण होती, जिने तिच्या अभिजात लावण्याने आणि लोकांशी संबंध जोडून जीवनावर एक ठसा उमटवला होता; परंतु आता ती विधवांनी घालायच्या सुतकी पोशाखात हळूहळू वाळून जात होती. तिला तिच्या मुलाच्या मनात चाललेला गोंधळ नक्की समजला असणार, कारण तिने लगेच स्वसंरक्षणाच्या उद्देशाने विचारलं की, तो असा मेणासारखा पांढरा का दिसतो आहे?

''तिकडचं आयुष्यच असंच असतं, आई,'' तो म्हणाला. ''पॅरिसमध्ये आपण असेच पांढरेफटक होतो.''

थोड्याच वेळाने, जेव्हा तो तिच्यासोबत घोडागाडीच्या गुदमरणाऱ्या जागेत बसला, तेव्हा खिडकीतून दिसणारं दयनीय वास्तव त्याच्या अंगावर आलं. ते त्याला सहन करता येत नव्हतं. समुद्र राखेसारखा करडाकाळा दिसत होता, भिकाऱ्यांच्या प्रचंड वाढीने उमरावांचे जुने महाल जवळपास बळी जाण्याच्या स्थितीत होते आणि

उघड्या गटारांमधून येणाऱ्या वाफांमागे दडलेला जुईचा उत्कट गंध जाणवतही नव्हता. जेव्हा त्याने ते शहर सोडलं होतं, तेव्हापेक्षा त्याला प्रत्येक गोष्ट आता अधिक गरीब, उदासीन आणि छोटी भासली. रस्त्यांवर साठलेल्या कचऱ्याच्या ढिगांमधून भुकेले उंदीर फिरत होते आणि त्यांना पाहून घोडागाडीचे घोडे मध्येच घाबरून थांबत होते. बंदरावरून डिस्ट्रीक्ट ऑफ व्हॉइसरॉयच्या मध्यभागी असलेल्या त्याच्या घरी जायचा प्रवास लांबचा होता; परंतु त्या प्रवासात स्मरणरंजात गुंग होण्यासारखं काहीही नव्हतं. हरून त्याने आपलं डोकं दुसरीकडे वळवलं म्हणजे त्याची आई त्याला पाहू शकणार नव्हती आणि मग तो शांतपणे रडू लागला.

उर्बिनो दे ला काये कुटुंबाचं ऐतिसाहिक निवासस्थान असलेला मार्कीस दे कॅसलड्युरोचा महालदेखील आजूबाजूच्या मोडकळीस आलेल्या परिस्थितीतून सुटला नव्हता. डॉ. हुवेनाल उर्बिनोला ते समजताच त्याचं मन हेलावलं. तो अंधाऱ्या अंगणातून घरामध्ये गेला. त्याने आतल्या बागेतलं धूळ बसलेलं कारंजं पाहिलं, फुलांच्या वाफ्यात जंगली गवत उगवलं होतं, ज्यातून सरडे येत-जात होते. त्याला असं लक्षात आलं की, तांब्याचं रेलिंग असलेल्या मोठ्या जिन्यावरील संगमरवराच्या बऱ्याच फरश्या गायब झालेल्या आहेत, तर काही तुटलेल्या आहे. हा जिना मुख्य खोल्यांकडे जात होता. फिजिशियन असलेले त्याचे वडील नामवंत होते, त्यापेक्षा ते त्यागमूर्ती जास्त होते. सहा वर्षांपूर्वी आलेल्या आशियाई कॉलराच्या साथीमध्ये त्यांचा मृत्यू झाला होता. या साथीमध्ये मोठ्या संख्येने लोक मरण पावले होते. त्यांच्या मरणानंतर घराचा आत्माच हरवला होता. त्याची आई, डॉना ब्लांका त्या दुःखात विझून गेली, ते दुःख जणू अनंतकाळाचं आहे असं ती समजत होती. मरण पावलेल्या नवऱ्याच्या उत्सवी गाण्यांना आणि चेंबर मैफलींना पर्याय म्हणून संध्याकाळच्या प्रार्थनांना ती जाऊ लागली. नैसर्गिक कल नसूनही आणि उत्सवी स्वभाव असूनही, त्याच्या दोन्ही बहिणींना कॉन्व्हेंटने जणू गिळंकृत केलं.

परतल्यानंतरच्या रात्री डॉ. हुवेनाल उर्बिनोला झोप लागली नाही. तो काळोखामुळे आणि शांततेमुळे घाबरला होता आणि त्याने पवित्र आत्म्यांच्या तीन प्रार्थना आणि इतरही काही प्रार्थना ज्या संकटं, जहाजं बुडताना आणि एरवी रात्री भीती घालवण्यासाठी म्हटल्या जातात, त्या म्हटल्या. तेव्हा एक कर्लू पक्षी सारखा त्याच्या निजायच्या खोलीच्या अर्धवट उघड्या दरवाजातून आत येत होता आणि तासातासाला गात होता. शेजारी असलेल्या 'डिव्हाइन शेफर्डनेस असालयम'मधल्या कोण्या वेड्याबाईच्या किंचाळण्याचा आवाज, पाण्याच्या जारमधून बेसिनमध्ये पडणाऱ्या सततच्या थेंबांचा घरभर घुमणारा आवाज, निजायच्या खोलीत बगळा फिरताना होणारा त्याच्या मोठाल्या पायांचा रव, त्याची काळोखाची उपजत भीती आणि त्या प्रचंड महालात असलेलं त्याच्या वडिलांचं अदृश्य अस्तित्व या सगळ्यामुळे तो बेजार झाला होता, त्याचा छळ होत होता. कोंबड्याच्या

आरवण्याबरोबर पहाटे पाच वाजता कर्लू पक्षी गाऊ लागला, तेव्हा त्याच्या आत्म्याने आणि शरीराने ईश्वरी शक्तीपुढे शरणागती पत्करली. कारण, त्याच्या या अस्ताव्यस्त झालेल्या मायभूमीत आणखी एक दिवस काढण्याची हिंमत त्याच्याजवळ नव्हती; परंतु जसा काळा गेला, तसा त्याच्या कुटुंबासोबतच्या जिव्हाळ्यामुळे, देशातल्या रविवारांमुळे आणि त्याच्या वर्गातल्या अविवाहित बायकांच्या अभिलाषेमुळे त्याचा कडवटपणा बराच सौम्य झाला. हळूहळू तो ऑक्टोबरमधल्या दमट, उष्ण हवेशी, घाणेरड्या वासांशी, त्याच्या मित्रांनी उतावळेपणाने केलेल्या निवाड्यांशी, आपण उद्या पाहू डॉक्टर, काळजी नका करू या टिप्पण्यांशी जुळवून घेऊ लागला आणि शेवटी त्याने सवयीच्या जादूपुढे आपले हात टेकले. त्याच्या या सहजी शरणागती पत्करण्याचं स्पष्टीकरणं शोधण्यात त्याला फार काळ व्यतीत करावा लागला नाही. हे त्याचं जग आहे, तो स्वतःला म्हणाला की, दुःखी, निराश, दबलेलं जग जे देवाने त्याला बहाल केलं आहे आणि तो त्याला जबाबदार आहे.

पहिल्यांदा त्याने काय केलं असेल, तर त्याच्या वडिलांच्या कार्यालयाचा ताबा घेतला. थंडगार पहाटे उसासे टाकणाऱ्या टणक, इंग्रजी धाटणीच्या लाकडी सामानाला त्याने योग्य त्या जागी ठेवलं; परंतु त्याने व्हॉइसरॉयच्या काळातील विज्ञानासंबंधीचे आणि स्वच्छंदतावादी औषधांसंबंधीचे सगळे प्रबंध माळ्यावर ठेवून दिले आणि काचेच्या दारापलीडच्या पुस्तकाच्या कपाटात त्याने नव्या फ्रेंच स्कूलची पुस्तकं ठेवली. त्याने फिकटलेली छायाचित्रं काढून टाकली. एकच अपवाद ठेवला, एका स्त्रीच्या मृत शरीराजवळ मरणाशी झुंजणारा एक फिजिशियन आणि गॉथिक अक्षरांतली हिपोक्रेटिकची शपथ. त्याने त्याच्या वडिलांच्या डिप्लोमाच्या पत्रकाशेजारी, युरोपातल्या वेगवेगळ्या विद्यालयांतून सगळ्यात जास्त गुणांसह मिळालेल्या त्याच्या पदव्या लटकवल्या.

मिसरीकॉर्डिया हॉस्पिटलमध्ये त्याने प्रगत कल्पना आणण्याचा प्रयत्न केला; परंतु तारुण्यसुलभ उत्साहात त्याला वाटलं होतं तितकं ते काम सोपं नव्हतं. ते जुणंपुराणं आरोग्यकेंद्र जुनाट अंधश्रद्धांबाबात ठाम होतं, जसं की रोग पायातून वर चढण्यास प्रतिबंध व्हावा म्हणून पाण्याच्या भांड्यात खाटा उभारणं किंवा संध्याकाळचे कपडे आणि बकऱ्याच्या चामड्याचे हातमोजे हे शस्त्रक्रियेच्या खोलीत गरेजेचे असतात. कारण, जंतूंचा संसर्ग होऊ नये यासाठी टापटीपपणा, सुरेखपणा आवश्यक असतो असं गृहीत धरण्यात आलं होतं. रुग्णाच्या मूत्रात साखर आहे का नाही, यासाठी त्याची चव घेऊन तपासणी करणं, जणू ते त्याचे मित्र असल्यागत चॅरकॉट आणि त्रोसू यांची वाक्यं फेकणं, लशीमुळे होणाऱ्या मृत्यूबद्दल धोक्याची सूचना वर्गात देणं आणि त्याच वेळी नुकत्याच वापरात येऊ लागलेल्या सपोझिटरीजबद्दल संशय व्यक्त करणं हे सगळं एका नवशिक्या तरुणाने करणं त्यांना सहन होणं शक्य नव्हतं. प्रत्येक गोष्टीबाबत त्याचं भांडण होत असे : त्याच्या नूतनीकरणाबाबतच्या उत्साहामुळे,

नागरी कर्तव्यांबद्दलच्या त्याच्या वेडपट आग्रहामुळे, मस्करी करणाऱ्यांच्या अमर भूमीत त्याच्या नर्मविनोदामुळे – सगळ्यामुळे. खरंतर, त्याचे जे काही सद्गुण होते, त्यामुळे वृद्ध सहकाऱ्यांमध्ये त्याच्याबद्दल राग निर्माण झाला आणि तरुण सहकारी त्याची चेष्टा करू लागले.

शहरामधल्या धोकादायक अस्वच्छतेमुळे तो पछाडून गेला. त्याने शहराच्या प्रमुख अधिकाऱ्यांना उघडी गटारं बंद करून टाकण्याची विनंती केली, ज्यात उंदरांची प्रचंड मोठ्या प्रमाणात पैदास होत होती. त्याच्याजागी बंद गटारांची सांडपाण्याची व्यवस्था राबवावी, ज्यात मैलापाणी खाडीच्या तोंडाशी असलेल्या बाजारात न सोडता, दूरच्या कुठल्यातरी भागात सोडावं असं त्याने सांगितलं होतं. सुसज्ज वसाहती घरांमध्ये संडासांबरोबर सेप्टिक टँक असायचे; परंतु दलदलीच्या प्रदेशाच्या काठावर राहणारी, शहरातली दोन तृतीयांश जनता खोपट्यांमध्ये राहायची आणि ते नैसर्गिक विधी मोकळ्यावर उरकायचे. त्यांचं मलमूत्र सूर्यप्रकाशात वाळून जायचं. त्याची धूळ व्हायची आणि ख्रिसमसच्या थंड हवेत, डिसेंबरच्या गार झुळकांबरोबर ती प्रत्येकाच्या श्वासांतून आत जायची. डॉ. हुवेनाल उर्बिनोने शहराच्या प्रशासकीय मंडळावर दबाव टाकून एक प्रशिक्षण कार्यक्रम राबवण्याचा प्रयत्न केला, ज्यात गरीब लोकांना संडास बांधण्याचं शिकवलं जाईल. खारफुटीच्या दाटीत सगळा कचरा टाकणं थांबवण्यासाठी त्याने दिलेला लढा वाया गेला, त्यामुळे काही शे वर्षांपासून ती दाट झाडी म्हणजे दलदलीचा प्रदेश झाली होती. त्याऐवजी तो कचरा आठवड्यातून दोनदा गोळा करून, मानवी वस्ती नसलेल्या भागामध्ये त्याची जाळून विल्हेवाट लावली जावी असं त्याने सुचवलं होतं; परंतु ते व्यर्थ ठरलं.

पिण्याच्या पाण्याबाबत असलेला संभाव्य धोकाही तो जाणून होता. पाणी आणण्यासाठी कालवा बांधण्याची कल्पना विलक्षण होती. कारण, ज्यांनी त्याला पाठिंबा दिला असता, अशांकडे जमिनीखाली पाणी साठवण्यासाठी टाक्या होत्या. त्यांमध्ये पावसाचं पाणी साठवलं जायचं, वर्षानुवर्षांचं. या पाण्यावर जाड गाळ तरंगत असे. त्या काळी एखाद्या घरातली सर्वांत मौल्यवान वस्तू म्हणजे पाणी साठवणाऱ्या लाकडापासून तयार केलेल्या टाक्या. त्यातल्या दगडी गाळणीमधून पाणी दिवस-रात्र गाळून जात असे आणि मातीच्या मोठ्या मडक्यांमध्ये साठत असे. पाणी पिण्याकरता एक ॲल्युमिनिअमचा कप ठेवलेला असे, जो बुडवून पाणी पिता येत असे. खोट्या मुकुटासारख्या त्या कपच्या कडा खडबडीत असत. जेणेकरून त्यातून कोणी तोंड लावून पाणी पिणार नाही. काळ्या मातीच्या मडक्यात पाणी थंड आणि स्वच्छ राहायचं आणि त्याला मातकट चव लागायची; परंतु त्याच्या वर वर दिसण्यावरून ते पाणी शुद्ध आहे असं डॉ. हुवेनाल उर्बिनो मान्य नव्हतं. कितीही काळजी घेतली तरी मातीच्या मडक्याचा तळभाग हा पाण्यात होणाऱ्या अळ्यांचं गर्भगृह असतं हे त्याला माहीत होतं. लहान असताना, तो

स्तिमित होऊन तासान्तास त्यांना बघत बसायचा आणि इतर अनेकांप्रमाणे त्यालाही निश्चितपणे असं वाटत असे की, या अळ्या म्हणजे 'ॲनिम्स' - अलौकिक प्राणी असतात. ते स्तब्ध पाण्याच्या तळातून येतात, तरुण अविवाहित मुलींशी प्रियराधना करतात आणि प्रेमाखातर तुमचा सूड घेऊ शकतात. लहानपणी त्याच्या शाळेतल्या शिक्षिका लाझारा कॉन्दे यांनी ॲनिम्सला नकार दिल्यामुळे, रस्त्यावर पडलेल्या काचा आणि दगडांची रास पाहिली होती. हे दगड लोकांनी तीन दिवस, तीन रात्र तिच्या खिडकीवर फेकले होते. नंतर त्याला समजलं की, प्रत्यक्षात पाण्यातल्या अळ्या हे डासांचे लारव्हा असतात आणि ही गोष्ट तो कधीही विसरला नाही. त्या क्षणी त्याला लक्षात आलं की, ते आणि त्यांच्यासारखे कितीतरी दुष्ट ॲनिम्स साध्याशा दगडी गाळण्यांमधून गाळले जाऊ शकत नाहीत.

कितीतरी काळ या टाक्यांमधलं पाणी 'प्रतिष्ठेचं कारण' समजलं जायचं. कारण त्यामुळे वृषणांचा हर्निया व्हायचा, जो शहरातले कितीतरी पुरुष कोणतीही लाज न बाळगता तो सोसायचे. कारण त्यामागे निश्चित असा उन्मत्त पुरुषी अहंगंड होता. हुवेनाल उर्बिनो प्राथमिक शाळेत असताना, उष्ण दुपारी पुरुष आपला हर्निया घेऊन दारापाशी बसायचे आणि त्यांच्या मोठ्या वृषणांना जणू काही ते त्यांचं झोपलेलं तान्हं बाळ असावं त्याप्रमाणे वारा घालायचे हे पाहिलं होतं, त्यामुळे त्याच्या मनात भीतीचा उद्रेक व्हायचा. असं म्हटलं जायचं की, वादळी रात्री तो हर्निया एखाद्या दुःखी पक्ष्याप्रमाणे शीळ फुंकतो आणि जेव्हा जवळपास शिकारी पक्ष्याची पिसं जाळली जातात, तेव्हा पीळ पडल्यागत असह्य दुखू लागतो; परंतु त्या मोठ्या, नीट सांभाळलेल्या हर्नियामुळे होणाऱ्या अवघडलेल्या अस्वस्थेबद्दल कोणीही तक्रार करायचं नाही, कारण ते पुरुषत्वाच्या प्रतिष्ठेचं प्रतीक होतं. डॉ. हुवेनाल उर्बिनो युरोपवरून परतल्यावर, त्याला या सगळ्या अंधसमजुतींमागच्या चुकीच्या अवैज्ञानिक कल्पना माहीत होत्या; परंतु त्या स्थानिकांच्या श्रद्धांच्या मुळाशी एवढ्या घट्ट रुतून बसल्या होत्या की, अनेक जणांनी टाक्यांमधलं पाणी खनिजांनी समृद्ध करण्याला विरोध दर्शवला. या भीतीने की, त्यामुळे प्रतिष्ठित हर्निया होण्याची क्षमता असलेलं कारण नष्ट होईल.

डॉ. हुवेनाल उर्बिनो काही फक्त अशुद्ध पाण्यामुळे काळजीत पडलेला नव्हता. तो बाजारातल्या अस्वच्छतेमुळेही तितकाच चिंतीत होता. लास ॲनिमाज खाडीच्या आसपासच्या, जमिनीच्या मोठ्या भूभागावर बाजार होता. तिथे अँटिलेसहून आलेली जहाजं थांबायची. त्यांच्या तिथे गोद्या होत्या. त्या काळच्या एका नावाजलेल्या प्रवाशाने त्या बाजाराचं वर्णन जगातील सगळ्यात वेगळा बाजार म्हणून केलं होतं. तो जसा विपुल, समृद्ध आणि गडबड-गोंगाटाने भरलेला बाजार होता, तसाच तो कदाचित सगळ्यात धोकादायकही होता. कारण, तो स्वतःच तयार केलेल्या कचऱ्याच्या ढिगावर वसला होता आणि ती जागा अशी होती की, सांडपाण्यातली

सगळी घाण लाटांच्या कृपेमुळे पुन्हा त्या जागी येऊन जमिनीवर साचायची. शेजारी असलेल्या खाटिकखान्यातून प्राण्यांच्या शरीराचे अवशेषही तिथेच टाकले जायचे – प्राण्यांचे मुंडकी, सडलेली आतडी इ. असे नको असलेले अवयवही सूर्यप्रकाशात आणि चंद्रप्रकाशातही रक्ताच्या दलदलीत तरंगत असायचे. ते खाण्यासाठी घारींची उंदरांशी स्पर्धा व्हायची आणि हरणं व सोतव्हांतोच्या चविष्ट कोंबड्या खाण्यासाठी कुत्र्यांची नेहमी झोंबाझोंबी व्हायची. या कोंबड्या बाजारातल्या दुकानात लटकलेल्या असायच्या आणि जमिनीवर पसरलेल्या चटयांवर अर्जोनाहून आलेल्या वसंतातल्या भाज्या लावून ठेवलेल्या असायच्या. डॉ. उर्बिनोला ही जागा स्वच्छ हवी होती. त्याच्यामते खाटिकखाना दुसरीकडे कुठेतरी बांधला जाणं गरजेचं होतं आणि काचेच्या मनोऱ्याचा बंदिस्त बाजार बांधणं आवश्यक होतं. तसा त्याने बार्सिलोनात पाहिला होता. तिथे सगळी व्यवस्था एवढी अप्रतिम आणि स्वच्छ दिसायची की, तिथलं काही खाण्याचीही लाज वाटे; परंतु त्याची खुशामत करणाऱ्या त्याच्या निवडक मित्रांनाही त्याच्या या भ्रमात्मक वेडेपणाची दया यायची. ते तसेच होते : त्यांनी त्यांच्या मुळांबद्दल अभिमान वाटण्यात, शहराची ऐतिहासिक गुणवत्ता सांगण्यात, त्यांच्या लाकडी सामानांच्या किमती सांगण्यात, त्यांच्या कलात्मकतेचं वर्णन करण्यात आपलं आयुष्य घालवलं होतं; परंतु त्यांच्या या अंधपणामुळे वर्षांमागून वर्षं होत चाललेली ही पडझड त्यांना दिसू शकत नव्हती. दुसरीकडे, डॉ. उर्बिनो हुवेनाचं शहरावर इतकं प्रेम होतं की, तो त्याकडे उघड्या डोळ्यांनी पाहू शकत होता.

''हे शहर उच्चकुलीन असणार,'' तो सांगायचा. ''कारण त्याची वाट लावण्यासाठी चारशे वर्षं प्रयत्न करूनसुद्धा आपण अजून त्यात यशस्वी झालेलो नाही.''

तरीही, त्यांनी शहराची जवळपास वाट लावलेली होती. 'कॉलरा मॉर्बस' महामारीत अकरा आठवड्यांच्या कालावधीत शहराच्या इतिहासातील सगळ्यात जास्त मृत्यू आम्ही पाहिले. बाजारातल्या अस्वच्छ पाण्यात बळींचा पहिला तडाखा बसला होता. तोपर्यंत प्रतिष्ठितांचा मृत्यू झालेल्यांना चर्चेसमधल्या फ्लॅगस्टोन्सखाली दफन केलं जायचं, तिथे आर्चबिशप वगैरे पुरले जायचे, तर कमी श्रीमंत व्यक्तींना कॉन्व्हेंट्सच्या अंगणात पुरलं जायचं. गरिबांना मात्र वसाहती दफनभूमीत पुरलं जायचं, जी शहरापासून दूर असलेल्या टेकडीवर होती. ती एका कोरड्या नाल्यामुळे शहरापासून वेगळी झाली होती आणि त्यावर एक पूल बांधलेला होता. तो कोण्या एका महान महापौराच्या आज्ञेनुसार बांधला गेल्याचं तिथे कोरलेलं होतं. जरी त्यांनी शहरात होऊन गेलेल्या कितीतरी महान नायकांच्या सडलेल्या अवशेषांना कम्युनल ऑसरीमध्ये स्थलांतरित केलं होतं, तरी कॉलरा महामारीच्या पहिल्या दोन आठवड्यांनंतर दफनभूमी भरून गेली. चर्चेसमधली जागाही अपुरी पडू लागली.

कबरींच्या गुहा नीट बंद न झाल्यामुळे कॅथेड्रलमधली हवा त्यातल्या वाफेने खराब होऊ लागली आणि त्यानंतर त्यांचे दरवाजे तीन वर्षं तरी उघडण्यात आले नाहीत. तेव्हाच फर्मिना डासाने फ्लोरोंतिनो अरिसाला पाहिलं होतं, जेव्हा ती मिडनाइट मासवरून निघाली होती. तिसऱ्या आठवड्यात, सेंट क्लेअरच्या कॉन्व्हेंटची जागाही पॉपलर वृक्षांच्या रांगापर्यंत भरून गेली आणि त्यामुळे कम्युनिटीची फळबाग वापरणं भाग पडलं, जी बरीच मोठी होती - जवळपास दुप्पट. दफन करण्यासाठी असलेले खड्डे पुरेसे खोल खोदण्यात आले होते, जेणेकरून मृतदेहांना तीन स्तरांत शवपेटीशिवाय आणि तत्काळ पुरता येईल; परंतु तेही थांबवावं लागलं. कारण, खड्डे भरल्यानंतरची भुसभुशीत जमिनीतून पावलोपावली संसर्गिक रक्त वर येऊ लागलं. त्यानंतर मग दफन करण्याची व्यवस्था पुढे द हँड ऑफ गॉड इथे करण्यात आली. ते शहरापासून काही किलोमीटर लांब असलेलं गुरांच्या गोठ्याचं ठिकाण होतं, ज्याला त्यानंतर 'युनिव्हर्सल सिमेट्री' म्हणण्यात आलं.

कॉलराची साथ आल्याचं जाहीर झाल्यानंतर, दिवसरात्र दर पंधरा मिनिटांनी किल्ल्यातल्या शिबंदीवरच्या तोफेतून गोळे हवेत सोडले जायचे. याचं कारण असं की, दारूगोळ्यामुळे वातावरण शुद्ध होतं अशी स्थानिकांची अंधश्रद्धा होता. काळ्या लोकांसाठी कॉलरा खूप जास्त विध्वंसक ठरला, त्यांची संख्याही जास्त होती आणि ते गरीबदेखील होते; परंतु खरं म्हणजे कॉलराला वर्ण किंवा सामाजिक पार्श्वभूमीशी काहीही देणंघेणं नव्हतं. साथ जेवढ्या पटापट पसरली, तेवढ्या झटकन संपली आणि झालेल्या नुकसानाचा आवाका कधीच कुणाला नीट समजला नाही. याचं कारण तो मांडून दाखवणं अशक्य होतं म्हणून नव्हे, तर आम्हा लोकांमध्ये व्यक्तिगत संकटांबद्दल कमी बोलणं हा एक सद्गुण असतो, असा समज पसरलेला होता.

हुवेनालचे वडील, डॉ. मार्को ऑरेलियो उर्बिनो त्या भयंकर काळातले महान नागरी नायक होते आणि बळी पडलेल्यांपैकी सर्वांत प्रतिष्ठितही होते. राजदरबारी हुकूनाम्यानुसार, त्यांनी स्वतः सार्वजनिक आरोग्याचे यम-नियम तयार करून ते निर्देशित केले होते; परंतु त्या साथीच्या कठीण काळात, त्यांनी स्वतःहून पुढाकार घेऊन प्रत्येक सामाजिक प्रश्नात एवढी मध्यस्थी केली की, जणू इतर कुणीही सर्वोच्च अधिकारी व्यक्ती उरली नसावी. काही वर्षांनंतर, त्या दिवसांमधल्या घटनांचं परीक्षण करताना, डॉ. हुवेनाल उर्बिनोला खात्री झाली की, त्याच्या वडिलांची पद्धत ही शास्त्रीय असण्यापेक्षा धर्मार्थ जास्त होती आणि कितीतरी प्रकारे ती काहीशी अविचारी होती, त्यामुळे साथ वाढण्याला जास्त उत्तेजनच मिळालं. आपल्या चुकांसोबत एकाकी असलेल्या वडिलांपाशी आपण त्या काळात नव्हतो, याचा पश्चात्ताप हुवेनाल उर्बिनोला प्रथमच झाला; परंतु त्याला त्यांच्या गुणवत्तेबद्दल शंका नव्हती : त्यांचा व्यासंग आणि स्वार्थत्याग आणि या सगळ्यापेक्षा जास्त असलेली त्यांनी दाखवलेली व्यक्तिगत हिंमत - हे सगळं शहर आपत्तीतून सावरल्यानंतर

अनेक मानसन्मान मिळण्यालायक होतं आणि कमी सन्माननीय युद्धात लढललेल्या वीरांप्रमाणे सन्मानीय व्यक्तींच्या यादीत त्यांचं नाव असणं, हेदेखील न्याय्यच होतं.

स्वतःचा उत्कर्ष पाहण्यासाठी ते या जगात राहिले नाहीत. जेव्हा त्यांना स्वतःमध्ये ती बरी न होणारी लक्षणं दिसू लागली – जी त्यांनी इतरांमध्ये पाहिली होती आणि त्याबद्दल त्यांना दयादेखील वाटली होती – तेव्हा त्यांनी अर्थहीन लढाई लढण्याचा प्रयत्न केला नाही. उलट, त्यांनी जगापासून स्वतःला तोडून घेतलं. जेणेकरून त्यांच्यामुळे इतर कुणाला संसर्ग होणार नाही. मिसरीकॉर्डिया हॉस्पिटलच्या एका खोलीत त्यांनी स्वतःला कोंडून घेतलं. त्यांच्या सहकाऱ्यांच्या हाकेला किंवा कुटुंबीयांच्या विनंत्यांना त्यांनी ओ दिली नाही. हॉस्पिटलच्या मार्गिकांवर त्या भयंकर आजाराने लोक मरत होते. त्या भयावह स्थितीत, अलिप्त होऊन त्यांनी त्यांच्या बायकोला आणि मुलांना अस्वस्थ पत्र लिहिलं. ते पत्र स्वतःच्या अस्तित्वाबद्दल कृतज्ञता व्यक्त करणारं होतं, ज्यात त्यांनी किती निष्ठेने जगण्यावर प्रेम केलं होतं हे उघड केलं होतं. भावनांनी ओथंबलेलं ते वीस पानी निरोपाचं पत्र होतं. त्यातल्या अक्षरांवरून आजाराचा टप्पा समजू शकत होता आणि शेवटी, सही केल्यानंतर पत्रलेखकाने शेवटचा श्वास कधी घेतला हे समजायला लेखकाचं नाव माहीत असणं गरजेचं नव्हतं.

तीन दिवसांनंतर, पॅरिसमध्ये, डॉ. हुवेनाल उर्बिनोला मित्रांबरोबर रात्रीचं जेवण घेताना तार मिळाली आणि त्याने आपल्या वडिलांच्या आठवणीप्रीत्यर्थ शॅम्पेन घेतली. तो म्हणाला, ''चांगला माणूस होते ते.'' नंतर तो स्वतःच्या अप्रगल्भ वागणुकीबद्दल स्वतःची खरडपट्टी काढणार होता : रडू येऊ नये म्हणून त्याने वास्तव टाळलं होतं; परंतु तीन आठवड्यांनी, त्याला मृत्युसमयी लिहिलेलं पत्र मिळालं आणि मग तो वास्तवाला शरण गेला. इतर पुरुषांची ओळख नसताना, तेव्हा ज्ञात असलेल्या एका पुरुषाची प्रतिमा अचानक त्याच्यासमोर त्या सगळ्या गूढगहनतेत उघड झाली. त्या पुरुषाने त्याचं संगोपन केलं होतं, त्याला शिकवलं होतं आणि तो त्याच्या आईसोबत बत्तीस वर्षं झोपला होता; परंतु त्या पत्राआधी त्याने कधीही त्याच्या आत्म्याला असं पूर्णपणे उघड केलं नव्हतं. कारण तो साधा, पवित्र आणि लाजाळू होता. तोपर्यंत हुवेनाल उर्बिनो आणि त्याच्या कुटुंबाने मृत्यूकडे इतरांच्या – आईवडिलांचा, बहीण–भावांचा किंवा नवरा–बायकोचा – नशिबी आलेलं दुर्दैव म्हणून पाहिलं होतं; परंतु स्वतःचं नव्हे. ते असे लोक होते, ज्यांची आयुष्यं संथ होती, ते आजारी पडलेले किंवा म्हातारे होत जाताना हळूहळू विरून जात होते, त्यांचं आठवणींत रूपांतर होत असे, वेगळ्या दिवसांच्या धुक्यात ते हरवून जात आणि काळात गुडूप होत. वाईट बातमी घेऊन आलेल्या तारेमुळे नव्हे, तर तो त्याच्या वडिलांनी मृत्युपश्चात लिहिलेल्या पत्रामुळे मृत्यूच्या अटळतेसमोर फेकला गेला. तो नऊ किंवा अकरा वर्षांचा असताना, त्याच्या वडिलांमध्ये मृत्यूचा

पहिल्यांदा पदरव पाहिल्याचं त्याला आठवलं होतं. एका पावसाळी दुपारी, ते दोघं त्याच्या वडिलांच्या घरी असलेल्या कार्यालयात बसले होते. तो जमिनीवर रंगीत खडूने पक्ष्यांची आणि सूर्यफुलाची चित्रं काढत होता. त्याचे वडील खिडकीतून येणाऱ्या उजेडाच्या तुकड्यात वाचन करत होते. त्यांनी त्यांच्या वेस्टची बटणं उघडली होती आणि त्यांचे इलॅस्टिकचे आर्मबँड सैल करून शर्टाच्या बाहीवर सोडले होते. अचानक ते वाचायचे थांबले आणि मूठ असलेल्या काठीने पाठ खाजवू लागले. त्या काठीला चंदेरी मूठ होती. खाज येत असलेल्या ठिकाणी काठी पोहोचत नसल्याने, त्यांनी आपल्या मुलाला नखांनी तिथे खाजवायला सांगितलं. जेव्हा मुलाने सांगितल्याप्रमाणे तसं केलं, तेव्हा त्यांना पहिल्यांदाच विचित्र काहीतरी जाणवलं – त्यांना त्यांचं स्वतःचं शरीर जाणवत नव्हतं. शेवटी त्याच्या वडिलांनी खांद्यावरून मागे वळून पाहिलं आणि त्याच्याकडे पाहून करुण हास्य केलं.

"जर मी आत्ता मेलो तर," ते म्हणाले. "तू माझ्या वयाचा झाल्यावर तुला मी आठवणारही नाही."

तेव्हा ते सहजच असं म्हणाले होते आणि त्या खोलीच्या गार सावलीत काही क्षण मृत्युदूत हवेतल्या हवेत तरंगत होता आणि मग तो खिडकीतून निघून गेला. जाताना त्याने त्याच्या फडफडणाऱ्या पंखांच्या पिसांचा मार्ग मागे सोडला होता; परंतु त्या वेळी तो मुलगा ते पाहू शकला नव्हता. त्यानंतर वीस वर्षांपेक्षा अधिक काळ गेल्यानंतर, हुवेनाल उर्बिनो त्या दुपारी त्याचे वडील ज्या वयाचे होते, त्या वयाचा होणार होता. त्याला माहीत होतं की, तो हुबेहूब त्याच्या वडिलांसारखाच आहे आणि त्या जागेपणात एका अप्रिय अशा जाणिवेची भर पडली ती म्हणजे तोदेखील त्यांच्याप्रमाणेच मर्त्य आहे.

कॉलराने त्याला झपाटून टाकलं. एका लहानशा अभ्यासक्रमात तो त्याबद्दल जे काही शिकला होता, त्यापेक्षा अधिक काही त्याला माहीत नव्हतं. जेव्हा त्याला तीस वर्षांपूर्वी पॅरिससह फ्रान्समध्ये कॉलराने एक लाख चाळीस हजारांपेक्षा जास्त लोकांचा बळी घेतला होता हे समजलं, तेव्हा त्याचा त्यावर विश्वास बसला नाही; परंतु त्याच्या वडिलांच्या मृत्यूनंतर त्याने कॉलरच्या विविध प्रकारांबद्दल सगळं काही शिकून घेतलं. जणू काही आपल्या वडिलांच्या आठवणींखातर त्याने घेतलेलं ते प्रायश्चित्त होतं. त्याने त्या काळच्या सर्वोत्कृष्ट साथरोगतज्ज्ञाबरोबर आणि 'कॉर्डन्स सॅनिटेअर्स'च्या निर्मात्यासोबत – प्रो. ॲड्रियन प्रूस्त – जे त्या महान कादंबरीकाराचे वडील होते – यांच्याबरोबर कॉलराचा अभ्यास केला, त्यामुळे जेव्हा तो आपल्या मायदेशात परतला आणि जहाजात असताना त्याला बाजारातून आलेला दुर्गंध आला, त्याने सांडपाण्यातून पळणारे उंदीर पाहिले आणि रस्त्यावरच्या डबक्यात नागडी मुलं खेळताना पाहिली, तेव्हा त्याला ती शोकांतिका कशी घडली असेल, हे तर समजून चुकलंच; परंतु ती कोणत्याही क्षणी पुन्हा घडू शकते हेही ठामपणे वाटलं.

आणि त्याला फार वाट पाहावी लागली नाही. वर्षापेक्षाही कमी काळात मिसरीकॉर्डिया हॉस्पिटलमधल्या त्याच्या विद्यार्थ्यांनी एका धर्मादाय रुग्णाला उपचार करण्यासाठी त्याच्याकडे मदत मागितली. त्याच्या अंगावर सर्वत्र विचित्र अशी निळी झाक आली होती. डॉ. हुवेनाल उर्बिनोने त्याला दारातून पाहिल्या पाहिल्या त्याच्या शत्रूला ओळखलं; परंतु त्यांचं नशीब चांगलं होतं : तो रुग्ण क्युरोसोहून आलेल्या जहाजातून तीन दिवसांपूर्वीच आला होता आणि नंतर स्वतःच रुग्णालयात भरती झाला होता. परिणामी त्याच्यामुळे इतर कुणाला संसर्ग झाल्याची शक्यता कमी वाटत होती. काही असलं तरी, डॉ. हुवेनाल उर्बिनो आपल्या सहकाऱ्यांना सावध केलं आणि त्याने शेजारच्या बंदरांवरच्या अधिकाऱ्यांना सूचना देऊन संसर्गिक जहाजाला शोधून, विलग करण्यास सांगितलं आणि त्याला शहराचा सैनिकी अधिकारी असलेल्या कमांडरला मार्शियल लॉ घोषित करण्यापासून आणि दर पंधरा मिनिटांनी तोफगोळे सोडण्याची उपचारात्मक पद्धती राबवण्याचे आदेश देण्यापासून परावृत्त करावं लागलं.

''लिबरलसाठी दारूगोळा साठवून ठेवा,'' तो विनोदाने म्हणाला. ''आपण काही मध्ययुगात नाहीयोत.''

चार दिवसांनी तो रुग्ण पांढऱ्या रंगाची रवाळ उलटी घशात अडकून मरण पावला; परंतु पुढच्या काही आठवड्यांमध्ये कसून देखरेख ठेवूनही आणखी रुग्ण आढळले नाहीत. कालांतराने, 'कमर्शियल डेली' वृत्तपत्राने शहरातल्या वेगवेगळ्या ठिकाणी दोन मुलांचा मृत्यू झाल्याचं वृत्त दिलं होतं. त्यातल्या एकाला नेहमीची हागवण झाली होती; परंतु दुसऱ्या पाच वर्षांचा मुलीला कॉलरा झाला होता आणि त्यात तिचा बळी गेला होता असं समजलं. तिचे पालक आणि तीन भाऊ यांना प्रत्येकाला विलग करण्यात आलं. तो सगळा भाग कडक वैद्यकीय निरीक्षणाखाली ठेवण्यात आला. एका मुलाला कॉलराची लागण झाली; परंतु तो त्यातून लवकरच बरा झाला आणि त्याचे उरलेले कुटुंबीय धोका टळल्यावर घरी परतले. पुढच्या तीन महिन्यांमध्ये आणखी अकरा रुग्ण सापडले आणि पाचव्या महिन्यांत धोकादायक उद्रेक झाला; परंतु त्या वर्षाच्या शेवटी महामारीचा धोका कमी झाला असल्याचं मानण्यात आलं. डॉ. हुवेनाल उर्बिनोच्या जाहीर निवेदनापेक्षाही, त्याने स्वच्छतेबाबत सुचवलेल्या कठोर उपायांमुळे ही जादू घडली होती, याबाबत सगळ्यांचं एकमत झालं, तेव्हापासून आणि त्या शतकातही, कॉलरा हा त्या शहरातच नाही, तर कॅरिबियन किनाऱ्याच्या जवळपास सगळ्या भागांत आणि माग्दालेना नदीच्या खोऱ्यातही स्थानिक आजार झाला; परंतु त्याने कधीही माहामारीचं रूप धारण केलं नाही. डॉ. हुवेनाल उर्बिनोने केलेल्या सावधगिरीच्या सूचना अत्यंत गंभीरपणे अधिकाऱ्यांनी ऐकून घेतल्याचा हा परिणाम होता. त्यांनी मेडिकल स्कूलमध्ये कॉलरा आणि पीतज्वरासाठी अध्यासन स्थापन केलं. सांडपाण्याची गटारं बंद

करणं, कचऱ्याची विल्हेवाट लावण्याच्या ठिकाणापासून बाजार दूर हलवणं हे तातडीने करणं गरजेचं आहे हे तेव्हा त्यांच्या लक्षात आलं. असं असलं तरी, डॉ. उर्बिनोने मात्र विजय घोषित करण्याला तितकं महत्त्वं दिलं नाही किंवा त्याने त्याच्या सामाजिक ध्येयाचा पाठपुरावा केला नाही. कारण, त्या वेळी त्याचं लक्ष दुसरीकडे विचलित झालं होतं. त्याचा एक पंख गळून गेला होता. तो त्याच्या आयुष्यातल्या या सगळ्या गोष्टी विसरून जाण्याच्या बेतात होता. कारण, त्याच्या अंगावर प्रेमाची वीज कोसळली होती : फर्मिना डासाच्या प्रेमाची वीज.

खरंतर, ती म्हणजे एक वैद्यकीय चूक होती. त्याचा मित्र असलेल्या एका फिजिशियनला असं वाटलं की, त्याच्या अठरा वर्षांच्या रुग्णात कॉलराची धोकादायी लक्षणं आहेत म्हणून त्याने डॉ. हुवेनाल उर्बिनोला तिची तपासणी करण्यासाठी बोलावलं. जुन्या शहराच्या मध्यात कॉलराने प्रवेश केला आहे अशी भीती वाटून त्याने दुपारीच रुग्णाच्या घरी जायचं ठरवलं. कारण, तोवर सगळे रुग्ण गरीब राहायचे त्या भागात सापडत होते आणि त्यातले बरेच काळे लोक होते; परंतु त्याची गाठ पडली ती वेगळ्याच आनंदी आश्चर्याशी. त्या घरावर पार्क ऑफ एव्हांजेलमधल्या बदामाच्या झाडांची सावली पडलेली होती. वसाहती भागांमधल्या इतर घरांप्रमाणे ते घरही मोडकळीस आलेलं वाटत होतं; परंतु आतमध्ये मात्र सौंदर्याचा मिलाफ आणि वेगळ्याच काळातला भासणारा स्तिमित करणारा प्रकाश होता. प्रवेशद्वारातून आत गेल्यावर, सेव्हिलियन पडवीच्या चौकापाशी तो गेला. तिथे नुकताच चुन्याचा रंग लावलेला होता. तिथे संत्र्यांची झाडं फुलली होती आणि भिंतीवर व जमिनीवर सारख्याच रंगाच्या टाइल्स लावलेल्या होत्या. तिथे कुठूनतरी वाहणाऱ्या पाण्याचा आवाज येत होता, कार्नेशन फुलांच्या कुंड्या ठेवलेल्या होत्या आणि कमानीखाली विचित्र पक्ष्यांचे पिंजरे होते. त्यातले सगळ्यात विचित्र मोठे पिंजरे होते, तीन कावळ्यांचे. ते जेव्हा आपले पंख फडफडवत तेव्हा पडवीत विशिष्ट असा गूढ गंध पसरत असे. घरात वेगवेगळ्या ठिकाणी अनेक कुत्रे साखळीने बांधलेले होते. ते अनोळखी माणसाच्या वासाने वेड्यासारखे भुंकू लागले; परंतु एका बाईच्या ओरडण्याने ते एकदम गप्प झाले. कितीतरी मांजरी अंगणात इकडेतिकडे हिंडत होत्या आणि अधिकारयुक्त आवाज ऐकताच त्या फुलांमागे जाऊन लपल्या. पक्ष्यांचा कलकलाट आणि झऱ्याचा बारीक आवाज असला तरी तिथे मृदूमुलायम शांतता होती, ज्यात समुद्राची गाज ऐकू येत होती.

देव जागृत आहे, या धारणेमुळे आतून हललेल्या डॉ. हुवेनाल उर्बिनोला वाटलं की, अशा प्रकारचं घर कॉलरामुक्त असणार. आर्केडच्या मार्गिकांमधून तो गाला प्लासिडियामागोमाग गेला, त्याने शिवणाची खोली मागे टाकली जिथे फ्लोरेंतिनो अरिसाने फर्मिना डासाला पहिल्यांदा पाहिलं होतं, जेव्हा अंगणात फरश्या वगैरे सामान इतस्ततः पडलेलं होतं. तो नवा संगमरवरी जिना चढून दुसऱ्या मजल्यावर

गेला आणि रुग्णाच्या खोलीत जाण्याची परवानगी मिळेपर्यंत थांबून राहिला; परंतु गाला प्लासिडिया निरोप घेऊन आली : ''मालकीणबाई म्हणाल्या, त्यांचे वडील आत्ता घरी नाहीयेत. तुम्ही नंतर या.''

मोलकरणीने दिलेल्या निरोपानुसार, तो पुन्हा दुपारी पाच वाजता तिथे पोहोचला आणि तेव्हा दाराजवळचं फाटक स्वतः लॉरेंझो डासाने उघडलं. तो त्याला आपल्या मुलीच्या निजायच्या खोलीत घेऊन गेला. तो तिथेच, एका कोपऱ्यात काळोखात हाताची घडी घालून बसला आणि तपासणी सुरू असताना आपल्या सुस्काऱ्यांवर नियंत्रण ठेवण्यासाठी निष्फळ प्रयत्न करत राहिला. अवघडलेलं नक्की कोण होतं, हे ओळखणं कठीण होतं : पवित्र स्पर्श करणारा डॉक्टर की मलमली सैल कमीजमधला कौमार्याची विनम्रता असलेला रुग्ण; परंतु कोणीही एकमेकांकडे पाहिलं नाही, त्याऐवजी तो अलिप्त आवाजात प्रश्न विचारू लागला आणि तिने कापऱ्या आवाजात उत्तरं दिली. दोघांनाही कोपऱ्यात बसलेल्या त्या माणसाच्या उपस्थितीची जाणीव होती. अखेरीस, डॉ. हुवेनाल उर्बिनोने रुग्णाला बसायला सांगितलं आणि अत्यंत काळजीपूर्वक त्याने तिचा रात्री घालायचा तलम कमीज कंबरेपर्यंत उघडा केला. तिने तत्काळ आपल्या हातांनी झाकायच्या आत, स्तनाग्र असलेले तिचे पवित्र वक्ष त्या काळोखात उजळून निघाले. जणू बंदुकीचा बार असावा. तिच्याकडे न पाहता फिजिशियनने शांतपणे तिचे हात बाजूला केले आणि थेट तिच्या छातीचे ठोके ऐकून तपासणी करू लागला. त्याने आपला कान तिच्या त्वचेला लावला. पहिले छातीपाशी आणि नंतर पाठीवर.

डॉ. हुवेनाल उर्बिनो नेहमी सांगायचा की, ज्या बाईसोबत तो शेवटच्या श्वासापर्यंत जीवन व्यतीत करणार होता, तिचा त्याने घेतलेला पहिला अनुभव अलिप्त, भावनाविरहित होता. लेसच्या कडा असलेल्या आकाशी निळ्या रंगाचा तिचा मलमली पोशाख, अस्वस्थ डोळे, खांद्यावर रुळणारे मोकळे सोडलेले केस त्याला आठवायचे; परंतु तेव्हा वसाहती भागात झालेल्या कॉलरच्या उद्रेकामुळे तो एवढा काळजीत पडला होता की, त्यामुळे बहराला आलेल्या तिच्या तारुण्याकडे त्याचं लक्षच गेलं नव्हतं : तिला कॉलरा झालेला असेल का, या शक्यतेच्या लहानशा खुणेकडे त्याचं सगळं लक्ष केंद्रित झालं होतं. तिचं निदान स्पष्ट होतं : कॉलराच्या महामारीशी संलग्न असलेल्या त्या तरुण डॉक्टरबद्दल तिने बरंच काही ऐकलं होतं, जो पांडित्य मिरवणारा होता, ज्याकडे स्वतःशिवाय इतरांवर प्रेम करण्याची क्षमता नव्हती. त्याने निदान केलं : आतड्याला झालेला संसर्ग, जो तीन दिवसांच्या उपचारानंतर घरी बरा झाला. आपल्या मुलीला कॉलरा झाला नसल्याचा पुरावा मिळाल्यावर सुटकेचा निःश्वास टाकलेला लॉरेंझो डासा डॉ. हुवेनाल उर्बिनोला फाटकापाशी उभ्या असलेल्या त्याच्या घोडागाडीपर्यंत सोडायला गेला. त्याने त्याला भेटीबद्दल एक सोन्याचा पेसो दिला. श्रीमंतदेखील

फिजिशियनला एवढी फी देत नसत. लॉरेंझोने खूप आभार मानत, तसे आविर्भाव करत त्याचा निरोप घेतला. डॉक्टरच्या घराच्या वैभवामुळे, प्रतिष्ठेमुळे तो दडपून गेला होता. लॉरेंझोने आपले भाव दडवून ठेवले नाहीत. उलट, तो त्याला अधिक अनौपचारिक प्रसंगी भेटण्यासाठी काहीही करायला तयार झाला.

ती केस बंद झाली, असं मानणं अपेक्षित असलं, तरी पुढच्या आठवड्यात मंगळवारी, काहीही पूर्वसूचना न देता किंवा निरोप न पाठवता डॉ. हुवेनाल उर्बिनो त्या घरी पुन्हा विचित्र वेळी, दुपारी तीन वाजता गेला. फर्मिना डासा तिच्या शिवणाच्या खोलीत तिच्या दोन मैत्रिणींबरोबर तैलरंगांनी चित्र काढण्याचं प्रशिक्षण घेत होती. तो पांढऱ्याशुभ्र फ्रॉक कोट, त्याची पांढरी उभी हॅट घालून खिडकीत उभा राहिला आणि त्याने तिला खुणेनेच त्याच्याजवळ येण्यास सांगितलं. तिने तिचं रंगांचं पॅलेट खुर्चीवर ठेवलं आणि ती आवाज न करता खिडकीपाशी गेली. तिने विस्कटलेला स्कर्ट वर केला. जेणेकरून तो जमिनीवर जास्त लोळणार नाही. तिने घातलेल्या केशालंकाराचा एक खडा तिच्या कपाळावर रुळत होता. त्या खड्याचा उजळता रंग तिच्या डोळ्यांप्रमाणेच अलिप्त होता आणि तिच्यात जे काही होतं, ते थंड वलयांकित श्वासांत लपेटलेलं होतं. डॉक्टरला अचानक वस्तुस्थिती लक्षात आलं की, ती घरी असली, तरी चित्रासाठी मेजवानीला जाण्यासाठी तयार होते, तशी तयार झाली होती. त्याने उघड्या खिडकीतून तिची नाडी तपासली, त्याने तिला जीभ बाहेर काढून दाखवायला सांगितलं, ॲल्युमिनिअमच्या पट्टीने ती दाबून तिचा घसा तपासला, त्याने तिच्या डोळ्यांच्या कडा पाहिल्या आणि प्रत्येक वेळी तो हो-हो म्हणत राहिला. तो मागच्या भेटीपेक्षा, या भेटीत कमी ओशाळलेला होता; परंतु ती त्याच्यापेक्षाही जास्त ओशाळून गेली होती. कारण, काही वेगळं घडल्याचा निरोप मिळाला तरच तो तपासायला येईल, असं तो स्वतःच सांगून गेला होता. तिला अचानक केलेल्या तपासणीमागचं कारण समजू शकलं नव्हतं आणि त्याहीपेक्षा महत्त्वाचं म्हणजे : तिला त्याचं तोंड पुन्हा कधीही पाहायचं नव्हतं. तपासणी करून झाल्यानंतर, डॉक्टरने सगळी उपकरणं औषधांच्या बाटल्यांनी भरलेल्या आपल्या बॅगेत ठेवून दिली आणि तिचं झाकण झटकन बंद केले.

"तू नुकत्याच उमललेल्या गुलाबासारखी आहेस," तो म्हणाला.

"धन्यवाद."

"देवाचे आभार," तो म्हणाला आणि त्याने सेंट थॉमसचं चुकीचं वाक्य उद्‌धृत केलं. "लक्षात ठेव, प्रत्येक गोष्ट जी चांगली असते, तिचं मूळ कुठलंही असो, ती पवित्र आत्म्यांपासून झालेली असते. तुला संगीत आवडतं?"

"या प्रश्नाला काय अर्थ आहे?" तिने विचारलं.

"आरोग्याच्या दृष्टीने संगीत फार चांगलं." तो म्हणाला.

त्याला खरंच तसं वाटायचं आणि तिला लवकरच आणि आयुष्यभरासाठी हे समजणार होतं की, कोणाशीही मैत्री करण्यासाठी संगीताचा विषय काढणं हा त्याची नेहमीची यशस्वी क्लृप्ती होती; परंतु त्या क्षणी मात्र तिने ते विनोदाने घेतलं. शिवाय, तिच्या दोन मैत्रिणी ती आणि डॉ. हुवेनाल उर्बिनो खिडकीपाशी बोलत असताना चित्र काढण्याचं खोटं नाटक करत खिदळत होत्या आणि त्यांच्या पॅलेट्समागे आपले चेहरे लपवत होत्या, त्यामुळे फर्मिना डासाचा स्वतःवरचा ताबा सुटला. प्रचंड संतापून तिने खिडकी त्याच्या तोंडावर बंद करून टाकली. डॉक्टर गोंधळून जाऊन खिडकीच्या लेसच्या पडद्याकडे पाहत राहिला. त्याने फाटकाकडे जाणारा मार्ग शोधायचा प्रयत्न केला; परंतु त्यात तो भरकटला आणि त्या गोंधळात त्याने गंधित कावळ्यांच्या पिंजऱ्यांच्या वर धडकला, त्यामुळे ते कावळे जोरजोरात किंचाळू लागले, भीतीने पंख फडकवू लागले आणि त्यामुळे डॉक्टरच्या कपड्यांना तो स्त्रैण गंध लागला. लॉरेंझो डासाच्या गडगडाटी आवाजामुळे तो तिथल्या तिथे थिजून गेला : "डॉक्टर... तिथेच थांबा. मी येतो."

त्याने वरच्या मजल्यावरून सगळं काही पाहिलं होतं आणि रागाने काळानिळा होत तो शर्टाची बटणं लावत खाली आला. डॉक्टर लाजला आणि तसं न दाखवण्याचा त्याने अयशस्वी प्रयत्न केला.

"मी तुमच्या मुलीला म्हणालो की, ती गुलाबासारखी आहे."

"खरंय ते," लॉरेंझो म्हणाला, "पण बरेच काटे असलेला गुलाब."

डॉ. उर्बिनोला अभिवादन न करता तो त्याला ओलांडून पुढे गेला. त्याने शिवणाच्या खोलीची खिडकी उघडली आणि कठोर आज्ञा करत तो त्याच्या मुलीवर ओरडला : "इकडे ये आणि डॉक्टरांची माफी माग."

डॉक्टरने मध्ये पडून त्याला थांबवायचा प्रयत्न केला; परंतु लॉरेंझो डासाने त्याच्याकडे दुर्लक्ष केलं. तो आग्रहपूर्वक म्हणाला, "लवकर. माफी माग." समजून घ्या, अशी याचना केल्यागत तिने आपल्या मैत्रिणींकडे पाहिलं आणि ती आपल्या बापाला म्हणाली की, माफी मागण्यासारखं तिने काहीही केलेलं नाही. तिने फक्त ऊन आत येऊ नये याकरता खिडक्या बंद केल्या. चांगल्या विनोदबुद्धीची देन असलेल्या डॉ. उर्बिनोने तिच्या बोलण्याला दुजोरा दिला; परंतु लॉरेंझो डासा मात्र त्याच्या म्हणण्यावर ठाम होता. संतापाने पांढरी पडलेली फर्मिना डासा खिडकीकडे वळली आणि तिने आपला स्कर्ट बोटांनी वर उचलून आपला उजवा पाय पुढे टाकत तिने डॉक्टरकडे पाहत नाटकी मुजरा केला.

"मी तुमची अंतःकरणाच्या तळातून माफी मागते," ती म्हणाली.

त्याची उभट टोपी उचलून विनोदी ढंगात डॉ. हुवेनाल उर्बिनोने तिची नक्कल केली; परंतु त्याला हवं असलेलं सहृदय हास्य मात्र काही त्याला मिळवता आलं

नाही. मग सारवासारव करण्यासाठी लॉरेंझो डासाने त्याला त्याच्या कार्यालयात कॉफी घेण्यासाठी आमंत्रित केलं आणि त्यानेही ते आनंदाने स्वीकारलं. त्यामागे आणखी एक कारण होतं की, त्याच्या मनात एवढासाही राग राहिलेला नाही हे त्यांना कळावं.

खरंतर, सकाळी उठल्यानंतर एक कपभर कॉफी घेतल्यानंतर डॉ. उर्बिनो डासा कॉफी पीत नसे. कधीतरी एखाद्या प्रसंगी एखादा वाइनच्या ग्लास वगळता, तो मद्यपानही करत नसे; परंतु लॉरेंझो डासाने दिलेली कॉफी तर त्याने प्यायलीच; परंतु शिवाय त्याने ॲनिसेट मद्याचा ग्लासही घेतला आणि मग त्याने आणखी एक कप कॉफी आणि ग्लासभर ॲनिसेट घेतलं आणि नंतरही त्याला इतर रुग्णाकडे जायचं असूनही घेत राहिला. पहिल्यांदा त्याने लॉरेंझो डासाने आपल्या मुलीच्या वतीने मागिलेले माफीचे शब्द लक्षपूर्वक ऐकले. ती हुशार आणि गंभीर मुलगी असल्याचं त्याने ओळखलं होतं. एखाद्या राजकुमाराला साजेशी. तो म्हणाला की, तिच्यात एकच दोष आहे, तो म्हणजे हेकटपणा; परंतु ॲनिसेटच्या दुसऱ्या ग्लासानंतर डॉक्टरला वाटलं की, त्याने अंगणातल्या दुसऱ्या टोकापाशी फर्मिना डासाचा आवाज ऐकला असावा आणि त्याच्या कल्पनेचा वारू तिच्यामागे गेला... रात्र पडू लागल्याने तिने मार्गिकेपाशी दिवे लावले, तेव्हा त्याने तिचा माग काढला, किड्यांसाठी धूरकांडी लावली, शेगडीवरच्या पातेल्यात असलेल्या सूपावरचं झाकण काढलं आणि त्यानंतर ती त्या रात्री आपल्या बापाबरोबर टेबलपाशी समोरासमोर बसणार होती, जोवर तो दुपारी झालेल्या आगळिकीबद्दल तिला मला माफ कर म्हणणार नव्हता, तोवर ते दोघं काही बोलणार नव्हते, तीदेखील डोळे वर करून त्याच्याकडे पाहणार नव्हती, सूप चाखणार नव्हती, तिचं रागीट मौन सोडणार नव्हती.

डॉ. उर्बिनोला बायकांना पुरेसा जाणून असल्याने त्याला हे लक्षात आलं की, तो तिच्या बापाच्या कार्यालयातून जाईस्तोवर फर्मिना डासा त्या खोली जवळून जाणार नाही. असं असलं तरी, तो तिथे थांबून राहिला. कारण, दुपारी झालेल्या अपमानामुळे दुखावलेला अहंकार त्याला स्वस्थता लाभू देणार नव्हता असं त्याला वाटलं. मद्याची झिंग आलेल्या लॉरेंझो डासाला डॉक्टरचं आपल्याकडे लक्ष नसल्याचं कळत नव्हतं. तो त्याच्या अविरत, नमतं न घेता बोलण्यावर खूश होता. न पेटवलेल्या सिगारचं तोंड चावत तो चौखूर उधळला होता, मोठ्याने बोलताना खोकत होता, घसा खाकरत होता, फिरत्या खुर्चीवर आरामदायी स्थितीत बसण्यासाठी प्रयत्न करत होता; परंतु तरी त्याला बसताना त्रास होत होता, त्यामुळे खुर्चीच्या स्प्रिंगचा करकर आवाज होत होता, जो माजावर आलेल्या जनावरासारखा वाटत होता. पाहुण्याच्या एका ग्लासामागे तो तीन ग्लास ॲनिसेट प्यायला होता. समोरचा माणूस दिसेनासा झाल्यामुळे तो बोलायचा थांबला. त्याने उभा राहून खोलीतला दिवा पेटवला. त्या नव्या प्रकाशात, डॉ. हुवेनाल उर्बिनोने त्याच्याकडे

पाहिलं. त्याचा एक डोळा माश्यासारखा तिरळा झाला असल्याचं त्याला दिसलं आणि त्याच्या ओठांच्या हालचाली आणि शब्दांचा ताळमेळ जमून येत नव्हता. मद्यामुळे आपल्याला असे भास होत आहेत, असं उर्बिनोला वाटलं. तो उठून उभा राहिला, तेव्हा त्याला चित्ताकर्षक जाणीव झाली. तो ज्या एका शरीरात आहे, ते शरीर त्याचं नाहीये, तर ते तो ज्या खुर्चीत बसलेला होता त्याच्या मालकीचं आहे. आपण वेड्यासारखं वागणार नाही, यासाठी त्याला स्वतःवर नियंत्रण ठेवावं लागलं.

सात वाजून गेल्यानंतर लॉरेंझो डासाच्या मागोमाग तो कार्यालयातून बाहेर पडला. पौर्णिमेची रात्र होती. ॲनिसेटच्या प्रवाभामुळे, पडवी मस्त्यालयाच्या तळाशी तरंगत होती आणि कपड्यांनी झाकून ठेवलेले पिंजरे हे संत्र्यांच्या बहराच्या उष्ण गंधाखाली झोपलेल्या भुतांसारखे वाटत होते. शिवणकामाच्या खोलीची खिडकी उघडी होती. टेबलावर दिवा लावलेला होता आणि जणू काही प्रदर्शनात ठेवल्यासारखं ईझलवर अपूर्ण चित्रं लावलेली होती. ''जर तू इथे नाहीस, तर तू कुठे आहेस?'' तिथून जाताना डॉ. उर्बिनो म्हणाला; परंतु फर्मिना डासाने ते ऐकलं नाही. ती त्याचं बोलणं ऐकू शकत नव्हती. कारण, ती निजायच्या खोलीत संतापाने रडत बसली होती. दुपारच्या अपमानाची भरपाई करून घेण्यासाठी ती पलंगात चेहरा खुपसून बापाची वाट पाहत होती. डॉक्टरने तिचा निरोप घ्यायची आशा सोडली नव्हती; परंतु लॉरेंझोनेही तसं काही सूचित केलं नाही. डॉक्टरला तिच्या निरागस नाडीची, मांजरासारख्या जिभेची, कोवळ्या टॉन्सिल्सची ओढ वाटत होती; परंतु तिला त्याला परत कधीही पाहायचं नव्हतं आणि ती त्याला भेटायची कधीही परवानगी देणार नव्हती, या कल्पनेमुळे त्याचा हिरमोड झाला. जेव्हा लॉरेंझो डासा मार्गिकेतून प्रवेशद्वारापाशी जाऊ लागला, तेव्हा कापडात झाकलेले कावळे जागे झाले आणि मरणांतिक किंकाळ्या फोडू लागले. ''ते तुमच्या डोळ्यांवर चोचा मारतील,'' तिचा विचार करता करता डॉक्टर मोठ्याने म्हणाला आणि लॉरेंझो डासा त्याच्याकडे वळून तो काय म्हणाला हे विचारू लागला.

''मी नाही बोललो,'' तो म्हणाला. ''ॲनिसेट बोलली माझ्या तोंडून.''

लॉरेंझो डासा त्याला त्याच्या घोडागाडीपर्यंत सोडायला गेला, त्याने त्याला दुसऱ्या भेटीबद्दल सोन्याचा पेसो स्वीकारावा म्हणून गळ घातली; परंतु डॉक्टरने तो घेतला नाही. त्याने गाडीचालकाला त्याला अजूनही भेट द्यायच्या, उरलेल्या दोन रुग्णांच्या घरी जाण्याबद्दलच्या अचूक सूचना दिल्या आणि तो मदतीशिवाय घोडागाडीत चढून बसला; परंतु खडकाळ रस्त्यांवर गाडी उडू लागल्यावर त्याला आजारी असल्यासारखं वाटू लागलं, त्यामुळे त्याने चालकाला वेगळ्या मार्गाने गाडी न्यायला सांगितली. त्याने एका क्षणासाठी गाडीतल्या आरशात स्वतःला पाहिलं आणि त्याला दिसलं की, त्याचं प्रतिबिंब अजूनही फर्मिना डासाचा विचार करत आहे. त्याने आपले खांदे उडवत ढेकर दिली, आपली मान झुकवली आणि झोपी

गेला. स्वप्नात त्याला दफनविधीचा घंटानाद ऐकू यायला सुरुवात झाली. पहिल्यांदा त्याला कॅथेड्रलच्या घंटा ऐकू आल्या आणि मग इतर चर्चमधल्या, एकापाठोपाठ एक. सेंट जुलियन द हॉस्पिलेटरमधल्या फुटक्या कुंड्यांचेही आवाज त्याला ऐकू आले.

''शी,'' तो झोपेत पुटपुटला. ''मृतच मेले आहेत.''

जेवायला बसायच्या लांबलचक खोलीत औपचारिक टेबलापाशी त्याची आई आणि बहिणी कॅफे कॉन लेछे आणि क्रूलर्स खात बसल्या होत्या. त्यांनी त्याला दारातून आत येताना पाहिलं. त्याचा चेहरा निस्तेज झाला होता आणि त्याला त्या कावळ्यांचा वेश्यांना येतो तसा वास येत होता. त्या घरातल्या मोठ्या अवकाशात, बाजूला असलेल्या कॅथेड्रलमधल्या मोठ्या घंटेचे प्रतिध्वनी निनादले. त्याच्या आईने त्याला काळजीने विचारलं की, तू नक्की होतास तरी कुठे? तिने त्याला अपेक्षित असलेल्या सर्व ठिकाणी शोधलं होतं. कारण, मार्कीज दे जरैझ दे ला व्हेरा घराण्यातला अखेरचा नातू, जनरल इग्नाशियो मारियाला तपासायला त्याला जायचं होतं. मेंदूत रक्तस्राव होऊन दुपारी त्याचा मृत्यू झाला होता आणि त्यासाठीच हे घंटांचे टोले वाजवले जात होते. डॉ. हुवेनाल उर्बिनोने दाराचा आधार घेत त्याच्या आईचं बोलणं ऐकून न ऐकल्यासारखं केलं. तो निजायच्या खोलीत जायचा प्रयत्न करू लागला, तेवढ्यात तोंडावर पडला आणि त्याच्या तोंडून स्टार ॲनिसच्या वासाची उलटी फसफसून बाहेर आली.

''अरे बापरे, देवा,'' त्याची आई ओरडली. ''आज तुझं काहीतरी बिघडलेलं दिसतंय. ज्या तऱ्हेने तू घरी आला आहेस ते पाहता.''

तरीही, अजूनही सगळ्यात विचित्र गोष्ट घडायची बाकी होती. प्रसिद्ध पियानोवादक रोमियो ल्यूसिश - ज्याने जनरल शहर इग्नाशियो मारियाच्या शोकातून बाहेर पडल्या पडल्या लगेच मोत्झार्टच्या सुनीतांचं वादन केलं होतं - त्याच्या भेटीचा फायदा घेऊन डॉ. हुवेनाल उर्बिनोने म्युझिक स्कूलमधून खेचरगाडीवरून पियानो आणवून घेतला आणि फर्मिना डासासाठी इतिहास घडवणाऱ्या सुरांनी प्रेमगीत सादर केलं. ती जागी झाली आणि तिला ती वेगळी आदरांजली कोणाची आहे, हे समजून घेण्यासाठी बाल्कनीत यायची गरज पडली नाही. त्रासलेल्या इतर कुमारिकांप्रमाणे तिच्यात तितकी हिंमत नव्हती याचा तिला खेद वाटला, ज्या नको असलेल्या इच्छुकांच्या डोक्यावर प्रसाधनगृहातलं मैलापाणी ओतायच्या. दुसरीकडे, लॉरेंझो डासा ते प्रेमगीत ऐकल्या ऐकल्या पोशाख घालून तयार झाला आणि कार्यक्रम संपल्यावर, औपचारिक पोशाखातल्या डॉ. हुवेनाल उर्बिनो आणि पियोनोवादकाला भेट घेण्यासाठीच्या खोलीत घेऊन आला. तिथे त्याने उत्तम ब्रँडीचा ग्लास देऊन त्यांचे आभार मानले.

फर्मिना डासाला लवकरच लक्षात आलं की, तिचा बाप तिने तिचं मन वळवावं म्हणून प्रयत्न करत आहे. वादनाच्या कार्यक्रमानंतर दुसऱ्या दिवशी, तो

तिला सहज बोलल्यासारखं म्हणाला, ''उर्बिनो दे ला कायेच्या घराण्यातला एक तरुण तुझं प्रेमराधन करतो आहे हे तुझ्या आईला समजलं तर कल्पना कर तिला काय वाटेल?'' तिचा प्रतिसाद कोरडा होता : ''ती तिच्या कबरीतही अस्वस्थ होईल.'' तिच्या बरोबर चित्र काढणाऱ्या मैत्रिणींकडून तिला कळलं की, सोशल क्लबमध्ये डॉ. हुवेनाल उर्बिनोने लॉरेंझो डासाला दुपारच्या जेवणासाठी आमंत्रित केलं होतं आणि त्याबद्दल उर्बिनोला नियम मोडल्याबद्दल कडक शब्दांत तंबी देण्यात आलेली होती. तिच्या बापाने अनेक वेळा सोशल क्लबचं सभासदत्व मिळवण्यासाठी अर्ज केला होता आणि प्रत्येक वेळेस त्याचा अर्ज एवढ्या बहुमताने नाकारण्यात आला होता की, ज्यामुळे तो पुन्हा कधीही प्रयत्न करू शकणार नाही; परंतु लॉरेंझो डासाकडे अगणित अपमान पचवायची क्षमता होती आणि त्याने हुवेनाल उर्बिनोला भेटण्यासाठी सातत्याने इतर अनेक हुशार मार्ग वापरले होते; परंतु खरंतर हुवेनाल उर्बिनो स्वतःहूनच त्यांची भेट व्हावी म्हणून असा प्रयत्न करत होता, हे त्याच्या लक्षात येत नव्हतं. ज्या वेळी ते त्याच्या कार्यालयात भरपूर वेळ व्यतीत करायचे, तेव्हा काळाच्या टोकावर ते घर थिजून गेल्यासारखं वाटायचं. कारण फर्मिना डासा जोवर तो जात नाही, तोवर घर नेहमीच्या पद्धतीने चालवत नसे. द पॅरिश कॅफे हा मध्यममार्ग होता. तिथेच लॉरेंझो डासाने हुवेनाल उर्बिनोला बुद्धिबळाचे पहिले धडे दिले, आणि तो एवढा मेहनती शिष्य होता की, त्याला बुद्धिबळाचं व्यसनच लागलं, जे त्याच्या शेवटच्या श्वासापर्यंत त्याला छळत राहिलं.

एकल पियानोवादनानंतर लगेचच, एकदा रात्री लॉरेंझो डासाला त्याच्या घराच्या फाटकापाशी एक पत्र सापडलं. ते लिफाफ्यात बंद होतं आणि त्याच्या मुलीला उद्देशून पाठवलं होतं. त्याच्या मेणाच्या मोहरेवर हुवेनाल उर्बिनोची अद्याक्षरं - जेयूसी - कोरलेली होती. फर्मिना डासाच्या निजायच्या खोलीजवळून जाताना, त्याने ते दारातून आत सरकवलं आणि ते पत्र तिच्यापर्यंत कसं आलं असावं हे तिला कधीही समजलं नव्हतं. कारण, तिच्यात रस असणाऱ्या अविवाहित पुरुषाकडून आलेलं पत्र आपला बाप स्वतःहून आपल्यापर्यंत पोहोचवण्याएवढा बदलेल असं तिला कदापि वाटलं नाही. तिने ते टेबलावर ठेवून दिलं. खरंतर, तिला त्याचं काय करावं हे न समजल्याने ते नंतर कितीतरी दिवस बंद अवस्थेत पडून राहिलं. एकदा एका पावसाळी दुपारी फर्मिना डासाला स्वप्न पडलं की, हुवेनाल उर्बिनो घरी जीभ तपासण्याचं उपकरण देण्यास आला होता, जे तपासताना त्याने वापरलं होतं. त्या स्वप्नात, ते उपकरण ॲल्युमिनिअमचं नव्हतं, तर कुठल्यातरी चविष्ट धातूचं होतं, ज्याची चव तिने इतर स्वप्नांमध्ये अगदी आनंदाने चाखली होती म्हणून तिने त्याचे दोन असमान तुकडे केलं आणि त्यापैकी लहान तुकडा त्याला दिला.

त्या दुपारी, तिने उठून लगेच ते पत्र उघडलं. ते पत्र नेमकं होतं. त्यात हुवेनाल उर्बिनोने तिची भेट घेण्याकरता तिच्या बापाची परवानगी घेण्यासाबाबत विचारणा

करावी, असं लिहिलं होतं. ती त्यातल्या सहजतेने आणि गांभीर्याने प्रभावित झाली आणि तिने इतके दिवस तिच्या मनात त्याच्याबद्दलचा मायेने जोपासत नेलेला राग त्या क्षणी विरून गेला. ती ते पत्र ट्रंकेच्या तळाशी ठेवायला गेली; परंतु तिथेच तिने फ्लोरेंतिनो अरिसाची सुवासिक पत्रंही ठेवली असल्याचं तिला आठवलं, त्यामुळे तिला लाज वाटून तिने ते पत्र बाहेर काढून दुसरीकडे ठेवण्यासाठी ती जागा शोधू लागली. मग तिला वाटलं की, सगळ्यात सभ्य मार्ग म्हणजे तिला ते पत्र मिळालंच नसल्याचं दाखवणं हा होता आणि मग तिने ते पत्र दिव्याच्या ज्योतीवर धरून स्फोटासारखे फुटणारे मेणाचे निळे बुडबुडे पाहत जाळून टाकलं. तिने सुस्कारा टाकला : ''बिचारा.'' एक वर्षापेक्षा थोड्याच अधिकच्या कालावधीनंतर ती दुसऱ्यांदा हा शब्द उच्चारत होती आणि काही क्षणासाठी तिने फ्लोरेंतिनो अरिसाचा विचार केला, तेव्हा तिलाही तो तिच्या आयुष्यापासून किती दूर गेला आहे, याचा विचार करून चकित व्हायला झालं : बिचारा.

ऑक्टोबरमधल्या शेवटच्या पावसापर्यंत आणखी तीन पत्रं आली. पहिलं फ्लॅविग्री अॅबेच्या मिठाईच्या जांभळ्या लहानशा पेटीसोबत आलं होतं. दुसरी दोन्ही पत्रं डॉ. हुवेनाल उर्बिनोच्या चालकाने फाटकापाशी दिली होती आणि घोडागाडीच्या खिडकीतून डॉक्टरने गाला प्लासिडियाकडे पाहत हसून अभिवादन केलं होतं. एक म्हणजे पत्र त्यानेच पाठवलं आहे, याबाबत कोणतीही शंका राहू नये आणि दुसरं म्हणजे ते पत्र त्यांना मिळालंच नाही, असं कुणी म्हणू नये, तरीही दोन्ही पत्रांवर त्याच्या नावाचा ठसा होता आणि पत्रातलं हस्ताक्षर गूढ असं होतं, जे फिजिशियनचं आहे हे फर्मिना डासाने त्याआधीच ओळखलं होतं. पहिल्यात जे काही म्हटलं होतं तोच आशय इतर दोन्हींमध्येही होता; परंतु शिष्टसंमत आचारांआडचा संयम सुटत चालला असल्याचं त्यातून दिसू लागलं होतं. तसा सुगावा फ्लोरेंतिनो अरिसाच्या पत्रांत कधीही नसायचा. दोन आठवड्यांच्या अंतराने आलेली ती पत्रं फर्मिना डासाने मिळाल्या मिळाल्या वाचली होती आणि का कुणास ठाऊक; परंतु तिने ती आगीच्या भक्ष्यस्थानी देण्याचा आपला मानस बदलला होता; परंतु तिने त्यांना प्रतिसाद पाठवण्याचा विचारही केला नाही.

ऑक्टोबरमध्ये तिसरं पत्र फाटकामधून आत सरकवण्यात आलं आणि आधीच्या पत्रांपेक्षा ते हरप्रकारे वेगळं होतं. त्यातलं हस्ताक्षर एवढं बाळबोध होतं की, ते डाव्या हाताने लिहिलेलं असणार यात शंका नव्हती; परंतु फर्मिना डासाला त्यातला जहरी मजकूर वाचल्यानंतर त्याबद्दल खात्री पटली. ज्या कोणी ते पत्र लिहिलेलं होतं, त्याने फर्मिना डासाने हुवेनाल उर्बिनोला प्रेमाचा जादुई काढे पाजून त्याच्यावर आपला अंमल बसवला होता असं गृहीत धरलं होतं. त्यानुसार अभद्र निष्कर्ष काढण्यात आले होते. पत्राची अखेर धमकीने केली होती : जर शहरातल्या सगळ्यात मागणी असलेल्या पुरुषाच्या माध्यमातून फर्मिना डासाने वरच्या वर्गात

जाण्याचे आपले प्रयत्न सोडून दिले नाहीत, तर तिला लोकांमध्ये उघडं पाडण्यात येऊन अपमानित करण्यात येईल.

भयंकर अन्यायाचे आपण बळी असल्याचं तिला वाटलं; परंतु तिने खूनशी, सुडाने पेटलेली प्रतिक्रिया दिली नाही. उलट, तिला त्या अज्ञात पत्रलेखकाचा शोध घेऊन त्याला समर्पक स्पष्टीकरण देऊन त्याची चूक लक्षात आणून द्यायला आवडलं असतं. कारण, तिने कधीही, कोणत्याही कारणासाठी हुवेनाल उर्बिनोच्या प्रियराधनाला प्रतिसाद देणार नसल्याची तिला खात्री होती. पुढच्या काही दिवसांमध्ये तिला आणखी दोन अनामिक पत्रं आली, जी पहिल्याप्रमाणेच कपटी होती; परंतु त्या तिन्हींचा लेखक एक नव्हता. एकतर ती एखाद्या कारस्थानाचा बळी होती किंवा तिच्या गुप्त प्रेमप्रकरणाचा खोटा प्रचार कुणी कल्पनाही करू शकणार नाही, अशा प्रकारे फार वरपर्यंत पसरला होता. हुवेनाल उर्बिनोने केलेल्या एका साध्याशा गैरवर्तणुकीतून हे सगळं घडून आलेलं होतं, या कल्पनेने ती अस्वस्थ झाली. तिला वाटलं, तो वरवर दिसतो त्यापेक्षा वेगळा असावा. कदाचित, लोकांच्या घरी जाऊन रुग्ण तपासणी करताना फार बडबड करत असावा आणि काल्पनिक विजयाच्या बढाया मारत असावा. त्या वर्गातले इतर पुरुष मारतात अगदी तशाच. तिच्या सन्मानाचा अपमान केल्याबद्दल त्याची खरडपट्टी काढणारं एक पत्र लिहावं असं तिला वाटलं; परंतु मग तिने तसं न करण्याचं ठरवलं. कारण, त्याला कदाचित तेच हवं असावं. शिवणकामाच्या खोलीत तिच्याबरोबर चित्र काढणाऱ्या मैत्रिणींकडून तिने गोष्टी जाणून घ्यायचा प्रयत्न केला; परंतु पियानोवरील एकलवादनाच्या गीतांबद्दल त्यांनी फार सौम्य प्रतिक्रिया ऐकल्या होत्या. काहीच करू शकत नसल्याने ती संतापली, तिला अपमानित, हतबल वाटू लागलं. या अज्ञात, अदृश्य शत्रूला भेटून त्याला त्याची चूक लक्षात आणून द्यावी असं तिला आधी वाटत होतं; परंतु आता तिला त्याच्या उलट – त्याचे तुकडे करून टाकावेत असं वाटलं. त्या अनामिक पत्रांतले तपशील आणि वाक्प्रचारांचं विश्लेषण करत, त्यातून एखादा तरी धागा मिळावा याकरता ती रात्र रात्र जागी राहिली; परंतु सगळं व्यर्थ गेलं : उर्बिनो दे ला काये कुटुंबाच्या अंतर्गत जगापासून स्वभावतःच फर्मिना डासा परकीय होती आणि त्यांच्या सत्कृत्यांपासून स्वतःचं संरक्षण करण्यासाठी तिच्याकडे शस्त्रं होती; परंतु दुष्ट कृत्यांपासून संरक्षणाकरता काहीही नव्हतं.

जेव्हा पत्राशिवाय काळी बाहुली पाठवण्यात आली, तेव्हा हे दृढमत आणखी कडवट झालं; परंतु बाहुलीच्या मूळ स्रोत काय होता, ही कल्पना करणं सोपं होतं : डॉ. हुवेनाल उर्बिनोनेच ती पाठवली असण्याची शक्यता होती. त्यावरच्या लेबलानुसार तरी ती 'मार्टिनिक'मधून विकत घेतलेली होती. तिने अप्रतिम गाउन घातला होता, तिचे केस सोनेरी धाग्यांनी बांधलेले होते आणि ती झोपली की, डोळे मिटायची. फर्मिना डासाला तिने एवढी भुरळ घातली की, तिने तिच्या

मनातली कचकच बाजूला ठेवून त्या बाहुलीला दिवसा आपल्या उशाशी ठेवलं आणि रात्री झोपताना तिला सोबत घेणं तिला सवयीचं झालं; परंतु कालांतराने जेव्हा एकदा ती दमवणूक करणाऱ्या स्वप्नातून जागी झाली, तेव्हा तिच्या लक्षात आलं की, ती बाहुली मोठी होते आहे : ती तिथे आली तेव्हा तिला घातलेला सुंदर गाउन आता तिच्या मांड्यापर्यंत आला होता आणि तिच्या पावलांच्या दाबाने बूट तुटले होते. आफ्रिकन जादूबद्दल फर्मिना डासाने बरंच काही ऐकलं होतं; परंतु त्यातली एकही गोष्ट अशी भीतिदायक नव्हती. दुसरीकडे, अशा प्रकारचं दुष्ट कृत्य करण्याची क्षमता हुवेनाल उर्बिनोसारख्या पुरुषात असावी अशी कल्पना ती करू शकत नव्हती. तिचं बरोबर होतं : बाहुली त्याच्या गाडीचालकाने दिली नव्हती, तर ती कोण्या अज्ञात गावोगावी फिरणाऱ्या मासळी विक्रेत्याने तिथे आणली होती. ते गूढ रहस्य सोडवायच्या प्रयत्नात फर्मिना डासाने क्षणभर फ्लोरेंतिनो अरिसाचाही विचार केला, ज्याच्या औदासीन्यग्रस्त अवस्थेमुळे तिला वाईट वाटलं; परंतु मग जीवनाने तिला तिची चूक लक्षात आणून दिली. हे गूढ कधीच उकललं नाही आणि लग्न झाल्यानंतर, मुलं झाल्यावर आणि जगातली सगळ्यात आनंदी स्त्री : नशिबाची प्रेयसी म्हणून स्वतःचा विचार करतानाही, जेव्हा ती त्या प्रकरणाचा नुसता विचार करायची तेव्हा तिचा भीतीने थरकाप उडायचा.

डॉ. उर्बिनोचा शेवटचा आश्रय होता, ॲकॅडमी ऑफ द प्रेझेंटेशन ऑफ द ब्लेस्ड वर्जिन संस्थेची प्रमुख, सिस्टर फ्रँका दे ला लूझ हिच्या मध्यस्थीचा. तिला त्याच्या विनंतीला नाही म्हणता आलं नाही, कारण त्याच्या कुटुंबाने त्यांच्या कम्युनिटीला जेव्हापासून ते अमेरिका खंडात आले होते, तेव्हापासून पाठबळ दिलं होतं. एका नवशिक्या विद्यार्थिनीसोबत ती सकाळी नऊ वाजता अवतरली आणि जवळपास अर्धा तास त्या दोघींना पिंजऱ्यातल्या पक्ष्यांशी खेळत स्वतःची करमणूक करून घ्यावी लागली. कारण, फर्मिना डासा अंघोळीला गेली होती. सिस्टर फ्रँका पुरुषी चणीची जर्मन होती, तिचा आवाज किंकरा होता आणि तिच्या उद्दाम नजरेचा तिच्या पोरकट वेडेपणाशी काहीही सबंध नव्हता. फर्मिना डासा तिचा आणि तिच्याबद्दलच्या इतर कुठल्याही गोष्टीचा आत्यंतिक तिरस्कार करायची आणि ती जो धार्मिक असल्याचा खोटा दिखावा करायची, ते पाहिलं की, तिची तळपायाची आग मस्तकात जायची. न्हाणीघराच्या दारामधून तिला पाहताच, तिच्या मनात शाळेतला छळ, कंटाळवाणा रोजचा मास, नवशिक्यांचा लांगुलचालन करणारा दीर्घोद्योग, परीक्षांची भीती आणि आध्यात्मिक कमरतेमुळे झालेलं जीवनाचं विकृतीकरण – हे सगळं आठवलं. दुसरीकडे, सिस्टर फ्रँका दे ला लूझने आनंदाने अभिवादन केलं, जे प्रामाणिक वाटलं. फर्मिना डासा किती मोठी आणि प्रगल्भ झाली आहे, हे पाहून तिला आश्चर्य वाटलं. तिने ज्या प्रकारे घराचं व्यवस्थापन केलं होतं, ते पाहून तिचं कौतुक केलं. तिच्या चांगल्या अभिरुचीचा पुरावा म्हणजे अंगणात, बागेत

संत्र्यांच्या झाडांना आलेला बहर होता. तिने नवशिक्या विद्यार्थिनीला कावळ्यांचा फार जवळ न जाण्याची आज्ञा दिली. नाहीतर त्यांच्या निष्काळजी हालचालींमुळे तिच्या डोळ्यांना इजा होऊ शकली असती. सिस्टरने फर्मिनासोबत बसून एकांतात कुठे बोलता येईल का, अशी विचारणा करताच फर्मिनाने तिला ड्राइंग रूममध्ये आमंत्रित केलं.

ती भेट थोडकी आणि कडवट होती. सिस्टर फ्रँका दे ला लूझने औपचारिकतेत वेळ न दवडता फर्मिना डासाला सन्मानाने पुन्हा शाळेमध्ये प्रवेश देण्याबद्दल सांगितलं. तिची हकालपट्टी करण्यामागचं कारण सगळ्या कागदपत्रांमधून, तसंच कम्युनिटीच्या आठवणींमधूनही खोडून टाकण्यात येणार होतं आणि त्यामुळे फर्मिनाला तिचं उरलेलं शिक्षण पूर्ण करता आलं असतं आणि उच्चशिक्षणाची पदवी संपादित करता आली असती. फर्मिना डासा गोंधळून गेली आणि तिला असं का ते जाणून घ्यायचं होतं.

''ही कुणाचीतरी विनंती आहे, ते त्यांच्या सगळ्या इच्छा पूर्ण करण्यास पात्र आहेत आणि त्यांची इच्छा एकच आहे – तू आनंदी राहावंस,'' सिस्टर म्हणाली. ''ते कोण आहेत हे तुला माहीत आहे का?''

मग तिला समजलं. तिने स्वतःला विचारलं की, प्रेम व्यक्त करणारं निरागस पत्र लिहिल्याबद्दल ज्या बाईने तिच्या आयुष्याची वाट लावली, तिला असं प्रेमाचा दूत बनून येणं शोभतं का? परंतु तिने बोलण्याची हिंमत केली नाही. त्याऐवजी तिने होकार देत तिला तो पुरुष माहीत आहे, असं सांगितलं आणि त्याच अर्थाने तिला हेही माहीत होतं की, त्याला तिच्या आयुष्यात अशी ढवळाढवळ करण्याचा कुठलाही अधिकार नव्हता.

''त्यांचं म्हणणं फक्त इतकंच आहे की, तू त्यांना पाच मिनिटं भेटण्याची परवानगी द्यावीस,'' सिस्टर म्हणाली. ''मला खात्री आहे की, तुझ्या वडिलांना काही हरकत नसावी.''

आपला बापही यात सहभागी आहे हे समजल्यावर फर्मिना डासाचा संतापाने तिळपापड झाला.

''मी आजारी असताना आम्ही दोनदा भेटलो होतो,'' ती म्हणाली. ''आता पुन्हा आम्ही एकमेकांना भेटण्यामागे काही कारण दिसत नाही.''

''थोडीशीदेखील अक्कल असलेल्या कोणत्याही स्त्रीसाठी, तो पुरुष म्हणजे ईश्वरी देणगी आहे,'' सिस्टर म्हणाली.

मग ती त्याच्या सद्गुणांबद्दल, त्याच्या एकनिष्ठेबद्दल, वेदनेत असलेल्या लोकांची सेवा करण्याच्या समर्पणाबद्दल भरभरून बोलत राहिली. बोलता बोलता तिने तिच्या बाह्यांमधून संगमरवरात कोरलेल्या येशू ख्रिस्ताची सोन्याची जपमाळ बाहेर काढली आणि ती फर्मिना डासाच्या डोळ्यांसमोर धरली. ती शंभरहून अधिक

वर्षं जुनी असलेली माळ मौलिक कौटुंबिक वारसा होता आणि सिएनाच्या सोनाराने ती बनवली होती आणि चवथा क्लेमेंटने ती पवित्र करण्याचा विधी पार पाडला होता.

''ही तुझी आहे,'' ती म्हणाली.

रक्त आपल्या धमन्यांमधून उसळून धावतं आहे, असं फर्मिना डासाला वाटलं आणि मग तिने हिंमत एकवटली.

''जर का तुम्हाला प्रेम हे पाप आहे असं वाटतं तर,'' ती म्हणाली, ''तुम्ही असं कसं करू शकता, हे मला समजू शकलेलं नाही.''

सिस्टर फ्रँका दे ला लूसने तिच्या टिप्पणीकडे लक्ष न दिल्यासारखं केलं; परंतु तिच्या पापण्या लालसर झाल्या. ती फर्मिना डासाच्या डोळ्यांसमोर ती जपमाळ नाचवत राहिली.

''माझ्यासोबत तू समझोता केलास तर ते फार बरं होईल,'' ती म्हणाली. ''कारण, माझ्यानंतर हिज ग्रेस आर्चबिशप आहेत आणि त्यांची गोष्ट फार वेगळी असते.''

''येऊ दे त्यांना,'' फर्मिना डासा म्हणाली.

सिस्टर फ्रँका दे ला लूझने तिच्या बाहीत सोन्याची जपमाळ अडकवली. मग तिने दुसऱ्या बाहीतून वापरलेल्या हातरुमालाचा चेंडू तयार केला आणि तिच्या मुठीत घट्ट धरला. मग तिने दयाळूपणे हसत फर्मिना डासाकडे ती दूर असल्यागत पाहिलं.

''माझी बिचारी मुलगी,'' ती म्हणाली. ''तू अजूनही त्या पुरुषाचा विचार करते आहेस.''

फर्मिना डासा एकटक सिस्टरकडे उद्धटपणे पाहत राहिली, काहीही न बोलता, शांतपणे तिच्या नजरेला नजर देत राहिली. शेवटी तिला ते पुरुषी डोळे जेव्हा पाण्याने डबडबलेले दिसले, तेव्हा तिला प्रचंड समाधान झालं. सिस्टर फ्रँका दे ला लूझ रुमालाने डोळे पुसत उभी राहिली.

''तू खेचर आहेस असं तुझे वडील म्हणाले, ते बरोबर आहे,'' ती म्हणाली.

त्यानंतर आर्चबिशप काही आला नाही, त्यामुळे चिकाटीने सुरू असलेले प्रयत्न बहुधा त्या दिवशी संपले असते, जर हिल्डेब्रांडा सान्चेस बहिणीबरोबर नाताळचा सण साजरा करायला आली नसती तर आणि दोघींचंही आयुष्य बदलून गेलं. सकाळी पाच वाजता रिओवाछाहून आलेल्या जहाजातून तिला घ्यायला ते गेले होते. तिच्या शेजारच्या प्रवाशांची गर्दी समुद्र लागल्यामुळे अर्धमेली झाली होती; परंतु ती बोटीतून उल्हसित अवस्थेत चालत आली. ती आता बाई झाली होती आणि समुद्रातल्या भयानक रात्रीनंतरही उत्साहित होती. तिने आपल्याबरोबर जिवंत टर्कींचे खोके आणि तिच्या सुपीक मायभूतली फळं आणली होती. जेणेकरून

तिच्या भेटीत अन्नाचा तुटवडा पडू नये. तिच्या बापाने, लिसिमाको सान्चेसने सुट्टीच्या दिवसांसाठी त्यांना वादक हवे असल्यास सांगा, असा निरोप पाठवला होता. कारण, त्यांच्याकडे ते सर्वोत्तम होते आणि त्याने लवकरच भरपूर फटाके पाठवणार असल्याचं वचन दिलं होतं. तो त्याच्या मुलीला घेण्यासाठी मार्चच्याआधी येऊ शकत नाही, असं जाहीर केलं होतं, त्यामुळे मजा करायला त्या दोघींना भरपूर वेळ मिळणार होता.

दोघा बहिणींनी लगेचच सुरुवात केली. पहिल्या दुपारपासून त्या नग्न होऊन एकत्र अंघोळ करू लागल्या. पाण्याच्या टाकीत त्या दोघींनी केलेलं ते अभ्यंगस्नान होतं. त्यांनी एकमेकांना साबण लावला, एकमेकींच्या डोक्यातल्या उवा काढल्या, एकमेकींच्या नितंबांची, वक्षोभारांची तुलना केली. दोघींनी एकमेकींना आरशात पाहून काळाने किती क्रूर हल्ला केलेला आहे याचा निवाडा केला. हिल्डेब्रांडाची अंगकाठी मोठी, घट्टमुट्ट होती, तिचा वर्ण सोनेरी होता; परंतु तिच्या अंगावरचे केस मूलाट्टासारखे होते – छोटे आणि कुरळे. तर फर्मिना डासाचा वर्ण पांढुरका, बांधा लांबट होता. तिची त्वचा मऊ होती. केस सरळ होते. गाला प्लासिडियाने निजायच्या खोलीत दोन सारखे पलंग लावले होते; परंतु त्या एका वेळी एकाच पलंगावर झोपायच्या आणि पहाटेपर्यंत गप्पा मारत बसायच्या. हिल्डेब्रांडाने आपल्या ट्रंकेतून लपवून आणलेल्या, महामार्गावरून प्रवास करणाऱ्या पुरुषांच्या सिगार त्या खूप ओढायच्या आणि त्यानंतर त्या सिगारींचा येणारा शिळपट वास खोलीत राहू नये म्हणून छान वासाचा अमेरिकन कागद जाळायच्या. वाजेदुपारमध्ये असताना फर्मिना डासाने पहिल्यांदा धूम्रपान केलं होतं आणि नंतर तिने ते फॉन्सेका आणि रिओवाछालाही चालूच ठेवलं होतं. तिथे खूप बहिणी एका खोलीत पुरुषांबद्दल कुचाळक्या करण्यासाठी एकत्र जमायच्या आणि धूम्रपान करायच्या. ती पाठीमागून सिगार ओढायला शिकली होती. पेटवलेली बाजू तोंडात ठेवून. युद्धकाळात पुरुष अशा प्रकारे धूम्रपान करायचे, जेणेकरून सिगारेटींची पेटती डोकी अंधारात दिसून ते पकडले जाऊ नयेत; परंतु तिने कधीही एकटीने धूम्रपान केलं नव्हतं. तिच्या घरी हिल्डेब्रांडा आल्यावर, झोपण्याआधी रोज रात्री ती धूम्रपान करू लागली आणि तेव्हापासून तिला ती सवयच लागली. तिने ती आपल्या नवऱ्यापासून आणि मुलांपासून लपवून ठेवली होती. स्त्रियांनी सार्वजनिक ठिकाणी धूम्रपान करणं अयोग्य असतं हे त्यामागचं कारण नव्हतं, तर तिला गुपचूप धूम्रपान करून मिळत असलेला आनंद लुटायचा असे.

तिच्या आईवडिलांनी हिल्डेब्रांडाला पाठवण्यामागे कारण होतं : ती आणि तिच्या अप्राप्य प्रियकरामध्ये काही काळासाठी अंतर पडावं; परंतु तिला मात्र फर्मिना डासाला चांगला जोडीदार निवडण्यास मदत करायला ती जाते आहे असं वाटावं अशी त्यांची इच्छा होती. आपल्या बहिणीने जसं प्रेमप्रकरण विसरल्याचं भासवलं

होतं, तसं आपणही करू शकू या आशेवर तिने या प्रवासाला जायचं मान्य केलं होतं आणि तिने फॉन्सेका इथल्या तार चालकाबरोबर ठरवून तिला संदेश पाठवण्याचं आयोजन केलं होतं आणि त्यामुळेच जेव्हा फर्मिना डासाने फ्लोरेंतिनो अरिसाला नकार दिल्याचं तिला समजलं, तेव्हा तिचा झालेला भ्रमनिरास फार कडवट होता. हिल्डेब्रांडाची प्रेमाची संकल्पना वैश्विक होती आणि तिचा असा विश्वास होता की, एका प्रेमाबाबत जे काही घडतं, त्याचे परिणाम जगातल्या सगळ्या प्रेमांवर होतात. तरीही तिला योजनेला सोडून द्यायचं नव्हतं. ज्या औद्धत्यामुळे फर्मिना डासामध्ये तीव्र निराशा निर्माण झाली होती, ती पाहता हिल्डेब्रांडा एकटीच फ्लोरेंतिनो अरिसाची मर्जी संपादित करण्यासाठी पोस्ट ऑफिसात गेली.

तिने त्याला ओळखलं नसतं. फर्मिना डासाने तिच्या मनात जी प्रतिमा निर्माण केली होती, तिच्याशी मिळतंजुळतं त्याच्यामध्ये काहीही नव्हतं. त्याला प्रथम पाहता क्षणी, आपली बहीण तिथे अदृश्य असल्यागत वावरणाऱ्या एका कारकुनामुळे – ज्याचं व्यक्तिमत्त्व रडक्या कुत्र्यासारखं होतं, ज्याचे कपडे पदच्युत धर्मगुरूसारखे होते आणि ज्याचा गंभीर पवित्रा पाहून कोणाचंही हृदय द्रवलं नसतं – ही व्यक्ती वेडेपणाच्या अत्युच्च टोकाला गेली होती यावर तिचा विश्वासच बसला नाही; परंतु फ्लोरेंतिनो अरिसाने जेव्हा तिला विनाशर्त, ती कोण आहे हे न जाणून घेता सेवा पुरवायची तयारी दर्शवली, तेव्हा तिला तिच्या मनात तयार झालेल्या त्याच्या पहिल्या मताबद्दल पश्चात्ताप झाला. ती कोण आहे हे त्याला कधीही समजलं नाही. तो जसं तिला समजू शकला असता, तसं तिला कुणीही समजून घेतलं नसतं. त्याने तिच्याकडे ओळखपत्र किंवा पत्ता असं काही मागितलं नाही. त्याचा सुचवलेला मार्ग सोपा होता : तिने बुधवारी दुपारी पोस्ट ऑफिसजवळून जायचं आणि तेव्हा तो तिच्या प्रेमिकाचे संदेश तिला देऊ करेल आणि जेव्हा हिल्डेब्रांडाने आणलेला लिखित मजकूर त्याने वाचला, तेव्हा त्याने तिला काही सूचना करू का, असं विचारलं. तिने होकार दिला. फ्लोरेंतिनो अरिसाने काही ओळी सुधारल्या, काही ओळी खोडल्या, त्या पुन्हा लिहिल्या आणि त्यात फार जागा राहिली नाही आणि शेवटी एका नव्या पानावर नवा संदेश लिहून काढला. तिने तो वाचला. तिला तो फार हृदयस्पर्शी वाटला. जेव्हा ती पोस्ट कार्यालयातून बाहेर पडली, तेव्हा तिला रडू फुटायचं बाकी होतं.

''तो कुरूप आणि उदासवाणा आहे,'' ती फर्मिना डासाला म्हणाली. ''पण प्रेमात आकंठ बुडालेला आहे.''

तिच्या बहिणीच्या एकांतवासामुळे हिल्डेब्रांडाला सगळ्यास जास्त आश्चर्यचकित व्हायला झालं होतं. ती तिला म्हणाली की, तू विशीतल्या वृद्ध कुमारिकेसारखी वाटते आहेस. एकत्र कुटुंबात वाढलेली हिल्डेब्रांडा मोठ्या घरात एका वेळी किती माणसं राहत असतात किंवा किती जण जेवतात हे कधीही

कोणी नेमकं सांगू शकत नाही, याच्याशी परिचित होती, त्यामुळे तिला तिच्या वयाच्या एका मुलीने, तिच्या खासगी आयुष्याच्या मर्यादित वर्तुळाच्या मठात स्वतःला कैद करून घेतलं आहे, ही कल्पना सहन झाली नाही. ते खरं होतं : फर्मिना डासा सकाळी सहा वाजता उठायची, त्या वेळेपासून ती तिच्या निजायच्या खोलीतले दिवा बंद करून टाकेपर्यंत ती वेळ काढण्याच्या कामात स्वतःला समर्पित करून टाकायची. जणू बाहेरून तिच्यावर जगणं लादण्यात आलेलं होतं. प्रथमतः, कोंबडा आरवला की, दूधवाला दार वाजवून तिला उठवायचा. मग त्यानंतर दार वाजवत कोळीण यायची, तिच्या टोपलीमध्ये मासे असायचे. त्यानंतर मारिया ला बाजामधल्या भाज्या आणि सान जाकिन्टोमधली फळं घेऊन भाजी-फळवाला यायचा आणि मग उरलेल्या दिवसांत, प्रत्येक जण दार वाजवून जायचा : भिकारी, लॉटरीची तिकिटं विकणाऱ्या मुली, धर्मादाय संस्थांना मदत मागायला आलेल्या सिस्टर्स, गावगप्पा मारणारा सुऱ्यांना धार काढून देणारा, बाटल्या विकत घेणारा, जुनं सोनं विकत घेणारा, रद्दीवाला, स्वतःला जिप्सी म्हणवून घेणारे खोटे लोक जे पत्ते पाहून, हातावरच्या रेषा पाहून किंवा कपाच्या तळात उरलेल्या कॉफीचे कण पाहून किंवा बेसिनमधलं पाणी पाहून तुमचं भविष्य सांगतो असं सांगायचे. गाला प्लासिडिया घराचं फाटक उघडून त्यांना नाही म्हणण्यात आठवडा घालवायची किंवा कधीतरी ती बाल्कनीतूनच त्यांना आम्हाला त्रास नका देऊ, जा निघा, आमच्याकडे आवश्यक ते सगळं आहे असं ओरडून सांगायची. तिच्या कळकळीने आणि सहजपणातून एस्कोलास्तिका आत्याची जागा घेतली होती, त्यामुळे फर्मिना डासाने सर्वांना गोंधळात टाकलं होतं. ते तिच्यावर प्रेम करू लागले होते. एखाद्या गुलामासारखा हट्टीपणा तिच्यात होता. जेव्हा केव्हा तिच्याकडे मोकळा वेळ असे, तेव्हा ती काम करायच्या खोलीत जाऊन कपड्यांना इस्त्री करत असे, ती ते अगदी व्यवस्थित ठेवत असे, त्यांना लॅव्हेंडरसोबत कपाटात ठेवून देत असे आणि नुकत्याच धुतलेल्या कपड्यांना इस्त्री करत असे, याशिवाय ती न वापरल्याने मलूल झालेल्या कपड्यांनाही इस्त्री करून टाकत असे. तिने फर्मिनाच्या आईचं, फर्मिना सान्चेसचंही कपाट काळजीपूर्वक राखलं होतं. तिला जाऊन चौदा वर्षं झाली होती. घरातले निर्णय मात्र फर्मिना डासाच घ्यायची. काय खायचं, काय विकत घ्यायचं, प्रत्येक प्रसंगामध्ये काय करायचं या सगळ्याच्या आज्ञा तीच द्यायची आणि अशा प्रकारे घरातलं रोजचं जगणं ती ठरवत होती; प्रत्यक्षात ठरवण्यासारखं फार काही नसूनसुद्धा ती पिंजरे धुऊन टाकायची आणि पक्ष्यांना खाऊ घालायची, झाडांना- फुलांना हवं नको ते पाहायची. मग तिला काय करायचं हे समजत नसे. शाळेमधून काढून टाकल्यानंतर, बऱ्याचदा ती वामकुक्षी घेत असे आणि थेट दुसऱ्या दिवशी सकाळीच उठत असे. चित्रकलेची शिकवणी हीदेखील वेळ काढण्याचा आणखी एक करमणुकीचा मार्ग होता.

एस्कोलास्तिका आत्याला हाकलून दिल्यानंतर, तिचं तिच्या बापासोबत असलेलं नातं फार जिव्हाळ्याचं राहिलं नव्हतं; परंतु तरी एकमेकांना फार त्रास न देता आपापल्या जगण्याचा मार्ग त्या दोघांनी शोधून काढला होता. जेव्हा ती सकाळी उठायची, तेव्हा तो आपल्या कामाला निघून गेलेला असे. दुपारचं जेवणाची रीत ते क्वचितच मोडत असे; परंतु तरी तो जवळपास कधीही काही खात नसे. पॅरिश कॅफेमधलं मद्यपान आणि त्याबरोबरचं खानपान त्याला पुरत असे. तो रात्रीचं जेवणही घेत नसे : त्या त्याचं जेवण टेबलावर काढून ठेवत. तो जरी त्यातलं अन्न दुसऱ्या दिवशी सकाळी न्याहारीला पुन्हा गरम करून खाणार आहे, हे माहीत असलं तरी ताटात प्रत्येक गोष्ट झाकून ठेवलेली असे. आठवड्यातून एकदा तो तिला खर्चाला मोजूनमापून पैसे देत असे आणि तीही त्याचा विनियोग नेटका करत असे; परंतु अचानक उद्भवलेल्या खर्चांसाठी तिने पैसे देण्याची विनंती केल्यास तो आनंदाने ती ऐकून घेत असे. तिने खर्च केलेल्या एक पैशावरही त्याने कधीही प्रश्न विचारला नव्हता किंवा स्पष्टीकरण मागितलं नव्हतं; परंतु ती मात्र जणू काही ट्रिब्यूनल ऑफ होली ऑफिसला सगळ्या खर्चाचा ताळेबंद मांडायचा असल्यागत बारीकसारीक तपशील टिपून ठेवत असे. तो तिला कधीही त्याच्या व्यवसायाची स्थिती किंवा त्याचं स्वरूप यांबद्दल काही सांगायचा नाही आणि त्याने तिला बंदरात असलेल्या त्याच्या कार्यालयामध्ये कधी नेलंही नव्हतं. कारण, तशा ठिकाणी, जरी वडिलांबरोबर गेलं, तरी सभ्य तरुणींनी जाणं हे निषिद्ध मानलं जायचं. लॉरेंझो डासा रात्री दहाच्या आधी घरी परतत नसे. युद्धकाळातल्या त्या कमी त्रासदायक वेळी संचारबंदी लागलेली असे. तोपर्यंत तो पॅरिश कॅफेमध्ये हा किंवा तो, असा कुठलातरी खेळ खेळत थांबून राहत असे. कारण, तो बैठ्या खेळांमधला तज्ज्ञ होता आणि चांगला शिक्षकही होता. जरी तो सकाळी उठल्यापासून ॲनिसेट मद्य पीत असे, न पेटवलेल्या सिगारचं टोक चावत असे आणि दिवसभरात ठरावीक कालांतराने मद्यपान करत असे, तरी रात्री घरात शिरताना तो नेहमी शांतपणे, आपल्या मुलीची झोपमोड होणार नाही याची काळजी घेत येत असे. तरीही एकदा रात्री, फर्मिना डासाने तो घरी आल्याचं ऐकलं होतं. तिने त्याच्या घोडेस्वारीच्या बुटांचा आवाज जिन्यावर ऐकला, दुसऱ्या मजल्यावरच्या मार्गिकेत त्याचे उथळ श्वास तिला ऐकू आले आणि त्यानंतर त्याच्या हाताची तिच्या निजायच्या खोलीच्या दरवाजावर पडलेली थाप ऐकू आली. तिने तो उघडला आणि त्या दिवशी पहिल्यांदा ती त्याचे तिरळे झालेले डोळे पाहून, त्याचं अडखळतं बोलणं ऐकून घाबरली.

''आपली वाट लागलीय,'' तो म्हणाला. ''पार उद्ध्वस्त झालोय, आता तुला हे कळलं आहे.''

तो एवढंच काय ते म्हणाला आणि त्यानंतर त्याबद्दल कधीही काही बोलला नाही. तो जे काही बोलला होता, ते वास्तव आहे असं सूचित होणारंही नंतर काही घडलं नाही; परंतु त्या रात्रीनंतर फर्मिना डासाला समजलं की, त्या जगामध्ये ती

एकटी होती. ती सामाजिक बंदिवासात जगू लागली. तिच्या शाळेतल्या मैत्रिणी आता नंदनवनात होत्या, जे नंदनवन तिची अपमानास्पद हकालपट्टी झाल्यामुळे तिला हासील करता येणार नव्हतं आणि ती तिच्या शेजाऱ्यांची शेजारीण नव्हती. कारण ॲकॅडमी ऑफ द प्रेझेंटेशन ऑफ ब्लेस्ड व्हर्जिनमधल्या तिच्या भूतकाळाविना ते तिला ओळखत होते. तिच्या बापाचं जग व्यापारी, गोदीतले कामगार, सार्वजनिक ठिकाणी राहणारे, एकांतवास जगणारे पॅरिश कॅफेमधले युद्धातले आश्रित यांनी भरलेलं होतं. आदल्या वर्षी सुरू झालेल्या चित्रकलेच्या शिकवणीमुळे तिचा एकांतवास काही प्रमाणात तरी कमी झाला होता. कारण, शिक्षकांना गटाने शिकवणी घेणं पसंतीचं असल्यामुळे इतरही विद्यार्थी शिवणकामाच्या खोलीत येऊ लागले; परंतु तिथल्या मुली वेगवेगळ्या आणि माहीत नसलेल्या सामाजिक पार्श्वभूमीतून आलेल्या होत्या आणि फर्मिना डासासाठी त्या मैत्रिणी उसन्या किंवा तात्पुरत्या असायच्या, ज्यांचा जिव्हाळा प्रत्येक शिकवणीनंतर संपून जायचा. हिल्डेब्रांडाला घर खुलं करायचं होतं, त्यात बाहेरचा वारा येऊ द्यायचा होता, तिच्या वडिलांनी पाठवलेले संगीतकार, फटाके आणि दारूगोळ्याचे किल्ले आणायचे होते आणि कार्निवल नृत्याचे सोहळे करायचे होते, ज्यामुळे तिच्या बहिणीचा मरू घातलेल्या आत्म्याला, उत्साहाला हा वादळवारा लागेल; परंतु यातलं काहीही उपलब्ध होणार नसल्याचं तिच्या लवकरच लक्षात आलं आणि त्यामागचं कारण साधं होतं : आमंत्रित करण्यासाठी कोणी नव्हतंच.

असं असलं तरी, तिनेच फर्मिना डासाला पुन्हा जगायला लावलं. दुपारी, चित्रकलेची शिकवणी झाल्यानंतर तिने तिला शहर दाखवायला न्यायला सांगितलं. फर्मिना डासाने तिला एस्कोलास्तिका आत्यासोबत ती नेहमी जायची तो रस्ता, लहानशा बागेतलं ज्यावर फ्लोरेंतिनो अरिसा वाचायचं नाटक करत तिची वाट पाहत बसायचा ते बाकडं दाखवलं, ज्या अरुंद रस्त्यावरून तो तिच्यामागोमाग यायचा तो रस्ता दाखवला, जिथे आधी होली ऑफिसचा मोठा महाल होता आणि नंतर तो पुन्हा बांधून त्याचं रूपांतर ॲकॅडमी ऑफ द प्रेझेंटेशन ऑफ ब्लेस्ड व्हर्जिनमध्ये करण्यात आलं आणि ज्याचा ती द्वेष करायची, तो महाल दाखवला. पॉपर्स सिमेट्रीची टेकडी दाखवली, जिथे फ्लोरेंतिनो अरिसा वाऱ्याच्या दिशा पाहून व्हायोलिन वादन करायचा, ज्यामुळे पलंगावर झोपल्या झोपल्या तिला ते ऐकू यायचं; ती टेकडी त्या चढून गेल्या. तिथून त्यांनी ते ऐतिहासिक शहर पाहिलं – तुटलेली छपरं आणि पडलेल्या भिंती, पडझड झालेल्या गढ्या, त्यांचे अवशेष, खाडीत असलेली बेटांची माळ, दलदलीच्या प्रदेशातल्या गरिबांच्या वस्त्या, अफाट पसलेला कॅरिबियन समुद्र.

नाताळच्या आदल्या संध्याकाळी त्या कॅथेड्रलमध्ये मिडनाइट मासला गेल्या, जिथे फ्लोरेंतिनो अरिसाने गुपचूप तिच्यासाठी केलेलं वादन तिला स्पष्टपणे समजलं होतं, तिथे फर्मिना डासा बसली आणि तिने आपल्या बहिणाला त्या रात्री तिने

भीतभीत नजरेला नजर कशी भिडवली, ती नेमकी जागा दाखवली. आर्केड ऑफ स्क्राइब्जच्या बाजारात त्या शक्य तितक्या दूरवर एकट्या फिरल्या. त्यांनी गोडाचे पदार्थ घेतले, भपकेदार कागद विकणाऱ्या दुकानात जाऊन त्यांची करमणूक झाली आणि फर्मिना डासाने आपल्या बहिणीला ती जागा दाखवली जिथे तिला अचानक हा सात्क्षात्कार झाला की, तिचं प्रेम म्हणजे भ्रम आहे, बाकी काहीही नाही. तिला स्वतःलाच हे समजलं नव्हतं की, घरातून शाळेत जाताना तिने टाकलेलं प्रत्येक पाऊल, शहरातलं प्रत्येक ठिकाण, नुकताच घडून गेलेल्या भूतकाळातला प्रत्येक क्षण, हे सगळं फ्लोरेंतिनो अरिसाच्या कृपेशिवाय अस्तित्वात येणं शक्य नव्हतं. हिल्डेब्रांडाने हे तिला दाखवून दिलं; परंतु तिने ते मान्य केलं नाही. कारण, चांगल्या अथवा वाईट कुठल्याही कारणाने का असेना, फ्लोरेंतिनो अरिसाचं तिच्या आयुष्यात येणं ही काही तिच्या आयुष्यात घडलेलेली एकमेव गोष्ट आहे, हे हिल्डेब्रांडाने कधीही मान्य केलं नसतं.

या काळात, शहरामध्ये एक बेल्जियन छायाचित्रकार आला होता आणि त्याने आर्केड ऑफ स्काइब्ज बाजारात एका टोकाला आपला स्टुडिओ स्थापला होता. ज्यांच्याकडे खर्च करण्यासाठी पैसे आहेत त्यांनी तेव्हा आपापली छायाचित्रं काढून घेण्याच्या या संधीचा फायदा घेतला. फर्मिना आणि हिल्डेब्रांडा त्यांपैकी होत्या. त्यांनी हिल्डेब्रांडा सान्चेसच्या कपाटातले कपडे बाहेर काढले. त्यांनी सर्वोत्तम असे पोशाख एकमेकींना दिले, छत्र्या घेतल्या, मेजवान्यांना घालायचे बूट, हॅट्स घालून त्या जणू जुन्या काळातल्या – त्या शतकातल्या मध्यातल्या स्त्रिया झाल्या. काचोळ्यांची लेस बांधण्यासाठी गाला प्लासिडियाने त्यांना मदत केली. तिने त्यांना तारांच्या चौकटी असलेले हूप स्कर्ट्स कसे घालायचे हे सांगितलं आणि तसंच हातमोजे कसे घालायचे आणि उंच टाचांच्या बुटांची बटणं कशी लावायची हेही दाखवलं. हिल्डेब्रांडाने रुंद काठाची हॅट पसंत केली, जिच्यावर शहामृगाची पिसं लावण्यात आली होती आणि ती तिच्या खांद्यापर्यंत रुळत होती. फर्मिनाने जरा अलीकडची फळाफुलांची चित्रं असलेली हॅट घातली. शेवटी त्यांनी एकमेकींना आरशात पाहिल्यावर त्यांना हसू फुटलं आणि जुन्या काळात जुन्या पद्धतीने घेतलेल्या छायाचित्रातल्या त्यांच्या आज्यांमध्ये आणि त्यांच्यात साम्य सापडलं. मग त्या हसत हसत आनंदाने त्यांचं आयुष्य टिपणारं छायाचित्र काढण्यासाठी निघाल्या. गाला प्लासिडियाने त्यांना बाल्कनीतून जाताना पाहिलं. बागेतून जाताना त्यांनी छत्री उघडली, स्कर्ट आणि उंच टाचांचे बूट घालून जणू त्या लहान मुलांचे पांगुळगाडे घेऊन चालत आहेत असंत तिला वाटलं आणि मग त्यांची छायाचित्रं काढेस्तोवर देव त्यांची मदत करो, असे तिने त्यांना आशीर्वाद दिले.

त्या बेल्जियन छायाचित्रकाराच्या स्टुडिओबाहेर लोकांची गर्दी होती. कारण, पनामातली मुष्टियुद्धाची स्पर्धा जिंकून आलेल्या बेनी केन्टोनोची छायाचित्रं

काढण्याचं काम सुरू होतं. त्याने मुष्टियुद्धाचे कपडे – पायापर्यंतची चड्डी, हातमोजे आणि त्याला मिळालेला मुकुट असं घातलं होतं आणि त्याची छायाचित्रं काढणं तितकं सोपं नव्हतं. कारण, त्याला लढण्याच्या स्थितीत अख्खं एक मिनिट थांबून राहावं लागत होतं आणि कमीत कमी श्वास घ्यायचा होता; परंतु त्याने पोझ घेतली रे घेतली आणि त्याच्या चाहत्यांनी आनंदाने आरोळ्या ठोकल्या. मग त्याला आपली कलाकौशल्यं दाखवण्याचा मोह आवरता आला नाही. जेव्हा दोघी बहिणींची पाळी आली, तेव्हा आकाश भरून आलं आणि पाऊस पडण्याची चिन्हं दिसू लागली; परंतु त्यांनी त्यांच्या चेहऱ्यांना स्टार्चची पूड लावून रंगरंगोटी करून घेतली. त्या पांढऱ्या दगडी खांबापाशी एवढ्या सहजी टेकल्या की, त्या गरजेपेक्षा अधिक काळ न हलता थांबून राहिल्या. ते छायाचित्र अक्षय झालं. जेव्हा फ्लोरेस दे मारिया इथल्या तिच्या रँचवर हिल्डेब्रांडा मरण पावली, जेव्हा ती जवळपास शंभर वर्षांची झाली होती, तेव्हा तिच्या निजायच्या खोलीतल्या बंद कपाटामध्ये गंधित कागदांच्या घड्यांमध्ये ज्यावर काळासोबत विरून गेलेला, पत्रात लिहिलेला एक विचार अवशेष म्हणून उरला होता, तिथे या छायाचित्राची प्रत लपवल्याचं आढळून आलं. अनेक वर्षं फर्मिना डासाने कुटुंबाच्या छायाचित्र संग्रहाच्या पहिल्या पानावर स्वतःचं ते छायाचित्र लावलं होतं, नंतर ते कुणालाही कसं किंवा कधी हे माहीत न होता गायब झालं आणि अविश्वसनीय योगायोग असा की, ते फ्लोरेंतिनो अरिसाच्या ताब्यात गेलं, तेव्हा ते दोघंही साठ वर्षांचे झाले होते.

जेव्हा फर्मिना आणि हिल्डेब्रांडा त्या स्टुडिओतून बाहेर पडल्या, तेव्हा आर्केड ऑफ स्क्राइब्जच्या चौकांमध्ये माणसांची गर्दी उसळली होती. तिथल्या बाल्कन्यादेखील भरून गेल्या होत्या. आपले चेहरे स्टार्चमुळे पांढरे झाले आहेत, तपकिरी रंगाच्या मलमाने ओठ रंगवलेले आहेत आणि आपले कपडे आजच्या काळाला किंवा दिवसाला साजेसे नाहीत, हे त्या विसरून गेल्या होत्या, त्यामुळे गर्दी त्यांच्याकडे पाहून त्यांना मोठ्याने ओरडत चिडवू लागली, त्या एका कोपऱ्यात ढकलल्या गेल्या. त्या टर उडवणाऱ्या लोकांपासून स्वतःला वाचवायच्या प्रयत्नात असताना, तिथे गर्दीतून मार्ग काढत एक चारचाकी घोडागाडी त्यांच्यासमोर आली. लोकांचं चिडवणं थांबलं आणि ते जिथून–तिथून काढता पाय घेऊ लागले. घोडागाडीच्या पाय ठेवायच्या जागी दिसलेल्या त्या माणसाला हिल्डेब्रांडाने प्रथमच पाहिलं, नंतर ते ती कधीही विसरू शकली नाही : सॅटिनची उभी हॅट, ब्रॉकेडचं व्हेस्ट, ओळखीचे हावभाव, डोळ्यांत गोडवा आणि त्याला असलेल्या अधिकाराचा दरारा.

आधी कधी पाहिलं नसलं तरी तिने त्याला लगेच ओळखलं. आदल्या महिन्यात, एकदा दुपारी तिला मार्कीज दे कॅसलड्युरोवरून जायचं नव्हतं, तेव्हा फर्मिना डासाने तिला नीरसपणे त्याच्याबद्दल उडत उडत सांगितलं होतं. सोनेरी घोडे असलेली घोडागाडी तिथे दारापाशी उभी असलेली तिने पाहिली होती. तिने

हिल्डेब्रांडाला त्याचा मालक कोण आहे हे सांगितलं आणि तिला त्याच्याबद्दल काहाही का वाटत नाही हेही विशद करायचा प्रयत्न केला. तरी तेव्हा तिने तो तिच्याशी प्रेमराधना करतो आहे, याबद्दल काहीही सांगितलं नव्हतं. हिल्डेब्रांडाने त्याचा फार विचार केला नाही; परंतु जेव्हा तिने त्याला दंतकथेच्या बाहेर आलेला, घोडागाडीवर पाय ठेवायच्या जागी एक पाय आणि एक जमिनीवर ठेवलेल्या अशा स्थितीत पाहिलं, तेव्हा तिला तिच्या बहिणीचे हेतू समजू शकले नाहीत.

''आत या,'' डॉ. हुवेनाल उर्बिनो म्हणाला. ''तुम्हाला जिथे यायचं आहे तिथे मी सोडतो.''

फर्मिना डासाने नकारार्थी हावभाव करायला सुरुवात केली; परंतु हिल्डेब्रांडाने त्याआधीच त्याच्या मदतीचा स्वीकार केला होता. डॉ. हुवेनाल उर्बिनो उडी मारून खाली उतरला आणि तिला जवळपास स्पर्शही न करता त्याने तिला घोडागाडीत चढायला मदत केली. फर्मिना डासाकडे तिच्या मागोमाग चढण्याव्यतिरिक्त दुसरा कोणताही पर्याय नव्हता. तिचा चेहरा लाजेने लालबुंद झाला.

त्यांचं घर तिथून अगदी जवळच होतं. डॉ. उर्बिनोने गाडीचालकाला दिलेल्या सूचना त्या बहिणींच्या लक्षात आल्या नव्हत्या; परंतु त्याने तशा नक्कीच दिलेल्या असणार. कारण, घोडागाडीला त्या ठिकाणापाशी पोहोचायला जवळपास अर्ध्या तासापेक्षा जास्तीचा कालावधी लागला होता. मुख्य जागांवर मुली बसल्या आणि तो त्यांच्यासमोर. फर्मिना खिडकीबाहेर पाहू लागली आणि कुठेतरी हरवून गेली. दुसरीकडे, हिल्डेब्रांडा खुशीत आली होती आणि डॉ. उर्बिनो तिच्यामुळे आणखीनच खुशीत आला होता. घोडागाडी चालू लागल्या लागल्या, तिला चामड्याच्या सीट्सचा उबदार गंध, आतल्या पॅडच्या भागातली जवळीक जाणवली आणि ती म्हणाली की, उर्वरित आयुष्य व्यतीत करावं एवढी ही जागा छान आहे. लवकरच ते दोघं हसायला लागले, विनोद सांगू लागले, जणू काही ते जुने, ओळखीचे मित्र असावेत आणि ते दोघं एक साधासा शब्दांचा खेळ खेळू लागले, ज्यात न थांबता एका शब्दामागोमाग कोणताही, अर्थहीन शब्द जोडत राहायचं असे. फर्मिनाला काहीही समजत नसल्याचं ते खोटं नाटक करत राहिले; परंतु तिला सगळं समजत आहे आणि ती त्यांना नीट ऐकत आहे हे त्यांना माहीत होतं म्हणूनच तर ते तसं करत होते. खूप हसल्या-खेळल्यानंतर, हिल्डेब्रांडाने ती आता तिच्या पायातल्या बुटांचा छळ सहन करू शकत नाही, अशी कबुली दिली.

''याइतकं सोपं काहीही नाही,'' डॉ. उर्बिनो म्हणाला. ''पाहू या कोण पहिले येतं.''

त्याने आपल्या बुटांच्या नाड्या सोडायला सुरुवात केली आणि हिल्डेब्रांडाने आव्हान स्वीकारलं. तिला तसं करणं तेवढं सोपं नव्हतं, कारण घट्ट बांधलेल्या कंचुकीमुळे आणि स्कर्टमधल्या तारांच्या चौकटीमुळे तिला वाकता येत नव्हतं;

परंतु डॉ. उर्बिनोने मुद्दामच तिने स्कर्टखालून आपले बूट काढून विजयी हास्य करेस्तोवर वेळ घालवला. तिने जणू काही तळ्यातून मासा काढल्यागत बूट काढले. मग त्या दोघांनी फर्मिनाकडे पाहिलं. संध्याकाळच्या सूर्यप्रकाशामध्ये तिचा चेहरा हळद्या पक्ष्यासारखा उजळ दिसत होता. ती तीन कारणांमुळे रागावली होती : एका नालायक प्रसंगात स्वतः सापडल्यामुळे, हिल्डेब्रांडाच्या मुक्त वागणुकीमुळे आणि त्यांच्या घरी जाणं पुढे ढकलता यावं म्हणून घोडागाडी मुद्दाम गोल गोल फिरवली जात होती त्यामुळे; परंतु हिल्डेब्रांडाने सगळे निर्बंध सोडून दिले होते.

''आत्ता मला समजलं,'' ती म्हणाली. ''मला जे त्रास देत होतं, ते बूट नव्हतेच, तर हा तारेचा पिंजरा होता.''

डॉ. उर्बिनोला समजलं की, ती तिच्या स्कर्टबद्दल बोलते आहे आणि त्याने ती आयती मिळालेली संधी चटकन साधली. ''याइतकं सोपं काहीच नाही,'' तो म्हणाला. ''काढून टाक.'' एखाद्या जादूगारासारखी जलद हातचलाखी करून, त्याने आपल्या खिशातून हातरुमाल काढला आणि डोळे झाकून घेतले.

''मी पाहणार नाही,'' तो म्हणाला.

डोळे झाकल्यामुळे, त्याच्या ओठांचं पावित्र्य आणखीन उठून दिसलं, जे त्याच्या गोलाकार काळ्या दाढीने आणि टोकांना मेण लावलेल्या मिश्यांनी वेढलेलं होतं आणि हिल्डेब्रांडा अचानक उसळून आलेल्या भीतीमुळे थरथरली. तिने फर्मिनाकडे पाहिलं आणि आता फर्मिना रागावलेली नव्हती, तर ती हिल्डेब्रांडा स्कर्ट काढू शकते, या विचाराने भयभीत झाली होती. हिल्डेब्रांडाने गंभीर होत तिला खाणाखुणेच्या भाषेत विचारलं, ''मी काय करू?'' फर्मिनानेही तिला त्याच सांकेतिक भाषेत उत्तर दिलं की, जर का आपण थेट घरी गेलो नाही, तर ती चालत्या गाडीतून उडी मारेल.

''मी वाट पाहतोय,'' डॉक्टर म्हणाला.

''तुम्ही आता पाहू शकता,'' हिल्डेब्रांडा उत्तरली.

डॉ. हुवेनाल उर्बिनोने डोळ्यांवरचा रुमाल काढल्यावर, तिच्यात बदल झाल्याचं आणि आता आपला हा खेळ संपला असल्याचं त्याच्या लक्षात आलं; परंतु त्याचा शेवट नीट झाला नव्हता. त्याने काहीतरी खूण केली, गाडीचालकाने घोडागाडी वळवून पार्क ऑफ एव्हान्जेल्सकडे नेली. एव्हाना दिवे लावणाऱ्याची फेरी चालू झाली होती. सगळ्या चर्चमधून येशूच्या पुनर्जन्माबद्दल आणि मेरीसाठी घंटानाद होत होता. हिल्डेब्रांडा घाईने घोडागाडीतून उतरली. आपल्या बहिणीला आपण अपमानित केलं असं वाटल्याने ती अस्वस्थ झाली होती. करायचं म्हणून हस्तांदोलन करून तिने डॉक्टरचा निरोप घेतला. फर्मिनाने तसंच केलं; परंतु तिने सॅटिनच्या हाजमोजात असलेला तिचा हात सोडवायचा प्रयत्न केला, तेव्हा डॉ. उर्बिनोने तिचं अंगठी घालायचं बोट पकडून ठेवलं.

''मी उत्तराची वाट पाहतो आहे,'' तो म्हणाला.

फर्मिनाने हात जोरात ओढला आणि तिचा रिकामा हाजमोजा डॉक्टरच्या हातात तसाच लटकत राहिला; परंतु ती तो परत घेण्यासाठी थांबली नव्हती. ती काही न खाता झोपी गेली. जणू काही घडलं नसल्यागत हिल्डेब्रांडा स्वयंपाकघरामध्ये गाला प्लासिडियासोबत जेवण करून मग निजायच्या खोलीत आली आणि तिच्याकडच्या उपजत विनोदबुद्धीची पखरण करत तिने दुपारी घडलेल्या घटनांवर टिप्पणी केल्या. त्याच्या रेखीवपणाबद्दल, उत्फुल्लतेबद्दल तिला वाटलेला उत्साह तिने लपवला नाही आणि फर्मिनाने त्यावर काहीही बोलण्यास नकार दिला, तरी ती आतून रागाने उसळत होती. हिल्डेब्रांडाने कबूल केलं की, डॉ. हुवेनाल उर्बिनोने त्याचे डोळे बंद केल्यावर, जेव्हा तिला त्याच्या गुलाबीसर ओठांमधून सुंदरसे दात दिसले, तेव्हा त्याच्यावर चुंबनांचा वर्षाव करावा अशी अपरिमित इच्छा तिच्या मनात दाटून आली होती. हिल्डेब्रांडाला अपमान केल्यासारखं वाटू नये म्हणून फर्मिनाने आपलं तोंड भिंतीकडे वळवलं; परंतु मनातल्या मनात हसत तिने त्या संभाषणाला तिथेच पूर्णविराम दिला : ''तुला काही लाज! बाजारबसवी बाई आहेस की काय तू!'' ती म्हणाली.

तिला नीट झोप लागली नाही. ती अस्वस्थ झाली होती. तिला सर्वत्र डॉ. हुवेनाल उर्बिनो दिसत होता, तिला तो हसताना, गाणं म्हणताना, डोळे झाकलेले त्याच्या ओठांतून हास्य बाहेर पडताना, ठोस नियम नसलेला शाब्दिक खेळ खेळत तिची टर उडवताना दिसला. तिला पहाट व्हायच्या खूप आधीच जाग आली आणि ती डोळे बंद करून दमून जात टक्क जागी राहिली. तिला अजूनही कितीतरी वर्षं जगायचं आहे याचा विचार ती करत राहिली. नंतर, हिल्डेब्रांडा अंघोळीला गेली असताना, तिने शक्य तितक्या घाईत पत्र लिहिलं, ते शक्य तितक्या पटकन घडी करून शक्य तितक्या घाईने एका पाकिटात टाकलं आणि हिल्डेब्रांडा न्हाणीघरातून बाहेर यायच्या आधी, तिने ते गाला प्लासिडियाला डॉ. हुवेनाल उर्बिनोकडे पोहोचतं करायला सांगितलं. तिच्या नेहमीच्या पत्रांसारखंच ते पत्र होतं, एकही शब्द जास्तीचा नाही की कमी नाही. त्यात तिने डॉक्टरला तो आपल्या बापाशी बोलू शकतो असं कळवलं होतं.

जेव्हा फर्मिना डासा उच्चभ्रू घराणातल्या, श्रीमंत, युरोपात शिकलेल्या आणि त्या वयातही सगळ्यांत जास्त प्रतिष्ठा प्राप्त केलेल्या एका फिजिशियनशी लग्न करते आहे, हे फ्लोरेंतिनो अरिसाला समजलं, तेव्हा तो भुईसपाट झाला आणि जगात अशी कोणतीही शक्ती नव्हती जी त्याला उठवू शकली असती. त्रान्झितो अरिसाने तिला जमेल तेवढं, नव्हे त्याहीपेक्षा जास्त जे काही वाटलं ते सगळं करून पाहिलं. जेव्हा तिला समजलं की, जणू त्याची वाचा गेली आहे असा राहतो, तो काही खातपीत नाही आणि सतत रडत रात्र रात्र जागतो, तेव्हा तिने आपल्या गोड मुलाचं सगळ्या

युक्त्या-प्रयुक्त्या वापरून सांत्वन केलं. तेव्हा कुठे तो आठवड्याच्या शेवटी पुन्हा खाऊ-पिऊ लागला. मग ती बारावा डॉन लिओ लोआयझाशी बोलली. तीन भावांपैकी तो एकटाच जिवंत राहिला होता आणि तिने त्याला काही कारण न देता सांगितलं की, त्याने त्याच्या पुतण्याला त्याच्या दर्यावर्दींच्या कंपनीमध्ये कुठलीही नोकरी द्यावी - माग्दालेना नदीच्या खोऱ्यात असलेल्या दुर्गम भागातल्या जंगलात, कुठल्यातरी बंदरावर, जिथे पत्रं नसतील, तार नसेल आणि या अभद्र शहराबद्दल कुठलीही बातमी तिथेपर्यंत पोहोचणार नाही अशा ठिकाणी. आपल्या भावाच्या विधवेबद्दल आदरापोटी त्याने त्याला नोकरी दिली नव्हती; परंतु त्याने व्हिला दे लेवा इथे तार ऑपरेटर म्हणून त्याच्यासाठी नोकरी शोधली. त्या स्वप्नाळू शहरात वीस दिवसांपेक्षा जास्त दिवस प्रवास करून जावं लागायचं आणि ते स्ट्रीट ऑफ विंडोज इथल्या घरापेक्षा, समुद्रपातळीपासून तीन हजार मीटर उंचीवर होतं.

फ्लोरेंतिनो अरिसाला त्याच्या या बरं करणाऱ्या प्रवासाबद्दल फारशी जाणीव नव्हती. त्याला त्याच्या दुर्दैवाच्या भिंगातून पाहिल्यागत हा सगळा प्रवास कायमस्वरूपी लक्षात राहणार होता, जसं त्याला त्या काळात घडलेलं सगळं आठवत राहणार होतं. नियुक्ती झाल्याची तार मिळाल्यावर, त्या नोकरीचा विचार करावा हे त्याला सुचलंही नाही; परंतु लोतारिओ थुगुटने त्याला त्याच्या जर्मन पद्धतीने समजावलं की, प्रशासनातली एक चांगली व्यावसायिक कारकीर्द त्याच्या पायाशी आली आहे. तो त्याला म्हणाला, ''तारयंत्रणा हा भविष्यलक्ष्यी धंदा आहे.'' त्याने त्याला बव्हेरियाच्या बर्फाळ थंडीमध्ये वापरलेले आणि त्या थंडीत उपयुक्त असल्याचं सिद्ध झालेले सशाचे केस असलेले हातमोजे, थंड प्रदेशात उपयुक्त अशी हॅट आणि केसाळ कॉलरचा ओव्हरकोट असं दिलं. लिओकाकाने त्याच्या दोन मोठ्या भावांचे दोन लोकरी सूट्स आणि जलरोधक बुटांच्या जोड्या दिल्या, तसंच त्याला बोटीचा केबिनपास मिळवून दिला. त्रान्झितो अरिसाने दिलेले कपडे आपल्या मुलाच्या आकारानुसार लहान केले, जो त्याच्या वडिलांपेक्षा कमी स्थूल आणि जर्मन माणसापेक्षा बुटका होता. पर्वतांमधल्या थंड गवताळ प्रदेशात आवश्यक म्हणून तिने त्याच्यासाठी लोकरी मोजे आणि लांब अंतर्वस्त्र विकत घेतली. दुःख, वेदनांमुळे टणक झालेला फ्लोरेंतिनो अरिसा जणू काही स्वतःच्या दफनविधीची सगळी तयारी लक्षपूर्वक करतो आहे, त्याप्रमाणे त्याच्या प्रवासाची तयारी पाहत होता. ज्या कठोर निश्चयी स्वभावामुळे त्याने फक्त त्याच्या आईला त्याच्या दबलेल्या प्रेमाबद्दल सांगितलं होतं, त्यानुसार तो निघून चालला आहे हे त्याने कोणालाही सांगितलं नाही की कोणाचाही त्याने निरोप घेतला नाही; परंतु निघण्याच्या दिवशी संध्याकाळी पूर्ण जागृतावस्थेत असताना त्याने अखेरचं वेडेपणाचं कृत्य केलं, ज्यामुळे त्याला त्याच्या आयुष्याची किंमत मोजावी लागली असती. मध्यरात्री त्याने आपला रविवारचा सूट घातला आणि तो फर्मिना डासाच्या

बाल्कनीखाली उभा राहण्यासाठी निघाला. तिथे तिच्यासाठी रचलेलं प्रेमगीत तो वाजवणार होता, जे फक्त त्या दोघांनाच माहीत होतं आणि जे तीन वर्षांपासून चाललेल्या त्याच्या गुंतागुंतीच्या निष्फळ नात्याचं प्रतीक होतं. शब्द पुटपुटत तो व्हायोलिन वादन करू लागला, तेव्हा त्याच्या डोळ्यांतल्या अश्रूंनी व्हायोलिन भिजून गेला आणि त्यामागची प्रेरणा एवढी उत्कट होती की, पहिल्यांदा शहरातले रस्त्यांवरचे सगळे कुत्रे आरोळ्या ठोकू लागले; परंतु मग हळूहळू संगीताच्या मोहिनीने ते एकेक करत शांत झाले आणि शेवटी गीत संपलं तेव्हा अलौकिक शांतता पसरली. बाल्कनी उघडण्यात आली नाही आणि रस्त्यांवरही कोणी आलं नाही – रात्रीच्या पहारेकरीदेखील नाही, जो तेलाचा दिवा घेऊन धावत धावत यायचा आणि गीतांमधून काहीतरी कमावता येईल का, ते पाहायचा. फ्लोरेंतिनो अरिसाने हे कृत्य त्याच्या भावनांचं विरेचन व्हावं यासाठी केलं होतं. जेव्हा त्याने आपली व्हायोलिन पुन्हा पेटीत ठेवली आणि तो निश्चल रस्त्यांवरून मागे वळून न पाहता चालत निघाला, तेव्हा त्याला आपण हे शहर सोडून सकाळी निघणार आहोत असं अजिबात वाटलं नाही, उलट त्याला वाटलं की, तो पुन्हा कधीही न परतण्याचा वज्रनिश्चय करून खूप वर्षांपूर्वीच त्या शहरातून परागंदा झालेला आहे.

तीन एकसारख्या दिसणाऱ्या बोटींपैकी ही बोटसुद्धा 'रिव्हर कंपनी ऑफ द कॅरिबियन'च्या मालकीची होती. तिला पायस व्ही लोआयझा या कंपनीच्या संस्थापकाचं नाव देण्यात आलं होतं. एका विस्तीर्ण लोखंडी मुख्य भागावरचं ते दोन मजली लाकडी तरंगतं घर होतं. ही बोट पाच फूट खोल पाण्यातून जाऊ शकत असे. ओहियो ते मिसिसिपी असा प्रवास करणाऱ्या जहाजांच्या प्रारूपावरून जुन्या बोटी शतकाच्या मध्यामध्ये सिनसिनाटीत बांधल्या जायच्या. त्यांना लाकूड फाट्यावर चालणारं चाक प्रत्येक बाजूस असायचं. त्यांच्याप्रमाणे, रिव्हर कंपनी ऑफ कॅरिबियनच्या बोटींचं डेकदेखील पाण्याच्या पातळीएवढं होतं. त्यात वाफेवर चालणारी इंजिन्स आणि गॅलीज आणि झोपायच्या लहान खोल्या होत्या. या खोल्या म्हणजे कोंबड्यांची खुराडं असायची, जिथे वेगवेगळ्या उंचीवर बोटीचा कर्मचारीवर्ग हॅमॉक्स लटकावून झोपायचे. वरच्या डेकवर पूल, कॅप्टन आणि त्याच्या अधिकाऱ्यांची केबिन होती, तसंच जेवायची खोली, करमणुकीच्या खोली होत्या. तिथे प्रतिष्ठित प्रवाशांना किमान एकदा तरी जेवणासाठी आणि पत्ते खेळण्यासाठी आमंत्रित केलं जायचं. मधल्या डेकवर मार्गिकेच्या दोन्ही बाजूला प्रथम दर्जाच्या सहा केबिन्स होत्या. मार्गिकेचा वापर जेवायची सामायिक जागा म्हणून केला जायचा आणि बोटीचा पुढच्या भागात नदीकडे तोंड केलेली बसायची खोली होती. तिथे कोरीव लाकडी कठडा आणि लोखंडी खांब होते. रात्री बरेचसे प्रवासी तिथे आपल्या हॅमॉक्स लटकवत. जुन्या बोटींप्रमाणे, या बोटींना त्यांच्या बाजूंना पॅडल व्हील्स नव्हती, त्याऐवजी बरोब्बर प्रवाशांच्या डेकखालच्या गुदमरवणाऱ्या

प्रसाधनगृहांखाली आडवी पॅडल्स असलेलं प्रचंड चाक होतं. जुलैतल्या रविवारी सकाळी सात वाजता, बोटीवर चढल्यावर फ्लोरेंतिनो अरिसाने बोट पाहायची तसदी घेतली नाही. नाहीतर पहिल्यांदा प्रवास करणारे लोक आपसूकच असा फेरफटका मारायचे. जेव्हा संध्याकाळी ते कालामार गावाजवळून गेले, तेव्हा त्याला त्याच्या भोवताली असलेल्या परिस्थितीची जाणीव झाली. तो खाली मूत्रविसर्जनासाठी गेल्यावर, त्याला प्रसाधनगृहाच्या इथे, त्याच्या पायाखाली फिरणारी आणि लाव्ह्यासारखी फेस आणि वाफ बाहेर टाकणारं चाक दिसलं.

त्याने त्याआधी कधीही प्रवास केला नव्हता. डोंगराळ थंड भागासाठी लागणारे कपडे भरलेली ट्रंक त्याच्याकडे होती. त्याशिवाय त्याने आपल्यासोबत दर महिन्याला पुस्तिका रूपातल्या चित्रमय कादंबऱ्या घेतल्या होत्या आणि त्याच्या जवळ वाचून वाचून फाटायला आलेली, स्वतः पुठ्ठ्याने शिवलेली आणि त्याला पाठ असलेली कवितांची पुस्तकं होती. आपल्या दुर्दैवी फेऱ्याचं प्रतीक असलेली व्हायोलिन त्याने आपल्यासोबत घेतली नव्हती; परंतु त्याच्या आईने त्याला सोबत 'पेतेत' घ्यायला लावलं होतं. पेतेत म्हणजे गादीची गुंडाळी, ज्यात एक उशी, चादर, लहानसं मिश्रधातूचं भांडं आणि मच्छरदाणी असे. हे सगळं गवताच्या चटईत गुंडाळलेलं असे आणि त्याला आपत्कालीन स्थितीमध्ये हॅमॉकप्रमाणे लटकवण्यासाठी दोन्ही बाजूस दोन दोरही लावलेले असत. ती अत्यंत लोकप्रिय आणि उपयुक्त गोष्ट होती. खरंतर, फ्लोरेंतिनो अरिसाला ती घ्यायची नव्हती. केबिनमध्ये पलंग आणि चादरी दिल्या जात असल्याने ती निरुपयोगी ठरेल असं त्याला वाटलं; परंतु पहिल्याच रात्री त्याला पुन्हा एकदा त्याच्या आईचे आभार मानावे लागले. अगदी शेवटच्या क्षणी, संध्याकाळचे कपडे घातलेला एक प्रवाशी बोटीवर चढला. तो युरोपमधून आलेल्या जहाजातून भल्या पहाटे पोहोचला होता आणि त्याच्यासोबत प्रांतीय राज्यपालही होता. त्याला जराही वेळ न घालवता आपल्या पत्नी, मुलगी आणि नोकरासह पुढचा प्रवास करायचा होता. त्याच्याकडे सोन्याच्या कड्या असलेल्या सात ट्रंक्स होत्या, ज्या जिन्यावरून नेण्याकरता फारच जड होत्या. क्युरोसोतल्या कॅप्टनने या अचानक आलेल्या प्रवाशाला सामावून घेण्यासाठी प्रवाशांना देशप्रेम दाखवा, असं आवाहन केलं. स्पॅनिश आणि क्युरोसो बोलींचं मिश्रण असलेल्या भाषेत, त्याने फ्लोरेंतिनो अरिसाला समजावून सांगितलं की, तो संध्याकाळचे कपडे घालून आलेला पुरुष हा इंग्लंडहून आलेला नवा राजदूत आहे आणि तो राजधानीकडे जात आहे. स्पॅनिश सत्तेपासून स्वातंत्र्य मिळवण्यासाठी या राज्यसत्तेने आपल्याला किती महत्त्वाची मदत केली होती, याची त्याला कॅप्टनने आठवण करून दिली. त्यामुळे त्यांच्यासाठी कोणताही त्याग करणं, हे योग्यच असेल, कारण त्यामुळे त्यांना आपल्या या देशात त्यांच्या घरापेक्षाही जास्त आरामदायी वाटेल, असं तो म्हणाला. अर्थातच, फ्लोरेंतिनो अरिसाने त्यांना आपली केबिन दिली.

पहिल्यांदा त्याला पश्चात्ताप झाला नाही. कारण तेव्हा नदीतल्या पाण्याची पातळी जास्त असल्यामुळे बोट पहिल्या दोन रात्री सहजी मार्ग काढत पुढे जात होती. पाच वाजता रात्रीचं जेवण झाल्यावर, कर्मचारीवर्ग प्रवाशांना दुमडता येणाऱ्या कॅनव्हासच्या कॉट द्यायचे आणि प्रत्येक जण त्याचा पलंग जागा मिळेल तसा उघडून लावत असे. मग पेतेतमधल्या चादरी घालून मच्छरदाणी लावून झोपी जायचे. सलूनमध्ये हॅमॉक्स लटकवणारे आणि ज्यांच्याकडे काहीच नव्हतं, जे जेवणाच्या टेबलांवर झोपायचे, ते टेबलावरची कापडं अंगावर लपेटून घ्यायचे. त्या चादरी संपूर्ण प्रवासात जेमतेम दोनदा धुतल्या जायच्या. फ्लोरेंतिनो अरिसा रात्रभर जागाच असे, तिच्या आठवणींमधले एकांतवास भोगत असे, बोटीचा पाण्यातून जाताना होणारा गाण्यासारखा आवाज ऐकत बसे. एखादं मोठं श्वापद असल्यागत ती बोट अंधारातून पाणी कापत जायची. काळोखातून गुलाबी छटा दिसायच्या आणि अचानक क्षितिजावर तांबडं फुटून निर्मनुष्य कुरणांमधून आणि गूढ दलदलीतून दिवस उजाडायचा. मग त्याला या प्रवासाला पाठवणं हा त्याच्या आईच्या शहाणपणाचा आणखी एक पुरावा असल्याचं आणि त्याच्याकडे विस्मरण सहन करण्याचं अविचल मनोधैर्य आहे असं वाटायचं.

तीन दिवस नदी चांगली होती; परंतु त्यानंतर मध्येच अचानक येणारे वाळूचे किनारे आणि फसवे उतार बोटीने पार करणं अधिकाधिक कठीण होत गेलं. नदी हळूहळू चिखलगाळाने भरलेली, गढूळ होत गेली आणि मोठमोठाल्या वृक्षांनी वेढलेल्या जंगलामुळे अरुंद, आणखी अरुंद झाली. तिथे अधूनमधून काही झोपड्या तेवढ्या दिसायच्या, ज्यांच्याशेजारी बॉयलरसाठी लागणारा लाकूडफाटा रचून ठेवलेला असे. पोपटांचं चीत्कारणं आणि अदृश्य माकडांचं ओरडणं यांमुळे मध्यान्हीची गरमी जणू आणखीन वाढायची. रात्री झोप लागावी याकरता बोट नांगर घालून थांबवावी लागे आणि मग साधं जिवंत राहणंदेखील सहन करण्यापलीकडचं होई. कठड्याला खारवलेल्या मासांच्या पट्ट्या लटकावून ठेवलेल्या असत. त्याचा भपकारा यायचा आणि त्यात उष्णता व डास भर घालायचे. जवळपास सगळेच प्रवासी – विशेषतः युरोपीयही – त्यांच्या केबिनमधल्या संसर्गदूषित वासाला कंटाळून केबिनबाहेर पडायचे आणि रात्रभर डेकवर चालत राहायचे आणि वास मारणारा घाम पुसण्यासाठी असलेल्या कापडाच्या साहाय्याने अंगावर बसणाऱ्या सर्व प्रकारच्या कीटकांना उडवत राहायचे. जेव्हा पहाट व्हायची, तेव्हा ते दमून गेलेले आणि चाव्यांमुळे सुजलेले असायचे.

त्यात आणखी एक गोष्ट घडली. त्या वर्षी लिबरल आणि कॉन्झर्वेटिव्ह्ज यांच्यामध्ये पुन्हा एकदा युद्धाचा भडका उडाला होता आणि कॅप्टनने अंतर्गत व्यवस्था आणि प्रवाशांची सुरक्षितता राहावी यासाठी कडक खबरदारी घेतली होती. गैरसमज आणि भडक वक्तव्य टाळण्यासाठी, त्याने त्या दिवसांमध्ये नदीतून प्रवास

करताना असलेला आवडता वेळ काढायचा उद्योग – मोठ्या वाळूच्या किनारी ऊन खात बसलेल्या मगरींची शिकार करणं – बंद केला होता, तसंच जेव्हा कधी वादविवादांमध्ये प्रवाशांचे दोन गट झाले, तेव्हा त्याने प्रवाशांकडची शस्त्रं जप्त करून घेतली आणि त्यांना सन्मानपूर्वक शब्द दिला की, या प्रवासाची सांगता झाल्यावर तो ती शस्त्रं परत करेल. तो ब्रिटिश मंत्र्याबाबतही असंच कठोर धोरण अवलंबत होता; प्रवास सुरू झाल्यानंत लगेचच पुढच्या सकाळी हा मंत्री शिकारीच्या पोशाखात तयार होऊन आला होता. त्याच्याकडे वाघ मारण्यासाठी असलेली रायफल आणि अचूक वेध घेणारे कार्बाईन होते. टेनेराइफ बंदरावरून गेल्यानंतर निर्बंध आणखीन कडक झाले. तिथे ते प्लेगचा पिवळा झेंडा फडकवलेल्या एका बोटीला पार कडून गेले. कॅप्टनला त्याबाबतची आणखी काही धोकादायक माहिती मिळू शकली नाही, कारण, त्या बोटींनी त्याच्या संकेतांना प्रतिसाद दिलेला नव्हता; परंतु त्याच दिवशी त्यांची जमैकाहून गुरं घेऊन जाणाऱ्या एका बोटीशी भेट झाली, तेव्हा त्यातल्या लोकांनी सांगितलं की, प्लेगचा झेंडा लावलेल्या त्या बोटीमध्ये कॉलराचे दोन रग्ण होते आणि अजून त्यांना नदीच्या ज्या भागातून प्रवास करायचा आहे, तिथे या महामारीने प्रचंड विध्वंस माजवलेला होता. मग त्यानंतर प्रवाशांना बोटीतून बाहेर पडण्यासही मनाई करण्यात आली. बंदरांमध्ये तर होतीच; परंतु जिथे ते लाकूडफाटा घ्यायला थांबायचे त्या निर्मनुष्य ठिकाणीही त्यांना बोट सोडून बाहेर जाता यायचं नाही, त्यामुळे शेवटच्या बंदरापर्यंत पोहोचेस्तोवर म्हणजे सहा दिवसांच्या प्रवासात, प्रवाशांना कैद्यांच्या सवयी लावून घ्याव्या लागल्या. त्यात नको ते चिंतन, मनन करणं आणि अश्लील चित्रं असलेली डच पोस्टकाड्‌र्स पाहणं यांचा समावेश होता. ही पोस्टकार्ड कुठून कोणाकडे कशी आली याचा पत्ता न लागता ती हातोहात पसरवली गेली आणि तरी नदीतून प्रवास करणाऱ्या प्रत्येक महारथीला माहीत होतं की, कॅप्टनच्या मोठ्या साठ्यातला हा एक एवढासा नमुना आहे; परंतु शेवटी त्या कार्डांमधला तोचतोचपणाही वाढला, बाकी काही नाही.

तो कष्टदायी प्रवास फ्लोरेंतिनो अरिसाने प्रचंड स्थितप्रज्ञतेने सहन केला. त्याच्या याच स्वभावामुळे त्याच्या आईला दुःख होत असे आणि त्याच्या मित्रांना त्याचा राग येत असे. तो कुणाशाही बोलला नाही. दिवस त्याच्यासाठी सोपे असायचे, तो कठड्यापाशी बसायचा. वाळूच्या किनाऱ्यावर बसलेल्या ऊन खाणाऱ्या, निश्चल मगरींना पाहत बसायचा. फुलपाखरांना पकडण्यासाठी त्यांची तोंडं उघडी असायची. दलदलीतून मधूनच उडणारे, घाबरलेले बगळ्यांचे थवे तो पाहत बसायचा. मोठ्या स्तनांद्वारे आपल्या पिल्लांना पाणगायी दूध पाजत असायच्या, ते तो पाहायचा आणि त्यांच्या आवाजाने प्रवासी घाबरून जायचे. एके दिवशी त्याने तीन फुगलेली, हिरवी झालेली मृतं शरीरं पाण्यातून वाहत गेलेली पाहिली. त्यावर शिकारी पक्षी बसले होते. पहिल्यांदा दिसली ती दोन पुरुषांची मृत शरीरं, त्यातल्या एकाला डोकं नव्हतं

आणि मग तरुण मुलीचं प्रेत दिसलं. ते कॉलराचे की युद्धाचे बळी आहेत, हे त्याला, किंबहुना कुणालाच कधीच समजलं नाही; परंतु ओकारीची उबळ आणणाऱ्या त्या वासाने मात्र फर्मिना डासाच्या त्याच्या आठवणी दूषित केल्या.

असं नेहमीच घडायचं : कोणताही चांगला अथवा वाईट प्रसंग घडला की, त्याच्याशी तिचं काहीतरी नातं बांधलं जायचं. रात्री जेव्हा बोट नांगरली जायची आणि त्रासलेले प्रवासी डेकवर यायचे, तेव्हा जेवायच्या खोलीत बसून, कार्बाइडच्या दिव्याखाली तो त्याला पाठ झालेल्या चित्रमय कादंबऱ्या वाचायचा. पहाट होईस्तोवर केवळ एवढाच काय तो दिवा तिथे जळत असायचा आणि जेव्हा तो काल्पनिक नायकांच्या जागी त्याच्या आयुष्यातल्या खऱ्या लोकांना पाहायचा, तेव्हा बऱ्याचदा त्या कादंबऱ्यांतल्या नाट्याची मूळ जादू त्याला पुन्हा अनुभवता यायची. कादंबऱ्यातल्या जोडप्यांच्या भूमिका तो त्याच्यासाठी आणि फर्मिना डासासाठी राखीव ठेवायचा. काही रात्री तो अपार दुःखी अशी पत्रं लिहायचा आणि त्याचे तुकडे करून ते कपटे एक क्षणही न थांबता वाहणाऱ्या पाण्यात सोडायचा आणि अशा प्रकारे तो सगळ्यात कठीण तास घालवायचा. कधी कधी तो भित्रा, लाजाळू राजपुत्र असायचा किंवा प्रेमाचा भुकेला, तर कधी विसरून जाण्याच्या मध्यात होरपळून निघालेला प्रियकर आणि पहाटे जेव्हा पहिली वाऱ्याची झुळूक वाहू लागायची, तेव्हा तो खुर्चीवर कठड्याशेजारी हळूच झोपून जायचा.

एकदा रात्री त्याने नेहमीच्या वेळेपेक्षा थोडं आधी वाचन थांबवलं आणि त्याचं लक्ष विचलित झालेल्या अवस्थेत तो प्रसाधनगृहाकडे चालत गेला. तो जेवायच्या खोलीतून पुढे गेला, तेव्हा एक दार उघडलं गेलं. शिकारी पक्ष्यासारखी नखं असलेल्या एका हाताने त्याच्या शर्टाची बाही घट्ट पकडली आणि त्याला केबिनमध्ये आत ओढून घेतलं. काळोखामध्ये त्याला एक नग्न स्त्री कशीबशी दिसत होती. तिचं चिरतरुण शरीर घामाने भिजून गेलं होतं. ती धापा टाकत होती. तिने त्याला बंकवर उताणं पाडलं, त्याच्या पँटचा पट्टा काढला, ट्राउझर्सची बटणं काढली आणि जणू काही ती घोडस्वारी करत असावी त्याप्रमाणे त्याच्यावर आरूढ झाली आणि भराभर त्याचे, त्याच्या कौमार्याचे कपडे काढू लागली. दोघंही त्या कोळंब्यांनी भरलेल्या दलदलीचा खारट वास येणाऱ्या पिटातल्या पोकळीत, कामवासनेच्या हव्याशा वेदनेत एकमेकांना चिकटून गेले. मग ती काही क्षण त्याच्या वर बसली, तिचा श्वास उथळ झाला आणि ती काळोखात परमोच्च बिंदूला पोहोचली.

''जा आणि जे काही घडलं ते विसरून जा,'' ती म्हणाली. ''असं कधीही काही घडलं नव्हतं, असं समज. विसरून जा.''

सगळं काही एवढ्या वेगात घडलं होतं आणि विजयोत्सवाप्रमाणे इतका आनंद देणारं होतं की, तसं घडण्यामागचं कारण केवळ कंटाळ्यामुळे अचानक झालेला वेडेपणा एवढंच नव्हतं, तर ही योजना तिने बराच काळ आधीपासून

बारीकसारीक तपशिलांसह केली होती, त्याची ही फलनिष्पत्ती होती. सुखदायी निश्चितीमुळे फ्लोरेंतिनो अरिसाची उत्सुकता आणखी वाढीस लागली. परमोच्च सुख अनुभवल्यामुळे त्याला साक्षात्कार झाला होता. ज्यावर त्याचा विश्वास बसत नव्हता. त्याचा स्वीकार करणं अवघड होतं. तो असा की, फर्मिना डासाबद्दल त्याला वाटत असलेल्या भ्रमरूपी प्रेमाची जागा ऐहिक उत्कटता घेऊ शकली असती, त्यामुळे त्याच्यावर अतिक्रमण करणारी ती प्रेमिका कोण होती, याचा शोध घेणं त्याला अत्यावश्यक वाटू लागलं. कारण, कदाचित तिच्या श्वापदी सहजप्रेरणेमध्ये त्याला त्याच्या दुर्दैवावरचा काहीएक इलाज मिळण्याची शक्यता होती; परंतु त्याला यशोप्राप्ती झाली नाही. त्याउलट, तो जेवढा तिचा शोध घेऊ लागला, तेवढा तो सत्यापासून दूर जात आहे असं त्याला वाटलं.

ते 'आक्रमण' शेवटच्या केबिनमध्ये झालं होतं. ती केबिन तिच्या शेजारी असलेल्या केबिनला आतून जोडलेली होती. दोघींत मधे एक दरवाजा होता, त्यामुळे त्या दोन्ही खोल्या एका कुटुंबाला झोपता येतील अशा प्रकारे चार बंक्स टाकून परावर्तित करण्यात आल्या होत्या. तिथे दोन बायका राहत होत्या, एक तरुण, तर दुसरी प्रौढ होती आणि एक होती, ती आकर्षक होती आणि तिला काही महिन्यांचं बाळ होतं. त्या बारान्को दे लोबा इथे बोटीत चढल्या होत्या. नदीच्या पात्रात अचानक होणाऱ्या बदलांमुळे वाफेवर चालणाऱ्या बोटींनी त्यांच्या प्रवासमार्गातून ते शहर वगळल्यापासून, त्या बंदरात मॉम्पॉक्सहून आलेले प्रवासी चढायचे आणि माल उचलला जायचा. फ्लोरेंतिनो अरिसाने त्यांना पाहिलं होतं. त्याचं एकमेव कारण म्हणजे त्यांनी मोठ्या पिंजऱ्यात लहान बाळाला ठेवलं होतं.

बोट कंपनीच्या एखाद्या मोठ्या जहाजावरून प्रवास करणार असल्यागत त्यांनी पोशाख केला होता - रेशमाच्या स्कर्ट्सच्या आत चौकटी घातल्या होत्या, लेसचे जॉर्जेट आणि मोठ्या हॅट्स ज्यावर फुलं लावलेली होती आणि त्यांपैकी वयाने तरुण असलेल्या बायका दिवसातून कितीतरी वेळा कपडे बदलायच्या, त्यामुळे जेव्हा सगळे प्रवासी उकाड्याने वैतागलेले असायचे, तेव्हा त्या दोघींमुळे वसंत ऋतूसारखं वातावरण निर्माण झाल्यासारखं वाटे. छत्री आणि पिसांचे पंखे वापरण्यात तिघीही कुशल होत्या; परंतु मॉम्पॉक्सहून आलेल्या इतर बायकांप्रमाणे त्यांचे उद्देश मात्र अनाकलनीय होते. निःशंकपणे त्या एकाच कुटुंबातल्या होत्या, तरी त्यांचं एकमेकींशी काय नातं असावं, याचा अंदाज फ्लोरेंतिनो अरिसाला बांधता येत नव्हता. प्रथमदर्शनी त्याला वाटलं की, वयाने प्रौढ वाटणारी बाई उर्वरित दोघींची आई असावी; परंतु मग त्याला लक्षात आलं की, ती वयाने इतकीही मोठी नव्हती आणि ती अर्ध सुतकात असल्याप्रमाणे कपडे घालायची, जे इतर दोघी घालत नव्हत्या. इतर जणी शेजारच्या बंक्सवर झोपलेल्या असताना, त्याच्यासोबत जे घडलं, ते त्यांच्यापैकी कुणी करण्याची हिंमत करेल असं त्याला वाटलं नाही.

त्यामुळे एकमेव विश्वसनीय तर्क असा की, जेव्हा ती केबिनमध्ये एकटीच होती, तेव्हा तिने नशिबाने दिलेल्या संधीचा किंवा कदाचित आधीच ठरवलेल्या क्षणाचा फायदा घेतला असावा. त्यांच्यापैकी दोघी जणी रात्री उशिरापर्यंत थंड झुळुका अंगावर घेत बाहेर थांबलेल्या असायच्या, असं त्याचं निरीक्षण होतं. त्या वेळी बाळाची काळजी घेण्यासाठी तिसरी केबिनमध्ये थांबायची; परंतु एकदा रात्री खूप उकडत असल्यामुळे, तिघीही जणी बाळाला घेऊन बाहेर आल्या होत्या. कापडाने झाकलेल्या वेताच्या पिंजऱ्यामध्ये ते बाळ झोपलेलं होतं.

सगळे धागेदोरे तिच्याकडे निर्देश करत असले, तरी फ्लोरेंतिनो अरिसाने सगळ्यात प्रौढ बाईने त्याच्यावर 'आक्रमण' केलं होतं, ही शक्यता नाकारली आणि त्याने बराच विचार करून त्या तिघींमधल्या सगळ्यात तरुण मुलीलाही त्यातून वगळलं. ती त्यांच्यात सगळ्यात सुंदर आणि धाडसी होती. कोणताही सबळ आधार नसला, तरी या अंदाजामागचं कारण त्या तिघींचं त्याने केलेलं भरपूर निरीक्षण. त्याची अचानक झालेली प्रेयसी ही त्या पिंजऱ्यातल्या बाळाची आई असावी, अशी आशा त्याला वाटत होती. त्याचं हे गृहीतक एवढं आकर्षक होतं की, तो फर्मिना डासाहून जास्त उत्कटपणे तिचा विचार करू लागला. नुकतीच आई झालेली ही बाई फक्त आपल्या बाळासाठी जगत होती, या पुराव्याकडेही त्याने दुर्लक्ष केलं. ती पंचविशीचीही नव्हती, बारीक अंगकाठीची आणि गव्हाळ वर्णाची. तिच्या पापण्या पोर्तुगीजांसारख्या होत्या, त्यामुळे ती आणखीनच अलिप्त भासायची आणि आपल्या मुलावर ती ज्या कोवळीकतेचा वर्षाव करायची, तिचा अल्पसा भाग जरी कोणत्याही पुरुषाला मिळाला असता तरी तो समाधानी झाला असता. न्याहारीपासून ते झोपेपर्यंत, संपूर्ण वेळ ती आपल्या बाळाला काय हवं नको ते पाहण्यात व्यस्त असायची, तेव्हा इतर दोघी चायनीज चेकर्स खेळायच्या. त्याला झोपवल्यानंतर ती बाळाचा वेताचा पिंजरा कठड्याकडच्या थंड हवा येणाऱ्या बाजूला लटकवायची. गाढ झोपलेलं असलं, तरी ती त्याच्याकडे दुर्लक्ष करत नसे. उलट त्याचा पिंजरा हलवत असे, त्याच्यासाठी गाणी म्हणत असे, तेव्हा तिचे विचार प्रवासातल्या गैरसोयी विसरून भुर्र उडून जात. आज नाहीतर उद्या, एखाद्या आविर्भावातून तिचं सत्य बाहेर पडेल, अशा खात्रीशीर भ्रमात फ्लोरेंतिनो अरिसा होता. तो तिच्या बदलत्या श्वासांचं निरीक्षण करायचा, तिच्या सुती ब्लाउजला लावलेल्या रेलिकरीकडे पाहायचा. तो वाचायचं नाटक करत, तिच्याकडे एकटक पाहायचा आणि अधीर होऊन जेवणाच्या खोलीत असताना तिला समोरून पाहता यावं, यासाठी त्याने आपली बसायची जागाही बदलली; परंतु त्याला कधीही इतकासाही सूचक इशारा मिळाला नाही, ज्यामुळे ती त्याच्या रहस्याचा अर्धा भाग होती हे त्याला समजेल. त्याला तिच्याबद्दल एकच बाब माहीत होती, ते म्हणजे तिचं नाव 'रोझाल्बा' हे आहे आणि तेही तिच्या सोबत असलेल्या तरुणीमुळे, जी तिला नावाने हाक मारायची.

आठव्या दिवशी, संगमरवरी कड्यांमधून मार्ग काढत, अडचणींचा सामना करत बोटीचा प्रवास सुरू होता आणि दुपारच्या जेवणानंतर तिने प्युर्तो नारेला नांगर टाकला. ॲन्टियोक्कियामधल्या अंतर्गत भागात पुढील प्रवास करायचा असलेल्या प्रवाशांसाठी हे बंदर उतरण्याचं ठिकाण होतं. या प्रांतांत नव्याने सुरू झालेल्या यादवी युद्धाचा जोर जास्त होता. बंदरात पामच्या झावळ्यांच्या अर्धा डझन झोपड्या आणि लाकूडफाटा साठवण्याची जागा होती. त्यावर पत्रे टाकलेले होते. अनवाणी, फार शस्त्रं नसलेल्या सैनिकांचा एक गट त्या बंदराचं संरक्षण करण्यासाठी तैनात केला होता. कारण, बंडखोर बोटी उडवून लावणार असल्याच्या अफवा तिथे पसरल्या होत्या. घरांमागे, आकाशाला भिडणाऱ्या, उंच पर्वतरांग दिसत होती. त्या रात्री कुणालाच झोप लागली नाही; परंतु प्रत्यक्षात कुठलाही हल्ला झाला नाही आणि सकाळी बंदराचा परिसर रविवारच्या जत्रेमुळे फुलून गेला. इंडियन्स टॅग्वा ताईत, प्रेमाचे काढे वगैरे विकायला घेऊन आले होते. त्यात पर्वतरांगेत असलेल्या ऑर्किडच्या जंगलांपर्यंतचा सहा दिवसांचा प्रवास करायच्या तयारीतले प्राणीही होते.

वेळ घालवण्यासाठी फ्लोरेंतिनो अरिसा बोटीतलं सामान आपल्या पाठीवर घेऊन जाणाऱ्या काळ्या माणसांना पाहत बसला. ते क्रोकरो भरलेले क्रेट्स आणि एन्व्हिगाडोच्या प्रौढ कुमारिकेंसाठी पियानो नेत होते. तोवर त्याच्या लक्षात आलं नव्हतं आणि लक्षात आलं तेव्हा फार उशीर झाला होता. किनाऱ्यावर उतरलेल्या प्रवाशांमध्ये रोझाल्बा आणि मंडळी होती. त्याने तिच्याकडे पाहिलं, तेव्हा ती घोड्याच्या पाठीवरच्या खोगिरावर चढून बसली होती. तिने ॲमेझॉन्सचे बूट घातले होते आणि रंगीबेरंगी छत्री उघडली होती. मग त्याने त्याला तोपर्यंत करण्याचं धाडस झालं नव्हतं, ते केलं : त्याने निरोप घेण्यासाठी हात हलवला आणि तिघींनीही प्रेमाने ओळखीचा हात उंचावून निरोप घेतला, त्यामुळे त्याला तत्काळ समजलं की, त्याने फार उशिरा हिंमत केली होती. त्याने त्यांना दुकानांच्या कोपऱ्यापाशी वळताना पाहिलं, त्यांच्यामागे ट्रंका वाहणारी खेचरं होती, त्यांच्या हॅट्सच्या पेट्या, बाळाचा पिंजरा होता आणि लवकरच त्याने त्यांना डोंगराच्या कड्यावर चढून जात असल्याचं पाहिलं. मुंग्यांची रांग असावी तशा त्या दिसल्या आणि अचानक त्याच्या आयुष्यातून गायब झाल्या. मग त्याला त्या जगात फार एकटं वाटलं आणि एवढ्या दिवसांत दडून राहिलेल्या फर्मिना डासाच्या आठवणीने पुन्हा डोकं काढलं आणि त्यामुळे त्याला प्रचंड मोठा धक्का बसला.

तिला साग्रसंगीत लग्न करायचं होतं, हे त्याला माहीत होतं आणि तरी तिच्यावर सगळ्यात जास्त प्रेम करणाऱ्या त्याला, जो तिच्यावर कायमस्वरूपी प्रेम करत राहणार आहे त्याला, मात्र तिच्यासाठी मृत्यू कवटाळण्याचा अधिकार असणार नव्हता. तोवर अश्रूंमध्ये बुडून गेलेल्या मत्सराने आता त्याच्या मनाचा ताबा घेतला. त्याने देवाकडे अशी प्रार्थना केली की, फर्मिना डासा जेव्हा प्रेमाची

आणि त्या पुरुषाचं - ज्याला केवळ समाजात मिरवण्याचा दागिना म्हणून ती त्याची बायको व्हायला हवी होती - सगळं ऐकण्याची शपथ घेईल, तेव्हा दैवी न्यायची वीज तिच्या अंगावर कोसळावी आणि ती वधू, जी फक्त त्याचीच असायला हवी होती, ती कॅथेड्रलाच्या फरशीवर उताणी पडली असेल या कल्पनेने त्याला अत्यानंद झाला. मृत्यूचं दव पडलेली संत्र्याची फुलं तिच्यावर असतील आणि मुख्य वेदीपाशी पुरलेल्या चौदा विशप्सच्या थडग्यावर तिची ओढणी आच्छादलेली असेल. त्याच्या सुडाच्या भावनेची पूर्तता झाल्यानंतर, त्याला त्याच्याच दुष्टपणाचा पश्चात्ताप झाला आणि मग त्याने फर्मिना डासाला जमिनीतून वर येताना पाहिलं, ती जिवंत होती. जागृत होती. त्याला तिच्याशिवाय जगाची कल्पना करणं अशक्यप्राय होतं. त्याला पुन्हा झोप लागली नाही आणि तो कधीमधी जेवायला बसायचा, ते फर्मिना डासा टेबलापाशी बसलेली असेल किंवा तिला उपासाची आदरांजली मिळू नये म्हणून या आशेने. कधीतरी एकटा असताना त्याला निश्चित असं वाटायचं की, लग्नसोहळ्याच्या कैफात, मधुचंद्राच्या अस्वस्थ रात्री, फर्मिना डासाला एक क्षण तरी त्रास होईल, कमीत कमी एखाद्या तरी प्रसंगी होईल, जेव्हा तिच्या प्रियकराचं भूत, जिचा तिने तिरस्कार केला, अपमान केला आणि त्याचं खच्चीकरण केलं, तो तिच्या मनात एकदा तरी येईल आणि तिच्या सगळ्या आनंदावर विरजण घालेल.

कॅराकॉली बंदर हा त्यांचा प्रवासाचा शेवट होता. तिथे पोहोचण्याच्या आदल्या रात्री, कॅप्टनने सगळ्यांना निरोपाची पारंपरिक मेजवानी दिली. त्या वेळी कर्मचारीवर्गाचा वाद्यवृंद होता आणि फटाकेदेखील उडवण्यात आले. ग्रेट ब्रिटनच्या मंत्र्याने बराच त्रास सहन करत प्रवास केला होता, त्यात तक्षून राहिला होता. त्याला त्याच्या रायफलने शिकार करायला परवानगी न दिल्याने, त्याने प्राण्यांची छायाचित्रं काढली आणि अशी एकही रात्र गेली नाही की, तो संध्याकाळच्या पोशाखात जेवणाच्या खोलीत नसायचा; परंतु तो या शेवटच्या मेजवानीला रंगीत चौकडीचा आणि नक्षीकाम केलेला लोकरी कापडाचा मॅकटॅव्हिश समूहाचा पोशाख घालून उपस्थित राहिला आणि त्याने सर्वांसाठी बॅगपाइपचं वादनही केलं. तसंच ज्यांना त्याच्या देशाचं राष्ट्रीय नृत्य शिकायचं होतं, त्यांना ते शिकवलं. शेवटी पहाटे त्याला जवळजवळ उचलून त्याच्या केबिनमध्ये न्यावं लागलं. दुःखात बुडालेला फ्लोरेंतिनो अरिसा हा सगळा गदारोळ कमी ऐकू येणाऱ्या बोटीच्या एका टोकाला जाऊन बसला आणि हाडं गोठवणाऱ्या थंडीपासून रक्षण करण्यासाठी त्याने लोतारिओ थुगुटने दिलेला ओव्हरकोट घातला. त्या दिवशी सकाळी पाच वाजता त्याला जाग आली, जणू काही फाशीची शिक्षा दिलेल्या गुन्हेगाराला यावी तशी आणि त्या संपूर्ण दिवशी त्याने कल्पना करण्यापलीकडे काहीही केलं नाही, एकेक मिनिट, फर्मिना डासाच्या लग्नाचा प्रत्येक प्रसंग. नंतर घरी परतल्यावर त्याने त्या वेळी चूक केली

होती, हे त्याच्या लक्षात आलं. कारण त्याने जे जे कल्पिलं होतं, त्यापेक्षा सगळं वेगळं होतं. तो त्याच्या मनोराज्यावर हसलादेखील.

असं असलं तरी, तो शनिवार उत्कट होता. नवदाम्पत्य गुपचूप चोर दरवाजाने पळून जाऊन पहिल्या रात्रीच्या आनंदात बुडायचा क्षण आला आहे, असं त्याला वाटलं, तेव्हा तो तापाने फणफणला. कोणीतरी त्याला तापात कुडकुडताना पाहिलं आणि कॅप्टनला तसं कळवलं. कॉलराची शंका आल्याने, त्याने बोटीवरच्या डॉक्टरसह मेजवानी मध्यात सोडली. डॉक्टरने फ्लोरेंतिनोला विलगीकरणात ठेवण्यासाठी केबिनमध्ये पाठवलं आणि ब्रोमाइडचा डोस दिला. मात्र, दुसऱ्या दिवशी त्याने कॅराकोलीच्या पर्वतरांगा पाहिल्यावर, त्याचा ताप कुठच्या कुठे पळून गेला आणि मन प्रफुल्लित झालं. कारण औषधाच्या प्रभावात असलेल्या त्याच्या मनाने एकदाचं आणि कायमचं ठरवलं की, तारयंत्रणेच्या उज्ज्वल भविष्याबद्दल त्याला काहीही देणंघेणं नाही, त्यामुळे तो त्याच बोटीने पुन्हा आपल्या शहरात, स्ट्रीट ऑफ विंडोजच्या घरी परतणार आहे.

राणी व्हिक्टोरियाच्या प्रतिनिधीसाठी आपली केबिन त्याने दिली होती. त्याबदल्यात त्याला त्याच बोटीतून परत नेणं कॅप्टनसाठी तितकं कठीण नव्हतं. कॅप्टन त्याला म्हणाला की, तार हे भविष्यातलं विज्ञान आहे, एवढंच नाही, त्यांनीदेखील बोटींवर तारयंत्रणा बसवण्यास सुरुवात केली आहे. असं सांगून त्याने त्याला समजावण्याचादेखील प्रयत्न केला; परंतु त्याने सगळ्या मतांना-वादांना विरोध केला आणि शेवटी कॅप्टनने त्याला परत त्याच्या घरी नेलं. यामागचं कारण तो केवळ केबिनची किंमत देऊ लागत होता एवढंच नव्हतं, तर त्याचे रिव्हर कंपनी ऑफ कॅरिबियनशी घनिष्ठ संबंध आहेत, हे कॅप्टनला माहीत होतं.

परतीच्या प्रवासाला सहा दिवसांपेक्षाही कमी अवधी लागला आणि ज्या क्षणी ते मर्सिडीज लगूनला पहाटे पोहोचले आणि बोटीच्या फेसाळत्या प्रवाहात त्याला मासेमारींच्या होडक्यांच्या दिव्यांची माळ दिसली, त्या क्षणी फ्लोरेंतिनो अरिसाला आपण घरी पोहोचलो असल्यासारखं वाटू लागलं. निनो पेद्रिदो कोव्हला बोट लागली, तेव्हा अंधार पडलेला होता. ते खाडीपासून नऊ लिग दूर होतं. जुन्या स्पॅनिश खाडीतला गाळ काढून ती साफ करून कार्यरत करण्यात येईपर्यंत ते बंदर नदीतल्या बोटींचा शेवटचा थांबा होता. प्रवाशांना सकाळी सहा वाजेपर्यंत एक डोलकाठी असलेल्या लहानशा जहाजाची वाट पाहत थांबावं लागे, ज्या भाडं आकारून त्यांना अंतिम स्थानी पोहोचवत असत; परंतु फ्लोरेंतिनो अरिसा एवढा उतावीळ झाला होता की, तो टपाल घेऊन जाणाऱ्या एका जहाजासोबत गेला, ज्याच्यातला कर्मचारीवर्ग त्याला त्यांच्यातलाच एक म्हणून ओळखत होता. बोटीतून खाली उतरण्याआधी, एक प्रतीकात्मक कृत्य करण्यावाचून त्याला राहावलं नाही : त्याने पाण्यात पेताते भिरकावून दिलं आणि त्याकडे पाहत राहिला. न

दिसणाऱ्या कुण्या मासेमाराच्या होडक्याच्या प्रकाशात ते तरंगत राहिलं, त्याने तरंगत लगून पार गेलं आणि मग समुद्रात गायब झालं. त्याच्या उर्वरित आयुष्यात त्याला त्याची पुन्हा कधीही गरज लागणार नाही, याची त्याला खात्री होती. कारण, तो पुन्हा कधीही फर्मिना डासाचं ते शहर सोडून जाणार नव्हता.

दिवस उजाडला, तेव्हा खाडी शांत होती. तरंगत्या धुक्यातून फ्लोरेंतिनो अरिसाला सूर्याच्या पहिल्या किरणांनी उजळलेला कॅथेड्रलचा घुमट दिसला. सपाट छतांवरची कबुतरांची खुराडी दिसली आणि त्यांच्या आधारे दिशेचा अंदाज घेत त्याने मार्कीस दे कॅसलड्युरोच्या महालाची बाल्कनी शोधली, जिथे त्याच्या दुर्दैवाची राणी अजूनही झोपलेली असेल आणि तिचं डोकं तिच्या नवऱ्याच्या खांद्यावर ठेवलेलं असेल असं त्याला वाटलं. त्या कल्पनेने त्याचं मन दुखावलं गेलं; परंतु ते दाबून टाकण्यासाठी त्याने कोणतेही प्रयत्न केले नाहीत, उलट त्याने त्या दुःखाचा आनंद घेतला. जेव्हा नांगर टाकून उभ्या असलेल्या जहाजांच्या भूलभुलैयातून मार्ग काढत टपालाचं जहाज पुढे जात होतं, तेव्हा सूर्याची धग जाणवू लागली. खाडीपाशी बाजारातले अनेकानेक वास आणि खाडीच्या तळाशी सडणाऱ्या पदार्थांचे वास हे दोन्ही मिळून एक रोगट दुर्गंध पसरला होता. रिओवाछाहून नुकतंच एक जहाज येऊन पोहोचलं होतं आणि कंबरेपर्यंत पाण्यामध्ये बुडालेले गोदीतले कामगार प्रवाशांना किनाऱ्यापाशी उचलून नेत होते. फ्लोरेंतिनो अरिसाने टपालाच्या जहाजातून सर्वांत प्रथम उडी मारली आणि त्यानंतर त्याला खाडीचा कुबट, रोगट वास शहरात जाणवला; परंतु त्याला फर्मिना डासाचा गंध तेवढा येऊ लागला. प्रत्येक गोष्टीला तिचाच वास होता.

तो पोस्ट ऑफिसात परतला नाही. त्याला फक्त प्रेम कादंबऱ्यांच्या मालिका आणि पॉप्युलर लायब्ररीतले खंड, जे त्याची आई त्याच्यासाठी नेहमी घ्यायची, एवढ्यातच बहुधा रस होता. त्यांची तो हॅमॉकमध्ये झोपून पाठ होईस्तोवर पारायणं करत असे. त्याने त्याच्या व्हायोलिनबद्दलही काही विचारलं नाही. त्याने त्याच्या जवळच्या मित्रांशी पुन्हा संबंध प्रस्थापित केले आणि कधी कधी ते कॅथेड्रलच्या चौकातल्या कमानींखालच्या कॅफेजमध्ये बिलियर्ड्स किंवा तत्सम खेळ खेळायचे किंवा गप्पा मारायचे; परंतु त्यानंतर तो कधीही शनिवार रात्रीच्या नृत्य कार्यक्रमाला गेला नाही : तो तिच्याशिवाय त्याचा विचारही करू शकत नव्हता.

उगाच केलेल्या प्रवासातून तो सकाळी परतल्यानंतर, त्याला समजलं की, फर्मिना डासा मधुचंद्रासाठी युरोपला गेली होती आणि त्याच्या उदासवाण्या मनाने ती कायमची नाही, तरी निदान काही वर्षं तरी तिथेच राहणार असल्याचं गृहीत धरलं, त्यामुळे या निश्चितपणामुळे तिला विसरून जाण्याच्या आशेने प्रथमतः त्याचं मन भरून गेलं. त्याने रोझाल्बाचा विचार केला, तेव्हा फर्मिनाच्या आठवणी विझत गेल्या असल्या, तरी तिची आठवण मात्र उजळत राहिली होती. याच काळात त्याने

आपली मिशी वाढवली, त्याच्या टोकांना मेण लावलं आणि नंतर आयुष्यभर ती तशी राखली, त्यामुळे त्याचं सगळं व्यक्तिमत्त्वच बदलून गेलं आणि एका प्रेमाला दुसरा पर्याय शोधण्याच्या कल्पनेमुळे तो अनेक धाडसं आणि आश्चर्यं करण्याच्या मार्गाने गेला. हळूहळू फर्मिना डासाचा गंध कमी होऊ लागला आणि त्याची उत्कटताही कमी झाली आणि शेवटी तो फक्त पांढऱ्या फुलांपर्यंतच सीमित राहिली.

यादवी युद्ध सुरू असताना, तो दिशाहीन भरकटत होता, आयुष्य जिकडे नेईल तिकडे तो जात होता. त्या वेळी एका रात्री विधवा नाझारेतने त्यांच्या घरी आश्रय घेतला. कारण, बंडखोर जनरल रिकार्दो गैतान ओबेसोने शहराला वेढा घालून तोफगोळे डागले होते आणि त्या हल्ल्यामध्ये तिचं घर उद्ध्वस्त झालं होतं. त्रान्झितो अरिसाने परिस्थिती आपल्या ताब्यात घेऊन, आपल्या खोलीत जागा नसल्याचं सांगत त्या विधवेला आपल्या मुलाच्या निजायच्या खोलीत पाठवलं; परंतु खरंतर तिला जे प्रेम त्याला जगू देत नव्हतं, त्यावर वेगळ्या प्रेमाची मात्रा लागू पडेल अशी तिला आशा होती. बोटीवरच्या केबिनमध्ये रोझाल्बाशी केलेल्या संगामुळे फ्लोरेंतिनो अरिसाचा कौमार्यभंग झाला होता; परंतु त्यानंतर त्याला कुणाचाही सहवास लाभला नव्हता आणि अशा आणीबाणीच्या परिस्थितीत ती विधवा त्याच्या पलंगावर आणि तो हॅमॉकमध्ये झोपणार, असं त्याने गृहीत धरलं होतं; परंतु तिने निर्णय आधीच घेतला होता. फ्लोरेंतिनो अरिसा ज्या पलंगावर झोपला होता, त्याच्या कडेला ती बसली, त्यामुळे त्याला काय करावं हे सुचेना, तो गोंधळला. तिने त्याला तीन वर्षांपूर्वी वारलेल्या तिच्या नवऱ्याबद्दल सांगायला सुरुवात केली. तिचं दुःख सांत्वन करण्यापलीकडचं होतं आणि दरम्यान, ती एकेक करत तिचे विधवेचे सुतकी कपडे काढून हवेत फेकू लागली आणि शेवटी तर तिने तेव्हा लग्नाची अंगठीदेखील भिरकावून दिली. भरतकाम केलेला टॅफेटा ब्लाउझ तिने काढला आणि तो खोलीतल्या एका कोपऱ्यात असलेल्या खुर्चीत फेकून दिला. पलंगाच्या एका बाजूला तिने चोळी काढून टाकली, एका झटक्यात आपला लांब स्कर्ट, सॅटिनचा पट्टा आणि सुतकाचे स्टॉकिंग्ज असं सगळं ओढून काढलं आणि ती तिच्या सुतकी कपड्यांचे शेवटचे उरलेसुरले अवशेष एकेक करत जमिनीवर परसतील अशा प्रकारे टाकू लागली. तिने ते एवढ्या आनंदाने आणि मोजूनमापून थांबत थांबत केलं की, जणू काही तिची प्रत्येक कृती म्हणजे शहर तहसनहस करणाऱ्या हल्लेखोर सैनिकांना तोफेने दिलेली सलामीच होती. फ्लोरेंतिनो अरिसाने तिचा पेटिकोट सैल करायला तिला मदत केली; परंतु तिने त्याची अटकळ बांधून त्याला आपल्या कुशल हातांनी थांबवलं. पाच वर्षांच्या निष्ठावान वैवाहिक आयुष्यात तिने प्रेम करण्याच्या सगळ्या स्तरांवर स्वतःवरच अवलंबून राहण्याचं शिकून घेतलं होतं. सुरुवातीलाही, कोणाच्याही मदतीशिवाय. मग जलदगतीने पोहणाऱ्याने काढावं तसं, तिने तिचं लेसचं अंतर्वस्त्र तिच्या पायातून सरकवून खाली काढलं आणि अखेरीस ती नग्न झाली.

तीनदा बाळंतपणं झालेली ती अठ्ठावीस वर्षांची होती; परंतु तिच्या नग्न देहात अविवाहित बाईच्या शरीरात असतो तसाच भोवंडून टाकणारा उत्साह जसाच्या तसा राहिला होता. फ्लोरेंतिनो अरिसाला हे कधीही समजू शकलं नव्हतं की, सुतकाच्या काही कपड्यांखाली आदिम मानवी प्रेरणा कशा काय लपवल्या जाऊ शकतात, तिच्या स्वतःच्या वासना कशा काय दाबल्या जाऊ शकतात. तिला त्याच्या नवऱ्याचे कधीही कपडे उतरवता आले नव्हते, तसे तिने त्याचे कपडे काढले. तिच्या नवऱ्याला तर ती विकृत वाटली असती. पाच वर्षं नवऱ्याशी एकनिष्ठ राहिलेल्या स्त्रीत असेल तशा गोंधळलेल्या; पण निरागस मनाने तिने दुखवट्याचा पोलादी संयम एकाच प्रहरात नष्ट करायचा प्रयत्न केला. त्या रात्रीच्या आधी आणि जेव्हा तिच्या आईने तिला जन्म दिला होता तेव्हापासून तिने तिच्या मृत नवऱ्याशिवाय इतर कुणाशीही शय्यासोबत केलेली नव्हती.

पश्चात्तापाचा सामान्यपणा तिने स्वतःला स्पर्शू दिला नाही. छतावर तोफगोळ्यांचे आवाज येत राहिल्यामुळे ते जागेच राहिले, तेव्हा ती सकाळ होईस्तोवर तिच्या नवऱ्याचं गुणगान करत राहिली. तिच्यामते तिला सोबत न घेता तो मेला, हीच काय त्याची बेइमानी होती. तिचं असं ठाम मत होतं की, डझनभर तीन इंची खिळे ठोकलेल्या शवपेटीत आणि जमिनीच्या दोन मीटर खाली झोपलेला तिचा नवरा जेवढा तिचा आता होता तेवढा कधीही त्याआधी नव्हता.

''मी आनंदी आहे,'' ती म्हणाली. ''कारण घरी नसताना तो नेमका कुठे आहे, हे आता मला माहीत आहे.''

त्या रात्रीनंतर तिने सुतकाचा पोशाख घालणं कायमचं सोडून दिलं, अर्थहीन करड्या रंगाचे ब्लाउझेस घालणं असल्या मधल्या पायऱ्या न घेता आणि तिचं आयुष्य प्रेमगीतं आणि मकॉवची पिसं व फुलपाखरांचे पंख यांनी सजवलेल्या भडक रंगाच्या पोशाखांनी रंगीबेरंगी झालं. तिने आपला देह ज्या कुणाला हवा आहे त्याला द्यायला सुरुवात केली. त्रेसष्ठ दिवसांच्या लढाईनंतर, जनरल गैतान ओबेसोचा पराभव झाल्यावर, तिने उद्ध्वस्त झालेलं तिचं घर पुन्हा बांधून घेतलं. तिथे समुद्र पाहण्याकरता छानशी गच्ची बांधली. वादळी मोसमामध्ये जिथे लाटा येऊन थडकायच्या. 'हे माझं प्रेमाचं घरटं आहे,' असं ती म्हणायची, ज्यात उपहासाचा लवलेश नसायचा. तिथे तिला आवडलेल्या पुरुषांचं ती स्वागत करायची आणि ती त्यांच्याकडून एक पैसाही घ्यायची नाही. कारण तिच्या मते, ती नव्हे, तर ते पुरुषच तिच्यावर मेहेरबानी करत होते. फार कमी वेळा ती कोणाकडून भेटवस्तू स्वीकारायची; परंतु त्याही सोन्याच्या नसतील तरच आणि ती हे सगळं एवढ्या कौशल्याने सांभाळायची की, कुणीही तिच्याविरोधात गैरवर्तणुकीबद्दलचा ठोस पुरावा गोळा करू शकलं नव्हतं. फक्त एकदाच ती अडकण्याची दाट शक्यता निर्माण झाली होती. जेव्हा आर्चबिशप दान्ते दे लूना अपघाताने विषारी मशरूम्स खाऊन

मेला नव्हता, तर त्याची अधार्मिक कृत्यं लोकांमध्ये उघड करण्याच्या धमक्या ती त्याला देत होती, त्यामुळे त्याने ते मशरूम्स खाल्ले होते असं बोललं जात होतं. गडगडाटी हसत ती नेहमी म्हणायची, ''या प्रांतात मी एकमेव मुक्त बाई आहे.''

विधवा नाझारेतने फ्लोरेंतिनो अरिसासोबतच्या अधूनमधून होणाऱ्या भेटी कधीही टाळल्या नाहीत, तिच्या सगळ्यात व्यग्र काळातही आणि त्यामध्ये प्रेम करण्याचा किंवा प्रेम मिळवण्याचा दावाही नसायचा, तरी त्यांना प्रेमासारखं भासणारं; परंतु ज्यात प्रेमातल्या अडचणी नसतील असं काहीतरी सापडायची आशा असायची. कधी कधी तिच्या घरी गेल्यावर, त्यांना समुद्राकाठच्या गच्चीत बसायला आवडायचं. खारट पाण्याच्या तुषारांनी गच्ची भिजत ते दोघं अख्ख्या जगात होत असलेली पहाट पाहायचे. विश्रामस्थळी भोकांमधून पाहिलेल्या वेगवेगळ्या कामक्लृप्त्या तो तिला चिकटीने शिकवायचा प्रयत्न करायचा, तसंच तो लोतारिओ थुगुटने त्याच्या व्यभिचारी रात्रींमध्ये सांगितलेल्या काही आसनांचीही माहिती द्यायचा. तो तिला नेहमी सांगत असे की, संग करताना इतरांनी त्यांना पाहू दे. ज्यामुळे नेहमीच्या मिशनरी स्थितीला इतर काही पर्याय निर्माण होतील. एकदा हॅमॉकमध्ये कुठलंतरी वेगळं आसन करायच्या प्रयत्नात दोरी तुटून त्यांच्या माना मोडायची वेळ आली होती. अशा धड्यांमधून निष्पत्ती काहीही होत नसे. ती नीडर शिष्या होती हे खरं असलं, तरी मार्गदर्शन करून व्यभिचार करण्यासाठी असलेले उपजत गुण तिच्यात नव्हते. तिला शय्यासोबत करतानाचा प्रसन्न उत्साह कधी समजला नाही, तिला नवं कधी गवसलं नाही आणि तिचा उत्कटबिंदू अचानक, नको त्या वेळी यायचा आणि तो वरवरचा असायचा : अकल्पक. बराच काळ, आपण तिच्यासोबत संग करणारे एकमेव पुरुष आहोत, या भ्रमात तो होता आणि तीदेखील त्याच्या त्या विश्वासाला टिकवून होती; परंतु तिला झोपेत बडबडण्याची वाईट सवय होती. हळूहळू, तिचं झोपेतलं बडबडणं ऐकून त्याने तिच्या स्वप्नांच्या तुकड्यांना जोडलं आणि एक नकाशा तयार केला, त्यामुळे त्याला तिच्या रहस्यमय आयुष्याच्या कितीतरी बेटांवर जाता आलं, तेव्हा त्याच्या लक्षात आलं की, तिला त्याच्याशी लग्न करायचं नव्हतं; परंतु तिला ती त्याच्या आयुष्याशी जोडली गेली आहे असं वाटायचं. कारण तिला भ्रष्ट केल्याबद्दल, तिच्या मनात त्याच्याविषयी खूप कृतज्ञता होती. ती त्याला बऱ्याचदा म्हणायची, ''तू मला आवडतोस, कारण तू मला बाजारबसवी बनवलंस.''

एका अर्थाने, तिचं म्हणणं बरोबर होतं. फ्लोरेंतिनो अरिसाने तिचे पारंपरिक लग्नातल्या कौमार्याचे कपडे फेडले होते, जे जन्मजात कौमार्य किंवा विधवापणाच्या सुतकी संयमापेक्षा जास्त अपायकारक होतं. प्रेम दीर्घकाळ चालू राहण्यासाठी शय्यासोबत करताना कोणी काही करत असेल, तर ते कधीच अनैतिक असू शकत नाही, हे त्याने तिला शिकवलं आणि तेव्हापासून तिला जगण्यासाठी काहीतरी

एक कारण मिळालं : त्याने तिला समजावलं की, आपण या जगात आपापल्या शय्यासोबतींचा वाटा घेऊन येतो आणि जो कोणी कोणत्याही कारणाने त्याचा वापर करत नाही – स्वतःच्या वाट्याचा किंवा इतरांचा वाट्याचा – मग तो मुद्दाम असो अथवा आपोआप, तो त्याचा वाटा हरवून बसतो. तिने त्याचे शब्द खरे मानले, हे तिचं श्रेय होतं, तरीही तो तिला इतर कुणाहीपेक्षा जास्त ओळखतो असं त्याला वाटल्याने, एवढी मूर्ख बाई लोकप्रिय कशी काय होते, हे फ्लोरेंतिनो अरिसाला समजत नव्हतं. अशी बाई जी तिच्या मृत नवऱ्याचं दुःख शय्यसोबत करताना अथकपणे बोलून दाखवते. विचारांती, त्याला एकच स्पष्टीकरण वाटलं, जे कुणीही नाकारू शकलं नसतं. विधवा नाझारेतकडे तिच्याजवळ नसलेल्या कलाकौशल्यांवर पडदा टाकेल एवढी कोवळीकता नक्की होती. तिची क्षितिजं विस्तारू लागल्यावर आणि त्याने स्वतःचा वेगळा शोध घ्यायला सुरुवात केल्यावर, आपल्या वेदनेसाठी दुसऱ्यांच्या मनात शांतता शोधू लागल्यावर, दोघांच्या भेटीगाठी कमी कमी झाल्या आणि शेवटी, कोणतंही दुःख न होता, ते एकमेकांना विसरून गेले.

फ्लोरेंतिनो अरिसाचं ते पहिलं शय्यासोबत करण्यापुरतं असलेलं प्रेम होतं; परंतु त्याच्या आईने पाहिलेल्या स्वप्नानुसार, ते कायमचे एक न होता, दोघंही आपापल्या आयुष्यात दुराचारी मार्गावरून चालत गेले. फ्लोरेंतिनो अरिसाने काही पद्धती विकसित केल्या होत्या, ज्या त्यासारख्या कालविसंगत, वृद्ध माणसासारखे कपडे घालणाऱ्या, बारीक आणि अबोल व्यक्तीच्या दृष्टीने अचंबित करणाऱ्या होत्या, तरीही त्याच्यावर कृपा करणाऱ्या दोन गोष्टी होत्या. एक म्हणजे भर गर्दीतही, त्याच्यासाठी थांबलेली बाई हेरण्याची अचूक नजर आणि तरी तो प्रियाराधन सावधपणे करायचा. कारण, त्याला नकार जास्त लज्जास्पद अथवा हीन पातळीवरचा वाटायचा. दुसरं म्हणजे बायका हा प्रेमाचा भुकेला एकटा पुरुष, जणू काही तो नम्र कुत्र्यासारख्या रस्त्यावरचा याचक आहे हे ताबडतोब ओळखायच्या. मग त्या त्याला काहीही न विचारता, कशाचीही अपेक्षा न ठेवता, त्या केवळ त्याच्यावर मेहेरबानी करत आहे, एवढ्या एका विचाराने त्याला हवं ते सगळं द्यायच्या. एवढीच त्याची शस्त्रं होती आणि त्यांच्यासोबत तो पूर्णतः गुप्तपणे ऐतिहासिक लढाया लढला, ज्यांचा नोंदी त्याने एका नोंदवहीत काळजीपूर्वक संकेतबद्ध केल्या होत्या. त्या नोंदवहीच्या नावातच सगळं काही आलं होतं : विमेन अर्थात बायका. त्याची पहिली नोंद होती विधवा नाझारेत. पन्नास वर्षांनंतर, जेव्हा फर्मिना डासा तिच्या संस्कारात्मक शिक्षेमधून मुक्त झाली, तेव्हा त्याच्याकडे अशा पंचवीस नोंदवह्या झाल्या होत्या, ज्यात सहाशे बावीस दीर्घकालीन संबंधांच्या नोंदी होत्या, जलद गतीने केलेली साहसं तर अनेक होती, ज्यांची नोंद करण्यालायकही नव्हती.

सहा महिने नाझारेतशी आवेगपूर्ण प्रेमप्रकरण केल्यानंतर, तो फर्मिना डासाच्या त्रासातून आता बाहेर पडला आहे, असं त्याने स्वतःला पटवलं. त्याचा त्यावर

नुसता विश्वासच बसला नाही, तर त्याने त्रान्झितो अरिसाशी त्याबाबत चर्चाही केली, तेव्हा फर्मिना डासा विवाहानंतर दोन वर्षं प्रवासाला गेली होती. एका रविवारी, कोणतीही पूर्वसूचना न देता किंवा काही न सांगता-सवरता, तिला त्याने तिच्या नवऱ्याचा हात धरून हाय मासहून जाताना बघेस्तोवर, तो अनिर्बंध स्वातंत्र्याचा आनंद घेत त्यावर विश्वासही ठेवू लागला. ती तिच्या नव्या जगातील खुशामतीने आणि औत्सुक्याने वेढलेली होती. चांगल्या घरातल्या याच स्त्रियांनी पहिल्यांदा तिला तुच्छ लेखलं होतं आणि तिला अपमानास्पद वागणूक दिली होती, कारण तिला नाव-गाव काहीही नव्हतं; परंतु आता अकस्मात संपत्ती लाभून ती त्यांच्यातली एक झाली होती आणि तिने त्यांना आपल्या उत्फुल्लतेने धुंद करून टाकलं होतं. तिने त्या जगातल्या बाईची स्थिती एवढ्या बरोब्बर धारण केली होती की, तिला ओळखायला फ्लोरेंतिनो अरिसाला काही क्षणांचा अवधी लागला. ती वेगळीच व्यक्ती झालेली होती : प्रौढ बाईची स्थिरता, उंच बूट, झिरझिरीत कापड असलेली हॅट आणि कोणत्यातरी सुंदर पक्ष्याचं रंगीत पीस - जे काही होतं ते प्रतिष्ठित आणि आत्मविश्वासाने भरलेलं. जणू काही ते जन्मापासूनच तिच्याकडे असावं. त्याला ती आधीपेक्षा अधिक सुंदर आणि अधिक तरुण; परंतु आधी असायची त्यापेक्षा जास्त अप्राप्य झाल्यासारखी त्याला वाटली. असं का, हे त्याला समजलं नव्हतं; परंतु जेव्हा त्याने रेशमी ट्यूनिकखाली तिच्या गोलाकार पोटाकडे पाहिलं, तेव्हा त्याला समजलं : तिचा सहावा महिना सुरू होता; परंतु ती आणि तिचा नवरा दोघंही जण एकमेकांना साजेसं, कौतुकास्पद जोडपं वाटत होते, यामुळे तो अधिक प्रभावित झाला आणि दोघांनी जगाशी एवढ्या सहजतेने वाटाघाटी केल्या होत्या की, जणू काही ते प्रत्यक्षात असलेल्या खड्ड्यांवरून उडत गेले असावेत असं भासत होतं. फ्लोरेंतिनो अरिसाला मत्सर किंवा द्वेष किंवा संताप यांपैकी काहीही वाटलं नाही - त्याला आपण तुच्छ आहोत असंच वाटलं. केवळ तिच्यासाठीच नव्हे, तर पृथ्वीवरच्या कुठल्याही स्त्रीसाठी तो फार गरीब, कुरूप, तुच्छ आणि अयोग्य आहोत असं त्याला वाटलं.

तर ती परतली होती. आपल्या आयुष्यात अचानक केलेल्या बदलाचा खेद वाटण्याचं काहीही कारण तिच्या परतण्यामागे नव्हतं. उलट, सुरुवातीच्या वर्षांमध्ये सगळ्या अडचणींवर मात करून तगल्यानंतर - जे कौतुकास्पद होतं - तिच्याकडे फारच कमी कारणं होती. कारण, लग्न झाल्यानंतरच्या रात्री, तिच्या डोक्यावर अजूनही कोवळिकतेचे, निरागसतेचे ढग विहरत होते. हळूहळू ते विरून जाऊ लागले, ज्याची सुरुवात हिल्डेब्रांडाच्या प्रांतात केलेल्या प्रवासापासून झाली होती. वाजेदुपारमध्ये अखेरीस तिला समजलं की, कोंबडे कोंबड्यांचा पाठलाग का करतात, तिने तिथे गाढवांचा क्रूर संभोग पाहिला होता, वासरू जन्मताना पाहिलं होतं आणि तिने आपल्या बहिणी त्यांच्या कुटुंबातली कोणती जोडपी

अजूनही संग करतात, कोणी थांबवला - जरी ते एकत्र राहत असले तरी केव्हा, कधी आणि का थांबवला - हे सहजपणे बोलताना ऐकलं होतं. त्याच वेळी तिने तिच्या एकांतवासातल्या प्रेमाचा श्रीगणेशा केला होता, तेव्हा तिला काहीतरी शोधल्याची विचित्र जाणीव झाली, जी तिच्या सहजप्रेरणेला आधीपासून ठाऊक होती - पहिल्यांदा पलंगावर, श्वास रोखून धरत, ज्यामुळे तिला निजायच्या खोलीत जिथे ती डझनभर बहिणींसोबत झोपायची, तिथे तिला आपलं गुपित बाहेर पडणार नाही आणि मग हातपाय न्हाणीघरात पसरून जमिनीवर उत्सुकतेने, धसमुसळेपणाने आडवं होत, केस मोकळे सोडून, खेचर-चालकांची सिगारेट ओढत. जरी तिच्या बहिणी एकमेकींनी त्यांना दिवसभरात किती वेळा उत्कटबिंदू आला हे बढाया मारत सांगायच्या आणि त्यांच्या रूपाबद्दल फुशारक्या मारायच्या, तरी फर्मिना डासा सदसद्विवेकबुद्धीच्या टोचणीमुळे हे नेहमी पूर्णतः गुप्तपणे करायची; या टोचणीवर ती केवळ लग्नानंतर विजय मिळवू शकणार होती. त्या पहिल्यावहिल्या विधीची भुरळ पडूनदेखील, अजूनह कौमार्य गमावणं हे फार मोठं बलिदान आहे या मताचं तिच्या मनावर ओझं होतं.

तिचा लग्नसोहळा गेल्या शतकातल्या, अखेरच्या वर्षांमधला सगळ्यात प्रेक्षणीय सोहळा होता. तिच्यासाठी मात्र तो भयाची नांदी होती. त्या काळी सगळ्यात अतुलनीय, सुंदर अशा तरुण पुरुषाशी लग्न केल्यामुळे, समाजामध्ये जे वादळ उठलं होतं, त्यापेक्षा जास्त दुःखद परिणाम मधुचंद्रानंतर तिच्यावर झाला. कॅथेड्रलमधल्या हाय मासमध्ये जेव्हा या लग्नाची घोषणा केली गेली, तेव्हा फर्मिना डासाला पुन्हा एकदा अनामिक पत्रं येऊ लागली. त्यातल्या काहींत तर जिवे मारण्याच्या धमक्याही होत्या; परंतु तिने त्यांकडे दुर्लक्षच केलं. कारण, तिला वाटत असलेली सगळी भीती जवळ आलेल्या कौमार्यभंगावर केंद्रित झालेली होती. तिचा तसा हेतू नसला, तरी अशा प्रकारच्या पत्रांना उत्तर देण्याचा तो योग्य मार्ग होता. कारण अशी पत्रं इतिहासाच्या अपमानित करणाऱ्या अनुभवांमुळे नियतीपुढे शरण गेलेल्या वर्गाकडून येत असत. जेव्हा लग्न रद्द होणार नाही, हे समजलं तेव्हा हळूहळू त्यांचा विरोध मावळला. चिडलेल्या, संधिवाताने कमकुवत झालेल्या बायका तिच्याकडे हळूहळू लक्ष देऊ लागल्या असल्याचं तिच्या लक्षात आलं. त्यांची कृत्यं निरुद्योगी होती, हे त्यांच्या लक्षात आलं होतं. मग त्या काहीही न सांगता-सवरता, जणू काही पार्क ऑफ द एव्हांजेल्स हे त्यांचं घरच असल्यागत तिच्याकडे येऊ लागल्या, तिला पाककृती सांगू लागल्या आणि साखरपुड्यासाठी भेटवस्तू देऊ लागल्या. त्रान्झितो अरिसाला हे जग माहीत होतं. पहिल्यांदाच तिला स्वतःला त्याचा त्रास झाला होता. तरी तिला हे ठाऊक होतं की, मोठमोठ्या मेजवान्या असायच्या त्या दिवशी संध्याकाळी, तिचे ग्राहक तिच्याकडे यायचे, तिला तिच्या बरण्यांमध्ये हात घालून गहाण ठेवलेली रत्नं-खडे चोवीस तासांसाठी वापरायला द्यावेत, त्या बदल्यात

जास्तीचं व्याज घ्यावं अशी विनंती करायचे. आता ज्या प्रमाणात हे घडत होतं, तसं घडल्याला फार दिवस होऊन गेले होते. बरण्या रिकाम्या झाल्या, मोठमोठाली नावं असलेल्या 'मालकीणबाई' आपल्या अंधाऱ्या महालांमधून बाहेर पडल्या आणि त्यांचीच रत्नं, अशा लग्नात घातली गेली ज्याची सर उर्वरित शतकात कधी कशाला आली नाही. त्यात भर म्हणजे खुद्द डॉ. राफाएल न्यूनेस या लग्नाचा प्रायोजक होता. तो तीन वेळा 'रिपब्लिक'चा अध्यक्ष झाला होता आणि तत्त्वज्ञ, राष्ट्रगीत लिहिणारा कवी आणि लेखक होता. ही गोष्ट तेव्हापासून काही शब्दकोशांमध्येही बघायला मिळू शकत होती. आपल्या बापाचा हात हातात घेऊन कॅथेड्रलच्या मुख्य वेदीपाशी फर्मिना डासा आली. औपचारिक पोशाखामुळे एक दिवसासाठी तिचा बाप संदिग्ध अशा सन्मानास पात्र वाटत होता. कॅथेड्रलच्या मुख्य वेदीवर ती कायमची विवाहित स्त्री होणार होती, तेव्हा तीन बिशप उपस्थित असलेला मास आयोजित केला होता आणि दिवस होता होली ट्रिनिटीचा व वेळ सकाळी अकरा वाजताची. तेव्हा ती फ्लोरेंतिनो अरिसाचा एक क्षणही विचार करत नव्हती, जो त्या वेळी फार अस्वस्थ मनःस्थितीत, तापाने फणफणला होता. तिच्यामुळे मरणपंथाला लागलेला होता आणि छप्पर नसलेल्या बोटीत आश्रितासारखा प्रवास करत होता. लग्नसोहळ्याच्या वेळी आणि त्यानंतरच्या स्वागतसमारंभात, तिने चेहऱ्यावर एक हसू पांघरलं, जे पांढऱ्या शिशाने चित्र काढल्याप्रमाणे भासत होतं. त्या निर्जीव हास्याचा काहींनी 'विजयी झाल्याचं खोटं हसू' असा अर्थ काढला; परंतु प्रत्यक्षात मात्र तो एका कुमारी वधूचा आपलं भय झाकण्याचा केविलवाणा प्रयत्न होता.

सुदैवाने अनपेक्षितपणे उद्भवलेली परिस्थितीत, तिच्या नवऱ्याचा समजूतदारपणा यांमुळे तिच्या पहिल्या तीनही रात्री वेदनारहित गेल्या. 'कंपनी जनरल ट्रान्सअटलँटिक' जहाजाची प्रवास करण्याची रूपरेषा कॅरिबियनमधल्या वाईट हवामानामुळे विस्कळित झाली होती, त्यामुळे त्यांनी तीन दिवस आधी घोषित केलं की, रा रॉशेलला जाणाऱ्या त्या जहाजाचं मार्गक्रमण चोवीस तास अलीकडे करण्यात आलं आहे. परिणामी ते लग्नानंतर दुसऱ्या दिवशी प्रवासाला निघणार नव्हते, ज्याची तयारी सहा महिन्यांपासून केलेली होती, तर त्याच रात्री जाणार होते. हा बदल म्हणजे या लग्नाने दिलेल्या अनपेक्षित गोष्टींपैकी आणखी एक आहे, असंच सगळ्यांना वाटलं. कारण, उजळत्या समुद्री जहाजावर स्वागतसमारंभाची मध्यरात्री सांगता झाली, तेव्हा व्हिएन्नी वाद्यवृंदाने जॉन स्ट्रॉस यांच्या नव्या गीतांचं वादन केलं, त्यामुळे शेवटी शॅम्पेनमुळे धुंद झालेल्या, मेजवानीला उपस्थित असलेल्या विविध सदस्यांना त्यांच्या दुर्दैवी बायकांना हात धरून बाहेर काढावं लागलं. कारण, त्यांनी बोटीवरच्या नवशिक्या खलाश्यांना पॅरिसला जाण्यासाठी आणि तिथे सोहळ्याचा आनंद लुटण्यासाठी मोकळ्या केबिन आहेत का, असं विचारायला सुरुवात केली होती. सगळ्यात शेवटी निघाला तो लॉरेंझो डासा. बंदरावरच्या

आरामगृहांबाहेर रस्त्यावर बसून, खराब झालेल्या टक्सेडोत तो कोणी मेल्यावर रडतात तसा मोठमोठ्याने रडू लागला.

वादळी समुद्रातील पहिल्या रात्री किंवा त्यानंतर समुद्र शांत झाल्यावरच्या रात्री किंवा तिच्या दीर्घ वैवाहिक आयुष्यातही, फर्मिना डासाला जे अमानुष कृत्य घडण्याची भीती वाटत होती, ते कधीही घडलं नव्हतं. जहाजाचा आकार मोठा असला आणि त्याच्या खोलीतल्या सोयीसुविधाही चांगल्या असल्या, तरी तिची पहिली रात्र म्हणजे रिओवाछाहून केलेल्या भयकारी प्रवासाप्रमाणेच होती. तिला दिलासा देत, सांत्वन करत तिचा फिजिशियन असलेला नवराही झोपला नाही. अतिप्रतिष्ठित फिजिशियनसुद्धा समुद्र लागल्यावर एवढंच करू शकत होता; परंतु गायराचं बंदर गेल्यावर, तिसऱ्या दिवशी वादळ शांत झालं. तोपर्यंत त्या दोघांनी एकमेकांसोबत बराच वेळ घालवला होता आणि जणू ते एकमेकांचे जुने मित्र असल्यागत त्यांनी भरपूर गप्पा मारल्या होत्या. चवथ्या रात्री, ते नेहमीसारखे झाले, तेव्हा आपली तरुण पत्नी झोपण्याआधी प्रार्थना म्हणत नाही हे समजल्यावर डॉ. हुवेनाल उर्बिनो आश्चर्यचकित झाला. तिने त्याला मोकळेपणाने सांगितलं : तिची श्रद्धा अतूट होती; परंतु सिस्टर्सच्या दांभिकपणामुळे तिच्या मनात असल्या कर्मकांडांविरोधात अढी निर्माण झाली होती आणि तिने शांतपणे आपली श्रद्धा व्यक्त करणं शिकून घेतलं होतं. ती म्हणाली, ''मला देवाबरोबर थेट संभाषण करायला आवडतं.'' त्याला तिचं कारण पटलं आणि त्यानंतर ते दोघं आपापल्या पद्धतीने धर्मपालन करू लागले. त्यांनी थोडक्यात विवाहनिश्चय केला होता; परंतु त्या काळाचा विचार करता तो फार अनौपचारिक होता : रोज संध्याकाळी, डॉ. उर्बिनो तिच्या घरी तिला भेटत असे, तेव्हा ती एकटी असे. धर्मगुरूंच्या आशीर्वाद मिळाल्याशिवाय ती तिच्या बोटांनाही त्याला स्पर्श करू देणार नव्हती; परंतु त्यानेही तसा प्रयत्न केला नाही. वादळ शांत झाल्यानंतर पहिल्या रात्री, ते पलंगावर कपडे घालून झोपले असताना, त्याने तिला अत्यंत काळजीपूर्वक प्रेमाने स्पर्श करायला सुरुवात केली. तेव्हा त्याने तिला वावरायला सहज वाटेल असे कपडे घालावेत, असं सूचित केलं. कपडे बदलण्यासाठी ती न्हाणीघरात गेली; परंतु आधी तिने आपल्या खोलीतला दिवा बंद केला आणि जेव्हा ती आपला रात्रीचा मलमली पोशाख घालून बाहेर आली, तेव्हा तिने खोलीच्या दाराला असलेल्या फटी, भेगा कपड्यांनी बुजवून टाकल्या म्हणजे जेव्हा ती पलंगावर जाईल, तेव्हा संपूर्ण काळोख झालेला असेल. तसं केल्यावर, ती विनोदाने म्हणाली, ''डॉक्टर, तुमची अपेक्षा काय आहे? मी पहिल्यांदाच कोण्या अनोळखी माणसासोबत झोपते आहे.''

डॉ. उर्बिनोला एखादा चकित झालेला लहानसा प्राणी त्याच्या शेजारी हळूच आल्यासारखं वाटलं. ज्या बंकवर दोन लोकांना एकमेकांना स्पर्शही न करता झोपणं अशक्य होतं, त्यावर ती त्याच्यापासून जास्तीत जास्त लांब राहण्याचा प्रयत्न

करत होती. त्याने तिचा गार आणि भीतीने कापणारा हात हातात घेतला, तिच्या बोटात बोटं गुंफली आणि पुटपुटत त्याने तिला त्याच्या समुद्री प्रवासाच्या आठवणी सांगायला सुरुवात केली. ती ताठरली, कारण झोपल्यावर तिच्या लक्षात आलं की, ती न्हाणीघरात असताना त्याने त्याचे सगळे कपडे काढलेले होते, त्यामुळे आता पुढे काय होणार या विचाराने भीतीने तिचा ताबा घेतला; परंतु पुढे जे काही होणार होतं, त्याला अजून बरेच तास लागणार होते. डॉ. उर्बिनो तिच्याशी हळूहळू बोलत राहिला आणि त्याने तिच्या शरीराच्या प्रत्येक कणाचा आत्मविश्वास जिंकून घेतला. तो तिला पॅरिसबद्दल सांगू लागला. पॅरिसमधल्या प्रेमाबद्दल, तिथल्या रस्त्यांवर, बसमध्ये चुंबनं घेणाऱ्या प्रेमिकांबद्दल आणि उष्ण वाऱ्यांसाठी आणि ॲकॉर्डियन वादनासाठी खुल्या असलेल्या कॅफेच्या खुल्या सज्ज्यावर उभं राहून सीएन नदीच्या साक्षीने प्रेम करणाऱ्यांबद्दल. अंधारात बोलता बोलता, त्याने आपल्या बोटांनी तिच्या मानेचा वक्राकार भाग कुरवाळला, तिचे रेशमी केस हळुवारपणे हातात घेतले, तिच्या बेंबीला हळूच स्पर्श केला, आणि जेव्हा तिचा ताठरपणा दूर झाला असावं असं त्याला वाटलं, तेव्हा त्याने तिचा झोपायचा पोशाख उतरवायचा प्रथमच प्रयत्न केला; परंतु तिने तिच्या स्वभावानुसार तत्काळ त्याला थांबवलं. ती म्हणाली, ''मला माझं माझं करता येतं.'' तिने तो काढला आणि मग ती एवढी स्थिर झाली की, अंधारात तिच्या शरीरावरून परावर्तित होणारा प्रकाश त्याला दिसला नसता, तर ती नाहीचे असं डॉ. उर्बिनोला वाटलं असतं.

थोड्या वेळानंतर त्याने तिचा हात पुन्हा हातात घेतला आणि या वेळी तो उबदार व शांत वाटला, तरीही तो घामाने ओलसर झाला होता. थोडा वेळ ते शांतपणे तसेच राहिले. तो आणखी एक पाऊल टाकण्याची संधी शोधत होता आणि तीही नक्की काय घडणार आहे याचा अंदाज नसल्याने वाट पाहत थांबून राहिली. त्यांचे श्वास अधिकाधिक उत्कट होऊ लागले, तेव्हा अंधार वाढला. काही न सांगता त्याने तिचा हात सोडला आणि पोकळीत उडी घेतली : त्याने त्याच्या जिभेने अंगठ्याशेजारचं बोट ओलं केलं आणि तिच्या स्तनाग्रांवर चोळलं, तिला त्याने निःशस्त्र पकडलं. शरीरात जणू स्फोट होत असावा असं तिला वाटलं, जणू त्याने एखादी उघडी पडलेली नस पकडली असावी. अंधार असल्यामुळे तिला बरंच वाटलं. कारण, त्यामुळे तिचा रक्तलालिमा त्याला दिसू शकत नव्हता, जो तिच्या मेंदूपर्यंत जाऊन तिला हलवून गेला होता. ''चिंता नको करूस,'' तो शांतपणे म्हणाला. ''मी त्यांना याआधीही भेटलो आहे हे विसरू नकोस.'' त्याला ती हसल्याचं जाणवलं, तिचा आवाज गोड होता आणि त्या अंधारात नवा वाटला.

''मला अगदी नीट आठवतंय,'' ती म्हणाली. ''आणि मी अजूनही रागावलेली आहे.''

मग त्यांनी 'केप ऑफ गुड होप' ओलांडलं आहे असं त्याला समजलं आणि त्याने तिचा मोठा, मऊ हात पुन्हा हाती घेतला आणि त्यावर हळूहळू चुंबनांचा वर्षाव केला – पहिले कडक असलेला पालथा हात, निमुळती, मोठी बोटं, तलम नखं आणि घामाने ओला असलेला, तिच्या नशिबाची चित्रलिपी रेखाटलेला तळवा. तिचा हात त्याच्या छातीपाशी कसा गेला हे तिचं तिलाही समजलं नाही आणि तिला अव्यक्त, अस्फुट असं काहीतरी वाटलं. तो म्हणाला, "ते खांद्याचं हाड आहे." तिने त्याच्या छातीवरचे केस कुरवाळले आणि मग तिच्या मुठीत धरून ते सगळेच्या सगळे मुळापासून बाहेर येईस्तोवर ओढले. "आणखी जोरात," तो म्हणाला. त्याला त्रास होत नाहीये हे माहीत झाल्यावर ती थांबली आणि मग त्याचा अंधारात हरवलेला हात तिने शोधून धरला; परंतु त्याने त्या बोटांना एकमेकांमध्ये गुंतवलं नाही, त्याऐवजी त्याने तिचं मनगट घट्ट धरलं आणि तिचा हात त्याच्या शरीरावरून एका अदृश्य; परंतु योग्य मार्गाने जाणाऱ्या शक्तीने फिरवला, तेव्हा तिला आकार नसलेल्या, एका नग्न श्वापदाचा उत्कंठित श्वास जाणवला. ते श्वापद उत्सुक आणि ताठ होतं. त्याने ज्याची कल्पना केली होती, त्याच्या विरुद्ध आणि तिनेही ज्याची कल्पना केली होती, त्याउलट घडलं. तिने आपला हात काढून घेतला नाही किंवा त्याने जिथे ठेवला होता तिथे तसाच ठेवला नाही. त्याऐवजी तिने स्वतःच्या शरीर-मनाची ब्लेस्ड व्हर्जिनकडे प्रशंसा केली, ज्या वेडेपणामुळे ती मोठ्याने हसणार होती त्या भीतीने तिने दात-ओठ खाल्ले आणि स्पर्शाने झेपावू पाहणारा प्रतिपक्ष ओळखायला सुरुवात केली, त्याचा आकार हुडकू लागली – डोलकाठीची शक्ती, त्याच्या पंखांची रुंदी, त्याच्या निश्चयाने ती चकित झाली; परंतु त्याच्या एकाकीपणाचीही तिला दया आली. सखोल उत्सुकतेने तिने त्याला आपलंसं केलं, ज्यामुळे तिच्या नवऱ्यापेक्षा कमी अनुभव असलेला कोणालाही ते प्रेमळ कुरवाळणं वाटलं असतं. तिच्या शोधसत्रामुळे आलेल्या भोवळीवर मात करण्यासाठी त्याला त्याची सगळी शक्ती एकवटावी लागली. शेवटी तिने कचरापेटीत टाकून दिल्यागत, बालिश बेफिकिरीने ते सोडून दिलं.

"मला ते काम कसं करतं हे कधीही समजून घेता आलेलं नाही," ती म्हणाली.

त्यानंतर, अधिकारयुक्त पद्धतीशास्त्राच्या आधारे, त्याने तिला गांभीर्यपूर्वक सगळं काही विस्ताराने सांगितलं. त्या-त्या वेळी तिने तिचा हात उल्लेखलेल्या जागेवर नेला आणि तिनेही आज्ञाधारक शिष्याप्रमाणे त्याला तो हलवू दिला. एका अनुकूल अशा क्षणी, त्याने हे सगळं दिव्याच्या प्रकाशात समजायला अधिक सोपं आहे असं सुचवलं. तो दिवा लावायला गेला; परंतु तिने त्याचा हात धरत म्हटलं, "मी माझ्या हाताने अधिक चांगलं पाहू शकते." प्रत्यक्षात तिलाही दिवा लावायचा होता; परंतु तिला ते स्वतःहून, इतर कुणीही आज्ञा न देता करायचं होतं

आणि तिच्या मनाप्रमाणे झालं. त्याने तिला अचानक आलेल्या उजेडात पाहिलं. ती चादरीखाली गर्भातल्या बाळासारखी पाय जवळ घेऊन झोपली होती; परंतु मग तिने न कचरता अभ्यास चालू असलेल्या श्वापदाला हातात घेतलं, या बाजूला, त्या बाजूला वळवलं. त्याचं नीट निरीक्षण केलं, जे शास्त्रीयदृष्टीपेक्षा अधिक आहे असं सुरुवातीला वाटलं आणि तिचं झाल्यावर म्हणाली, ''किती कुरूप आहे हे, बायकांच्या 'त्या'पेक्षाही जास्त कुरूप.'' त्याने होकार भरला आणि कुरूपतेपेक्षाही अधिक गंभीर असलेल्या गैरसोयी त्याने तिला सांगितल्या. ''पहिल्या मुलासारखा असतो तो. त्याच्यासाठी कामं करत तुम्ही अख्खं आयुष्य घालवता, त्याच्यासाठी त्याग करता आणि अखेरीस त्याला ज्यात आनंद वाटतो, तेच तो करतो.'' तिचं निरखणं सुरूच होतं, हे कशासाठी आणि ते कशासाठी असं ती विचारत होती. मिळालेल्या माहितीमुळे तिचं समाधान झाल्यावर, तिने ते दोन्ही हातांत घेऊन त्याचं वजन कष्टदायक नाहीये ना हे पाहिलं आणि मग झिडकारल्यागत सोडून दिलं.

''शिवाय, मला वाटतं की त्याच्यावर साऱ्या गोष्टी असतात,'' ती म्हणाली.

तो आश्चर्यचकित झाला. पदवीकरिताचा त्याच्या प्रबंधाचा विषय हाच होता : माणसाच्या शरीराच्या सुलभीकरणाचे फायदे. मानवी इतिहासातल्या काही अवस्थांमध्ये आवश्यक असलेली पण आता निरुपयोगी किंवा पुनरावृत्ती झालेली कार्यं या जुनाट मानवी शरीरात होती. हो, माणूस अधिक सोपा असू शकला असता आणि त्याच न्यायाने कमी असुरक्षित असू शकला असता. त्याने समारोप केला, ''ते असं आहे, जे केवळ देवच करू शकतो; पण अर्थातच काही झालं तरी सैद्धान्तिक तत्त्वांच्या पायावर सिद्ध झालेलं कधीही चांगलंच.'' ती स्तिमित होऊन हसली आणि ते एवढं नैसर्गिक होतं की, त्याने त्या संधीचा फायदा घेऊन तिला मिठीत घेतलं आणि पहिल्यांदाच तिच्या ओठांचं चुंबन घेतलं. तिने प्रतिसाद दिला आणि तो तिला अगदी हळुवारपणे तिच्या गालांवर, तिच्या पापण्यांवर चुंबनं देत राहिला. मग त्याने त्याचा हात चादरीखाली घातला आणि तिचे सपाट, ओटीपोटाखालच्या प्रदेशातले केस तो कुरवाळू लागला. तिने त्याचा हात बाजूला सारला नाही; परंतु ती सावध झाली. जर का त्याने आणखी एक पाऊल पुढे टाकलं तर...

''वैद्यकीय धडा आता पुरे झाला,'' ती म्हणाली.

''बरोबर,'' तो म्हणाला. ''हा धडा प्रेमाचा असणार आहे.''

मग त्याने चादर खाली ओढली आणि तिने त्याला विरोध तर केला नाहीच, उलट तत्काळ पाय झाडत तिने ती बंकवरून खाली भिरकावून दिली. कारण, तिला उकाडा सहन होत नव्हता. तिचं शरीर लयदार आणि लवचीक होतं आणि कपड्यांत झाकलेलं असताना वाटायचं त्यापेक्षा जास्त. त्याला जंगली श्वापदाचा स्वतःचा असा एक गंध होता, ज्यामुळे ती इतर बायकांपेक्षा वेगळी उठून दिसायची. प्रकाशात असंरक्षित असलेल्या तिच्या शरीरातून रक्ताची लाट उसळत गेली, तिचा चेहरा लाल

झाला आणि तो लपवण्यासाठी तिने तिच्याजवळ असलेल्या एकमेव मार्गाचा विचार केला : आपल्या नवऱ्याच्या गळ्यात हात टाकून स्वतःला झोकून देणं आणि जोवर दोघांचाही श्वास गुदमरू लागत नाही, तोवर त्याचं आवेशाने चुंबन घेणं.

त्याचं तिच्यावर प्रेम नव्हतं, याची त्याला जाणीव होती. तिच्या गर्विष्ठपणा, गंभीरपणा आणि तिचं सामर्थ्य त्याला आवडल्याने त्याने तिच्याशी लग्न केलं होतं. अर्थात, त्यामागे काही प्रमाणात त्याच्या बाजूने वृथा अभिमानही होता; परंतु तिने त्याचं प्रथम चुंबन घेतल्याक्षणी त्याची खात्री पटली की, आता खरं प्रेम शोधण्याच्या मार्गात कोणताही अडथळा येणार नव्हता. पहिल्या रात्री, ते दोघं पहाट होईस्तोवर इतर सगळ्या गोष्टींबद्दल बोलले होते; परंतु याबद्दल काहीही बोलले नव्हते किंवा त्यानंतरही ते कधीही त्याबद्दल काही बोलणार नव्हते; परंतु पुढील काळात दोघांपैकी कुणीही हे लग्न करून चूक केली नव्हती.

पहाटे ते झोपी गेले, तेव्हाही ती कुमारिकाच होती; परंतु तिचं कौमार्य अनाघ्रात राहणार नव्हतं. खरंतर त्यानंतरच्या रात्री, व्हिएन्नीज वॉट्झवर चांदण्यांनी भरलेल्या कॅरिबियन आकाशाच्या खाली कसा नाच करायचा, हे त्याने तिला शिकवलं. मग तिच्यानंतर तो न्हाणीघरात गेला आणि जेव्हा तो खोलीत परतला, तेव्हा ती त्याची वाट पाहत नग्न होऊन पलंगावर झोपली होती. तिनेच पुढाकार घेतला आणि मनात कोणतेही भीती न ठेवता, कोणीही खेदाची भावना न ठेवता तिने स्वतःला खोल समुद्रात केलेल्या सफरीच्या आनंदाने त्याच्या हवाली केलं. कौमार्यभंगाच्या रक्ताळल्या विधीचे पुरावे नव्हते, होता तो फक्त लाल गुलाब. जणूकाही जादू झाल्यागत त्या दोघांनी प्रेम केलं आणि त्यानंतरही ते दिवस-रात्र करत राहणार होते, त्या प्रवासात दिवसागणिक त्यांच्यातलं प्रेम फुलत जाणार होतं आणि जेव्हा ते ल रॉशेलला पोहोचले, तेव्हा ते दोघं जणू जुने प्रेमिक असल्यागत एकमेकांचे सोबती झाले होते.

युरोपमधल्या वास्तव्यात त्यांचा मुख्य तळ पॅरिस होता. तिथून त्यांनी शेजारच्या देशांमध्ये लहान प्रवास केले. या काळात त्यांनी जवळपास रोज संग केला, हिवाळ्यात रविवारी तर एकापेक्षा जास्त वेळा, दुपारच्या जेवणाची वेळ होईस्तोवर ते पलंगावर आनंदाने बागडायचे. तो लहरी माणूस होता, तरी शिस्तबद्धदेखील होता आणि ती स्वतःचा फायदा कोणाला घेऊ देणाऱ्यातली नव्हती, त्यामुळे त्या दोघांनाही समागमात समाधानी होण्यासाठी सत्तेचं वाटप समान झाल्यात समाधान मानावं लागलं. तीन महिने अधीरपणे समागम केल्यावर, दोघांपैकी कोणीतरी एक वंध्य असू शकतो, असा निष्कर्ष त्याने काढला आणि दोघांनीही हॉस्पिटल दे ला साफ्लेटिएरमध्ये – ज्या रुग्णालयात त्याने नवशिक्या डॉक्टर म्हणून काम केलं होतं – तिथे कसून तपासण्या करून घेतल्या. तो जिकिरीचा; परंतु निष्फळ प्रयत्न ठरला; परंतु कोणत्याही वैद्यकीय हस्तक्षेपाशिवाय, त्यांनी अपेक्षा ठेवलेली

नसताना, जादू घडून आली. ते त्याच्या घरी – मायभूमीत परतले, तेव्हा फर्मिना डासा सहा महिन्यांची गर्भार होती आणि ती स्वतःला जगातली सगळ्यात आनंदी स्त्री समजत होती. ज्याच्यासाठी ते दोघं बराच काळ थांबले होते, ते बाळ कुंभ राशीत जन्मलं आणि कॉलराने मृत्यू झालेल्या त्याच्या आजोबांच्या नावाने त्याचा बाप्तिस्मा करण्यात आला.

युरोपचा प्रवास की त्यांच्यातलं प्रेम यांपैकी कशामुळे त्यांच्यात बदल झाला, हे समजणं कठीण होतं. कारण, दोन्ही गोष्टी एकाच वेळी घडल्या होत्या; परंतु सगळ्याचं सार असं की, ते केवळ एकमेकांपुरते नव्हे, तर इतर सगळ्यांसाठीही एकजीव झाले होते आणि फ्लोरेंतिनो अरिसाने ते घरी परतल्यावर दोन आठवड्यांनी त्यांना मासहून येताना पाहिलं होतं, तेव्हाही त्याला असंच वाटलं होतं. ते दोघं जगण्याच्या नव्या संकल्पना घेऊन परतले होते, जगभरातल्या नव्या गोष्टी, नवे वारे त्यांनी पाहिले होते आणि ते सोबत घेऊन आले होते. तो साहित्य, संगीत आणि वैद्यकशास्त्रातल्या नव्या घडामोडींसह नेतृत्व करायला तयार होता. त्याने 'ल फिगारो'ची वर्गणी भरली होती, ज्यामुळे वास्तवापासून त्याचा संबंध तुटणार नव्हता आणि 'रेव्ह्यू दे डॉक्स मॉन्दची'ही भरली होती, ज्यामुळे कवितेशी त्याचा संबंध तुटणार नव्हता. त्याने पॅरिसमधल्या त्याच्या पुस्तकविक्रेत्याशी संबंध प्रस्थापित करून तिथे ज्या लेखकांची पुस्तकं सगळ्यात जास्त वाचली जातात ती पाठवण्याची व्यवस्था केली होती. त्यात ॲनातोल फ्रान्स आणि पिएरे लोती आणि त्याचे सगळ्यात आवडते, रेमी द गुरमाँ आणि पॉल बुर्गे हे लेखक होते; परंतु 'ड्रेफस अफेअर'मध्ये हिमतीने हस्तक्षेप केला असला, तरी त्याला काही झालं तरी एमिल झोला नको होता. त्याला तो सहन होत नसे. त्याच पुस्तकविक्रेत्याने त्याला सगळ्या चेंबर म्युझिकमधल्या सगळ्यात चांगल्या, आकर्षक संगीताच्या रेकॉर्ड्स पाठवण्यासही होकार दिला होता, त्यामुळे तो त्याच्या वडिलांना मिळालेली उपाधी आपल्याकडेही ठेवू शकला असता, ती म्हणजे शहरातल्या मैफलींचा सर्वोत्तम मित्र.

एरवी प्रचलित फॅशनना विरोध करणाऱ्या फर्मिना डासाने वेगवेगळ्या काळातले सहा ट्रंका भरून कपडे आणले होते. फॅशन क्षेत्रामधली मोठी नावं तिला तितकी पसंत पडली नव्हती. ती हिवाळ्याच्या मध्यात ट्युईलिरीजमध्ये 'वर्थ'च्या कपड्यांच्या नव्या संग्रहाचं अनावरण करण्यासाठी उपस्थित होती. वर्थ फॅशनच्या नव्या संस्कृतीतलं निर्विवाद अग्रगण्य नाव होतं, मात्र तिथे तिला बाकी काही नाही; परंतु ब्राँकायटिस मिळाला, त्यामुळे तिला पाच दिवस झोपून राहावं लागलं. लाफेरिएरे तुलनेने कमी अहंमन्य आणि आळशी वाटले; परंतु पुनर्विक्री करणाऱ्या दुकानांमधून आवडेल ते विकत घेणं हा तिचा निर्णय होता. तिच्या नवऱ्याने हे कपडे प्रेतांचे असतात असं शपथेवर सांगितलं तरी. अशा रीतीने तिने आपल्यासोबत कोणतंही मोठं नाव नसलेले इटालियन काळे बूट आणले, जे तिला प्रसिद्ध आणि

नामांकित निर्मात्यांपेक्षा जास्त आवडले होते आणि तिने ड्यूपायहून ऊन लागू नये म्हणून वापरली जाणारी छत्री घेतली. तिचा रंग नरकातल्या आगीसारखा लालभडक होता, ज्यामुळे आमच्या थक्क झालेल्या सामाजिक इतिहासकारांना लिहायला भरपूर खाद्य मिळालं. मादाम रिबाँहून तिने फक्त एक हॅट घेतली असली, तरी तिने तिची आणखी एक ट्रंक कृत्रिम चेरी, तिला सापडलेली फेल्टची फुलं, शहामृगाच्या पिसांचे तुरे, मोराची पिसं, आशियाई कोंबड्याच्या शेपटीची पिसं, अखंड तितरपक्षी, हमिंगबर्ड्स आणि अशा प्रकारच्या उडणाऱ्या, आरटण करणाऱ्या स्थितीत जतन करून ठेवलेलं अनेक पक्षी, अशा विविध गोष्टींनी भरून टाकली: गेल्या वीस वर्षांमध्ये हॅट्सचं दिसणं बदलून टाकणाऱ्या या गोष्टी होत्या. तिने जगातल्या सगळ्या देशांमधले पंखे आपल्या संग्रहात ठेवण्यासाठी विकत घेतले, प्रत्येक पंखा वेगवेगळ्या प्रसंगांसाठी योग्य होता. वसंतातल्या थंड झुळुका सगळं काही सपाट करून टाकण्याआधी, तिने बझार द ल चॅरितेमधल्या विवध प्रकारच्या अत्तरांच्या दुकानांतून विक्षोभक गंध निवडून आणला; परंतु तिने एकदाच ते अत्तर वापरलं. कारण नवा सुगंध लावल्यावर ती स्वतःची ओळखच विसरून गेली. तिने आपल्यासोबत सौंदर्यप्रसाधनाची एक पेटी आणली. ती त्या काळी नवी आणि पुरुषांना आकर्षित करण्यात अग्रगण्य होती. ज्या वेळी सार्वजनिक ठिकाणी आपली चेहऱ्याची रंगरंगोटी ठीक आहे ना हे पाहणं हा असभ्यपणा समजला जाई, त्या काळात ती मेजवान्या, समारंभांना ती पेटी घेऊन जात असे.

त्यांनी आपल्यासोबत अमीट अशा तीन आठवणीदेखील आणल्या : पॅरिसमध्ये अभूतपूर्व असा द टेल्स ऑफ हॉफमन या ऑपेराचा पहिला प्रयोग, व्हेनिसमधल्या सेंट मार्क्स स्क्वेअरमध्ये जवळपास सगळ्या गोन्डोला नौकांना लागलेली भयकारी आग, जी त्यांनी आपल्या हॉटेलच्या खिडकीतून दुःखद अंतःकरणाने पाहिली आणि जानेवारीतल्या पहिल्या हिमवर्षावात त्यांना ऑस्कर वाइल्डची जाता जाता मिळालेली झलक; परंतु या आणि यांसारख्या असंख्य आठवणींमध्ये डॉ. हुवेनाल उर्बिनोची एक आठवण होती, जी तो आपल्या बायकोसोबत अनुभवला नव्हता म्हणून त्याला नेहमी खंत वाटत राहिली. कारण, ती आठवण तो पॅरिसमध्ये अविवाहित विद्यार्थी असतानाची होती. प्रसिद्ध लेखक व्हिक्टर ह्यूगोची ती आठवण होती. ह्यूगोला तिथे अतिशय भावनाप्रधान अशी प्रसिद्धी मिळाली होती, जी त्याला त्याच्या पुस्तकांमुळे मिळाली नव्हती. कोणीतरी असं म्हणालं की, तो असं म्हणाला होता, आपलं संविधान अशा देशासाठी आहे, जो देश पुरुषांचा नसून देवदूतांचा आहे. खरंतर कधीही कोणीही ह्यूगोला हे बोलताना ऐकलं, पाहिलं नव्हतं; परंतु त्या वेळेपासून, त्याला खास आदर देण्यात आला होता आणि आमच्या देशबांधवांपैकी फ्रान्सला गेलेले बरेच जण त्याला पाहायला जात असत. सहा-सात विद्यार्थी, ज्यांमध्ये हुवेनाल उर्बिनोही होता, अॅव्हेन्यू इलियूवरील त्याच्या घराबाहेर आणि जिथे तो न

चुकता येतो-जातो; परंतु कधीही फिरकला नाही अशा काही कॅफेजबाहेर काही काळ थांबले होते आणि शेवटी त्यांनी 'कॉन्स्टिट्यूशन ऑफ रिओनीग्रोचे देवदूत' या नावाने जमलेल्या या लोकांना खासगीत भेट द्यावी, अशी विनंती करणारं पत्रही लिहिलं होतं. त्याला कधीही प्रतिसाद आला नाही. एक दिवस, हुवेनाल उर्बिनो लक्झेम्बर्ग गार्डन्सच्या जवळून जात असताना, त्याने व्हिक्टर ह्यूगोला सिनेटमधून बाहेर पडताना पाहिलं. त्याच्याबरोबर एक तरुण स्त्री होती. तो खूप म्हातारा वाटत होता. कष्टपूर्वक चालत होता, त्याच्या छायाचित्रांपेक्षा त्याचे केस आणि दाढी निस्तेज वाटत होती आणि त्याने घातलेला ओव्हरकोट खूप ढगळा वाटत होता. अप्रस्तुत वाटणारं स्वागत करून त्याला आपली आठवण खराब करायची नव्हती : सगळ्यात आभासात्मक प्रतिमेत त्याने समाधान मानलं, जी तो आपल्यासोबत आयुष्यभर ठेवणार होता. विवाहित पुरुष म्हणून पॅरिसला परतल्यावर, डॉ. उर्बिनो त्याला औपचारिकरीत्या भेटू शकणार होता; परंतु त्याआधीच व्हिक्टर ह्यूगो मृत्यू पावला होता.

समाधानाची एक बाब म्हणजे हुवेनाल उर्बिनो आणि फर्मिना डासा यांनी त्यांची एकत्रित आठवण आपल्यासोबत आणली होती. एका बर्फाळ दुपारी, ते बुलेवार्द द कॅप्यून्स रस्त्यावर एका लहानशा पुस्तक-दुकानासमोर झालेली प्रचंड गर्दी पाहून थबकले होते. कारण दुकानात ऑस्कर वाइल्ड होता. अखेरीस, तो बाहेर आला - सुंदर आणि स्वतःबाबत अतिजागरूक - तेव्हा त्याच्याभोवती गर्दीने गराडा घातला. त्यांनी त्याला पुस्तकांवर सही करून देण्याची विनंती केली. खरंतर, डॉ. उर्बिनो त्याला पाहण्यासाठी थांबला होता; परंतु त्याच्या मनस्वी बायकोला मात्र रस्ता ओलांडून तिथे जायचं होतं आणि केवळ तिलाच समर्पक वाटलेल्या एका वस्तूवर त्याची सही घ्यायची होती. ती म्हणजे तिचे हरणाच्या कातडीचे, सुंदर, लांबसडक, मऊ, गुळगुळीत आणि लग्नामुळे तेज आलेल्या तिच्या त्वचेच्याच रंगाचे हातमोजे. त्याच्यासारख्या एखाद्या पुरुषाला ही कृती नक्कीच पसंत पडली असती; परंतु तिच्या नवऱ्याने ठामपणे विरोध केला आणि त्याने सांगूनही जेव्हा तिने जाण्याचा प्रयत्न केला, तेव्हा त्या कृतीमुळे लज्जित झाल्यावर आपल्या तोंड दाखवायला जागा उरणार नाही असं त्याला वाटलं.

''तू रस्ता ओलांडून गेल्यावर,'' तो तिला म्हणाला. ''जेव्हा परत येशील, तेव्हा माझं प्रेत दिसेल इथे.''

तिच्यासाठी हे नैसर्गिक, सहज असं काहीतरी होतं. तिच्या लग्नाला वर्ष होण्याआधी ती सान हुआन दे ला सिनेएगामध्ये याच आत्मविश्वासाने फिरली होती, जणू हे जग जंगलात फिरणाऱ्या एका लहानगीचं - तिचंच आहे, जणू ती त्या जगात जन्मली आहे आणि तिच्याकडे अनोळखी व्यक्तींशी बोलण्याचं असं काही कौशल्यं होतं, ज्यामुळे तिच्या नवऱ्याची बोबडी वळायची आणि तो असा

एक रहस्यमय गुण होता, ज्याने ती कुठेही, कोणालाही स्पॅनिश भाषेत बोलत तिचं म्हणणं समाजवून द्यायची. ''तुम्हाला काहीतरी विकायचं असेल, तर तुम्हाला भाषा आल्या पाहिजेत,'' ती खोटं खोटं हसत म्हणाली. ''परंतु जेव्हा तुम्ही विकत घ्यायला जाता, तेव्हा प्रत्येक जण तुमचं म्हणणं समजून घेण्यास जे जे शक्य असेल ते ते सगळं करतो.'' पॅरिस शहराच्या दैनंदिन जीवनाशी आनंदाने, वेगाने एकरूप झालेलं क्वचितच कोणी असेल आणि सतत पाऊस असूनही ती त्या स्मृतींवर प्रेम करायला शिकली. कित्येक अनुभवांनी शिदोरी तिने आपल्यासोबत आणली होती. गर्भारपणामुळे आणि प्रवासामुळे थकूनभागून ती घरी परतली, तेव्हा तिला बंदरात उतरल्या उतरल्या पहिला प्रश्न विचारला गेला – त्या चित्तवेधक युरोपाबद्दल तुझं काय मत आहे आणि कित्येक महिन्यांच्या परमानंदाचा समारोप तिने कॅरिबियन बोलीत थोडक्या शब्दांत केला : ''ठीकच आहे, एवढाही काही नाही तो.''

ज्या दिवशी फ्लोरेंतिनो अरिसाने सहा महिन्याच्या गर्भार असलेल्या आणि आपल्या स्थितीवर पूर्ण ताबा असलेल्या 'नव्या' फर्मिना डासाला कॅथेड्रलच्या मुख्य भागात पाहिलं, तेव्हा त्याने एक प्रखर निर्णय घेतला : तिच्या पात्रतेला साजेशी प्रसिद्धी आणि पैसा कमवायचा. तो तिच्या लग्नाच्या मार्गातल्या अडथळ्यांबद्दलही विचार करायला थांबला नाही, कारण त्याच वेळी त्याने ठरवलं – जणू काही तो निर्णय त्याच्यावरच अवलंबून होता – की, डॉ. हुवेनाल उर्बिनोचा मृत्यू झाला पाहिजे. कधी आणि कसा, ते त्याला माहीत नव्हतं; परंतु त्याच्याकडे तो अटळ अशी घटना म्हणून पाहत होता आणि त्यासाठी तो काळाच्या अंतापर्यंत हिंसेचा मार्ग न अनुसरता, संयम राखत थांबून राहणार होता.

त्याने सुरुवातीपासून आरंभ केला. काही सांगता, न सवरता, तो रिव्हर कंपनी ऑफ कॅरिबियनचा प्रमुख व अध्यक्ष असलेल्या लिओकाकाकडे गेला आणि आपण तो देईल ते काम करायला उत्सुक आहोत हे सांगितलं. त्याने ज्या प्रकारे व्हिला दे लेवामधली तार संचालकाची चांगली नोकरी सोडून दिली होती, ते पाहून त्याचा काका रागावला होता; परंतु आईच्या पोटातून बाहेर आल्यावर एकदा आणि कायमचा माणसाचा जन्म होत नसतो, तर जीवन त्याला पुन्हा पुन्हा जन्म घ्यायला भाग पाडतं, या त्याच्या गृहीतकावर तो ठाम राहिला. याशिवाय त्याच्या आणखी एका भावाची विधवा वर्षभरापूर्वी मरण पावली होती. तिच्यामागे कोणीही वारस नव्हता, त्यामुळे तो दुखावला असला, तरी त्याला वारस नव्हता म्हणून शेवटी त्याने त्याच्या भटक्या पुतण्याला नोकरी दिली.

डॉन लिओ बारावा लोआयझाच्या नमुनेदार निर्णयांपैकी हा एक निर्णय होता. काका वर–वर जरी कठोर, भावनाहीन व्यापारी वाटत असला, तरी त्याच्या आत

एक आनंदी वेडा दडलेला होता. तो दफनविधी सोहळ्याला 'इन क्वेस्ता तोम्बा ऑस्कुरा' हे गंभीर गीत आपल्या हृदयद्रावक आवाजात सादर करत असे. त्याच्या डोक्यावर कुरळे केस होते, त्याचे ओठ ग्रामदेवतेसारखे होते आणि त्याने एका हातात 'लायर' वाद्य घेऊन डोक्यावर लॉरेलच्या पानांचं कडं घातलं असतं, तर तो ख्रिश्चन पुराणातल्या प्रक्षोभक निरोसारखा झाला असता. तो अतिवापरामुळे निकामी झालेल्या नदीबोटींचं व्यवस्थापन करण्यात गुंतलेला असला किंवा नदीतील जलवाहतुकीतल्या दिवसेंदिवस वाढत जाणाऱ्या समस्यांना सामोरा जात असला, तरीही त्याने त्याला मिळत असलेला मोकळा वेळ गीतगायनासाठी दिलेला होता. त्याला दफनविधी सोहळ्याला गायला सर्वांत जास्त आवडत असे. त्याचा आवाज गॅलीतल्या गुलामांसारखा होता – अप्रशिक्षित; परंतु छाप पाडण्याची क्षमता असलेला. एन्रिको कॅरूसो हा त्याच्या आवाजाच्या सामर्थ्याने काचेची फुलदाणी तडकवू शकतो, असं त्याला कोणीतरी सांगितलं होतं, त्यामुळे त्याचं अनुकरण करण्यासाठी त्याने कितीतरी वर्षं घालवली होती. त्याने खिडकीच्या कांचांवरही प्रयोग केला होता. जगभरात फिरणारे त्याचे मित्र त्याला कुठून कुठून अत्यंत नाजूक फुलदाण्या आणून द्यायचे आणि त्याची स्वप्नपूर्ती व्हावी म्हणू त्याच्यासाठी खास मेजवान्या आयोजित करायचे; परंतु त्याला कधीच यश मिळालं नाही, तरी त्याच्या गडगडाटी आवाजात संदिग्ध अशी कोवळीकता होती, त्यामुळे त्याचं गायन ऐकणाऱ्यांच्या हृदयाला हात घालायचं, जणू काही ते महान गायक कॅरूसोच्या स्फटिकांच्या फुलदाण्या असाव्यात आणि त्यामुळे त्याला दफनविधी सोहळ्याच्या वेळी पूज्यनीय समजलं जायचं. अपवाद एकदाच झाला होता, जेव्हा 'व्हेन आय वेक अप इन ग्लोरी' हे मन हेलावणारं लुईझियानामधलं, सुंदर दफनविधी गीत तो म्हणू लागल्यावर, एका पाद्र्याने त्याला 'गप्प बस' असं सुनावलं होतं. कारण, त्या पाद्र्याला चर्चच्या विधीमध्ये प्रोटेस्टंट आगंतुकता खपवून घेता आली नव्हती.

आणि अशा प्रकारे, पुन्हा गाणं गा, अशी मिळणारी दाद आणि गीतगायन या सगळ्यामध्ये, त्या काळात त्याच्या अंगचे सर्जनशील गुण आणि अजिंक्य असं व्यावसायिक सामर्थ्य यांमुळे तो नदीतल्या जलवाहतूक उद्योगजगतातला नायक झाला होता. त्याच्या मृत भावांप्रमाणेच तो शून्यातून वर आला होता आणि जरी त्यांच्यावर अनैतिक संबंधांतून जन्मलेली मुलं – त्याच्याहून वाईट म्हणजे नाजायज मुलं ज्यांना कधीही कुणी ओळखपाळख दिली नाही – असा बट्टा लागलेला असला, तरी या मुलांनी त्यांच्या इच्छाशक्तीच्या जोरावर मोठी भरारी घेतली होती. त्या काळात ज्याला 'मेजावर उमरावांनी केलेली दौलतजादागिरी' असं म्हटलं जायचं त्या गटाचा तो उच्च पातळीवरचा सदस्य होता. कमर्शियल क्लब हे त्याचं अभयस्थान होतं आणि तरी रोमन सम्राटाप्रमाणे दिसणारा, त्या थाटात राहू शकेल एवढी संपत्ती असलेला लिओकाका, अत्यंत साधेपणाने, जुन्या शहरातल्या एका

साध्याशा जुन्या घरात राहायचा. कारण, ते घर व्यवसायाच्या दृष्टीने सोयीचं होतं. त्याचा एकमेव ऐशआराम म्हणजे : समुद्राजवळ घर, तिथून दोन लीगवर कार्यालय, हातांनी बनवलेली सहा स्टुलं, मातीची मडकी ठेवण्यासाठी एक मांडणी आणि ज्यावर रविवारी झोपून विचार करता येईल, अशी गच्चीवर बांधलेली हॅमॉक. जेव्हा कोणी त्याच्यावर श्रीमंत झाल्याचा आरोप करायचं, तेव्हा स्वतःचं वर्णन करणारं प्रत्युत्तर त्याच्याहून अधिक चांगलं इतर कुणीही देऊ शकायचं नाही.

''नाही, श्रीमंत नव्हे,'' तो म्हणायचा. ''मी पैसे असलेला गरीब आहे, वेगळं आहे ते.''

त्याच्या विचित्र स्वभावामुळे – ज्याची कोणीतरी एका भाषणात प्रशंसा 'चमकदार वेड' असं केलं होती – काकाला एरवी फ्लोरेंतिनो अरिसात इतर कुणाला जे दिसलं नसतं, ते क्षणार्धात दिसलं. जेव्हा फ्लोरेंतिनो काकाकडे काम मागायला गेला होता, तेव्हा उदास, विषण्ण मनःस्थितीत होता. त्याच्याकडे वाया गेलेल्या सव्वीस वर्षांशिवाय काही नव्हतं. काकाने त्याला सैनिकांसारखं कठीणतम प्रशिक्षण देऊन, त्याची परीक्षा घेतली, ज्यात भलेभलेदेखील टिकून राहू शकले नसते; परंतु त्याने हिंमत खचू दिली नाही. लिओकाकाला कधी वाटलंही नव्हतं, ती हिंमत त्याच्या पुतण्यात तगून राहण्याच्या गरजेतून किंवा बापाकडून मिळालेल्या बेपर्वा स्वभावामुळे आलेली नव्हती, तर ती प्रेमाच्या निकडीतून मिळाली होती. ही हिंमत जगातला कुठलाही अडथळा तोडू शकणार नव्हती.

त्याला बोर्ड ऑफ डायरेक्टरचा कारकून म्हणून नेमण्यात आल्यावर, पहिली काही वर्षं अत्यंत वाईट गेली. हे पद त्याच्यासाठी तयार करण्यात आलं होतं. लिओकाकाचा लोतारिओ थुगुट हा फार पूर्वीपासून संगीत शिक्षक होता. त्याने काकाला असा सल्ला दिला की, तू तुझ्या पुतण्याला लेखनाचं काम दे. कारण, त्याचं वाचन सर्वोत्तम साहित्याचं नसलं, उलट सर्वांत वाईट साहित्याचं असलं, तरी त्याने ते हावरटासारखं वाचलेलं आहे. लिओकाकाने त्याच्या पुतण्याच्या वाचनाच्या वाईट अभिरुचीकडे दुर्लक्ष केलं. कारण, लोतारिओ थुगुट त्यालादेखील तो त्याच्या विद्यार्थ्यांमधला सर्वांत वाईट गायक आहे असं म्हणू शकला असता आणि प्रत्यक्षात, तो तर कबरींनाही रडायला लावू शकायचा. काही असलं तरी, त्या जर्मन माणसाचं मत योग्यच होतं. फ्लोरेंतिनो अरिसा प्रत्येक गोष्ट एवढ्या उत्कट भावाने लिहायचा की, औपचारिक, कार्यालयीन कागदपत्रंदेखील प्रेमपत्रं भासायची. जहाजावर भरलेल्या मालाची बिलंदेखील यमकबद्ध असायची, त्याने कितीही प्रयत्न केला तरी त्याच्या नेहमीच्या व्यावसायिक पत्रांमध्ये लयबद्धपणा यायचाच, त्यामुळे त्यांच्यातला अधिकारी सूर कमी व्हायचा. एकदा तर त्याचा काका स्वतः पत्रांची पाकिटं घेऊन कार्यालयात आला, त्याला त्यांवर स्वतःचं नाव घालायचंही धैर्य झालेलं नव्हतं. मग त्याने फ्लोरेंतिनो अरिसाला स्वतःला वाचवण्यासाठी शेवटची संधी दिली.

''जर तू व्यावसायिक पत्र लिहू शकला नाहीस, तर तुला गोदीतले कचऱ्याचे डबे उचलावे लागतील,'' तो म्हणाला.

फ्लोरेंतिनो अरिसाने हे आव्हान स्वीकारलं. त्याने व्यावसायिक गद्यातली नेहमीची, साधी भाषा शिकून घ्यायला अथक प्रयत्न केले, त्याने कधीकाळी जसं लोकप्रिय कवींचं केलं होतं, तसंच नोटरी फायलींमधल्या प्रारूपांचं निष्ठेने अनुकरण केलं. याच काळात त्याने आपला मोकळा वेळ आर्केड ऑफ स्क्राइब्ज बाजारात घालवला. पत्र लिहिता न येणाऱ्या प्रेमिकांना त्याने प्रेमचिठ्ठ्या लिहायला मदत केली होती, त्यामुळे कस्टमच्या अवहालात वापरता न येणारे, प्रेमाबद्दलचे सगळे शब्द त्याला प्रेमपत्रांत वापरता आले; परंतु कुत्र्याचं शेपूट सरळ करायचा कितीही प्रयत्न केला तरी वाकडं ते वाकडंच राहतं. सहा महिन्यांनंतर, अखेरीस काकाने जेव्हा त्याची दुसऱ्यांदा खरडपट्टी काढली, तेव्हा त्याने आपला पराजय मान्य केला; पण त्यातही गर्विष्ठपणा होता.

''मला फक्त प्रेम या एकाच गोष्टीत रस वाटतो,'' तो म्हणाला.

''हो, पण अडचण अशी आहे,'' त्याचा काका त्याला म्हणाला, ''नदीतल्या जलवाहतुकीच्या व्यवसायाशिवाय प्रेमाला काही अर्थ नाही.''

काकाने गोदीमध्ये कचरा उलचायला लावण्याची शिक्षा तशीच ठेवली, तरी त्याने फ्लोरेंतिनो अरिसाला शब्द दिला की, निष्ठावान सेवेच्या पायऱ्यांवर चढत चढत त्याला स्वतःचं स्थान मिळेपर्यंत तो बढती देत राहील आणि त्याने आपला शब्द पाळला. कोणतंही काम त्याला हरवू शकलं नाही, मग ते कितीही कठीण असू दे किंवा अपमास्पनाद असू दे, त्याला पगार मिळू दे अथवा न मिळू दे, ते कितीही वाईट असू दे, त्याचं खच्चीकरण करणारं असू दे. आपल्या वरिष्ठांच्या उन्मत्तपणाला सामोरा जाताना लागणारा अत्यावश्यक नीडरपणा त्याने कधीही गमावला नाही. अर्थात, तोही काही निरागस, भोळाभाबडा नव्हता. जो कोणी त्याच्या मार्गाला छेदून जात असे, त्याला परिणाम भोगावे लागायचे. त्याच्या दर्शनी आसाहाय्य दिसण्यामागे त्याचा दुसऱ्याला जेरीस आणणारा निश्चय, काहीही करण्याची सक्षमता लपलेली होती. व्यवसायातल्या कोणत्याही गुपितांकडे आपल्या पुतण्याने दुर्लक्ष करू नये, अशी लिओकाकाची इच्छा होती. त्याने आधी भाकित केलं होतं त्यानुसार फ्लोरेंतिनो अरिसा तीस वर्षांच्या कार्यकाळात प्रत्येक पदावर निष्ठेने काम करत राहिला आणि प्रत्येक कठीण समयी त्याने आपली चिकाटी ढळू दिली नाही. त्याने त्याची सगळी कर्तव्यं कौशल्याने निभावली, त्या रहस्यमय वीणीतला प्रत्येक धागा अभ्यासला, ज्याचा कवितेशी जवळचा संबंध होता; परंतु त्याला कधीही त्याला हवा असलेला सन्मान मिळवता आला नाही, तो म्हणजे एक, केवळ एक स्वीकारार्ह व्यावसायिक पत्र लिहिता येण्याचा. तसा कोणताही हेतू नसूनही, त्याच्याही नकळत, त्याने त्याच्या बापाचं म्हणणं स्वतःच्या आयुष्यात

खरं करून दाखवलं. तो शेवटच्या श्वासापर्यंत म्हणत राहिला की, कोणाहीकडे इतकं सामान्यज्ञान नसतं, कोणीही शिल्पकार इतका हट्टी नसतो आणि कोणीही व्यवस्थापक इतका सुस्पष्ट आणि धोकादायक नसतो, जितका कवी असतो. शेवटी लिओकाकाने त्याला त्याच्या बापाबद्दल जे सांगितलं होतं, त्यानुसार हे होतं. काही भावनिक क्षणी त्यांच्यात हे संभाषण व्हायचं, त्यामुळे त्याच्या मनात त्याच्या बापाची प्रतिमा व्यावसायिकपेक्षा स्वप्नाळू माणूस अशी झाली होती.

लिओकाकाने सांगितलं की, पायस व्ही लोआयझा त्याची कार्यालयं काम करण्यापेक्षा कामसुखासाठी अधिक वापरायचा. तो रविवारीही घरातून बाहेर पडण्यासाठी काहीतरी शक्कल लढवायचा. त्यासाठी तो कोणालातरी भेटायचं आहे किंवा बोट सोडायची आहे, अशी कारणं सांगायचा. हद्द म्हणजे, त्याने त्याच्या गोडाउनच्या अंगणात जुना बॉयलर बसून घेतला होता, ज्याला वाफेची शिट्टी होती, त्यामुळे त्याच्या बायकोला कधी काही संशय आला, तर त्याचा माणूस ती शिट्टी वाजवायचा. आकडेमोडीनुसार, लिओकाकाला खात्री होती की, कोणत्यातरी कुलूपबंद कार्यालयाच्या मेजावर कोण्या एका उष्ण रविवारी फ्लोरेंतिनो अरिसाचा गर्भ राहिला होता आणि तेव्हा त्याच्या सावत्र आईला प्रवासाला न निघालेल्या कोण्या जहाजाची निरोपाची शिट्टी घरी ऐकू आली होती. तिला तिच्या नवऱ्याबद्दलचं सत्य समजेस्तोवर, त्याच्यावर विश्वासघाताचा ठपका ठेवण्यासाठी बराच उशीर झाला होता. कारण तिच्या नवऱ्याचं आधीच निधन झालं होतं. त्याच्यानंतर ती बरीच वर्षं जगली, मूल न होऊ शकल्याच्या कडवटणामुळे उद्ध्वस्त झाली आणि तिच्या सावत्र मुलाची कायमस्वरूपी वाट लागावी यासाठी देवाकडे प्रार्थना करत राहिली.

आपल्या बापाच्या या प्रतिमेमुळे फ्लोरेंतिनो अरिसा अस्वस्थ झाला. त्याच्या आईने त्याच्याबद्दल सांगितलं होतं की, तो व्यावसायिक दृष्टी नसलेला; परंतु मोठा माणूस होता. अखेरीस त्याला नदीतल्या जलवाहतुकीच्या त्या धंद्यात पडावं लागलं. कारण, नदीतल्या जलवाहतुकीचा जनक, जर्मन कॉमोडोर जोहान बी एल्बर याच्याशी त्याच्या बापाच्या मोठ्या भावाचे चांगले संबंध होते. ती भावंडं खानसामा असलेल्या एकाच आईची सावत्र मुलं होती. ही मुलं तिला वेगवेगळ्या पुरुषांपासून झालेली होती आणि सगळ्यांनी तिचंच नाव लावलं होतं. संतांच्या दिवसानुसार होऊन गेलेल्या पोपच्या नावांपैकी काही नावं त्या मुलांना ठेवण्यात आली. अपवाद होता लिओ बाराव्याचा. त्याचं नाव तो जन्मला तेव्हा असलेल्या पोपच्या नावावरून ठेवलं होतं आणि फ्लोरेंतिनो नावाच्या त्याच्या आईकडून असलेल्या आज्यावरून, पोपची एक आखखी पिढी वगळून त्रान्झितो अरिसाच्या मुलाला नाव मिळालं.

फ्लोरेंतिनो अरिसा त्याच्या बापाच्या कवितांची वही स्वतःजवळ नेहमी ठेवायचा. त्यातल्या काही कवितांचा प्रेरणास्रोत त्रान्झितो अरिसा होती आणि काही पानांवर भंगलेल्या हृदयाची चित्रं काढण्यात आलेली होती. दोन गोष्टींमुळे त्याला

चकित व्हायला झालं. पहिली म्हणजे त्याच्या बापाच्या हस्ताक्षराचं वळण. ते त्याच्याशी मिळतंजुळतं होतं. अर्थात त्याने तेचं निवडलं होतं. कारण, मॅन्युअलमध्ये त्याने पाहिलेल्या वळणांपैकी ते वळण त्याला आवडलं होतं. दुसरी म्हणजे, त्याला एक असं वाक्य सापडलं, जे त्यानेच रचलेलं असावं असं त्याला वाटलं; परंतु त्याच्या बापाने ते वाक्य तो जन्मायच्या आधीच लिहून ठेवलेलं होतं : 'मी जर प्रेमासाठी मेलो नाही, तर मरताना एवढा एकच पश्चात्ताप मला होत राहील.'

त्याने आपल्या बापाची केवळ दोन छायाचित्रं पाहिली होती. एक सँटा फेममध्ये काढलं होतं, तेव्हा तो खूप तरुण होता – फ्लोरेंतिनो अरिसाने पहिल्यांदा जेव्हा ते छायाचित्रं पाहिलं होतं, तेव्हा तो ज्या वयाचा होता त्या वयाचा. त्यात त्याने ओव्हरकोट घातला होता, त्यामुळे एखाद्या अस्वलामध्ये त्याला कोंबलं असावं असा तो दिसत होता आणि एका पुतळ्याच्या बैठकीपाशी टेकून उभा होता. त्याच्या शेजारी असलेला लहान मुलगा लिओकाका होता, त्याने बोटीच्या कॅप्टनची हॅट घातली होती. दुसऱ्या छायाचित्रामध्ये, त्याचा बाप सैनिकांच्या एका चमूबरोबर होता; देव जाणे तेव्हा कुठलं युद्ध चालू होतं. त्याने लांबलचक रायफल हातात धरली होती आणि त्याच्या मिशीला येणारा दारूचा वास त्या छायाचित्रामधूनही येत होता. त्याच्या भावंडाप्रमाणे तो लिबरल गटातला होता आणि 'मेसन' समूहाचा होता. तरी त्याच्या मुलाने धार्मिक विद्यालयामध्ये जावं अशी त्याची इच्छा होती. फ्लोरेंतिनो अरिसाला त्या दोघांमध्ये लोकांना वाटणारा सारखेपणा दिसत नव्हता; परंतु लिओकाकाच्या म्हणण्यानुसार पायसचीही व्यावसायिक कागदपत्रांमध्ये काव्यात्म भाषा आणल्याबद्दल खरडपट्टी काढण्यात आली होती. तो छायाचित्रांमध्ये तरी त्याच्यासारखा दिसत नव्हता, तसंच त्याच्याबद्दलच्या आठवणींमध्येदेखील किंवा त्याच्या आईने प्रेमाच्या भरात उभ्या केलेल्या प्रतिमेत किंवा क्रूर थट्टा-विनोद करत लिओकाकाने प्रतिमाभंजन केलेल्या त्याच्या प्रतिमेत, काही झालं तरी तो त्याच्यासारखा नव्हता. अनेक वर्षांनंतर, आरशासमोर उभं राहून केस विंचरताना, फ्लोरेंतिनो अरिसाला त्यांच्यातला सारखेपणा दिसून आला आणि तेव्हा त्याला कळलं की, माणसाला आपण वृद्ध झाल्याची जाणीव तेव्हा होते, जेव्हा तो आपल्या बापासारखा दिसू लागतो.

स्ट्रीट ऑफ विंडोजवरच्या घरात त्याच्या बापाच्या काहीही आठवणी नव्हत्या. त्रान्झितो अरिसासोबतच्या प्रेमप्रकरणाच्या अगदी सुरुवातीच्या काळात त्याचा बाप तिथे झोपायला येत असल्याचं त्याला ठाऊक होतं; परंतु फ्लोरेंतिनोच्या जन्मानंतर त्याने त्या घराला कधीही भेट दिली नव्हती. आमच्या अस्तित्वाची ओळख ही कितीतरी वर्षं बाप्तिस्मा केल्याचं प्रमाणपत्र होतं आणि फ्लोरेंतिनो अरिसाची नोंद सेंट टिबुर्टियसच्या पारिश चर्चमध्ये करण्यात आली होती. त्यात असं म्हटलं होतं की, तो त्रान्झितो अरिसा नामक निसर्गदत्त कुमारी मातेचा निदर्गदत्त मुलगा होता.

त्यात त्याच्या बापाच्या नावाचा कुठेही उल्लेख नव्हता. पायस मरेपर्यंत गुपचूपपणे आपल्या मुलाची सगळी जबाबदारी उचलत होता तरीही. या सामाजिक स्थितीमुळे फ्लोरेंतिनो अरिसाला धार्मिक महाविद्यालयाची दारं बंद झाली; परंतु रक्तपाताने भरलेल्या युद्धकाळातूनही त्याची सुटका झाली. त्याला सैनिकीसेवा करावी लागली नव्हती. कारण तो अविवाहित महिलेचा मुलगा होता.

रिव्हर कंपनी ऑफ द कॅरिबियनच्या कार्यालयासमोर तो दर शनिवारी शाळा झाल्यानंतर पुस्तकातल्या प्राण्यांची चित्रं पाहत बसायचा. ते पुस्तक हाताळून हाताळून फाटायला आलं होतं. त्याचा बाप त्याच्याकडे न पाहता कार्यालयात शिरायचा. त्याने फ्रॉक कोट घातलेला असायचा, जो नंतर त्रान्झितो अरिसाला फ्लोरेंतिनोच्या मापाचा करायला लागला होता. त्याचा चेहरा तेव्हा सेंट जॉन द एव्हांजेलिस्टच्या चेहऱ्याशी मिळताजुळता वाटायचा. बरेच तास उलटल्यानंतर, तो बाहेर यायचा. त्याला कुणाही – त्याच्या गाडीचालकानेही – पाहू नये याची काळजी घेत तो फ्लोरेंतिनोला आठवड्याभरासाठी खर्चाचे पैसे द्यायचा. ते दोघं काहीही बोलायचे नाहीत, कारण त्याचा बाप तसा काही प्रयत्नही करायचा नाही आणि फ्लोरेंतिनोलाही त्याची भीती वाटायची. एकदा त्याला नेहमीपेक्षा जास्त काळ थांबावं लागलं, त्याच्या बापाने त्याला काही नाणी दिली आणि सांगितलं, ''ही घे आणि यानंतर परत येऊ नकोस.''

तेव्हा त्याने त्याला शेवटचं पाहिलं; परंतु लवकरच त्याला समजलं की, त्याच्यापेक्षा सुमारे दहा वर्षांनी लहान असलेला लिओकाका त्रान्झितो अरिसाकडे नियमित पैसे पाठवत होता आणि उपचार न केलेल्या कोलिकमुळे पायस मेल्यानंतर काकानेच त्यांची सगळी काळजी घेतली होती. कारण पायसने तो मेल्यावर त्याच्या संपत्तीचं काय करायचं याबद्दल काहीही लिखापढी केली नव्हती आणि त्याच्या एकुलत्या एक – रस्त्यावर आलेल्या मुलासाठी काहीही तरतूद केलेली नव्हती.

रिव्हर कंपनी ऑफ द कॅरिबियनमध्ये कारकून म्हणून काम करत असताना फ्लोरेंतिनो अरिसाचं असं झालं की, तो नेहमी फर्मिना डासाचाच विचार करत असल्याने काव्यात्म भाषा टाळू शकत नव्हता आणि तिचा विचार न करता कसं लिहायचं हे त्याला माहीतच नव्हतं. नंतर, तो दुसऱ्या पदांवर काम करू लागल्यावर, त्याच्या आत भरून उरलेल्या प्रेमाचं काय करावं हे त्याला समजत नव्हतं म्हणून त्याने आर्केड ऑफ द स्क्राइब्जच्या बाजारात पत्र लिहिता येत नसणाऱ्या प्रेमिकांसाठी फुकटात अधिकृत पत्रं लिहिण्यास सुरुवात केली. काम झाल्यावर तो तिथे जात असे. तो आपला फ्रॉककोट भीत भीत काढून ठेवायचा आणि खुर्चीच्या पाठीवर लटकवायचा. तो कफ्स घालायचा, जेणेकरून त्याच्या शर्टच्या बाह्या मळू नयेत. तो त्याची वेस्टची बटणं सोडायचा, ज्यामुळे तो अधिक चांगला विचार करू शकेल आणि कधी कधी रात्री अगदी उशिरापर्यंत, तो प्रेमाने ओतप्रोत भरलेली पत्रं

लिहून आशाहीन लोकांना प्रोत्साहन द्यायचा. वेळोवेळी त्याला आपल्या मुलांबाबत समस्या असलेली एखादी म्हातारी, आपल्या पेन्शनच्या पैशांची मागणी करणारा एखादा सैनिक, दरोडा पडलेला कुणीतरी, ज्याला सरकार दरबारी तक्रार नोंदवायची असायची, असे वेगवेगळे लोक येऊन भेटायचे; परंतु त्याने कितीही प्रयत्न केला, तरी यांपैकी कुणाचंही समाधान तो करू शकत नसे. कारण तो जे एकमेव पत्र नीट लिहू शकत असे, ते म्हणजे प्रेमपत्र. तो आपल्या नव्या ग्राहकांना कोणताही प्रश्न विचारत नसे, कारण त्यांच्या अडचणी जाणून घेण्यासाठी त्याला एकच गोष्ट करावी लागत असे – त्यांच्या डोळ्यांत पाहणं आणि मग तो तावांमागून ताव भडाभडा प्रेमपत्र लिहीत असे आणि तेव्हा तो फक्त आणि फक्त फर्मिना डासाचाच विचार करत असे. एक महिना झाल्यावर, प्रेमिकांच्या गर्दीत बुडून जाऊ नये म्हणून त्याला मुलाखतीची आगाऊ वेळ घ्यायची व्यवस्था करावी लागली.

त्या काळातली त्याची सगळ्यात आनंददायी आठवण म्हणजे एक तरुणी, जवळपास लहान मुलगीच म्हणावी अशी मुलगी, त्याच्याकडे भीत भीत पत्र लिहून घेण्यासाठी आली होती. कारण, तिला एक अधीर पत्र कोणीतरी पाठवलं होतं आणि फ्लोरेंतिनो अरिसाने जेव्हा ते पत्र पाहिलं, तेव्हा त्याच्या लक्षात आलं की, ते त्यानेच आदल्या दुपारी लिहिलेलं होतं. त्याने त्या पत्राला वेगळ्या शैलीत उत्तर लिहिलं – भावनांशी आणि त्या मुलीच्या वयाशी मिळतंजुळतं आणि तिच्या हाताने लिहिल्यासारखं वाटेल असं. कारण त्याला प्रत्येक व्यक्तीनुसार, प्रत्येक प्रसंगानुरूप हस्ताक्षर कसं काढावा हे ठाऊक होतं. ती बिचारी मुलगी जसं तिच्या प्रेमिकावर प्रेम करते, तसंच जर फर्मिना डासाने त्याला सांगितलं असतं, तर त्याला काय वाटेल, अशी कल्पना करून त्याने पत्र लिहिलं. अर्थातच, दोन दिवसांनी त्याला त्या मुलाचं उत्तर लिहावं लागलं, त्याच हस्ताक्षरात, त्याच शैलीत आणि पहिल्या पत्रात त्याने तिच्यावर किती प्रेम केलं होतं ते व्यक्त करत. आणि अशा प्रकारे त्याने त्या अधीर पत्रोपत्रीमध्ये स्वतःला गुंतवून घेतलं. एक महिना होण्याआधी, प्रत्येक जण वेगवेगळ्या पद्धतीने त्याच्याकडे आभार मानायला आले. कारण त्याने त्या मुलाच्या पत्रामधून जी मागणी घातली होती. ती त्या मुलीच्या पत्रातून त्याने निष्ठापूर्वक स्वीकारली होती. ते दोघंही लग्न करणार होते.

एकदा सहज बोलता बोलता, त्या दोघांना ती पत्रं एकाच लेखनिकाकडून लिहून घेतली होती असं समजलं, तेव्हा त्या जोडप्याला एक मूलही झालेलं होतं म्हणून ते दोघंही मिळून आर्केडच्या बाजारात आले आणि 'तुम्ही आमच्या मुलाचे गॉडफादर व्हा,' अशी विनंती त्यांनी फ्लोरेंतिनो अरिसाकडे केली, त्यामुळे त्याच्याकडे नसला तरी वेळात वेळ काढून त्याने 'लव्हर्स कम्पॅनियन' लिहून काढलं, जे दारावर वीस सेंटावोजला विकलं जाणाऱ्या आणि अर्ध्याहून अधिक शहराला पाठ असणाऱ्या कम्पॅनियनपेक्षा अधिक काव्यात्म आणि मोठं होतं. त्याने तो आणि फर्मिना डासा

कोणकोणत्या परिस्थितींमध्ये असू शकतात याचं वर्गीकरण केलं आणि या सगळ्या प्रारूपांचा व पर्यायांचा त्याने जास्तीत जास्त विचार केला. जेव्हा त्याचं काम झालं, तेव्हा त्याने साधारणतः हजार पत्रं लिहिली होती, ज्यांचे तीन खंड झाले असते. हा ऐवज एका शब्दकोशाएवढा होता; परंतु तो प्रकाशित करायचा धोका शहरातल्या कोणत्याही प्रकाशकाने घेतला नाही आणि मग भूतकाळातल्या इतर कागदपत्रांप्रमाणे तोही अडगळीत पडून राहिला. मातीच्या आणि इतर भांड्यांमध्ये साठवलेली आपली आयुष्यभराची पुंजी हे वेडगळ खंड प्रकाशित करण्यासाठी खर्चायला त्रान्झितो अरिसाने स्पष्ट नकार दिला. काही वर्षांनी, जेव्हा फ्लोरेंतिनो अरिसाला ते खंड प्रकाशित करणं शक्य होतं, तेव्हा त्याला वास्तव स्वीकारणं अवघड गेलं. ते म्हणजे ती प्रेमपत्रं कालबाह्य झाली आहेत.

जेव्हा तो रिव्हर कंपनी ऑफ द कॅरिबियनमध्ये काम करू लागला आणि त्यानंतर आर्केड ऑफ स्क्राइब्जमध्ये पत्रं लिहून देऊ लागला, तेव्हा फ्लोरेंतिनो अरिसाच्या तरुणपणीच्या मित्रांना खात्री पटली की, आता आपण आपला मित्र हरवून बसलो आहोत. त्याला माणसांत परत आणणं अशक्य आहे आणि ते सत्य होतं. नदीबोटीतून केलेल्या प्रवासावरून परतल्यानंतरही, तो त्यातल्या काही मित्रांना फर्मिना डासाच्या आठवणींचा विसर पडायच्या आशेवर भेटायचा, त्यांच्यासोबत बिलिअर्ड्स खेळायचा, त्यांच्यासोबत नृत्य कार्यक्रमांना जायचा, त्याने त्यातल्या काही मुलींसोबत स्वतःला मोकळं सोडून दिलं, तो आधीसारखाच माणूस होईल या आशेवर त्याने प्रत्येक गोष्ट करून पाहिली. नंतर लिओकाकाने त्याला नोकरीवर ठेवल्यावर, तो त्याच्या कार्यालयातल्या सहकाऱ्यांबरोबर 'कमर्शियल क्लब'मध्ये डॉमिनोजचा सोंगट्यांचा खेळ खेळू लागला. त्यांनाही त्याला आपल्यातला एक म्हणून स्वीकारायला सुरुवात केली. तेव्हा तो त्यांच्याशी फक्त जलवाहतूक कंपनीबद्दल – जिचं नाव तो पूर्ण न घेता अद्याक्षरांनुसार – आर.सी.सी. असं घ्यायचा – बोलायचा. त्याने तर त्याच्या खाण्या–पिण्याच्या सवयीदेखील बदलल्या. तोवर त्याचा जेवणाबाबतचा दृष्टिकोन अलिप्त आणि अनियमित होता; पण मग अखेरच्या दिवसांपर्यंत त्याचं खाणंपिणं नेहमीचं सवयीचं आणि साधं झालं : न्याहारीला एक मोठा कपभरून काळी कॉफी, दुपारच्या जेवणात शिजवलेला माशाचा एक तुकडा आणि भात, कॅफे कॉन लेशे आणि रात्री झोपायच्या आधी जेवताना चीझचा तुकडा. काहीही झालं तरी कोणत्याही वेळी, कोणत्याही परिस्थितीत तो काळी कॉफी घ्यायचा, दिवसाला सुमारे तीसेक कप. खनिज तेल उकळल्यासारखा दिसणारा तो द्रव त्याला स्वतःच तयार केलेला आवडायचा आणि थरमॉसमध्ये ती कॉफी भरून न्यायचा, तो थरमॉस कायम त्याच्या हाताशी राहील असं पाहायचा. प्रेमाचा प्राणघातक घाव होण्याआधी तो जसा होता, तसा होण्यासाठी त्याने ठाम निर्णय घेऊनही आणि बरेच प्रयत्न करूनही, तो आधीपेक्षा वेगळा माणूस झाला होता.

तो पुन्हा कधीही आधीसारखा होणार नव्हता, हे सत्य होतं. फर्मिना डासाला पुन्हा जिंकून घेणं हा त्याच्या जीवनाचा एकमेव उद्देश होता आणि आज नाही तर उद्या, त्यात त्याला यश प्राप्त होणार अशी त्याला खात्री होती, त्यामुळे त्याने त्रान्झितो अरिसाला घराच्या पुनर्बांधणीचं काम सुरू ठेवायला सांगितलं म्हणजे जेव्हा कधी ती जादू घडेल, तेव्हा तिचं स्वागत करायला ते तयार राहिले असते. लव्हर्स कॅम्पॅनियनच्या प्रकाशित करण्याच्या कल्पनेला तिने विरोध केला असला, तरी घराबाबत मात्र त्रान्झितो अरिसा त्याच्याही पुढे गेली : तिने एकदाच सगळं घर विकत घेऊन त्याचं संपूर्ण काम करायला घेतलं. जिथे निजायची खोली होती, तिथे त्यांनी स्वागतकक्ष केला. वरच्या मजल्यावर त्यांनी दोन मोठ्या, हवेशीर आणि प्रकाशमान निजायच्या खोल्या बांधल्या : एक विवाहित जोडप्यासाठी आणि दुसरी त्यांना होणाऱ्या मुलांसाठी आणि जिथे आधी तंबखूचा जुना कारखाना होता, तिथे त्यांनी छानपैकी बाग तयार केली. बागेत हर तऱ्हेचे गुलाब लावले, पहाटेच्या मोकळ्या वेळात फ्लोरेंतिनो अरिसा त्यांची निगा घ्यायचा. भूतकाळाबद्दलची एक कृतज्ञता व्यक्त करण्यासाठी म्हणून त्यांनी शिवणकामाचं दुकान जसंच्या तसं ठेवलं. मागची खोली जिथे फ्लोरेंतिनो अरिसा झोपायचा, तीही होती तशीच ठेवली : हॅमॉक टांगलेली आणि पुस्तकांचा गठ्ठा अस्ताव्यस्त पडलेलं लिखाणाचं टेबल; परंतु तो वर नव्याने बांधलेल्या निजायच्या खोलीत राहायला गेला होता. ती घरातली सर्वांत मोठी आणि हवेशीर खोली होती आणि त्याला आतल्या बाजूला एक गच्ची होती जिथे रात्री बसायला छान वाटे. तिथे समुद्रावरून येणाऱ्या झुळका गुलाबांचा गंध लेवून येत असत. ती खोली म्हणजे फ्लोरेंतिनो अरिसाच्या ट्रॅपिस्ट भिक्षुकीसदृश कठोर जीवनशैलीचं प्रतीक होती. पांढऱ्या भिंती खडबडीत आणि भकास होत्या आणि तिथे केवळ एक कॉट होती, एक टेबल होतं ज्यावर बाटलीत मेणबत्ती ठेवली होती आणि कपड्यांचं जुनं कपाट होतं आणि बेसिन असलेला एक स्टँड होता.

या सगळ्या कामाला जवळपास तीन वर्षं लागली आणि योगायोग असा की, नागरी पुनरुज्जीवन होऊन जलवाहतुकीला आणि व्यापाऱ्याला चालना मिळाली. याच दोन घटकांनी वसाहती काळातही शहराची महत्तमता जपली होती आणि दोनशे वर्षांहून अधिक काळ ते शहर अमेरिका खंडाचं प्रवेशद्वार झालेलं होतं; परंतु याच काळात त्रान्झितो अरिसाला कधीही बरा न होणाऱ्या आजाराची काही लक्षणं दिसायला सुरुवात झाली. तिच्या शिवणकामाच्या दुकानात नेहमी येणारे तिचे ग्राहक दर वेळी अधिक वृद्ध, पांढरे आणि विटलेले होऊन यायचे आणि अर्धअधिक आयुष्य त्यांच्यासोबत व्यवहार करूनही ती त्यांना ओळखू शकत नव्हती किंवा कोणता व्यवहार कुणाशी झाला होता, हे तिला समजत नव्हतं. ती गोंधळून जाऊ लागली. ती जो धंदा करत होती, त्यात असं होणं सगळ्यात वाईट होतं. कारण त्यात कुठलीही लिखापढी किवा करार–कागदपत्रं केले जात

नव्हते. सन्मानाने दिलेला शब्द तेवढा हमी म्हणून स्वीकारला जायचा आणि तो पुरेसा असायचा. पहिल्यांदा हळूहळू ती बहिरी होते आहे असं तिला वाटलं; परंतु लवकरच तिची स्मृती हळूहळू हरवून जाते आहे, याचा प्रत्यक्ष पुरावा समोर आला म्हणून तिने आपल्या सावकारी धंद्यात कमावलेला बरण्यांमधला खजिना विकून त्याचं पैशांत रूपांतरण केलं आणि घराच्या सजावटीसाठी ते वापरले. तरीही काही जुनी मौल्यवान रत्नं उरली होती; परंतु ती परत घेण्यासाठी आवश्यक तितके पैसे त्यांच्या मालकांकडे नव्हते.

या काळात फ्लोरेंतिनो अरिसाला एकाच वेळी अनेक जबाबदाऱ्या स्वीकाराव्या लागल्या होत्या; परंतु त्याचा जगण्याचा उत्साह लपतछपत सावज टिपण्याचं काम विस्तारित करताना कधीही कमी झाला नाही. रस्त्यावरील प्रेमिकांसाठी आपली दारं खुली करणाऱ्या विडो नाझारेतसोबतच्या अनिश्चित अनुभवानंतर, त्याने कितीतरी निराश्रित लहान पक्ष्यांची रात्री शिकार करणं सुरू ठेवलं. अजूनही फर्मिना डासाच्या दुःखावर यातून त्याला उतारा मिळेल अशी त्याला आशा होती; परंतु जसजसा काळ सरकत गेला, तसं कोणत्याही आशेशिवाय व्यभिचार करणं ही मानसिक गरज होती की ते साधी शारीरिक गरज होती, हे त्याचं त्यालाही सांगता आलं नसतं. विश्रामगृहाच्या त्याच्या भेटी कमी कमी होत गेल्या, कारण एकतर त्याचा रस इतरत्र कुठेतरी होता, त्याशिवाय त्याला त्याच्या आधीच्या सद्गुणी प्रतिमेला तडा जाऊ द्यायचा नव्हता, तरीही आणाबाणीच्या तीन प्रसंगांमध्ये, त्याला त्याच्या काळाच्या आधीच्या, साध्या जुन्या डावपेचांचा आधार घ्यावा लागला : पुरुषाचा वेश करून तो आणि त्याच्या मैत्रिणी विश्रामगृहात गेले. त्या मैत्रिणींना आपली ओळख उघड होऊ नये असं वाटत होतं, त्यामुळे बाहेरगावाहून आलेले सभ्य गृहस्थ असल्यागत ते विश्रामगृहात चालत गेले, तरीही तीनपैकी दोन वेळा तो आणि त्याचा वेश बदलेला साथीदार मद्यगृहात न जाता, खोलीत गेल्याचं कोणाच्यातरी लक्षात आलं आणि त्यामुळे आधीच काळवंडलेल्या फ्लोरेंतिनो अरिसाच्या प्रतिष्ठेला अखेरचा धक्का बसला. शेवटी त्याने तिथे जाणं सोडून दिलं. त्याने तिथे जाणं थांबवलं, फक्त काही अपवादात्मक वेळा सोडता. तेव्हाही तो तिथे गेला, ते त्याने जे काही हरवलं होतं ते मिळवण्यासाठी नव्हे, तर त्याच्या उलट कारणासाठी : अतिरेक झाल्यावर त्याच्या थकव्यातून बरं होण्यासाठी आश्रय शोधायला.

दुपारी पाच वाजता तो कार्यालयातून निघाल्या निघाल्या ससाण्याप्रमाणे कोंबडीची पिल्लं शोधत घिरट्या घालायचा. रात्री जी पहिली शिकार त्याला सापडे, त्यात तो समाधान मानायचा. बागेतल्या मुली, बाजारातल्या काळ्या बायका, समुद्रकिनाऱ्यावरच्या शहराच्या अंतर्गत भागात राहणाऱ्या चांगल्या घरातल्या तरुण बायका, न्यू ऑर्लिन्सहून आलेल्या बोटींमधल्या अमेरिकी बायका यांपैकी कोणीही तो निवडायचा. रात्र पडल्यावर अर्धअधिक शहर जिथे जायचं, तिथे म्हणजे जेट्टीवर

तो त्यांना न्यायचा. त्याला शक्य असेल तिथे तो त्यांना न्यायचा आणि कधी कधी तर जिथे नेणं अशक्य असे तिथेही. नेहमी नाही; परंतु कधीतरी त्याला अंधाऱ्या प्रवेशद्वारातून घाईघाईने प्रवेश करावा लागायचा आणि त्याला तिथे द्वाराच्या मागे-बऱ्याचदा जमेल तेवढा आणि जमेल तितका कार्यभार उरकून घ्यावा लागायचा.

वादळवाऱ्याच्या दिवसांत दीपस्तंभ हे आदर्श आश्रयस्थान असायचं. वृद्धत्वाच्या पहाटसमयी जेव्हा सगळं काही स्थिरस्थावर झालेलं होतं तेव्हा तो दीपस्तंभ त्याच्या मनात स्मरणरंजन जागं करायचा. कारण, रात्रींचा विचार करता ते आनंदी राहण्यासाठी सगळ्यात चांगलं ठिकाण होतं आणि जहाजांच्या प्रत्येक प्रकाशझोतांमुळे त्या काळी त्याने केलेल्या प्रेमाच्या आठवणी उजागर होत आहेत, असं त्याला वाटायचं. त्यामुळे इतर कोणत्याही ठिकाणापेक्षा, तो तिथे नेहमी जायचा. दीपस्तंभ सांभाळणारा माणूस नेहमी त्याचं आनंदाने स्वागत करायचा. त्याच्या चेहऱ्यावरच्या साध्याशा हास्यामुळे घाबरलेल्या 'छोट्या पक्ष्यां'ना आपण सुरक्षित ठिकाणी आलो असल्याची हमी मिळायची. दीपस्तंभाच्या पायथ्यापाशी, खडकांवर लाटा फुटायच्या तिथे एक घर होतं. तिथे बुडत असलेल्या जहाजात असल्यागत वाटल्याने प्रेमसंग अधिक उत्कट व्हायचा; परंतु फ्लोरेंतिनो अरिसाला मात्र दीपस्तंभच जास्त आवडायचा. कारण, रात्री उशिरा तिथून सगळं शहर आणि समुद्रामधल्या मासेमारी बोटींच्या दिव्यांच्या ओळी दिसायच्या आणि लांबवरचे दलदली प्रदेशही.

बाईचं दिसणं आणि तिची संग करण्याची नैसर्गिक क्षमता यांच्यातला परस्परसंबंध शोधण्याची साधी गृहीतकं तो त्या दिवसांत शोधत होता. कामुक प्रकारच्या बायकांवर, ज्या जणू काही मगरीलाही कच्च्या खाऊन टाकतील अशा दिसायच्या, त्यांच्यावर त्याचा फारसा विश्वास नव्हता. कारण, त्या पलंगावर मात्र सगळ्यात थंड असायच्या. त्याच्या अगदी उलट असलेल्या बायका त्याला पसंत होत्या : ज्या बारीक, छोट्या बेडूकमाश्यांसारख्या असायच्या, त्यांच्याकडे कुणी ढुंकूनही पाहायची तसदी घ्यायचं नाही, त्या कपडे काढून झाल्यावर गायब होतील की काय असं वाटायचं, पहिल्या धक्क्याने त्यांची हाडं तुटतील की काय असं वाटून त्यांच्याबद्दल वाईट वाटायचं आणि तरी जो पुरुष आपल्या लैंगिक शक्तीबद्दल फुशारक्या मारायचा अशा कोणाचाही त्या पूर्ण वाट लावू शकायच्या. त्याने घाईत केलेल्या निरीक्षणांवरून काही नोंदी केल्या होत्या. असं करण्यामागचा त्याचा उद्देश असा होता की, 'लव्हर्स कम्पॅनियन'सोबत व्यावहारिक सूचना देणारी एक पुरवणीही जोडावी; परंतु औसेन्सिया सान्तान्देरला भेटल्यावर मात्र कम्पॅनियनच्या नशिबात जे घडलं, तेच या प्रकल्पाबाबतही झालं. तिने त्याला धपकन खाली पाडलं, शीर्षासन करायला लावलं, त्याला हवेत उडवून खाली फेकून दिलं आणि त्याला नवंकोरं केलं. त्याची गुण-अवगुणाची सगळी गृहीतकं तिने भिरकावून टाकली आणि त्याला

प्रेमाबाबत जी एकच बाब ठाऊक असणं अत्यावश्यक होतं, तेवढीच शिकवली : जीवनाला कोणीही काहीही शिकवू शकत नाही.

ऑसेन्सिया सँटॅन्डरचा पारंपरिक विवाह वीस वर्षं टिकला. त्यातून तिला तीन मुलं झाली आणि त्यांचीही लग्न होऊन त्यांना मुलं झाली होती म्हणून ती आपण पलंगावर सुख देणारी शहरातली सर्वोत्तम आजी आहोत, हे गर्वाने सांगायची. तिने नवऱ्याला सोडून दिलं की त्याने तिला किंवा एकाच वेळी दोघांनी एकमेकांना सोडलं, हे कधीही कुणाला नीट समजलं नाही; परंतु तो त्याच्या ठेवलेल्या बाईबरोबर राहायला गेला आणि मग ती दिवसाच्या मध्यान्ही, प्रवेशद्वारापाशी रोझेंदो द ला रोझाचं स्वागत करायला मुक्त झाली. तो नदीबोटीचा कॅप्टन होता, ती त्याला बहुतेकदा घराच्या मागच्या दारातून रात्री आत घ्यायची. फार काही विचार न करता, त्याने फ्लोरेंतिनो अरिसाला तिच्याकडे आणलं.

त्याने त्याला दुपारच्या जेवणाला बोलावलं. त्याने घरघुती मद्याचा गोलाकार बुधला आणि 'सँचेचो'[६] तयार करण्यासाठी सर्वोत्तम असे पदार्थही आणले : हा पदार्थ मऊ मासाच्या अंगणातल्या कोंबड्या, डुकराचं मांस आणि नदीकाठी येणाऱ्या ताज्या हिरव्या भाज्या यांपासूनच चांगला व्हायचा. असं असलं तरी, फ्लोरेंतिनो अरिसा उत्तमोत्तम खाद्यपदार्थ किंवा घरची उत्फुल्ल मालकीणबाई, यांबद्दल पहिल्यापासूनच फारसा उत्सुक नव्हता. कारण, त्या घराच्या सौंदर्याकडे तो आकर्षिला होता. त्याला ती आवडली तिच्या घरामुळे. ते भरपूर उजेड असलेलं आणि गार होतं. त्या घराला चार मोठ्या खिडक्या होत्या, ज्या समुद्राच्या दिशेने उघडायच्या आणि तिथून जुन्या शहराचा संपूर्ण नजारा दिसायचा. त्याला दिवाणखान्यात असलेला, गोंधळायला लावणारा अनेक वस्तूंचा पसारा आवडला. त्या वस्तूंमुळे त्या खोलीला एक भव्यता आल्यासारखी वाटायची. कॅप्टन रोझेंदो द ला रोझाने प्रवासातून हाताने तयार केलेल्या कितीतरी वस्तू आणल्या होत्या. ती खोली आणखी एकही वस्तू तिथे ठेवता येणार नाही एवढी भरून गेली होती. समुद्र दिसणाऱ्या गच्चीत, स्वतःच्या मालकीच्या गोलाकृती कड्यावर मलायाहून आणलेला काकाकुवा बसलेला होता. त्याचा रंग अविश्वसनीय वाटावा इतका पांढराशुभ्र होता आणि तो विचारमग्न, शांत आहे असं भासायचं : फ्लोरेंतिनो अरिसाने यापूर्वी एवढा सुंदर पक्षी कधीही पाहिलेला नव्हता.

कॅप्टन रोझेंदो द ला रोझा त्याच्या पाहुण्याच्या उत्साहाने उत्साहित झाला, आणि त्याने प्रत्येक वस्तू कुठून आणली, तिचा इतिहास-भूगोल तपशिलात सांगितला. बोलताना तो न थांबता मद्याचे घोट घेत होता. तो घट्ट झालेल्या काँक्रीटच्या खांबासारखा भासत होता : त्याची देहयष्टी प्रचंड होती, टक्कल वगळता त्याच्या सगळ्या शरीरावर केस होते, त्याची मिशी रंगाऱ्याच्या जाड ब्रशसारखी होती आणि त्याचा आवाज लंबगोलाकृती डब्यात प्रतिध्वनी उमटावेत तसा होता, असा

आवाज केवळ त्याचा – एकट्याचाच होता आणि त्यात लाघवी सौजन्य होतं. तो ज्या प्रकारे मद्यपान करी, ते त्याच्या शरीराला झेपत नसे. मेजावर बसण्याआधीच त्याने मद्याचा अर्धा बुधला संपवून टाकला होता आणि तो समोर ठेवलेल्या ग्लासांच्या आणि बाटल्यांच्या ट्रेवर कोसळला. त्याचा संथसा आवाज झाला. ऑसेन्सिया सँटॅन्डरला समुद्रकिनाऱ्यावर पडलेल्या व्हेल माशाएवढं शरीराचं धूड ओढून आत नेण्यासाठी आणि त्याचे कपडे काढण्यासाठी फ्लोरेंतिनो अरिसाची मदत घ्यावी लागली. मग अंतःप्रेरणेची वीज चमकल्यागत ते दोघं त्यांच्या नशिबाच्या ताऱ्यांनुसार जणू एकमेकांशी जोडलेले असल्यागत, शेजारच्या खोलीत काही न बोलता, काहीही सूचना न करता किंवा एकमेकांना मागणी न घालता एकमेकांचे कपडे काढू लागले आणि त्यानंतर सात वर्षांपेक्षा जास्त काळ ते कॅप्टन प्रवासाला गेलेला असताना, जमेल तिथे एकमेकांना नग्न करत राहिले. कॅप्टन अचानक येईल, अशी भीती त्यांना वाटली नाही. कारण, तो चांगला दर्यावर्दी असल्याने, पहाटे जरी त्याचं जहाज बंदराला लागलं, तरी त्याचा भोंगा वाजवून संकेत देण्याची सवय होती. प्रथम तीन मोठे भोंगे त्याच्या पत्नी आणि नऊ मुलांसाठी असायचे आणि त्यानंतरचे दोन लहान भोंगे त्याच्या प्रेयसीसाठी.

ऑसेन्सिया सँटॅन्डर पन्नास वर्षांची होती आणि ती तशी दिसायचीही; परंतु तिच्याकडे प्रेमाची स्वतःची अशी अंतःप्रेरणा होती, ज्यात स्थानिक अथवा कुठलीही शास्त्रीय गृहीतकं ढवळाढवळ करू शकली नसती. कॅप्टनच्या जहाजाच्या प्रवासमार्गानुसार फ्लोरेंतिनो अरिसाला तिला भेटायला कधी जायचं हे समजायचं आणि तो नेहमी त्याला हवं असेल तेव्हा – दिवसा किंवा रात्री कधीही, काही न सांगता जात असे आणि असं कधीही झालं नाही की, ती त्याची वाट पाहत तयार नसायची. तिच्या आईने तिला ती सात वर्षांची होईस्तोवर जसं दार उघडायला शिकवलं होतं, तशीच ती दार उघडायची : ठार नग्न आणि तिचे केस आगंडी कापडाच्या फितीने बांधलेले असायचे. तो घरात एक पाऊल टाकण्याआधीच ती त्याचे कपडे काढायला सुरुवात करायची. कारण, कपडे घातलेल्या पुरुषाला घरात घेणं अशुभ असतं, असा तिचा समज होता. या एका कारणामुळे कॅप्टन रोझेंदो द ला रोझाशी तिचं नेहमी वाजायचं. कारण, नग्न असताना धूम्रपान करणं अशुभ असतं, अशी त्याची अंधश्रद्धा होती आणि त्यामुळे कधी कधी क्यूबन सिगारला दूर ठेवण्यापेक्षा तो आपल्या प्रेयसीला दूर ठेवत असे. इकडे, फ्लोरेंतिनो अरिसा नग्नतेमधल्या मोहकतेत वाहून जायचा आणि ती दार लावल्या लावल्या निश्चिंत आनंदाने त्याचे कपडे काढू लागायची. ती त्याला स्वागताचं अभिवादन करण्यासाठी किंवा त्याचा चश्मा काढण्यासाठीही पुरेसा वेळ द्यायची नाही. त्याची चुंबनं घ्यायची आणि त्यालाही चुंबनं घ्यायला लावायची. ही चुंबनं धारदार दातांची असायची. ती त्याचे कपडे खालपासून वर अशा पद्धतीने उतरवायची. प्रथम पँटची बटणं,

एकामागोमाग एक चुंबनं देत. मग पट्ट्याचं बक्कल आणि शेवटी व्हेस्ट आणि
शर्ट. तोपर्यंत तो शेपटीपासून डोक्यापर्यंत छेद दिलेला जिवंत मासा होत असे. मग
ती दिवाणखाण्यात त्याच्यावर बसून त्याचे बूट काढायची. ज्यामुळे तिला त्याच्या
ट्राउसर्झचे कफ्स ओढून काढता यायचे आणि त्याची लांबसर अंतर्वस्त्रं काढताना
त्याच्या पँट्स ओढता यायच्या. शेवटी ती त्याच्या पोटऱ्यांपाशी लावलेले बंद
काढून त्याचे पायमोजे ओढून काढत असे. मग फ्लोरेंतिनो अरिसा तिची चुंबनं
घेणं थांबवायचा आणि तिला चुंबनं घेऊ द्यायचा, ज्यामुळे त्या अचूक विधीवत
कार्यक्रमात घडणाऱ्या एका गोष्टीची जबाबदारी तो घेऊ शकायचा : घड्याळ हाती
घेऊन तो व्हेस्टच्या बटणाच्या भोकातून त्याची साखळी बाहेर काढायचा आणि
मग त्याचा चश्मा काढून, घड्याळ व चश्मा दोन्ही बुटांमध्ये ठेवायचा, त्यामुळे
तो काहीही झालं तरी या वस्तू विसरायचा नाही. जेव्हा केव्हा तो इतर कुणाहीकडे
कपडे काढायचा, तेव्हा तेव्हा तो न चुकता याची काळजी घ्यायचा.

तसं केल्या केल्या, ती त्याला बाकी काहीही करायला वेळ न देता त्याच्यावर
हल्ला चढवत असे. हा हल्ला तिने त्याचे कपडे उतरवलेल्या सोफ्यावरच होई आणि
फार कमी वेळा पलंगावर. ती त्याच्यावर बसून त्याचा संपूर्ण ताबा तिच्याकडे घेऊन
टाके, त्याला ती स्वतःत शोषून घेई, तिचे डोळे बंद असत, तिच्या आतल्या मिट्ट
काळोखात त्याचा अंदाज घेई, कधी इकडे चढाई करे, तर कधी तिकडून माघार घेई,
न दिसणारा रस्ता सुधारून दुसरा रस्ता चोखाळत असे, अधिक उत्कट मार्ग शोधत
असे, तिच्या गर्भातून वाहणाऱ्या चिकट दलदलीत न बुडता ती पुढे जात असे,
ती स्वतःला प्रश्न विचारत चतुरासारखी इकडून तिकडे उडत असे आणि तिच्या
स्थानिक भाषेत त्याची उत्तरं देत असे. तिथे अंधारात काहीतरी लपून राहिलेलं
असे, जे केवळ तिला माहीत असे आणि ती त्याचीच वाट पाहत थांबलेली असे.
तोपर्यंत ती कुणाची वाट न पाहता शरण गेलेली असे. संपूर्ण विजयप्राप्तीनंतर एक
मोठा स्फोट होई आणि ती खोल खोल गर्तेत एकटीच पडून राही. त्या स्फोटामुळे
जग हादरून जाई. दमलेला, एकटा, अपूर्ण फ्लोरेंतिनो अरिसा त्यांच्या घामाच्या
थारोळ्यात पडून राही, त्याला आपण केवळ सुख देणारी एक वस्तू आहोत असं
वाटे. तो म्हणत असे : ''मी असाच कुणीतरी असल्यागत तू मला वागवतेस.'' मग
ती मुक्त मादी असल्यागत डरकाळी फोडल्यासारखी हसत उत्तर देई : ''अजिबात
नाही, जणू तू कुणीही नाहीस अशा प्रकारे.'' त्याला मनातल्या मनात वाटायचं की,
तिने हावरटासारखं सगळं काही ओरबाडून घेतलंय आणि त्याचं स्वाभिमानी मन
बंडखोरी करून उठे आणि त्या घरात पुन्हा कधीही पाय न ठेवण्याच्या शपथेवर
तो निघून जात असे; परंतु मध्यरात्री विनाकारण जाग येऊन त्याला ऑसेन्सिया
सँटॅन्डरच्या स्वतःतच मश्गूल असलेल्या प्रेमाची आठवण व्हायची आणि ते प्रेम
काय आहे, याचा साक्षात्कार व्हायचा : सुखाच्या मार्गातला असा खोल खड्डा,

ज्यातून बाहेर पडता येणं अशक्य आहे आणि जो एकाच वेळी हवाहवासा आणि नको नकोसाही आहे.

त्यांच्या भेटीला दोन वर्षं झाल्यावर एकदा रविवारी, तो आल्या आल्या तिने त्याचे कपडे न उतरवता, त्याचा चश्मा काढला. त्याची अधिक सहजतेने चुंबनं घेण्यासाठी आणि तेव्हा ती त्याच्यावर प्रेम करू लागली असल्याचं फ्लोरेंतिनो अरिसाला समजलं. पहिल्या दिवसापासून त्याला त्या घरी खूप छान, आरामदायी वाटलं होतं. जणू ते त्याचं स्वतःचंच घर असावं; परंतु असं असलं तरी तो कधीही त्या घरात दोन तासांपेक्षा जास्त काळ थांबला नव्हता आणि कधीही तिथे रात्र व्यतीत केली नव्हती. तो तिथे एकदाच जेवला होता. कारण, तेव्हा तिने त्याला औपचारिक आमंत्रण दिलं होतं. खरंतर, तो तिथे त्याच्या गरजेपोटीच जायचा. जाताना तो नेहमी एक गुलाबाचं फूल भेट म्हणून न्यायचा आणि मग पुन्हा अज्ञात काळासाठी गायब व्हायचा. त्या रविवारी दुपारी जेव्हा तिने त्याचं चुंबन घ्यायला त्याचा चश्मा काढला, त्यानंतर ते दोघं हळुवार संग करून कॅप्टनच्या भल्यामोठ्या पलंगावर नग्नावस्थेत झोपी गेले. त्याला जागा आली, तेव्हा काकाकुवा पक्षी किंचाळत असल्याचं अंधूक आठवलं. त्याच्या प्राणांतिक किंकाळ्या त्याच्या सौंदर्याचं वेगळं रूप दाखवणाऱ्या होत्या; परंतु दुपारी चार वाजताच्या त्या वेळी शांतता जणू अलगद पसरलेली होती आणि निजायच्या खोलीच्या खिडकीतून दुपारच्या कलत्या सूर्याच्या पार्श्वभूमीवर जुनं शहर दिसू शकत होतं, त्याचे सोनेरी घुमट, किरणांमुळे जमैकापर्यंत पेटत गेलेला समुद्र. ऑसेन्सिया सँटॅन्डरने तिचा साहसी हात ताणून, तिच्याशेजारी झोपलेल्या राक्षसाला शोधण्यासाठी पुढे केला. फ्लोरेंतिनो अरिसा तो बाजूला सारत म्हणाला, ''नको. मला विचित्र काहीतरी वाटतंय. कोणीतरी आपल्याला पाहतंय असं वाटतंय.'' तिने काकाकुवाला पुन्हा तिच्या आनंदी हास्याने उठवलं. ती म्हणाली, ''तुझी ही गोष्ट जोनाच्या बायोकालाही खरी वाटणार नाही.'' तिने पुढे काही केलं नाही आणि झालेला संग सुखदायी होता हे मान्य केलं. मग त्या दोघांनी पुन्हा संग न करता शांतपणे एकमेकांवर प्रेमाचा वर्षाव केला. पाच वाजले तरी सूर्य अजून बराच वर होता, ती पलंगावरून उडी मारत उठली, नेहमीप्रमाणे नग्न आणि तिचे केस फितीने बांधलेले होते. पिण्यासाठी काहीतरी आणायला स्वयंपाकघरात जाऊ लागली; परंतु ती निजायच्या खोलीतून एक पाऊल बाहेर टाकणार, तोच भीतीने ओरडली.

तिने जे पाहिलं, त्यावर तिचा विश्वास बसत नव्हता. भिंतीवरच्या दिव्यांशिवाय त्या खोलीत काहीही उरलेलं नव्हतं. बाकी सगळं – लाकडी सामान, भारतीय रग, पुतळे आणि हाताने विणलेल्या गोष्टी, मौल्यवान खडे आणि धातूंनी तयार केलेल्या कितीतरी ट्रॅपेस्ट्रीज – सगळं काही, ज्यामुळे त्या शहरातलं तिचं ते घर सर्वांत सुखद आणि सुशोभित घर झालं होतं, ते सगळं, अगदी पवित्र काकाकुवासकट सगळं

गायब झालं होतं. त्यांच्या प्रेमनिजेला न जागवता सगळं काही समुद्राबाजूच्या गच्चीवरून लंपास करण्यात आलं होतं. आता तिथे चार खुल्या खिडक्या असलेली रिकामी खोली तेवढी राहिली होती आणि तिथल्या एका भिंतीवर लिहिलं होतं : अशीच आपली घातलीत, तर हेच होणार. औसेन्सियाने या दरोड्याबद्दल कधीही तक्रार का केली नाही किंवा चोरबाजारातल्या विक्रेत्यांशी संपर्क का साधला नाही किंवा तिच्यावरच्या त्या संकटाचा उल्लेखही न करण्यास का सांगितलं, हे कॅप्टन रोझेंदो द ला रोझाला कधीही समजू शकलं नाही.

त्या लुटलेल्या घरात तिला भेटायला फ्लोरेंतिनो अरिसा जात राहिला. स्वयंपाकघरातली तीन चामडं लावलेली स्टुलं चोर विसरून गेले होते आणि ते जिथे झोपले होते, त्या निजायच्या खोलीतल्या वस्तू मात्र तशाच होत्या; परंतु आता त्याच्या भेटी पूर्वीइतक्या सर्रास व्हायच्या नाहीत. यामागे त्या घरातली उदासीनता हे कारण नव्हतं – जे तिला वाटायचं आणि तिने त्याला तसं बोलूनही दाखवलं होतं – तर यामागचं खरं कारण होतं, नव्या शतकाच्या वळणावर खेचरं ओढणाऱ्या ट्रॉलींची नवी नवलाई. या ट्रॉल्या मुक्त विहार करणाऱ्या छोट्या पक्ष्यांचं अफाट आणि अस्सल घरटं होतं. तो दिवसातून चारदा त्यातून जायचा – दोनदा ऑफिसला जाताना आणि दोनदा घरी परतताना आणि त्यात बसल्यावरचं त्याचं वाचन कधी कधी खरं असे आणि बऱ्याचदा जेव्हा ते नाटक असे, तेव्हा त्याने भविष्यातल्या सांकेतिक प्रेमभेटींच्या दिशेने निदान पहिली काही पावलं तरी टाकलेली असत. त्यानंतर, जेव्हा लिओकाकाने अध्यक्ष राफाएल न्यूनीजसारखी, दोन करड्या खेचरांना सोनेरी लगाम घातलेल्या घोडागाडीची त्याच्यासाठी व्यवस्था केली, तेव्हा त्याला ट्रॉलीतला त्या काळाचा विरह पडू लागला. कारण, ती त्याच्यासारख्या साहसी शिकाऱ्यासाठी सगळ्यात जास्त फलदायी ठरली होती. त्याचं बरोबरच होतं : गुपचूप करायच्या प्रेमात, दारापाशी थांबलेली घोडागाडी म्हणजे सगळ्यात मोठा शत्रू. खरंतर, ती तो त्याच्या घरी बऱ्याचदा लपवून ठेवत असे आणि ससाण्याच्या नजरेने चालत फेऱ्या मारत असे, त्यामुळे त्याच्या चाकांच्या खुणा मातीवर उमटत नसत, त्यामुळे त्याच्या मनात ट्रॉलींबद्दलच्या जुन्या आठवणी उफाळून येत. त्याला जोडलेली खेचरं कृश असत. त्यातून प्रेमिकांचा शोध घेण्यासाठी फक्त एक कटाक्ष पुरेसा असायचा. असं असलं तरी, या अनेक नाजूक आठवणींपैकी, एका असाहाय्य छोट्या पक्ष्याची आठवण विसरणं अशक्य होतं. तिचं नावगाव त्याला ठाऊक नव्हतं, तरी त्याने तिच्यासोबत अर्धिअधिक रात्र घालवली होती; परंतु तेवढ्यानेही पुढील आयुष्यभरासाठी त्याची कार्निवलची निरागस मौजमस्ती खराब करून टाकली होती.

ट्रॉलीत असताना तिने तिच्या बेधडकपणामुळे त्याचं लक्ष वेधून घेतलं. ती बेबंद, मजा करणाऱ्या सार्वजनिक सोहळ्याच्या गर्दीतून जात होती. तिचं वय

वीसपेक्षा जास्त नव्हतं. कार्निव्हलमध्ये भाग घेण्याचा उत्साह तिच्यात दिसत नव्हता आणि तिचा वेशही त्यासाठी साजेसा नव्हता : तिचे तजेलदार, लांबसडक आणि सरळ केस खांद्यावर मोकळे सोडलेले होते आणि तिने साधासा ट्युनिक घातला होता. ती रस्त्यावरच्या गोंधळ घालणाऱ्या संगीतापासून, ट्रॉलीतल्या प्रवाशांवर भाताची मूठभरून पिठी टाकण्यापासून, तसंच कृत्रिम रंग टाकण्यापासून ती पूर्णतः वेगळी पडलेली होती. ट्रॉलीच्या खेचरांना मक्याचं पीठ लावून पांढरं करण्यात आलं होतं आणि त्या तीन दिवसांच्या उत्सवी वेडेपणाच्या काळात त्यांच्या डोक्यावर फुलांच्या टोप्या घातल्या होत्या. लोकांच्या गडबड-गोंधळाचा फायदा घेऊन फ्लोरेंतिनो अरिसाने तिला आइस्क्रीम खाण्यासाठी आमंत्रित केलं. कारण, तो त्यापेक्षा अधिक काही तिला विचारू शकेल, असं त्याला वाटत नव्हतं. तिने त्याच्याकडे चकित न होता पाहिलं आणि म्हणाली, ''मला आवडेलच; पण मी आधीच सांगते की, मी वेडी आहे.'' तिच्या विनोदबुद्धीमुळे त्याला हसू आलं आणि त्याने तिला आइस्क्रीमच्या दुकानाच्या बाल्कनीतून होड्यांची परेड पाहण्यासाठी नेलं. त्याने एक बिनबाह्यांचा कोट भाड्याने घेतला आणि ते दोघं कस्टमहाउसच्या चौकात नृत्य करू लागले आणि दोघंही नवख्या प्रियकरांप्रमाणे एकमेकांचा आनंद घेऊ लागले; परंतु तिची उदासीनता उरलेल्या रात्री विरुद्ध टोकाला गेली : ती एखाद्या व्यावसायिक नर्तिकेसारखी नाचली, ती कल्पक होती आणि धाडसी होती आणि तिच्यातलं तेज, उत्साह समोरच्याला घायाळ करणारा होता.

''माझ्यामुळे तू कोणत्या अडचणीत पडला आहेस, हे तुला माहीत नाही,'' ती कार्निवलच्या त्या ज्वरात हसत, मोठ्याने ओरडली. ''मी असायलमधली एक वेडी बाई आहे.''

फ्लोरेंतिनो अरिसासाठी, ती रात्र म्हणजे प्रेमाने घायाळ होण्याआधी, निरागस अनियंत्रित पौंगंडावस्थेत परतण्याची रात्र होती; परंतु त्याला असा सहज मिळालेला आनंद जास्त काळ टिकून राहू शकत नाही, हे व्यक्तिशः अनुभवांपेक्षा सांगोवांगीमुळे माहीत होतं, त्यामुळे रात्र भ्रष्ट होण्याच्या आधी - जी नेहमी सर्वोत्तम वेशभूषेची बक्षिसं जाहीर झाल्यावर व्हायची - त्याने त्या मुलीला असं सुचवलं की, सूर्योदय पाहण्यासाठी आपण दीपस्तंभावर जाऊ. तिने आनंदाने होकार दिला; परंतु तिला बक्षीससमारंभ होईस्तोवर थांबायचं होतं.

त्या उशिरामुळेच आपला जीव वाचला, अशी फ्लोरेंतिनो अरिसाची खात्री पटली. खरंतर, त्या मुलीने आपण आता दीपस्तंभाकडे जायला निघू या असं सूचित केलं होतं; परंतु तेवढ्यात तिला 'डिव्हाइन शेफर्ड असायलम'च्या दोन पहारेकऱ्यांनी आणि एका परिचारिकेने पकडलं. त्या दिवशी दुपारी तीन वाजता ती असायलमधून पळून गेली होती आणि तेव्हापासून पोलिसांचा सगळा ताफा तिला शोधत फिरत होता. तिने तलवारीने एका पहारेकऱ्याचा शिरच्छेद केला होता

आणि आणखी दोघांना गंभीर दुखापत केली होती. ती तलवार तिने माळ्याकडून ओढून घेतली होती. कारण, तिला असायलमधून पळून जाऊन कार्निव्हलमध्ये नृत्य करायला जायचं होतं. ती रस्त्यांवर नाचत फिरत असेल, अशी शंकादेखील कुणाला आली नाही. त्यांना ती अनेकानेक घरांपैकी एकात लपली असावी, असं वाटलं. त्यांनी पाणी साठवायच्या टाक्यांमध्येही तिला शोधलं होतं.

तिथून तिला घेऊन जाणं तितकं सोपं नव्हतं. तिने स्वसरंक्षणासाठी तिच्या काचोळीत बागकामाची करायची कातरणी लपवून ठेवली होती आणि तिला जखडून ठेवण्यासाठी जे जाकीट घालायचं होतं, ते घालायला सहा पुरुषांची मदत घ्यावी लागली. हे सगळं कस्टमहाउसच्या चौकात, भरगर्दीत घडलं. लोक सगळं पाहत होतं. गर्दीने शिट्ट्या आणि टाळ्या वाजवायला सुरुवात केली. त्यांना ते कार्निवलचा भाग असलेलं खोटं खोटं नाटुकलं वाटलं होतं. फ्लोरेंतिनो अरिसाला खूप वाईट वाटलं आणि ॲश वेन्सडेच्या दिवसापासून डिव्हाइन शेफर्ड स्ट्रीटवरच्या असायलममध्ये तिच्यासाठी इंग्लिश चॉकलेट्सचा खोका घेऊन जाऊ लागला. तो उभा राहून आतमधल्या सगळ्या कैद्यांकडे पाहत असे. ते खिडक्यांमधून त्याच्याकडे पाहत सर्व प्रकारच्या शिव्या देत आणि ओरडून कौतुकही करत. तो त्यांना चॉकलेटचा खोका दाखवत असे आणि त्याचं नशीब चांगलं असल्यास, तीदेखील त्याला लोखंडी गजाआडून पाहील अशी आशा होती; परंतु ती त्याला कधीच दिसली नाही. काही महिन्यांनंतर, ट्रॉलीतून जात असताना, त्याच्या हातातल्या चॉकलेटच्या खोक्यातून मी एक चॉकलेट घेऊ का, असं वडिलांसोबत त्याच्या जवळून चालत जाणाऱ्या एका लहान मुलीने विचारलं, तेव्हा तिच्या वडिलांनी तिला रागे भरत फ्लोरेंतिनो अरिसाची क्षमा मागितली; परंतु त्याने त्या लहानगीला अख्खा खोका देऊन टाकला. तिच्या वडिलांना खांद्यावर थाप मारून शांत केलं. त्याला वाटलं की, असं केल्याने त्याच्या सगळ्या कृत्यांच्या कडवटपणातून त्याचं क्षालन होईल.

''ही चॉकलेटं एका प्रेमासाठी होती, जे आता नरकात गेलंय,'' तो म्हणाला.

नशिबाने केलेली एक प्रकारची भरपाई म्हणजे ट्रॉलीमध्येच फ्लोरेंतिनो अरिसाला लिओना कासिआनी भेटली, जी त्याच्या आयुष्यात आलेली खरी बाई होती – जरी त्या दोघांनाही ते माहीत नव्हतं किंवा त्यांनी कधीही एकमेकांशी संग केला नाही तरी. संध्याकाळी पाच वाजता घरी परतत असताना त्याने तिला पाहण्याआधीच, त्याला तिची जाणीव झाली होती. तिने टाकलेला एक कटाक्ष त्याला जणू बोट लावून स्पर्श करून गेला. त्याने डोळे वर करून तिच्याकडे पाहिलं. ती ट्रॉलीच्या शेवटच्या टोकाला होती; परंतु ती इतर प्रवाशांपेक्षा स्पष्ट वेगळी उठून दिसत होती. तिने आपली नजर फिरवली नाही. उलट, ती हिमतीने त्याच्या डोळ्याला डोळा देत राहिली, त्यामुळे त्याच्या मनात विचार आलाच – काळी,

तरुण, सुंदर पण निःसंशयपणे वेश्याच असणार. त्याने तिला आपल्या आयुष्यातून नकार दिला, कारण पैसे देऊन प्रेम घेणं ही कल्पनाच त्याला घृणास्पद वाटायची : त्याने तसं कधीही केलं नव्हतं.

प्लाझा ऑफ कॅरेजेसच्या चौकात फ्लोरेंतिनो अरिसा उतरला. तो चौक शेवटचा थांबा होता. तो दुकानांच्या भूलभुलैयातून घाईने चालू लागला. कारण, त्याने त्याच्या आईकडे सहा वाजता पोहोचणं अपेक्षित होतं आणि जेव्हा तो गर्दीमधून दुसऱ्या बाजूला गेला, त्याला रस्त्यावरच्या चिरेबंदी दगडांवर एका बाईच्या बुटांच्या टाचांचा आवाज ऐकू आला. त्याने खात्री करून घेण्यासाठी मागे वळून पाहिलं. ती तीच होती : खडकांच्या चित्रलिपीत कोरलेल्या गुलामांसारखा पोशाख केलेली, नृत्य करायच्या तयारीत असल्याप्रमाणे झिरझिरित कापडाचा स्कर्ट वर उचलून रस्त्यावरच्या पाण्याच्या डबक्यांमधून चालणारी, खांदे उघडे राहतील अशा प्रकारे अंगरखा घातलेला, गळ्यात रंगीत नेकलेस आणि डोक्यावर पांढरा फेटा. अशा बायकांना तो विश्रामगृहात जात असल्यापासून ओळखत होता. असं बऱ्याचदा घडायचं की, संध्याकाळी सहा वाजताही त्या न्याहारी करत असायच्या आणि मग त्या काय करायच्या की, संभोगाचा वापर दरोडेखोरांच्या सुऱ्यासारखा करून रस्त्यावरून जाणाऱ्या पहिल्या पुरुषाच्या गळ्यात तो त्या खुपसायच्या : एकतर तुझं लिंग दे नाहीतर तुझं आयुष्य. शेवटची चाचपणी करण्यासाठी, फ्लोरेंतिनो अरिसाने आपली दिशा बदलली आणि तो निर्मनुष्य अशा ऑइल लॅम्पच्या गल्लीत गेला. तिने त्याचा पाठलाग केला, ती त्याच्या जवळ जवळ, अगदी जवळ आली. मग तो थांबला, वळला आणि त्याने तिचा मार्ग अडवत तिला बाजूला घेतलं आणि दोन्ही हातांनी दाब देऊन त्याच्या छत्रीवर तो झुकला. ती त्याला सामोरी गेली.

''सुंदरी, तू चूक केली आहेस,'' तो म्हणाला. ''मी तसं काहीही करत नाही.''

''अर्थातच तू करशील,'' ती म्हणाली. ''तुझा चेहराच सांगतोय तसं.''

त्याच्या लहानपणीचा एक वाक्प्रचार फ्लोरेंतिनो अरिसाला आठवला, जो त्याच्या डॉक्टरने, त्याच्या गॉडफादरने त्याच्या कायमस्वरूपी बद्धकोष्ठाच्या त्रासाबद्दल बोलताना वापरला होता : ''जग दोन प्रकारच्या लोकांमध्ये विभागलेलं असतं, एक जे शी करू शकतात, दुसरे जे करू शकत नाहीत.'' त्याच्या या गृहीतकाच्या जोरावर डॉक्टर एखाद्या माणसाची अख्खी कुंडली मांडायचा, जी त्याच्यामते ज्योतिषापेक्षा जास्त अचूक असे; परंतु एवढ्या वर्षांच्या अनुभवानंतर तो जे काही शिकला होता, ते फ्लोरेंतिनो अरिसाने थोडं वेगळ्या प्रकारे मांडलं : ''जग दोन प्रकारच्या लोकांमध्ये विभागलेलं असतं, जे संग करतात ते आणि दुसरे जे करत नाहीत ते.'' तो जे करून शकत नाहीत, त्यांच्यावर विश्वास ठेवत नसे : जेव्हा नैतिक आणि योग्य मार्गावरून भरकटायचे, तेव्हा त्यांना काहीतरी फार विचित्र, वेगळं वाटायचं. मग ते प्रेमाबद्दल एवढ्या बढाया मारत बोलू लागायचे

की, जणू काही त्यांनी नुकताच प्रेमाचा शोध लावलेला असावा. तर दुसरीकडे जे नेहमी संग करायचे, ते केवळ स्वतःसाठी जगल्यासारखे, एकटे असायचे. थडगी असल्यागत त्यांची तोंडं कुलूपबंद झाली असल्याने त्यांना छान वाटायचं. कारण, त्यांचं आयुष्य त्यांच्या क्षमतेवर अलवंबून आहे याची जाणीव त्यांना असायची. ते त्यांच्या मुर्दुमकीबद्दल कधीही काही बोलायचे नाहीत. ते इतके अलिप्त राहायचे की, त्यांची ख्याती नपुंसक किंवा कामउदासीन किंवा नाजूकसाजूक अशी व्हायची, जशी ती फ्लोरेंतिनो अरिसाची झाली होती; परंतु ते या चुकीच्या समजुतींमध्ये सुख मिळवायचे. कारण त्यामुळे त्यांना संरक्षण मिळायचं. त्यांनी एक गुप्त समाज निर्माण केला होता, ज्याचे सदस्य त्यांची भाषा वेगवेगळी असली तरी जगभरात एकमेकांना बरोबर ओळखायचे, त्यामुळे फ्लोरेंतिनो अरिसा त्या मुलीच्या प्रत्युत्तराने चकित झाला नाही : ती त्यांच्यापैकी एक होती आणि तिला माहीत होतं की, त्याला माहीत आहे की तिला माहीत आहे.

ती त्याच्या आयुष्यातली एक घोडचूक होती. त्याची विवेकबुद्धी त्याला आयुष्याच्या शेवटच्या दिवसापर्यंत, दर दिवशी त्याच्या या चुकीची आठवण करून देणार होती. तिला त्याच्याकडून जे हवं होतं तो प्रेमसंग नव्हता, पैसे देऊन केला जाणारा संभोगही नको होता, तर तिला नोकरी हवी होती. कोणत्याही प्रकारची. कितीही पगाराची, रिव्हर कंपनी ऑफ द कॅरिबियनमध्ये. स्वतःच्या त्या वर्तणुकीमुळे फ्लोरेंतिनो अरिसा इतका खजील झाला की, तो तिला मनुष्यबळ विभागाच्या प्रमुखाकडे घेऊन गेला. त्याने तिला एका जनरल विभागात सर्वांत खालच्या दर्जाची नोकरी दिली. तिने ती तीन वर्षं निष्ठेने, गंभीरपणे आणि प्रामाणिकपणे केली.

स्थापना झाल्यापासून, आर.सी.सी.चं कार्यालय हे नदीच्या गोदीच्या समोर होतं आणि खाडीच्या विरुद्ध बाजूला असलेल्या समुद्री जहाजांचं बंदर किंवा लास अनिमाज बेवरच्या बाजार व ते कार्यालय यांच्यात काहीही समान नव्हतं. कार्यालयाची उतरत्या पत्र्याच्या छपरांची इमारत लाकडी होती, तिच्या पुढच्या बाजूला खांबावर उभी असलेली मोठी बाल्कनी होती आणि चारही बाजूंना जाळ्या लावलेल्या खिडक्या होत्या. त्यामधून गोदीतल्या बोटींचा सगळा नजारा दिसायचा, जणू काही त्या भिंतीवर टांगलेल्या चित्रांमधल्या बोटी असव्यात. जर्मन संस्थापकांनी ती इमारत बांधली तेव्हा त्यांनी पत्र्याच्या छपरांना लाल रंग दिला आणि लाकडी भिंतींना पांढराशुभ्र, त्यामुळे ती इमारत थोडीफार नदीतल्या बोटींसारखी दिसायची. नंतर तिला निळा रंग देण्यात आला आणि ज्या काळात फ्लोरेंतिनो अरिसा कंपनीकरता काम करू लागला, तेव्हा निश्चित असा कुठलाच रंग नसलेला, धुळकटपणा भींतीना आला होता आणि गंजक्या पत्र्याच्या पूर्वीच्या छपरांवरच काही ठिकाणी नव्या पत्र्याचे तुकडे लावलेले होते. इमारतीच्या मागे, कोंबड्यांच्या खुराड्याला असतं तसं कुंपण असलेली मातीची पडवी होती. तिथे नुकतीच बांधलेली दोन मोठी

गोदामं होती आणि त्याच्या मागे सांडपाण्याचे, घाणेरडे आणि दुर्गंधी मारणारे पाइप्स होते, जिथे पन्नासहून अधिक वर्षं नदीतल्या जलवाहतुकीच्या व्यवसायामधला नको असलेला कचरा सडायला टाकलेला होता : ऐतिहासिक बोटींचा उरलासुरला भाग, अगदी सुरुवातीच्या एक स्मोकस्टॅकवाल्या बोटींपासून सिमॉन बोलिव्हरने ज्यांचं नामकरण केलं होतं, ते काही अगदी अलीकडच्या बोटी ज्यांमध्ये केबिनमध्ये विजेचे पंखे होते. त्यातल्या बऱ्याचशा बोटींचे भाग सुटे करून ते इतर बोटी बांधण्यासाठी वापरण्यात आले होते; परंतु तरी काही फार चांगल्या स्थितीत होत्या. त्यांना जरा का एक रंगाचा हात मारला असता, तर त्या इग्वांनाना आपल्या आवाजाने न घाबरवता किंवा आणखीन गतकातर करणाऱ्या मोठ्या पिवळ्या फुलांच्या फांद्यांना स्पर्श न करताही त्या चालवता आल्या असत्या.

प्रशासकीय विभाग इमारतीत वरच्या मजल्यावर होता. तिथे लहान-लहान; पण आरामदायी आणि उत्तम फर्निचर असलेली कार्यालयं होती, बोटीत केबिन्स होत्या तशीच. कारण ती सिव्हिल इंजिनिअर्सनी बांधलेली नव्हती, तर नेव्हल इंजिनिअर्सनी बांधली होती. इतर कुठल्याही कर्मचाऱ्याप्रमाणे, मार्गिकेच्या शेवटी लिओकाकाचं कार्यालय होतं. अपवाद एकच होता, रोज सकाळी त्याच्या टेबलावर छान सुगंधित फुलांची काचेची फुलदाणी ठेवली जायची. तळमजल्यावर प्रवाशांसाठीचा विभाग होता, त्याला जोडून प्रतीक्षालय होतं, जिथे साधी बाकडी आणि तिकीट विक्रीचं आणि सामान हाताळणीचं काउंटर होतं. सर्वांत शेवटी होता जनरल विभाग. त्याच्या नावावरूनच त्याचं नक्की काम काय आहे, याची संदिग्धता स्पष्ट व्हायची. ज्या कुठल्या समस्या सुटत नसत, त्या तिथे मरणपंथाला लागण्यासाठी सोडून दिल्या जात. तिथे विद्यार्थ्यांच्या बाकड्यामागे बोटीवर टाकायची मक्याची पोती आणि अशीच कुठलीतरी कादपत्रं यांच्यात हरवून गेलेली लिओना कासिआनी बसायची. एक दिवस, त्या विभागाचा चांगल्या कामासाठी वापर करून घेण्यासाठी, लिओकाका तिथे स्वतःहून गेला. सर्व कर्मचाऱ्यांच्या मध्यभागी उभा राहून तीन तास प्रश्न विचारल्यानंतर, गृहीतकं आणि निश्चित पुरावे हाती घेऊन तो पुन्हा आपल्या कार्यालयात गेला. तो परतला तेव्हा निश्चितच त्रस्त झाला. कारण म्हणजे अनेक समस्यांना उत्तरं सापडण्याऐवजी, त्याउलट घडलं होतं : उत्तरं नसलेल्या नव्या आणि वेगवेगळ्या समस्या सापडल्या होत्या.

दुसऱ्या दिवशी, फ्लोरेंतिनो अरिसा कार्यालयात गेल्यावर त्याला लिओना कासिआनीचं निवेदन पत्र सापडलं. त्यात तिने ते पत्र पाहून योग्य वाटल्यास काकाला दाखवावं असं लिहिलं होतं. आदल्या दुपारी झालेल्या तपासणीत ती एकमेव व्यक्ती होती, जिने तोंडातून चकार शब्दही काढला नव्हता. ती दानधर्म करायचा म्हणून ठेवलेली कर्मचारी आहे, हे ओळखून आपली पत पाहून ती शांत राहिली होती; परंतु तिने पत्रात लिहिलं होतं की, तिने निष्काळजीपणा म्हणून नव्हे,

तर विभागातल्या वरिष्ठांचा मान राखण्यासाठी ती बोलली नव्हती. त्यात एक सावध करणारा साधेपणा होता. लिओकाकाने त्या विभागाची संपूर्णतः नव्याने पुनर्बांधणी करण्यास सांगितलं होतं; परंतु त्याबाबत लिओना कासिआनी मत वेगळं होतं. कारण साधं होतं. जनरल विभाग असं काही अस्तित्वातच नव्हतं. तो विभाग इतर विभागांना नकोशा झालेल्या, राग आणणाऱ्या, क्षुल्लक अशा समस्या दडपून टाकण्याचं ठिकाण झालेलं होतं. परिणामी, जनरल विभाग मोडीत काढून, त्या-त्या समस्या-अडचणी ज्या विभागांमध्ये निर्माण झाल्या होत्या, त्या विभागांना परत पाठवणं आणि तिथेच सोडवणं हा खरा उपाय होता.

लिओना कासिआनी कोण आहे, याबद्दल लिओकाकाला जराही कल्पना नव्हती आणि आदल्या दुपारी झालेल्या बैठकीमध्ये त्याने कुण्या लिओनाला पाहिल्याचं त्याला आठवत नव्हतं; परंतु ते पत्र वाचल्यावर त्याने तिला आपल्या कार्यालयात बोलावून घेतलं आणि तिच्याशी बंद दाराआड दोन तसा चर्चा केली. ते सगळ्या गोष्टींबाबत बोलले, लोकांबद्दल जाणून घेण्याची तशी त्याची पद्धतच होती. त्या पत्रामध्ये साधं, सामान्य ज्ञान होतं आणि त्यानुसार तिने केलेल्या सुचवण्या होत्या, खरंतर त्यामुळे अपेक्षित परिणाम साधला जाणार होता; परंतु लिओकाकाला त्यात रस नव्हता. त्याला तिच्यात रस होता. त्याचं लक्ष एका गोष्टीने सगळ्यात जास्त वेधलं. तिचं प्राथमिक शाळेनंतर स्कूल ऑफ मिलिनरीमध्ये शिक्षण झालेलं होतं. आणखी म्हणजे ती घरच्या घरी इंग्रजी भाषा शिकत होती, तेही कोणत्याही शिक्षकाशिवाय, वाढत्या गतीने आणि गेले तीन महिने ती संध्याकाळी टंकलेखनाची शिकवणीही करत होती, भविष्याचा विचार करता टंकलेखनाला चांगले दिवस येणार होते. जसं तारयंत्रणेबद्दल बोललं जायचं किंवा त्याआधी वाफेच्या इंजिनाबद्दल तसंच.

बैठक संपण्याआधीच, लिओकाका तिला ज्या नावाने संबोधू लागला, त्या नावाने तो पुढेही हाक मारणार होता : माझी नावबहीण लिओना. लिओनाच्या सूचनेनुसार त्याने पेनच्या एका फटकाऱ्यासरशी तो अडचणग्रस्त विभाग बंद करायचा निर्णय घेतला आणि तिथल्या समस्यांची ज्यांनी त्या निर्माण केल्या होत्या, त्यांनी त्या सोडवण्यासाठी त्या-त्या विभागांत पाठवणी केली. त्याने तिच्यासाठी एक नवं पदही तयार केलं, ज्याला खास असं काही नाव नव्हतं किंवा विशिष्ट अशी कामंही नव्हती; परंतु प्रत्यक्षात ती त्याची वैयक्तिक साहाय्यक होती. त्या दुपारी, सामान्य विभागाचा दफनविधी पार पाडल्यानंतर, लिओकाकाने फ्लोरेंतिनो अरिसाला त्याला लिओना कासिआनी कुठे भेटली अशी विचारणा केली आणि त्याने खरं खरं सगळं काही सांगितलं.

"अच्छा, असं आहे तर. मग आता ट्रॉलीतून प्रवास कर आणि तिच्यासारख्या मुली माझ्याकडे आण,'' काका म्हणाला. "अशा दोन किंवा तीन तरी आणखी मुली आण, आपण तुझं बुडतं जहाज वाचवू''

लिओकाकाच्या नेहमीच्या विनोदाप्रमाणे हाही एक विनोद असेल, असं फ्लोरेंतिनो अरिसाला वाटलं; परंतु दुसऱ्या दिवसापासून त्याला सहा महिन्यांपूर्वी दिलेली घोडागाडी दिसेनाशी झाली. ट्रॉलींमध्ये लपलेल्या गुणवान लोकांना हुडकून काढण्यासाठी त्याला पुन्हा ट्रॉलीने प्रवास करावा लागणार होता. लिओना कासिआनीच्या बाबतीत बोलायचं तर लवकरच तिने सुरुवातीच्या तीन वर्षांतल्या भिडस्तपणावर मात करून चमकदारपणा दाखवून दिला. पुढच्या तीन वर्षांमध्ये तिने सगळ्यावर आपलं नियंत्रण प्रस्थापित केलं आणि त्यापुढच्या चार वर्षांत जनरल सेक्रेटरीशिपच्या जवळ जाऊन उभी राहिली; परंतु तिने ती मर्यादा उल्लंघायचं नाकारलं. कारण ते पद फ्लोरेंतिनो अरिसाच्या एक पाऊल खालचं होतं. तोपर्यंत ती त्याच्याकडून आज्ञा घ्यायची आणि तिला तसंच करत राहायचं होतं, जरी सत्य असं होतं आणि ते फ्लोरेंतिनो अरिसालादेखील समजलेलं नव्हतं की, तो तिच्याकडून आज्ञा घ्यायचा. तिच्या सल्ल्यानुसार काम करण्याव्यतिरिक्त बोर्ड ऑफ डायरेक्टर्सवर त्याने दुसरं काहीही केलं नव्हतं. त्या सल्ल्यांमुळे त्याच्या गुप्त शत्रूंनी सापळे रचूनही त्याला त्यातून मार्ग काढत वर जाण्यात मदत झाली होती.

लिओना कासिआनीकडे गुपितं सांभाळण्याची सैतानी दुष्ट बुद्धी होती आणि तिला योग्य वेळी, योग्य ठिकाणी आपण कसं असलं पाहिजे हेही नीट ठाऊक होतं. ती उत्साही, सर्जनशील आणि गोड शहाणपणा असलेली शांत मुलगी होती; परंतु आवश्यक असेल तेव्हा ती दुःखी अंतःकरणाने आपल्यातल्या पोलादी काठिण्याला प्रकट करायची. असं असलं तरी, तिने ते कधीही स्वतःसाठी केलं नाही. तिचं ध्येय एकमेव होतं, कोणतीही किंमत मोजून, आवश्यक असल्यास रक्तपात करून, एकेक पायरी चढत जायची म्हणजे आपल्या क्षमतांची परीक्षा न घेता, फ्लोरेंतिनो अरिसा त्याने मागितलेल्या पदापर्यंत जाऊ शकेल. अर्थात, कोणत्याही प्रसंगी ती असं करू शकली असती. कारण, सत्ताप्राप्तीची दुर्दम्य अशी इच्छाशक्ती तिच्याकडे होती; परंतु खरंतर ती मुद्दामहून, केवळ कृतज्ञतेपोटी तसं करायची. फ्लोरेंतिनो अरिसा स्वतःसुद्धा तिच्या कारस्थानांत हरवून गेला होता एवढा तिचा निर्धार असायचा आणि एका दुर्दैवी प्रसंगी तर त्याने तिलाच अडवायचा प्रयत्न केला होता. कारण त्याला असं वाटलं होतं की, तीही त्याच्या मार्गात मुद्दाम अडथळा आणते आहे. लिओना कासिआनीने त्याला त्याची जागा दाखवून दिली.

''अशी चूक नका करू,'' ती त्याला म्हणाली. ''तुम्हाला हवं तेव्हा मी हे सगळं सोडून जाईन; परंतु नीट काळजीपूर्वक विचार करा.''

खरंतर, फ्लोरेंतिनो अरिसाने त्याचा कधी विचारच केलेला नव्हता, मग त्याने तो केला, शक्य तितका केला आणि शेवटी त्याने सपशेल शरणागती पत्करून सगळी शस्त्रं खाली टाकली. सत्य असं होतं की, दीर्घकालीन संकटात असलेल्या कंपनीत दोन्ही बाजूंचं नुकसान करणाऱ्या त्या लढाईच्या मध्यात, अथकपणे शिकार

करताना निर्माण होणाऱ्या त्याच्या संकटकालीन स्थितीच्या मध्यात आणि फर्मिना डासाला प्राप्त करण्याचं स्वप्न दूर दूर, आणखी दूर जात अनिश्चितता येण्याचा त्या काळात, जेव्हा तो या आकर्षक, ज्वालाग्राही, विष्ठा आणि प्रेम फासलेल्या काळ्या बाईला सामोरा गेला, तेव्हा अधीर फ्लोरेंतिनो अरिसाला आतल्या शांततेचा एकही क्षण अनुभवता आला नव्हता. कितीतरी वेळा त्याला मनातल्या मनात गुपचूप वाटलं होतं की, त्या दुपारी त्याला ती जशी वाटली होती, तशी ती प्रत्यक्षात नव्हती, त्यामुळे आपल्या तत्त्वांना हरताळ फासून, जरी काही चमकत्या सोन्याच्या तुकड्यांची किंमत मोजावी लागली असती, तरी तिच्याशी त्याने संग केला असता. लिओना कासिआनी मात्र त्या दिवशी ट्रॉलीमध्ये जशी होती, तशीच त्यानंतरही होती, त्याच कपड्यांमध्ये, पळून जाणाऱ्या गुलामासारखी, वेडगळ वाटणारे फेटे परिधान केलेली, तिची हाडांपासून बनवलेली कानातली, ब्रेसलेट्स, गळ्यातली, प्रत्येक बोटात खोट्या खड्यांच्या घातलेल्या अंगठ्या : ती रस्त्यावरची सिंहीण होती. वर्षं गेली तसा तिच्या दिसण्यात फार थोडा बदल झाला आणि तो थोडा बदल तिला शोभून दिसत होता. ती चित्तवेधक प्रगल्भ झाली, तिच्या स्त्रीत्वाची उत्फुल्लता आणखी आकर्षक बनली आणि तिचं बळकट आफ्रिकन शरीर आणखी बांधेसूद झालं. दहा वर्षांच्या काळात फ्लोरेंतिनो अरिसाने तिच्यासमोर कोणताही प्रेमप्रस्ताव ठेवला नाही, कारण ती त्याच्या मूळ चुकीची कठोर शिक्षा होती आणि तिनेही त्याला ती एक गोष्ट वगळता, बाकी सगळ्या गोष्टींत सर्वतोपरी मदत केली.

एकदा रात्री उशिरापर्यंत काम करून, फ्लोरेंतिनो अरिसा निघाला. आई गेल्यानंतर तो बरेचदा असं करायचा, तेव्हा त्याला लिओना कासिआनीच्या कार्यालयात उजेड दिसला. त्याने दारावर टकटक न करता ते उघडलं. ती तिथे बसलेली होती : टेबलपाशी एकटी, पूर्णतः कामात गुंतलेली, गंभीर आणि डोळ्यांवर नवा चश्मा ल्यालेली, ज्यामुळे अकादमीय हुशार वाटत होती. फ्लोरेंतिनो अरिसाला आनंददायी भीती वाटली. त्या इमारतीत ते दोघंच होते हे लक्षात आलं. सामान चढवणारे, उतवणारे कामगार निघून गेले होते, शहर झोपलं होतं, काळोख्या समुद्रावर रात्र अनंतकाळासाठी पसरल्यागत भासत होती आणि कर्ण्यांनी आवाज करत येणारं जहाज अजून तासभर तरी गोदीला लागणार नव्हतं. ऑइल लॅम्प गल्लीत त्याने केलं होतं अगदी तसंच, छत्रीवर दोन्ही हातांनी जोर देत खाली वाकून तो उभा राहिला. फक्त आता त्याने आपले थरथरते गुडघे दिसू नयेत म्हणून छत्रीचा आधार घेतला होता.

''माझ्या प्राणप्रिये सिंहिणी, बोल,'' तो म्हणाला. ''आपण हे कधी संपवणार आहोत?''

तिने शांतपणे आपला चश्मा काढला आणि तिच्या तेजस्वी हास्याने त्याला दिपवलं. त्या वेळी पहिल्यांदाच तिने त्याला संबोधताना अनौपचारिकतेचा वापर केला.

''ए, फ्लोरेंतिनो अरिसा,'' ती म्हणाली. ''तू मला कधी विचारशील याची वाट पाहत मी इथे दहा वर्षं बसलीय.''

परंतु आता फार उशीर झाला होता. ट्रॉलीत असताना ती संधी होती. ती ज्या खुर्चीत बसायची, तिथेही कायम ती संधी होती; परंतु आता ती कायमची हरवून गेली होती. हे सत्य होतं की, त्याच्यासाठी तिने घाणेरड्या क्लृप्त्या केल्या होत्या, काय वाटेल ते सहन केलं होतं. आता ती आयुष्याच्या बऱ्याच पुढच्या टप्प्यावर गेली होती आणि त्यांच्या वयात असलेलं वीस वर्षांच्या अंतराचा फायदा घ्यायच्या फार पुढे आली होती : त्याच्यासाठी तिचं वय जरा जास्तच झालं होतं. तिचं त्याच्यावर एवढं प्रेम होतं की, स्वतःच्या फायद्यासाठी त्याला फसवण्यापेक्षा तिने त्याच्यावर प्रेम करणं अधिक पसंत केलं. तिला ते क्रूर प्रकारे सांगावं लागलं असलं तरी.

''नको,'' ती त्याला म्हणाली. ''मला नसलेल्या मुलासोबत मी झोपते आहे असं मला वाटेल.''

तिचा नकार अंतिम नसावा, असा बोचरा संशय फ्लोरेंतिनो अरिसाचा मनात राहिला. जेव्हा एखादी बाई नकार देते, तेव्हा ती निर्णय घेण्यासाठी तिच्याकडे आपण याचना करावी याची वाट पाहत थांबलेली असते, असं त्याचं मत होतं; परंतु तिच्या बाबतीत तो ती चूक दुसऱ्यांदा करण्याचा धोका पत्करणं शक्य नव्हतं. कोणताही निषेध न करता आणि निश्चित अशी स्वतःची आब राखत तो तिथून बाहेर पडला, जे त्याच्याकरता सोपं नव्हतं. त्या रात्रीनंतर त्या दोघांमध्ये संदिग्ध धुकं असण्याची शक्यता कोणताही कडवटपणा न येता विरून गेली आणि अखेरीस फ्लोरेंतिनो अरिसाला समजलं की, एखाद्या बाईचा मित्रदेखील होता येतं, तिच्याशी संग न करताही.

लिओना कासिआनी ही एकमेव अशी व्यक्ती होती जिच्याकडे फ्लोरेंतिनो अरिसाला फर्मिना डासाबद्दलची गुपितं उघड करायचा मोह झाला. फार थोड्यांना ती गुपितं माहीत होती; परंतु त्यांपैकी बरेच काही हाताबाहेर असलेल्या कारणांमुळे ती विसरू लागले होते : निःशंकपणे त्यात तीन व्यक्ती होत्या, ज्या कबरीत शांत पहुडल्या होत्या. एक त्याची आई, जिला ती मरण्याआधी विस्मरणाचा आजार झालेला होता, दुसरी गाला प्लासिडिया जी वृद्धत्वामुळे मरण पावली होती आणि तिने आपल्या मुलीप्रमाणे फर्मिनाची सेवा केली होती, तिसरी व्यक्ती होती, अविस्मरणीय एस्कोलास्टिका डासा, जिने त्याला त्याच्या आयुष्यातलं पहिलं प्रेमपत्र तिच्या प्रार्थनावहीत लपवून आणून दिलं होतं आणि त्या गोष्टीला कितीतरी वर्षं उलटून गेल्यामुळे ती जिवंत असण्याची शक्यता फार कमी होती. फर्मिना डासाची शाळेतून हकालपट्टी टाळायच्या प्रयत्नात लॉरेंझो डासाने (तो मेला की जिवंत आहे, याबद्दल कुणालाही माहिती नव्हती) कदाचित हे गुपित सिस्टर फ्रान्का

द ल लूझला सांगितलं असण्याची शक्यता होती; परंतु तिथून ते गुपित आणखी कुणाला समजलं असण्याची शक्यता फारच कमी होती. त्यानंतर राहिले होते ते हिल्डेब्रांडा सान्चेसच्या परगण्यातले अकरा तारयंत्रणा चालवणारे ऑपरेटर्स. त्यांनी नाव, पत्ते यांसह तारा पाहिल्या होत्या आणि शेवटी होत्या, हिल्डेब्रांडा आणि तिच्या चुलतमावस बहिणींचा गोतावळा.

या यादीत डॉ. हुवेनाल उर्बिनोलादेखील समाविष्ट करायला हवं होतं; परंतु ते फ्लोरेंतिनो अरिसाला माहीत नव्हतं. हिल्डेब्रांडा सान्चेसने सुरुवातीच्या काळात भेटींमध्ये त्याला हे गुपित सांगितलं होतं; परंतु तिने ते सहज बोलता बोलता आणि इतक्या चुकीच्या वेळेस सांगितलं होतं की, ते डॉ. उर्बिनोच्या कानांमधून डोक्यात शिरलं नव्हतं, असं तिला वाटलं, त्यामुळे ते गुपित इतरत्र कुठेही उघड झालं नव्हतं. हिल्डेब्रांडाने फ्लोरेंतिनो अरिसाचा उल्लेख अशा गुप्त कवींपैकी एक म्हणून केला होता, जे तिच्या मतानुसार काव्योत्सव जिंकू शकतात. डॉ. उर्बिनोला तो काही आठवत नव्हता आणि ती त्याला म्हणाली की, लग्नाआधी फर्मिना डासाचा तो एकमेव प्रियकर होता. खरंतर, तिने तसं सांगायची काही गरज नव्हती; परंतु त्यात चहाडी करायचा अजिबात हेतू नव्हता. तिने त्याला सांगितलं की, ते प्रेम एवढं निरागस आणि तत्कालिक होतं की, खरंतर ते हृद्य होतं. डॉ. उर्बिनोने तिच्याकडे न पाहता उत्तर दिलं, ''मला हा माणूस कवी आहे हे ठाऊक नव्हतं.'' आणि मग त्याने आपल्या स्मृतीतून त्याला पुसून टाकलं. कारण, त्याने त्याच्या व्यवसायामुळे आपल्या विस्मरणाचं योग्य प्रकारे नैतिक व्यवस्थापन करण्याची सवय स्वतःला लावलेली होती.

त्याच्या आईचा अपवाद वगळता, हे गुपित राखून असलेल्या सगळ्या व्यक्ती फर्मिना डासाच्या जगातल्या होत्या, असं फ्लोरेंतिनो अरिसाचं निरीक्षण होतं. त्याच्या जगात तो एकटाच होता, जो त्या गुपिताचं असह्य ओझं वाहत होता, त्यामुळे त्याला ते बऱ्याचदा कुणालातरी सांगावं असं वाटे; परंतु त्याच्या आसपास ते सांगता येईल, अशी कुणी विश्वासू व्यक्ती राहिलेली नव्हती. ती व्यक्ती लिओना कासिआनी होती आणि त्याला संधी आणि साधनांची आवश्यकता होती. एकदा एका उष्ण दुपारी तो याचाच विचार करत असताना डॉ. उर्बिनो आर.सी.सी.च्या कार्यालयाचा तीव्र उताराचा जिना चढून वर आला. दुपारी तीन वाजताच्या उष्णतेत श्वास घेण्यासाठी तो काही क्षण थांबला आणि मग फ्लोरेंतिनो अरिसाच्या कार्यालयात आला, तेव्हा तो डोक्यापासून पायापर्यंत घामाने निथळत होता. त्याला लागलेल्या धापेवर नियंत्रण ठेवत तो म्हणाला, ''वादळ येणार असं दिसतंय.'' तो तिथे लिओकाकाला भेटायला बऱ्याचदा यायचा, तेव्हा फ्लोरेंतिनो अरिसाने त्याला बऱ्याचदा पाहिलं होतं; परंतु आगंतुकपणे आलेल्या या पाहुण्याचा तोवर आपल्या आयुष्याशी कधी संबंध येईल, असं त्याला कधीही वाटलं नव्हतं.

त्या काळात, डॉ. हुवेनाल उर्बिनोने त्याच्या व्यवसायातले सगळे अडथळे, खड्डे यांवर मात केली होती आणि आता तो याचकाप्रमाणे दारोदारी जाऊन, आपली हॅट पुढे करून आपल्या कलाविषयक नव्या योजनांसाठी देणगी मागायला जात होता. लिओकाका त्याचा नेहमीचा विश्वासू आणि मुक्त हस्ते दान करणारा देणगीदार होता; परंतु ज्या क्षणी डॉ. उर्बिनो आला होता, अगदी त्या क्षणी लिओकाकाने खुर्चीवर पाठ टेकवून त्याच्या दहा मिनिटांच्या वामकुक्षीला सुरुवात केली होती. फ्लोरेंतिनो अरिसाने डॉ. हुवेनाल उर्बिनोला त्याच्या कार्यलयात बसायची विनंती केली, जे लिओकाकाच्या शेजारीच होतं आणि खरोखर सांगायचं तर त्याचा वापर प्रतीक्षालय म्हणून केला जायचा.

त्याआधी वेगवेगळ्या प्रसंगी त्यांनी एकमेकांना पाहिलं होतं; परंतु आत्ताप्रमाणे ते एकमेकांच्या समोरासमोर कधीही आले नव्हते आणि पुन्हा एकदा फ्लोरेंतिनो अरिसाला आपल्यात न्यूनत्व असल्याचं वाटू लागलं. ती दहा मिनिटं त्याला अनंतकाळासारखी वाटली आणि काका नेहमीपेक्षा लवकर उठला असावा, अशी आशा करत फ्लोरेंतिनो अरिसा तीन वेळा उठून उभा राहिला. त्याने कॉफीचा अख्खा थरमॉस रिकामा करून टाकला. डॉ. उर्बिनोने मात्र एक कप कॉफी घेण्यासही नकार दिला. तो म्हणाला, ''कॉफी म्हणजे विष असतं.'' आणि मग तो एकातून एक अशा अनेक गोष्टींबद्दल गप्पा मारू लागला आणि त्याचं कोणी ऐकतं आहे की नाही, याचीही त्याला चिंता नव्हती. त्याचा नैसर्गिक स्पष्टवक्तेपणा, शब्द वापरण्याची सहजता आणि अचूकता, त्याला येणारा कापराचा हलकासा गंध, त्याचा उत्फुल्लपणा, सहज आणि सभ्य वागणूक हे सारं फ्लोरेंतिनो अरिसाला सहन होत नव्हतं आणि या सगळ्यामुळे त्याची सगळ्यात जास्त उथळ वाक्यंही ती त्याने उच्चारली आहेत म्हणू किती गरजेची, महत्त्वाची आहेत, असं भासत होतं. मग, काहीही न सांगता डॉक्टरने आपला विषय बदलला.

''तुम्हाला संगीत आवडतं का?''

त्याला आश्चर्य वाटलं. प्रत्यक्षात, फ्लोरेंतिनो अरिसा शहरात होणाऱ्या प्रत्येक ऑपेरा आणि संगीत–मैफलींना हजर असायचा; परंतु त्याबाबत काही टीकात्मक बोलण्याची किंवा जाणकाराप्रमाणे चर्चा करण्याची क्षमता आपल्यात नाही असं त्याला वाटायचं. लोकप्रिय संगीत प्रकार, त्यातही भावूक वॉल्ट्झ त्याच्या मनातला हळवा कोपरा होता. त्याने पौगंडावस्थेत रचलेल्या गीतांशी किंवा त्याने लिहिलेल्या गुप्त गीतांशी त्यांचं साम्य होतं हे तो अमान्य करत नसे. त्याने ती गीतं एकदा ऐकल्यावर, मग कित्येक रात्री जगातली कुठलीही शक्ती त्या गीतांची धून त्याच्या डोक्यातून काढून टाकू शकायची नाही; परंतु एक विशेषतज्ज्ञाने विचारलेल्या एका गंभीर प्रश्नाला दिलेलं हे गंभीर उत्तर असू शकलं नसतं.

''मला गार्देल आवडतो,'' तो म्हणाला.

डॉ. उर्बिनोला समजलं. ''अच्छा,'' तो म्हणाला. ''लोकप्रिय आहे तो.'' आणि मग त्याची गाडी त्याच्या नव्या योजनांवर घसरली, ज्यांना नेहमीप्रमाणे कोणतंही औपचारिक पाठबळ नसायचं. गेल्या शतकातल्या अप्रतिम मैफलींच्या तुलनेत आता तिथे ऐकाव्या लागणाऱ्या अतिशय सुमार दर्जाच्या मैफलींकडे त्याने त्याचं लक्ष वेधलं. ते सत्य होतं : ड्रॅमॅटिक थिएटरमध्ये कॉर्तोत–कॅसाल्स–थायबॉद ही त्रिकडी आणण्यासाठी त्याने अख्खं एक वर्ष नोंदणी विकण्यात घालवलं होतं आणि सरकारमधल्या कुणालाही ते कोण आहेत हेदेखील माहीत नव्हतं आणि त्याच वेळी गुप्तहेर असलेली रहस्यप्रधान नाटकं करणाऱ्या रेमन कॅराल्त कंपनीच्या नाटकांचे प्रयोग हाउसफुल्ल झाले होते, तसंच डॉन मॅनोलो द ला प्रेसा यांच्या 'ऑपेरेत्ता अँड झारझुला' कंपनीचे कार्यक्रम असोत किंवा रंगमंचावर डोळ्याचं पातं लवतं न लवतं तोच कपडे बदलणाऱ्या कलाकार, नकलाकार आणि आभासकार सॅन्टानीलासचे कार्यक्रम असोत अथवा पूर्वाश्रमीचा नृत्यकलाकार म्हणून जाहिरात करणारा डायनिस डीअल्टेन जो फोलीएज–बर्जरीसोबत कार्यक्रम करायचा ते असोत, बैलांशी लढाया करणारा बास्कच्या एका वेड्या माणसाचे कार्यक्रम असोत– हे सगळे कार्यक्रम नेहमी गच्च भरलेले असायचे; परंतु जर आम्ही पन्नास वर्षांत झालेल्या नऊ नागरी युद्धांनंतर – जी सत्य सांगायचं तर वेगळी नव्हती, ते एकच एक युद्ध होतं – शांततेत जगायला सुरुवात केली असताना, युरोपीयांनी पुन्हा एकदा क्रूर असं युद्ध करून जगासमोर चुकीचं उदाहरण ठेवलं असेल तर अर्थात याबाबत तक्रार करण्याचं तसं काही कारण नव्हतं. त्या गुंतवणाऱ्या संभाषणातल्या एका तपशिलाने फ्लोरेंतिनो अरिसाचं लक्ष वेधून घेतलं. काव्योत्सव पुन्हा सुरू होण्याची शक्यता. तो डॉ. हुवेनाल उर्बिनोच्या कल्पनेतून उतरतलेला सर्वांत प्रतिष्ठित झालेला आणि दीर्घकाळ चाललेला उपक्रम होता. वर्षातून एकदा होणाऱ्या या स्पर्धेमध्ये देशातूनच नव्हे, तर संपूर्ण कॅरिबियन टापूतल्या इतरही देशांतून कवी भाग घ्यायचे. यंदाच्या स्पर्धेत भाग घेणारा आपण व्यासंगी स्पर्धक आहोत, असं फ्लोरेंतिनो अरिसा सांगणार होता; परंतु तेवढ्यात त्याने आपले जीभ चावली.

त्यांचं संभाषणं सुरू झालं, तेव्हा उष्ण, दमट हवा अचानक गार झाली आणि इकडून तिकडे वाहणाऱ्या वादळी वाऱ्यांमुळे दरवाजे आणि खिडक्या एकमेकांवर आदळू लागले, तेव्हा कार्यालयाची इमारत भरकटलेल्या बोटीसारखी आवाज करत हलू लागली. डॉ. हुवेनाल उर्बिनोला ते लक्षात आलं नसावं. त्याने जून महिन्यात येणाऱ्या जोरादार वादळांचा सहजच जाता जाता उल्लेख केला आणि मग, काहीही पूर्वसूचना न देता, तो आपल्या बायकोबद्दल बोलू लागला. तो तिला त्याची उत्साहवर्धक सहचारिणी मानत होताच, त्याशिवाय ती त्याच्या उपक्रमांमागचा आत्मा होती असंही म्हणाला. तो म्हणाला, ''तिच्याशिवाय मी कुणीही नाही.'' शांतपणे, त्याला हलकेच मान हलवत होकार देत फ्लोरेंतिनो अरिसाने त्याचं बोलणं

ऐकलं. त्याचा आवाज त्याला दगा देईल या भीतीने त्याने तोंडून एक शब्दही काढला नाही. असं असलं तरी, आणखी दोन-तीन वाक्यांमध्ये त्याला हे समजून चुकलं की, वेळ घेणाऱ्या कितीतरी गोष्टी करायच्या असल्या, तरी डॉ. उर्बिनो हुवेनालकडे अजूनही जवळपास त्याच्याएवढाच वेळ त्याच्या बायकोची स्तुती करण्यासाठी आहे आणि या सत्याने तो चकित झाला. त्याला प्रतिसाद द्यायला आवडलं असतं, तरीही त्याने तो दिला नाही. कारण, मग त्याच्या मनाने अशा काही घाणेरड्या क्लृप्त्या करणं चालू केलं, जे केवळ मनच करू शकतं : त्यातून त्याला साक्षात्कार झाला की, तो आणि समोर बसेला तो पुरुष – ज्याला त्याने कायमच आपला शत्रू मानलं होतं – दोघंही एकाच नशिबाचे आणि अनेक सामायिक आवडीनिवडींचे बळी आहेत, ते दोघं एकाच जूला जुंपलेले दोन बैल आहेत. त्यानंतर प्रथमच, सत्तावीस वर्षांच्या दीर्घकालीन प्रतीक्षा काळात फ्लोरेंतिनो अरिसाला एका विचारामुळे येणारे दुःखाचे कढ सहन करता येऊ शकले नाहीत. तो विचार असा की, या प्रसंशनीय पुरुषाच्या मृत्यूमुळेच त्याला सुख प्राप्त होऊ शकणार आहे.

सरतेशेवटी वादळ शांत झालं; परंतु त्या पंधरा मिनिटांच्या वादळी वाऱ्यांमुळे दलदलीचा परिसर उद्ध्वस्त झाला आणि अर्ध्या अधिक शहराचं नुकसान झालं. लिओकाकाच्या दानशूरपणामुळे उपकृत झालेल्या डॉ. हुवेनाल उर्बिनोने पाऊस थांबण्याची वाट पाहिली नाही आणि फ्लोरेंतिनो अरिसाने त्याला त्याच्या घोडागाडीपर्यंत जाण्यासाठी दिलेली त्याची छत्री त्याने फार काही विचार न करता स्वीकारली. जेव्हा त्या छत्रीचा मालक कोण आहे हे फर्मिना डासाला समजेल तेव्हा तिला काय वाटेल, असा विचार करून फ्लोरेंतिनो अरिसाला आनंद झाला. इतक्यात लिओना कासिआनी त्याच्या कार्यालयात आली. त्या भेटीमुळे तो अस्वस्थ झालेला होता आणि उगाच कशाच्याही मागे न लपता, हातचं न राखता आपलं गुपित उघड करण्याची ही संधी आहे असं त्याला वाटलं. जणू काही त्याने त्याच्या आत ठसठसणारं गळू दाबून ठेवलं होतं : आत्ता नाहीतर कधीच नाही. त्याने तिला डॉ. हुवेनाल उर्बिनोबद्दल तिचं मत काय आहे असं विचारून विषयाला सुरुवात केली. तिने तत्काळ उत्तर दिलं, "अनेक गोष्टी, कदाचित खूपच जास्त गोष्टी करणारा तो मनुष्य आहे; परंतु तो नेमका काय विचार करतो हे कुणालाही माहीत नसतं." त्यानंतर मोठ्या, धारदार, काळ्या बाईच्या तिच्या दातांनी पेन्सिलीवरच्या खोडरबरचे तुकडे करत, तिने तिला काय म्हणायचं आहे हे सूचित केलं. शेवटी आपले खांदे उडवून तो विषय तिथेच संपवला. तिला त्याबद्दल फार काही पडली नव्हती.

"अनेक गोष्टी करण्यामागचं एक कारण असं असावं कदाचित," ती म्हणाली. "त्याला विचार करावा लागू नये."

फ्लोरेंतिनो अरिसाला त्याचा विषय सोडायचा नव्हता.

''त्याला मरावं लागेल, हा विचार करून मला फार वाईट वाटलं,'' तो म्हणाला.

''प्रत्येकाला तर मरावं लागतंच,'' ती म्हणाली.

''हो,'' तो म्हणाला ''परंतु त्याचं मरण इतरांपेक्षा जास्त महत्त्वाचं.''

तिला तो जे काही बोलत होता, त्यातलं काहीही समजलं नाही. खांदे उडवत, काही न बोलता ती निघून गेली. मग फ्लोरेंतिनो अरिसाला समजून चुकलं की, कुण्या एका रात्री, कधीतरी भविष्यात, फर्मिना डासासोबत पलंगावर आनंदात पहुडलेला असताना, तो तिला सांगणार होता की, आपल्या प्रेमाचं गुपित त्याने कुणाकडेही उघड केलेलं नाही – त्या माणसाकडेही नाही ज्याने ते जाणण्याचा अधिकार मिळवला होता. नाही, तो ते कधीही उघड करणार नव्हता, लिओनी कासिआनीलाही सांगणार नव्हता. अर्धं आयुष्य त्याने ते गुपित मनाच्या पेटीत जपून ठेवलेलं होतं, ती पेटी त्याला उघडायची नव्हती म्हणून नव्हे, तर तेव्हा त्याला हे समजलं की, त्या पेटीची त्याच्याकडची किल्लीच हरवून गेलेली आहे म्हणून.

असं असलं तरी त्या दुपारचा तो प्रसंग काही एवढा धक्कादायक वाटावा असा नव्हता. अजूनही त्याला तो तरुण असताना गतकातर करणाऱ्या काव्योत्सवाच्या आठवणी स्पष्ट आठवत होत्या. त्याचे प्रतिसाद संपूर्ण अँटिल्समध्ये दर वर्षी १५ एप्रिल रोजी पडायचे आणि तो उत्सव गाजायचा. तो त्यांच्यातल्या मुख्य पात्रांपैकी असायचा; परंतु नेहमी जसं तो प्रत्येक गोष्टीत करायचा तसं, तो गुप्त मुख्य पात्र होता. स्पर्धा सुरू झाल्यापासून त्याने कितीतरी वेळा त्यात भाग घेतला होता आणि तरी त्याचा एकदाही साधा सन्मानपूर्वक उल्लेखही केला गेला नव्हता; परंतु त्याला त्याबद्दल फार काही वाटायचं नाही. कारण, तो बक्षिसाच्या आकांक्षाने स्पर्धेत भाग घ्यायचा नाही, तर त्याला स्पर्धेचं आकर्षण वेगळ्या कारणाने होतं : पहिल्या सत्रात फर्मिना डासाने बंद लखोटा उघडून विजेत्यांची नावं घोषित केली होती आणि त्यानंतरच्या सगळ्या वर्षांमध्ये तीच विजेते घोषित करेल, असा पायंडा पडून गेला होता.

त्याच्या कोटाच्या बटणपट्टीवरच्या भोकात ताजं, त्याची आसक्ती प्रसवणारं कॅमेलियाचं फूल खोचलं होतं, अंधारात लपून बसलेल्या फ्लोरेंतिनो अरिसाने पहिल्या काव्योत्सवाच्या रात्री फर्मिना डासाला जुन्या नॅशनल थिएटरच्या मंचावर तीन बंद लखोटे उघडताना पाहिलं. त्या गोल्डन ऑर्किडचा विजेता तो आहे, हे जेव्हा तिला समजेल, तेव्हा तिला काय वाटेल, असा प्रश्न त्याने स्वतःला विचारला. ती त्याचं हस्ताक्षर नक्की ओळखेल आणि तेव्हा तिला लहानशा बागेतल्या बदामांच्या झाडांखालच्या भरतकाम करत काढलेल्या दुपारी, त्याच्या पत्रांमधल्या गार्डेनियाच्या फुलांचा मंद गंध, पहाट होताना 'मुकुटधारी देवते'साठी सादर केलेली गीतं असं सगळं आठवेल याची त्याला खात्री होती; परंतु तसं काही घडलं नाही. खेदाची बाबा म्हणजे देशोदेशीच्या कवींना हवंसं असलेलं ते पारितोषिक –

गोल्डन ऑर्किड – एका चिनी स्थलांतरिताला मिळालं. या पूर्वी कधी न ऐकलेल्या निर्णयामुळे लोकांमध्ये संतापाची लाट उसळली आणि त्या स्पर्धेच्या गांभीर्याबाबत प्रश्नचिन्हं निर्माण करण्यात आली; परंतु जाहीर झालेला निर्णय योग्यच होता आणि निवडलेल्या सुनीताच्या उत्तम दर्जाबाबत सर्व परीक्षकांचं एकमत होतं.

बक्षीसपात्र कवी चिनी आहे यावर कोणाचाही विश्वास बसला नव्हता. त्या शतकाच्या शेवटी, दोन महासागरांना जोडणाऱ्या रेल्वेच्या बांधकामाच्या वेळेस पनामामध्ये पीतज्वराने धुमाकूळ घालून विध्वंस केला होता, त्या उपद्रवाला घाबरून तो चिनी आपल्या इतर बांधवांसोबत शहरात आला होता आणि मरेपर्यंत तिथे राहिला – चिनी म्हणून राहिला, चिन्यांचं पुनरुत्पादन करत राहिला. ते एकमेकांसारखे दिसत असल्यामुळे त्यांना ओळखणं कठीण जायचं. पहिल्यांदा ते जेमतेम दहा होते; त्यातले काही जण बायका–मुलं आणि कुत्र्यांसोबत आले होते; परंतु काही वर्षांत बंदरालगतच्या चार चिंचोळ्या रस्त्यांमधल्या वस्त्यांमध्ये त्यांची संख्या बेसुमार वाढली. ते अनपेक्षित होतं. ते देशाच्या कस्टमच्या नोंदींमध्ये कोणताही मागमूस न ठेवता आले होते. त्यांच्यातले काही तरुण एवढ्या जलद गतीने आदरणीय कुटुंबप्रमुख कधी झाले हे कुणालाही कळलं नाही आणि म्हातारं व्हायला त्यांना वेळ कसा मिळाला हेही कळू शकत नव्हतं. लोकप्रिय मतप्रवाहांनुसार त्यांची दोन प्रकारात विभागणी झाली होती : वाईट चिनी, चांगले चिनी. वाईट चिनी पाण्याच्या कडेला असलेल्या दुर्मुखलेल्या रेस्तराँमध्ये असायचे, जिथे एखादा एकतर राजासारखं जेवण घेऊ शकायचा किंवा त्याला तिथेच टेबलपाशी अचानक मरण येऊ शकायचं. तिथे उंदराचं मांस सूर्यफुलांसह दिलं जायचं आणि ती गोऱ्यांची गुलामी आणि इतर प्रकारचे काळे धंदे यांची दर्शनी बाजू आहे असा समज होता. चांगले चिनी धुलाईकेंद्रांत असायचे. ते पवित्र ज्ञानाचे वारसदार होते. ते कपडे आधीपेक्षा जास्त स्वच्छ करून द्यायचे, त्याची कॉलर आणि कफ्स जणू नुकतीच इस्त्री केलेल्या 'कम्युनियन वेफर'सारखी कडक असायची. काव्योत्सवामध्ये तयारीच्या बहात्तर स्पर्धकांना हरवणारा तो माणूस या चांगल्या चिन्यांपैकी एक होता.

गोंधळून गेलेल्या फर्मिना डासाने नाव मोठ्याने वाचलं, तेव्हा कुणालाही ते समजलं नाही. कारण ते विचित्र होतं म्हणून नव्हे, तर कुणालाच चिन्यांना कसं संबोधतात हे माहीत नव्हतं; परंतु त्याचा फारसा विचार करणं गरजेचं नव्हतं, कारण थिएटरच्या मागच्या बाजूला बसलेला तो विजेता चिनी चालत पुढे आला. लवकर घरी गेल्यावर येणारं स्वर्गीय हसू त्याच्या चेहऱ्यावर होतं. विजय त्याचाच होणार याबाबत त्याला खात्री असावी. कारण बक्षीस घ्यायला जाण्यासाठी त्याने वसंतातल्या विधींकरता योग्य असा पिवळा रेशमी ढगळ रोब घातला होता. अठरा कॅरेट सोन्याचं गोल्डन ऑर्किड त्याने हातात घेतलं आणि अविश्वासाने लोक त्याची टिंगळटवाळी करू लागले असताना त्याने आनंदाने त्याची पापी घेतली.

त्याने त्यावर काहीही प्रतिक्रिया दिली नाही. ईश्वरी शक्तीचा प्रेषित असल्याप्रमाणे तो त्या संकटमय काळात मंचाच्या मध्यात थांबून राहिला आणि सगळे जण शांत झाल्यावर त्याने जिंकलेली कविता वाचली. कोणालाही तो काय वाचत होता हे समजलं नाही; परंतु पुन्हा एकदा टिंगळटवाळ्या करणं आणि शिट्ट्या वाजवणं थांबलं, तेव्हा अलिप्त असलेल्या फर्मिना डासाने ती कविता तिच्या खर्जातल्या, सूचक आवाजात वाचली आणि पहिल्या ओळीनंतर पुन्हा एकदा आश्चर्याचा अंमल चढला. पार्शियन परंपरेतलं ते परिपूर्ण असं सुनीत होतं आणि त्यातून गंधिक श्वासांची प्रेरणा हळुवारपणे वाहत होती, त्यामुळे त्यामध्ये कुण्या निपुण कवीचा सहभाग आहे, हे उघड होत होतं. त्याबाबत एकमेव स्पष्टीकरण शक्य होतं; काव्योत्सवाची खिल्ली उडवण्यासाठी कुण्या महान कवीने ही मुद्दाम केलेली थट्टा होती आणि या कटात तो चिनी सामील होता आणि मरेस्तोवर हे गुपित उघड न करण्याचा निश्चय त्याने केला होता. आमच्या इथल्या महत्त्वाच्या वृत्तपत्रांपैकी एक असलेल्या 'कमर्शियल डेली'ने माहितीपूर्ण आणि खरंतर, गोंधळात टाकणारा लेख प्रकाशित करून या आमच्या इभ्रतीला वाचवण्याचा प्रयत्न केला. त्या लेखात कॅरिबियनवर चिनी लोकांचा जुन्या काळापासून कसा सांस्कृतिक प्रभाव पडला आहे, याचा ऊहापोह केला होता आणि परिणामी काव्योत्सवात भाग घेण्याचा अधिकार त्यांनी कमावला आहे, असं सांगितलं होतं. लेखकाने त्या सुनीताच्या कवीबाबत शंका घेतली नव्हती, तो कवी तोच आहे असं त्याने म्हटलं होतं आणि सरळ त्याचा बचाव लेखाच्या शीर्षकापासूनच केला होता : 'सगळे चिनी कवी असतात.' हे सगळं घडवून आणणारे – जर कुणी तसे असलेच तर – या गुपितासह आपापल्या कबरीमध्ये सडून गेले. त्याचा विचार करता, विजेता चिनी वयोवृद्ध होऊन कबुलीजबाब न देता मेला आणि दफनपेटीत गोल्डन ऑर्किडसह मातीत पुरला गेला; परंतु त्याला आयुष्यात कधीही कवीची प्रतिष्ठा मिळाली नाही, त्यामुळे तो त्याच्यासोबत एक कडवटपणाही घेऊन गेला. त्याच्या मृत्यूनंतर, वृत्तपत्रांनी काव्योत्सवामधला विस्मरणात गेलेला प्रसंग पुन्हा जागवला आणि त्याचं सुनीत पुनर्प्रकाशित केलं. सजावटीसाठी त्याच्याभोवती जाडगेल्या कुमारिकांची चौकट आणि सोनेरी फुलं लावली. या बाबीचं स्पष्टीकरण देण्यासाठीचा फायदा घेण्याची संधी काव्याचं पालकत्व घेणाऱ्या देवदूतांनी घेतली : तरुण पिढीला ते सुनीत फारच वाईट वाटल्यामुळे, पूर्वीप्रमाणेच आता कुणाच्याही मनात शंका राहिली नाही की, ते सुनीत त्या मृत चिन्यानेच रचलेलं होतं.

फ्लोरेंतिनो अरिसाच्या मनात त्या लज्जास्पद प्रसंगाची आठवण त्याच्या शेजारी बसलेल्या एका श्रीमंत अनोळखी व्यक्तीशी कायमची जोडली गेली होती. त्याने तिला सोहळ्याच्या सुरुवातीला पाहिलं होतं; परंतु नंतर तो बक्षीस कोणाला मिळेल, या रहस्याच्या सावटामुळे तिला विसरून गेला. त्याचं लक्ष

वेधून घेतलं होतं ते तिच्या मोत्यासारख्या वर्णामुळे, तिच्या गुबगुबीतपणाच्या गंधामुळे आणि मॅग्नोलियाच्या कृत्रिम फुलाने सजवलेल्या मोठ्याल्या उरोजांमुळे. तिने घट्टसा वेल्वेटचा पोशाख घातला होता. त्याचा रंग तिच्या उत्सुक डोळ्यांसारखा आणि केसांसारखा काळा होता. हे केस मानेच्या पाठीमागे रुळले होते आणि त्यामध्ये कंगवा खोचलेला होता. तिने मोठ्या आकाराचं लोंबतं कानातलं, साजेसा नेकलेस आणि अनेक बोटांमध्ये सारख्या आकाराच्या अंगठ्या घातल्या होत्या. त्या फुललेल्या गुलाबांसारखा होत्या. तिच्या उजव्या गालावर तिने काजळाच्या पेन्सिलीने सौंदर्य बिंदू रेखला होता. शेवटी पडलेल्या टाळ्यांच्या कलकलाटात तिने फ्लोरेंतिनो अरिसाकडे कारुण्याने पाहिलं.

''खरं सांगतेय विश्वास ठेव, तुझ्यासाठी माझं मन रडू लागलंय,'' ती त्याला म्हणाली.

फ्लोरेंतिनो अरिसा आश्चर्यचकित झाला, तिच्या सांत्वनामुळे नव्हे, जे खरंतर त्याला गरजेचं होतं; परंतु त्याचं गुपित कुणालातरी माहिती आहे यामुळे. तिने सांगितलं, ''लखोटा उघडल्या उघडल्या तुझ्या गळेपट्टीवरची ते फूल ज्या प्रकारे थरथरलं ना, ते पाहून मला समजलं.'' तिने तिच्या हातात असलेलं वेल्वेटचं मॅग्नोलिया त्याला दाखवून आपलं मन त्याच्यासमोर उघड केलं.

''म्हणूनच मी माझं फूल हातात घेतलं,'' ती म्हणाली.

तो हरल्यामुळे, आता ती कधीही रडू लागेल असं वाटू लागलं; परंतु फ्लोरेंतिनो अरिसामधल्या रात्रिंचर शिकाऱ्याने उपजत अंतःप्रेरणेने तिला सावरून तिला उत्साहित करायचा प्रयत्न केला.

''चल, कुठेतरी अशा ठिकाणी जाऊ जिथे एकत्र रडून दुःख व्यक्त करता येईल,'' तो म्हणाला.

त्याने तिला तिच्या घरापर्यंत सोबत केली. मध्यरात्र झालेली होती आणि रस्त्यावर चिटपाखरूही नव्हतं. ते दारापाशी पोहोचल्यावर ब्रँडी घेण्यासाठी बोलवावं तिने त्याला असं त्याने सुचवलं. घरी गेल्यावर ती त्याला तिचा जमवलेला छायाचित्रसंग्रह आणि स्क्रॅपबुक – ज्यात गेल्या दहा वर्षांतल्या सार्वजनिक कार्यक्रमांचा दस्तऐवज करण्यात आला होता – ते दाखवणार होती. तेव्हाही ती तशी जुनीच क्लृप्ती होती, या वेळी ती फसवी नव्हती, तर निरागस होती. कारण जेव्हा त्यांनी नॅशनल थिएटर सोडलं तेव्हापासून ती त्याच्याशी तिच्या या संग्रहाबद्दल बोलत होती. ते आत गेले. फ्लोरेंतिनो अरिसाला दिवाणखान्यात गेल्या गेल्या पहिल्यांदा निजायच्या खोलीचं दार तेवढं उघडं असल्याचं दिसलं, त्यामुळे त्याला आतला मोठा, आरामदायी पलंग दिसला. त्यावर ब्रोकेडची रजई होती आणि डोकं टेकायच्या लाकडी बोर्डवर पितळी फांद्या कोरलेल्या होत्या, त्यामुळे तो अस्वस्थ

झाला. तिला ते समजलं असावं. दिवाणखान्यातून चालत जात तिने निजायच्या खोलीचं दार बंद केलं. तिने त्याला फुला-फुलांची नक्षी असलेल्या सोफ्यावर बसण्यासाठी सांगितलं. तिथे एक मांजर झोपली होती. तिने मेजावर तिचा संग्रह त्याला पाहण्यासाठी ठेवला. फ्लोरेंतिनो अरिसा सावकाश, घाई न करता एकेक पान उलटून पाहू लागला आणि पुढचं पाऊल काय टाकावं याचा विचार करत होता. तिचे डोळे भरून आले असल्याचं त्याने पाहिलं. 'मन रडून मोकळं करून टाक, अजिबात लाजू नकोस, कारण रडल्याने दुःखाचा परिहार होतो,' असा सल्ला त्याने तिला सल्ला दिला; परंतु त्याआधी तिने तिचं बाह्यवस्त्र थोडं सैल करावं, असंही त्याने सुचवलं. तिला मदत करण्यासाठी तो तत्काळ गेला, कारण ते वस्त्र पाठीवर दोऱ्यांनी गच्च बांधलेलं होतं. त्याला सगळ्या दोऱ्या मोकळ्या कराव्या लागल्या नाहीत. कारण दोनेक सोडल्या सोडल्या, आतल्या दबावाने वस्त्र उघडलं गेलं आणि मग तिच्या वक्षांना मुक्त श्वास घेता येऊ लागला.

परिचित परिस्थितीतही, नवशिक्याचा भित्रेपणा कधीच न गमावलेल्या फ्लोरेंतिनो अरिसाने बोटांनी तिची मान हळुवारपणे कुरवाळण्याचा धोका पत्करला आणि एखाद्या लाडावलेल्या लहान मुलासारखी ती अंग फिरवत, कण्हू लागली. तिने रडू थांबवलं नाही. मग त्याने तिथेच, अगदी हळुवारपणे चुंबन घेतलं आणि तो दुसरं चुंबन घेण्याआधीच तिचं जाडगेलं, उत्सुक आणि उबदार शरीर त्याच्या दिशेने वळलं. ते दोघं एकमेकांच्या मिठीत शिरून जमिनीवर आडवे झाले. सोफ्यावरची मांजर किंचाळत उठली आणि तिने त्यांच्यावर उडी मारली. कधीही संग न केलेल्या कुमारांप्रमाणे त्या दोघांनी एकमेकांना मिठीत घेतलं आणि जमेल तसं ते एकमेकांना भिडले – ते पूर्ण पोशाखात, घामाने चिंब भिजलेले दोघं फाटक्या चित्रसंग्रहात लोळले आणि त्यांना ते करत असलेल्या संगाने होणाऱ्या विध्वंसापेक्षा चिडलेल्या मांजरीच्या नख्यांची जास्त काळजी वाटत होती; परंतु त्यानंतरच्या रात्री नख्यांनी पडलेले ओरखडे भळभळते असले, तरी ते पुढची कितीतरी वर्षं असाच प्रेमसंग करत राहिले.

तो तिच्यावर प्रेम करू लागला होता हे जेव्हा त्याला समजलं, तेव्हा तिचं वय बऱ्यापैकी वाढलेलं होतं आणि तो तिशीत पदार्पण करत होता. तिचं नाव होतं सारा नोरिएगा आणि तिने तिच्या तरुणपणी 'गरिबांमधलं प्रेम' या विषयावरील कवितासंग्रहाची स्पर्धा जिंकून पंधरा मिनिटांची प्रसिद्धी अनुभवली होती. तो संग्रह नंतर कधीच प्रकाशित करण्यात आला नाही. ती सार्वजनिक शाळांमध्ये नागरिकशास्त्र आणि आपली वर्तणूक हा विषय शिकवायची आणि तिच्या मिळकतीच्या जोरावर तिने जुन्या गेथसिमेन डिस्ट्रीक्टमधल्या स्वीटहार्ट्स म्यूज इथे एक घर भाड्याने घेतलं होतं. तिला त्या-त्या वेळचे अनेक प्रियकर होते; परंतु त्यांपैकी कुणाचाही उद्देश विवाहबंधनात अडकण्याचा नव्हता. कारण तिच्या काळातल्या आणि त्या

ठिकाणच्या कुणाही पुरुषाला पलंगावर संग केलेल्या बाईशी लग्न करणं कठीण होतं. तिनेही तिच्या पहिल्या औपचारिक वराशी विवाहनिश्चय मोडल्यानंतर पुन्हा ते स्वप्न पूर्ण करण्याची इच्छा बागळली नाही. त्याच्यावर तिचं वेड्यासारखं - एखादा वयाच्या अठराव्या वर्षी करू शकतो तसं - प्रेम होतं; परंतु ठरलेल्या दिवसाच्या एक आठवडाभरआधी त्याने ते लग्न मोडलं आणि टाकलेल्या वधूप्रमाणे तिला टांगत्या स्थितीत सोडून दिलं किंवा त्या काळात जे म्हटलं जायचं तसं - ती 'वापरलेला माल' झाली, तरीही हा अनुभव जरी क्रूर आणि फार काळ न टिकणारा होता, तरी ती कडवट झाली नाही. किंबहुना, तिचं असं निश्चित मत होतं की, लग्न करून किंवा न करता, देवाच्या साक्षीने अथवा तसंच किंवा कायदेशीररीत्या वा बेकायदेशीर, कसंही असलं तरी पलंगात कुठला पुरुष नसेल तर आयुष्याला अर्थ नाही. फ्लोरेंतिनो अरिसाला तिची एक सवय आवडायची. संग करताना, उत्कटबिंदू गाठण्यासाठी तिला लहान मुलांची चोखणी चोखायला लागायची. नंतर वेगवेगळ्या आकारात, रंगात चोखण्या मिळू लागल्या आणि सारा नोरिएगा पलंगाच्या बोर्डवर त्यांची माळच टांगून ठेवू लागली. परिणामी उत्कट क्षणांत त्याच्याकडे न पाहता त्या घेऊ शकायची.

जरी ती त्याच्याएवढी स्वतंत्र होती आणि कदाचित तिने त्यांचं नातं जगजाहीर करायला विरोध केलाही नसता, तरी फ्लोरेंतिनो अरिसाने त्यांच्या प्रकरणाकडे गुप्त साहस म्हणूनच पाहिलं. बऱ्याचदा रात्री उशिरा, तो हळूच मागच्या दाराने आत जायचा आणि तांबडं फुटायच्या आधी तिच्या घरातून बाहेर पडायचा. तिला आणि त्यालाही हे माहीत होतं की, ती जिथे राहायची, तिथल्या दाटीवाटीच्या वस्तीत शेजाऱ्यांना आपल्याला वाटतं त्यापेक्षा बरंच माहीत असतं; परंतु ती केवळ एक औपचारिकता असली तरीही फ्लोरेंतिनो अरिसा तसाच होता, आयुष्यभर त्याने बायकांसोबत असेच संबंध ठेवले होते. ती किंवा इतर कुठल्याही बाईबरोबर असताना त्याने कधीही चूक केली नाही, त्याने कधीही त्यांच्या विश्वासाला तडा जाऊ दिला नाही. त्याने कधीही बढाई मारली नाही : एकच अपवाद होता. एकदाच त्याने गुपित उघडं पडेल असा सुगावा किंवा लिखित पुरावा मागे ठेवला होता आणि कदाचित तो त्याला आयुष्याची किंमत मोजायला लावू शकला असता. खरंतर, कायमचा, अनंतकाळासाठी फर्मिना डासाचा नवरा असल्यागत तो वागायचा - बाहेरख्याली; परंतु चिकाटी असलेला नवरा - जो स्वतःच्या गुलामीतून मुक्त होण्यासाठी तिला फसवल्याचं दुःख होऊ न देता, अंतहीन लढा देत होता.

अशी गुपितं राखण्याचं काम गैरसमजांशिवाय फुलू शकत नाही. ज्या प्रेमामुळे तिला मुलगा झाला आणि ज्या प्रेमाने तिने तो वाढवला, तो मुलगा तरुणपणी झालेल्या प्रेमभंगामुळे कोणत्याही प्रकारच्या प्रेमासाठी अ-क्षम होता, असा त्रान्झितो अरिसाचा दृढविश्वास होता; परंतु तिच्यापेक्षा कमी दयाळू लोक जे त्याचे

निकटवर्तीय होते, ते त्याच्या गूढ चारित्र्याबद्दल, त्याच्या गूढ विधींबद्दल आणि विचित्र मलमांबद्दलच्या आवडीनिवडींविषयी जाणून होते, ते असा संशय बोलून दाखवत की, त्याला प्रेमापेक्षा बायकांच्या बाधेमध्येच जास्त रस होता. फ्लोरेंतिनो अरिसालाही हे माहीत होतं आणि ते चुकीचं असल्याचं सिद्ध करण्यासाठी त्याने काहीही केलं नाही. सारा नोरिएगाला याने काही फरक पडला नाही. त्याच्यावर प्रेम करणाऱ्या इतर अनेक बायकांप्रमाणे – आणि ज्यांनी त्याच्यावर प्रेम न करता फक्त सुखाची देवाण-घेवाण केली, त्या बायकांप्रमाणे – तिनेही त्याला तो जसा आहे तसा स्वीकारलं : जाता जाता भेटलेला एक पुरुष.

तो तिच्या घरी कधीही, कितीही वाजता यायचा. रविवारी सकाळीदेखील, जो सगळ्यांत शांत वेळ असायचा. ती काहीही करत असली, तरी ते सोडून द्यायची आणि त्यांच्यासाठी सदैव तयार असलेल्या तिच्या भल्यामोठ्या पलंगावर त्याला सुख देण्यासाठी आपलं शरीर देऊन टाकायची. ती त्या पलंगावर कधीही काही धार्मिक किंवा औपचारिक म्हणण्यास परवानगी द्यायची नाही. कोणताही पूर्वानुभव नसतानाही, एकटी राहणारी ही बाई पुरुषांच्या बाबतीत एवढी हुशार कशी काय असू शकते हे फ्लोरेंतिनो अरिसाला कधीही समजत नसे किंवा ती आपलं गुबगुबीत गोडुलं शरीर हलकं आणि कोवळं असल्यागत एवढ्या सहजतेने, जणू काही ते पाण्याखाली असावं तसं कसं काय हलवते हेही कळत नसे. ती याबद्दल बोलताना म्हणायची की, प्रेम मग ते कसंही का असेना, तो नैसर्गिक गुण असतो. ती म्हणायची, "प्रेम कसं करायचं हे तुम्हाला जन्मजात माहीत असतं किंवा अजिबात माहीत नसतं." फ्लोरेंतिनो अरिसा हीन दर्जाच्या मत्सराने तळमळायचा. बहुधा ती सांगते त्यापेक्षा जास्त पुरुष तिच्या पूर्वायुष्यात येऊन गेले असावेत, असं त्याला वाटायचं; परंतु तो हा विचार मनातल्या मनात गिळून टाकायचा. कारण इतर जणींप्रमाणे त्याने तिलाही हेच सांगितलं होतं की, ती त्याची एकमेव प्रेयसी आहे. त्याला न आवडणाऱ्या अनेक गोष्टींपैकी एक म्हणजे, त्यांच्यासोबत पलंगावर मांजरीचंही असणं. प्रेमसंग करताना ओरखडे काढू नये म्हणून सारा नोरिएगाने तिची नखं काढून टाकली असली तरी त्याला ती आवडत नसे.

असं असलं तरी, थकून जाईस्तोवर ते पलंगावर गडाबडा लोळायचे आणि संगानंतरचा वेळ तिला काव्याच्या पंथाला वाहायला आवडायचा. तिच्या काळातल्या भावूक कविता तिला तोंडपाठ होत्या. त्या कविता लिहिल्या लिहिल्या कागदी पत्रकावर छापून दोन सेंटाव्होजला हातोहात विकल्या जायच्या. हवं तेव्हा मोठ्याने म्हणता याव्यात म्हणून ती त्यातल्या तिला आवडलेल्या कविता भिंतीवर डकवून ठेवायची. तिने नागरिकशास्त्राच्या पाठ्यपुस्तकातले विषय अकरा ओळींच्या द्विपंक्तीत रचले होते. स्पेलिंग्ज पाठ करण्यासाठी जशा कविता असायच्या त्याप्रमाणे; परंतु त्यासाठी ती अधिकृत परवानगी मिळवू शकली नाही. तिला ही कडवी

मोठमोठ्या म्हणायला आवडायची. कधी कधी तर ते संग करत असताना तिचं म्हणणं सुरू व्हायचं आणि मग फ्लोरेंतिनो अरिसाला तिच्या तोंडात बळजबरीने, लहान मुलं रडायला लागली की टाकतात तसं चोखणी कोंबावी लागायची.

त्यांच्या नातेसंबंधातल्या भरभराटीचा विचार करताना, फ्लोरेंतिनो अरिसाने स्वतःला विचारलं होतं : अशांत पलंग की शांत रविवारच्या दुपार – यांपैकी प्रेम कोणतं? आणि एका साध्या वाक्याने सारा नोरिएगा त्याला शांत करत म्हणाली की, त्यांनी नग्नावस्थेत केलं ते सगळं म्हणजे प्रेम. ती म्हणाली होती, ''आध्यात्मिक प्रेम कंबरेपासून वरचं आणि शारीरिक प्रेम कंबरेखालचं.'' सारा नोरिएगाच्या मते, विभागलेल्या प्रेमाबद्दलच्या कवितेसाठी ही व्याख्या चांगली ठरू शकेल. ती कविता त्या दोघांनी मिळून लिहिली आणि त्यांनी ती पाचव्या काव्योत्सवाच्या स्पर्धेत दिली. कुठलाही स्पर्धक कवी एवढी अस्सल कविता करू शकणार नाही, असा त्यांना विश्वास होता; परंतु ती पुन्हा एकदा हरली.

फ्लोरेंतिनो अरिसा तिला घरी सोडायला गेला, तेव्हा ती संतापलेली होती. तिला अशी खात्री पटली होती की, फर्मिना डासानेच तिच्या कविताला पहिलं बक्षीस मिळू नये यासाठी तिच्याविरोधात हा डाव रचला होता आणि असं करण्यामागे तिला काही कारणं किंवा स्पष्टीकरणं सांगता येत नव्हती. फ्लोरेंतिनो अरिसाने तिच्याकडे दुर्लक्ष केलं. बक्षीस वितरण समारंभापासूनच त्याची मनःस्थिती दुःखी झाली होती. कारण, त्याने बराच काळ फर्मिना डासाला पाहिलं नव्हतं आणि त्या रात्री तिला पाहिल्यावर ती खूप बदलली आहे, असं त्याला वाटलं होतं. तिला पाहिल्या पाहिल्या कुणीही सांगू शकलं असतं की, ती आई होणार आहे. त्याला त्याचं नवल वाटलं नाही, कारण तिचा मुलगा शाळेत असल्याचं त्याला माहीत होतं, तरीही त्या रात्री जाणवलं तसं, तिच्या मातृत्वाचं वय त्याला त्याआधी कधीही तेवढं प्रकर्षाने जाणवलं नव्हतं – जसं की, तिच्या कंबरेचा घेर आणि चालताना किंचित लागलेला दम आणि तिने विजेत्यांची नावं घोषित केल्यावर कापरा झालेला तिचा आवाज.

त्याच्या आठवणींची नोंद करण्याच्या प्रयत्नात तो साराच्या चित्रसंग्रहातली काव्योत्सवाची पानं चाळू लागला, तेव्हा सारा नोरिएगा खाण्याचं पाहत होती. त्याने मासिकातली रंगीत छायाचित्रं पाहिली, आठवण म्हणून आर्केडच्या बाजारात विकली जाणारी पिवळी पडलेली पोस्टकार्ड्स पाहिली आणि ते त्याच्या आयुष्यातल्या भ्रमाचा जणू भीतिदायक पुरावा वाटला. तोपर्यंत त्याने असा भ्रम स्वतःकडे जपून ठेवला होता की, सगळं जग बदलतं आहे, जगातल्या पद्धती, रिवाज–चालीरिती इत्यादी सगळं काही बदलतं आहे, केवळ अपवाद आहे तो तिचा; परंतु त्या रात्री त्याने फर्मिना डासाचं आयुष्य कसं गेलं होतं आणि त्याचं कसं गेलं होतं हे उघड्या डोळ्यांनी, जागरूकपणे पाहिलं. प्रतीक्षेशिवाय त्याच्या आयुष्यात बाकी काहीही नव्हतं. त्याने तिच्याबद्दल कुणालाही, कधीही काहीही सांगितलं नव्हतं. कारण,

त्याच्या ओठांच्या हालचालीवरून तिचं नाव कुणालाही सहज समजू शकलं असतं. त्यामुळे तो तिचं नाव घेण्यास असमर्थ होता; परंतु त्या रात्री, रविवारी कितीतरी वेळा पाहायचा तसं तिचा चित्रसंग्रह चाळताना, सारा नोरिएगाने सहज म्हणून तिचं निरीक्षण मांडलं, ज्यामुळे त्याचं रक्त गोठून गेलं.

"ती रखेल आहे," ती म्हणाली.

त्याच्यासमोरून जाताना ती म्हणाली आणि मास्केरेड बॉलच्या वेळी काळ्या बिबट्याचा वेश केलेल्या फर्मिना डासाचं चित्र पाहत तिने तिचं नाव न घेता आपली टिप्पणी केली होती. मात्र फ्लोरेंतिनो अरिसाला ती कुणाबद्दल बोलत आहे हे समजलं. आपण सत्य उघड करू ज्यामुळे आपल्या आयुष्याला हादरे बसतील अशी भीती वाटून, त्याने घाईने सावध, स्वसंरक्षणात्मक पवित्रा घेतला. तिला विरोध करत तो म्हणाला की, फर्मिना डासाची आणि त्याची दुरून ओळख आहे. औपचारिक भेटींपलीकडे कधीही ते भेटले नसले आणि तिच्या खासगी आयुष्याबद्दल फार काही माहिती नसली, तरी ती कौतुकास पात्र असलेली स्त्री आहे. कारण, कोणतंही मोठं नाव पाठीशी नसताना, केवळ गुणवत्तेच्या जोरावर ती पुढे आली होती.

"प्रेम नसूनही पैशासाठी एका पुरुषाशी लग्न करण्याचा गुण," तिने त्याला मध्येच तोडत म्हटलं. "म्हणजे रंडीबाजपणाचा सर्वांत हीन प्रकार." त्याच्या आईने फ्लोरेंतिनो अरिसाला हीच गोष्ट कमी ओबडधोबड शब्दांत सांगितली होती; परंतु नैतिक कर्मठता तीच होती. मुळापासून हादरलेल्या त्याला सारा नोरिएगाच्या त्या कठोर शब्दांना कसा प्रतिसाद द्यायचा हे समजलं नाही आणि त्याने विषय बदलायचा प्रयत्न केला; परंतु आपल्या मनातली सगळं काही बाहेर पडू दिल्याशिवाय, सारा नोरिएगाने त्याला तसं करू दिलं नाही. विजेच्या झोताप्रमाणे झालेल्या, सांगता न येणाऱ्या अंतःप्रेरणेमुळे तिला खात्रीने वाटत होतं, तिला बक्षीस न मिळण्याचा कट फर्मिना डासाने केलेला आहे. खरंतर, तसा विचार करण्यामागे काहीही कारण नव्हतं : त्या दोघी एकमेकींना ओळखत नव्हत्या, त्या कधीही भेटलेल्या नव्हत्या आणि फर्मिना डासा परीक्षकांचा गुपित निर्णयाचा सांभाळ करणारी असली, तरी त्या निर्णयात तिचा सहभाग नसायचा. सारा नोरिएगा निःसंदिग्धपणे म्हणाली, "आम्हा बायकांना असल्या गोष्टी कळतात." आणि तिने ती चर्चा तिथेच संपवली.

त्या क्षणापासून, फ्लोरेंतिनो अरिसा तिच्याकडे वेगळ्या नजरेने पाहू लागला. तिच्यासाठीदेखील बरीच वर्षं निघून गेलेली होती. तिच्याकडची प्रचंड कामऊर्जा कोमेजली होती, स्फुंदून स्फुंदून रडण्यात तिचं प्रेम करणं मंदावलं होतं आणि तिच्या डोळ्यांखालची वर्तुळं जुन्या कडवटपणामुळे गडद झाली होती. ती गेलेल्या कालचं फूल होती. शिवाय, पराजयाच्या रागामध्ये, तिने किती ब्रँडीचे प्याले रिचवले हे ती विसरून गेली होती. ती रात्र तिची नव्हती : ते पुन्हा गरम केलेला नारळाचा भात खात असताना, त्यांच्या ज्या कवितेला बक्षीस मिळालं नव्हतं, त्या कवितेत

दोघांचं योगदान किती, कसं होतं हे ती ठरवू लागली. त्यानुसार गोल्डन ऑर्किडच्या पाकळ्या दोघांमध्ये कशा वाटल्या जाव्यात हे ठरवता आलं असतं. या अशा काल्पनिक आणि गुंतागुंतीच्या स्पर्धेमुळे त्यांनी प्रथमच स्वतःची करमणूक करून घेतली होती असं काही नव्हतं; परंतु या संधीचा फायदा घेत तो त्याच्या नव्याने उघड झालेल्या जखमेबद्दल बोलला आणि त्यामुळे ते दोघं एकमेकांना दुखावणाऱ्या वादात गुंतून गेले. त्यामध्ये दोघांच्या जवळपास पाच वर्षांच्या विभागलेल्या प्रेमामध्ये कडवटपणा, राग मिसळला गेला.

बारा वाजयाच्या दहा मिनिटं आधी सारा नोरिएगा लंबकाच्या घडाळ्याला चावी देण्यासाठी खुर्चीवर चढली आणि तिने ते पुन्हा लावलं. त्यातून ती बहुधा त्याला आता तू इथून निघून जा, असं सूचित करत होती. मग फ्लोरेंतिनो अरिसाला त्या प्रेमरहित नात्याचा अंतिम निवाडा करून ते संपवावं अशी तत्काळ निकड जाणवली आणि स्वतःहून हा विषय काढायची संधी तो शोधू लागला : तसं तो नेहमी करायचा. सारा नोरिएगा त्याला पलंगावर घेऊन जाईल आणि तेव्हा तो तिला नकार देईल म्हणजे आपोआपच सगळं संपेल अशी तो प्रार्थना करू लागला. घडाळ्याला चावी देऊन झाल्यावर त्याने तिला आपल्या शेजारी बसायला सांगितलं; परंतु तिने पाहुण्यांच्या खुर्चीवर बसून अंतर राखणं पसंत केलं. मग फ्लोरेंतिनो अरिसाने ब्रँडीने ओलं झालेलं त्याचं मधलं बोट तिला चोखता यावं म्हणून पुढे केलं. तिला पूर्वी, त्यांच्या प्रेमाराधनाच्या सुरुवातीला असं करायला आवडत असे; परंतु तिने नकार दिला.

''आत्ता नको,'' ती म्हणाली. ''माझ्याकडे कोणीतरी येणार आहे.''

फर्मिना डासाच्या नकारानंतर प्रत्येक वेळी अखेरचा निर्णय घेणं हे आपण आपल्याकडे कसं राखून ठेवायचं हे फ्लोरेंतिनो अरिसा शिकला होता. प्रसंग कमी कडवट असता तर सारा नोरिएगाला मिळवण्यासाठीचा प्रयत्न तो करत राहिला असता. तिच्यासोबत संध्याकाळी पलंगावर गडाबडा लोळून. कारण, एकदा एखादी बाई पुरुषाबरोबर पलंगावर झोपायला गेली की, मग जेव्हा केव्हा त्याची इच्छा असेल तेव्हा ती त्याच्यासोबत झोपते, हे त्याला पटलं होतं; अर्थात तिच्या उत्कटतेला प्रत्येक वेळी कसा हात घालायचा हे माहीत असणं गरजेचं असतं. या ठाम मतामुळे त्याने सगळं काही सहन केलं होतं, त्याने प्रत्येक गोष्टीकडे कानाडोळा केला होता, अगदी प्रेमातल्या घाणेरड्या गोष्टींशीही तडजोडी केल्या होत्या, ज्यामुळे जगात स्त्रीच्या पोटी जन्मलेल्या कोणत्याही बाईच्या हातात अंतिम निर्णय घेण्याचं स्वातंत्र्य तिला द्यायची वेळ आपल्यावर येऊ नये; परंतु त्या रात्री तो इतका अपमानित झाला होता की, त्याने एका घोटात सगळी ब्रँडी सपंवली आणि आपला राग दर्शवण्यासाठी जे करायचं ते केलं आणि निरोपही न घेता तो निघून गेला. त्यानंतर त्यांनी कधीही एकमेकांची तोंडं पाहिली नाहीत.

त्या वर्षांमधलं ते त्याचं एकमेव नातं नसलं, तरी सारा नोरिएगासोबतचं फ्लोरेंतिनो अरिसाचं नातं हे दीर्घ आणि सर्वांत स्थिर होतं. कामसुखाबरोबरच इतरही बाबींत तो तिच्यासोबत आनंदात आहे, असं त्याच्या लक्षात आलं; परंतु ती कधीही फर्मिना डासाची जागा घेणार नव्हती. 'रात्रिंचर शिकारी' म्हणून त्याच्या इतरांशीही बऱ्याचदा 'गाठीभेटी' होत होत्या आणि जोवर त्या चालू राहणार होत्या, तोवर त्याचा वेळ आणि शक्ती यांचा वाटा तो त्यांना देऊ शकेल, असं नियोजन त्याने केलं होतं, तरी काही काळ तरी सारा नोरिएगामध्ये त्याला बरं करण्याची जादू होती. कोणत्याही वेळेला तो जे काम करत असेल, ते सोडून आपल्या अंतःप्रेरणेला साक्षी ठेवून कोणत्याही रस्त्यांवर तिला शोधत फिरणं, बऱ्याचदा अशा रस्त्यांवर किंवा ठिकाणी जिथे ती असणं अशक्य होतं, तिला प्रत्यक्षात पाहिल्याशिवाय त्याला एक क्षणही स्वस्थ बसू न देणाऱ्या तिच्या विरहात उगाचच कारणाशिवाय भटकणं – हे सगळं न करता, तो निदान आता फर्मिना डासाला न पाहता जगू शकत होता. सारा नोरिएगाशी नातं तुटल्यानंतर त्याचं सुप्तावस्थेतलं हे दुःख पुन्हा जागृत झालं आणि पुन्हा एकदा त्या लहानशा पार्कमध्ये दुपारी तो जसं अखंड वाचन करायचा, तसं करावं असं त्याला वाटू लागलं; परंतु या वेळी डॉ. हुवेनाल उर्बिनोने मेलं पाहिजे, या त्याच्या इच्छेची त्यात भर पडली.

बराच काळ आधीपासून त्याला माहीत झालं होतं की, विधवांना सुख देणं हीच त्याची नियती आहे आणि त्यामुळे तीदेखील त्याला आनंदात ठेवेल, याची त्याला काळजी नव्हती. उलट : तो तयारीत होता. एकट्याने शिकार शोधत भटकू लागल्यावर, त्याला अनेक जणी अशा माहीत झाल्या, ज्यामुळे फ्लोरेंतिनो अरिसाला लक्षात आलं की, हे जग आनंदी विधवांनी भरलेलं आहे. त्याने त्यांना आपल्या नवऱ्याच्या मृतदेहाशेजारी दुःखाने वेडंपिसं झालेलं, 'त्या शवपेटीमध्ये मलाही पुरून टाका ज्यामुळे त्याच्या शिवायचं भीषण भविष्य मला सहन करावं लागणार नाही', अशा याचना करतानाही पाहिलेलं होतं; परंतु एकदा या नव्या परिस्थितीतल्या वास्तवाशी त्यांची हातमिळवणी झाल्यावर, त्या त्याला फिनिक्स पक्ष्याप्रमाणे नव्या सामर्थ्यासह राखेतून उठून आलेल्या पाहायला मिळाल्या होत्या. त्या भल्यामोठ्या उदासीन महालात एखाद्या परोपजीवीप्रमाणे जगायला सुरुवात करायच्या, त्यांचे नोकर–चाकर आपली गुपितं त्यांना सांगायचे, त्या उश्यांवर प्रेम करू लागायच्या, कारण अनेक वर्षांच्या त्या वांझ कैदेमध्ये करण्यासारखं काहीही नसायचं. आधी ज्या कामांसाठी त्यांच्यापाशी वेळ नसायचा, ती कामं आता त्या त्यांच्याकडे असलेल्या पुष्कळ वेळात करायच्या : मृत नवऱ्याच्या कपड्यांना बटणं लावून ठेवणं, तसंच शर्टाच्या कॉलरी कडक आणि ताठ राहाव्यात आणि कपडे चांगल्या स्थितीत राहावेत म्हणून त्यांना सारखी इस्त्री करणं. त्या मृत नवऱ्याचा साबण न्हाणीघरात ठेवून द्यायच्या, त्याच्या नावाच्या अद्याक्षर असलेली उश्यांचे

अभ्रे वापरायच्या; टेबलापाशी त्याची जागा कायम राखीव ठेवलेली असायची, जणू काही तो मृत माणूस अचानक परतून येणार असावा, जसं तो आयुष्यात बहुतेकदा करायचा; परंतु त्या एकांतवासातल्या 'मासेस'मध्ये त्यांना पुन्हा एकदा याची जाणीव होऊ लागायची की, त्या त्यांच्या नियतीच्या ठेवलेल्या बाया आहेत, केवळ कुटुंबाच्या प्रतिष्ठेखातरच नव्हे, तर सुरक्षिततेच्या बदल्यात, स्वतःच्या अस्तित्वाच्या बदल्यात त्यांनी हा सौदा केलेला आहे आणि ही सुरक्षिततासुद्धा त्या वधूच्या अनेक भ्रमांपैकी एक भ्रम आहे, दुसरं काहीही नाही. त्या ज्या पुरुषावर प्रेम करायच्या, तो किती कंटाळवाणा आहे हे केवळ त्यांनाच माहीत असायचं. कदाचित, त्यांचे पुरुषही त्यांच्यावर प्रेम करायचे; परंतु या बायकांना त्यांचं त्यांच्या अखेरच्या श्वासापर्यंत जणू काही ते लहान बाळं असल्यागत भरणपोषण करावं लागायचं - त्याला भरवा रे, त्याचे मलमूत्राने भरलेले लंगोट बदला रे, आईच्या क्लृप्त्या वापरून त्याचं लक्ष दुसरीकडे वळवा म्हणजे रोज सकाळी सत्याला सामोरं जाताना त्यांची भीती कमी होईल आणि असं असलं तरीही, जेव्हा त्याला घरून निघताना पाहायच्या - तो तोच पुरुष असायचा ज्याला त्यांनी जग काबीज करण्याचा आग्रह केलेला असायचा - तेव्हा मागे उरलेल्यांपैकी त्याच केवळ असायच्या, ज्यांना तो पुन्हा कधीही परत येणार नाही याची भीती भेडसावायची. असं होतं त्यांचं आयुष्य. प्रेम, जर ते कुठे असलंच तर ते आणखी काहीतरी वेगळं होतं : दुसरं आयुष्य.

दुसरीकडे, एकांतवासाच्या तब्येत सुधरवणाऱ्या आळशीपणात या विधवांना असा शोध लागायचा की, सन्मानपूर्वक जगण्याचा एक मार्ग म्हणजे शरीराच्या तालावर जगणं, भूक लागेल तेव्हाच खाणं, खोटं न बोलता प्रेम करणं, औपचारिक प्रेमामध्ये समजल्या गेलेल्या असभ्यपणातून सुटका करून घेण्यासाठी झोपेचं खोटं ढोंग न करता खरोखरीच झोपणं, स्वतःसाठी हक्काच्या अख्ख्या पलंगाची मालकी घेणं - जिथे अर्ध्या पांघरुणासाठी त्यांच्याशी भांडणारं कोणी नसेल, त्यांच्याबरोबर श्वास घेणारं, अर्धी रात्र घालवणारं कोणी नसेल आणि स्वप्नं पाहून त्यांचं समाधान होईस्तोवर त्यांना कोणीही उठवणार नाही आणि जाग येईल तेव्हा त्या एकट्या असतील. पहाटे चोरटी शिकार करायला निघाल्यावर फ्लोरेंतिनो अरिसाला त्या पाच वाजताच्या मासमधून बाहेर पडलेल्या दिसत असत, अंगावर काळी कफनी घातलेल्या आणि नियतीचा डोमकावळा त्यांच्या खांद्यावर बसलेला. पहाटेच्या संधिप्रकाशात त्याला पाहता क्षणी, त्या रस्ता ओलांडून दुसऱ्या बाजूला जाऊन हळूहळू पावलं टाकत, अडखळत चालू लागत. पावलांची ही चाल छोट्या पक्ष्यांसारखी असायची. कारण, जवळून चालत जाणारा पुरुष जणू त्यांची प्रतिष्ठा डागाळू शकायचा आणि तरी अस्वस्थ झालेल्या, दुःखी विधवेच्या आत इतर कुठल्याही बाईपेक्षा आनंदाचं बीज असण्याची शक्यता अधिक असणार याची त्याला खात्री असायची.

नाझारेतनंतर कितीतरी विधवा त्याच्या आयुष्यात आल्या आणि त्यांच्या नवऱ्याच्या मृत्यूनंतर त्यांच्या आयुष्यात त्या किती आनंदात आहे हे पारखायला त्यामुळे त्याला मदतच झाली. त्यांच्यामुळे, तोपर्यंत केवळ एक स्वप्न वाटणारा विचार शक्यतेत बदलला आणि तो त्याला पकडू शकला. याबद्दल त्यांचे आभारच मानायला हवेत. त्या विधवांप्रमाणेच फर्मिना डासाही असणार होती, याची त्याला खात्री होती, तो जसा आहे तसा स्वीकार करायला आयुष्याने तिला तयार केलेलं असणार होतं, तिचा नवरा मेला म्हणून तिला अपराधभावाच्या कोणत्याही कल्पना त्रास देणार नव्हत्या, त्याच्या बरोबर सावरायला, दुसऱ्यांदा आनंदी होण्याचं कारण शोधायला ती तयार असणार होती, रोजकरता असलेलं नवं प्रेम, जे हळूहळू जिवंत राहिलो या जादूत अधिकाधिक परावर्तित होणार होतं आणि दुसरं प्रेम जे फक्त तिच्या मालकीचं, तिचं असणार होतं, असं प्रेम ज्याने मृत्यूमुळे कोणत्याही संसर्गाविरुद्ध प्रतिकारशक्ती मिळवली असेल.

जर त्याच्या त्या भ्रमात्मक गणितांपासून फर्मिना डासा फार दूर असल्याचा त्याला जरासा जरी संशय आला असता, तर कदाचित तो एवढा उत्साहित झाला नसतादेखील. कारण, त्या वेळी तिने नव्या जगाचं क्षितिज अनुभवायला नुकतीच सुरुवात केली होती, ज्या जगात संकटांशिवाय बाकी सगळं आधीच माहिती होतं. त्या दिवसांत, श्रीमंत असण्याचे अनेक फायदे होते, तसेच अनेक दुष्परिणामही, अर्थातच, तरीही अर्ध्यापेक्षा जास्त जग त्याकडे कायस्वरूपी जगण्याची शक्यता असलेला मार्ग म्हणून पाहत त्यासाठी झुरत होतं. प्रगल्भतेच्या एका झटक्यात फर्मिना डासाने फ्लोरेंतिनो अरिसाला नकार दिला होता, ज्याची किंमत तिने दया वाटल्याने अपराधी भाव मनात घेऊन चुकवली; परंतु तिचा निर्णय योग्य होता याबाबत तिला कधीही खंत वाटली नाही. कदाचित, त्या वेळी तसं करण्यामागे लपलेल्या प्रबळ इच्छा–अंतःप्रेरणा स्पष्ट करून सांगू शकली नसती; परंतु कितीतरी वर्षांनंतर आयुष्याच्या संध्याकाळी, तिला अचानक त्यांचा साक्षात्कार झाला आणि तेही सहज, नकळतपणे फ्लोरेंतिनो अरिसाबद्दल सहज गप्पा मारताना. तेव्हा प्रत्येकाला हे माहीत होतं की, भरभराटीला आलेल्या रिव्हर कंपनी ऑफ कॅरिबियनचा तो वारस होता. त्यांनी त्याला अनेकदा पाहिलं होतं, त्याच्यासोबत व्यवहारही केले होते; परंतु तो आधी कसा होता, हे मात्र कुणालाही आठवत नव्हतं, तेव्हाच फर्मिना डासाला तिच्या अबोध मनातले उद्देश काय होते, याचा साक्षात्कार झाल्याचा अनुभव आला. या उद्देशांमुळेच तिने त्याच्यावर प्रेम करणं थांबवलं होतं. ती म्हणाली, ''म्हणजे जणू तो एक व्यक्ती नव्हता, तर फक्त एक सावली होता.'' तो जे होता तसा होता : कोणाची तरी सावली, जो कधीच कुणाला माहीत नव्हता; परंतु त्याच्या अगदी उलट असलेल्या डॉ. हुवेनाल उर्बिनोने तिच्याभोवत घातलेल्या वेढ्याला प्रतिरोध करताना, ती स्वतःच स्वतःला अपराधभावाच्या पिशाचाने पछाडून घेते आहे, असं

तिला वाटलं : तिला सहन करता न येणारी ही एकमेव भावना होती. जेव्हा तिला ते पिशाच तिच्या अंगावर येताना दिसे, तेव्हा तीव्रतम धास्ती तिचा ताबा घेई. तेव्हा जर तिला कुणी तिच्या सदसद्विवेकाला शांतवणारा भेटला, तर कदाचित तिला त्या पिशाचावर नियंत्रण मिळवता येत असे. लहान असल्यापासून, जेव्हा स्वयंपाकघरात काही तुटा–फुटायचं किंवा कोणी पडायचं किंवा तिचं बोट दारात चिमटायचं, तेव्हा वेदनेने विव्हळत ती जवळच्या मोठ्या माणसाकडे जाऊन आरोप करायची : 'तुझ्या चुकीमुळे झालं.' प्रत्यक्षात तसं घडण्यामागे कोण जबाबदार होतं याच्याशी तिला काही देणंघेणं नसायचं किंवा स्वतःचं निरापराधीपण स्वतःला पटवण्यातही तिला रस नसे : केवळ खापर फोडण्याने तिला समाधान मिळे.

भविष्यात येणारं संकट एवढं मोठं होतं की, त्यामुळे डॉ. उर्बिनोच्या घरातल्या शांततेवर त्याचे विपरीत परिणाम होणार होते आणि त्याने ते ओळखल्या ओळखल्या लगेच आपल्या बायकोला सांगितलं, ''काळजी नको करूस, माझ्या प्रिये, ती चूक माझीच होती.'' कारण तो आपल्या पत्नीच्या एक घाव दोन तुकडे प्रकारच्या निर्णयांना सगळ्यांत जास्त घाबरत असे आणि असे निर्णय अपराधी वाटण्यातून ती घेते, याची त्याला खात्री होती. फ्लोरेंतिनो अरिसाला नकार दिल्यामुळे झालेला गोंधळ प्रत्यक्षात, सांत्वनपर बोलण्यातून निवळला नव्हता. रोज सकाळी कितीतरी दिवस फर्मिना डासा बाल्कनीत जाऊन खिडकी उघडायची आणि निर्मनुष्य बागेमधून तिच्याकडे पाहत असलेलं एकटं पिशाच तिथे नसल्याने तिला कसंतरी व्हायचं; ती त्याच्या झाडाकडे, सहज न दिसणाऱ्या बाकड्याकडे पाहायची, ज्यावर बसून तो वाचायचा आणि तिचा विचार करायचा, तिच्यासाठी झुरायचा. मग तिला ती खिडकी बंद करून टाकावी लागायची आणि तिच्या तोंडून उद्गार निघायचे : ''बिचारा.'' गेलेला काळ पुन्हा सुधारणं शक्य नव्हतं, असं जेव्हा झालं, तेव्हाही तिला वाटलं होतं तेवढा तो चिवट निघाला नाही, याचंही तिला दुःख व्हायचं. त्यानंतरही तिने त्याच्या पत्राची आतुरतेने वाट पाहिली होती, जे तिला कधीही आलं नाही; परंतु जेव्हा तिला हुवेनाल उर्बिनोशी लग्न करण्याच्या निर्णयाला सामोरं जावं लागलं, तेव्हा तिच्यावर मोठंच संकट येऊन कोसळलं. कारण, जसा तिने फ्लोरेंतिनो अरिसाला कोणतीही योग्य कारणं न देता नकार दिला होता, तसंच हुवेनाल उर्बिनोला होकार देण्यामागेही तशी कुठलीही योग्य कारणं नव्हती, हे तिच्या लक्षात आलं होतं. खरंतर, तिचं फ्लोरेंतिनो अरिसावर जितकं जास्त प्रेम होतं, तितकंच हुवेनालवर कमी होतं; परंतु तिला त्याच्याबद्दल फार कमी माहीत होतं आणि त्याच्या पत्रांमध्ये दुसऱ्याप्रमाणे उत्कटता नव्हती किंवा त्याने कधीही त्याच्या निश्चयाचे मन हलवून टाकणारे पुरावे तिला दिलेले नव्हते. सत्य हे होतं की, हुवेनाल उर्बिनोच्या निवडीमागे प्रेम हे कारण कधीही नव्हतं आणि अगदी सांगायचंच, तर त्याच्यासारखा कट्टर कॅथॉलिक तिला ऐहिक गोष्टी पुरवणार होता

हे विचित्रच होतं : सुरक्षितता, नीटनेटकेपणा, आनंद. एकदा का त्यांची बेरीज झाली की कदाचित प्रेमासारखंच काहीतरी, त्याच्या जवळपासचे आकडे म्हणजे प्रेमच म्हणायचं; परंतु हे सारं प्रेम नव्हतं आणि या शंकांमुळे तिचा गोंधळ आणखी वाढला. कारण जगण्यासाठी तिला अत्यावश्यक असलेल्या गोष्टींमध्ये प्रेम ही एक गोष्ट आहे, हे तिला पूर्णतः पटलेलं नव्हतं.

असं असलं तरी, डॉ. हुवेनाल उर्बिनोच्या विरोधात काम करणारा मुख्य घटक म्हणजे जसा आदर्श पुरुष लॉरेंझो डासाला आपल्या मुलीचा नवरा म्हणून हवा होता तसाच तो होता, त्यामुळे आपल्या बापाने रचलेला एक कट म्हणून ती त्याकडे पाहण्याची शक्यता होतीच, जरी प्रत्यक्षात तसं काही नसलं तरी; परंतु फर्मिना डासाला जेव्हा दुसऱ्यांदा त्यांच्या घरी गरज नसताना, बोलावलेलं नसताना तो आला होता तेव्हा ते पटलेलं होतं. अखेरीस, तिची बहीण हिल्डेब्रांडाशी झालेल्या चर्चांमुळे ती आणखीनच गोंधळून गेली. कारण हिल्डेब्रांडा स्वतः एक बळी होती आणि त्यामुळे ती स्वतःला फ्लोरेंतिनो अरिसामध्ये पाहत होती. ती हे विसरून गेली होती की, लॉरेंझो डासाने बुहुधा मुद्दामच तिची भेट घडवून आणली असावी म्हणजे ती डॉ. उर्बिनोच्या बाजूने फर्मिनावर प्रभाव पाडू शकेल. जेव्हा हिल्डेब्रांडा पोस्ट ऑफिसात फ्लोरेंतिनो अरिसाला भेटायला गेली होती, तेव्हा फर्मिना डासाने तिच्यासोबत न जाण्याने काय किंमत मोजली असावी हे आता देवच जाणे. तिला त्याला भेटून आपल्या मनातल्या शंका सांगायला, त्याच्याशी एकट्याने बोलायला, त्याला नीट समजून घ्यायला आवडणार होतं. जेणेकरून तिने तत्काळ तिच्या अंतःप्रेरणेने घेतलेल्या निर्णयामुळे ती आणखी दुसऱ्या, गंभीर गोत्यात पडू शकणार नाही, हे निश्चित होईल : ते म्हणजे तिच्या बापाशी चाललेल्या खासगी युद्धात शरणागती पत्करणं; परंतु तिने तिच्या आयुष्याच्या महत्त्वाच्या टप्प्यावर तेच केलं, तिला मागणी घालणाऱ्या पुरुषाच्या तथाकथित चांगल्या दिसण्याकडे किंवा वारसाहक्काने मिळालेल्या संपत्तीकडे किंवा तरुणपणात प्राप्त झालेल्या प्रतिष्ठेकडे किंवा त्याच्या आणखी काही गुणांना फारसं महत्त्वं दिलं नाही. उलट, ती तिच्या हातातली संधी निसटून जाते आहे, या भीतीने चकित झाली आणि तिचा एकविसावा वाढदिवस जवळ येत होता, जी तिने स्वतःला घालून दिलेली वेळेची मर्यादा होती. नियतीला शरण जाण्यासाठी तिच्यासाठी तो एक क्षण निर्णय घेण्यास पुरेसा होता, जो देवाच्या आणि मानवाच्या कायद्यात अधिसूचित झालेला होता : मरेपर्यंत एकत्र राहण्याचा. मग तिच्या सगळ्या शंकाकुशंका विरून गेल्या आणि पश्चात्ताप करण्यासाठी कोणतंही कारण नसल्यामुळे ती जे सभ्यपणे करणं गरजेचं होतं ते तिने केलं : एकही अश्रू न गाळता, तिने फ्लोरेंतिनो अरिसाची आठवण पुसून टाकली, तिने त्याला तिच्या आयुष्यातून पूर्णपणे खोडून टाकलं आणि तिच्या स्मृतींमध्ये जी जागा त्याने काबीज केली होती, तिथे तिने अफूची शेती करायला दिली. तिने शेवटचा, नेहमीपेक्षा अधिक खोल उद्गार काढला : "बिचारा!"

असं असलं तरी, मधुचंद्रावरून आल्यानंतर सगळ्यात भयंकर शंका यायला सुरुवात झाली. जेव्हा तिने ट्रंका, बांधून आणलेलं लाकडी सामान उघडलं आणि मार्कीस दे कॅसलड्युरो महालाची 'लेडी', मालकीणबाई म्हणून ताबा घेण्यासाठी आणलेल्या अकरा पेट्या उघडल्या, तेव्हा मरणांतिक चक्कर येऊन ती चुकीच्या घरातली कैदी झाली आहे हे तिच्या लक्षात आलं आणि आणखीन वाईट म्हणजे अशा माणसासोबत जो कैदी नव्हता. सहा वर्षं तिला हे सारं सोडून देण्यासाठी लागली. तो तिच्या आयुष्यातला सगळ्यात वाईट काळ होता. तिच्या सासूच्या, डॉना ब्लांकाच्या कडवटपणामुळे, तिच्या नणंदांच्या बौद्धिक मांद्यामुळे ती दुःखी-कष्टी झाली. तिच्या नणंदा कॉन्व्हेंटच्या खोलीत सडायला जात नव्हत्या, कारण त्यांच्या आत आधीपासूनच तसा एक सडकेपणा होता.

डॉ. उर्बिनोने त्याच्या कुटुंबीयांना आदरांजली वाहत तिच्या विनंत्यांकडे कानाडोळा केला. त्याला देवाच्या शहाणपणावर आणि त्याच्या बायकोच्या जुळवून घेण्याच्या क्षमतेवर विश्वास असल्याने या परिस्थितीतून मार्ग निघेल असं वाटत होतं. त्याच्या आईच्या खालावत जाणाऱ्या तब्येतीमुळे त्याला दुःख वाटत होतं. ती जगण्याचा आनंद घेणाऱ्यांपैकी होती. एके काळी, काही झालं तरी तिची जगण्याची असोशी उठून दिसायची. तिच्याकडे पाहून अनेकांना उमेद प्राप्त होत असे. ते सत्य होतं : तिच्या काळात सभोवतालात एवढी सुंदर, हुशार आणि संवदेशीलता असलेली स्त्री सापडणं दुर्मीळ होतं. तिचं सौंदर्य, हुशारी हा तिने निर्माण केलेल्या सामाजिक स्वर्गाचा जवळपास चाळीस वर्षं आत्मा आणि शरीर होतं. वैधव्यामुळे तिच्यामध्ये कटुता एवढी खोलात गेली होती की, ती आधीसारखी राहिली नाही. यामुळेच ती स्थूल, तुसडं आणि जगाविरोधात झाली. ती अशी उतरणीला जाण्यामागचं देता येणारं एक स्पष्टीकरण होतं, तिला आलेला राग, संताप. तिच्या नवऱ्याने जाणूनबुजून स्वतःच्या जिवाचा त्याग त्या काळ्या घाणेरड्या लोकांसाठी केला होता, ज्याला ती 'काळा गलका' असं म्हणायची. तेही केव्हा, जेव्हा तिच्यासाठी जगणं हा सर्वांत योग्य त्याग झाला असता तेव्हा. काही असलं तरी, फर्मिना डासाचं आनंदी वैवाहिक जीवन मधुचंद्रापर्यंतच टिकून राहिलं; परंतु तिच्या लग्नाची नाव बुडण्यापासून वाचवण्यास मदत करू शकणारा एकमेव माणूस होता; परंतु तो त्याच्या आईच्या शक्तीपुढे भीतीने गलितगात्र व्हायचा. तिच्या मंद नणंदा आणि तिच्या अर्धवेड्या सासूवर नव्हे, तर फर्मिना डासाने तिच्यासाठी जणू मृत्यूचा सापळा रचल्याचा आरोप तिच्या नवऱ्यावर ठेवला होता. तिचा नवराच. त्याच्या व्यावसायिक अधिकारामागे आणि लौकिक उत्फुल्लतेमागे एक असा हताश, डरपोक पुरुष लपलेला आहे, असा संशय तिला फार उशिरा आला : आपल्या कौटुंबिक प्रतिष्ठेच्या ओझ्यामुळे धाडसी आणि आत्मविश्वासू झालेला एक बिचारा सैतान.

तिने तिच्या नवजात बालकाचा आसरा घेतला. जेव्हा तो तिचं शरीर सोडून बाहेर आला, तेव्हा तिला स्वतःच्या मालकीचं नसलेल्या कशातून तरी सुटका झाल्यासारखं वाटलं आणि जेव्हा सुईणीने तिला ते रक्त, इतर द्रावाने बरबटलेलं, तिच्या पोटातून बाहेर आलेलं, गळ्याभोवती नाळ गुंडाळली गेलेलं कोकरू दाखवलं, तेव्हा तिला त्या क्षणी त्याच्याबद्दल इतकुसंदेखील प्रेम वाटलं नव्हतं आणि तशी खात्री पटल्यावर तिला स्वतःबद्दलच भयंकर भीती वाटली होती; परंतु त्या महालातल्या एकटेपणात तिने त्याला समजून घेतलं, त्या दोघांनी एकमेकांना ओळखून घेतलं आणि आपण आपल्या मुलांवर केवळ ते आपली मुलं आहे म्हणून प्रेम करत नसतो, तर त्यांना वाढवताना त्यांच्यात आणि आपल्यात मैत्रीचा धागा विकसित होत जातो, हे कळल्यावर तिला अत्यानंद झाला होता. तो सोडून त्या घरातल्या कोणाचाही आणि कशाचाही ती द्वेष करू लागली. ती तिथल्या एकांतामुळे, स्मशानासम असलेल्या बागेमुळे, खिडक्या नसलेल्या मोठ्याल्या खोल्यांमध्ये वेळ दवडताना औदासीन्यग्रस्त झाली. जेव्हा शेजारी असलेल्या वेड्यांच्या इस्पितळातल्या बायका ओरडू लागत, तेव्हा न संपणाऱ्या रात्रीत तीसुद्धा वेडी होईल की काय, असं तिला वाटायचं. पाच पिशाचांना नीट जेवण मिळावं म्हणून रोज जेवणाचं साग्रसंगीत टेबल सजवून, त्यावर भरतकाम केलेल्या चादरी घालून चांदीची भांडी ठेवणं आणि दफनविधी स्टँडवर मेणबत्त्या लावणं या त्यांच्या रोजच्या चालीरीतीची तिला लाज वाटायची. संध्याकाळी जपमाळ ओढण्याचा रिवाज, टेबलापाशी बसल्यानंतरचे बेगडी शिष्टाचार, तिच्या चांदीची भांडी हाताळवण्यावर होणारी टीका, एखाद्या करत्या बाईप्रमाणे गूढ लाटा उठल्याप्रमाणे ती चालते असं बोलणं, सर्कसमध्ये असल्यागत तिचे पोशाख असतात अशी होणारी टिप्पणी आणि ज्या गावंढळ प्रकारे ती तिच्या नवऱ्याला वागवायची आणि तिचे स्तन न झाकता बाळाला पाजायची यांवरची खावी लागणारी बोलणी - हे सगळं तिला अजिबात आवडत नव्हतं. जेव्हा तिने पहिल्यांदा पाच वाजताच्या चहापानाचं निमंत्रण दिलं, तेव्हा त्यासोबत छोटेसे इंपेरियल केक्स, कँडीची फुलं असा खानपान ठेवलं. ही त्या काळची नवी इंग्रजी पद्धत होती; परंतु 'पाहुण्यांना ज्वरावरचे काढे का पाजते आहेस, जुन्या चीझसह चॉकलेट आणि गोलाकृती 'कासावा' ब्रेड द्यायचा सोडून,' अशी डॉना ब्लांकाने टीका केली. तिची स्वप्नंही यातून सुटली नाहीत. एकदा सकाळी कुणीतरी नागडा माणूस मूठभर राख फेकत इकडेतिकडे फिरत असल्याचं स्वप्न तिला पडल्याचं तिने सांगितलं, तेव्हा डॉना ब्लांका तिला मध्येच तोडत म्हणाली, ''सभ्य स्त्रीला अशी स्वप्नं पडूच शकत नाहीत.''

कुण्या दुसऱ्याच्या घरी राहतो आहोत, असं कायम वाटणाऱ्या तिच्यावर आणखी दोन संकटं कोसळली. एक म्हणजे जवळपास दररोज जेवणात असलेली वेगवेगळ्या प्रकारे केलेली वांगी, जी तिच्या मृत नवऱ्याच्या स्मरणार्थ डॉन

ब्लांकाला रोज हवी असायची आणि जी खायला फर्मिना डासा नकार द्यायची. लहान असल्यापासून चव न घेताही वांगं तिला कधीच आवडलं नव्हतं. कारण, तिला त्याचा रंग विषारी वाटायचा; परंतु आता वांग्याच्या बाबतीत तिच्या आयुष्यात आधीपेक्षा बरी परिस्थिती होती, हे मात्र तिला मान्य करावं लागलं. कारण, पाच वर्षांची असताना, जेवणाच्या टेबलापाशी बसली असताना तिने असाच नकार दिला होता आणि तिच्या बापाने तिला सहा माणसांसाठी केलेली, एक भांड भरून असलेली वांग्याची भाजी जबरदस्तीने खायला लावली होती. तेव्हा ती मरून जाईल की काय, असं वाटलं होतं. कारण, एक म्हणजे तिने खाल्लेलं वांगं उलटून काढलं होतं आणि दुसरं म्हणजे तिला झालेल्या शिक्षेवरचा उपाय म्हणून तिला नंतर कपभर एरंडेल तेल प्यावं लागलं होतं. दोन्हींपैकी पोट साफ करणारं कोण होतं, याबद्दल आणि त्यांपैकी भीतिदायक विषारी चवीचं काय होतं, याबद्दलही तिच्या मनात गोंधळ उडाला होता आणि त्या मार्कीस दे कॅसलड्युरो महालात दुपारच्या तिरस्करणीय जेवणाच्या वेळी, त्यांच्या प्रेमळपणाची भरपाई एरंडेलाच्या गार मळमळीने होऊ नये यासाठी तिला दुसरीकडे पाहावं लागायचं.

आणखी एक संकट होतं ते म्हणजे हार्प या तंतुवाद्याचं. एक दिवस, ती काय बोलते आहे याची पूर्ण जाणीव असलेली डॉना ब्लांका म्हणाली होती, ''पियानोवादन न येणाऱ्या सभ्य बायकांवर माझा विश्वास नसतो.'' या आज्ञेवर तिच्या मुलाने वाद घालायचा प्रयत्न केला. कारण, त्याच्या बालपणीची त्याची सर्वांत चांगली वर्षं पियानोवादनाचे धडे गिरवण्यात खर्ची झाली होती. त्याच्या बायकोला, वयाच्या पंचविसाव्या वर्षी तीच शिक्षा कोणी ठोठवावी अशी कल्पनाच तो करू शकत नव्हता; परंतु त्याने आईशी बाळबोध वाद घालून तिच्याकडून थोडीशीच सवलत मिळवली, ती म्हणजे पियानोऐवजी हार्पवादनाची. ते देवदूतांचं वाद्य होतं. अशा प्रकारे व्हिएन्नामधून अप्रतिम असं हार्प विकत आणण्यात आलं, ज्याच्या तारा सोन्याच्या वाटत आणि त्याचा नादही तसाच येई. ते 'म्युझियम ऑफ द सिटी'मधल्या, वंशपरंपरेने चालत आलेल्या वस्तूंपैकी सगळ्यात मौल्यवान वस्तू होती. नंतर ते त्या म्युझियमसह जळून राख झालं. आणखी एक शेवटचा त्याग करून घरातली कोंडी टाळण्यासाठी फर्मिना डासाने या उच्च शिक्षेचा स्वीकार केला. ती एका शिक्षिकासह ते वाद्य शिकू लागली, ज्याला मॉम्पॉक्स शहरातून त्या एका कारणासाठी तिथे आणलं होतं आणि दोन आठवड्यांमध्ये त्याचा अचानक मृत्यू झाला. त्यानंतर ती संगीत विद्यालयातल्या सर्वोत्तम वादकाकडून अनेक वर्षं धडे घेत राहिली; परंतु कबरी खणल्यासारखा श्वासोच्छ्वास असलेल्या त्या शिक्षकामुळे, तिचे जलद चढ-उताराचे सूर बेसूर उमटू लागले.

तिच्या आज्ञाधारकतेमुळे ती स्वतःदेखील आश्चर्यचकित झाली. कारण, जरी तिने आतल्या खोल विचारांत ते मान्य केलेलं नव्हतं किंवा जो वेळ कधीकाळी त्यांनी

प्रेमासाठी समर्पित केलेला होता, त्या वेळात तिने नवऱ्याशी शांतपणे वाद घातले होते, तरी तिला वाटत होतं त्यापेक्षा तिच्या नव्या जगातल्या चालीरीतींच्या गुंत्यांत आणि पूर्वग्रहांत ती लवकर सामावून गेली होती. सुरुवातीला तिचं विचारस्वातंत्र्य अधोरेखित करणारा, बोलण्यातला नेहमीचा एक वाक्प्रचार होता : ''जेव्हा वारा वाहत असतो तेव्हा पंखा गेला खड्ड्यात.'' परंतु त्यानंतर, काळजीपूर्वक कमावलेल्या अधिकारांबद्दल मत्सर, लाज आणि तुच्छतेची वाटणारी भीती, यातही तिने एकाच आशेवर सगळा अपमान सहन करण्याची तयारी दर्शवली होती. ती म्हणजे एकदा तरी देवाने डॉना ब्लांकावर दयादृष्टीचा वर्षाव करावा. कारण, ती नेहमी त्याच्याकडे प्रार्थना करताना मला मरण दे अशी विनवणी करायची.

गंभीर युक्तिवाद करत डॉ. उर्बिनो स्वतःचा कमकुवतपणा कसा समर्थनीय आहे हे पटवून द्यायचा, तेव्हा तो स्वतःला हेदेखील विचारायचा नाही की, त्याची स्वतःची मतं चर्चविरोधात जाणारी आहेत की नाहीत. तो त्याच्या बायकोच्या अडचणींचं मूळ हे उच्चकुलीन घरातल्या वातावरणात आहे हे मान्य करायचा नाही, तर तो त्याचा ठपका विवाहसंस्थेच्या मूळ प्रकृतीवर ठेवायचा : एक अशी विचित्र, असंगत गोष्ट जी केवळ देवाच्या अगणित आशीर्वादामुळेच अस्तित्वात येऊ शकते. एकमेकांना अनोळखी, बंध नसलेली दोन माणसं, ज्यांची वाढ-जडणघडण वेगवेगळी झाली होती, ज्यांचे स्वभाव वेगळे होते आणि लिंगही वेगळी होती – अशा दोघांनी अचानक एकमेकांसोबत जगण्यासाठी, एकाच पलंगावर झोपण्यासाठी, नंतर कदाचित वेगळ्या दिशांना जाऊ शकेल अशी एकच नियती दोघांची आहे असं समजण्यासाठी बांधील राहणं हे खरंतर सगळ्या शास्त्रीय कारणांविरोधात होतं. तो म्हणायचा, ''लग्नातली अडचण अशी की, रात्री पलंगावर संग केला की ते संपतं आणि मग सकाळी न्याहारी करताना त्याची पुन्हा बांधणी करावी लागते.'' आणि त्यातही सगळ्यांत वाईट गोष्ट अशी की, भिन्न वर्गातून वर आलेले ते दोघं, अशा शहरात राहत होते जिथे अजूनही व्हॉइसरॉयची सत्ता पुन्हा येईल, अशी स्वप्नं पाहिली जात होती. असू शकला असताच, तर प्रेमाइतका असंभव आणि चंचल बंध त्यांच्यात असू शकला असता; परंतु विवाह झाला तेव्हा त्यांच्यात प्रेम नव्हतंच. जेव्हा त्या दोघांना प्रेम निर्माण करण्याची आत्यंतिक निकड भासू लागली, तेव्हा नियतीने त्यांच्यासमोर वास्तव ठेवण्यापलीकडे काहीही केलं नव्हतं.

हार्प शिकण्याच्या काळात त्यांच्या जगण्याची स्थिती अशी होती. तो अंघोळ करत असताना ती पटकन येत असे, यांसारखे 'खमंग' योगायोग उरले होते, तेव्हा त्यांच्यातले वाद, विषारी रंगाची वांगी आणि त्याच्या मंद बहिणी व आई हे सारं बाजूला राहत आणि 'मला साबण लावून दे,' असं सांगण्याएवढं प्रेम त्याच्यात शिल्लक होतं. युरोपातल्या उरल्यासुरल्या प्रेमाच्या तुकड्यांना सोबत घेऊन, ती साबण लावायला सुरुवात करायची आणि दोघंही जण त्यांच्या आठवणींना स्वतःला

फसवू द्यायचे, नको असतानाही मृदू व्हायचे, न सांगतादेखील एकमेकांना हवे असायचे आणि शेवटी ते जमिनीवर प्रेमात आपलं अस्तित्व पुसून टाकायचे, तेव्हा त्यांच्या अंगावर सुगंधी साबणाच्या फुग्यांची शाल आच्छादलेली असायची. तेव्हा कपडे धुवायच्या खोलीत असणाऱ्या मोलकरणींचं बोलणं ऐकू यायचं : ''त्यांना आणखी मुलं होत नाहीत. कारण, माहितेय का, ते जुगतच नाहीत.'' वेळोवेळी जेव्हा ते भरपूर मजा करून, एखाद्या सोहळ्यातून घरी यायचे, तेव्हा दाराबाहेर गुडघ्यावर बसून राहिलेल्या आठवणी त्यांना त्यांच्या पंजांनी चापट्या मारून खाली बसवायच्या आणि मग तिथे आश्चर्यकारक स्फोट व्हायचा ज्यामुळे सगळं काही जसं हवं तसं मार्गी लागायचं आणि त्या पाच मिनिटांसाठी ते दोघं पुन्हा मधुचंद्राच्या वेळी होते तसे उन्मुक्त प्रेमिक व्हायचे.

परंतु ते दुर्मीळ प्रसंग वगळता, झोपायची वेळ यायची तेव्हा त्यांच्यापैकी एक नेहमी बऱ्याचदा खूप दमलेला असायचा. ती तिचा वेळ घालवायला न्हाणीघरात जायची, सुगंधी कागदांच्या सिगारेट वळायची, एकटीच धूम्रपान करायची. त्या वेळी ती तरुण, मुक्त असताना, तिच्या देहाची मालकीण असतानाच्या त्या प्रेमाच्या काळात जायची. तिचं डोकं नेहमी दुखत असायचं किंवा तिला खूप उकडत असायचं किंवा ती झोपायचं नाटक करायची किंवा तिला मासिक पाळी आलेली असायची, तिची पाळी नेहमीच आलेली असायची. इतक्यांदा की, डॉ. उर्बिनोने त्याच्या वर्गामध्ये कबुलीजबाब न देता मन मोकळं केलं होतं. त्याने बोलण्याची हिंमत केली की, लग्नाला दहा वर्षं झाल्यानंतर बायकांना त्यांची मासिक पाळी बऱ्याचदा येते – आठवड्यातून तीनदा.

संकटांवर संकटं येत राहिली आणि त्या सगळ्यात वाईट काळामध्ये फर्मिना डासाला, ज्याला आज नाहीतर उद्या तोंड द्यावं लागणारच होतं, ते संकटही आलं : तिच्या बापाचे कायम गूढ असलेले, प्रचंड व्यवहार. परगण्याच्या राज्यपालाने हुवेनाल उर्बिनोला त्याच्या सासऱ्याच्या व्यवहारांची माहिती देण्यासाठी कार्यालयात भेटायला बोलावलं होतं आणि त्या भेटीचं कारण थोडक्यात, एका वाक्यात सांगितलं होतं : ''मानवी अथवा ईश्वरी, असा कोणताही कायदा नाही जो या माणसाने मोडलेला नाही.'' त्याने अत्यंत गंभीर अशा बाबी तर त्याच्या जावयाच्या प्रतिष्ठेआडून केल्या होत्या आणि उर्बिनोला किंवा त्याच्या बायकोला त्यांबद्दल काहीही माहिती नव्हतं, यावर विश्वास ठेवणं कठीण होतं. त्याची स्वतःची प्रतिष्ठा वाचवणं एवढंच त्याच्या हातात आहे हे हुवेनालच्या लक्षात आलं. कारण, तेवढी एकच गोष्ट ताठ कण्याने उभी होती. डॉ. हुवेनाल उर्बिनोने त्याच्या प्रतिष्ठेचा वापर करून त्या प्रकरणात हस्तक्षेप केला आणि ते प्रकरण त्याच्या शब्दाखातर दाबून टाकण्यात त्याला यशही मिळालं, त्यामुळे त्यानंतर मिळेल त्या बोटीने लॉरेंझो डासाने तो देश सोडला, ते पुन्हा कधीही न परतण्यासाठी. ज्याप्रमाणे स्मरणरंजन

टाळण्यासाठी वेळोवेळी एखादा मायभूत जातो, त्याप्रमाणे तो आपल्या मूळ देशी परतला आणि वरवर पाहता तरी त्याच्या मुळाशी काही सत्य दिसून आलं : फार काळाने त्याने त्याच्या देशात जाणाऱ्या जहाजावर पाऊल ठेवलं होतं, ते केवळ तो जिथे जन्मला होता त्या गावातल्या पावसाचं पाणी साठवणाऱ्या टाक्यांमधलं ग्लासभर पाणी प्यायला. त्याचे हात पिरगळले गेले नाहीत; तो अपराधी नसल्याचं सांगत आणि आपण एका राजकीय कटाचे बळी ठरलो असं जावयाला पटवून देत त्याने निरोप घेतला. त्याच्या मुलीसाठी रडत त्याने निरोप घेतला, जिला तो लग्न झाल्यानंतर 'ही माझी मुलगी' असं म्हणायचा. त्याच्या नातवासाठी रडत त्याने निरोप घेतला. तो त्या भूमीमध्ये श्रीमंत आणि स्वतंत्र झाला होता आणि तिथे संशयास्पद व्यवहार करून त्याने ताकद कमावली होती, जिच्या जोरावर त्याने त्याच्या मुलीचं रूपांतर देखण्या, कुलीन स्त्रीत केलं होतं. त्याने निरोप घेतला तेव्हा तो म्हातारा आणि आजारी होता; परंतु तरी त्याच्यामुळे बळी पडलेल्यांना वाटत होतं, त्यापेक्षा तो जास्त जगला. फर्मिना डासाला जेव्हा त्याच्या मृत्यूची बातमी समजली, तेव्हा तिने टाकलेला सुटकेचा निःश्वास ती रोखू शकली नव्हती आणि प्रश्न विचारले जाऊ नयेत म्हणून तिने सुतकाचे कपडेही घातले नाहीत; परंतु अनेक महिने जेव्हा ती धूम्रपान करण्यासाठी न्हाणीघरात जायची, तेव्हा का ते न कळता ती मूकपणे रडायची आणि ते रडणं त्याच्यासाठी असायचं.

त्या दुःखी वर्षांमधला सर्वांत असंगत घटक म्हणजे – ते सार्वजनिक जीवनात अत्यंत आनंदी भासायचे. कारण, तो काळ त्यांच्यासाठी सगळ्यात मोठ्या विजयाचा काळ होता, भोवतालातल्या प्रतिकूलतेवर मात करण्याचा तो काळ होता. त्याआधी या भोवतालाने त्यांना ते जसे होते, तसं स्वीकारण्यास विरोध दर्शवला होता : वेगळे आणि आधुनिक आणि त्यामुळे परंपरेच्या आज्ञा न मानणारे, परंपराविरोधक. तरीही, तो फर्मिना डासासाठी तसा सोपा भाग होता. त्या जगातलं जीवन – ज्याच्याशी परिचित होण्याआधी तिला दोलायमानतेला सामोरं जावं लागलं होतं – ते जीवन म्हणजे कंटाळवाणे सोहळे, तेच ते ठरीव बोलणं, ज्याआधारे एकमेकांचा खून न करता लोक एकमेकांचं मनोरंजन करायचे याशिवाय काहीही नव्हतं. त्या तात्पुरत्या स्वर्गातल्या भंपकपणाचं लक्षणीय प्रतीक म्हणजे अज्ञाताची भीती. तिने ते सोप्या शब्दांत विशद केलं होतं : ''भीतीवर मात करायला शिकणं ही सार्वजनिक आयुष्यातली अडचण आहे, तर वैवाहिक आयुष्यातली समस्या आहे कंटाळ्यावर मात करायला शिकणं.'' तिला या सुस्पष्ट साक्षात्काराचा शोध अचानकच लागला होता, जेव्हा ती मागे रुळणारा वधूच्या पोशाखाचा लांबलचक पदर घेऊन 'सोशल क्लब'च्या मोठ्या सलाँमध्ये शिरली होती तेव्हा. तिथे कितीतरी फुलांचा गंध हवेत मंदपणे विहरत होता, वॉल्ट्झ वाजवली जात होती, घामट माणसांच्या आणि बायकांचा बोलण्याचा आवाज येत होता, ज्यांच्या नजरा

तिच्याकडे लागलेल्या होत्या. त्यांना हे कळत नव्हतं की, काय केल्याने हे तेज पूर्णपणे बाहेर काढून टाकता येईल, जे त्यांना माहीत नसलेल्या बाहेरच्या जगातून तिथे आलेलं होतं. तेव्हा ती नुकतीच एकवीस वर्षांची झाली होती आणि घरातून शाळेत जाण्याव्यतिरिक्त तिने काहीही केलं नव्हतं; परंतु पाहिल्या पाहिल्या तिला समजलं की, त्या शत्रूसमान बायका द्वेषाने नव्हे, तर भीतीने गर्भगळीत झाल्या होत्या. त्यांना आणखी घाबरवण्याऐवजी – जे ती आधीपासून करत होती – तिला त्यांच्याबद्दल करुणा वाटली आणि तिने त्यांना तिला ओळखून घेण्यास मदत केली. त्यांनी कसं असावं हे जे तिला वाटायचं, यापेक्षा ते फार काही वेगळे नव्हते. जसं की, शहर. ते चांगलं किंवा वाईट असणं हे तिने ठरवण्यावर अवलंबून होतं. अविरत पडणारा पाऊस, अनैतिक व्यापारी आणि अश्लील बोलणारे घोडागाडीचे चालक हे सारं असूनही, पॅरिस जगातलं सर्वांत सुंदर शहर म्हणून नेहमीच तिच्या स्मरणात राहणार होतं. ते शहर जसं होतं तसं होतं किंवा प्रत्यक्षात तसं नव्हतं म्हणून नव्हे, तर ते तिच्या सर्वांत आनंदी वर्षांच्या आठवणींशी जोडलेलं शहर होतं. दुसरीकडे, डॉ. उर्बिनोच्या विरोधात जी शस्त्रं वापरली गेली, त्याच शस्त्रांचा त्याने जास्त हुशारीने आणि गांभीर्याने वापर करून प्रतिष्ठा प्राप्त केली : प्रदर्शनं, काव्योत्सव, कलाविषयक सोहळे, दानधर्माचे कार्यक्रम, देशभक्तीपर कार्यक्रम, उडत्या फुग्यामधून प्रथमच केलेला प्रवास या सगळ्यांत ते दोघं नेहमी असायचेच. अगदी सुरुवातीपासून सगळी जबाबदारी घेण्यापासून ते ती पार नेण्यापर्यंत, ते या सगळ्यात नेहमीच होते. त्या संकटकालीन वर्षांमध्ये त्यांच्यापेक्षा आणखी कुणी जोडपं आनंदी असेल किंवा त्यांच्या लग्नापेक्षा इतर कुणाचं लग्न एवढं सुसंवादी आणि सुखाचं असेल, अशी कल्पनाही कोणी करू शकलं नसतं.

तिच्या बापाने तिच्यासाठी ठेवलेलं घर फर्मिना डासाला घुसमटलेल्या कौटुंबिक महालातून सुटका करून घेण्यासाठीचं आश्रयस्थान झालं. लोकांच्या नजरांमधून सुटल्या सुटल्या, ती गुपचूप पार्क ऑफ एव्हांजेल्सला जायची आणि तिथे ती नव्या मित्रमैत्रिणींना तसंच शाळेतल्या किंवा चित्रकलेच्या शिकवणीतल्या मैत्रिणींना भेटायची : त्या भेटी व्यभिचाराला दिलेला निरागस पर्याय होता. एकटी आई होऊन ती तिथे शांततेत काही तास घालवायची, ती मुलगी असताना असलेल्या उरल्यासुरल्या आठवणींचा तिच्याभोवती गराडा पडायचा. तिने गंधाळ पक्ष्यांऐवजी, तिला रस्त्यावर सापडलेल्या मांजराच्या पिल्लांना गाला प्लासिडियाकडे काळजीपूर्वक सोपवलं. गालादेखील आता म्हातारी झाली होती आणि संधिवाताने तिच्या हालचाली मंदावल्या असल्या, तरी त्या घरात पुन्हा जान आणण्याची तिची इच्छा अजूनही शाबूत होती. फ्लोरेंतिनो अरिसाने तिला जिथे पहिल्यांदा पाहिलं होतं, जिथे डॉ. हुवेनाल उर्बिनोने तिचं मन वाचता यावं यासाठी तिची जीभ तपासली होती – ती शिवणकामाची खोली तिने उघडली आणि तिचं रूपांतर भूतकाळाच्या गाभाऱ्यात केलं. हिवाळ्यातल्या एका

दुपारी ती बाल्कनीच्या जवळ गेली. मोठ्ठं वादळ येणार होतं. तेव्हा तिला फ्लोरेंतिनो अरिसा त्याच्या बाकड्यावर, बदामाच्या झाडाखाली बसलेला दिसला, त्याने त्याच्या वडिलांचा, त्याच्या मापाचा केलेला सूट घातला होता, जो त्याला नीट बसत होता आणि त्याच्या मांडीवर पुस्तक उघडलेलं होतं; परंतु या वेळी तिने त्याला ती पूर्वी जसं त्याला वेगवेगळ्या प्रसंगी अपघाताने पाहत असे, त्या वेषात, त्या वयात पाहिलं नव्हतं, तर ज्या वयात तो तिच्या आठवणींत रुतला होता, त्या वयाचा असलेला तो तिला दिसला. त्या दृष्टान्ताने तिला भीती वाटली की, तो मृत्यूचं अपशकुन आहे आणि ती दुःखाने कासावीस झाली. तिने स्वतःला हे सांगायची हिंमत केली की, कदाचित ती त्याच्यासोबत जास्त आनंदात राहिली असती, त्या घरात जे तिने त्याच्यासाठी प्रेमाने पुन्हा बांधलं होतं, तितक्याच प्रेमाने त्यानेही त्याचं घर तिच्यासाठी पुन्हा बांधून घेतलं होतं आणि त्या साध्या गृहीतकामुळे ती दुःखी झाली. कारण, त्यामुळे ती असमाधानाच्या कुठल्या टोकाला गेलेली आहे हे तिच्या लक्षात आलं. मग तिने तिची उरलीसुरली सगळी शक्ती गोळी केली आणि कोंबडा आरवून पहाट होईपर्यंत तिच्या नवऱ्याला टाळाटाळ न करता तिच्याशी बोलायला भाग पाडलं, तिने त्याला तिला सामोरं जायला लावलं, तिच्याशी वाद करायला लावला, हरवून बसलेल्या स्वर्गामुळे संतापून तिच्यासोबत रडायला लावलं आणि जेव्हा लेसच्या पडद्यांमधून सूर्यकिरणं गाळून महालात आली, सूर्योदय झाला, तेव्हा बोलून बोलून, झोप न झाल्याने दमलेला, डोळे सुजलेला, रडल्यामुळे कणखर झालेल्या मनाने तिच्या नवऱ्याने बुटांची लेस बांधली, कंबरेचा पट्टा घट्ट केला आणि उरलेलं पुरुषत्व गोळा करून त्याने तिला सांगितलं की, हो, माझ्या लाडके हो, युरोपामध्ये असलेलं आणि नंतर हरवून गेलेलं आपल्यातलं प्रेम शोधण्यासाठी आपण पूर्ण प्रयत्न करू या. उद्यापासून आणि त्यानंतर नेहमीच. त्याचा हा निर्णय एवढा पक्का होता की, त्याने त्याच्या व्यवस्थापकांशी, ट्रेझरी बँकेशी बोलणी करून त्याची कौटुंबिक संपत्ती पैशांत रूपांतरित करायला सांगितली. यातला बराचसा भाग पहिल्यापासून वेगवेगळ्या प्रकारच्या व्यापारात, गुंतवणुकींत आणि दीर्घकालीन बाँड्समध्ये हरवून गेला होता आणि केवळ त्यालाच हे माहीत होतं की, त्यांच्याबद्दलच्या आख्यायिकांमध्ये असते तितकी काही त्यांची संपत्ती नव्हती : विचार करायची गरज पडणार नाही, तितकी ती पुरेशी होती. जोपर्यंत त्याला आणि त्याच्या बायकोला त्या कठोर देशात स्वतःच्या मालकीचं काहीही उरणार नाही, अगदी मृत्यूनंतर जमिनीचा तुकडाही उरणार नाही, तोपर्यंत त्यातली जी काही संपत्ती उरली होती ती सोन्यात रूपांतरित करून हळूहळू एकेक करत परकीय बँकांमध्ये असलेल्या त्याच्या खात्यात त्याने गुंतवली.

तिने तिला झालेल्या दृष्टान्तावर विश्वास ठेवायचं ठरवलं, तरी फ्लोरेंतिनो अरिसा खरंतर जिवंत होता. फ्रेंच समुद्री जहाज बंदराला लागल्यावर, ती आपल्या नवऱ्यासह आणि बाळासह सोनेरी घोडे असलेल्या घोडागाडीतून आली, तेव्हा तो

बंदरावरच्या कट्ट्यावर उपस्थित होता आणि सार्वजनिक कार्यक्रमांप्रमाणे ते त्याला गर्दीमधून येताना दिसले : परिपूर्ण. त्यांच्या मुलाला घेऊन ते प्रवासाला निघाले होते, त्या मुलाला त्यांनी अशा प्रकारे वाढवलं होतं की, जणू तो मोठा झाल्यावर कसा असेल हे आत्ताच समजत होतं : आणि तोही तसाच होता. हॅट उंचावून ती आनंदाने हलवत हुवेनाल उर्बिनो फ्लोरेंतिनो अरिसाला म्हणाला, ''आम्ही फ्लँडर्स काबीज करायला निघालोय.'' फर्मिना डासाने होकारार्थी मान हलवली आणि किंचित खाली वाकत फ्लोरेंतिनो अरिसाने आपली हॅट उंचावली आणि त्याला त्याच्या वयाच्या मानाने लवकरच टक्कल पडलेलं असूनही तिने त्याच्याकडे निर्विकार, करुणाहीन नजरेने पाहिलं. तिला तो जसा दिसला, तसाच तो होता : कोणाचीतरी सावली ज्याला ती कधीही भेटली नव्हती.

फ्लोरेंतिनो अरिसासाठीदेखील तो काळ फार काही चांगला नव्हता. त्याचं काम वाढत जात होतं आणि रात्रीच्या शिकारीमध्येही तोच तोचपणा आलेला होता. त्या मृतवत वर्षांमध्ये त्रान्झितो अरिसाचा अखेरचा संकटकाळ सुरू झाला होता. तिचं मन आता रिक्त झालं होतं, पूर्ण कोरं. एवढं की, एका टोकाला ती कधी कधी त्याच्याकडे जात असे, त्याला खुर्चीवर बसून वाचताना पाहत असे आणि चकित होऊन विचारत असे : ''तू कोणाचा मुलगा आहेस?'' तो तिला नेहमीच खरं काय ते सांगत असे; परंतु ती तत्काळ त्याला मध्येच विचारत असे : ''आणि माझ्या पोरा, मला सांग, मी कोण आहे?''

ती एवढी स्थूल झाली होती की, तिला हालचाल करणं शक्य होत नसे आणि ती शिवणकामाच्या दुकानात दिवस घालवत असे, जिथे आता विकायला काहीही नव्हतं. तिथे ती उठल्यावर पहाटेपासून रात्रीपर्यंत कपड्यांमध्ये काही किरकोळ दुरुस्त्या, काही डागडुजी करत वेळ घालवत असे. ती फार थोडा वेळ झोपत असे. ती डोक्यावर फुलांची माळ घालत असे, तिचे ओठ रंगवत असे, तिच्या चेहऱ्याला, हातांना पावडर लावत असे आणि शेवटी तिच्यासोबत जो कोणी असेल त्याला विचार असते, ''मी आत्ता कोण आहे?'' शेजार-पाजाऱ्यांना तिला नेहमी एकच उत्तर हवं असतं हे माहीत होतं : ''तू छोटी रोशी मार्टिनेज आहेस.'' लहान मुलांच्या एका गोष्टीतल्या पात्राची ही ओळख तिने चोरलेली होती, केवळ त्यामुळे तिचं समाधान व्हायचं. मग कागदी फुलांचा मुकुट घालून, पापण्यांवर जांभळा रंग लावून, ओठांना लाल रंग थापून, चेहरा पावडरने पांढराफट्ट करून, ती मोठ्या गुलाबी पंखांने स्वतःला वारा घालत पुन्हा तेच सुरू करायची आणि पुन्हा शेजारून जाणाऱ्याला विचारायची, ''मी कोण आहे आत्ता?'' ती जेव्हा शेजार-पाजाऱ्यांसाठी थट्टामस्करीचा विषय झाली, तेव्हा एकदा रात्री फ्लोरेंतिनो अरिसाने शिवणकामाच्या दुकानातले सगळे काउंटर्स आणि कप्पे काढून टाकले, रस्त्यावरचं दार बंद करून टाकलं आणि ती खोली त्याने रोशी मार्टिनेझची निजायची खोली

जशी असते - ज्याचं वर्णन तिने केलं होतं त्यानुसार - बनवून घेतली. मग त्यानंतर तिने ती कोण आहे हा प्रश्न पुन्हा कधीही विचारला नाही.

लिओकाकाच्या सल्ल्यानुसार, त्याने एका म्हाताऱ्या बाईला तिची काळजी घेण्यासाठी ठेवलं; परंतु ती बिचारी आजीबाई बऱ्याचदा जागी असण्याऐवजी झोपलेली असे आणि कधी कधी तर तिला पाहून असं वाटे की, तिलादेखील ती नक्की कोण आहे, याचं विस्मरण होत असावं. त्यामुळे कार्यालयातून घरी आल्यावर, आईला झोपवेस्तोवर फ्लोरेंतिनो अरिसा जास्तीत जास्त काळ घरीच थांबून राहायचा. तो कमर्शियल क्लबमध्ये डॉमिनोज खेळायचा नाही आणि बराच काळ त्याने त्याच्या मैत्रिणींनाही भेट दिली नव्हती. कारण, ऑलिम्पिया झुलेताच्या भयंकर भेटीनंतर त्याच्या मनात खोलवरचा बदल झालेला होता.

जणू काही त्याला विजेचा धक्का बसावा तसं ते घडलं होतं. तहसनहस करणाऱ्या ऑक्टोबरमधल्या वादळात, एकदा फ्लोरेंतिनो अरिसा लिओकाकाला घरी सोडायला गेला होता, तेव्हा त्याला घोडागाडीतून जाताना चपळ, काटक, वधूच्या गाउनसारखा वाटणारा ऑर्गेंझा रफल्स पोशाख केलेली एक मुलगी दिसली. ती रस्त्यातून एकीकडून दुसरीकडे धावत होती. कारण, तिची उन्हापासून बचाव करणारी छत्री वाऱ्याने हिसकावून घेतली होती आणि ती उडत चालली होती. त्याने तिला घोडागाडीत घेतलं आणि तिची सुटका केली. एवढंच नाही, वळसा घालून जावं लागणार होतं तरी तिला तिच्या घरी सोडलं. ते घर जुनं आणि एखाद्या आश्रमासारखं होतं, त्याच्या अंगणातून विशाल समुद्र दिसायचा आणि रस्त्यावरून दिसणारी पडवी कबुतरांच्या लाकडी खुराड्यांनी भरून गेलेली होती. जाता जाता तिने त्याला सांगितलं की, काही महिन्यांपूर्वीच तिचं लग्न झालं होतं. तिचा नवरा बाजारामध्ये सजावटीच्या लहानसहान वस्तू विकायचा. त्याला फ्लोरेंतिनो अरिसाने बऱ्याचदा त्याच्या कंपनीच्या बोटींमधून विक्रीसाठी असलेला माल उतरवताना, तसंच काही बायका आपल्या बाळांसाठी नदीबोटीतून प्रवास करताना जसा वेताचा पिंजरा वापरतात, तसे वेगवेगळ्या प्रकारची कबुतरं असलेले पिंजरे उतरवताना पाहिलेलं होतं. ऑलिम्पिया झुलेता गांधील माशीवर्गीय असल्यासारखी दिसायची. तिचे कुल्ले उंचाडे होते आणि वक्षभाग लहानसे होते. याशिवाय तिचे केस तांब्याच्या तारेसारखे होते, तिच्या चेहऱ्यावर वांब होती, तिचे हलते गोल डोळे सामान्यांपेक्षा वेगळे, एकमेकांपासून दूर होते, ती तिच्या सुरेल आवाजाचा वापर बुद्धिमान आणि चित्तवेधक गोष्टी बोलण्यापुरताच करायची. फ्लोरेंतिनो अरिसाला वाटलं की, ती आकर्षक नव्हे, तर बुद्धिमान जास्त आहे. तिला घरी सोडल्यानंतर ती कुठे राहते, तिचा नवरा, कुटुंबीय वगैरे सगळं तो विसरून गेला.

काही दिवसांनी त्याने तिच्या नवऱ्याला बंदरावर पाहिलं, तो माल उतरवण्याऐवजी भरत होता आणि जेव्हा बोटीने नांगर उचलला, तेव्हा फ्लोरेंतिनोला

स्पष्टपणे त्याच्या कानात सैतानाचा आवाज ऐकू आला. त्या दुपारी, लिओकाकाला घरी पोहोचवल्यानंतर, तो चुकून तिथे गेला असावा असं दाखवत ऑलिम्पिया झुलेताच्या घरावरून गेला आणि त्याने तिला कुंपणातून कबुतरांना भरवत असताना पाहिलं. त्याने घोडागाडीत बसून विचारलं, ''एक कबूतर कितीला?'' तिने त्याला ओळखलं आणि आनंदी आवाजात ती म्हणाली, ''ती विकायला नाहीत.'' त्याने विचारलं, ''मग एक हवं असेल तर काय करावं?'' कबुतरांना दाणे टाकत तिने उत्तर दिलं, ''जेव्हा वादळात सापडेल तेव्हा त्याला घरी सोडावं.'' त्या रात्री ऑलिम्पिया झुलेताने आभार व्यक्त करण्यासाठी दिलेल्या भेटीसह फ्लोरेंतिनो अरिसा घरी आला : संदेशवहनाचं काम करणारं एक कबूतर ज्याच्या पायाला एक धातूची गोल कडी होती.

दुसऱ्या दिवशी, जेवणाच्या वेळी त्या कबुतरांच्या सुंदर मालकिणीला ते भेट दिलेलं कबूतर दिसलं आणि तिला वाटलं की, ते पिंजऱ्यातून सुटून आलं असावं; परंतु तिला त्याच्या पायाच्या कडीत एक चिठ्ठी अडकवलेली असल्याचं दिसलं : ती प्रेमाची कबुली होती. पहिल्यांदाच फ्लोरेंतिनो अरिसाने लिखित सुगावा मागे सोडला होता, अर्थातच यापुढेही तसं घडणार होतं, तरी यात त्याने त्याचं नाव न लिहिण्याची काळजी घेतलेली होती. एका बुधवारी, तो दुपारी घरी जात असताना, एका रस्त्यावरच्या मुलाने त्याला तेच कबूतर पिंजऱ्यात दिलं आणि त्याने पाठ केलेला निरोप सांगितला – कबूतर सांभाळणाऱ्या बाईने हे तुम्हाला दिलेलं आहे आणि सांगितलं आहे, पिंजरा कृपया बंद ठेवा, नाहीतर कबूतर पुन्हा उडून जाईल आणि तसं झालं, तर ती पुन्हा कबूतर परत पाठवणार नाही. याचा अर्थ काय लावायचा हे त्याला समजलं नव्हतं : एकतर कबूतराच्या पायाला लावलेली चिठ्ठी वाटेत हरवली होती किंवा भोळेपणाचा आव आणायचा निर्णय कबुतरांच्या मालकीणबाईने घेतला होता किंवा ते कबूतर त्याला पुन्हा तिच्याकडे पाठवता यावं याकरता तिने परत केलं होतं. जरी ते खरं असलं, तरी तिने कबुतरासह प्रत्युत्तर पाठवणं स्वाभाविक ठरलं असतं.

बराच विचार केल्यानंतर शनिवारी सकाळी फ्लोरेंतिनो अरिसाने पुन्हा एकदा सही न केलेल्या पत्रासह कबूतर पाठवून दिलं. या वेळी त्याला पुढच्या दिवसापर्यंत वाट पाहावी लागली नाही. त्याच दिवशी दुपारी, तोच मुलगा आणखी एक पिंजरा घेऊन आला, त्याने निरोप दिला की, तिने पुन्हा एकदा उडून गेलेल्या कबुतराला पाठवलं आहे, परवा तिने ते सौजन्य म्हणून परत पाठवलं होतं आणि आता ती दया वाटून परत पाठवते आहे; परंतु इथून पुढे जर का ते पुन्हा उडून आलं, तर खरोखरीच परत करणार नाही. त्रान्झितो अरिसा रात्री उशिरापर्यंत त्या कबुतराशी खेळत बसली, तिने त्याला पिंजाऱ्यातून बाहेर काढलं, त्याला हातावर घेऊन आरामखुर्चीत बसून डुलत राहिली, तिने अंगाई गाऊन त्याला झोपवण्याचा प्रयत्न केला आणि अचानक

फ्लोरेंतिनो अरिसाला लक्षात आलं की, त्या कबुतराच्या पायाच्या कड्याला एक कागद अडकवलेला असून त्यावर एका ओळीत लिहिलेलं होतं : अनामिक पत्र मी स्वीकारत नाही. ती चिठ्ठी वाचल्या वाचल्या त्याचं मन आनंदाने उचंबळून गेलं, जणू ती त्याच्या पहिल्याच हिमतीची फलनिष्पत्ती असावी आणि त्या रात्री क्षणभरही त्याचा डोळ्याला डोळा लागला नाही. तो सारखा या कुशीवरून त्या कुशीवर वळत राहिला. दुसऱ्या दिवशी सकाळी लवकर, कार्यालयात जाण्याआधी त्याने पुन्हा कबुतराला मुक्त केलं आणि या वेळी त्याच्यासोबत त्याचं सही असलेलं प्रेमपत्र जोडलं. त्याने त्या पायातल्या कडीला त्याच्या बागेतला सर्वांत ताजा, टपोरा, लालबुंद आणि सुगंधी गुलाब लावला.

ते प्रकरण तितकं सोपं नव्हतं. तीन महिने पाठपुरावा करूनही, ते सुंदर कबूतर सारखं एकच उत्तर देत होतं : मी तशा प्रकारची बाई नाहीये; परंतु तिने त्याचे निरोप कधीही नाकारले नव्हते किंवा फ्लोरेंतिनो अरिसाने योजलेल्या त्यांच्या भेटीच्या वेळा कधी मोडल्या नव्हत्या. तो वेगळ्या प्रकारचा माणूस होता : प्रेमिक जो कधीही आपला चेहरा दाखवत नसे, असा पुरुष जो प्रेमासाठी सर्वांत जास्त आतुर आणि त्याच वेळी प्रेम देण्याबाबत सर्वांत कंजूष होता, असा पुरुष जो काहीही द्यायचा नाही; परंतु सगळं काही त्याला हवं असायचं, असा पुरुष ज्याच्या मनात ती शिरल्याच्या पाऊलखुणा तो कधीही मागे राहू द्यायचा नाही, तो दबा धरून बसणारा शिकारी – तो पुरुष रस्त्यावरून चालत जात होता, सही असलेली प्रेमपत्रं देत होता, किमती भेटवस्तू द्यायचा, एक-दोनदा तर तिचा नवरा प्रवासाला किंवा बाजारात गेला नसतानाही, तो तिच्या घरी गेला होता. याआधी तारुण्याच्या ऐन भरात असतानाच्या काळात प्रेमाचा भाला असाच त्याच्यातून आरपार गेला होता, तसंच त्याला आताही वाटत होतं.

त्यांना भेटून सहा महिने झाल्यावर, ते दोघं एका नदीबोटीच्या केबिनमध्ये भेटले. ती बोट गोदीमध्ये रंगकामासाठी आणलेली होती. ती एक अप्रतिम अशी दुपार होती. ऑलिम्पिया झुलेताने दचकलेल्या कबुतरप्रेमीप्रमाणे भरभरून आनंद देणारा प्रेमसंग केला आणि त्यानंतर ती आणखी काही तास तशीच नग्न राहिली – त्या संथ हलत्या स्थितीत, तिला ते प्रेमसंगाइतकंच आवडतं होतं. ती केबिन अर्धवट बांधलेली, अर्धवट रंगवलेली होती. ते दोघं त्यांच्यासोबत त्या सुंदर दुपारच्या आठवणींबरोबरच टर्पेनटाइनचा गंधही नेणार होते. अचानक काहीतरी वाटून, फ्लोरेंतिनो अरिसाने त्याच्या बंकशेजारी पडलेल्या लाल रंगाच्या डब्यात हात घालून बोट ओलं केलं आणि त्या सुंदर कबुतरणीच्या ओटीपोटाच्या इथे, खालच्या दिशेने टोक असणारा रक्तवर्णी बाण काढला आणि तिच्या बेंबापाशी लिहिलं – ही +++ माझी आहे. त्याच रात्री ऑलिम्पिया झुलेता जेव्हा तिच्या नवऱ्यासमोर कपडे काढू लागली, तेव्हा पोटापाशी लिहिलेलं आहे वगैरे विसरून गेली होती आणि तिच्या

नवरा काहीही बोलला नाही, त्याचा श्वासोच्छ्वासही बदलला नाही, काहीही झालं नाही; परंतु तो न्हाणीघरात गेला आणि त्याने आपला वस्तरा आणला. ती रात्रीचा गाउन घालत असताना त्याने वार करून तिचा गळा चिरून टाकला.

त्यानंतर कितीतरी दिवस फ्लोरेंतिनो अरिसाला काहीही समजलं नव्हतं, जेव्हा तिच्या नवऱ्याला पकडण्यात आलं, तेव्हा त्याने केलेल्या गुन्ह्यामागचं कारण आणि त्याने तो कसा केला हे वृत्तपत्रांना सांगितलं. त्यानंतर कितीतरी वर्षं तो त्याने सहीनिशी पाठवलेल्या पत्रांचा विचार करून घाबरून जायचा. त्याने खुन्याच्या कैदेच्या कालावधीवरही नीट लक्ष ठेवलं होतं, कारण तिचा नवरा त्याला बोटकंपनीवर होणाऱ्या व्यवहारांमुळे ओळखायचा; परंतु फ्लोरेंतिनोला भीती वेगळी होती. ती म्हणजे त्याच्याही गळ्यावर सुरा ठेवला जाईल किंवा लोकांमध्ये सगळं प्रकरण उघडकीस येईल, यापेक्षा त्याचा व्यभिचार फर्मिना डासापर्यंत पोहोचून वेगळीच आफत ओढवेल याने तो घाबरला होता. एकदा, दीर्घ प्रतीक्षेच्या काळात, त्रान्झितो अरिसाची काळजी घेण्यासाठी ठेवलेल्या बाईला बाजारातून घरी जायला अपेक्षेपेक्षा जास्त वेळ लागला. कारण, अचानक पाऊस पडायला सुरुवात झाली होती. जेव्हा ती परतली तेव्हा तिला नेहमीप्रमाणेच रंगरंगोटी करून आई आरामखुर्चीमध्ये बसलेली असल्याचं दिसलं. तेव्हा तिचे डोळे इतके बोलके होते आणि चेहऱ्यावरचं हसू एवढं सुंदर होतं की, त्या काळजीवाहू बाईला दोन तास उलटल्यानंतर ती मृत पावली आहे हे समजलं. तिच्या मृत्यूच्या आधी तिने तिच्या शेजार-पाजारच्या मुलांना तिच्या पलंगाखाली दडवलेल्या बरण्यांमधलं सोनं आणि मौल्यवान रत्नं असं सगळं देऊन टाकलं होतं. त्यांना ती म्हणाली होती की, हे तुम्ही गोळीसारखं खाऊ शकाल. त्यातले काही मौल्यवान दागिने पुन्हा मिळवता आले नाहीत. फ्लोरेंतिनो अरिसाने पूर्वी हँड ऑफ गॉड रँच म्हणून ओळखल्या जाणाऱ्या, जी अजूनही कॉलरा सिमेट्री म्हणून ओळखली जायची, तिथे तिचा दफनविधी पार पाडला आणि त्याने तिच्या कबरीवर गुलाबाचं रोपटं लावलं.

कबरस्थानाला काही भेटी दिल्यावर फ्लोरेंतिनो अरिसाला तिथे जवळच ऑलिम्पिया झुलेताला दफन केलं गेलं असल्याचं लक्षात आलं. तिच्या कबरीवर टॉम्बस्टोन नव्हता; परंतु सिमेंटवरच कोणीतरी घाईघाईने तिचं नाव आणि दिनांक खरडलेली होतं आणि तिच्या नवऱ्याने केलेल्या क्रूर विनोदांपैकी तो एक असावा असा भीतिदायक विचार त्याच्या मनात आला. कुणी नसेल तेव्हा तो तिच्या कबरीवर एक गुलाबाचं फूल ठेवायचा आणि नंतर त्याने आईच्या कबरीवर लावलेल्या गुलाबाच्या रोपट्याची एक फांदी तिच्या कबरीजवळही लावली. दोन्ही रोपटी एवढी तरारून वाढली की, त्यांना नियंत्रणात ठेवण्यासाठी फ्लोरेंतिनो अरिसाला छाटकाम करायची कात्री आणि इतर बागकामाची हत्यारं घेऊन जावी लागायची; परंतु ती रोपं त्याच्या हाताबाहेर गेली : दोन वर्षांत रोपं गवताप्रमाणे कबरींमध्ये वाढत गेली आणि

त्यानंतर महाभयंकर रोगाच्या नावे ओळखलं जाणारं ते कबरस्थान, सिमेट्री ऑफ रोझेज - गुलाबाचं कबरस्थान या नावे ओळखलं जाऊ लागलं. नंतर लोकप्रिय शहाणपणापेक्षा कमी वास्तववादी असलेल्या कुण्या महापौराने एका रात्री तिथली सगळी रोपं काढून टाकली आणि कबरस्थानाच्या प्रवेशद्वाराच्या कमानीवर मोठी पाटी लावून टाकली : युनिव्हर्सल सिमेट्री.

आईच्या मृत्यूनंतर फ्लोरेंतिनो अरिसा पुन्हा शिक्षा ठोठावल्यासारखा कामाला लागला : कार्यालय, नेहमीच्या प्रेयस्यांसोबतच्या ठरावीक काळाने ठरलेल्या भेटी, कमर्शियल क्लबमध्ये डॉमिनो खेळणं, प्रेमाची तीच ती पुस्तकं, कबरस्थानाला रविवारी भेट देणं. या ठरीव दैनंदिनीचा त्याला तिरस्कार वाटायचा आणि तो त्याला खूप भ्यायचादेखील; परंतु त्यामुळे तो वयाची जाणीव होण्यापासून संरक्षित राहायचा, तरीही डिसेंबरमधल्या एका रविवारी, जेव्हा कबरस्थानातल्या गुलाबाच्या रोपट्यांनी छाटकामाच्या कात्रीवर विजय मिळवला होता, तेव्हा त्याने नुकत्याच लावलेल्या विजेच्या तारांवर पाकोळ्या बसलेल्या पाहिल्या आणि अचानक त्याला जाणवलं की, त्याच्या आईचा मृत्यू होऊन आणि ऑलिम्पिया झुलेताचा खून झाल्यावर आणि त्या डिसेंबरमधल्या एका दुपारी फर्मिना डासाने पत्र पाठवून 'हो, मी तुझ्यावर कायम प्रेम करीन' असं कळवून किती-किती काळ लोटला होता. तोपर्यंत तो जणू काळ त्यासाठी नव्हे, इतर इतरांसाठी पुढे जात होता असं गृहीत धरून वागायचा. एका आठवड्यापूर्वी, त्याला एक जोडपं रस्त्यावर अचानक भेटलं होतं. त्याने प्रेमपत्र लिहिल्यामुळे लग्न झालेल्या अनेक जोडप्यांपैकी ते एक होतं आणि त्याने त्यांच्या सर्वांत मोठ्या मुलाला ओळखलं नव्हतं, जो त्याचा 'गॉडसन' होता. त्याचं ओशाळलेपण झाकण्यासाठी तो नेहमीप्रमाणे म्हणाला, ''किती मूर्ख आहे मी, हा तर आता बाप्या झालाय!'' आणि त्यानंतर त्याच्या शरीराने धोक्याचे पहिलेवहिले संकेत द्यायला सुरुवात केले होते, तरी तो आधीप्रमाणे मार्गक्रमण करू लागला. कारण, आजाराविरोधात ताकदीने लढणारी त्याची प्रकृती होती. त्रान्झितो अरिसा नेहमी म्हणायची - ''माझ्या मुलाला झालेला एकमेव आजार म्हणजे कॉलरा.'' तिची स्मृती नष्ट व्हायच्या आधीपासूनच, कॉलरा आणि प्रेम यांच्यात तिचा गोंधळ व्हायचा; परंतु काही असलं तरी ती चुकीची होती. कारण, तिच्या मुलाला सहा वेळा 'ब्लेनोऱ्हेजिया' - श्लेष्मल पदार्थाचा जास्तीचा पाझर होण्याचा त्रास झाला होता. डॉक्टरांच्या मते हा आजार सहा वेळा नव्हे, तर एकदाच झाला होता; परंतु त्याने पुन्हा पुन्हा डोकं वर काढलं होतं. याशिवाय त्याच्या लिम्फ ग्रंथी सुजली होती, त्याला चार चामखिळी आल्या होत्या आणि जांघांमध्ये सहा वेळा विषाणू संसर्ग झालेला होता; परंतु या सगळ्या गोष्टींचा कोणत्याही पुरुषाने आजार म्हणून विचारात घ्याव्यात अशा नव्हत्या. त्या म्हणजे युद्धात होणारं अपरिहार्य नुकसान होतं.

चाळीस वर्षांचा झाल्यावर त्याच्या शरीरात वेगवेगळ्या ठिकाणी अंधूक असं दुखत असल्यामुळे तो डॉक्टरांकडे गेला होता. अनेक चाचण्या केल्यानंतर डॉक्टर म्हणाला होता, ''वयाचा परिणाम.'' त्यांपैकी कशाचा त्याच्याशी काही संबंध असेल याचा विचारदेखील न करता तो घरी परतला होता. त्याच्या भूतकाळाबद्दलचा त्याचा संदर्भबिंदू एकच होता : फर्मिना डासासोबतचं त्याचं क्षणभंगुर प्रेमप्रकरण आणि तिला ज्याच्याशी देणंघेणं होतं केवळ त्याच्याच आयुष्याच्या जमाखर्चाशी संबंध होता, त्यामुळे त्या दुपारी विजेच्या तारांवर पाकोळ्या पाहिल्यावर, त्याने त्याच्या नजीकच्या भूतकाळातल्या आठवणींचं परीक्षण केलं. त्याने अचानक भेटलेल्या प्रेमिकांचं परीक्षण केलं, अधिकाराच्या पदापर्यंत पोहोचण्यासाठी त्याला जे जे अडथळे पार करत जावं लागलं होतं, त्यांचा आढावा घेतला. काही झालं तरी फर्मिना डासा त्याची आहे आणि तो तिचा आहे हा त्याचा निश्चय ज्या अनेक प्रसंगांमुळे अधिक कट्टर झाला, त्यांचं परीक्षण केलं आणि तेव्हा त्याला समजून चुकलं की, त्याचं आयुष्य सरून चाललं आहे. तो आतून हलला, ज्याने त्याचं मन कोरं झालं आणि हातातली बागकामाची सगळी हत्यारं खाली टाकून त्याला कबरस्थानाच्या भिंतीचा आधार घेत खाली झुकून बसावं लागलं, जेणेकरून वृद्धत्वाच्या पहिल्या मोठ्या धक्क्यामुळे तो पडणार नाही.

''च्यायला,'' तो शिसारी येऊन म्हणाला, ''ते सारं तीस वर्षांपूर्वी घडून गेलं.''

आणि ते खरंच होतं. फर्मिना डासासाठीही अर्थातच तीस वर्षं निघून गेली होती; परंतु तिच्यासाठी ती वर्षं आयुष्यातली सगळ्यात आनंदी आणि उल्लसित वर्षं होती. कॅसलड्युरो महालातले भयंकर दिवस आठवणींच्या कचरापेटीत टाकून देण्यात आले होते. ला मॅग्ना इथल्या तिच्या नव्या घरी ती राहत होती, ती तिच्या नशिबाची राणी होती. तिला पुन्हा निवड करायची वेळ आलीच, तर तिने सगळ्या पुरुषांमधून त्यालाच निवडला असता असा तिचा नवरा होता, मेडिकल स्कूलमध्ये शिक्षण घेत तिचा मुलगा कुटुंबांची परंपरा पुढे चालवणार होता आणि तिची तिच्यासारखीच एक मुलगी होती. जेव्हा ती तिच्या वयाची झाली तेव्हा आपण आपलीच प्रतिकृती पाहत आहोत या विचाराने ती फार अस्वस्थही झाली होती. ज्या खडतर प्रवासानंतर 'पुन्हा नाही' असं तिने ठरवलं होतं, त्यानंतरही ती तीनदा युरोपला जाऊन आली होती.

देवाने शेवटी कुणाचीतरी प्रार्थना ऐकली असणार – पॅरिसमध्ये दोन वर्षं काढल्यावर, जेव्हा प्रेमाच्या उरल्यासुरल्या अवशेषांमध्ये फर्मिना डासा आणि हुवेनाल उर्बिनोला काहीतरी सापडायला सुरुवात झाली होती, तेव्हा एका मध्यरात्री डॉना ब्लांका द उर्बिनो प्रचंड आजारी असल्याची तार येऊन थडकली आणि त्यापाठोपाठ ती मेल्याची बातमीही आली. ते तत्काळ तिथून निघाले. फर्मिना डासा जहाजातून काळा पोशाख घालून उतरली, तेव्हा तिचं पोट वर आलेलं होतं, त्यामुळे तिची

परिस्थिती लपवणं कठीण होतं. खरंतर ती पुन्हा एकदा गर्भार राहिली होती आणि या बातमीमुळे एक लोकप्रिय गाणं, जे दुष्टतेपेक्षा अधिक खट्याळ होतं, ते समोर आलं. उर्वरित वर्षांत त्याचा कोरसमधला आवाज ऐकू येणार होता – आपल्या भूमीवरच्या या सुंदरीने, काय केलं असेल तिथे तिने? जेव्हा जेव्हा ती पॅरिसवरून येते, पोट पुढे काढून येते! गाण्यामध्ये थोडीफार अश्लीलता असली, तरीही सोशल क्लबच्या नृत्यासोहळ्याच्या वेळी डॉ. हुवेनाल उर्बिनो दरवेळी ते गाणं म्हणायला सांगायचा. त्याने ते चांगल्या अर्थाने घेतलं आहे हे सिद्ध व्हावं म्हणून.

मार्कीस द कॅसलड्युरो या उच्चभ्रू महालाचं अस्तित्व आणि कुलचिन्हं यांची कधीही नोंद करण्यात आली नव्हती. तो चांगल्या किमतीला शहराच्या खजिन्याला विकून टाकण्यात आला आणि एका डच पुरातत्त्व संशोधकाने तिथे खोदकामाला सुरुवात केल्यानंतर, पैशांसाठी पुन्हा देशाच्या केंद्रीय सरकारला प्रचंड किमतीला विकून टाकण्यात आला. त्या संशोधकाला ख्रिस्तोफर कोलंबसची खरी कबर तिथे होती, हे सिद्ध करायचं होतं : पाचवी बहुधा. शपथ न घेता उर्बिनो बहिणी 'सॅलेसियन्स कॉन्व्हेन्ट'मधल्या निर्जनवासात गेल्या आणि 'ला मॅग्ना'मधली बंगली बांधून होईस्तोवर फर्मिना डासा आपल्या बापाच्या जुन्या घरी राहिली. ती नव्या घरात ठाम पावलं टाकत शिरली, ती तिथे अधिकार गाजवण्याच्या तयारीने आत चालत गेली. तिने तिथे मधुचंद्राच्या वेळी आणलेलं इंग्रजी पद्धतीचं लाकडी सामान लावलं आणि त्याला पूरक असतील असे पडदे वगैरे गोष्टी सजवल्या, ज्या त्यांनी दिलजमाईसाठी केलेल्या प्रवासात आणल्या होत्या आणि पहिल्या दिवसापासून तिने ते घर वेगवेगळ्या सुंदर पक्ष्यांनी भरून टाकलं, जे ती स्वतः ॲन्टिलीजहून येणाऱ्या जहाजांवर विकत घ्यायला जायची. तिने तिच्या नवऱ्याला पुन्हा जिंकून घेतलं होतं. त्याच्यासोबत ती चालत गेली, तिच्या मुलाला तिने पारंपरिक पद्धतीनुसार वाढवलं आणि प्रवासाहून परतल्यानंतर चार महिन्यांनी जन्मलेल्या तिच्या मुलीचा बाप्तिस्मा करून तिचं नाव 'ऑफेलिया' असं ठेवलं होतं. दुसरीकडे, डॉ. उर्बिनोला, हे लक्षात आलं होतं की, मधुचंद्राच्या वेळी ती जशी त्याची झाली होती, तशी ती पुन्हा होणं अशक्य होतं. कारण, त्याला ज्या प्रकारचं प्रेम हवं होतं, ते तिने तिच्या आयुष्यातल्या सगळ्यात चांगल्या तासांसकट त्यांच्या मुलांना दिले होते; परंतु आता जे काही उरलं होतं त्यावर समाधान मानून तो जगायला आणि आनंदात राहायला शिकला होता. त्यांच्यातल्या सुसंवादी एकोप्याचा कळस त्यांनी फार उशिरा गाठला होता, जेव्हा त्यांना त्याची अजिबात अपेक्षा नव्हती तेव्हा. एकदा रात्री जेवणाच्या कार्यक्रमात चविष्ट पदार्थ वाढवण्यात आला. फर्मिना डासाला तो ओळखता आला नाही. तिने चवीने संपवला. तिला तो एवढा आवडला की, तिने तो पुन्हा मागून घेतला. खरंतर सभ्यतेच्या रितीनुसार तिने तसं करणं योग्य नव्हतं; परंतु न राहवून तिने तो पदार्थ तिसऱ्यांदा वाढून घेतला. शेवटी तिने निःशंक मनाने, आनंद घेत

दोन मोठे डाव भरून खाल्लेला तो पदार्थ वांग्याचा होता हे तिला समजलं. तिने आनंदाने तिचा पराजय मान्य केला. त्यानंतर ला मॅग्नाच्या घरातही, कॅसलड्युरोच्या महालात असे त्याच वारंवारतेने म्हणजे जवळपास रोजच, कोणत्याही पद्धतीने वांग्याचा पदार्थ केला जाऊ लागला आणि घरातला प्रत्येक सदस्याला तो इतका आवडायचा की, वृद्धत्वातल्या रिकाम्या वेळातले काही तास हलके करण्यासाठी तो आग्रहाने म्हणणार होता की, त्याला आणखी एक मुलगी हवी होती म्हणजे मग तो त्या घरात सगळ्यातला सगळ्यात आवडता शब्द तिचं नाव म्हणून ठेवू शकेल : एगप्लँट उर्बिनो.

मग फर्मिना डासाला तिचं खासगी आयुष्य, जे सार्वजनिक आयुष्यासारखं नव्हतं, ते चंचल आणि बेभरवशी होतं हे समजलं. मुलं आणि मोठी माणसं यांच्यातला खरा फरक ओळखून स्थापित करणं, तिच्यासाठी तितकं सोपं नव्हतं; परंतु अंतिम विश्लेषणात तिने मुलांना पसंती दिली. कारण, त्यांची मतं जास्त विश्वास ठेवण्यासारखं होती. नुकत्याच प्राप्त झालेल्या प्रगल्भतेत, अखेरीस तिची सगळ्या भ्रमांमधून मुक्तता झाली; परंतु तरुण असताना, पार्क ऑफ एव्हांजेल्सच्या घरात राहताना तिने जी स्वप्नं पाहिली होती, ती कधीही जशीच्या तशी पूर्ण होणार नाहीत, असा भ्रमनिरासही तिला जाणवू लागला. ती अशी काहीतरी होती, जे स्वतःपाशीही मान्य करण्याची हिंमत तिच्यात नव्हती : शाही नोकर. समाजामध्ये जिच्यावर सगळ्यात जास्त प्रेम केलं गेलं अशी, जिच्यासाठी काहीही करायला लोक धडपडायचे अशी बाई. त्याच कारणामुळे तिच्याबद्दल भीतीही सर्वांत जास्त वाटायची; परंतु त्याबदल्यात ती घराच्या व्यवस्थापनाच्या बाबतीत जास्त मागणी करणारी आणि सर्वांत कमी क्षमाशील होती. तिला कायमच असं वाटायचं की, जणू तिचं आयुष्य तिला तिच्या नवऱ्याने कर्जाऊ दिलेलं आहे : ती प्रचंड अशा आनंदी साम्राज्याची राजज्ञी होती, जे त्याने फक्त आणि फक्त त्याच्या एकट्यासाठी बांधलं होतं. तो जगात तिच्यावर, इतर कशाहीपेक्षा, कुणाहीपेक्षा जास्त प्रेम करतो हे तिला ठाऊक होतं; परंतु ते प्रेम तो केवळ स्वतःसाठी करतो : ती फक्त त्याच्या पवित्र सेवेतली होती.

रोज एकामागोमाग एक असणाऱ्या जेवणाच्या साखळीमुळे ती गांजून जायची. कारण जेवण नेहमी वेळेवर आणि बरोब्बर हवं असायचं. जेवणात त्याला जे खायला हवं आहे, तेच पदार्थ लागायचे. तेही त्याला फारशी विचारपूस न करता. तिने कधी त्याला विचारल्यास – घरातल्या नेहमीच्या कितीतरी निरर्थक रीतींप्रमाणे – तो वर्तमानपत्रातून डोकंही वर न काढता म्हणायचा, ''काहीही.'' तो सत्य त्याच्या पद्धतीने सांगायचा. कारण, कुणीही एवढ्या कमी जुलमी नवऱ्याची कल्पनाही करू शकलं नसतं; परंतु जेव्हा जेवायची वेळ येऊन ठेवायची, तेव्हा त्याला काहीही चालू शकायचं नाही. त्याला हवं तेच जेवायला लागायचं आणि तेही अगदी अचूक,

बरोब्बर : मांसाची चव मांसासारखी लागायला नको, मासेही माशांसारखे वाटायला नकोत आणि डुकराचं मांस रोगट जनावरासारखं लागायला नको आणि कोंबडीचं मांस पिसांच्या चवीची लागायला नको. जेव्हा ॲस्पारॅगस मिळण्याचा काळ नसायचा, तेव्हाही काही झालं तरी, कुठल्याही किमतीला त्याला तो शोधून आणलेला हवा असायचा म्हणजे मग तो त्याच्या मूत्रातून येणाऱ्या त्याच्या गंधाचा आनंद घेऊ शकायचा. ती त्याच्यावर ठपका ठेवायची नाही : ती जीवनाला जबाबदार धरायची; परंतु तो त्याच्या आयुष्यातलं कधीही समाधानी न होणारं प्रमुख पात्र होता. जराशी जरी शंका आली, तरी तो आपली थाळी बाजूला करून म्हणायचा, ''जेवणात प्रेम ओतलेलं नाहीये.'' या भरात, त्याच्या कल्पनाशक्तीला प्रेरित व्हायला खूप वाव मिळायचा. एकदा त्याने शॅमोमाइल चहाचा घोट घेऊन परत पाठवून दिला. तो फक्त एवढंच म्हणाला, ''याला खिडकीची चव आहे.'' फर्मिना डासा आणि मोलकरीण, दोघी जणी चकित झाल्या. कारण, त्यांनी कधीही कुणी उकळलेल्या खिडकीची चव घेतल्याचं ऐकलं नव्हतं; परंतु जेव्हा त्यांनी तो काय म्हणतोय हे पाहण्यासाठी चहाची चव घेतली, तेव्हा त्यांना समजलं : खरंच चव खिडकीची लागत होती.

तो एक निर्दोष नवरा होता : तो कधीही जमिनीवर पडलेली वस्तू उचलायचा नाही किंवा दिवा लावायचा नाही किंवा दार बंद करायचा नाही. पहाटेच्या अंधारात, जेव्हा त्याच्या कपड्याचं एखादं बटण सापडायचं नाही, तेव्हा तो तिला म्हणायचा, ''आम्हा पुरुषांना दोन बायका हव्यात – एक प्रेम करायला आणि दुसरी बटणं शिवून द्यायला.'' दररोज, कॉफीचा पहिला घोट घेतल्यानंतर आणि सूपचा पहिला चमचा प्यायल्यानंतर, तो मोठ्याने किंचाळायचा, ज्याची आता कुणालाही भीती वाटत नव्हती. मग मन मोकळं करत म्हणायचा, ''ज्या दिवशी मी घर सोडून जाईन, तेव्हाच तुम्हाला त्यामागचं कारण खऱ्या अर्थाने समजेल. मी रोज रोज तोंड भाजून कंटाळून जातो.'' पोट साफ होण्यासाठी रेचक घेतल्यावर तो त्या दिवशी काहीही खायचा नाही, तेव्हाच तोंडाला पाणी सुटणारे, चविष्ट पदार्थ ते करतात असं तो नेहमी सांगायचा खरा. त्याच्या बायकोने केलेलं ते कारस्थान असायचं असं त्याचं ठाम मत झालं होतं म्हणून मग तो शेवटी, त्याच्याबरोबर तिनेही रेचक घ्यावं, तरच तो घेईल असा आग्रह करू लागला.

त्याच्या असमंजसपणाला कंटाळून, तिने त्याच्याकडे एका वाढदिवशी वेगळीच भेट मागितली : त्या दिवशी त्याने घरातली कामं करायची. गंमत वाटून त्याने तिच्या प्रस्तावाचा स्वीकार केला आणि पहाटेपासून घराचा ताबा घेतला. त्याने अप्रतिम न्याहारी केली; परंतु तिला तळलेली अंडी आवडत नाहीत हे विसरला आणि ती कॅफे कॉन लाशे पीत नाही हेदेखील. मग त्याने आठ पाहुण्यांसाठी वाढदिवसाची दुपारी मेजवानी आयोजित केली आणि घर आवरून घ्यायच्या सूचना दिल्या. तो तिच्यापेक्षा अधिक चांगलं व्यवस्थापन करत आहे, असं दाखवण्याचा

त्याने खूप प्रयत्न केला; परंतु दुपारपर्यंत त्याला न लाजता आपण हरलो असल्याचं मान्य करावं लागलं. स्वयंपाकघरासह घरात इतरत्र कुठली गोष्ट कुठे ठेवलेली असते, याची त्याला अजिबातच माहिती नसल्याचं पहिल्या क्षणापासून समजून आलं आणि प्रत्येक वस्तू शोधताना नोकरांनी त्याचा गोंधळ होऊ दिला. कारण, तेही त्या खेळात सामील होते. दहा वाजले तरी दुपारच्या जेवणाचा काहीही निर्णय घेतला गेला नव्हता. कारण, तोवर घराची साफसफाई झालेली नव्हती, निजायची खोली आवरायची राहिली होती, न्हाणीघर घासून स्वच्छ केलं नव्हतं, तो टॉयलेट पेपर बदलायचा विसरून गेला होता, चादरी बदलायच्या राहिल्या आणि मुलांना आणण्यासाठी गाडीचालकाला बोलवायचं विसरला. नोकरांच्या कामांच्या बाबतीतही त्याचा गोंधळ उडाला होता : त्याने खानसाम्यांना पलंग वगैरे नीट करायला सांगितलं आणि आवराआवर करणाऱ्या मोलकरणींना अन्न शिजवायला सांगितलं. अकरा वाजता, जेव्हा पाहुणे यायची वेळ झाली, तेव्हा घरात एवढा गोंधळ माजला होता की, त्यामुळे फर्मिना डासाला मोठमोठ्याने हसत घराचा ताबा घ्यावा लागला. त्या हसण्यात जिंकल्याची मिजास नव्हती, खरंतरी ती असती तर तिला आवडली असती; परंतु घरातल्या कामांमधली तिच्या नवऱ्याची हतबलता पाहून ती करुणा वाटून आतून अस्वस्थ झाली होती.

नेहमीचा प्रतिवाद करताना, तो कडवट झाला : ''जर तू आजारी रुग्णाला बरं करायला गेलीस, तर जेवढं वाईट घडेल, तेवढं काही वाईट माझ्या बाबतीत घडलेलं नाही.'' परंतु हा धडा उपयुक्त ठरला आणि केवळ त्याच्यासाठी नव्हे. अनेक वर्षांनंतर ते दोघं वेगवेगळ्या मार्गांनी शहापणाच्या एकाच निष्कर्षाशी येऊन पोहोचले होते : एकमेकांसोबत एकत्र राहणं किंवा एकमेकांवर प्रेम करणं हे अन्य कुठल्याही मार्गाने शक्य नव्हतं आणि प्रेम करण्यापेक्षा या जगात सर्वांत कठीण अशी गोष्ट कुठलीही नाही.

तिच्या नव्या जीवनातल्या संपृक्ततेत, फर्मिना डासा फ्लोरेंतिनो अरिसाला विविध सार्वजनिक कार्यक्रमांमध्ये बघत असे; जसं जसं त्याची पत वाढू लागली तसतसा तो जास्तीत जास्त वेळा दिसू लागला; परंतु ती त्याच्याकडे एवढ्या सहजतेने पाहायला शिकली होती की, केवळ दुर्लक्षामुळे, बऱ्याचदा तर तिने त्याचं हसून अभिवादनही केलं नव्हतं. ती त्याच्याबद्दल बऱ्याचदा ऐकायची, कारण व्यावसायिक क्षेत्रात आरसीसी कंपनीत त्याने सावधतेने; परंतु अथक प्रगती केली होती. त्यामुळे तो नेहमीच चर्चेचा विषय असायचा. त्याच्या वर्तणुकीतही सुधारणा झाल्याचं तिला दिसलं. त्याचा आधीचा लाजाळूपणा निघून गेला होता, त्याचं वजन वाढलं होतं, जे त्याला शोभत होतं, तो म्हातारा होत चालला होता आणि तो त्याला पडलेलं टक्कल कसं झाकायचं हे चांगल्या प्रकारे शिकला होता; परंतु अजूनही तो कपडे आणि चालू काळ यांच्याबाबतीत बराच मागे होता – त्याचा

सुतकी पोशाख, फ्रॉक कोट्स, एकमेवाद्वितीय हॅट, त्याच्या आईच्या शिवणाच्या दुकानातील कवीचे टाय, तीच भयानक छत्री. फर्मिना डासा त्याच्याकडे वेगळ्या दृष्टीने पाहायची, जे तिला सवयीचं झालं आणि अखेरीस, संथ कुमारवस्थेत, पार्क ऑफ एव्हांजेल्समध्ये पिवळ्या पानांच्या झाडाखाली बसून उसासे सोडणाऱ्या त्याच्याशी ती त्याला जोडून घेऊ शकायची नाही, तरी तिने त्याच्याकडे अलिप्तपणे पाहिलं नाही आणि त्याच्याबद्दलच्या चांगल्या बातम्या ऐकून तिला नेहमीच आनंद व्हायचा, कारण त्यामुळे तिचा अपराधभाव कमी होण्यास मदत व्हायची.

असं असलं तरी तिला जेव्हा तो तिच्या आठवणींमधून पूर्णतः खोडला गेला आहे असं वाटायचं, तेव्हा तो पुन्हा परतून यायचा. तिला अजिबात अपेक्षित नसायच्या अशा ठिकाणी, तिच्या आठवणींचं पिशाच होऊन. वृद्धत्वाची चाहूल लागल्यानंतरच्या काळात, जेव्हा केव्हा पाऊस पडण्याआधी गडगडाट व्हायचा, तेव्हा तिच्या आयुष्यात पुन्हा कधी दुरुस्त करता येणार नाही, असं काहीतरी घडलं आहे असं तिला जाणवायचं. ती बरी न होणारी एकांतवासाची जखम होती, निष्ठुर, अचूक वेळेत होणारा गडगडाट जो सिएरा विजेन्यूवामध्ये दुपारी तीन वाजता ऑक्टोबरच्या दुपारी ऐकू यायचा. जसजशी वर्षं जाऊ लागली तशी ही एक आठवणी आणखीन स्पष्ट होत गेली. नुकतेच घडलेले घटना-प्रसंग काही दिवसांत धूसर होऊन जायचे; परंतु तिच्या बहिणीच्या, हिल्डेब्रांडाच्या परगण्यातल्या प्रवासाच्या आठवणी मात्र तिच्या मनात अजूनही स्पष्ट होत्या, जणू काही तो प्रवास कालच घडला असावा आणि त्यांच्यात स्मरणरंजनाचा हटवादी स्पष्टपणा होता. तिला पर्वतांमधलं 'मानौर' अर्थात क्षाराची पठारं आठवायची, त्यांतले हिरवे, सरळ रस्ते, शुभशकुनी पक्षी, भुताने पछाडलेलं घर, जिथे ती पलंगावर झोपली असताना तिचा रात्रीचा गाउन भिजल्याने अचानक जाग येऊन उठून बसायची; तो गाउन पेट्रा मोरेल्सच्या अविरत रडण्याने भिजल्यासारखा वाटायचा, जी खूप वर्षांपूर्वी प्रेमाखातर मरण पावली होती आणि त्याच पलंगावर झोपायची. तिला तिथल्या पेरूंची चव आठवायची जे पुन्हा कधीही तसे असणार नव्हते, पाऊस पडायच्या आधीचा गडगडाट इतका जोरदार असे की, पावसाचा आवाज आणि तो आवाज यांत गोंधळ व्हायचा. सॅन हुआन दे सेझारमधल्या पिवळ्याधम्म दुपारी जेव्हा तिच्या उत्साहित बहिणींच्या टोळक्यासोबत ती फिरायला जायची आणि जेव्हा त्या तारयंत्रणेच्या ऑफिसपाशी यायच्या, तेव्हा ती हृदय तोंडातून बाहेर पडू नये यासाठी तिचे दात घट्ट आवळून घ्यायची. तिला तिच्या बापाचं घर विकावं लागलं, कारण तिला तिचं पौगंडावस्थेतलं दुःख, बाल्कनीमधून दिसणारं लहानशा बागेतलं उदासवाणं दृश्य, उष्ण रात्री फुलबागेतून येणारा गंध, तिची नियती ठरवली गेली त्या फेब्रुवारीतल्या दुपारी पाहिलेला एका वृद्ध बाईचा भीतिदायक चेहरा हे सारं सहन करणं शक्य नव्हतं. जरी तिने त्या काळातली कोणतीही आठवण काढून पाहिली असती,

तरी तिच्यासमोर फ्लोरेंतिनो अरिसाचाच चेहरा येणार होता; परंतु त्या आठवणी प्रेम किंवा पश्चात्तापाच्या आठवणी नव्हत्या हे समजण्याएवढं संतुलन, शांतपणा तिच्यापाशी होता, एवढंच नव्हे तर त्या तिच्या गालांवर अश्रूंचे ओघळ मागे ठेवून जाणाऱ्या दुःखाच्या प्रतिमा होत्या. काही लक्षात यायच्या आत, ती त्याच दयेच्या सापळ्यात अडकायची भीती होती, जो फ्लोरेंतिनो अरिसाच्या अनेक असंरक्षित बळींच्या ऱ्हासाला कारणीभूत ठरला होता.

ती तिच्या नवऱ्याला धरून राहिली आणि तेही अशा वेळी जेव्हा त्याला तिची जास्त गरज होती तेव्हा. कारण, तो तिच्यापेक्षा दहा वर्षांनी मोठा असल्यामुळे वृद्धत्वाच्या धुक्यात एकटाच लडखडत चालत होता. त्यात तो पुरुष असल्याचा आणखी मोठा तोटा होता आणि तो तिच्यापेक्षा कमजोरही झाला होता. अखेरीस, ते एकमेकांना नीट ओळखू लागले तोवर त्यांच्या लग्नाला तीस वर्षं झाली होती आणि मग दोघं जणू एकच व्यक्ती झाले होते. अधूनमधून त्यांच्यापैकी एक मनात नसतानाही दुसऱ्याच्या मनातलं ओळखायचा, तेव्हा त्यांना अस्वस्थ वाटू लागायचं किंवा लोकांमध्ये असताना, दुसरा काय बोलणार आहे याचा अंदाज आधीच काढून पहिला बोलायचा तेव्हा विचित्र असे प्रसंग घडायचे. दोघांनी मिळून रोजच्या अनाकलनीयतेवर, अचानक उफाळून येणारा द्वेष, उभयतांमधला खडूसपणा आणि वैवाहिक कटकारस्थानातल्या आठवणी यांवर मात केली होती. तो असा काळ होता, जेव्हा ते एकमेकांवर फार जास्तही नाही किंवा घाई न करता प्रेम करत होते, तेव्हा त्या दोघांनाही त्यांनी त्यांच्या-त्यांच्या कठीणतम काळावर विजय मिळवला असल्याची जाणीव होती. त्याबद्दल ते कृतज्ञदेखील होते. अर्थातच, जीवन त्यांच्या पुढ्यात इतर गंभीर आव्हानं ठेवून कसोटी पाहणार होतं; परंतु आता त्यांना त्याच्याशी काही घेणंदेणं नव्हतं – ते आता त्यापलीकडे गेले होते.

नव्या शतकाचं स्वागत करण्यासाठी आयोजित केलेल्या सोहळ्याच्या प्रसंगी, विविध नावीन्यपूर्ण कार्यक्रम आयोजित करण्यात आले होते. त्यातला सगळ्यात संस्मरणीय कार्यक्रम होता तो उडत्या फुग्यामधून केलेला प्रवास. डॉ. हुवेनाल उर्बिनोच्या अविरत पुढाकाराचं ते फलित होतं. अर्ध्यापेक्षा जास्त शहर वाटणारं आश्चर्य व्यक्त करण्यासाठी आर्सेनल समुद्रकिनारी जमा झालं होतं, जिथून तो मोठ्ठा, टॅफेटा रेशमाचा आणि ध्वजाच्या रंगाचा फुगा उड्डाण करणार होता. त्यामार्फत सान हुआन दे ला सिएनागाला प्रथमच हवाई मार्गाने पत्रं जाणार होती. ते शहर ईशान्येकडे सुमारे तीस लिग लांब होतं. डॉ. हुवेनाल उर्बिनो आणि त्याची बायको– ज्यांनी पॅरिसमधल्या 'वर्ल्ड एअर फेअर'मध्ये हवाई उड्डाणाची गंमत अनुभवली होती – दोघंही प्रथम फुग्याखालच्या त्या वेताच्या टोपलीत पाऊल टाकणारे होते, त्यानंतर चालक आणि सहा प्रतिष्ठित पाहुण्यांनी प्रवेश केला. त्यांनी परगण्याच्या राज्यपालाने सान हुआन दे ला सिएनागा शहराच्या अधिकाऱ्यांना लिहिलेलं पत्र घेतलं होतं,

ज्यात इतिहासात प्रथमच पत्रं हवाई मार्गाने नेण्यात येणार असल्याची नोंद करण्यात आली होती. 'कमर्शियल डेली' वृत्तपत्राच्या पत्रकाराने डॉ. हुवेनाल उर्बिनोला या जिवावर बेतू शकायचं धाडस करण्याआधी त्याचे अखेरचे शब्द काय आहेत, असं विचारलं आणि त्याने क्षणाचाही विलंब न करता जे उत्तर दिलं, त्यामुळे त्याची निंदानालस्ती होणार होती.

''माझ्या मतानुसार,'' तो म्हणाला, ''जगातल्या प्रत्येकासाठी एकोणिसावं शतक मागे सरलंय. अपवाद कोण आहे तर आपण.''

फुगा जसा वरवर गेला, तसा जमलेल्या प्रचंड जनसमुदायाने राष्ट्रगीत म्हणायला सुरुवात केली. गर्दीत हरवलेल्या फ्लोरेंतिनो अरिसाला त्या गोंगाटात एका माणसाची टिप्पणी ऐकू आली, जी त्याला पटली. ती म्हणजे बाईने करावी अशी काही ही मर्दुमकी नव्हे, तेही फर्मिना डासासारख्या वयस्कर बाईने करावी अशी तर नक्कीच नव्हे; परंतु ते उड्डाण तेवढं काही धोकादायक नव्हतं; परंतु निराशा आणणारं होतं. निळ्याभोर आकाशातून मार्गक्रमण करत, सुरक्षितरीत्या तो फुगा त्याच्या गंतव्यस्थानी पोहोचला. त्यांचं उड्डाण खालच्या पातळीवरून होणारं होतं. वाराही शांत आणि त्यांना साजेसा होता. ते बर्फाच्छादित पर्वत आणि प्रचंड मोठ्या ग्रेट स्वॅम्पवरून गेले.

आकाशातून देव जसा त्यांना पाहत होता, तसंच त्यांनी कार्तागेना द इंडियाज या प्राचीन आणि शूर शहराचे अवशेष पाहिले. इंग्लिश सैन्यदलाच्या कारवाया आणि समुद्रीचाचांच्या जाच यांविरोधात तीनशे वर्षं यशस्वी लढा दिल्यानंतर तिथल्या लोकांनी जगातलं सर्वांत सुंदर शहर कॉलराच्या भीतीने सोडून दिलं होतं. शहरात भिंती उभ्या होत्या, रस्त्यावरची झाडंझुडपंही तशी होती; परंतु तटबंदी निपचित होती आणि संगमरवरी महाल, सोनेरी वेद्या आणि व्हॉइसरॉय मात्र आतून पार पोखरले गेले होते.

काताकामधल्या त्रोआज इथल्या तळ्यावरून ते उडत गेले. जे कुण्या वेड्याने रंगवल्यासारखं दिसत होतं - रंगीत इग्वानांमुळे आणि सफरचंदांच्या बागांमुळे आणि बागांमधल्या क्रेप झाडांमुळे. आरडाओरडा करणाऱ्या उत्साहित नागड्या मुलांनी खिडक्यांमधून, घराच्या छपरावरून आणि होडक्यांमधून पाण्यात उड्या मारल्या आणि शाड माशासारखी बुड्या मारून कपड्यांची गाठोडी, खोकल्याच्या औषधाच्या बाटल्या आणि अन्नपदार्थ हुडकून आणू लागली. या वस्तू बलूनमधल्या पिसांची हॅट घातलेल्या सुंदर बाईने टाकल्या होत्या.

केळीच्या बागांच्या गर्द समुद्रावरून ते उडत गेले. त्यातली शांतता त्यांना संहारक वाफेप्रमाणे वाटली. फर्मिना डासाला ती तीन किंवा चार वर्षांची असतानाच्या आठवणी आठवल्या. तिच्या आईचा हात धरून गर्द जंगलातून चालत जायची, तिची आईदेखील तेव्हा मुलगीच होती, तिच्याभोवती तिच्या आईप्रमाणेच

मलमलचा पोशाख घातलेल्या इतर बायका असायच्या, त्यांच्याकडे उन्हासाठीच्या छत्र्या असायच्या आणि त्यांनी गॉझच्या हॅट घातलेल्या असायच्या. दुर्बिणीतून निरीक्षण करणारा चालक म्हणाला, ''ते मेले आहेत असं वाटतंय.'' त्याने डॉ. हुवेनाल उर्बिनोला दुर्बीण दिली. त्याने शेतातल्या बैलगाड्या पाहिल्या, रेल्वेगाडीच्या रूळांच्या सीमारेषा पाहिल्या, शेतासाठी खणलेले खड्डे पाहिले आणि तिथे तिला सर्वत्र मानवी देह दिसले. ग्रेट स्वॅम्पमधल्या गावांमध्ये कॉलराने थैमान घातलं असल्याचं कोणीतरी म्हणालं. दुर्बिणीतून पाहत डॉ. उर्बिनो म्हणाला, ''अच्छा, हा कॉलराचा काहीतरी वेगळा प्रकार असला पाहिजे,'' तो म्हणाला, ''कारण, प्रत्येक मृतदेहाच्या मानेवर अखेरचा घाव केलेला दिसतोय.''

थोड्याच वेळात ते फेसाळत्या समुद्रावरून गेले आणि सुरक्षितरीत्या जमिनीवर, समुद्रकिनारी खाली उतरले. किनारा उष्ण होता, ज्याचा पृष्ठभाग भेगाळ, पोपडे गेल्यासारखा आणि आग लागल्यागत तळपत होता. तिथे अधिकारी जमले होते. त्यांच्याकडे तळपत्या सूर्यापासून संरक्षण करण्यासाठी साध्या छत्र्यांशिवाय बाकी काही नव्हतं, संगीत सुरू झाल्यावर प्राथमिक शाळेची मुलं झेंडे हलवू लागली आणि सोनेरी पुठ्ठ्यांचे मुकुट व फुलांच्या माळा घातलेल्या सुंदऱ्या होत्या आणि गयारा या संपन्न शहरातला बँडचा चमू होता, जो कॅरिबियन प्रदेशात त्या काळी सर्वोत्तम बँड समजला जायचा. फर्मिनाला डासाला तिची जन्मभूमी पुन्हा एकदा पाहायची होती, तिच्या बालपणीच्या काळातल्या आठवणींना सामोरं जायचं होतं; परंतु कॉलराच्या भीतीने तिथे कुणालाही जायला परवानगी नव्हती. डॉ. हुवेनाल उर्बिनोने ते ऐतिहासिक पत्र दिलं, जे नंतर इतर कागदपत्रांमध्ये हरवून गेलं आणि पुन्हा कधीही सापडलं नाही आणि सगळं शिष्टमंडळ लांबलचक भाषणांमुळे गुदमरून गेलं. फुग्याच्या चालकाला पुन्हा उड्डाण करता आलं नाही, त्यामुळे शेवटी त्यांना खेचरांवरून प्यूब्लो विएजो बंदरावर जावं लागलं. फर्मिना डासा खूप लहान असताना तिच्या आईसोबत बैलगाडीतून नक्की त्या बंदरावर गेली होती, हे तिला आठवलं. मोठी झाल्यावर, तिने ही गोष्ट कितीतरी वेळा आपल्या बापाला सांगितली होती; परंतु तो तुला ते आठवणं अशक्य आहे, असं वारंवार सांगत मेला होता.

''मला तो प्रवास अगदी नीट आठवतो आणि तू सांगतेस अगदी बरोब्बर आहे,'' तो तिला म्हणाला होता. ''पण ते तू जन्मायच्या कमीत कमी पाच वर्षं आधी तरी घडलं असाणार.''

उडत्या फुग्याच्या मोहिमेतले सगळे जण वादळी रात्रींमुळे गलितगात्र होऊन तीन दिवसांनंतर त्यांच्या शहराच्या बंदरात उतरले. तिथे त्यांचं जंगी स्वागत झालं. अर्थातच त्या गर्दीत फ्लोरेंतिनो अरिसाही होता. त्याने फर्मिना डासाच्या चेहऱ्यावरचे भीतीयुक्त भाव ओळखले, तरीही त्याला ती दुपारी पुन्हा एकदा सायकल प्रदर्शनामध्ये दिसली. तिच्या नवऱ्याचं त्या प्रदर्शनाला प्रायोजकत्व होतं. तेव्हा तिच्या चेहऱ्यावर

दमल्या-भागल्याच्या कोणत्याही खुणा नव्हत्या. ती सर्कसमध्ये असणाऱ्या त्रिचाकी सायकलशी साधर्म्य असलेल्या एका विचित्र अशा सायकलवर बसली होती. सायकलच्या खूप उंच असणाऱ्या पुढच्या चाकावर ती बसली आणि मागचं चाक अगदी लहान असल्याने त्याचा आधार जवळजवळ नव्हताच. तिने ढगळसर लालसर ट्राउझर्स घातल्या होत्या, त्यामुळे वृद्ध बायका आणि सभ्य पुरुषांच्या भुवया उंचावल्या गेल्या; परंतु तिचं कौशल्य सगळ्यांनी वाखाणलं.

अनेक वर्षांच्या ओघातल्या इतर बऱ्याच तत्कालीन प्रतिमा नियतीच्या लहरीनुसार फ्लोरेंतिनो अरिसासमोर येणार होत्या आणि तशाच त्या विरूनही जात होत्या; परंतु त्याच्या मनात मात्र विरहाची धडधडती भावना तशीच राहत होती. एकत्रितरीत्या, त्यांनी त्याचं सरत जाणारं आयुष्य जणू अधोरेखित केलं. स्वतःच्या शरीरात काळाच्या क्रूरतेमुळे झालेले बदल त्याने तितके अनुभवले नव्हते, जितके प्रत्येक वेळी फर्मिना डासाला पाहिल्यावर तिच्यातले सूक्ष्म बदल त्याला लक्षात आले होते.

एका रात्री तो 'डॉन शँचोज इन' या तिथल्या चांगल्या रेस्तराँमध्ये गेला आणि कोपऱ्यातल्या एका आडबाजूच्या टेबलापाशी जाऊन बसला. एकट्याने जेवायला गेल्यावर त्याची तशी पद्धतच होती. अचानक, मागच्या भिंतीवरच्या मोठ्या आरशात त्याला टेबलापाशी आपल्या नवऱ्यासह, इतर दोन जोडप्यांसोबत फर्मिना डासा बसल्याचं दिसलं. तो बसला होता तिथून त्याला तिचं दिलखेचक सौंदर्य प्रतिबिंबित होताना दिसत होतं. ती बिनधास्त बसली होती, हसतखेळत गप्पा मारण्यात गुंग झालेली होती, तिचं हसणं जणू फटाके फुटल्यासारखं वाटत होतं आणि अश्रूच्या आकाराच्या मोठाल्या झुंबराच्या प्रकाशात तिच्या सौंदर्याची प्रभा आणखी उजळून गेली होती : पुन्हा एकदा, त्याच्या मनात तिच्या प्रतिमा नाचायला लागल्या.

श्वास रोखून ठेवत, फ्लोरेंतिनो अरिसाने तिच्याकडे निवांतपणे पाहत होता : त्याने तिला खाताना पाहिलं, तिने तिच्या वाइनच्या ग्लासला स्पर्शही केला नसल्याचं त्याला दिसलं, डॉन सान्चोसच्या चवथ्या पिढीतल्या पुरुषाबरोबर त्याने तिला विनोद करताना पाहिलं, त्या एकांतप्रिय टेबलाच्या सोबतीने त्याने तिच्या आयुष्यातला तो एक क्षण अनुभवला आणि नंतर कुणाला न दिसता एक तासापेक्षा जास्त काळ तो तिच्या निषिद्ध, बंदिस्त परंतु जवळीक वाटणाऱ्या जागी रेंगाळला. मग त्या दोघांना, रेस्तराँमधून जाताना पाहिस्तोवर त्याने वेळ घालवण्यासाठी कॉफीचे चार कप रिचवले. शेवटी ते त्याच्या इतक्या जवळून गेले की, इतरांमधून त्याला तिचा गंध वेगळा करता आला.

त्या रात्रीनंतर आणि जवळपास एक वर्षभर त्याने रेस्तराँच्या मालकाकडे एका वस्तूसाठी कसून पाठपुरावा केला. मालकाला तो काहीही द्यायला तयार होता,

पैसा किंवा एखादी मेहेरबानी किंवा त्याला आयुष्यात जे हवं आहे ते काहीही, त्याबदल्यात फ्लोरेंतिनो अरिसाला तो आरसा विकत हवा होता. ते तितकं सोपं नव्हतं. कारण म्हाताऱ्या डॉन सान्चोसचा एका आख्यायिकेवर विश्वास होता. ती अशी की, त्या आरशाची सुंदर चौकट व्हिएन्नाच्या कलाकारांनी घडवलेली होती आणि त्याची आणखी एक जुळी प्रतिकृती मारी अँतोनेतकडे असल्याचं बोललं जायचं. ती कुठलाही मागमूस न ठेवता गायब झाली होती : हे दोन आरसे म्हणजे एकमेवाद्वितीय रत्नांची जोडी होती. शेवटी त्याने माघार घेतली आणि फ्लोरेंतिनो अरिसाने त्याच्या घरी तो आरसा लावला, त्या अद्वितीय चौकटीसाठी नव्हे, तर त्याच्या प्रिय व्यक्तीच्या प्रतिबिंबाच्या रूपात त्या आरशाच्या अवकाशात दोन तास जपले गेले होते म्हणून.

जेव्हा तो फर्मिना डासाला पाहायचा, तेव्हा ती जवळपास नेहमी तिच्या नवऱ्याचा हात धरून जात असायची. त्या दोघांचेही सूर जुळलेले असायचे, एकमेकांच्या अवकाशात ते थक्क करणाऱ्या सहजतेने सियामी जुळ्यांसारखे असायचे, त्यांची जोडी त्याला अभिवादन करण्यासाठी थांबली की मगच तुटायची. खरंतर, डॉ. हुवेनाल उर्बिनो त्याचाशी उबदार प्रेमळपणाने हस्तांदोलन करायचा, आणि प्रसंगी तो त्याच्या खांद्यावर थापदेखील मारायचा. दुसरीकडे, ती मात्र कोरडा औपचारिकपणा दाखवायची आणि लग्न व्हायच्या आधीपासून ती त्याला ओळखते याचा संशयदेखील येणार नाही अशी वागायची. ते दोघं दोन वेगवेगळ्या जगांमध्ये राहायचे; परंतु जेव्हा जेव्हा तो त्यांच्यातलं अंतर कमी करण्यासाठी प्रयत्न करायचा, तेव्हा तिने टाकलेलं प्रत्येक पाऊल उलट दिशेला घेऊन जायचं. तिचा हा अलिप्तपणा ही बुजरेपणासाठीची ढाल असू शकते, असा विचार करण्याची त्याची हिंमत बऱ्याच काळानंतर झाली. स्थानिक जहाजबांधणी कारखान्यात बांधलेल्या पहिल्या नदीबोटीच्या नामकरण सोहळ्यावेळी, त्याला अचानक हे जाणवलं. तो पहिला असा औपचारिक कार्यक्रम होता, ज्यात फ्लोरेंतिनो अरिसा हा आर.सी.सी. चा पहिला उपाध्यक्ष म्हणून पुढे येणार होता. तो लिओकाकाची जागा चालवणार होता. या योगायोगामुळे त्या सोहळ्याला आपोपाच एक महत्त्व आलं आणि शहरातले विविध क्षेत्रांतले महत्त्वाचे लोक त्या वेळी उपस्थित होते.

फ्लोरेंतिनो अरिसा अजूनही नव्या रंगाचा वास येत असलेल्या जहाजाच्या मुख्य सलॉमध्ये पाहुण्यांची खातीरदारी करत होता, तेव्हा गोदीमध्ये टाळ्यांचा कडकडाट ऐकू आला आणि बँडने वादन सुरू केलं. त्याच्या इतकीच जुनी असलेली त्याची थरथर त्याला दाबून ठेवावी लागली, जेव्हा त्याने त्याच्या स्वप्नसुंदरीला तिच्या नवऱ्याचा हात धरून येताना पाहिलं. तिचं प्रगल्भ सौंदर्य दिलखेचक होतं, हॉनर गार्ड घेत जाणाऱ्या वेगळ्याच काळातल्या राणीसारखी ती चालत आली. त्यांच्यावर कागदाच्या झिरमिळ्यांचा आणि फुलांच्या पाकळ्यांचा वर्षाव करण्यात

आला. त्या दोघांनी हात हलवून त्या अभिवादनाला प्रतिसाद दिला. ती सुंदर दिसत होती, सोनेरी रंगाच्या पोशाखात आणि घंटेच्या आकाराच्या हॅटमध्ये, ज्यामुळे ती त्या गर्दीत जणू एकटीच होती.

फ्लोरेंतिनो अरिसा पुलावर त्यांच्यासाठी थांबून राहिला. त्याच्यासोबत अधिकारी होते, त्यांच्याभोवती संगीताचा आणि फटाक्यांचा गोंधळ सुरू होता आणि जहाजाने तीनदा मोठ्याने शिट्ट्या वाजवल्या, त्यामुळे गोदी वाफेने भरून गेली. हुवेनाल उर्बिनोने स्वागतासाठी उभ्या असलेल्या सगळ्यांचं सहजतेने नेहमीप्रमाणे अभिवादन स्वीकारलं, ज्यामुळे प्रत्येकाला डॉक्टरला आपल्याबद्दल खास आपुलकी वाटते असं वाटलं : पहिल्यांदा जहाजाचा गणवेशधारी कप्तान, मग आर्चबिशप, मग बायकोसह असलेला राज्यपाल आणि बायकोसह असलेला महापौर, आणि मग सैनिकी अधिकारी, जो अँडीजवरून नव्यानेच आला होता. अधिकाऱ्यांच्या पलीकडे फ्लोरेंतिनो अरिसा उभा होता. त्याने गडद रंगांचे कपडे घातल्याने तो त्या प्रतिष्ठित व्यक्तींमध्ये दिसतच नव्हता. सैनिकी अधिकाऱ्याला अभिवादन केल्यानंतर फर्मिना डासा फ्लोरेंतिनो अरिसाने पुढे केलेल्या हातासमोर चलबिचल झाल्यासारखी उभी राहिली. त्यांची ओळख करून देण्यासाठी असलेल्या सैनिकी अधिकाऱ्याने विचारलं की, ते एकमेकांना ओळखत असतीलच. तिने होकार किंवा नकारही दिला नाही; परंतु फ्लोरेंतिनो अरिसाच्या पुढे आपला हात केला आणि आकर्षक हसू फेकलं. अगदी असंच भूतकाळामध्ये दोनदा घडलं होतं आणि नंतरही घडणार होतं आणि फ्लोरेंतिनो अरिसा असे प्रसंग नेहमी फर्मिना डासाला साजेशा सामर्थ्याने स्वीकारायचा; परंतु त्या दुपारी त्याने त्याच्याकडच्या भ्रमाच्या अगणित क्षमतेसह स्वतःला विचारलं की, हा दयाहीन कानाडोळा प्रेमातल्या आघातांनी झालेल्या जखमा झाकण्यासाठी केलेला दिखावा तर नसावा?

या कल्पनेने त्याच्या तरुण इच्छा प्रफुल्लित झाल्या. पुन्हा एकदा त्याला फर्मिना डासाच्या व्हिलाने-बंगलीने झपाटलं, पुन्हा एकदा ज्या कर्तव्यदक्षपणे तो पार्क ऑफ एव्हांजेल्समधल्या बागेत जायचा, तो विरह अनुभवू लागला; परंतु आता त्याचा हेतू त्याला तिने पाहावं हा नव्हता, तर त्याउलट, ती त्याला दिसावी आणि ती अजूनही या जगामध्ये आहे हे त्याला समजावं हा होता. असं असलं तरी, तो नजरेतून सुटणं शक्य नव्हतं. ला मांगा हा कमी वर्दळीचा भाग होता. तो भाग ऐतिहासिक शहरापासून ओढ्यामुळे वेगळा झाला होता आणि तिथली प्लमच्या झाडांच्या दाटी ही वासाहतिक काळात प्रेमिकांचं रविवारी भेटण्याचं ठिकाण झालेली होती. अलीकडच्या वर्षांत, स्पॅनिशांनी बांधलेला जुना दगडी पूल पाडण्यात आला होता आणि तिथे विटांचा पूल बांधण्यात आला होता, ट्रॉलीज ओढणाऱ्या खेचरांना दिसावं म्हणून रस्त्यावर दिवेही लावलेले होते. बांधकाम होताना विचारात न घेतलेला एक त्रास ला मांगातल्या रहिवाशांना सहन करावा लागला, तो म्हणजे

तो भाग शहरातल्या पहिल्या वीज प्रकल्पाच्या अगदी जवळ वसलेला होता. त्या प्रकल्पाच्या हादऱ्यांमुळे तिथे सतत भूकंप झाल्यासारखं वाटायचं. डॉ. हुवेनाल उर्बिनोलाही त्याची सगळी प्रतिष्ठा वापरून तो प्रकल्प दुसरीकडे हलवण्यात यश प्राप्त झालं नव्हतं, शेवटी दैवी इच्छेने त्यात हस्तक्षेप केल्यानंतर तो दुसरीकडे गेला. एकदा रात्री भयंकर मोठा स्फोट होऊन बॉयलर फुटला आणि त्याचे तुकडे नव्या घरांवर पडले आणि अर्ध्या शहरापर्यंत पोहोचले. पूर्वीपासून असलेली सेंट जुलियन द हॉस्पिटेलर ही मोठी गॅलरी त्यामुळे उद्ध्वस्त झाली. त्या वर्षाच्या सुरुवातीला ती जुनी इमारत रिकामी करण्यात आली होती, तरीही त्या बॉयलरमुळे चार कैद्यांचा मृत्यू झाला. ते आदल्या रात्री तुरुंगातून पळाले होते आणि तिथल्या चॅपेलमध्ये लपले होते.

असं असलं तरी, प्रेमाची सुंदर परंपरा लाभलेलं ते शांत उपनगर, ऐश-आरामी बंगलींचा विभाग झाल्यावर प्रतिसाद न मिळालेल्या, अयशस्वी प्रेमासाठी तेवढं अनुकूल नव्हतं. उन्हाळ्यामध्ये रस्ते धुळीने भरलेले असायचे, थंडीमध्ये चिखलमय व्हायचे आणि वर्षभरात नेहमी उदासवाणे वाटायचे. विखुरलेली घरं बागेतल्या झाडझाडोऱ्यामध्ये आणि मोझाइक टाइल टेरेसेसच्या मागे लपलेली असायची, या टेरेसेस जुन्या प्रकारच्या प्रोजेक्टिंग बाल्कनींसारख्या नसायच्या, जणू काही त्या चोरट्या प्रेमिकांना खच्ची करण्याच्या उद्देशाने बांधलेल्या असाव्यात असं वाटायचं, तेव्हाच जुन्या व्हिक्टोरिया घोडागाड्या भाड्याने घेऊन दुपारी बाहेर फिरायला जाण्याची पद्धत रूढ झाली होती. या व्हिक्टोरियांचं रूपांतर एक घोडा असणाऱ्या गाड्यांमध्ये करण्यात आलं होतं आणि त्यांचा प्रवास टेकडीवर संपायचा. तिथून दीपस्तंभावरून दिसतं त्यापेक्षा जास्त चांगलं दृश्य दिसायचं आणि ऑक्टोबर महिनातला हृदयंगम संधिप्रकाश पाहून त्याचा आनंद घेता यायचा. तसंच समुद्रकिनाऱ्यांवर येणाऱ्या शार्क माशांना पाहता यायचं आणि गुरुवारी येणाऱ्या गलबताला पाहता यायचं. ते प्रचंड मोठं आणि पांढऱ्या रंगाचं होतं. ते बंदराच्या प्रवाहातून पुढे जायचं तेव्हा असं वाटायचं की, त्याला हात लावता येऊ शकतो. फ्लोरेंतिनो अरिसा कार्यालयातलं थकवणारं काम संपवल्यावर, व्हिक्टोरिया भाड्याने घ्यायचा; परंतु तो छप्पर उघडं करून घेण्याऐवजी – जी उन्हाळी महिन्यांमधली पद्धत होती – तो आतल्या अंधाऱ्या जागेत लपून राहायचा, दिसणार नाही असं पाहायचा, नेहमी एकटाच असायचा आणि अनपेक्षित असलेल्या मार्गावरून चालकाला घोडागाडी न्यायला सांगायचा म्हणजे चालकाच्या मनात संशयी विचार उमटणार नाहीत. प्रत्यक्षात, त्याला त्या फेरीत रस असण्याचं कारण एकच होतं : गुलाबी मार्बलची ती वास्तू, जी केळी आणि आंब्याच्या झाडीत दडलेली होती, लुईझियानातल्या कापूस शेतीमध्ये उभ्या असलेल्या प्रसन्न मॅन्शन्सची ती प्रतिकृती होती. पाच वाजायच्या थोडं आधी फर्मिना डासाची मुलं शाळेतून परतायची.

फ्लोरेंतिनो अरिसा त्यांना कुटुंबाच्या मालकीच्या घोडागाडीतून येताना पाहायचा आणि मग तो डॉ. हुवेनाल उर्बिनोला रुग्णांना रोजच्या फेरीत पाहायला निघालेला दिसायचा; परंतु वर्षभराच्या कालावधीत त्याला जिला पाहायचं इच्छा होती, ती पूर्ण होऊ शकली नाही.

एका दुपारी जूनमधला प्रचंड पाऊस पडत असतानाही, त्याने एकांतप्रिय फेरीला जायचं ठरवलं. तेव्हा घोडा घसरून चिखलात पडला. फ्लोरेंतिनो अरिसाला तो फर्मिना डासाच्या बंगलीसमोरच असल्याचं लक्षात आल्यावर त्याची घाबरगुंडी उडाली आणि त्याने चालकाला संशय येईल, याची पर्वा न करता विनंती केली.

''कृपया इकडे नको,'' तो ओरडला. ''कुठेही चल, इकडे नको.''

त्या तातडीमुळे गोंधळून गेल्याने, चालकाने लगाम न काढताच घोड्याला उभं करण्याचा प्रयत्न केला आणि त्यात गाडीची एक धुरा मोडली. धो-धो पावसात फ्लोरेंतिनो अरिसा कसाबसा गाडीतून खाली उतरला आणि तिथून जाणाऱ्या एका गाडीवानाने त्याला घरी सोडलं. त्या सगळ्या फेरीत तो लज्जित झाला होता. तो थांबून राहिलेला असताना, उर्बिनो कुटुंबातल्या एका मोलकरणीने त्याला पाहिलं, त्याचे कपडे चिंब भिजले होते, तो चिखलात कसाबसा उभा होता आणि टेरेसमध्ये आसरा घेण्यासाठी जाऊ शकेल यासाठी तिने त्याला छत्री आणून दिली. मुक्त भ्रमांच्या अमलाखाली असतानाही, फ्लोरेंतिनो अरिसाने कधीही एवढ्या चांगल्या नशिबाची कल्पना केली नव्हती; परंतु त्या दुपारी फर्मिना डासाने त्याला तशा स्थितीत पाहण्यापेक्षा त्याने मरण पत्करणं पसंत केलं असतं.

जुन्या शहरात राहताना, हुवेनाल उर्बिनो आणि त्याचे कुटुंबीय रविवारी आठ वाजताच्या माससाठी चालत कॅथेड्रलला जायचे. तो त्यांच्यासाठी धार्मिक सोहळ्यापेक्षा ऐहिक सोहळा होता. मग दुसरीकडे राहायला गेल्यावर, ते कितीतरी वर्षं गाडीने यायचे आणि कधी कधी ते बागेतल्या पाम झाडांच्या खाली मित्रांना भेटायचे; परंतु ला मॅग्नामध्ये जेव्हा आध्यात्मिक सेमिनरी बांधण्यात आलं, ज्याला खासगी समुद्रकिनारा होता आणि स्वतःची दफनविधीची जागा होती, तेव्हा त्यांचं प्रमुख सोहळे वगळता कॅथेड्रलमध्ये येणं कमी झालं. या बदलांची माहिती नसल्याने, फ्लोरेंतिनो अरिसा पॅरिश कॅफेच्या टेरेसमध्ये उभं राहून रविवारांमागून रविवार त्यांची वाट पाहत राहिला, तीनही मासमधून बाहेर पडणाऱ्या लोकांना तो पाहत राहिला. मग त्याला त्याची चूक लक्षात आली आणि तो नव्या चर्चमध्ये गेला आणि तिथे, ऑगस्टमधल्या चारही रविवारी त्याने बरोब्बर आठ वाजता, डॉ. हुवेनाल उर्बिनोला मुलांसह येताना पाहिलं; परंतु फर्मिना डासा त्यांच्याबरोबर नव्हती. एका रविवारी तो चर्चला लागून असलेल्या नव्या दफनविधीच्या जागेत गेला, तिथे ला मॅग्नाच्या रहिवाशांनी अप्रतिम अशी स्मारकं बांधायला घेतली होती. त्यातलं सिएबा झाडाच्या सावलीत असलेलं स्मारक एवढं देखणं वाटलं की, ते पाहून त्याचा हृदयाचा ठोका

चुकला. ते पूर्ण झालं होतं. गॉथिक पद्धतीच्या स्टेन काचेच्या खिडक्या, संगमरवरात कोरलेले देवदूत तिथे होते. कबरीच्या दगडांवर सोनेरी अक्षरांत संपूर्ण कुटुंबाचं नाव लिहिलेलं होतं. त्यामध्ये, अर्थात, डॉना फर्मिना डासा दे उर्बिनो दे ला कॉले हे नाव होतं आणि तिच्या शेजारी तिच्या नवऱ्याचं. त्यासोबत एक सामाईक मृत्युलेख होता : देवाच्या कृपेने अजूनही एकत्र.

उरलेल्या वर्षभरात, फर्मिना डासाने शहरातल्या सामाजिक किंवा इतर कार्यक्रमांना हजेरी लावली नाही, ख्रिसमस सोहळ्यालाही नाही, ज्यात ती आणि तिचा नवरा नेहमी महत्त्वाची भूमिका निभावायचे; परंतु ऑपेरा सुरू होण्याच्या कार्यक्रमाला तिची अनुपस्थिती सगळ्यांच्याच नजरेत भरली. मध्यंतरात फ्लोरेंतिनो अरिसा एका गटासोबत गप्पा मारत असताना, लोक तिचं नाव न घेता निःसंशय तिच्याबाबत चर्चा करत होते हे त्याच्या लक्षात आलं. आदल्या जूनच्या एका मध्यरात्री, कोणीतरी तिला 'क्यूनार्ड' गलबतावर चढताना पाहिलं होतं. ते पनामाला जायचं. त्या वेळी तिने तिला आतून पोखरत असलेल्या लज्जास्पद आजाराच्या खुणा दिसू नयेत म्हणून काळे कपडे घातले होते. एवढ्या सामर्थ्यवान बाईवर कोणत्या भयंकर आजाराने हल्ला केलेला असू शकतो, असं कोणीतरी विचारलं आणि मिळालेलं उत्तर कडवट काळ्या बेडक्यासारखं होतं, ''एवढ्या प्रतिष्ठित बाईला केवळ क्षयरोगाची लागण होऊ शकते.''

बारीकसारीक, छोट्या कालावधीसाठी होणारे रोग त्याच्या देशातल्या श्रीमंतांना होत नाहीत, हे फ्लोरेंतिनो अरिसाला माहीत होतं. एकतर हे लोक अचानक मरायचे, बरेचदा जेव्हा एखादी मोठी सुट्टी असायची, त्या आधीच्या संध्याकाळी. मग सुतकामुळे ती सुट्टी आनंदात साजरी करता यायची नाही किंवा ते दीर्घकालीन, बऱ्या न होणाऱ्या आजारात विरून जायचे, ज्याचे बारीकसारीक आणि खासगी तपशील हळूहळू लोकांना समजायचे. पनामातला एकांतवास ही श्रीमंताच्या जीवनातली जणू एक अत्यावश्यक शिक्षा होती. ॲडव्हेटिस्ट हॉस्पिटलमध्ये ते देवाप्रति समर्पित व्हायचे. पूर्वऐतिहासिक काळातल्या डॅरियनच्या महापुरात पाण्याखाली गेलेलं ते प्रचंड मोठं गोदाम होतं, ज्याचं हॉस्पिटल करण्यात आलं होतं. तिथल्या एकांतवास असलेल्या खोल्यांमध्ये येणारा कार्बोलिक ॲसिडचा वास हा निरोगी जगण्याचा आहे की मृत्यूचा, हे कोणीही सांगू शकायचं नाही. बरं होऊन परतणारे लोक चांगल्या भेटी घेऊन परतायचे आणि मुक्त हस्ते लोकांना वाटायचे. तसं करून त्यांनी ते जिवंत राहिल्याबद्दल एक प्रकारे जणू दिलगिरी व्यक्त करत असायचे. काही जण त्यांच्या पोटावर अमानुष वाटणारे, अनेक व्रण घेऊन परतायचे. ते चांभाराच्या दोऱ्याने शिवलेले असायचे. जेव्हा त्यांना लोक भेटायला यायचे तेव्हा शर्ट वरून हे व्रण दाखवायचे. ते जास्त आनंदाने गुदमरून गेलेल्यांच्या व्रणांशी त्यांची तुलना करायचे आणि त्यांचे उर्वरित दिवस क्लोरेफॉर्मच्या अमलाखाली झालेले देवदूतांचे दृष्टान्त

पुन्हा पुन्हा कथन करण्यात जायचे. दुसरीकडे, परत न आलेल्या लोकांना काय दृष्टान्त झाले हे कुणालाही समजायचं नाही. त्यांच्यापैकी सर्वांत दुःखी असायचे ते, जे क्षयरोगासाठी असलेल्या विगलीकरणाच्या खोल्यांमध्ये मरण पावायचे आणि त्यांच्या मृत्यूमागचं कारण आजारातल्या गुंतागुंतीपेक्षा पावसामुळे वाटणारं औदासीन्य हे जास्त असायचं.

जर त्याला जबरदस्तीने निवड करायला लावली असती, तर फर्मिना डासासाठी त्याने कुठली नियती निवडली असती हे फ्लोरेंतिनोला सांगता आलं नसतं. इतर कशाहीपेक्षा त्याला सत्य जाणून घ्यायचं होतं, मग ते कितीही असह्य असलं तरी आणि त्याने त्याचा कितीही शोध घ्यायचा प्रयत्न केला, तरी त्याला ते सापडू शकलं नाही. त्याने तिच्याबद्दल ऐकलेली बातमी खरी आहे असं त्याला ठोस असं कधी कोणी सांगितलं नसल्यामुळे त्याचा त्यावर विश्वास बसत नव्हता. त्याच्या नदीबोटींच्या जगात गुपितं लपवून ठेवणं शक्य नसायचं, काहीही दडवून ठेवता यायचं नाही आणि तरीही कोणीही काळ्या पोशाखातल्या बाईबद्दल काहीही ऐकलेलं नव्हतं. ज्या शहरात प्रत्येक गोष्ट प्रत्येकाला माहीत असायची आणि गोष्टी घडण्याआधी प्रत्येकाला कळायच्या – त्यातही त्या श्रीमंताच्या असतील तर लगेचच कळायच्या – अशा शहरात कोणालाही याबद्दल काहीही माहीत नव्हतं. असं असलं तरी, फर्मिना डासाच्या गायब होण्याबद्दलही कुणाकडे काही स्पष्टीकरण नव्हतं. फ्लोरेंतिनो अरिसाने ला मॅग्नातल्या त्याच्या गस्ती सुरूच ठेवल्या, अश्रद्धपणे मासला जाणं सुरू ठेवलं, वेगळ्या मनःस्थितीमुळे त्याला त्यांत कधीही रस नसूनही तो शहरातल्या कार्यक्रमांना जात होता; परंतु या सगळ्या काळात त्याने ऐकलेल्या बातमीची विश्वासार्हता वाढली. आईचं – फर्मिना डासाचं नसणं वगळता, उर्बिनोच्या घरात सगळं काही नेहमीसारखं भासत होतं.

जेव्हा त्याने आपला शोध आणखी पुढे नेला, तेव्हा त्याला माहीत नसलेल्या आणखी काही घटना समजल्या, अशा घटना ज्यांची चौकशी त्याने कधी केली नव्हती. त्यात लॉरेंझो डासाचा, त्याच्या जन्मभूमीत – कोण्या कॅन्ताब्रियन गावात मृत्यू होणं याचाही समावेश होता. पॅरिश कॅफेमधल्या रगेल, राकट बुद्धिबळाच्या खेळात त्याला त्याने अनेक वर्षांपूर्वी पाहिलेलं होतं. बोलताना त्याचा आवाज खर्जातला, राकट असे आणि जसजसा तो दुर्दैवी वृद्धत्वाच्या दलदलीत रुतत चालला होता, तसतसा तो अधिकच स्थूल होत चालला होता. मागल्या शतकात ॲनिस मद्यासोबत न्याहारी करताना झालेल्या मतभेदानंतर, ते कधीही एकमेकांशी काही बोलले नव्हते. फ्लोरेंतिनो अरिसाला खात्री होती की, त्याने त्याच्या मुलीचं यशस्वी लग्न जुळवून आणल्यानंतरही – जे त्याच्या जगण्याचं एकमेव कारण होतं – त्याच्या मनात जितका लॉरेंझो डासाबद्दल कडवटपणा होता, तितकाच कडवटपणा लॉरेंझो डासाच्याही मनात त्याच्याबद्दल होता; परंतु त्याने फर्मिना डासाच्या तब्येतीबद्दलचं

सत्य शोधण्याचा निश्चय केला असल्यामुळे, तो तिच्या बापाकडून जाणून घेण्यासाठी पॅरिश कॅफेत गेला, तेव्हाच ती ऐतिहासिक स्पर्धा चालू होती, ज्यात जेरेमिया सेंट-आमूरने बेचाळीस स्पर्धकांना बुद्धिबळात हरवलं होतं. अशा प्रकारे त्याला समजलं की, लॉरेंझो डासा मेलेला आहे. कदाचित, कधीच सत्य न समजता जगावं लागू शकतं ही त्या आनंदाची किंमत असली, तरी त्याला तो गेल्याच्या बातमीने मनापासून आनंद झाला. अखेरीस, त्याने आजारी असल्यामुळे ती रुग्णालयात गेली असल्याची दंतकथा सत्यकथा म्हणून स्वीकारली आणि एका जुन्या म्हणीने त्याने स्वतःचं सांत्वन केलं : आजारी बायका कायमस्वरूपी जगतात. ज्या दिवशी त्याला निराश, उदास वाटायचं, तेव्हा काही झालं तरी फर्मिना डासाच्या मृत्यूची बातमी अशी ना तशी त्याच्यापर्यंत आपोआप येईलच असा विचार तो करायचा.

आणि तशी बातमी कधीही मिळणार नव्हती. कारण फर्मिना डासा जिवंत होती आणि धडधाकट होती. ती फ्लोर्स द मारिया या गावापासून अर्धा लीग दूरवर असलेल्या आपल्या बहिणीच्या रँचवर होती. तिथे तिची विस्मरणात गेलेली बहीण हिल्डेब्रांडा राहायची. काही गाजावाजा न करता, ती तिच्या नवऱ्याच्या संमतीने तिथून निघाली होती. दोघंही जण इतक्या वर्षांच्या स्थिर वैवाहिक जीवनात, पौगंडावस्थेत असल्यासारखे एका मोठ्या संकटात गुंतले होते. या संकटाने त्यांना बेसावध असताना अचानक गाठलं होतं. तेही अशा वेळी, जेव्हा त्यांना आपण दुर्दैवाच्या हल्ल्यांपासून सुरक्षित आहोत असं वाटत असताना. ते प्रगल्भतेच्या शांत छायेत होते. त्यांची मुलं मोठी झाली होती, ती सदाचारी होती आणि कडवटपणा न येऊ देता म्हातारं कसं व्हायचं हे जाणून घ्यायची संधी त्या दोघांना भविष्याने दिली होती. त्या दोघांनाही ते अनपेक्षित होतं. त्यांना त्यावर न रडता, न ओरडता किंवा कोणाला मध्यस्थ म्हणून घेता - जो कॅरिबियनमधला सर्रास रिवाज होता - युरोपीय देशांचा शहाणपणा वापरून तोडगा काढायचा होता. परिस्थिती एक पाय तळ्यात, एक पाय मळ्यात अशी होती, त्यामुळे त्यांची एकनिष्ठा या बाजूला की त्या बाजूला असली, तरी ते विचित्र अशा अधांतरावस्थेत गेले होते, जिचा शेवट कुठेही दिसत नव्हता. अखेरीस, अचानक रागाच्या भरात तिने घर सोडायचा निर्णय घेतला. तेव्हा तिला त्यामागचं कारण किंवा उद्देश माहीत नव्हता आणि अपराधगंडाने ग्रस्त झालेल्या त्याला तिला निघून जाण्यापासून परावृत्त करता आलं नव्हतं.

खरंतर, फर्मिना डासा मध्यरात्री अत्यंत गुप्तपणे जहाजातून गेली होती आणि तेव्हा तिचा चेहरा काळ्या झिरझिरित कापडाने झाकलेला होता. ती पनामाला जाणाऱ्या कनार्ड जहाजातून गेली नव्हती, तर सान हुआन दे ला सिएनागाकडे जाणाऱ्या नेहमीच्या जहाजात चढली होती. त्या शहरात तिचा जन्म झाला होता आणि पौगंडावस्था येईपर्यंत ती तिथे राहिली होती, त्यामुळे गेल्या काही वर्षांत, तिला तिच्या जन्मभूमीची असह्य ओढ लागली होती. तिच्या नवऱ्याचा आज्ञाभंग

करून आणि त्यावेळचे रिवाज मोडून, ती तिच्यासोबत तिच्या पंधरा वर्षांच्या 'गॉडडॉटर'ला घेऊन निघाली, जी कुटुंबातली नोकर म्हणून वाढली होती; परंतु जहाजाच्या कॅप्टनने आणि अधिकाऱ्यांना प्रत्येक बंदरावर तिच्या प्रवासाची आगाऊ सूचना मिळाली होती. तिने तो कठीण निर्णय अचानक घेतल्यावर, तिच्या मुलांना तिने हिल्डेब्रांडामावशीकडे तीन महिन्यांकरता हवापालटासाठी जाते आहे असं सांगितलं; परंतु खरंतर तिने पुन्हा कधी न परतण्याचा निर्णय घेतला होता. डॉ. हुवेनाल उर्बिनोला तिचा स्वभाव नीट माहीत होता आणि त्यामुळे त्याने चिंतीत होऊन तिचा निर्णय जणू देवाने त्याच्या पापांच्या बदल्यात दिलेली शिक्षा म्हणून स्वीकारला; परंतु निघालेल्या जहाजाचे दिवे अदृश्य व्हायच्या आत, त्या दोघांना त्यांच्या कमकुवतपणाबद्दल पश्चात्ताप झाला.

जरी त्यांनी एकमेकांमधला मुलांबाबतच्या चौकश्यांसाठी आणि घरातल्या इतर गोष्टी कळवण्यासाठी औपचारिक पत्रव्यवहार सुरू ठेवला असला, तरी अहं बाजूला ठेवून एकाने दोन पावलं मागे येण्याकरता जवळपास दोन वर्षांचा कालावधी गेला. दुसऱ्या वर्षी, शाळेची सुट्टी घालवायला मुलं फ्लोर द मारियाला गेली आणि फर्मिना डासाने अशक्य गोष्ट केली. तिच्या नव्या आयुष्यात ती समाधानी वाटू लागली. निदान असा निष्कर्ष हुवेनाल उर्बिनोने त्याच्या मुलाने लिहिलेल्या पत्रांमधून तरी काढला होता. नेमकं त्याच वेळी रिओवाछाचा बिशप सोनेरी मुकुट घालून, सोनेरी भरतकाम केलेले लगाम लावलेल्या पांढऱ्या खेचरावरून वाजत गाजत धार्मिक भेट द्यायला तिथे आला होता. त्याच्याबरोबर विविध ठिकाणांहून यात्रेकरूही आले होते, ते ॲकॉर्डियन वाजवत होते, कोणी अन्नपदार्थ आणि दागिने, ताईत असं विकत होते आणि तीन दिवस रँच अपंग आणि निराश लोकांनी गजबजून गेली. ते लोक धार्मिक उपदेश शिकून घ्यायला आले नव्हते, तर त्या खेचराची मेहेरनजर त्यांच्यावर पडावी या उद्देशाने मागोमाग आले होते. कारण असं म्हटलं जायचं की, ते खेचर आपल्या मालकाच्या पाठीमागे चमत्कार घडवत असे. बिशप साधा पाद्री असल्यापासून उर्बिनो कुटुंबीयांच्या घरी नेहमी भेट देणाऱ्यांपैकी होता आणि एका दुपारी जेवणासाठी तो लोकांपासून बाजूला गेला. इकडच्या तिकडच्या गप्पा, स्थानिक गोष्टी बोलल्यानंतर, त्याने फर्मिना डासाला बाजूला घेतलं आणि तिला कबुलीजबाबाबाबत विचारणा केली. तिने प्रेमळपणे; परंतु ठामपणे नकार दिला. तिने त्याला स्पष्टपणे सांगितलं की, पश्चात्ताप करावं असं तिने काहीही केलेलं नव्हतं. जरी तिचा तसा थेट हेतू नव्हता, तरी तिला खात्री होती की, तिचं उत्तर योग्य माणसापर्यंत पोहोचणार होतं.

डॉ. हुवेनाल उर्बिनो असं नेहमी म्हणायचा - अर्थात त्यात काहीसा उपहासही असायचा - की, ती दोन वर्षं कडवट होण्यामागचं कारण तो नव्हता, तर त्याच्या बायकोची वास घेण्याची सवय जास्त कारणीभूत होती. ती तिच्या कुटुंबीयांनी

काढलेले आणि स्वतःचेदेखील कपडे हुंगायची. ते कपडे दिसायला स्वच्छ दिसत असले तरी ते धुवायला हवेत का नाही, हे तिला वासावरून कळू शकायचं. ती मुलगी असल्यापासून असं करत होती आणि तिच्या नवऱ्याला त्यांच्या लग्नाच्या रात्री हे समजलं, तोवर तिला त्यात काही बोलण्या-सांगण्यासारखं आहे असं कधीही वाटलं नव्हतं. ती दिवसातून कमीत कमी तीन वेळा तरी धूम्रपान करण्यासाठी स्वतःला न्हाणीघरामध्ये कोंडून घेत असली, तरी त्याकडे त्याचं कधी लक्ष गेलं नव्हतं. कारण, त्या वर्गातल्या बायकांना गटागटाने खोलीत कोंडून घेत धूम्रपान करत पुरुषांबद्दल गप्पा छाटण्याची सवय होती आणि कधी कधी त्या ग्लानीमुळे जमिनीवर पडेस्तोवर लिटर लिटर मद्यही रिचवायच्या; परंतु तिच्या हाती जे जे कपडे लागायचे, त्यांचा वास घेण्याची तिची सवय मात्र त्याला अयोग्य वाटली, शिवाय ती आरोग्याच्या दृष्टीनेही चांगली नव्हती. इतर सगळ्या गोष्टींसारखंच तिने त्याचं हे म्हणणं विनोदाने घेतलं, त्याबद्दल चर्चा करण्याचीही ती तसदी घ्यायची नाही. ती म्हणायची की, तिच्या तोंडावर हळद्या पक्ष्याची सुंदर अशी चोच दिसायला छान म्हणून देवाने बसवलेली नाही. एकदा सकाळी, ती बाजाराला गेली असताना, नोकरांनी सगळं घर आणि आजूबाजूचा भाग डोक्यावर घेतला. कारण, त्यांचा तीन वर्षांचा मुलगा हरवला होता. घरात तो कुठेही सापडत नव्हता. ती त्या सगळ्या गोंधळात मध्येच आली, एक-दोन वेळा तिने माग काढणाऱ्या कुत्र्यासारखं इकडे तिकडे केलं आणि एका कपडे ठेवायच्या मोठ्या कपाटात तो मुलगा तिला झोपलेला सापडला. तिथे तो लपला असेल असं कुणाच्या डोक्यातही आलं नव्हतं. आश्चर्यचकित झालेल्या तिच्या नवऱ्याने, तिला कसा काय तो सापडला असं जेव्हा विचारलं, तेव्हा ती उत्तरली, “शीच्या वासावरून.”

तिच्या वास घेण्याच्या क्षमतेचा फायदा कपडे धुवायचे की नाहीत हे ओळखण्यात किंवा हरवलेलं मूल शोधण्यात झाला असं नाही : या क्षमतेमुळे तिला जगण्याच्या सर्वांगीण क्षेत्रात फायदा झाला, सगळ्यात जास्त सार्वजनिक जीवनात. हुवेनाल उर्बिनोने त्यांच्या वैवाहिक जीवनात ते पाहिलं होतं, खासकरून सुरुवातीच्या काळात, जेव्हा तीनशे वर्षांचा पूर्वग्रहित दृष्टिकोन असलेल्या मंडळींच्या गराड्यात ती होती आणि तरी तिने सुऱ्यासारख्या धारदार प्रवाळांच्या खडकांमधून तिच्या जहाजाचा मार्ग काढला : कशावरही न आदळता, तेही त्या जगावर सत्ता स्थापून जे केवळ अलौकिक अंतःप्रेरणेमुळेच शक्य होतं. ती धक्कादायक नैसर्गिक क्षमता - जिचा उगम निष्ठुर मनांमधून नाहीतर त्या शतकाच्या शहाणपणात झालेला होता - ती एका रविवारच्या मासच्या क्षणी संकट बनून आली. नेहमीच्या सवयीने फर्मिना डासाने तिच्या नवऱ्याच्या आदल्या दिवशी घातलेल्या कपड्यांचा वास घेतला आणि तिला अस्वस्थ करणारी संवेदना जाणवली : ती कुण्या वेगळ्याच पुरुषासोबत झोपते आहे अशी.

तिने पहिल्यांदा जाकीट आणि वेस्ट हुंगलं. तिने बटणांच्या भोकातून साखळीचं घड्याळ काढलं आणि पेन्सिल ठेवायचा स्टँड काढला आणि पैशांचं पाकीट काढलं आणि सुट्टे पैसे खिशातून काढले आणि सगळं काही टेबलावर ठेवलं. मग तिने शर्टाचा वास घेताना, टायपिन आणि पाचू लावलेले कफलिंक्स काढले आणि कॉलरचं सोन्याचं बटण काढलं आणि मग ट्राउझरचा वास घेताना चावी ठेवायचं होल्डर काढलं, ज्यात अकरा चाव्या होत्या आणि मोती लावलेली मूठ असलेली पेननाइफ होती आणि शेवटी तिने अंडरवेअर आणि सॉक्स आणि हातरूमाल ज्यावर त्याच्या नावाचं अद्याक्षर विणलेलं होतं, या सगळ्याचा वास घेतला. निःशंकपणे, त्या सगळ्या वस्तूंना एक विशिष्ट वास होता जो तिला त्यांच्या सहजीवनात याआधी कधीही आलेला नव्हता. तो वास कशाचा होता हे निश्चित सांगणं कठीण होतं, कारण, तो फुलांचा किंवा कृत्रिम निर्मिती केलेला गंध नव्हता; परंतु तो चमत्कारिक असा मानवी वास होता. ती काहीही बोलली नाही आणि तिला तो वास रोज येत असल्याचंही आढळलं नाही; परंतु ती आता तिच्या नवऱ्याच्या कपड्यांचा वास ते धुवायचे की नाहीत, हे ठरवण्यासाठी घेऊ लागली नव्हती, तर ती तो वास असह्य असा घोर लागल्याने घेऊ लागली होती. तो वास तिला आत, खोलात कुरतडत होता.

तिच्या नवऱ्याच्या दिनचर्येचा विचार करता, तो वास नक्की कुठून येत असेल हे कसं ठरवायचं हे फर्मिना डासाला समजत नव्हतं. तो त्याच्या सकाळचा वर्ग आणि दुपारच्या जेवणाच्या मधल्या वेळेत लागणं शक्य नव्हतं. तिच्या मनात त्याला भेटायला येणाऱ्यांपैकी अशी कोणतीही बाई नव्हती, जी त्या घाईच्या वेळेत त्याच्याशी संग करू शकेल. कारण तेव्हा घराची साफसफाई करायची बाकी असे, पलंग लावायचे बाकी असत, जेवण तयार केलं जात असे आणि बऱ्याचदा, आणखी भीती अशी असे की, एखाद्या मुलाला शाळेत कोणीतरी दगड वगैरे मारल्यामुळे, डोक्याला जखम झाल्याने लवकर घरी पाठवलं जाण्याची शक्यता असे आणि त्यामुळे त्या मुलाला सकाळी अकरा वाजता विस्कटलेल्या पलंगावर, आपली आई नग्नावस्थेत आणि वाइटात वाईट म्हणजे तिच्या वर आरूढ झालेल्या डॉक्टरसह सापडण्याची शक्यता जास्त होती. तिला हेही माहीत होतं की, डॉ. हुवेनाल उर्बिनो संभोग केवळ रात्री पूर्ण काळोखातच करत असे किंवा नाइलाज झाला तर उपासमोड करण्याआधी, जेव्हा पक्ष्यांची किलबिल सुरू व्हायची, ती वेळ निवडत असे. त्यानंतर, तो म्हणत असे की, एखाद्याचे कपडे काढायचे आणि पुन्हा घालायचे यात आनंदापेक्षा कामच जास्त असतं. त्यामुळे त्याच्या कपड्याला येणाऱ्या वासाचं कारण हे त्याच्या घरी जाऊन रुग्ण पाहण्याच्या कालावधीत किंवा रात्री बुद्धिबळ आणि चित्रपट पाहण्याच्या कालावधीतून चोरलेल्या काही क्षणांमध्ये असण्याची शक्यता होती. ही अखेरची शक्यता सिद्ध करणं कठीण होतं, कारण तिच्या इतर मैत्रिणींप्रमाणे नवऱ्यांवर पाळत ठेवणं किंवा कुणालातरी तसं करायला

सांगणं हे फर्मिना डासाच्या अभिमानाला न पटणारं होतं. रुग्णांना घरी पाहण्यासाठी जाण्याच्या दैनंदिनीवर नजर ठेवणं हा सर्वांत सोपा मार्ग होता. कारण, डॉ. हुवेनाल उर्बिनो आपल्या प्रत्येक रुग्णाच्या अगदी तपशीलवार नोंदी ठेवायच्या, अगदी त्यांनी दिलेल्या पैशांसह – प्रथम जेव्हा त्याने त्या रुग्णाला तपासलं असेल तेव्हापासून ते या जगाचा निरोप घेईपर्यंत – सगळे तपशील तो लिहून ठेवायचा.

त्यानंतरच्या तीन आठवड्यांत फर्मिना डासाला काही दिवस तो वास त्याच्या कपड्यांना आला नाही आणि नंतर तो तिला अजिबात अपेक्षित नसताना पुन्हा आला. तिला तो आधीपेक्षा जास्त येत असल्याचं आढळलं. पुढचे काही दिवस सलग तो वास येत राहिला, जरी त्यात एक रविवार होता, जेव्हा कौटुंबिक भेटीगाठी झाल्या होत्या आणि ते दोघं एकमेकांपासून एक क्षणही वेगळे झालेले नव्हते तरी. तिच्या नेहमीच्या रिवाजाच्या आणि इच्छेच्या विरुद्ध जात, एकदा ती स्वतःहून त्याच्या कार्यालयात एका दुपारी शिरली, जणू काही ती वेगळीच कुणीतरी असावी. तिने कधीही केलं नसतं असं काहीतरी ती करत होती; तिने गेल्या काही महिन्यांमध्ये घरी भेटायला आलेल्या रुग्णांच्या तपशीलवार, बारीकसारीक नोंदी भिंगातून पाहिल्या. प्रथमच, ती एकटीने त्याच्या कार्यालयामध्ये गेली होती, तिथे क्रेओसोटचा वास भरला होता आणि भिंती पुस्तकांच्या गठ्ठ्यांनी भरल्या होत्या. तसंच तिथे धूसर झालेले शाळेतले फोटो, पदव्या, ॲस्ट्रोलोब्ज आणि इतकी वर्षं निगुतीने जमवलेले खंजीर लटकवलेले होते. ती खोली त्याचा गुप्त गाभारा होता. तो तिच्या नवऱ्याच्या खासगी जीवनाचा एक अविभाज्य भाग होता आणि त्यामध्ये तिला प्रवेश नव्हता. कारण, त्याचा प्रेमाशी संबंध नव्हता, त्यामुळे ती तिथे एकदा-दोनदाच गेली होती; परंतु प्रत्येक वेळी तो तिच्यासोबत होता आणि त्या भेटीही अगदी कमी कालावधीच्या होत्या. तिला एकटीला तिथे जाण्याचा अधिकार आहे, असं तिला वाटत नव्हतं आणि तेही असभ्यपणे नजर ठेवण्यासाठी तर नव्हताच नव्हता; परंतु तरी ती तिथे होती. तिला सत्य शोधायचं होतं आणि काहीतरी सापडेल या भीतीइतक्याच तळमळीने शोध घेतला. ती तिच्या अंगभूत गर्विष्ठपणापेक्षाही वरचढ झालेल्या प्रवाहाबरोबर वाहत गेली, जो तिच्या प्रतिष्ठेपेक्षाही शक्तिशाली ठरला होता: तो प्रवाह होता मानसिक क्लेशाचा, ज्याला ती फशी पडली.

तिला त्या 'चौकशी'तून काहीही निष्कर्ष काढता आला नाही. कारण सामायिक मित्रांचा अपवाद वगळता तिच्या नवऱ्याचे रुग्ण हे त्याच्या खासगी क्षेत्रातले होते. ती ओळख नसलेली माणसं होती, जी त्यांच्या चेहऱ्याने नव्हे, तर दुखण्याने, आजाराने, त्रासाने ओळखली जायची, ती त्यांच्या डोळ्यांच्या रंगानी किंवा मनाने दिलेल्या टोलवाटोलवीच्या उत्तरांनी नव्हे, तर त्यांच्या यकृताच्या आकारावरून, त्यांच्या जिभेवरच्या रंगावरून, मूत्रातल्या रक्तावरून, ताप आलेल्या रात्री होणाऱ्या भासांवरून ओळखली जायची. तिच्या नवऱ्यावर विश्वास असलेली

ती माणसं होती, त्यांना आपण त्याच्यामुळे जगत आहोत असं वाटायचं आणि खरंतर, प्रत्यक्षात ते त्याच्यासाठी जगायचे आणि शेवटी, वैद्यकीय कागदाच्या शेवटी स्वतःच्या हाताने त्याने लिहिलेल्या वाक्प्रचारापुरते ते उरायचे : शांत राहा, देव तुमची दारापाशी वाट पाहतो आहे. निष्फळ दोन तास घालवल्यानंतर फर्मिना डासा त्याच्या खोलीतून बाहेर पडली, तेव्हा तिला असं वाटलं की, असभ्यपणाच्या नादी लागल्यामुळे तिने असं कृत्य केलं.

तिच्या कल्पनाशक्तीच्या भरात येऊन, तिला आपल्या नवऱ्याच्या वर्तणुकीत बदल दिसू लागले. जेवणाच्या टेबलावर भूक नाही किंवा बिछान्यावरही 'भूक' नाही असं म्हणत तो टाळाटाळ करत असल्याचं तिला जाणवलं, तो उपहासात्मक उत्तर द्यायला लागला, चिडचिडा झाला आणि जेव्हा तो घरी असायचा, तेव्हा तो आधीसारखा शांतचित्त, स्थिर पुरुष नसायचा, तर एखाद्या पिंजऱ्यातल्या सिंहासारखा वाटायचा. लग्न झाल्यानंतर प्रथमच, त्याचा प्रत्येक क्षणाचा माग काढण्यासाठी तिने त्याच्या उशिरा येण्यावर लक्ष ठेवलं, त्याच्याकडून सत्य समजून घेण्यासाठी ती खोटं बोलू लागली; परंतु त्यांतल्या विसंगतीमुळे विव्हळली. एकदा रात्री तिला जेव्हा अचानक जाग आली, तेव्हा तिचा नवरा तिच्याकडे अंधारात उभा राहून रागाने पाहत असताना दिसला. अशीच भीती तिला तिच्या तरुणपणीही वाटली होती, जेव्हा फ्लोरेंतिनो अरिसा तिला तिच्या पलंगाजवळ पायापाशी दिसला होता; परंतु त्याची नजर प्रेमाने पुरेपूर भरलेली होती, रागाने नव्हे. शिवाय या वेळी ती तिची कल्पना नव्हती : तिचा नवरा पहाटे दोन वाजता जागा होऊन पलंगावर बसून तिला झोपलेली असताना एकटक पाहत होता; परंतु तिने त्याला का असं विचारलं असता, त्याने नकार दिला. तो उशीवर झोपत म्हणाला, ''तुला स्वप्न पडलं असणार.''

त्या रात्रीनंतर आणि त्या काळात तसे काही प्रसंग घडल्यानंतर, जेव्हा फर्मिना डासाला सत्य कुठे सुरू होतं आणि भ्रम कुठे संपतो हे कळेनासं झालं, तेव्हा तिला स्वतःला कळून चुकलं होतं की, ती वेडीपिशी होण्याची ही सुरुवात आहे. शेवटी तिला लक्षात आलं की, 'थर्सडे ऑफ कॉर्पस ख्रिस्ती'च्या कम्युनियनला तिचा नवरा जात नव्हता किंवा गेले काही रविवारही तो गेला नव्हता आणि वर्षातून एकदा असणाऱ्या भेटीगाठीच्या कार्यक्रमाला जायलाही त्याला वेळ मिळाला नव्हता. त्याच्या आध्यात्मिकतेत झालेल्या बदलाचं कारण जेव्हा तिने त्याला विचारलं, तेव्हा त्याने उत्तरं द्यायला टाळाटाळ केली. तो तिच्यासाठी सुगावा होता. कारण, वयाच्या आठव्या वर्षी कम्युनियन झाल्यापासून त्याने एकदाही त्या महत्त्वाच्या मेजवानीला जाणं टाळलेलं नव्हतं. अशा प्रकारे तिला लक्षात आलं की, तिचा नवरा नक्कीच महापापात सहभागी झाला आहे आणि ते करत राहण्याचा त्याचा निर्धार आहे. कारण मदत मागण्यासाठी तो कबुलीजबाब द्यायलाही गेलेला नव्हता.

प्रेमाच्या टोकाच्या विरोधात वाटणाऱ्या कशाने, तिला कधी इतका त्रास होईल असं तिला कधीच वाटलं नव्हतं; परंतु तिला यातना होत होत्या आणि तिने मरू नये याकरता उपाय एकच होता : तिच्या मनात विष पसरवणाऱ्या सापाचं घर जाळून टाकायचं आणि तिने तसंच केलं. एका दुपारी गच्चीवर ती मोजे रफू करत होती आणि तिचा नवरा वाचत बसला होता. तो रोज दुपारी वामकुक्षी घेतल्यानंतर वाचन करायचा. अचानक ती थांबली. तिचा चश्मा कपाळावर सरकवला आणि कठोरतेचा मागमूसही नसलेल्या आवाजात तिने विचारलं, ''डॉक्टर.''

तो 'लिल दे पँग्रॉ' या फ्रेंच कादंबरीत बुडून गेला होता, जी त्या काळात लोकप्रिय होती आणि तो वर न पाहता फ्रेंचमध्ये उत्तरला, ''वी.''

तिने विचारलं, ''माझ्याकडे बघा.''

त्याने आपल्या चश्म्यावर जमलेल्या धुक्यातून तिच्याकडे पाहिलं; परंतु तिच्या डोळ्यांमधून येणाऱ्या आगीची धग जाणवण्यासाठी त्याला तो काढावा लागला नाही.

''काय चाललंय,'' त्याने विचारलं.

''माझ्यापेक्षा तुम्हालाच जास्त माहीत,'' ती म्हणाली.

ती एवढंच काय ते म्हणाली. तिने आपला चश्मा डोळ्यांवर घेतला आणि मोजे रफू करू लागली. डॉ. हुवेनाल उर्बिनोला खूप काळ साठून राहिलेला राग आता संपल्याचं तेव्हा समजलं. त्याने तो प्रसंग जसा कल्पिला होता, तसा तो घडला नव्हता, त्याच्या ह्दयात धडधडू लागलं, तो शांत आघात होता आणि जे कधी ना कधीतरी घडणार होतं, ते लवकरच घडून गेलं याबद्दल त्याने सुटकेचा निःश्वास टाकला : शेवटी एकदाचं मिस बार्बरा लिंचचं भूत त्यांच्या घरी अवतरलं होतं.

डॉ. हुवेनाल उर्बिनो तिला चार महिन्यांपूर्वी भेटला होता, जेव्हा मिस बार्बरा मिसरिकॉर्डिया हॉस्पिटलच्या दवाखान्यात तिचा नंबर येण्याची वाट पाहत थांबली होती आणि तिला पाहून त्याला तत्काळ असं वाटलं की, दुरुस्त न करता येण्यासारखं काहीतरी त्याच्या नशिबात घडलेलं आहे. ती सुंदर, उंच, भक्कम बांध्याची 'मूलाट्टा' होती. तिचा वर्ण गडद, काकवीच्या रंगाचा होता. त्या दिवशी सकाळी तिने पोलका डॉट्सचा लाल पोशाख घातलेला होता आणि त्याच कापडाची मोठी कड असलेली हॅट घातली होती, ज्यामुळे तिचा चेहरा पापण्यांपर्यंत झाकलेला होता. इतर मानव प्राण्यांपेक्षा तिचं बाईपण अधिक ठळक उठून दिसत होतं. डॉ. हुवेनाल उर्बिनो दवाखानातल्या रुग्णांना पाहत नसे; परंतु जेव्हा तो तिथून जात असे आणि त्याच्याकडे वेळ असे, तेव्हा तो त्याच्या डॉक्टर होऊ घातलेल्या विद्यार्थ्यांना लक्षात आणून देत असे की, अचूक निदानापेक्षा दुसरं चांगलं औषध कोणतंही नसतं. त्यामुळे त्याने त्या मूलाट्टाच्या तपासणीवेळी तो तिथे असेल अशी योजना केली, तो

त्याच्या नजरेतून कुणाला काही जाणवणार नाही, याची काळजी घेणार होता. तो तिच्याकडे पाहतही नव्हता; परंतु तिचं नाव आणि पत्ता त्याने स्मृतीत कोरून घेतला होता. त्या दुपारी, घरी जाऊन पाहायचा शेवटचा रुग्ण झाल्यानंतर, त्याने त्याची घोडागाडी तिच्या पत्त्यापाशी नेली. तिने तो तपासणीच्या वेळी दिलेला होता आणि खरोखरीच ती तिथे होती, गच्चीवर बसून गार हवा खात होती.

ते अँटिलियन पद्धतीचं घर होतं. पत्र्याच्या छपरासकट पिवळ्या रंगाने रंगवलेलं होतं, तागाचे पडदे असलेल्या खिडक्या होत्या आणि दारापाशी कार्नेशनच्या फुलांच्या व फर्नच्या कुंड्या लटकवलेल्या होत्या. खारफुटीच्या जमिनीवर लाकडी खांबांवर ते घर उभं होतं. घराच्या टोकापाशी पिंजरा लटकवलेला होता आणि त्यात ट्रूपायल पक्षी गाणं गात होता. रस्त्याच्या दुसरीकडे प्राथमिक शाळा होती आणि मुलं घाईगडबडीने बाहेर पडत होती. घोडा बिथरू नये म्हणून त्याचा लगाम गाडीवानाने घट्ट धरून ठेवला होता. तो एक योगायोगच होता. मिस बार्बरा लिंचने डॉक्टरला ओळखलं. जणू ते जुने मित्र असल्याप्रमाणे तिने त्याच्याकडे पाहून हात हलवला. तिने त्याला कॉफी पिण्यासाठी बोलावलं आणि त्याने ते आमंत्रण आनंदाने स्वीकारलं (जरी कॉफी पिणं हा त्याचा नित्य रिवाज नसला तरी) आणि ती स्वतःबद्दल जे सांगत होती ते त्याने ऐकून घेतलं. सकाळपासून त्याला त्यात रस होता आणि पुढच्या महिन्यांमध्येही असणार होता. एकदा त्याचं लग्न झाल्या-झाल्या लगेचच त्याच्या एका मित्राने त्याची बायको सोबत असताना त्याला सांगितलं होतं की, आत्ता नाही तर नंतर; परंतु लवकरच त्याला उत्कट भावनिक उद्रेकाला सामोरं जावं लागेल, ज्यामुळे त्याच्या वैवाहिक जीवनात अस्थैर्य निर्माण होईल. तो स्वतःला नीट ओळखतो असं त्याला वाटायचं, त्याला त्याची नैतिक मुळांची रुजवणही माहीत होती, त्यामुळे तेव्हा मित्राच्या अंदाजावर तो हसला होता आणि आता मात्र तो खरा ठरला होता.

डॉक्टर ऑफ थिओलॉजी असलेली मिस बार्बरा लिंच रेव्हरंड जोनाथन बी. लिंच याची एकुलती एक मुलगी होती, रेव्हरंड बारकुडा कृष्णवर्णीय प्रोटेस्टंट पाद्री होता, जो खारफुटीमधल्या गरीब वस्त्यांमध्ये खेचरावरून फिरत असे, त्यांना जगातल्या अनेक देवांपैकी एका देवाने केलेला उपदेश सांगत असे, या त्याच्या देवाचा उल्लेख त्याच्या स्वतःच्या देवांपासून वेगळा करण्यासाठी डॉ. हुवेनाल उर्बिनो मोठ्याऐवजी लहान 'जी' हे इंग्रजी अक्षर वापरत असे. ती चांगली स्पॅनिश बोलत होती, फक्त काही वाक्यरचना करताना ती अडळखायची आणि त्यामुळे तिच्या उत्फुल्लतेत अधिकच वाढ व्हायची. डिसेंबर महिन्यात ती अठ्ठावीस वर्षांची होणार होती, थोड्या काळापूर्वी तिचा एका पाद्र्याशी घटस्फोट झाला होता, जो तिच्या वडिलांचाच विद्यार्थी होता आणि त्याच्यासोबत तिने दोन वर्षं दुःखी संसार केला होता आणि आता तिची पुन्हा तोच गुन्हा करायची तयारी नव्हती. ती म्हणाली,

''माझं माझ्या टूरियल पक्ष्यापेक्षा जास्त प्रेम इतर कुणावरही नाही.'' परंतु डॉ. उर्बिनो इतका गंभीर झाला होता की, त्याला तिच्या या बोलण्यात गर्भितार्थ दडला आहे असं वाटलं नाही. उलट, त्याने चकित होऊन स्वतःला विचारलं की, जर अनेक संधी एकमेकांसोबत एकत्रितरीत्या येत आहेत, तर त्या कदाचित देवाने लपवून ठेवलेलं संकट असेलही, ज्याची त्याला मोठी किंमत मोजावी लागू शकते; परंतु मग त्याने तत्काळ त्याला आणखीन गोंधळात टाकणारा तो विचार आध्यात्मिक मूर्खपणा म्हणून झटकून टाकला.

जेव्हा तो निघायच्या बेतात होता, तेव्हा त्याने सकाळच्या वैद्यकीय तपासणीचा सहज जाता जाता उल्लेख केला, कारण त्याला हे माहीत होतं की, कोणत्याही रुग्णाला त्याच्या आजाराबद्दल बोललेलं आवडतं आणि ती तिच्या आजाराबद्दल बोलताना एवढी आकर्षक वाटली की, त्याने दुसऱ्या दिवशी दुपारी चार वाजता तो परत तिच्याकडे येऊन अधिक काळजीपूर्वक तपासणी करेल असं वचन दिलं. त्यामुळे ती चकित झाली : तिला माहीत होतं की, त्याच्यासारखा निष्णात, अनुभवी डॉक्टर तिला आर्थिकदृष्ट्या परवडणारा नव्हता; परंतु त्याने तिला दिलासा देत सांगितलं, ''आमच्या या व्यवसायामध्ये आम्ही श्रीमंतांना गरिबांचे पैसे द्यायला लावतो.'' मग त्याने त्याच्या वहीत नोंद केली : मिस बार्बरा लिंच, माला क्रियांझा सॉल्ट मार्श, शनिवार, ४ वाजता. काही महिन्यांनंतर फर्मिना डासाने ती नोंद वाचली, ज्यात रोगनिदान, उपचार आणि आजार कसा कसा विकसित होत गेला असे साद्यंत तपशील होते. त्या नावामुळे तिचं लक्ष वेधलं गेलं आणि अचानक तिला लक्षात आलं की, न्यू ऑर्लिन्सवरून येणाऱ्या फळांच्या बोटींवर असणाऱ्या दुर्गुणी कलावंतांपैकी ती असावी; परंतु त्या पत्त्यामुळे ती जमैकाहून आलेली अर्थात काळी बाई असली पाहिजे असं तिला वाटलं आणि तिने क्षणात तिला बाजूला फेकून दिलं. कारण, तिच्या मते ती तिच्या नवऱ्याच्या पसंतीस उतरणारी नव्हती.

डॉ. हुवेनाल उर्बिनो शनिवारच्या भेटीच्या वेळेच्या दहा मिनिटं आधी पोहोचला आणि तोवर त्याला भेटण्यासाठी मिस लिंचने हवा तसा पोशाख केलेला नव्हता. पॅरिसला असताना त्याला तोंडी परीक्षेला सामोरं जावं लागलं होतं, त्यानंतर त्याने एवढा ताण कधी अनुभवला नव्हता. पातळ रेशमी स्लिप घालून ती कॅनव्हासच्या पलंगावर आडवी झाली, तिचं सौंदर्य असीम होतं. तिचं सगळं काही मोठं आणि उत्कट होतं : तिच्या जलपरीसारख्या मांड्या, सावळी त्वचा, थक्क करणारी वक्षस्थळं, तिच्या नाजूक हिरड्यांमधले सुंदर दात, तिच्या संपूर्ण शरीरातून निरोगीपणाची ऊर्जा उत्सर्जित होत होती आणि तोच मानवी वास फर्मिना डासाला तिच्या नवऱ्याच्या कपड्यांना आला होता. ती दवाखान्यात जाण्यामागचं कारण होतं, ज्याला ती उत्फुल्लपणे म्हणायची : आतडी पिळवटणं आणि या लक्षणांकडे दुर्लक्ष करणं योग्य नव्हतं, असं डॉ. उर्बिनोला वाटलं, त्यामुळे त्याने तिच्या अंतर्गत

अवयवयांची तपासणी करण्यासाठी तिला काळजीपूर्वकपेक्षा, हेतूपूर्वक स्पर्श केला आणि जेव्हा त्याने तसं केलं तेव्हा त्याला चकित व्हायला झालं. कारण त्याच्या पुढ्यातला तो मानवप्राणी वरून जितका सुंदर होता, तितका आतूनही होता, आणि मग तो तिला स्पर्श करण्यातला आनंद घेऊ लागला, तो आता कॅरिबियन समुद्रकिनाऱ्यावरील प्रदेशातला सर्वोत्तम फिजिशयन राहिला नव्हता, तर त्याच्या मूलभूत प्रेरणांमुळे त्रासलेला, त्यात वाहून गेलेला बिचारा माणूस झाला होता. व्यावसायिक तत्त्वं कठोरतेने पाळणाऱ्या त्याच्या बाबतीत याआधी एकदाच असं घडलं होतं आणि तो त्याच्या आयुष्यातला सर्वांत लाजिरवाणा दिवस होता. कारण रागावलेल्या रुग्णाने त्याचा हात बाजूला केला होता आणि ती उठून बसली होती. त्याला म्हणाली, ''तुम्हाला हवं ते घडेलही कदाचित; परंतु अशा प्रकारे नव्हे.'' मात्र मिस लिंचने स्वतःला त्याच्या हातात सोपवलं आणि जेव्हा तो डॉक्टर त्याच्या शास्त्राबाबत विचार करत नसल्याचं तिला स्पष्टपणे कळलं, तेव्हा ती म्हणाली, ''तुमच्या व्यावसायिक नीतिमत्तेत याला परवानगी नसावी, नाही का?''

जणू तो कपडे घालून तळ्यात बुडी मारून आलेला असल्यागत घामाने चिंब झाला होता. त्याने त्याचे हात आणि चेहरा रुमालाने पुसले.

''आमच्या व्यावसायिक नीतिमत्तेच्या संकेतानुसार,'' तो म्हणाला, ''आम्ही डॉक्टर लोक लाकडाचे ओंडके असतो.''

''मला असं वाटण्यामागे तुम्ही करू शकत नाही असा अर्थ अभिप्रेत नव्हता,'' ती म्हणाली. ''विचार करा की, एका बिचाऱ्या काळ्या बाईकडे इतक्या प्रतिष्ठित, प्रसिद्ध पुरुषाचं लक्ष गेलं याचा अर्थ काय असावा.''

''प्रत्येक क्षण मी केवळ तुझा विचार करतो आहे,'' तो म्हणाला.

थरकापलेल्या आवाजातला तो कबुलीजबाब दयनीय वाटला असता; परंतु तिने त्याला धोक्यापासून हसत वाचवलं, ज्यामुळे तिची निजायची खोली उजळली.

''डॉक्टर, तुम्हाला मी दवाखान्यात पाहिलं तेव्हापासून मला माहीत होतं,'' ती म्हणाली. ''मी काळी आहे; पण मूर्ख नव्हे.''

हे प्रकरण वाटतं तेवढं सोपं नव्हतं. मिस लिंचला स्वतःची प्रतिष्ठा सुरक्षित ठेवायची होती. तिला सुरक्षितता आणि प्रेमही हवं होतं आणि या अग्रक्रमाने तिला या गोष्टी हव्या होत्या. त्यासाठी ती पात्र आहे, असं तिला वाटायचं. तिने डॉ. उर्बिनोला तिला चेतवू द्यायची संधी दिली; परंतु तिच्या आतल्या गाभ्यात शिरायची परवानगी दिली नाही, जेव्हा ती घरी एकटी होती तेव्हाही. नीतिमत्तेचे संकेत मोडून त्याच्या इच्छेनुसार, तिचे कपडे न काढता तो तिला हात लावू शकत होता किंवा तपासणी करू शकत होता; परंतु त्यापुढे ती जाऊ देणार नव्हती. त्याच्या बाजूने, तो गळाला लागलेला मासा होता, जो त्यात अडकला होता, त्यामुळे त्याने छोटेमोठे हल्ले रोज सुरू ठेवले. व्यावहारिक कारणांमुळे, मिस लिंचबरोबरचे संबंध चालू ठेवणं अशक्य

होतं; परंतु त्याच्या मनाचा कमकुवतपणा ते थांबवू शकत नव्हता. तो आणखी पुढे जाण्यासाठीही कमकुवत ठरत होता. ही त्याची मर्यादा होती.

रेव्हरंड लिंचचं दैनंदिन काम ठरलेलं नव्हतं. तो अचानक एका क्षणी बायबल आणि पत्रकं घेऊन खेचरावरून निघत असे आणि अचानक, अपेक्षित नसताना तो घरी येत असे. आणखी एक अडचण होती, ती रस्त्यासमोरच्या शाळेची. कारण शाळेतली मुलं खिडकीतून बाहेर पाहत धडे म्हणायची आणि त्यांना रस्त्यापलीकडच्या घरातलं सगळं काही स्पष्टपणे दिसत असे : सकाळी सहा वाजल्यापासून सताड उघड्या दारांमधून आणि खिडक्यांमधून. त्यांना मिस लिंच पक्ष्याचा पिंजरा टांगताना दिसायची, जेणेकरून त्यांचं पाठांतर पक्ष्याला ऐकू जाऊन तो ते अवगत करू शकेल, त्यांना ती भडक रंगाचे फेटे घालताना दिसायची आणि ती घरची कामं करायला बाहेर पडायची, तेव्हा त्यांच्यासोबत तिच्या अप्रतिम कॅरिबियन आवाजात धडे म्हणायची आणि त्यानंतर ते तिला पडवीत बसलेलं पाहायचे, तेव्हा ती इंग्रजीमध्ये बायबलमधली स्तोत्र म्हणत असायची.

त्यामुळे त्यांना मुलं नसतील असा वेळ निवडावा लागायचा आणि त्याच्या शक्यता दोनच होत्या : दुपारच्या जेवणाची सुट्टी. त्या वेळेला डॉक्टरलाही जेवायला घरी जावं लागायचं किंवा उशिरा दुपारी, जेव्हा मुलं घरी गेलेली असायची तेव्हा. ती सगळ्यात चांगली वेळ असायची, जरी तोपर्यंत डॉक्टरने त्याच्या रुग्णांकडच्या फेऱ्या पूर्ण केलेल्या असायच्या आणि त्याच्या कुटुंबाबरोबर जेवायला जाण्याआधी, त्याच्याकडे फारच थोडी मिनिटं उरलेली असायची. आणखी एक तिसरी अडचण होती, जी त्याच्यासाठी सर्वांत गंभीर होती. त्याची स्वतःची स्थिती. तिथे घोडागाडीशिवाय जाणं त्याला अशक्य होतं आणि त्याची गाडी ओळखीची होती. ती तिच्या घराबाहेर थांबून राहिलेली असे. तो सोशल क्लबमधल्या मित्रांप्रमाणे त्याच्या या कृत्यात गाडीचालकाला साथीदार करून घेऊ शकला असता; परंतु तसा त्याचा स्वभाव नव्हता. खरंतर, त्याच्या मिस लिंचकडच्या भेटी जरा जास्तच उघडपणे होऊ लागल्या, तेव्हा त्याच्या जिगरबाज गाडीचालकाने स्वतःहून हे सांगण्याची हिंमत दाखवली की, त्याने जरा वेळाने परत आलेलं जास्त चांगलं म्हणजे घोडागाडी तिच्या घराबाहेर जास्त काळ उभी राहिली असल्याचं कुणाला समजणार नाही. डॉ. उर्बिनोने तत्काळ धारदार शब्दांत त्याला रोखलं, जे त्याच्या स्वभावात बसणारं नव्हतं.

''तुला ओळखतो आहे तेव्हापासून प्रथमच, तू जे बोलायला नको ते बोलतो आहेस,'' तो म्हणाला. ''ठीक आहे. हे तू बोललाच नाहीस असं मी गृहीत धरतो.''

यावर काहीही उपाय नव्हता. त्या शहरात, जेव्हा डॉक्टरची घोडागाडी दारापाशी उभी असलेली असे, तेव्हा आजार लपवणं कठीण होत असे. कधी कधी, जर अंतर जास्त नसेल तर डॉक्टर भलतेसलते किंवा घाईत केलेले अंदाज

टाळण्यासाठी स्वतः चालत जायचा किंवा सरळ भाड्याच्या गाडीतून जायचा. काही झालं तरी, सत्य लपवणं हे तेवढं सोपं काम नव्हतं. औषधालयामध्ये दिलेल्या डॉक्टरांच्या औषधांच्या चिठ्ठ्यांमुळे सत्य उघड व्हायचं, डॉ. उर्बिनो नेहमी खऱ्या औषधांबरोबर नकली औषधांची चिठ्ठी द्यायचा, त्यामुळे आजार उघड व्हायचा नाही आणि आजारी माणसाचा शांतपणे मरण्याचा पवित्र अधिकार अबाधित राहायचा. अशाच प्रकारे, मिस लिंचच्या घराबाहेर त्याची घोडागाडी असण्यामागची वेगवेगळी खरी कारणं तो दाखवत होता; परंतु जरी त्याला त्याची गाडी आयुष्यभरासाठी तिथे उभी करायची इच्छा असली तरी तो ती तिथे फार काळ उभी करू शकत नव्हता.

जग त्याच्यासाठी नरकासमान झालं. प्रारंभिक वेडेपणा निवल्यावर, दोघांनाही त्यामध्ये धोका असल्याचं समजलं आणि डॉ. हुवेनाल उर्बिनोला हे प्रकरण सर्वश्रृत होईल या भीतीला तोंड देणं शक्य नव्हतं. उत्कटतेच्या भरात त्याने सगळ्या गोष्टींची वचनं दिली खरी; परंतु तो भर ओसरल्यावर सगळं काही मागे राहिलं. दुसरीकडे, तिच्याबरोबर राहण्याची त्याची इच्छा जसजशी वाढत गेली, तशी तिला गमावण्याची भीतीही वाढत गेली, त्यामुळे त्यांच्या भेटी अधिकाधिक घाईघाईत होऊ लागल्या, त्यांत अडचणी निर्माण होऊ लागल्या. तो इतर कशाचाही विचार करू शकत नव्हता. विरहभावना असह्य होऊन तो दुपार व्हायची वाट पाहत असे, तो त्याच्या इतर बांधिलक्या, भेटी विसरून जात असे, ती वगळता सगळं काही विसरून जात असे; परंतु जेव्हा त्याची घोडागाडी माला क्रियांझाच्या खारफुटी भागात जात असे, तेव्हा तो देवाकडे प्रार्थना करत असे की, देवा कोणत्यातरी अदृश्य अडचणीमुळे त्याची गाडी मागे फिरू दे. तो एवढ्या तगमगीने तिच्याकडे पोहोचत असे की, कधी कधी कोपऱ्यावर गाडी वळल्यावर, त्याला रेव्हरंड लिंचचं लोकरीसारखं डोकं पाहून आनंद वाटे. तो गच्चीवर बसून वाचत बसलेला असे आणि त्याची मुलगी शेजारच्या मुलांचे गट करून त्यांना पुराणातल्या कथा वाचून दाखवत असे. मग तो शांतपणे सुटकेचा निःश्वास टाकून घरी जात असे. कारण, त्याने पुन्हा नियतीची आज्ञा अव्हेरलेली नसे; परंतु नंतर तिला भेटण्याच्या इच्छेखातर वेडापिसा होऊन दुसऱ्या दिवशीचे पाच वाजायची वाट पाहत बसे.

त्याची घोडागाडी तिच्या दारापाशी उभी राहिली की, नजरेत भरणारी असल्यामुळे त्यांना प्रेमसंग करणं शक्य नसे आणि तीन महिन्यानंतर ते विचारशून्यतेच्या पातळीवर आलं होतं. काहीही बोलण्यासाठी वेळच नसल्याने, मिस लिंच तिच्या तळमळलेल्या प्रेमिकाला दारातून येताना पाहिल्या पाहिल्या निजायच्या खोलीत जायची. जेव्हा तो येणं अपेक्षित असे, तेव्हा ती संपूर्ण स्कर्ट घालत असे – जमैकाचे लालभडक फुलाफुलांची नक्षी असलेला स्कर्ट – परंतु त्याच्या आत अंतर्वस्त्र घालत नसे, काहीच नसे, त्यामुळे त्याची गैरसोय न होता, त्याच्या भीतीचा निचरा होण्यास मदतच होईल असं तिला वाटायचं; परंतु त्याला आनंदी ठेवण्यासाठी तिने केलेल्या

सगळ्या गोष्टींवर तो पाणी फिरवून टाकायचा. धापा टाकणारा, घामाने डबडबलेला तो तिच्यामागे निजायच्या खोलीत घाईघाईत जात असे, त्याची काठी, वैद्यकीय बॅग, पनामा हॅट असं सगळं काही जमिनीवर भिरकावून देत असे आणि त्याच्या ट्राउझर्स गुघड्यापर्यंत खाली ओढून, मध्ये येऊ नयेत म्हणून जाकिटाचं बटण लावून, वेस्टमधलं सोनेरी घड्याळ तसंच ठेवून, बूट घालून - प्रत्येक कपडा तसाच ठेवून भीतीने गठाळून गेलेला प्रेमसंग करत असे. कारण, सुखाचा परमावधी गाठण्यापेक्षा त्याला तिथून लवकरात लवकर कसं निघता येईल, याचीच जास्त चिंता असे. ती एकटेपणाच्या भोगद्याच्या दारापाशी कशीबशी लटकल्यासारखी राहत असे, तेव्हा त्याने बटणं लावायला सुरुवातही केलेली असे, तो एवढा गलितगात्र झालेला असे जणू त्याने जीवनमरणाच्या सीमारेषेवर अखेरचा संग केलेला असावा. प्रत्यक्षात मात्र तो केवळ शारीरिक कृती करत होता, जो प्रेमाचा एक लहानसा भाग होता. तो त्याचं काम वेळेत संपवायचा : दैनंदिन रुग्णभेटीमध्ये इंजेक्शन द्यायला जितका वेळ लागतो तितकाच. मग तो त्याच्या कमकुवतपणावर लज्जित होऊन, मरणाची याचना करत, स्वतःला कोसत घरी परतायचा. त्याच्याकडे एवढी हिंमत नव्हती, तो फर्मिना डासाला सांगेल की, त्याच्या ट्राउझर्स खाली ओढून ढुंगणावर तापलेल्या सळयांचे चटके दे.

तो नीट जेवत नसे, तो प्रार्थनाही मनापासून म्हणत नसे, त्याची बायको त्याच्या शेजारी घुटमळत, झोपण्याआधी सगळं काही व्यवस्थित लावून ठेवत असताना, तो पलंगावर झोपून वाचन करत असल्याचं नाटक करत असे. पुस्तकात डोकं खुपसून बसलेला असताना, तो टाळता न येणाऱ्या मिस लिंचच्या खारफुटी प्रदेशात बुडून जात असे, तिच्या जंगलातल्या मोकळ्या प्रदेशात निजत असे, त्याच्या मरणशय्येवर आणि मग तो दुसऱ्या दिवशी पाच वाजताच्या पाच मिनिटांच्या भेटीव्यतिरिक्त इतर कशाचाही विचार करू शकत नसे - त्याच्यासाठी पलंगावर थांबलेल्या तिचा, जमैकाहून आणलेल्या वेड्याबाईच्या स्कर्ट खाली लपलेल्या झुडपाच्या गडद टेकडीचा. हे त्याचं दुष्टचक्र सुरू राही.

गेल्या काही वर्षांपासून त्याला स्वतःच्याच शरीराचं ओझं होत असल्याचं लक्षात आलं होतं. त्याने लक्षणं ओळखली. त्याने ती पाठ्यपुस्तकात वाचलेली होती. त्याने प्रत्यक्ष आयुष्यात अशी लक्षणं रुग्णांमध्ये पाहिली होती. काही म्हाताऱ्या रुग्णांना गंभीर दुखापतींचा पूर्वेतिहास नसूनही, अचानक त्यांना तंतोतंत अशीच लक्षणं जाणवू लागलेली असायची. या लक्षणाचं वर्णन थेट वैद्यकीय पाठ्यपुस्तकातलं असल्यासारखं वाटायचं आणि तरीही ते कल्पित आहेत की काय असंही भासायचं. ला साल्पेत्रिए इथल्या लहान मुलांच्या औषधांचे त्याचे प्रोफेसर लहान मुलांचं वैद्यकशास्त्र ही खरोखरच प्रामाणिक विशिष्ट अशी शाखा आहे असं म्हणायचे, कारण मुलं खरोखरीच आजारी असतात, तेव्हाच ती आजारी पडतात

आणि ती रोजचे शब्द वापरून डॉक्टरांशी संवाद साधू शकत नसले तरी ती खरोखर होत असलेल्या आजाराची ठोस लक्षणं सांगतात असं ते म्हणायचे. असं असलं तरी ठरावीक वयानंतर, प्रौढांमध्ये लक्षणांशिवाय आजार किंवा त्यापेक्षा आणखी वाईट म्हणजे किरकोळ लक्षणांसह गंभीर आजार दिसून यायचे. तो त्यांचं लक्ष वेदनाशमन करून वळवत असे, त्यांना वेदना जाणवू न देण्याचं शिकण्यासाठी पुरेसा वेळ देत असे, ज्यामुळे वृद्धत्वाच्या ढिगाऱ्यात ते जगू शकतील. डॉ. हुवेनाल उर्बिनोला असं कधीही वाटलं नव्हतं की, त्याच्या वयाच्या फिजिशियनला – ज्याला आपण सारं काही पाहिलं आहे असं वाटायचं – अस्वस्थ करणाऱ्या या वाटण्यावर कधी मात करता येणार नाही, ते म्हणजे तो आजारी नसताना खरंतर तो तसा होता हे वाटणं किंवा त्याहून वाईट म्हणजे वैज्ञानिक पूर्वग्रह घेऊन तो आजारी नसण्यावर विश्वास ठेवणं, जरी तो कदाचित खरोखरच तसा असू शकत होता तरी. वयाच्या चाळिसाव्या वर्षी, गांभीर्याने आणि विनोदाने तो आपल्या वर्गात असं म्हणाला होता, ''आयुष्यात मला जर का काही हवं असेल, तर ते म्हणजे अशी कुणीतरी व्यक्ती जी मला समजून घेईल.'' परंतु जेव्हा तो मिस लिंचच्या भूलभुलैयामध्ये हरवून गेला होता, तेव्हा तो अजिबातच विनोद करत नव्हता.

त्याच्यापेक्षा म्हाताऱ्या असलेल्या रुग्णांमध्ये दिसणारी सगळी खरी किंवा काल्पनिक लक्षणं त्याला त्याच्या शरीरातही दिसू लागली होती. त्याला त्याच्या यकृताचा आकार एवढ्या स्पष्टपणे जाणवला की, तो स्पर्श न करता त्याचा आकार सांगू शकत होता. त्याच्या मूत्रपिंडातून येणारा आवाज तो अनुभवत होता, त्याला रक्तवाहिन्यांमधून वाहत असलेली रक्ताची गुणगुण ऐकू येत होती. कधी कधी तो जीव गुदमरल्यागत पहाटे उठत असे, जणू तो पाण्यातून बाहेर काढलेला मासा असे. त्याच्या हृदयात काहीतरी आहे. त्याला वाटे की, काही क्षण त्याचे ठोके पडणं बंद झालेलं असावं, त्याला शाळेतल्या वादनाप्रमाणे हृदयाचे ठोके पडलेले वाटायचे, एकदा, दोनदा आणि मग पुढे. मग जेव्हा त्यातून बरं वाटायचं, तेव्हा देव भला आहे असं त्याला वाटायचं; परंतु रुग्णांचं लक्ष वळवण्यासाठी तो जी औषधं देत असे, ती घेण्याऐवजी, तो भीतीने वेडापिसा झाला. खरं होतं ते : वयाच्या ५८व्या वर्षी, आयुष्यात त्याला जे हवं होतं, ते म्हणजे समजून घेणरी कोणीतरी व्यक्ती. त्यामुळे तो फर्मिना डासाकडे वळला, जिने त्याच्यावर सर्वांत जास्त प्रेम केलं होतं आणि जिच्यावर त्याने सर्वांत जास्त प्रेम केलं होतं आणि जिच्याशी त्याने आपलं मन नुकतंच मोकळं केलं होतं.

आणि हे सगळं घडलं, जेव्हा तो दुपारी वाचन करताना तिने त्याला मध्येच थांबवून तिच्याकडे पाहायला सांगितलं तेव्हा आणि त्याला आपलं दुष्टचक्र उघडकीस आलेलं असल्याचा पहिला सुगावा लागला; परंतु हे कसं घडलं असावं ते त्याला समजलं नव्हतं. कारण, केवळ वासावरून फर्मिना डासाला सत्य

समजलं असावं, हे त्याला तितकं पटत नव्हतं. असंही, गुपितं राखण्याबाबत त्या शहराचं नाव पूर्वीपासून फार काही चांगलं नव्हतंच. पहिल्यांदा घरांमध्ये टेलिफोन आल्यानंतर, स्थिर आणि सुखी वाटलेल्या कितीतरी लग्नांचा काडीमोड झाला होता. कारण असायचं, कुण्या अनामिकाचा फोन. परिणामी, घाबरलेल्या कितीतरी कुटुंबांनी एकतर असलेली फोनसेवा खंडित केली किंवा कितीतरी वर्षं टेलिफोनला नकार दिला होता. डॉ. उर्बिनोला माहीत होतं की, कुण्या अनामिकाच्या फोनवर त्याची बायको विश्वास ठेवणार नाही. तेवढा आत्मसन्मान तिच्याठायी होता आणि त्याच्या नावे कोणी तसं काही करेल अशी कल्पनाही तो करू शकत नव्हता; परंतु त्याला जुन्या काळातल्या एका पद्धतीची भीती वाटली : कुण्या अनामिकाने चिठ्ठी दाराखालून सरकवल्यास ती परिणामकारक ठरू शकायची, कारण त्यामुळे पाठवणारा आणि घेणारा दोघांचीही नावं गुलदस्त्यात राहायची. शिवाय वर्षानुवर्षं ही परंपरा चालू असल्याने त्याचा दैवी इच्छेशी संबंध जोडणं शक्य असायचं.

मत्सर त्याच्या घराला माहीत नव्हता : वैवाहिक आयुष्यात असलेल्या तीस वर्षांपेक्षा जास्त काळाच्या स्थैर्यात, डॉ. उर्बिनो बऱ्याचदा लोकांमध्ये बढाई मारायचा – तोवर ते सत्यदेखील होतं – की, तो त्या स्वीडिश काडीपेटीसारखा आहे, ज्याच्या काड्या पेटण्यासाठी तीच काडीपेटी लागते; परंतु त्याच्या बायकोसारखी मानी, प्रतिष्ठित आणि सामर्थ्यवान बाई सिद्ध झालेल्या व्यभिचारावर काय प्रतिक्रिया देईल, हे त्याला ठाऊक नव्हतं, त्यामुळे तिने विचारणा केल्यावर, तिच्या नजरेला नजर देताच, तो त्याला वाटलेली लाज, अपराधगंड लपवण्यासाठी त्याचे डोळे खाली झुकवण्याव्यतिरिक्त आणि तो अल्का बेटांवरच्या खळाळत्या नद्यांमध्ये हरवून गेला आहे, असं नाटक करण्यावाचून बाकी काहीही करू शकला नाही. कारण, तोवर त्याला इतर काही सुचू शकलं नव्हतं. तिच्या बाजूने फर्मिना डासाही अधिक काही बोलली नाही. मोजे रफू करणं संपवल्यावर, तिने ते सगळं काही कसंतरी बास्केटमध्ये टाकून दिलं, स्वयंपाकघरातल्या नोकरचाकरांना संध्याकाळच्या जेवणाच्या आज्ञा दिल्या आणि निजायच्या खोलीत गेली.

मग तो दुपारी पाच वाजता मिस लिंचच्या घरी न जाण्याच्या प्रशंसनीय निश्चयापर्यंत येऊन पोहोचला. कायमस्वरूपी प्रेम करण्याच्या आणाभाका, तिच्यासाठी गुप्त घर घेण्याचं स्वप्न जिथे तो तिला एकटीला कोणत्याही व्यत्ययाविना भेटू शकेल, ते जगेपर्यंत निगुतीने मिळवायचा आनंद – प्रेमाच्या ऐन ज्वरात जी काही वचनं दिलेली होती, ती त्याने कायमची रद्दबातल करून टाकली. मिस लिंचला त्याच्यातर्फे शेवटची भेटवस्तू देण्यात आली, ती होती एका लहानशा औषधाच्या खोक्यात पाचूने मढवलेला मुकुट. गाडीचालकाला वाटलं की, ती कोणत्याही संदेशाविना, टिप्पणीविना, काहीही न लिहिता तातडीने द्यायची औषधाची चिठ्ठी आहे. डॉ. उर्बिनोने तिला त्यानंतर पुन्हा कधीही पाहिलं नाही, चुकूनदेखील नाही

आणि त्याच्या या शूरत्वामुळे त्याला किती वेदना झाल्या किंवा या खासगी अरिष्टातून तगून जाण्यासाठी त्याने दार बंद करून प्रसाधनगृहात किती कडवट अश्रू प्याले हे केवळ देवालाच माहीत. पाच वाजता तिला भेटायला जाण्याऐवजी, त्याने त्याच्या पाद्र्याकडे कबुलीजबाब द्यायची कृती केली आणि त्यानंतरच्या रविवारी तो कम्युनियनला गेला, त्याचा हृदयभंग झाला असला, तरी आता आत्मा शांत झाला होता.

त्याच्या परित्यागानंतरच्या त्या रात्री, जेव्हा तो झोपण्यासाठी कपडे काढत होता, तेव्हा तो फर्मिना डासाला त्याला झालेल्या निद्रानाशाबद्दल, त्याला अचानक होणाऱ्या वेदनांबद्दल, दुपारी रडावंसं वाटण्याबद्दल सांगत होता. ती सगळी गुप्त प्रेमाची संकेतबद्ध केलेली लक्षणं होती. ती तो जणू काही वृद्धत्वाच्या दिशेने जात असताना येणारं बिचारेपण म्हणून सांगत होता. त्याला कोणाकडे तरी मन मोकळं करणं भाग होतं नाहीतर तो मेला असता किंवा सत्य तरी सांगणं गरजेचं होतं. त्यामुळे त्याला प्राप्त होणारी सुटकेची भावना घरगुती प्रेमाच्या रिवाजांनी पवित्र करून घेता आली. तिने त्याचं बोलणं लक्षपूर्वक ऐकलं; परंतु त्याच्याकडे न पाहता, त्याचा प्रत्येक कपडा उचलून त्याबद्दल काही न बोलता, अशा कोणत्याही हावभावाशिवाय किंवा हावभाव न बदलता त्यांचा वास घेतला, ज्यामुळे कदाचित तिचा रोष जाणवेल. मग तिने ते कपडे गुंडाळून खराब झालेल्या कपड्यांच्या बास्केटमध्ये टाकले. तिला तो वास आला नाही; परंतु सगळं काही तसंच होतं: आशेवर जग जगते जे म्हणतात ते खरंच. तो निजायच्या खोलीतल्या वेदीसमोर खाली झुकून प्रार्थना म्हणण्याआधी, त्याने सगळे क्लेश एका उद्‌गारात संपवले, जणू काही तो गंभीरपणे रडत होता, ''मला वाटतं मी मरायला टेकलो आहे.''

तिने पापणीदेखील न हलवता त्याला उत्तर दिलं, ''फारच चांगलं,'' ती म्हणाली. ''म्हणजे मग आपल्या दोघांनाही जराशी तरी शांतता लाभू शकेल.''

काही वर्षांपूर्वी, एका धोकादायक आजाराच्या अरिष्टात, त्याने त्याच्या मृत्यूची शक्यता बोलून दाखवली होती आणि तेव्हाही तिने असंच क्रूर उत्तर दिलं होतं. डॉ. उर्बिनोने त्याचा अर्थ बायकांच्या नैसर्गिक पाषाणहृदयी असण्याशी लावला होता, ज्यामुळे जगाचं रहाटगाडगं चालूच राहतं. कारण, तिची भीती लपवण्यासाठी ती नेहमी रागाची भिंत उभी करते हे तेव्हा त्याला माहीत नव्हतं आणि इथे तर ही भीती सगळ्यात भयंकर होती, त्याला गमावण्याची भीती.

परंतु त्या रात्री तो मरावा अशी इच्छा तिने मनापासून व्यक्त केली आणि या निश्चितपणामुळे तो घाबरला. मग त्याला रात्रीच्या अंधारात तिच्या हुंदक्यांचा मंद आवाज आला, कारण त्याला ऐकू जाऊ नये म्हणून तिने उशी चेहऱ्यावर धरली होती. तो गोंधळून गेला, कारण त्याला माहीत होतं की, ती शारीरिक किंवा मानसिक वेदना झाल्याशिवाय एवढ्या सहजी रडणाऱ्यांतली नव्हती. ती केवळ राग

आल्यावर रडायची, नाहीतर तिच्या भीतीचं मूळ कारण अपराधगंड असेल, तरच रडायची आणि मग ती जितकी जास्त रडायची, तितकी जास्त संतापायची. कारण, ती स्वतःला तिच्या रडण्याचा कमकुवतपणाबद्दल कधीही माफ करू शकायची नाही. त्याने तिचं सांत्वन करण्याची हिंमत केली नाही. त्याला माहीत होतं की, तसं करणं म्हणजे वाघाच्या जबड्यात हात घालण्यासारखं होऊ शकलं असतं आणि त्याला हेही सांगण्याचं धाडस झालं नाही की, तिच्या रडण्यामागचं मूळ कारण त्याने त्या दुपारी गायब केलं होतं, त्याने ते मुळापासून उखडून काढलं होतं, कायमचं, त्याच्या स्मृतीमधूनदेखील.

काही मिनिटांसाठी त्याला दमून गेल्यासारखं झालं. जेव्हा त्याला जाग आली, तेव्हा तिने पलंगाशेजारचा मंद दिवा लावला होता आणि ती डोळे सताड उघडे ठेवून आडवी पडली होती; परंतु ती रडत नव्हती. तो झोपलेला असताना नक्कीच तिला काहीतरी झालं होतं : तिच्या मनाच्या तळाशी इतक्या वर्षांपासून साचून राहिलेला तिच्या आयुष्याचा साकव मत्सराच्या त्रासाने ढवळला गेला होता आणि पृष्ठभागावर आला होता आणि एकाएकी त्याने तिला म्हातारपण बहाल केलं होतं. अचानक पडलेल्या सुरकुत्या, तिचे विरलेले ओठ, केसांमधल्या चंदेरी खुणा यांमुळे त्याला धक्का बसला होता, त्याने तिला तू झोपायला हवंस असं सांगण्याचा धोका पत्करला, तेव्हा दोन वाजून गेले होते. ती त्याच्याकडे न पाहता; परंतु तिच्या स्वरात रागाचा लवलेशही येऊ देता, हळुवारपणे म्हणाली, ''ती कोण आहे हे जाणून घेणं हा माझा हक्क आहे.''

आणि मग त्याने तिला सगळं काही सांगितलं, जणू काही तो आपल्या खांद्यावरून भलमोठं ओझं उतरवत असावा असं त्याला वाटलं. कारण तिला आधीपासून सारं काही माहीत होतं, हे त्याला खात्रीने पटलं होतं. तिला फक्त तपशिलांची खात्री करून घ्यायची होती; परंतु अर्थातच तिला काही माहीत नव्हतं, त्यामुळे जेव्हा तो बोलू लागला तेव्हा ती पुन्हा रडू लागली; परंतु आता ती मगासारखी हळूहळू हुंदके देत नव्हती, तर तिच्या डोळ्यांमधून घळाघळा खारट अश्रू वाहू लागले होते. ते तिच्या गालांवरून ओघळून तिचा रात्रीचा पोशाख जाळत होते आणि तिच्या आयुष्याला आग लावत होते, कारण तिला त्याच्याकडून त्याने खऱ्या पुरुषासारखं वागावं हे अपेक्षित होतं; परंतु त्याने तसं अजिबात केलं नव्हतं : सगळ्याला थेट नकार देणं आणि शपथेवर सगळं काही खोटं आहे असं सांगणं, खोट्या आरोपांमुळे आपण रागावलो आहोत असं ठणकावणं आणि सडक्या समाजाला शिव्याशाप देणं, जो एका प्रतिष्ठित पुरुषाच्या चारित्र्याला गालबोट लावायला पुढे-मागे पाहत नाही आणि व्यभिचाराचे ढळढळीत पुरावे सापडलेले असतानाही आपण त्या गावचे नाहीच असं सतत सांगत राहणं. मग त्याने जेव्हा तिला सांगितलं की, तो त्याच्या पाद्र्याला दुपारी भेटला होता, तेव्हा रागाने तिचे डोळे खाक होऊन जातील असं तिला वाटलं.

ॲकॅडमीत जायला लागल्यानंतर, चर्चसाठी काम करणाऱ्या स्त्री-पुरुषांमध्ये देवाने प्रेरित झालेला असा एकदी सद्गुण नसतो, असं तिचं ठाम मत झालं होतं. त्यांच्या घरातल्या सुरेल संगीतात हा सूर बेसूर लागला होता, ज्याकडे त्यांनी कोणतीही दुर्घटना घडू न देता दुर्लक्ष केलं; परंतु तिच्या नवऱ्याने त्याच्या पाद्र्याला त्यांची अत्यंत खासगी बाब सांगणं, हे तिला सहन करण्यापलीकडचं होतं. कारण, ती बाब केवळ त्याची नव्हती, तर तिचीदेखील होती.

''तुम्ही बहुतेक बाजारातल्या गारुड्यालाही सांगितलं असतं तरी चाललं असतं,'' ती म्हणाली.

तिच्यासाठी तो सगळ्याचा अंत होता. तिच्या नवऱ्याची पश्चात्तापाची शिक्षा संपण्याआधी तिची प्रतिष्ठा हा गावगप्पांचा विषय झालेला असणार, याची तिला खात्री होती, त्यामुळे त्याच्या व्यभिचारामुळे लाज, राग आणि अन्याय या भावनांपेक्षा कितीतरी पट असह्य असमानास्पद भाव तिच्या मनात निर्माण झाले होते आणि त्यातही आणखी वाईट म्हणजे तो व्यभिचार एका काळ्या बाईबरोबरचा होता. त्याने तिला सुधारलं, ''मूलाट्टा.'' परंतु तोवर अचूकतेला फार काही अर्थ राहिला नव्हता. तिने विषय संपवला होता.

''तेवढंच घृणास्पद,'' ती म्हणाली, ''आणि आत्ता मला समजलं : तो वास काळ्या बाईचा होता.''

हे घडलं तेव्हा सोमवार होता. शुक्रवारी संध्याकाळी सात वाजता, फर्मिना डासा सान जुआन दे ला सिएनागाला जाणाऱ्या नेहमीच्या जहाजात एक ट्रंक, आणि तिच्या 'गॉडडॉटर'ला सोबत घेऊन चढली. तिला तिच्या नवऱ्याला कोणी प्रश्न विचारू नयेत म्हणून तिने तिचा चेहरा झिरझिरीत काळ्या मॅन्टिलाने झाकला होता. सोमवार नंतरच्या तीन दिवसीय, दमवणाऱ्या चर्चेत त्या उभयंतांनी ठरवलं की, डॉ. हुवेनाल उर्बिनो तिला सोडायला गोदीवर जाणार नाही. त्या चर्चेत त्यांनी असंही ठरवलं की, फर्मिना डासा तिच्या अंतिम निर्णयापर्यंत येईस्तोवर ती तिच्या बहिणीकडे, हिल्डेब्रांडाकडे फ्लोर दे मारिया मधल्या रँचवर तिला वाटेल तितका काळ राहील. कारणं माहिती नसली, तरी मुलांना हा प्रवास नेहमीसारखा नसल्याचं आणि तिची भेट बऱ्याच कालावधीने होणार असल्याचंही माहीत होतं. डॉ. उर्बिनोने सगळं नियोजन अशा प्रकारे केलं की, त्याच्या वर्तुळातल्या संशयी आत्म्यांना नसत्या शंका घ्यायला जागा राहणार नाही आणि त्याने ते खरंच तितक्या चांगल्या पद्धतीने केल्यामुळेच फ्लोरेंतिनो अरिसाला फर्मिना डासाच्या गायब होण्याचा कोणताही सुगावा सापडू शकला नाही. कारण, त्याच्याकडे तपास करण्यासाठी साधनांची कमतरता होती म्हणून नव्हे, तर तो खरोखरीच कुठे नव्हताच. तिच्या नवऱ्याला निःशंकपणे माहीत होतं की, तिचा राग शांत झाल्या झाल्या ती घरी परतून येईल; परंतु तिचा राग कधीच शांत होणार नाही, असं निघताना तिला खात्रीने वाटत होतं.

असं असलं तरी, तिने तडकाफडकी घेतलेला हा निर्णय म्हणजे तिच्या रागाचं फलित नव्हता, तर तो आठवणींचं फलित होता. मधुचंद्रानंतर, दहा दिवसांचा समुद्र प्रवास असला तरी ती कितीतरी वेळा युरोपला गेली होती आणि तिला तो प्रवास सवयी होण्याइतपत कितीतरी वेळा केला होता. तिला जग माहीत होतं, तिला जगणं समजलेलं होतं आणि नव्या पद्धतीने विचार करणं समजलं होतं; परंतु उडत्या फुग्यातून केलेल्या प्रवासानंतर, ती पुन्हा कधीही सान हुआन दे ला सिएनागाला गेली नव्हती. उशिरा काम असेना; बहीण हिल्डेब्रांडाच्या परगण्यात जाण्यामागे तिच्या मनात पापविमोनच करण्याचा उद्देश होता. तिच्या वैवाहिक आयुष्यातल्या अरिष्टाला तिने दिलेली ती प्रतिक्रिया नव्हती : तो विचार त्याहीआधीचा होता, त्यामुळे दुःखी मनःस्थितीत असलेल्या तिच्या मनाचं पौगंडावस्थेतल्या स्थळांना भेट देण्याच्या नुसत्या विचाराने सांत्वन झालं.

जेव्हा ती तिच्या 'गॉडडॉटर'सोबत सान हुआन दे ला सिएनागाला पोहोचली, तेव्हा तिने तिच्या व्यक्तित्वातल्या राखीव ताकदीचा वापर केला आणि ओळखीच्या सगळ्या गोष्टी उलटसुलट झाल्या असल्या तरी शहर ओळखलं. शहराचे नागरी आणि सैनिकी अधिकारी तिचं स्वागत करण्यासाठी उपस्थित होता. त्यांनी तिला व्हिक्टोरियातून औपचारिकरीत्या फेरी मारण्यासाठी आमंत्रित केलं. तेव्हाच सान पेद्रो आलिआन्द्रिनोला जाणारी ट्रेनगाडी निघायच्या तयारीत होती. तिलाही तिथे जायचं होतं आणि लोक म्हणतात ते खरंच आहे का हे पाहायचं होतं. ते म्हणजे ज्या पलंगावर 'द लिबरेटर'ने[७] शेवटचे श्वास घेतले, तो पलंग म्हणे लहान मुलाचा होता. दुपारी दोन वाजता आलेल्या गुंगीत फर्मिना डासाने तिचं ते शहर पुन्हा एकदा पाहिलं. घाणेरडा द्रवाचा तरंग असलेल्या तलावाचे किनारे असावेत, तसे रस्ते भासत होते, तिने पोर्तुगीज मॅन्शन्स पाहिली, ज्याच्यावर प्रवेशद्वाराशी चिलखतं कोरलेली होती आणि खिडक्यांवर तांब्याच्या आडव्या पट्ट्या लावलेल्या होत्या. तिथे तिची नुकतीच लग्न झालेली आई श्रीमंत घरच्या मुलींना उदासवाण्या पियानोवादनाचे धडे द्यायची आणि त्याचा दयेविना पुन्हा पुन्हा सराव घेतला जायचा. तिने निर्मनुष्य चौक पाहिले. तिथे सोडियम नायट्रेटच्या दिव्यांसोबत एकही झाड उगवलेलं नव्हतं, तिने छतं असलेल्या घोडागाड्या ओळीत उभ्या असलेल्या पाहिल्या, ज्यांचे घोडे उभ्या उभ्या झोपले होते आणि सान पेद्रो आलिआन्द्रिनोला जाणारी पिवळी ट्रेन पाहिली आणि सर्वांत मोठ्या चर्चच्या कोपऱ्यापाशी तिने सर्वांत मोठं आणि सुंदर घर पाहिलं, ज्याच्या मार्गिकांवर हिरवट दगडांच्या कमानी होत्या आणि मठाची असतात तशी मोठी दारं होती आणि तिला आठवणं शक्य नव्हतं; परंतु बऱ्याच वर्षांनंतर जिथे अल्वारो जन्माला येणार होता, त्या घराची खिडकी तिने पाहिली. तिला एस्कोलास्तिका आत्याची आठवण झाली, तिचा तिने आकाशपाताळ एक करून शोध घेतला होता आणि तिचा विचार करताना तिला असं लक्षात आलं की, ती

स्वतःचा विचार करता करता फ्लोरेंतिनो अरिसाचा, त्याच्या साहित्यिक कपड्यांचा आणि लहानशा बागेतल्या बदामांच्या झाडाखालच्या कवितांच्या पुस्तकांचा विचार करत होती. तिला हे फार कमी वेळा आठवत असे, जेव्हा ती ॲकॅडमीतल्या वाईट दिवसांचा विचार करत असे. ती गोल गोल फिरत होती; परंतु तिला तिचं जुनं कौटुंबिक घर ओळखता येत नव्हतं. कारण, जिथे तिला ते आहे असं वाटत होतं, तिथे डुकरं राखण्याची लहानशी इमारत असल्याचं तिला कळलं आणि त्याच्या कोपऱ्यापाशी रस्त्यावर लागून वेश्यागृहं होती. तिथे कुणाकडून आलेलं एखादं पत्र त्यांना लगेच मिळावं म्हणून जगभरातल्या वेश्या दारापाशीच झोप काढायच्या. ते शहर आधीसारखं राहिलं नव्हतं.

जेव्हा त्यांची फेरी सुरू झाली, तेव्हा फर्मिना डासाने तिचा अर्धा चेहरा मॅन्टिलाने झाकून घेतला. तिला त्या ठिकाणी कुणी ओळखेल या भीतीने नव्हे, तर रेल्वे स्थानकापासून दफनभूमीपर्यंतच्या पट्ट्यात तिला उन्हाने फुगलेली प्रेतं पडलेली दिसली म्हणून. शहराचा नागरी आणि सैनिकी अधिकारी तिला म्हणाला, "कॉलरा." तिला माहीत होतं, कारण तिने फुगलेल्या मृतदेहांच्या तोंडातून येणारा पांढरं रसायन पाहिलं होतं; परंतु तिच्या लक्षात आलं की, त्यांपैकी कुणाच्याही मानेवर तिने उडत्या फुग्यातून केलेल्या प्रवासावेळी पाहिल्या होत्या तशा जोरात आघात केल्याचा खुणा दिसत नव्हत्या.

"खरंय," अधिकारी म्हणाला. "देवही त्याच्या कार्यपद्धतीत सुधारणा करतोच."

सान हुआन दे ला सिएनागा ते सान पेद्रो आलिआन्द्रिनोतलं जुनं शेतघर यांमधलं अंतर केवळ नऊ लीग होतं; परंतु त्या पिवळ्या ट्रेनगाडीने त्या प्रवासाला अख्खा दिवस घेतला. कारण, चालक इंजिनिअर नेहमीच्या प्रवाशांचा मित्र झाला होता. त्यामुळे ते त्याला केळ्याच्या बागा असलेल्या कंपनीच्या गोल्फ मैदानात पाय मोकळे करण्यासाठी गाडी थांबवण्याची विनंती करायचे आणि पुरुष गाडी थांबवून पर्वतांमधून येणाऱ्या खळाळत्या गार, स्वच्छ ओढ्याच्या पाण्यात अंघोळ करायचे, आणि जेव्हा त्यांना भूक लागायची, तेव्हा ते गाडीतून उतरून कुरणांमध्ये चरणाऱ्या गायींचं दूध काढायला चालू लागायचे. गंतव्यस्थानी पोहोचेपर्यंत फर्मिना डासा भयकंपित झाली होती आणि तिला 'होमरिक' चिंचेच्या झाडाला द लिबरेटरने लटकवलेली मृत माणसाची हॅमॉक पाहून चकित व्हायला फार थोडा वेळ मिळाला आणि लोक म्हणायचे तसं एखाद्या पुरुषासाठीच नव्हे, तर सात महिन्यांच्या अर्भकासाठीही ती गादी लहान असल्याची खात्री करून घ्यायलाही तिला अवधी मिळाला नाही, तरी त्याबद्दल बरीच माहिती असलेल्या आणखी एक माणूस म्हणाला की, ही गादी वगैरे सगळं झूट आहे. सत्य असं आहे की, या देशाच्या पित्याला मरण्यासाठी जमिनीवर सोडून देण्यात आलं होतं. फर्मिना डासाने घर सोडल्यापासून

केलेल्या प्रवासामध्ये एवढं काय काय पाहिलं आणि ऐकलं होतं की, त्यामुळे तिला निराश वाटू लागलं. त्यामुळे आधीच्या प्रवासांमध्ये झालेल्या आनंदाचा - ज्यासाठी ती तळमळत होती - ती पुनर्प्रत्यय घेऊ शकली नाही, त्यामुळे ती तिच्या आठवणींमध्ये असलेल्या गावांना टाळून प्रवास करू लागली. परिणामी ती गावं तिच्या मनात जशी होती तशीच राहू शकली असती आणि तिचा भ्रमनिरास झाला नसता. तिला वस्त्यांमधून ॲकॉर्डियन वादनाचे आवाज ऐकू येत होते, तिला कोंबड्यांच्या झुंजींचा गडबड-गोंधळ ऐकू येत होता, गोळी झाडण्याचे आवाज ऐकू येत होते, जे मजेसाठी किंवा युद्धाची नांदी म्हणूनही असू शकले असते आणि जेव्हा दुसरा कुठलाही मार्ग नसे, तिला गावातून जावचं लागे, तेव्हा ती चेहऱ्यावरून मॅन्टिला ओढून घ्यायची म्हणजे तिला ते गाव आधी होतं तसंच आठवत राहील.

भूतकाळाला खूपदा टाळून झाल्यावर, एका रात्री ती आपल्या बहिणीच्या, हिल्डेब्रांडाच्या रँचवर पोहोचली. जेव्हा तिने हिल्डेब्रांडाला तिची वाट पाहत उभं असलेलं पाहिलं, तेव्हा तिला जवळपास भोवळच आली : जणू काही ती स्वतःला सत्याच्या आरशात पाहत होती असं तिला वाटलं. ती म्हातारी आणि जाड झाली होती, मुलांच्या ओझ्याने वाकली होती, तो ज्यांचा बाप नव्हता, ज्यावर ती अजूनही आशा नसताना प्रेम करत होती. तो पेन्शनवर जगणारा सैनिक होता. त्याच्याशी तिने सूडबुद्धीने लग्न केलं होतं आणि तो तिच्यावर अतोनात प्रेम करायचा. तिच्या जर्जर झालेल्या शरीरात मात्र ती पूर्वीचीच हिल्डेब्रांडा होती. ग्रामीण जीवनाशी आणि सुंदर आठवणींशी जुळवून घेतल्यावर फर्मिना डासाला बसलेल्या धक्क्यातून ती सावरली; परंतु तिच्या नातवंडाबरोबर रविवारी सकाळी मासला जाण्याव्यतिरिक्त ती रँचबाहेर कधीही पडायची नाही. मासला जाताना तिच्यासोबत सुंदर आणि अप्रतिम घोड्यांवरचे काऊबॉइज, छान कपडे घातलेल्या, त्यांच्या आयांसारख्या दिसणाऱ्या मुली असायच्या. त्या बैलगाडीत उभ्या राहून दरीच्या एका टोकाला असलेल्या मिशन चर्चला जायच्या आणि तिथे पोहोचेपर्यंत त्या एकसुरात गाणी गायच्या. ती फ्लोर दे मारिया गावातून गेली, जिथे ती अगोदरच्या भेटीत गेली नव्हती. कारण, तेव्हा ते तिला आवडणार नाही असं तिला वाटलं होतं; परंतु तिने ते गाव पाहिल्यावर, त्याकडे आकर्षिली गेली. तिचं किंवा त्या गावांचं दुर्दैव म्हणजे तिला त्यानंतर ते गाव प्रत्यक्षात कसं होतं हे कधीही आठवू शकलं नाही म्हणून ती तिथे गेली असताना ते गाव कसं होतं हे तिने कल्पनेत रंगवलं होतं.

बिशप ऑफ रिओवाछाकडून आलेल्या पत्रानंतर डॉ. हुवेनाल उर्बिनोने तिथे जाण्याचा निर्णय घेतला. त्या पत्रात बिशपने सांगितलं होतं की, त्याच्या बायकोने तिथे दीर्घकाळ राहण्याचं कारण घरी परतावंसं न वाटणं हे नसून तिचा सन्मान व प्रतिष्ठा जपून मार्ग काढण्यास असमर्थ असणं हे आहे, त्यामुळे तो हिल्डेब्रांडांशी पत्रापत्री करून, तिला काही न सांगता तिथे गेला. पत्रात हिल्डेब्रांडाने स्पष्ट केलं

की, त्याची बायको स्मरणरंजक आठवणींनी भरून गेली असली, तरी आता तिच्या मनाचा ठाव तिच्या घराने घेतलेला आहे. सकाळी अकरा वाजता, फर्मिना डासा स्वयंपाकघरामध्ये भरलेली वांगी करत असताना, कारकुनांचं ओरडणं, घोड्यांचे आवाज, हवेतला गोळीबार – असे आवाज ऐकू आले. अंगणात तिला निग्रही पावलांचा रव ऐकू आला आणि नंतर त्या पुरुषाचा आवाज : ''आमंत्रित करून येण्यापेक्षा वेळेत येणं जास्त चांगलं.''

ती आनंदाने मरून जाईल की काय असं तिला वाटलं. हात धुता धुता ती स्वतःशी पुटपुटली, ''देवा, तुझे आभार, खूप आभार. तू किती चांगला आहेस.'' मग तिला लक्षात आलं की, तिने तोवर अंघोळही केली नव्हती, कारण हिल्डेब्रांडाने तो येणार आहे याची तिला काहीही कल्पना न देता तिला वांग्याची भाजी करायला सांगितलं होतं. ती फारच घाणेरडी दिसते आहे आणि उन्हाने तिचा चेहरा रापला आहे, ज्यामुळे तिला तसं पाहताच त्याला वाईट वाटेल, असा तिने विचार केला. तिने तिच्या ॲप्रनला तिचे हात जितके पुसता येतील तितके पुसले, तिचा चेहरा, दिसणं जितकं ठीकठाक करता येईल तेवढं केलं, मन शांत करण्यासाठी जन्मापासून मिळालेला गर्विष्ठपणा जितका आणता येईल, तितका आणला आणि तिच्या हरणाच्या गोड चालीने, मान ताठ ठेवत, डोळे लकाकत, लढाईसाठी तयार असलेलं नाक घेत आणि तिला आता घरी जायला मिळणार आहे या विचाराने सुटकेचा निःश्वास टाकून तिच्या नियतीचे आभार मानत ती त्या पुरुषाला भेटायला गेली. कारण, ती त्याच्यासोबत जायला तयार झालेली होती; परंतु तिचं आयुष्य संपवणारा त्रास दिल्याबद्दल शांत राहून त्याच्याकडून किंमत वसूल करायची असाही तिने निश्चय केला.

फर्मिना डासा जवळजवळ दोन वर्षं गायब झाल्यानंतर, एक अशक्यप्राय असा योगायोग घडला. ज्याला त्रान्झितो अरिसाने 'देवाचा विनोद' असं म्हटलं होतं. चलच्चित्रांच्या शोधामुळे कोणत्याही प्रकारे फ्लोरेंतिनो अरिसा फार काही प्रभावित झालेला नव्हता; परंतु लिओना कासिआनीने त्याला कॅबिरिया हे प्रेक्षणीय चलच्चित्र पाहायला जबरदस्तीने नेलं, त्या चलच्चित्राचे संवाद कवी गॅब्रिएल दी ॲन्यएन्झिओच्या लेखनावर आधारलेले होते. डॉन गॅलिलिओ दाकान्तेचं मोठं, खुलं चित्रपटगृह – जिथे पडद्यावरचे मूक प्रेमाचे प्रसंग पाहण्याऐवजी आकाशातले तारे पाहणं जास्त आनंदाचं होतं – ते निवडक लोकांनी ओसंडून वाहत होतं. लिओना कासिआनी मनापासून चित्रपट पाहत होती. फ्लोरेंतिनो अरिसा, दुसरीकडे, डुलक्या काढत होता, कारण होतं रटाळ नाट्य. त्याच्या मागे बसलेली एक बाई जणू त्याच्या मनातली भावना बोलून गेली, ''देवा, देवा हे तर दुःखापेक्षाही लांबलचक आहे.''

ती तेवढंच म्हणाली खरी पण तिचा आवाज अंधारात घुमला. कारण मूक चित्रपटाला पियानोवादनाची जोड देण्याची प्रथा तोपर्यंत तिथे प्रस्थापित झालेली नव्हती

आणि त्या अंधारामध्ये रिपरिप पावसासारखा पुटपुटणाऱ्या प्रोजेक्टरचा तेवढा आवाज येत होता. एखाद्या टोकाच्या कठीण प्रसंगांमध्येच फक्त फ्लोरेंतिनो अरिसाच्या मनात देवाचा विचार यायचा; परंतु आता त्याने त्याचे मनापासून आभार मानले. मातीमध्ये खोल गाडलेला असतानाही, त्याला तो घोगरा आवाज तत्काळ ओळखता आला असता, तो आवाज त्याच्या मनात, त्या दुपारपासून कोरला गेलेला होता, जेव्हा त्याने एकांतवासी बागेत पिवळ्या पानांच्या खाली तो ऐकला होता : "आता जा आणि मी सांगेपर्यंत परत येऊ नकोस." त्याला समजलं की, ती तिच्या नवऱ्यासोबत त्याच्या मागे बसली होती, त्याला तिची ऊब, तिचे श्वासोच्छ्वास जाणवत होते आणि तिच्या श्वासांमधून निघालेली हवा त्याने प्रेमाने हृदयात भरून घेतली. त्याने गेल्या काही महिन्यांमध्ये मृत्यूच्या अळ्यांनी तिचा देह सडून गेलेला असेल, अशी कल्पना केली होती; परंतु आता त्याला ती तेजस्वी आणि आनंदी वयात असताना जशी होती तशी भासली : तिचं पोट मिनर्वन ट्युनिकमधून मोठं झालेलं दिसत होतं, त्यात बाळाचं बीज पेरलेलं होते. चित्रपटातल्या ऐतिहासिक घटनांपासून तत्काळ अलिप्त होऊन, त्याला तिला कल्पनेत पाहण्यासाठी मागे वळण्याची गरज नव्हती. त्याच्या अस्तित्वाच्या गाभ्यातून येणाऱ्या बदामांच्या गंधाने तो आनंदित झाला आणि चित्रपटातल्या बायका प्रेमात पडायला हव्यात म्हणजे त्यांना प्रत्यक्ष जगण्यापेक्षा कमी दुःख होईल असं तिला कसं वाटलं हे समजून घ्यायला तो तळमळला. आनंदाच्या भरात अचानक त्याला समजलं की, तो कधीही त्याच्या प्रिय व्यक्तीपासून इतक्या जवळ आणि इतका लांबही राहिला नव्हता.

जेव्हा दिवे लागले, तेव्हा तो इतरांनी उभं राहण्यासाठी थांबून राहिला. मग तो घाई न करता उभा राहिला आणि लक्ष न देता वळला, कारण त्याच्या वेस्टची बटणं चित्रपट पाहत असताना उघडली होती आणि तेव्हा ते चौघं जण एकमेकांच्या एवढ्या जवळ होते की, जरी त्यांच्यापैकी कुणाला करायचं नसलं, तरी एकमेकांना अभिवादन करण्यावाचून त्यांना पर्यायच नव्हता. पहिल्यांदा लिओना कासिआनीकडे पाहून हुवेनाल उर्बिनोने अभिवादन केलं, मग त्याने रिवाजाचा भाग म्हणून फ्लोरेंतिनो अरिसाचा हात हातात घेतला. फर्मिना डासाने सौजन्य म्हणून केवळ सौजन्य म्हणून त्यांच्याकडे पाहून स्मितहास्य केलं; परंतु ते हास्य कोणत्याही प्रसंगी एकमेकांना ओळखीचे लोक भेटले की, नेहमी केल्यासारखं हास्य होतं. लिओना कासिआनीने मूलाट्टा पद्धतीने त्याला प्रतिसाद दिला; परंतु फ्लोरेंतिनो अरिसाला काय करावं हे सुचलं नाही, कारण तिला पाहून तो दिङ्मूढ झाला होता.

ती कुणी वेगळीच व्यक्ती होती. तेव्हाच्या रूढ पद्धतींनुसार त्या भयानक आजाराच्या किंवा इतर कुठल्याही आजाराच्या कोणत्याही खुणा तिच्या चेहऱ्यावर दिसत नव्हत्या. चांगल्या दिवसांप्रमाणे तिच्या शरीराची प्रमाणबद्धता आणि काटकपणा अबाधित होता; परंतु तिची गेली दोन वर्षं जणू काही कठीणतम

दहा वर्षांसारखी गेली असावीत. तिच्या छोट्या केसांच्या बटा गालावर विलसत होत्या; परंतु आता त्यांचा रंग मधाळ नव्हता, तर ॲल्युमिनिअमसारखा चंदेरी झाला होता आणि अर्धअधिक आयुष्य सरल्याप्रमाणे म्हाताऱ्या आजीच्या चश्म्यामागे असलेल्या तिच्या डोळ्यांमधलं तेज कमी झालं होतं. नवऱ्याचा हात हातात धरून तिला चित्रपटगृहातल्या गर्दीमधून बाहेर जाताना फ्लोरेंतिनो अरिसाने पाहिलं आणि त्याला आश्चर्य वाटलं की, तिने सार्वजनिक ठिकाणी गरीब बायका घालतात तसा मँटिला आणि घरातल्या सपाता घातल्या होत्या; परंतु पायऱ्यांचा अंदाज चुकल्याने ती जवळपास प्रवेशद्वारापाशी पडली असती, त्यामुळे बाहेर पडण्यासाठी तिच्या नवऱ्याला तिचा हात धरून न्यावं लागलं. हे पाहून फ्लोरेंतिनो अरिसा आतून हादरून गेला.

फ्लोरेंतिनो अरिसा वयानुसार अडखळत पडणाऱ्या पावलांबाबत फार संवेदनशील होता. तरुण असतानाही तो बागेत बसलेला असताना म्हातारी जोडपी रस्ता ओलांडण्यासाठी एकमेकांना कशी मदत करतात हे पाहण्यासाठी कवितांचं वाचन थांबवत असे. ते त्याच्या आयुष्यातले महत्त्वाचे धडे होते. कारण, त्यामुळे त्याला स्वतःच्या वृद्धत्वकाळातले नियम-कायदे ओळखण्याकरता मदत होणार होती. त्या रात्रीच्या चित्रपटाच्या वेळी, डॉ. हुवेनाल उर्बिनोच्या वयात, पुरुषांना पानगळीच्या मोसमात बहर यावा तसं व्हायचं. केसात पहिल्यांदा करडी छटा दिसू लागल्यावर ते जास्त प्रतिष्ठित वाटू लागायचे, मग ते तरुण बायकांना अधिक विनोदबुद्धी असलेले आणि आकर्षक वाटू लागायचे आणि तेव्हा त्यांच्या बिचाऱ्या बायकांना पुरुषांच्या हाताला घट्ट पकडून स्वतःच्या सावलीला अडखळून पडू नये म्हणून काळजी घ्यावी लागायची, तरी काही वर्षांनंतर, अपमानित करणाऱ्या वृद्धत्वाच्या खोल कड्यावरून, कोणतीही सूचना न मिळताच हेच नवरे खोल खाली पडायचे, तेव्हा त्यांच्या बायकांना त्यांना त्यातून सावरण्यासाठी हातात हात घेऊन मार्ग दाखवावा लागायचा. जणू बिचाऱ्या अंधावर मेहेरबानी करावी तसं. त्यांच्या कानात पुटपुटून, त्यांच्या पुरुषी गंडाला न दुखावता, त्यांनी काळजी घ्यावी असं सांगावं लागायचं : तिथे तीन पायऱ्या आहेत, दोन नव्हे, रस्त्याच्या मध्ये डबकं आहे, त्या रस्त्याच्या कडेला दिसणारा तो आकार भिकाऱ्याचा आहे आणि सगळ्यात जास्त अडचणी यायच्या त्या रस्ता ओलांडताना, जणू जीवनाची नदी पार करण्यासाठी ती एकमेव उथळ जागा असावी. फ्लोरेंतिनो अरिसाने स्वतःला आरशामध्ये कितीतरी वेळा पाहिलं होतं, तो न्यूनगंड देणाऱ्या म्हातारपणाकडे झुकत जात असला, तरी त्याला कधीही मरणाची भीती वाटली नव्हती; परंतु त्याला त्या वयात कोण्या बाईच्या हाताचा आधार लागणार, याची भीती वाटायची. त्या दिवशी, केवळ त्या दिवशी, त्याला कळलं की, फर्मिना डासाला मिळवण्याच्या आशेचा त्याला त्याग करावा लागणार होता.

त्या भेटीमुळे त्याची झोप उडाली. लिओना कासिआनीला घोडागाडीतून सोडण्याऐवजी, तो तिच्यासोबत जुन्या शहरातून चालत जाऊ लागला. घोड्याच्या टापांसारखा त्यांचा पावलांचा आवाज येत होता. वेळोवेळी खुल्या बाल्कनींमधून वेगवेगळे आवाज बाहेर पडत होते : निजायच्या खोलीतल्या खासगी गोष्टी, प्रेमाचे हुंदके आणि गल्लीबोळांमधून येणारे जाईजुईच्या फुलांचे उष्ण गंध. पुन्हा एकदा फ्लोरेंतिनो अरिसाला लिओना कासिआनीला फर्मिना डासाबद्दलचं दाबून ठेवलेलं त्याचं प्रेम उघड करून सांगणं टाळण्यासाठी सगळी शक्ती एकवटावी लागली. ते मोजूनमापून एकेक पाऊल टाकत होते, घाईत नसलेल्या जुन्या प्रेमिकांसारखे, ती कॅबिरिया चित्रपटाचा विचार करत होती आणि तो स्वतःच्या आयुष्यातल्या दुर्दैवाचा. प्लाझ्झा ऑफ कस्टमहाउसच्या चौकामध्ये एक माणूस बाल्कनीतून गाणं म्हणत होता आणि त्याच्या आवाजाच्या प्रतिध्वनींची साखळी तयार झाली होती. सेंट ऑफ स्टोन स्ट्रीटपाशी, तिचा निरोप घेताना त्याने 'तू मला ब्रँडी प्यायला बोलावणार नाहीस का' असं विचारलं. त्याने अशा समान परिस्थितीत दुसऱ्यांदा अशी विनंती केली होती. दहा वर्षांपूर्वी पहिल्यांदा जेव्हा ती त्याला म्हणाली होती, ''जर तू या वेळी आलास तर तुला कायमचं इथे राहावं लागेल.'' तो आत गेला नव्हता; परंतु आता तो जाणार होता, जरी नंतर त्याला त्याची शपथ मोडावी लागली असती तरी. तरी कोणतीही वचनं न मागता लिओना कासिआनीने त्याला आत बोलावलं.

अशा प्रकारे त्याला अजिबात अपेक्षा नव्हती, तेव्हा तो प्रेमाच्या गाभाऱ्यात होता, जे प्रेम जन्मण्याआधीच विझून गेलं होतं. तिचे आईबाबा मेलेले होते, तिचा एकुलता एक भाऊ क्युरोसोमध्ये नशीब कमावून श्रीमंत झाला होता आणि ती आता त्या कुटुंबाच्या घरात एकटी राहत होती. काही वर्षांआधी, जेव्हा त्याने तिचा प्रियकर होण्याची आशा संपूर्णतः सोडून दिली नव्हती, तेव्हा तिच्या आईवडिलांच्या परवानगीने फ्लोरेंतिनो अरिसा तिला रविवारी भेटायचा आणि कधी कधी अगदी रात्री–अपरात्रीदेखील आणि तो त्यांच्या घरामध्ये, तिथल्या कामांमध्ये एवढा सहभागी व्हायचा की, त्याला ते घर स्वतःचं वाटू लागलं होतं; परंतु त्या चित्रपटानंतरच्या रात्री त्याला असं वाटलं की, ड्रॉइंग रूममधून त्याची आठवण खोडून टाकण्यात आलेली होती. सगळं लाकडी सामान हलवलेलं होतं, भिंतींवर नव्या गोष्टी टांगलेल्या होत्या आणि कितीतरी कठोर बदल तिथे करण्यात आलेले होते, जेणेकरून तो कधी नव्हताच हे सत्य कायम राहावं. बोक्याने त्याला ओळखलं नाही. कायमचं पडद्याआड झाल्याच्या क्रूरतेमुळे दुखावलेला तो म्हणाला, ''याला तर काहीही आठवत नाहीये.'' परंतु ब्रँडीचे ग्लास तयार करताना तिने मान मागे वळवून उत्तर दिलं की, तो दुखावला गेला असेल, तर त्याने शांत व्हावं. कारण, मांजरांना कोणीही आठवत नाही.

मागे टेकून एकमेकांशेजारी सोफ्यावर बसलेले असताना, ते दोघं एकमेकांबद्दल बोलू लागले : ट्रॉलीतून जाताना ते जेव्हा भेटले होते, त्याच्या आधी ते कसे होते याबद्दल. एकमेकांना जोडून असलेल्या कार्यालयांमध्ये त्यांचं त्यानंतरचं आयुष्य गेलं होतं आणि आतापर्यंत ते कधीही एकमेकांशी रोजच्या कामाव्यतिरिक्त इतर काहीही बोलले नव्हते. ते बोलत असताना, फ्लोरेंतिनो अरिसाने त्याचा हात तिच्या मांडीवर ठेवला आणि एखाद्या अनुभवी माणसाप्रमाणे हळूहळू कुरवाळू लागला. तिने त्याला थांबवलं नाही; परंतु काही प्रतिसादही दिला नाही, सौजन्य म्हणून ती थरथरलीसुद्धा नाही. तो जेव्हा पुढे जाऊ लागला, तेव्हा तिने त्याचा हात हातात घेऊन त्याच्या तळव्याचं चुंबन घेतलं.

''स्वतःला जरा सांभाळ,'' ती म्हणाली. ''मी जसा शोधतेय त्या प्रकारचा पुरुष तू नाहीस. मला हे फार आधीच समजलं होतं.''

ती तरुण असताना एका बलवान, सामर्थ्यशाली पुरुषाने, ज्याचा चेहरा तिने कधीही पाहिला नाही, तिला अचानक जवळ घेतलं, जेट्टीवर तिला खाली झोपवलं, तिचे कपडे झराझरा काढून टाकले आणि तिच्यासोबत घाईने, रांगडा संग केला होता. तिथल्या खडकांवर झोपल्यामुळे, तिच्या शरीरावर किरकोळ जखमा आणि ओरखडे उमटले, तिला तो पुरुष त्याच्या मिठीत मरून जाता येण्यासाठी तिच्याजवळ कायमस्वरूपी राहायला हवा होता. तिने त्याचा चेहरा पाहिला नव्हता, आवाज ऐकला नव्हता; परंतु तिला खात्री होती की, त्याला ती हजारो पुरुषांच्या गर्दीमधूनही सहज ओळखू शकेल, कारण त्याचा आकार आणि संग करण्याची पद्धत. त्यानंतर, ती जो कुणी तिचं ऐकत असे त्याला सांगायची, ''एका बिचाऱ्या काळ्या मुलीवर ड्राउन्ड मेन जेट्टीच्या रस्त्यावर, ऑक्टोबरमधल्या पंधरा तारखेला, रात्री अकरा वाजता बलात्कार करणाऱ्या धिप्पाड बाप्याबद्दल जर कधी तुम्हाला काही कळलं, तर मी कुठे भेटेन हे सांगा.'' हे ती सवयीने सांगायची आणि तिने ते इतक्या जणांना सांगितलं होतं की, तिला त्यातून काही आशा वाटत नव्हती. रात्री बंदर सोडून जाणारी बोट जितक्यांदा पाहिली होती, तितक्यांदा फ्लोरेंतिनो अरिसाने तिची ही कहाणी ऐकली होती. सकाळी दोन वाजेपर्यंत त्यांनी तीन ग्लासभरून ब्रँडी रिचवली आणि खरंतर त्याला माहीत झालं की, ती ज्याची प्रतीक्षा करत होती, तो पुरुष आपण नाही आहोत आणि हे समजल्याने त्याला आनंद झाला.

''शाब्बास, ती माझी सिंहीण,'' निघताना तो म्हणाला. ''आता एकदाचा आपण वाघ मारून टाकलाय.''

त्या रात्री केवळ एका गोष्टीचा अंत झाला असं नाही. क्षयरोगाने बाधित झाल्यामुळे फर्मिना आराम करण्यासाठी पनामाला गेली आहे, या पापी खोटारडेपणामुळे त्याची झोप उडाली होती. कारण, त्याच्या मनात फर्मिना डासा मर्त्य होती आणि त्याचा परिणाम म्हणजे ती तिच्या नवऱ्याआधी मृत्यू पावू शकत होती,

ही न पटणारी कल्पना रुजली गेली होती; परंतु जेव्हा त्याने तिला चित्रपटगृहाच्या दारापाशी अडखळताना पाहिलं, तेव्हा त्याने स्वतःहूनच या कल्पनेच्या खोलाजवळ जाणारं आणखी एक पाऊल टाकलं. त्याला अचानक असं लक्षात आलं की, ती नव्हे, कदाचित, तो तिच्या आधी मरण पावू शकतो. असं वाटणं हे त्याच्यासाठी सगळ्यात भीतिदायक होतं. कारण, त्याला सत्याचा आधार होता. वाट पाहण्याचा प्रदीर्घ काळ, चांगलं काहीतरी घडेल याची प्रतीक्षा हे सारं आता मागे राहिलं होतं; परंतु क्षितिजावर त्याला कल्पित आजारपणाचा, भ्रमोत्पादक प्रचंड, असीम असा समुद्र एवढाच दिसत होता, निद्रानाशाच्या रात्री थेंब थेंब मूत्राचं ठिबकणं, संध्याकाळच्या प्रकाशात रोज येणारं मरण. एके काळी त्याचे शपथेवर साथीदार असलेल्या, मित्र झालेल्या सगळ्या क्षणांनी आता त्याच्या विरोधात कट रचायला सुरुवात केली होती. काही वर्षांपूर्वी, त्याने एक धोकादायक गुप्त भेट घेतली होती. तेव्हा त्याचं हृदय उत्सुकतेने भरून गेलं होतं आणि तो पोहोचला तेव्हा त्याला दार उघडंच असल्याचं दिसलं आणि त्याच्या बिजागिऱ्यांना नुकतंच तेल दिल्याने तो दाराचा आवाज न करता आत जाऊ शकला असता; परंतु शेवटच्या क्षणी तो पश्चात्तापदग्ध झाला. कारण, एखाद्या सभ्य, विवाहित स्त्रीच्या बिछान्यात मरून तिचं भरून न येऊ शकणारं नुकसान तो करू इच्छित नव्हता, त्यामुळे असा विचार करणं स्वाभाविक होतं की, त्या पृथ्वीतलावर त्याने ज्या स्त्रीवर सगळ्यात जास्त प्रेम केलं होतं, जिच्यासाठी तो एका शतकातून दुसऱ्या शतकात जाईपर्यंत हू की चू न करता थांबून राहिला होता, त्या स्त्रीला त्याचा हात हातात घेऊन रस्ता ओलांडायला मदत करण्याची संधी मिळण्याची शक्यता फार कमी होती.

सत्य असं होतं की, त्याच्या काळानुसार फ्लोरेंतिनो अरिसाने वृद्धत्वाची रेषा ओलांडलेली होती. तो आता उणापुरा छप्पन्न वर्षांचा झाला होता आणि तो ती सगळी वर्षं छान जगला असं त्याला वाटायचं, कारण ती वर्षं प्रेमाची होती; परंतु त्या काळातल्या कोणत्याही पुरुषाला त्या वयाचा झाल्यावर तो अजूनही तरुण दिसतो असं म्हणून स्वतःचीच टर उडवण्याची हिंमत नव्हती, जरी तो तसा तरुण असला तरी किंवा त्याला तसं वाटत असलं तरी आणि त्यांच्यापैकी एकातही एवढं धाडस नव्हतं की, ते न लाजता आधीच्या शतकात झालेल्या प्रेमभंगामुळे अजूनही रडतात हे कबूल करतील. तरुण असण्यासाठी तो काळ वाईट होता : प्रत्येक वयासाठी कपड्यांची एक शैली असते; परंतु कुमारावस्था संपल्या संपल्या म्हातारपणाची शैली सुरू होते आणि ती मरेपर्यंत टिकते. वयापेक्षाही तो सामाजिक प्रतिष्ठेचा भाग होता. तरुण पुरुष आजोबांसारखे कपडे घालत असे आणि चश्मा घातल्यावर आणखी आदरणीय वाटे आणि तिशीनंतर काठी घेऊन चालत असेल तर आणखी जास्त. बायकांसाठी तर फक्त दोन वयं : लग्नासाठीचं वय, जे बाविशीच्या पुढे जायला नको असे आणि अनंतकाळासाठी कुमारी असण्याचं वय, ज्या मागे

पडल्या होत्या. विवाहित बायका, आया, विधवा, आज्या या इतर जमाती वेगळ्या, ज्यांचं वय त्या किती वर्षं जगल्या यांनुसार नसायचं, तर मरण्याआधी त्यांच्याकडे किती वेळ उरला आहे यानुसार असायचं.

दुसरीकडे, फ्लोरेंतिनो अरिसाला हळूहळू नुकसान करणाऱ्या वृद्धत्वाच्या बेमालूम हल्ल्याला सामोरं जावं लागलं, जरी त्याला हे माहीत होतं की, तो लहान मुलगा असल्यापासून त्याच्या नशिबात म्हाताऱ्या माणसासारखं दिसणं लिहिलेलं आहे. पहिल्यांदा ती गरजेची बाब होती. त्रान्झितो अरिसाने त्याच्या बापाने टाकून द्यायचे ठरवलेल्या कपड्यांमधून काही कपडे फाडून त्यापासून त्याच्यासाठी कपडे शिवले होते, त्यामुळे तो प्राथमिक शाळेमध्ये फ्रॉक कोट घालून जायचा. तो खाली बसला की ते जमिनीवर लोळायचे आणि त्याची पाद्र्यासारख्या हॅटमध्ये ती लहान व्हावी, यासाठी आत कापसाचे बोळे लावले तरीही कानापर्यंत गळायची. वयाच्या पाचव्या वर्षापासून दृष्टिदोषामुळे त्याला चश्मा लागला आणि त्याचे केस त्याच्या आईसारखे 'इंडियन' होते – घोड्यासारखे राकट आणि विखुरलेले. त्याच्या दिसण्यावरून काहीच स्पष्ट होत नसे. एक नशीब चांगलं. लोकांवर लादलेल्या अनेक यादवी युद्धांमुळे सरकारी पातळीवर एवढी अस्थिरता त्या काळात होती की, त्यामुळे तेव्हा नेहमीपेक्षा अकादमीय प्रमाणकांबाबतच्या निवडी बऱ्याच शिथिल झाल्या होत्या आणि सार्वजनिक शाळांमध्ये पार्श्वभूमी आणि सामाजिक स्थान यांमध्ये प्रचंड गोंधळ झाला होता. अर्धवट वाढलेली मुलं अडथळे पार करत यायची, त्यांच्या अंगाला दारूगोळ्याचा वास असायचा, ती बंडखोर अधिकाऱ्यांचे गणवेश आणि कपडे घालून आलेली असायची आणि त्यांच्या कंबरेला स्पष्टपणे दिसतील अशी हत्यारं लटकवलेली असायची. ती मुलं एकमेकांमध्ये काही वादावादी झाल्यास गोळ्या झाडायची, त्यांना परीक्षेत कमी गुण दिल्यास, शिक्षकांना धमकवायची आणि त्यांपैकी सैन्यातून निवृत्त झालेला कर्नल, ला सॅले अ‍ॅकॅडमीतल्या एका तिसऱ्या वर्षातल्या मुलाने 'प्रिफेक्ट ऑफ द कम्युनिटी'तल्या ब्रदर हुआन एरेमिताला गोळी मारून ठार केलं होतं. कारण, ख्रिश्चन धर्मश्रद्धांच्या वर्गामध्ये तो असं म्हणाला की, देव हा कॉन्झर्वेटिव पार्टीचा आजीवन सभासद आहे.

दुसरीकडे, पडझड झालेली, उताराला लागलेली प्रतिष्ठित कुटुंबांतली मुलं जुन्या काळातल्या राजकुमारांसारखे पोशाख करायची आणि काही खूप गरीब मुलं अनवाणी चालत येत. अनेक ठिकाणांहून येणाऱ्या वेगवेगळ्या विचित्रपणात, फ्लोरेंतिनो अरिसा नक्कीच त्यांमधला वेगळा मुलगा होता; परंतु तो उगाचच कुणाचंही लक्ष वेधून घेईल इतका वेगळाही नव्हता. एकदा कुणीतरी त्याच्या अंगावर रस्त्यात ओरडलं होतं, ती त्याने ऐकलेली सर्वांत कठोर गोष्ट : ''कुरूप आणि गरिबांना, केवळ आणि केवळ जास्तीत जास्त हवं असतं.'' असं असलं तरी गरजेमुळे त्याच्यावर लादला गेलेला पोशाख – जो त्यानंतरच्या काळात आणि

उरलेल्या आयुष्यात – त्याच्या गूढ स्वभावाला आणि त्याच्यासारख्या एकांतप्रिय गंभीर व्यक्तीला शोभून दिसणारा होता. आरसीसीमध्ये जेव्हा त्याची पहिल्यांदा महत्त्वाच्या पदी बढती झाली, तेव्हा त्याने त्याच्या बापासारखे कपडे शिवून घेतले, अगदी त्याच पठडीतले, त्यामुळे फ्लोरेंतिनो अरिसा कायमच तो होता त्यापेक्षा जास्त वयाचा दिसायचा. फटकळ तोंडाच्या ब्रिगिदा झुलेताने – जी त्याची थोड्या काळापुरती प्रेयसी होती आणि तिने कितीतरी रोखठोक सत्यं त्याच्यासमोर ठेवली होती – त्याला पहिल्या दिवशीच सांगितलं होतं की, तिला तो नग्नच जास्त आवडतो. कारण कपडे काढले की, तो वीस वर्षांनी तरुण दिसतो, तरी त्याला कधीही त्यावर अंमल कसा करायचा हे समजलं नव्हतं, कारण एक तर त्याची वैयक्तिक आवड त्याला इतर पद्धतीचे कपडे घालण्यापासून रोखत होती आणि दुसरं म्हणजे वीस वर्षांचा असल्यापासून तरुण पुरुषासारखे कपडे घालायचे म्हणजे काय हे कुणालाही माहीत नव्हतं, जोपर्यंत त्याच्या हाफ चड्ड्या आणि खलाशी टोप्या कपाटातून काढत नव्हता तोपर्यंत. दुसरीकडे, तो स्वतः त्या काळातल्या वृद्धत्वाच्या संकल्पनेच्या अमलातून सुटू शकत नव्हता, त्यामुळे जेव्हा त्याने फर्मिना डासाला चित्रपटगृहाच्या पायरीपाशी अडखळताना पाहिलं, तेव्हा मृत्यूच्या भयाच्या जाणिवेने त्याला प्रचंड मोठा धक्का बसणं अपेक्षित होतं. साला, तो मृत्यू त्याच्या प्रेमाच्या लढाईत अजिक्य असा विजय मिळवू शकला असता.

तोपर्यंत त्याने शेवटपर्यंत निकराने लढलेली सर्वांत मोठी लढाई होती त्याच्या टकलाविरोधातली. ज्या क्षणाला त्याला दिसलं की, त्याच्या कंगव्यात केस अडकले आहेत, त्या क्षणी त्याला समजलं की, त्याला नरकयातनांची शिक्षा ठोठावण्यात आलेली आहे, ज्यांमधले त्रास, छळ सहन करणाऱ्यालाच माहीत असतात. तो कितीतरी वर्षं लढत होता. असं एकही पोमेड किंवा तेल नव्हतं की, त्याने ते वापरून पाहिलं नव्हतं, असा एकही समज किंवा श्रद्धा नव्हती ज्यावर त्याने विश्वास ठेवला नव्हता, असह्य त्याग केले होते, जेणेकरून त्याच्या डोक्यावर चाललेला विध्वंस काही कारणाने तरी कमी होईल अथवा थांबून राहील. 'ब्रिस्टल ॲलमानॅक'मधली कृषिविषयक माहिती त्याने पाठ केली होती. कारण, केसांची वाढ आणि पेरणीची चक्रं यांचा थेट संबंध असतो असं त्याने ऐकलं होतं. ज्याने त्याचे आयुष्यभर केस कापले होते, त्या पूर्ण टकल्या न्हाव्याकडून केस कापून घेणं त्याने बंद केलं. कारण, एक परदेशी नवा न्हावी म्हणे केवळ पौर्णिमेनंतरच्या चार दिवसांतच केस कापायचा. नव्या न्हाव्याने असं दाखवून द्यायला सुरुवात केली की, त्याच्या हातात सुपीकतेची जादू आहे; परंतु बलात्काराच्या आरोपांमुळे अँटिलियन पोलिसांना तो हवा असल्याने त्याला बेड्या ठोकून नेण्यात आलं.

तोपर्यंत फ्लोरेंतिनो अरिसाने कॅरिबियन पट्ट्यातल्या सगळ्या वर्तमानपत्रांमधल्या टकलांवर उपचार करणाऱ्या जाहिरातींची कात्रणं कापून ठेवलेली होती, ज्यांमध्ये

एकाच पुरुषाची दोन चित्रं दाखवलेली असत : पहिलं तुळतुळीत टक्कल असतानाचं आणि नंतर सिंहासारखी आयाळ आलेलं. त्याखाली आधी आणि नंतर असं लिहून समस्येचं निराकारण केल्याचा दावा केलेला असे. त्यांपैकी सुमारे एकशे बहात्तर उपचार त्याने सहा वर्षांमध्ये करून पाहिले, त्यात फुकटात मिळालेल्या बाटल्याही होत्या आणि त्यातून काय साध्य झालं तर : खाज, टकलाच्या त्वचेला घाणेरडा वास येण्याचा 'रिंगवर्म बोरिलायस' नावाचा आजार. सरतेशेवटी, त्याने बाजारात विकल्या जाणाऱ्या जडीबुट्या वापरून पाहिल्या आणि आर्केड ऑफ स्क्राइब्जमध्ये विकले जाणारे जादुई उपचार आणि पौर्वात्य औषधं घेऊन पाहिली; परंतु कालांतराने त्याला गंडवलं जातं आहे हे लक्षात आलं आणि त्याआधीच भिक्खूसारखा त्याचा गोटा सपाट झालेला होता. १९०० साली, 'हजार दिवसांच्या यादवी'ने देशात रक्तपात घडत होता, तेव्हा शहरात मानवी केसांपासून हवे त्या मापाचे टोप तयार करून देणारा एक इटालियन माणूस आला होता. तो टोप महागडा होता आणि तीन महिने वापरल्यानंतर बनवणारा त्याची जबाबदारी घेणार नव्हता; परंतु तेव्हा टक्कल आणि पैसा असलेले जवळपास सर्वच पुरुष या मोहाला बळी पडले. त्यांपैकी पहिला होता तो फ्लोरेंतिनो अरिसा. त्याने एक टोप वापरून पाहिला, जो त्याच्या केसांशी अगदी मिळताजुळता होता. परिणामी त्याला भीती वाटली की, भीती वाटल्यावर हेही केस खऱ्या केसांप्रमाणे उभे राहतील; परंतु एका मृत व्यक्तीचे केस घालणं ही कल्पना त्याला असह्य वाटली होती. त्याने टकलाबद्दल स्वतःचं केलेलं सांत्वन असं होतं : त्याला त्याचे केस पांढरे पडू लागले आहेत हे कधीही पाहावं लागणार नव्हतं. एके दिवशी त्याला कार्यालयातून निघताना पाहिल्यावर, नदीकाठच्या गोदामातल्या कोण्या एका मद्यपीने नेहमीपेक्षा जरा जास्त उत्साहाने त्याला कवटाळलं, मग त्याने फ्लोरेंतिनो अरिसाची हॅट उचलून त्याची चेष्टामस्करी केली आणि त्याच्या टकलावर दीर्घ चुंबन दिलं.

''केसविरहित आश्चर्य!'' तो ओरडला.

त्या रात्री वयाच्या अठ्ठेचाळिसाव्या वर्षी त्याच्या कानांच्या वर आणि मानेच्या मागे थोडेफार केस उरले होते आणि मानेच्या मागच्या भागात केस नव्हते. तेही त्याने साफ करून टाकले, तेव्हा त्याने त्याच्या पूर्ण टकलाला मनापासून स्वीकारून मिठी मारली. रोज सकाळी अंघोळ करण्याआधी, तो त्याच्या हनुवटीवरचे केस कापत असे, तसेच तो टकलावर उगवत असलेले लहानमोठे केसही कापून टाकत असे. मग तो त्याचं टक्कल वस्तऱ्याने लहान मुलाच्या कुल्ल्यांप्रमाणे गुळगुळीत करत असे. तोपर्यंत तो त्याच्या कार्यालयामध्येही हॅट काढून ठेवत नसे. कारण, त्याच्या टकलामुळे त्याला तो नग्न आहे असं वाटे आणि ते असभ्यपणाचं वाटे; परंतु टकलाला मनापासून स्वीकारल्यावर, त्याने त्याकडे पुरुषी गुण म्हणून पाहायला सुरुवात केली, ज्याबद्दल या टकल्या माणसांच्या कल्पना आहेत असं ऐकलं होतं

आणि त्याची खिल्ली उडवली होती. त्यानंतर त्याने नव्या पद्धतीचा अवलंब केला. त्याच्या डोक्याच्या एका बाजूचे सर्व केस डोक्यावरून दुसऱ्या बाजूपर्यंत विंचरू लागला; परंतु तरीही त्याने हॅट घालणं सोडलं नाही. नेहमीचीच दफनविधीला घालतात तशी. त्या काळी स्थानिक पद्धतीची 'तार्तारिता' ही गवताच्या काड्यांची हॅट प्रचलित झाली होती तरी.

दुसरीकडे, नैसर्गिक आपत्तीमुळे दातांचं पडणं घडलं नव्हतं, तर एका टुकार दंतवैद्याच्या कृत्यामुळे ते पडले होते. एक साधा संसर्ग मूळापासून काढून टाकण्यासाठी त्याने वापरलेल्या पद्धतीमुळे त्याने त्याच्या दातांचा बळी घेतला होता. त्या ड्रिलच्या भीतीमुळे त्यानंतर फ्लोरेंतिनो अरिसाने कितीही दुखलं तरी दंतवैद्याकडे जाणं सोडून दिलं होतं, शेवटी एकदा मात्र ते दुखणं असह्य झालं. एकदा रात्री त्याच्या आईला शेजारच्या खोलीतून येत असलेल्या अतीव कण्हण्याच्या आवाजाने जाग आली, कारण ते कण्हणं वेगळं भासत असलं, तरी ते तिच्या आठवणींच्या धुक्यात विरून गेलेल्या भूतकाळातल्या कण्हण्यासारखं होतं; परंतु तिने त्याला तोंड उघडून कुठे दुखतं आहे हे दाखवायला सांगितलं, तेव्हा तिला समजलं की, हिरड्यांमध्ये पू झालेला आहे.

लिओकाकाने त्याला डॉ. फ्रान्सिस अॅडनीकडे पाठवलं. धिप्पाड देहाचा तो काळा दंतवैद्य मोठाले मोजे आणि तुमान घालून त्याची सगळी उपकरणं एका चामड्याच्या पिशवीत घेऊन नदीबोटीमधून फिरत असे. तेव्हा तो नदीलगतच्या गावांमध्ये घाबरवणारा विक्रेताच अधिक वाटत असे. तोंडात एकदाच पाहून, त्याने निर्णय घेतला की, त्याचं एकदाचं संरक्षण करण्यासाठी आणि पुढच्या सगळ्या संकटातून वाचण्यासाठी फ्लोरेंतिनो अरिसाचे सुदृढ असलेले दात आणि दाढादेखील काढून टाकणं आवश्यक आहे. टक्कल पडण्याच्या उलट झालं होतं. या टोकाच्या उपचारपद्धतीची त्याला अजिबात भीती वाटली नाही, अपवाद गुंगीचं औषध न देता रक्तपाताची त्याला वाटणारी भीती. खोटे दात लावण्याची कल्पना त्याला अस्वस्थ करणारी नव्हती. त्यामागचं एक कारण म्हणजे त्याच्या स्मृतीतली एक फार आवडती आठवण. एकदा एका कार्निव्हलमधल्या जादूगाराने त्याचे वरचे आणि खालचे दात काढून टेबलावर ठेवले होते आणि तरी ते बोलल्याप्रमाणे हलत होते. दुसरं कारण म्हणजे त्यामुळे त्याला तो मुलगा होता तेव्हापासून त्रास देणाऱ्या दाताच्या वेदना कायमच्या संपून जाणार होत्या, त्या प्रेमाच्या दुःखाएवढ्याच क्रूर होत्या. टकलाप्रमाणे, कवळी लावणं हा त्याला म्हातारपणाने केलेला हल्ला वाटला नाही. कारण, त्याला पटलं होतं की, त्याच्या श्वासोउच्छ्वासाला रबरी वास येणार असला, तरी त्याचं हास्य छान दिसणार होतं, त्यामुळे तो डॉ. अॅडनीच्या तापलेल्या लालबुंद फोर्सेप्सला शरण गेला आणि पाठीवरून ओझं वाहणाऱ्या खेचराच्या स्थितप्रज्ञतेने त्याने त्या आजारपणातून उठण्याचा काळ सहन केला.

जणू काही स्वतःवरच शस्त्रक्रिया होत असल्याप्रमाणे लिओकाकाने त्याच्याकडे काळजीपूर्वक लक्ष दिलं. माग्दालेना नदीच्या काठावरून केलेल्या काही पहिल्या फेऱ्यांच्या वेळी, त्याचा खोट्या दातांमधला रस अधिकाधिक वाढत गेला होता आणि त्याचाच परिणाम म्हणजे मोकळ्या गळ्याने गाण्याची त्याची आवडती पद्धत – 'बेल कान्टो' त्याने आत्मसात केली होती. एका रात्री पौर्णिमा असताना, गमारा बंदराच्या तोंडापाशी, त्याने एका जर्मन निरीक्षकासोबत एक बेट लावली होती. तो डेकवरून 'नीपॉलिटन रोमांझा' गाऊन जंगलातल्या सगळ्या प्राण्यांचा उठवू शकतो असं काकाचं ठाम म्हणणं होतं. ती बेट तो हरण्याचा बेतात होता. काळ्याशार अंधारामध्ये त्यांना बगळ्यांच्या पंखांची फडफड ऐकू आली, मगरींच्या शेपट्यांचा आवाज आला, कोरड्या जमिनीवर जाण्यासाठी धडपडणाऱ्या शॅड्सचा भीती समजली; परंतु अखेरचा सूर लावताना, जेव्हा गाण्यामुळे गायकाची रक्तवाहिनी फुटून त्यातून रक्त वाहू लागेल अशी भीती वाटू लागली, तेव्हा त्याच्या तोंडातून श्वास घेताना खोटे दात बाहेर आले आणि पाण्यात पडले.

तेनेरिफ बंदरापाशी त्या बोटीला तीन दिवस थांबावं लागलं, त्या वेळात त्याच्यासाठी तातडीने कवळीची एक जोडी बनवून घेण्यात आली. ती अगदी बरोब्बर बसली; परंतु घरी परतत असताना, कॅप्टनला त्याने त्याची पहिली जोडी कशी गमावली हे सांगताना लिओकाकाने पुन्हा एकदा जंगलातली उष्ण हवा फुफ्फुसात भरून घेतली, जमेल तेवढा चढा सूर लावला आणि शेवटच्या श्वासापर्यंत ताणून धरला, त्याला सूर्यप्रकाश खात असलेल्या मगरींना घाबरवायचं होतं, ज्या जाणाऱ्या बोटीकडे एकटक पाहत बसल्या होत्या आणि अशा प्रकारे या गाण्यातही नवी जोडी पाण्यात पडून गेली. त्यानंतर, त्याने सगळीकडे – त्याच्या घरात, ड्रॉवर्समध्ये कवळीचे जास्तीचे जोड ठेवायला सुरुवात केली आणि कंपनीच्या तीनही बोटींवर एकेक जोड्या ठेवल्या. एवढंच नाही, तर खाताना तो त्याच्यासोबत एक जास्तीची जोडी खिशातल्या पेटीत ठेवायचा. कारण, एकदा सहलीला गेल्यावर डुकराच्या मांसाचा कडक भाग खाताना त्याची एक जोडी तुटली होती. त्याच्या पुतण्यालादेखील अशाच भयकारी आश्चर्यांचा सामाना करावा लागेल हे जाणून, लिओकाकाने डॉ. ॲडनीला सांगून सुरुवातीपासूनच कवळ्यांच्या दोन जोड्या तयार करून घेतल्या : एक कमअस्सल साहित्यापासून तयार केलेली, नेहमीच्या वापरासाठीची आणि दुसरी रविवारी व सुट्टीच्या दिवसांसाठी, ज्याच्या दाढेत सोन्याची चिप होती, त्यामुळे ती जास्त खरी भासायची. शेवटी, सुट्टीच्या दिवसासाठी चर्चच्या घंटा वाजत असताना 'पाम संडे'ला, फ्लोरेंतिनो अरिसा नव्या ओळखीसह रस्त्यावर आला, त्याच्या अप्रतिम हसण्यामुळे त्याला असं वाटलं की, त्याच्या जागी दुसरात कोणीतरी माणूस आला आहे.

याच सुमारास फ्लोरेंतिनो अरिसाची आई मरण पावली होती आणि त्यामुळे तो घरात एकटाच असे. तो ज्या प्रकारचं प्रेम करायचा, त्यासाठी ते फायदेशीर

होतं, कारण त्याचं ठिकाण गुप्त होतं, जरी त्या घराच्या अनेक खिडक्यांमुळे, त्या रस्त्याला 'हाउस ऑफ विन्डोज' हे नाव पडलं असलं तरी. परिणामी तिथे अनेक डोळे पडद्याआडून पाहणारे असतील असं वाटू शकलं असतं; परंतु ते घर इतर कुणासाठी नव्हे, तर फक्त फर्मिना डासासाठी बांधण्यात आलेलं होतं, त्यामुळे इतर प्रेमिकांमुळे ते घर भ्रष्ट करण्याऐवजी, फ्लोरेंतिनो अरिसाने त्याच्या सगळ्यांत फलदायी वर्षांमधल्या अनेक संधी सोडून देणं पसंत केलं. त्याच्या सुदैवाने, तो जसजसा आर.सी.सी.मध्ये एकेक पायरी वर चढत गेला, त्याला नवे विशेषाधिकार मिळत गेले – सगळे गुप्त अधिकारदेखील – आणि त्यातला सगळ्यात व्यावहारिक अधिकार म्हणजे रात्री किंवा रविवारी किंवा सुट्टीच्या दिवशीदेखील कार्यालय वापरण्याची मुभा. त्यात तो आपल्या पहारेकऱ्यालाही सामील करून घेई. एकदा जेव्हा तो पहिला उपाध्यक्ष झाला, तेव्हा तो 'संडे गर्ल्स'पैकी एकीशी तातडीचा संग करत होता. ती त्याच्यावर स्वार होऊन टेबलापाशीच्या खुर्चीवर बसली होती. तेवढ्यात काही सूचना न देता दार उघडलं गेलं. लिओकाकाने आत डोकावलं, जणू काही तो चुकीच्या कार्यालयात आल्यागत त्याला वाटलं आणि तो घाबरलेल्या त्याच्या पुतण्याकडे चश्म्यावरून पाहत होता. ''मूर्खपणाच झाला माझा!'' काका म्हणाला. त्याला जराही आश्चर्य वाटलेलं नव्हतं, हे त्याच्या चेहऱ्यावर दिसत होतं. ''तू तुझ्या बापाच्या वळणावर गेलायेस अगदी!'' आणि दार लावून घेण्याआधी, तो दूरवर कुठेतरी पाहत म्हणाला, ''आणि तुम्ही, सेनॉरिटा, तुमचं बिनधास्त चालू दे. मी शपथेवर सांगतो की, मी तुमचा चेहरा पाहिलेला नाही.''

त्या प्रकरणाचा नंतर कधीही उल्लेख करण्यात आला नाही; परंतु त्यानंतरच्या आठवड्यात फ्लोरेंतिनो अरिसाला कार्यालयामध्ये काम करणं अशक्य होऊन गेलं. सोमावारी इलेक्ट्रिशियन छताला फिरणारा पंखा लावण्यासाठी अचानक आला. काही न सांगता किल्लीवाला आला आणि त्याने जणू काही युद्ध सुरू असल्यागत दरवाजाला कुलूप लावलं, त्यामुळे दरवाजा आतून लावून घेता येणार होता. काही न विचारता सुताराने खोलीची मापं घेतली, लाकडी सामानाचं काम करणाऱ्यांनी कापडं आणली आणि ती भिंतीच्या रंगाशी मिळतीजुळती आहेत का नाहीत, हे पाहिलं. त्यानंतरच्या आठवड्यामध्ये फुलांचं नक्षीकाम असलेला दोन माणसांसाठीचा मोठा बिछाना तिथे आणून ठेवण्यात आला. तो खिडकीतून आत न्यावा लागला, कारण तो एवढा मोठा होता की, दारातून आत नेणं शक्य नव्हतं. ते सगळे विचित्र वेळांना आणि उद्दामपणे काम करायचे, त्यांचं तसं करणं मुद्दाम केल्यासारखं होतं आणि त्यांना काही बोलल्यास ते निषेधाचा सूर लावत एकच वाक्य सांगायचे, ''मुख्य कार्यालयातून आज्ञा आल्यात.'' हा सगळा प्रकार त्याच्या काकाचा प्रेमळपणाचा भाग आहे की त्याच्या वाईट वर्तणुकीबद्दल त्याने दिलेली एक प्रकारची शिक्षा आहे, हे फ्लोरेंतिनो अरिसाला कधीही समजू शकलं नाही.

सत्य त्याच्या डोक्यातही आलं नाही, ते म्हणजे लिओकाका त्याच्या पुतण्याला प्रोत्साहन देत होता. कारण, अफवांमार्फत त्याच्याही कानावर असं आलं होतं की, बऱ्याच पुरुषांपेक्षा त्याच्या सवयी या वेगळ्या आहेत आणि त्याचा वारसदार म्हणून त्याचं नाव घोषित करण्यातली ही मोठी अडचण होती.

लिओ बारावा लोआयझा साठ वर्षांचं स्थिर वैवाहिक आयुष्य आनंदाने जगला आणि तो रविवारी काम करत नाही याचा त्याला अभिमान वाटायचा. त्याला चार मुलं आणि एक मुलगी होती आणि त्याला त्या सगळ्यांना त्याच्या साम्राज्याचं वारसदार बनवायचं होतं; परंतु त्या काळी कादंबऱ्यांमध्ये नेहमी घडायच्या आणि प्रत्यक्ष आयुष्यात त्यांवर कुणाचाही विश्वास बसायचा नाही अशा योगायोगाच्या मालिका घडल्या. जेव्हा त्याची चारही मुलं अधिकाराच्या पदापर्यंत आली, तेव्हा एकापाठोपाठ एक मेली आणि त्याच्या मुलीला नदीविषयी फार काही समजायचं नाही आणि तिने पन्नास मीटर उंच खिडकीतून हडसनवरच्या बोटी पाहत मरणं पसंत केलं होतं. काही जणांनी या योगायोगामागच्या काही वेगळ्या कहाण्या स्वीकारल्या होत्या. त्या म्हणजे व्हॅम्पायरसारखी छत्री घेतलेला, भयावह दिसणारा फ्लोरेंतिनो अरिसा काहीतरी करून या सगळ्या योगायोगाच्या मागचं कारण होता.

जेव्हा डॉक्टरांच्या आज्ञेमुळे काकाला निवृत्त व्हावं लागलं, तेव्हा फ्लोरेंतिनो अरिसाने आज्ञाधारकपणे रविवारच्या त्याच्या प्रेमसंगांचा त्याग करायचा निर्णय घेतला. देशातल्या पहिल्यावहिल्या स्वयंचलित वाहनांपैकी एका वाहनातून तो आपल्या काकासोबत गावाकडे राहायला जायचा. वाहन सुरू करण्यासाठी असलेलं हँडल इतक्या जोरात झटका द्यायचं की, त्यामुळे पहिल्या चालकाचा खांदा निखळला होता. ते दोघं कितीतरी तास बोलत बसायचे. सगळ्यापासून अलिप्त झालेला तो म्हातारा, त्याची पाठ समुद्राकडे करून त्याचं नाव कोरलेल्या हॅमॉकमध्ये ओल्ड स्लेव्ह भागातल्या शेतघराच्या गच्चीवर झोपायचा. तिथून दुपारी दूरवरची बर्फाच्छादित शिखरं दिसायची. नदीतल्या वाहतुकीव्यतिरिक्त इतर काही विषयांबाबत बोलणं फ्लोरेंतिनो अरिसा आणि त्याच्या काकाला कठीण जायचं आणि त्या दुपार रटाळ आणि संथ असायच्या जेव्हा मृत्यू हा न दिसलेला पाहुणा वाटायचा. लिओकाकाचं असं ठाम मत होतं की, नदीतल्या वाहतुकीचा व्यवसाय युरोपीय कंपन्यांशी संबंध असलेल्या कोणत्याही देशावरच्या व्यावसायिकाच्या हातात देऊ नये. ''हा धंदा कायमच किनाऱ्यावरच्या लोकांनी केलेला आहे,'' तो म्हणायचा. ''जर का देशावरच्या लोकांनी त्यावर ताबा मिळवला, तर तो पुन्हा जर्मनांच्या हाती जाईल.'' त्याचे हे पूर्वग्रह त्याच्या राजकीय मतांशीच मिळतेजुळते होते, त्यामुळे विषय वेगळा असला, तरी त्याला ते पुन्हा पुन्हा सांगायला आवडायचे.

''मी आता जवळपास शंभर वर्षांचा झालो आहे, मी सगळे बदल पाहिलेत, अगदी आकाशातल्या ताऱ्यांची बदलती स्थितीदेखील; परंतु या देशात अजूनही

काहीही बदलेलेलं नाही,'' तो म्हणायचा. ''इथे ते दर तीन महिन्यांनी नवी घटना तयार करतात, नवे कायदेकानून आणतात, नवी युद्ध घडवतात; परंतु अजूनही सगळं वसाहती काळासारखंच आहे.''

संघराज्यवादाच्या अपयशात सगळी पापं पाहणाऱ्या त्याच्या 'मेसन्स'ना तो नेहमी सांगायचा, ''१९७६च्या युद्धामध्ये म्हणजे तेवीस वर्षांपूर्वीच आपण 'द वॉर ऑफ अ थाउजंड' डेज हरलो होतो.'' फ्लोरेंतिनो अरिसाचा राजकारणाबद्दलच्या अलिप्तपणा टोकाचा होता, त्यामुळे तो तीच ती, कंटाळवाणी भाषणं ऐकायचा, जसं एखाद्याने समुद्राच्या गाजा ऐकाव्यात; परंतु प्रश्न जेव्हा कंपनीच्या धोरणांचा यायचा तेव्हा तो गंभीरतेने वादविवाद घालायचा. त्याच्या काकांच्या मताच्या विरुद्ध त्याचं मत होतं. त्याला असं वाटायचं की, नदी वाहतुकीच्या व्यवसायातल्या अडथळ्यांवरचा – जे आपत्तीच्या तोंडापाशी होते – एकमेव उपाय म्हणजे स्वतःहून नदी वाहतुकीच्या व्यवसायातल्या एकमात्र सत्तेचा त्याग करणं. नॅशनल काँग्रेसने रिव्हर कंपनी ऑफ कॅरिबियनला ही सत्ता ९९ वर्षांसाठी दिलेली होती. त्याच्या काकाने विरोध केला, ''लिओनाच्या डोक्यातल्या अराजकतवादी सिद्धान्तांमुळे तुझ्या डोक्यात हे खूळ शिरलंय.'' परंतु ते अर्ध सत्य होतं, फ्लोरेंतिनो अरिसाचे विचार जर्मन कोमोडोर जोहान बी एल्बर्सच्या अनुभवावर आधारलेले होते, त्याचा उच्च बुद्धिवाद अतिहावरट वैयक्तिक महत्त्वाकांक्षेने नष्ट झाला होता; परंतु त्याच्या काकाचं मत होतं की, एल्बर्सचं अपयश हे विशेषाधिकारामुळे झालेलं नव्हतं, तर त्याच्या अवास्तववादी बांधिलकीमुळे झालं होतं, त्याला देशाच्या भूगोलाचीच सर्व जबाबदारी घ्यायची होती : नदीपात्र प्रवासास योग्य अवस्थेत ठेवणं, शिवाय बंदर बांधणी, तिथून जमिनीवर जाण्याचा मार्ग, दळणवळणाची साधनं इत्यादी या सगळ्याचाही तो मुख्य होता. शिवाय, तो म्हणायचा तसं अध्यक्ष सिमॉन बोलिव्हारचा जहरी विरोधक असणं हीदेखील काही खायची गोष्ट नव्हती.

हे सगळे वाद त्याचे व्यावसायिक सहकारी जणू काही वैवाहिक वाद आहेत, ज्यात दोन्ही पक्ष बरोबर आहेत याप्रमाणे पाहायचे. म्हाताऱ्याचा ताठरपणा त्यांना नैसर्गिक वाटायचा. कारण, तसं म्हणणं सोपं होतं म्हणून नव्हे; परंतु त्याच्यासाठी एकाधिकारशाही फेकून देणं म्हणजे ऐतिहासिक लढाईतल्या विजयावर पाणी सोडण्यासारखं होतं. तो एकाधिकार, कुणीही पाठीशी नसताना त्याच्या भावंडांनी जगातल्या सगळ्यात अडचणीच्या काळात जिंकला होता, त्यामुळे तो जेव्हा त्याचे अधिकार राखण्याबाबत ठाम असायचा तेव्हा कोणीही त्याला विरोध करायचं नाही, कारण त्यांच्या कायदेशीर बाबीत कोणीही त्यांना स्पर्श करू शकणारं नव्हतं; परंतु अचानक, जेव्हा फ्लोरेंतिनो अरिसाने त्या चिंतनमग्न दुपारी केलेल्या वादविवादांमध्ये त्याची सगळी शस्त्रं टाकून दिली होती, तेव्हा लिओकाका केंद्रीकरणाचे विशेषहक्क

सोडून देण्यास राजी झाला. अर्थातच त्याची एक सन्माननीय अट होती की, तो जिवंत असेपर्यंत तो हे हक्क सोडून देणार नाही.

ती त्याची अखेरची कृती होती. त्यानंतर तो व्यवसायाबद्दल काहीही बोलला नाही, नंतर तर त्याने कुणाही त्याच्याशी सल्लामसलत करण्यासही बंदी घातली, त्याच्या डोक्यावरची एकही बट गेली नाही किंवा त्याच्या कुशाग्र बुद्धीला काहीही झालं नाही, ज्यामुळे त्याला पाहणाऱ्याला त्याच्याविषयी दया वाटेल, ते सर्व तो प्रयत्नपूर्वक टाळायचा. तो त्याच्या गच्चीवर, व्हिएन्नीस रॉकर खुर्चीत बसून हळूहळू पुढेमागे होत, समोरच्या डोंगरांवरचं बर्फ पाहत दिवस कंठू लागला. त्याच्या समोरच्या टेबलावर नोकराने कायम काळी कॉफी भरलेलं भांडं ठेवलेलं असे, त्यासोबत एका पेल्यात बोरिक ॲसिडच्या पाण्यात दोन कवळ्या ठेवलेल्या असत. त्यांचा वापर तो कुणी भेटायला आलं तरच करू लागला. तो फार कमी मित्रांना भेटायचा आणि फक्त अशा भूतकाळाबद्दल बोलायचा जेव्हा नदी वाहतूक व्यवसाय सुरूदेखील झाला नव्हता; परंतु त्याच्यासाठी बोलण्याचा एक विषय मात्र राहिलेला होता : फ्लोरेंतिनो अरिसाचं लग्न. तो त्याची इच्छा कित्येकदा बोलून दाखवायचा, आणि तीही एकाच प्रकाराने : ''मी जर पन्नास वर्षांनी तरुण असतो,'' तो म्हणायचा, ''तर मी त्या लिओनाशी लग्न केलं असतं. मला तिच्यापेक्षा चांगल्या बायकोची कल्पनाही करता येत नाही.''

अखेरच्या क्षणी उद्भवलेल्या या कधी न कल्पिलेल्या परिस्थितीमुळे, फ्लोरेंतिनो अरिसा एवढ्या वर्षांची तपश्चर्या वाया जाईल या कल्पनेने थरकापला. प्रत्येक गोष्ट सोडून द्यायला तो तयार झाला असता, त्याने सगळं काही फेकून दिलं असतं, फर्मिना डासाऐवजी दुसऱ्या कुणाचा विचार करण्याऐवजी तो मरण पत्करायला तयार झाला असता. नशिबाने, लिओकाकाने त्याला फार भरीस पाडलं नाही. जेव्हा काका ९२ वर्षांचा झाला, तेव्हा त्याने आपल्या पुतण्याला एकमेव वारसदार म्हणून घोषित केलं आणि तो निवृत्त झाला.

सहा महिन्यानंतर, एकमताने, फ्लोरेंतिनो अरिसा कंपनीच्या बोर्ड ऑफ डायरेक्टर्सचा अध्यक्ष झाला. त्यानंतर त्याने पदभार स्वीकारल्यावर शँपेनचे ग्लास एकमेकांना भिडवले गेले, त्या दिवशी त्या म्हाताऱ्या सिंहाने - काकाने लहानसं भाषण दिलं. त्या वेळी त्याने खुर्चीवरून न उठता बोलत असल्याबद्दल दिलगिरी व्यक्त केली आणि आयत्या वेळी बदल केलेलं त्याचं भाषण हे शोकगीतासारखं वाटलं. तो म्हणाला की, त्याच्या आयुष्याची सुरुवात आणि शेवट दोन महत्त्वाच्या घटनांनी झाली होती. पहिली म्हणजे द लिबरेटरने त्याला टर्बाको गावात स्वतःहून उचलून आणलं होतं, जेव्हा त्याचा प्रवास मृत्यूच्या दिशेने सुरू झाला होता. दुसरी घटना म्हणजे नियतीने कितीही अडथळे आणले तरीही त्याला कंपनीला साजेसा वारसदार मिळाला होता. शेवटी त्याने नाट्यातलं नाट्य काढून टाकण्यासाठी

समारोप केला, ''माझ्या या आयुष्यातली एकमेव वैफल्याची गोष्ट म्हणजे मी माझ्याच दफनविधीला गाणं गाऊ शकणार नाही.''

त्यामुळे तो त्या सोहळ्याला गाणं म्हणणार हे कुणी वेगळ्याने सांगायला नको होतं. त्याने तोस्काचं 'आदियो आला व्हिता' हे गाणं म्हटलं. त्याने 'कापेला' संगीतशैलीत ते म्हटलं, जी त्याला आवडायची; त्याचा आवाज अजूनही स्थिर होता. फ्लोरेंतिनो अरिसा मनातून हलला; परंतु त्याने ते आभारप्रदर्शनाचे दोन शब्द व्यक्त करताना त्याच्या किंचित थरथरत्या आवाजातून ते दर्शवलं. ज्या पद्धतीने त्याने आयुष्यात प्रत्येक गोष्ट केली होती आणि ज्या प्रकारे विचार केला होता, त्यामुळेच तो सर्वोच्च पदावर पोहोचू शकला होता. ती पद्धत म्हणजे जिवंत राहण्याचा आणि निरोगीपणे जिवंत राहण्याचा त्याचा पक्का निश्चय : तो त्याच्या नियतीची परिपूर्ती फर्मिना डासाच्या सावलीत करू शकेल त्या क्षणासाठी.

असं असलं तरी, त्या रात्री लिओना कासिआनीने दिलेल्या मेजवानीमध्ये त्याच्या सोबतीला केवळ तिच्याच आठवणी नव्हत्या. सगळ्यांच्या आठवणी त्याच्या सोबतीला होत्या : दफनभूमीत निजलेल्यांच्या, जे त्याने लावलेल्या गुलाबांच्या रोपांच्या रूपाने त्याचा विचार करत होते, तसंच आपापल्या पतीच्या उशीवर डोकं ठेवून झोपलेल्या बायका, चांदण्यात उजळलेली त्यांची माथी. एका बाईने गांजलेल्या त्याला, त्या सगळ्यांसोबत एकाच वेळी असायला हवं असं वाटायचं, जेव्हा जेव्हा तो घाबरलेला असायचा. त्याच्या सगळ्यात कठीण काळात आणि सगळ्यात वाईट क्षणी, त्याने त्याच्या अनेकानेक प्रेमिकांशी संबंधांचा एक धागा राखून ठेवला होता, मग तो किती कमकुवत का असेना. तो नेहमी त्यांच्या आयुष्याचा माग काढत राही.

आणि त्यामुळे त्या रात्री त्याला रोझाल्बा आठवली, जिने पहिल्यांदा त्याचं कौमार्य बक्षीस म्हणून हिसकावून घेतलं होतं आणि तिची आठवण अजूनही तितकीच वेदनादायी होती, जितकी ती पहिल्या दिवशी होती. तिला आठवण्यासाठी तो डोळे मिटायचा, तेव्हा त्याला ती दिसायची. मलमलच्या पोशाखात, रेशमी रिबिन असलेली हॅट घातलेली, बोटीच्या डेकवर बाळाचा पिंजरा घेतलेली. त्याच्या आयुष्याच्या मार्गातल्या कितीतरी वर्षांत, तो तिचा शोध घ्यायला निघण्याच्या तयारीत होता, जरी त्याला ती कुठे राहते किंवा तिचं नेमकं नाव काय किंवा तो जिच्या शोधात होता ती तीच आहे का, हे काहीही माहीत नव्हतं तरी; परंतु त्याला खात्री होती की, ती आर्किडच्या कुठल्यातरी बागेमध्ये त्याला सापडली असती. तो स्वेच्छेने प्रत्येक वेळी बोटीचा तख्ता काढून प्रवासाला निघाला असताना त्याचा प्रवास पुढे ढकलला जायचा आणि प्रत्येक वेळी असं काहीतरी कारण असायचं ज्याचा संबंध असा ना तसा, कसातरी फर्मिना डासाशी असायचा.

त्याला विधवा नाझारेत आठवली, फक्त तिच्याच सोबत त्याने स्ट्रीट ऑफ विंडोजवरच्या घरात पाखंडीपणा केला होता आणि त्याने नाही, तर त्रान्झितो

अरिसाने तिला घराच्या आत घेतलं होतं. इतर कुणाहीपेक्षा तो तिच्याबाबतीत जास्त समजूतदारपणा दाखवायचा, कारण ती बिछान्यात संग करताना, कितीही मंद असली, तरी फर्मिना डासाची भरपाई होऊ शकण्याएवढी पुरेशी कोवळीकता तिने दर्शवली होती; परंतु तिचा कल हा रस्त्यावरची मांजर होण्याकडे होता, तिच्यातल्या कोवळीकतेपेक्षा जास्त त्या मांजरीशी शक्ती जास्त होती आणि याचा अर्थ असा होता की, दोघांनाही व्यभिचाराची शिक्षा ठोठावली गेली होती, तरीही ते एकमेकांचे दीर्घकाळासाठी, सुमारे तीसहून अधिक वर्षांसाठीचे प्रेमिक होते, त्यांचा उद्देश साफ होता : बाहेरख्यालीपणा केला, तरी बेइमानी करायची नाही. ती एकमेव अशी बाई होती जिच्याबाबतीत फ्लोरेंतिनो अरिसा स्वतःला जबाबदार धरायचा : जेव्हा ती मरण पावल्याचं त्याला समजलं आणि तिला पॉपर्स ग्रेव्हमध्ये नेण्यात येणार असल्याचं त्याला कळलं, तेव्हा त्याने स्वखर्चाने तिचा दफनविधी केला आणि तिच्या दफनसोहळ्याला तो एकटा उपस्थित होता.

त्याला त्याच्या प्रेमिका असलेल्या इतरही विधवा आठवल्या. सर्वांत म्हातारी, पण जिवंत असलेली प्रुदेन्शिया पित्र. ती विडो ऑफ टू म्हणून प्रसिद्ध होती, कारण ती तिच्या दोन्ही पतींपेक्षा जास्त काळ जगली. आणि आणखी एक प्रुदेन्शिया, जी अरेलानोची विधवा होती, जी शृंगारिक होती, ती त्याच्या कपड्यांची बटणं तोडून टाकायची म्हणजे मग तिने ती बटणं शिवेपर्यंत तो तिच्या घरी थांबून राहायचा आणि जोसेफा, झ्यूनिगाची विधवा, त्याच्या प्रेमात वेडी झाली होती, ती तर तो झोपलेला असताना त्याचं लिंग छाटकाम करायच्या कातरीने कापायला निघाली होती म्हणजे मग तो जरी तिचा झाला नसता, तरी तो इतर कुणाचाही होऊ शकला नसता.

अँजेलीस अल्फारो त्याला आठवली, ते प्रेम अल्पजीवी ठरलं; पण ती सगळ्यांत जास्त आवडती होती. म्युझिक स्कूलमध्ये ती तंतुवाद्य शिकवायला सहा महिन्यांकरता आली होती आणि तिने त्याच्यासोबत जणू काही ती नुकतीच जन्मली असल्याप्रमाणे नग्न होऊन तिच्या घराच्या छपरावर चंद्राचं चांदणं अनुभवलं होतं, अशा कितीतरी रात्री त्यांनी व्यतीत केल्या होत्या. तिच्या सोनसळी मांड्यांमध्ये पकडल्यावर शेलो वाद्याचा आवाज मानवी होत असे. चांदण्यातल्या पहिल्या रात्रीपासून, त्या दोघांनी प्रेमाच्या अनअनुभवीपणामुळे आपापली हृदयं भंगून घेतली; परंतु अँजेलीस अल्फारो जशी तिच्या कोवळ्या संभोगासह आणि तिच्या कातील शेलोसह आली, तशीच समुद्री जहाजातून निघून गेली आणि मागे राहिलं ते निरोप घेतला त्या दिवशीचं पांढऱ्या कबुतराप्रमाणे फडफडणाऱ्या एकट्या पांढऱ्या हातरुमालासारखं चांदण्यात न्हाऊन निघालेल छप्पर. जणू काही ती म्हणजे पोएटिक फेस्टिव्हलमधल्या कवितेतलं एखादं कडवं होती. तिच्यासोबत असताना फ्लोरेंतिनो अरिसाला हे समजलं जे त्याला नकळतपणे त्याआधी कितीतरी वेळा अनुभवायला मिळालं होतं. ते म्हणजे कोणीही एकाच वेळी कितीतरी लोकांच्या प्रेमात पडलेला

असू शकतो, प्रत्येकासोबत सारखंच दुःख अनुभवू शकतो आणि त्यांपैकी कुणालाही तो धोका देत नसतो. बोटीच्या लाकडी तराफ्यावर गर्दीमध्ये एकटा असताना, तो रागाने स्वतःलाच म्हणाला, "वेश्यागृहापेक्षा जास्त खोल्या माझ्या हृदयाला आहेत." विलग होण्याच्या दुःखावेगात त्याने घळाघळा रडून घेतलं; परंतु ज्या क्षणी क्षितिजरेषेवर जहाज दिसेनासं झालं, फर्मिना डासाची आठवण पुन्हा डोकं काढून वर आली आणि तिने त्याचा ताबा घेतला.

अँड्रिया वॅरॉन त्याला आठवली, जिच्या घराबाहेर त्याने आदला आठवडा व्यतीत केला होता; परंतु न्हाणीघरातला केशरी दिवा म्हणजे त्याने आत जाऊ नये असा संकेत होता : त्याच्याआधी कोणीतरी आणखी आलेलं होतं. कोणीतरी, पुरुष किंवा बाई, कारण अँड्रिया प्रेमातला वेडेपणा करताना एवढ्यातेवढ्या तपशिलाने गोंधळ करून घेत नसे. त्याच्या यादीत, केवळ ती अशी होती जी शरीर विकून पैसे कमवायची; परंतु ती ते एवढ्या आनंदाने आणि कोणताही व्यावसायिक मध्यस्थ न ठेवता करायची. तिच्या ऐन बहराच्या काळात तिने उच्चभ्रूंची गणिका म्हणून मोठी कारकीर्द गाजवली होती, त्यामुळे तिला 'प्रत्येकाची बाई' असं म्हटलं जाई. तिने राज्यपाल, अधिकारी, ॲडमिरल्स सगळ्यांना वेड लावलं, तिने शब्द आणि शस्त्र अशा दोन्ही साधनांनी लढणाऱ्या अनेक लढवय्या नायकांना जे स्वतःला समजत होते तितके आदरणीय नव्हते आणि काही खरोखर होतेही अशा सर्वांना तिच्या खांद्यावर डोकं ठेवून रडताना पाहिलं होतं. असं असलं तरी, हे खरं होतं की, शहरातल्या भेटींदरम्यानच्या घाईच्या अर्ध्या तासाच्या अवधीत अध्यक्ष राफाएल रेयीसने तिला अर्थमंत्रालयाला उत्तम सेवा दिल्याबद्दल आजीवन पेन्शन देऊन टाकलं होतं, अर्थमंत्रालयात तिने खरंतर एकही दिवस काम केलं नव्हतं तरी. तिचं शरीर जिथवर पोहोचू शकेल तिथवर तिने सुखाच्या भेटी वाटल्या आणि जरी तिचं हे वागणं सगळ्या लोकांना माहीत होतं, तरी तिच्याविरोधात कोणीही खटला चालवला नाही. कारण, हा घोटाळा जर बाहेर पडला, तर तिच्यापेक्षा आपल्यालाच जास्त नुकसान होणार हे जाणून असल्याने तिच्या प्रतिष्ठित साथीदारांनी त्यांना असलेलं संरक्षण तिलाही बहाल केलं होतं. फ्लोरेंतिनो अरिसाने त्याचं प्रेम पैसे देऊन न करण्याचं पवित्र तत्त्व तिच्यासाठी मोडलं होतं आणि तिनेही प्रेम फुकटात न देण्याच्या – अगदी तिच्या नवऱ्यालाही – तत्त्वाचं उल्लंघन केलं होतं. त्या दोघांनी प्रतीकात्मक अशी एक पेसो फी ठरवली होती, जी ती घेत नसे आणि तो तिच्या हातात देत नसे, तर तो पेसो एका पैसे साठवण्याच्या गुल्लडमध्ये आर्केड ऑफ स्क्राइब्जच्या बाजारातून परदेशातून आलेली एखादी छानशी वस्तू विकत घेता येईल एवढे पैसे होईस्तोवर साठवून ठेवत होता. तो त्याच्या बद्धकोष्ठतेच्या समस्येसाठी जो एनिमा घ्यायचा, त्यात तिने विशिष्ट लैंगिकता बहाल केली होती आणि त्याने ते तिलाही द्यावेत

यासाठी पटवलं होतं आणि मग ते वेड्यापिशा दुपारी एकत्र एनिमा घ्यायचे, ज्यातून ते त्यांच्या प्रेमसंगात आणखी प्रेम वाढवण्याचा प्रयत्न करायचे.

त्याच्या अनेकानेक भेटींमधला एक सुदैवाचा फराटा म्हणून तो ज्याकडे पाहायचा, तो म्हणजे त्याला कडवटपणाचा अनुभव देणारी त्या सर्वांमध्ये एकच बाई होती. ती म्हणजे सारा नोरिएगा. तिने आपले अखेरचे दिवस डिव्हाइन शेफर्डेस असायलममध्ये घालवले. ती तिथे कविता एवढ्या मोठ्याने म्हणायची की, तिला त्यांना विलगीकरणाच्या एकांतवासात ठेवावं लागलं, नाहीतर तिच्यामुळे उरलेल्या वेड्या बायका पिसाट झाल्या असत्या. असं असलं तरी, जेव्हा त्याने आरसीसीची संपूर्ण जबाबदारी स्वीकारली, तेव्हा त्याच्याकडे फर्मिना डासाऐवजी दुसऱ्या कुणाचा विचार करण्यासाठी तितका वेळ नव्हता किंवा इच्छाही नव्हती. त्याला माहीत होतं की, ती अढळपदी होती. हळूहळू तो त्याच्याशी आधीपासून बांधल्या गेलेल्यांना भेटी देऊ लागला, जोवर त्या त्याला सुख देणार होत्या तोवर, त्याला शक्य होतं तोवर आणि त्या जिवंत होत्या तोवर, तो त्यांच्याकडे जाणार होता. पेंटेकॉस्ट संडेला जेव्हा हुवेनाल उर्बिनो मरण पावला, तेव्हा त्याच्यासोबत एकटी, एकच राहिली होती. ती नुकतीच चौदा वर्षांची झाली होती आणि तोपर्यंत त्याला प्रेमात वेडंपिसं करण्यासाठी जे जे हवं होतं, ते ते सगळं तिच्यापाशी होतं. तोपर्यंत अशी कुणीही त्याला भेटली नव्हती.

तिचं नाव होतं अमेरिका विखूना. ती दोन वर्षांपूर्वी प्युर्तो पाद्रे या कोळ्यांच्या गावातून आली होती आणि तिच्या कुटुंबाने पालक म्हणून आणि नातेवाईक म्हणून फ्लोरेंतिनो अरिसावर विश्वास ठेवला होता. त्यांनी तिला सरकारी शिष्यवृत्तीवर माध्यमिक शिक्षण घेण्यासाठी शहरात पाठवलं होतं. ती एखाद्या बाहुलीसारखी लहानखुरी होती, ती आली तेही तिच्यासारखीच लहानशी ट्रंक घेऊन. ती बोटीतून उतरली तेव्हा तिने उंच पांढरे बूट घातले होते आणि तिची वेणी सोनेरी रंगाची होती, तेव्हा तिला पाहून त्याच्या मनात विचित्र अशी संवेदना झाली. त्याला वाटलं की, ते दोघं नंतरचे रविवार एकत्रितरीत्या झोपणार आहेत. ती तेव्हा सगळ्या दृष्टीने मुलगी होती, तिच्या दातांना ब्रेसेस लावलेले होते आणि गुडघे शाळकरी मुलीप्रमाणे खरचटलेले होते; परंतु त्याने तिला पाहताक्षणी ती भविष्यात काय प्रकारची बाई होणार आहे हे ओळखलं. त्याने तिला शनिवारी सर्कस पाहताना, रविवारी बागेमध्ये आइस्क्रीम खाताना, उशिरा दुपारी लहान मुलासारखं खेळताना हळूहळू विकसित करत नेलं आणि तिचा विश्वास जिंकून घेतला, तिला जिव्हाळा देत प्रेम मिळवलं, त्याने प्रेमळ आजोबांप्रमाणे तिचा हात धरून तिला त्याच्या गुप्त खाटिकखान्याकडे नेलं. तिच्यासाठी ते जरा लवकरच घडलं, अचानक स्वर्गाची दारं उघडली गेली. अचानक तिचं फुललेल्या फुलात रूपांतर झालं, त्यामुळे ती आनंदाच्या तरंगांत तरंगत राहिली आणि त्यामुळे तिला अभ्यास करण्याची प्रेरणाही मिळाली. ती तिच्या

वर्गात कायम पहिल्या नंबरवर असल्यामुळे तिला आठवड्याच्या शेवटाला बाहेर जाण्याचा विशेषाधिकार मिळाला होता, तो तिला गमवायचा नव्हता. त्याच्यासाठी ती म्हणजे त्याच्या लहानशाच्या म्हाताऱ्या खाडीमधलं, निवारा देणारं ठिकाण होतं. अनेक वर्षांच्या हिशेबी प्रेमानंतर, निरागसतेतल्या हलक्या सुखाला कामविकृतीच्या पुनर्जीवनाची उत्फुल्लता होती.

ते पूर्ण सहमत होते. ती जशी होती तशी वागायची : कुठल्याही धक्क्याने चकित न होणाऱ्या एका वृद्ध पुरुषाच्या हाताखाली आयुष्याचे धडे गिरवणारी एक मुलगी आणि त्याला आयुष्यात सगळ्यात तो जे व्हायची भीती वाटायची, त्याची निवड केली होती : एक भ्रमिष्ट प्रेमिक. त्याने तिच्यामध्ये कधीही तरुण फर्मिना डासाला पाहिलं नव्हतं, जरी त्यांच्या दिसण्यात बरंच साम्य होतं आणि ते केवळ वयानुरूप नव्हतं, तर त्यांचा शाळेचा गणवेश, त्यांच्या वेण्या, चालण्याची पद्धत, आणि गर्विष्ठ व अनपेक्षित स्वभाव अशा बाबतीत होतं. तरीही प्रेमाच्या बाबतीत कदाचित परिमाणकारक ठरली असती, अशी अदलाबदल करण्याची कल्पना त्याने मनातून पूर्णतः खोडून काढली. ती जशी होती तशी त्याला आवडायची आणि ती जशी होती तसंच तिच्यावर तो प्रेम करू लागला होता, सायंकालीन आनंदाच्या भरात. त्याने केवळ तिच्याच बाबतीत अचानक होणाऱ्या गरोदरपणाबद्दल प्रचंड काळजी घेतली होती. सहा-सात वेळा भेटी झाल्यानंतर, त्यांच्या रविवारच्या भेटीव्यतिरिक्त त्यांना दुसरं काही सुचायचं नाही.

तिला बोर्डिंगमधून बाहेर घेऊन जाण्याचे अधिकार केवळ त्याला देण्यात आले असल्यामुळे, तो तिला आर.सी.सी.च्या मालकीच्या असलेल्या सहा सिलिंडर हडसन गाडीतून घेऊन जात असे आणि कधी कधी जर का दुपार फार उन्हाची नसेल तर ते किनाऱ्यावरून फिरायला जायचे. त्याने उदासवाणी हॅट घातलेली असे आणि हसून हसून दमलेल्या तिने वाऱ्याने उडून जाऊ नये म्हणून दोन्ही हातांनी गणवेशातली खलाशी टोपी धरून ठेवलेली असे. कोणीतरी तिला असं सांगितलं होतं की, गरजेपेक्षा जास्त वेळ त्याच्याबरोबर घालवू नकोस, त्याने खाल्लेलं काहीही खाऊ नकोस आणि चेहरा त्याच्या जवळ फार काळ नेऊ नकोस. कारण, वृद्धत्व संसर्ग करणारं असतं; परंतु तिने कधीही त्याची पर्वा केली नाही. लोक त्यांच्याबद्दल काय विचार करायचे याबद्दल ते दोघंही विचार करत नसत, कारण त्यांच्या कुटुंबीयांची जवळीक सगळ्यांना माहीत होती आणि त्याहीपेक्षा म्हणजे त्यांच्या वयांमधल्या प्रचंड फरकामुळे कोणी त्यांच्यावर संशय घेत नसत.

पेंटेकॉस्ट संडेला जेव्हा दुपारी चार वाजता घंटानाद होऊ लागला, तेव्हा त्यांनी नुकताच संग केला होता. फ्लोरेंतिनो अरिसाचं हृदय वेगाने धडधडू लागलं. त्याच्या तरुणपणी, दफनविधीच्या खर्चामध्ये घंटानाद करण्याचेही पैसे धरले जायचे आणि त्यामुळे तो गरिबांच्या मृत्यूनंतर होत नसे; परंतु शेवटच्या युद्धानंतर, शतकाने

कूस बदलल्यावर, कॉन्झर्वेटिव्ह सरकारने वसाहतकालीन पद्धती पुन्हा लागू गेल्या आणि त्यामुळे दफनविधीचे संस्कार एवढे महाग झाले की, केवळ अतिश्रीमंत व्यक्तीच घंटानादाचा खर्च उचलू शकायची. जेव्हा आर्चबिशप दान्ते दे ल्यूना मेला होता, तेव्हा नऊ दिवस नऊ रात्री सातत्याने सगळ्या प्रांतांत घंटा वादन सुरू होतं आणि त्यामुळे लोकांना एवढा त्रास झाला होता की, त्यानंतरच्या आर्चबिशपने मृत्युपश्चात करायचं घंटावादन केवळ प्रतिष्ठित, बड्या व्यक्तीपुरतंच मर्यादित केलं. त्यामुळे जेव्हा फ्लोरेंतिनो अरिसाने पेंटेकॉस्ट संडेला दुपारी चार वाजता कॅथेड्रलच्या घंटांचा आवाज ऐकला, तेव्हा त्याला हरवलेल्या तरुणपणातलं त्याचं भूत पुन्हा भेटायला आलं असावं असंच वाटलं. हा घटांनाद तो इतक्या वर्षांपासून ऐकण्याची वाट पाहत होता, अगदी तेव्हापासून जेव्हा त्याने एका रविवारी, हाय मासवरून जाताना सहाव्या महिन्यातल्या गर्भार फर्मिना डासाला पाहिलं होतं.

''अरे,'' तो अंधारात म्हणाला. ''कॅथेड्रलच्या घंटा वाजताहेत म्हणजे नक्कीच कोणी बडा आसामी असणार.''

नग्न असलेल्या अमेरिका विखूनाला नुकतीच जाग आली होती.

''पेंटेकॉस्टमुळे वाजवत असणार,'' ती म्हणाली.

चर्चच्या रिवाजांबाबत बोलण्याएवढा फ्लोरेंतिनो अरिसा तज्ज्ञ नव्हता आणि त्या जर्मन माणसासोबत एका कॉयरमध्ये भाग घेण्यासाठी तो अखेरचा मासला गेला होता, त्यानंतर त्याने कधीही मास पाहिला नव्हता. त्या माणसानेच त्याला तारयंत्रणेचं विज्ञान शिकवलं होतं आणि त्याच्या नियतीबद्दल कधीही कुठलीही निश्चित अशी बातमी आलेली नव्हती; परंतु त्याला निःशंकपणे कळलं की, या घंटा काही पेंटेकॉस्टसाठी वाजवल्या जात नाहीयेत, तर त्या निश्चितच, शहरातल्या सार्वजनिक दुखवट्यासाठी वाजवल्या जात आहेत. त्या दिवशी सकाळी कॅरिबियन स्थलांतरितांचं एक शिष्टमंडळ त्याच्या घरी आलं होतं. त्यांनी त्याला जेरेमिया द सेंट-आमूर त्याच्या छायाचित्रणाच्या स्टुडिओमध्ये मृतावस्थेत आढळल्याचं सांगितलं होतं. जरी फ्लोरेंतिनो अरिसा त्याचा जवळचा मित्र नसला, तरी तो इतर स्थलांतरितांचा निकटवर्तीय होता. ते त्याला सार्वजनिक कार्यक्रमांना बोलवायचे, काही झालं तरी दफनविधीलाही बोलवायचे; परंतु त्याला पक्कं माहीत होतं की, हे घंटावादन जेरेमिया दे सेंट-आमूरसाठी नव्हतं, तो नास्तिक जहाल आणि कडवा अराजकतावादी होता आणि त्याहीपेक्षा त्याने आत्महत्या केली होती.

''नाही,'' तो म्हणाला, ''हे घंटावादन नक्कीच एखाद्या राज्यपालासाठी असणार.''

अमेरिका विखूना ही काही मरणाविषयी विचार करण्याच्या वयाची नव्हती. तिचं गोरं शरीर कसातरी लावलेल्या पडद्याच्या फटीतून आलेल्या प्रकाशाच्या तिरीपेत विविधरंगी वाटत होतं. त्यांनी दुपारी जेवण झाल्यानंतर संग केला होता

आणि ते दोघंही एकमेकांच्या कुशीत झोपून राहिले होते, दोघंही छतावर फिरणाऱ्या पंख्याखाली नग्नावस्थेत होते. तापलेल्या पत्र्यावर तडतड आवाज करत चालणाऱ्या शिकारी पक्ष्यांच्या आवाजाला त्या पंख्याचा आवाज दडपू शकत नव्हता. फ्लोरेंतिनो अरिसाने त्याच्या लांबलकच आयुष्यात इतर अनेक बायकांशी जसं प्रेम केलं होतं, तसंच तिच्याशीही केलं; परंतु इतर कुणाहीपेक्षा तो तिच्यावर जास्त तळमळीने प्रेम करायचा, कारण त्याला खात्री होती की, जेव्हा तिचं माध्यमिक शिक्षण संपेल, तेव्हा तो मेलेला असेल.

ती खोली जहाजाच्या केबिनसारखी होती, त्याच्या भिंती लाकडी ओंडक्यांच्या होत्या. ज्यावर रंगांचे अनेक हात मारलेले होते, जसे बोटीच्या भिंतींवर मारतात तसे; परंतु दुपारी चार वाजता, विजेवर चालणारा पंखा पलंगावर फिरत असतानाही, नदीबोटीच्या केबिन्सपेक्षाही जास्त उकाडा त्या खोलीत होत होता. कारण होतं पत्र्याचं छप्पर. ती काही नेहमीच्या निजायच्या खोलीसारखी खोली नव्हती, तर ती जमिनीवर बांधलेली केबिन होती. फ्लोरेंतिनो अरिसाने ती आर.सी.सी. ऑफिसमागे केवळ म्हाताऱ्या माणसाच्या प्रेमळ गोष्टींसाठीचा आसरा म्हणून बांधून घेतली होती. एरवी तिथे झोपणं अशक्य असायचं, कारण मजुरांचा, कामगारांचा आणि नदीच्या बंदरावरच्या जहाजांचा प्रचंड गोंधळ तिथे ऐकू यायचा, तरी त्या मुलीसाठी तो रविवारचा स्वर्ग होता.

तिला अँजेलसच्या[८] पाच मिनिटं आधी शाळेत परतायचं होतं, तोपर्यंत त्या दोघांनी पेंटेकॉस्टच्या दिवशी एकत्र राहायचं ठरवलं होतं; परंतु त्या घंटांच्या आवाजामुळे फ्लोरेंतिनो अरिसाला त्याने जेरेमिया दे सेंट-आमूरच्या दफनविधीला उपस्थित राहण्याचं वचन दिलं होतं हे आठवलं आणि त्याने नेहमीपेक्षा जास्त घाईगडबडीत कपडे घालायला सुरुवात केली. प्रथम नेहमीप्रमाणे, त्याने तिची एका पेडाची वेणी घालायला सुरुवात केली, जी त्याने संग करण्याआधी स्वतःच सोडवली होती आणि त्याने तिला तिच्या शाळेच्या बुटांवरचे बो बांधायला टेबलावर बसवलं, जे तिला कधीही नीट बांधता यायचे नाहीत. दुष्टबुद्धीशिवाय त्याने तिला मदत केली आणि तिने तिला मदत करण्यासाठी त्याला मदत केली, जणू काही ते अपरिहार्य असावं : त्यांच्या पहिल्या भेटीनंतर ते दोघंही त्यांच्या वयाचं भान विसरून गेले होते आणि ते एकमेकांशी जणू काही नवरा-बायको असल्यागत वागू लागले होते. असे नवरा-बायको ज्यांनी त्यांच्या आयुष्यातल्या अनेक गोष्टी एकमेकांपासून लपवून ठेवल्या होत्या आणि त्यामुळे त्यांना एकमेकांना सांगण्यासाठी फार काही उरलेलं नव्हतं.

कार्यालयं सुट्टीचा दिवस असल्याने बंद होती आणि निर्मनुष्य असलेल्या बंदरावर बॉइलर्स बिघडलेलं एकच जहाज होतं. दमट आणि उष्ण हवेने वर्षातल्या पहिला पाऊस पडायची चिन्हं दाखवायला सुरुवात केली होती; परंतु स्वच्छ हवेने आणि बंदरावरच्या

रविवारच्या शांततेमुळे तो महिना कृपाळू असेल असं वाटत होतं. सावलीतल्या केबिन्सपेक्षा इकडचं जग जास्त कठोर असे आणि जरी त्या कुणासाठी वाजवल्या जात आहेत हे माहीत नसलं तरी घंटानादामुळे अधिक दुःख पसरलं होतं. फ्लोरेंतिनो अरिसा आणि ती मुलगी गच्चीवर गेले, ज्याचा वापर स्पॅनिश लोक काळ्यांना बंदरातून बाहेरगावी पाठवण्यासाठी करायचे आणि जिथे गुलामांच्या व्यापारासाठी वापरले जाणारं गंजकं लोखडं आणि वजनं असे उरलेसुरले अवशेष अजूनही होते. गोदामाच्या सावलीमध्ये त्याची गाडी त्यांच्यासाठी थांबलेली होती, आणि सीटवर बसल्यानंतरच त्यांनी स्टिअरिंग व्हीलवर डोकं टेकवून झोपलेल्या चालकाला उठवलं. गाडी चिकन वायरची कुंपणं असलेल्या गोदामांना वळसा घालून निघाली, तिने लास ॲनिमस बेचा जुना बाजार ओलांडला, जिथे अर्धनग्न प्रौढ चेंडू खेळत होते आणि धुळीच्या ढगातून मार्ग काढत ती नदीचं बंदर पार करून पुढे गेली. फ्लोरेंतिनो अरिसाला घंटावादन जेरेमिया दे सेंट-आमूरसाठी नसल्याचं पक्कं ठाऊक होतं; परंतु सतत येणाऱ्या आवाजाने त्याचं मन शंकेने भरून गेलं. त्याने चालकाच्या खांद्यावर हात ठेवून, त्याच्या कानात ओरडत विचारलं की, घंटा कुणासाठी वाजवल्या जात आहेत?

"बोकडासारखी दाढी राखणाऱ्या डॉक्टरसाठी," चालक म्हणाला, "काय बरं त्याचं नाव?"

फ्लोरेंतिनो अरिसाला फार विचार करावा लागला नाही, तरीही जेव्हा चालकाने त्याला तो कसा मेला हे सांगितलं, तेव्हा तत्क्षणी उफाळून आलेली आशा मृतवत झाली. त्याने जे काही ऐकलं होतं त्यावर त्याला विश्वास ठेवता येत नव्हता. जसा एखादा माणूस असतो, तसाच तो मरतो आणि तो ज्या पुरुषाचा विचार करत होता त्याचं मरण तर अशा प्रकारे असू शकत नव्हतं; परंतु तरी तो तोच होता, जरी ते विचित्र वाटत असलं तरी : शहरातला सर्वांत वृद्ध आणि सर्वांत उच्चशिक्षित डॉक्टर आणि अनेक गुणांमुळे प्रतिष्ठितांपैकी एक, जो वयाच्या ८१व्या वर्षी मणका मोडून मेला होता. तो आंब्याच्या झाडावर पोपट पकडण्याच्या प्रयत्नात चढला असताना खाली पडला होता.

फर्मिना डासाच्या लग्नानंतर फ्लोरेंतिनो अरिसाने आयुष्यात जे काही केलं होतं, ते हीच घटना घडण्याच्या आशेवर केलं होतं; परंतु आता ती घडली होती आणि न झोपता रात्र रात्र जागं राहून त्याने जो विजयाचा जल्लोष कल्पिला होता तो आता त्याला जाणवत नव्हता. उलट, तो भीतीने गठाळून गेला : त्याला चमत्कारिक साक्षात्कार झाला की, त्याच्या जागी कदाचित तोदेखील असू शकला असता, ज्याच्या मृत्यूसाठी घंटांचे टोल पडत होते. खडबडीत रस्त्यावरून जाणाऱ्या वाहनामध्ये त्याच्या शेजारी बसलेली अमेरिका विखूना त्याच्या पांढऱ्याफटक पडण्याने घाबरली आणि तिने त्याची विचारपूस केली. फ्लोरेंतिनो अरिसाने त्याच्या थंड पडलेल्या हातात तिचा हात घट्ट धरला.

''अगं, माझ्या प्रिये,'' तो उद्गारला, ''मला याबद्दल तुला सांगायला आणखी पन्नास वर्षं तरी लागतील.''

तो जेरेमिया दे सेंट-आमूरचा दफनविधी विसरून गेला. त्याने शाळेच्या दारापाशी त्या मुलीला सोडलं आणि पुढच्या शनिवारी तो तिला भेटायाला नक्की येईल, असं घाईघाईत वचन दिलं. त्याने मग चालकाला डॉ. हुवेनाल उर्बिनोच्या घरी गाडी न्यायला सांगितली. तो तिथे पोहोचला तेव्हा तिथे वाहनांचे आवाज आणि शेजारच्या रस्त्यांवरून येणाऱ्या भाड्याच्या घोडागाड्या आणि शेजारपाजारच्या घरातले कितीतरी उत्सुक चेहरे जमा झालेले दिसले. सोहळ्याच्या परमोच्च क्षणी ही वाईट बातमी समजल्यानंतर डॉ. लॅसिडेस ऑलिवेय्याचे सगळे पाहुणे तिथे त्वरित गोळा झाले. गर्दीमुळे घराच्या आतमध्ये जाणं तितकं सोपं नव्हतं; परंतु फ्लोरेंतिनो अरिसाने निजायच्या मुख्य खोलीमध्ये जाण्यासाठी मार्ग काढला. त्याने दार अडवून उभ्या असलेल्या गर्दीच्या खांद्यावरून पाहिलं : हुवेनाल उर्बिनो पलंगावर पडला होता, अगदी तसाच जसा त्याने पहिल्यांदा त्याचं नाव ऐकल्यावर त्याला तो पाहावासा वाटला होता. मृत्यूच्या अपमानित स्थितीमध्ये पहुडलेला. शवपेटीसाठी सुतार नुकतीच त्याची मापं घेऊन गेला होता आणि त्याच्या बाजूला, नववधूसारखा पोशाख केलेली आजीबाई उभी होती, तो पोशाख तिने मेजवानीला घातला होता, फर्मिना डासा अंतर्मुख आणि खजील झालेली वाटत होती.

फ्लोरेंतिनो अरिसाने त्याच्या तरुणपणाच्या दिवसांपासून - जेव्हा त्याच्या बेदरकार प्रेमाला समर्पित झाला होता, तेव्हापासून - या क्षणाची तपशीलवार कल्पना केली होती. तिच्यासाठी त्याने इतर कशाची चिंता न करता प्रसिद्धी आणि पैसा कमावला होता, तिच्यासाठी त्याने त्याच्या तब्येतीची काळजी घेतली होती आणि दिसणं काळजीपूर्वक तसंच ठेवलं होतं, जे त्या काळच्या इतर पुरुषांच्या तुलनेत तितकं पुरुषी नव्हतं आणि त्या जगात कुणीही कशाहीसाठी एवढं थांबून राहिलं नसेल, एवढा तो त्या दिवसाची वाट पाहत थांबला होता : एक मिनिटाकरताही नाउमेद न होता. शेवटी मृत्यूने एकदाचं त्याच्या वतीने हस्तक्षेप केला होता, त्यामुळे त्याला त्याची अनंतकाळ आणि विधवा झाल्यापासून कायमस्वरूपी फर्मिना डासावर प्रेम करण्याची शपथ पुन्हा घेण्याची हिंमत प्राप्त झाली.

ती एक अविचारी आणि अयोग्य कृती होती, या त्याच्या विवेकबुद्धीने केलेल्या त्याच्यावरचा आरोप त्याने फेटाळून लावला नव्हता; परंतु अशी संधी पुन्हा कधीही येणार नाही, असा विचार करून भीतीने त्याने हे केलं होतं. त्याने जरा कमी क्रूर काहीतरी पसंत केलं असतं, काहीतरी असं जे त्याने बऱ्याचदा कल्पना करून पाहिलं होतं; परंतु नियतीने त्याला फार काही पर्याय दिले नव्हते. तो त्या सुतकाच्या घरातून बाहेर पडला; तिला सोडून निघताना जशी ती दुःखात होती, त्याच मनःस्थितीत तोही असल्याचं त्याला समजलं; परंतु हे रोखण्यासाठी तो काही

करू शकत नव्हता. कारण, ती क्रूर रात्र त्या दोघांच्या नियतीवर कायमची कोरली जाणार होती, हे त्याच्या लक्षात आलं.

पुढचे दोन आठवडे तो एकही रात्र धड झोपू शकला नव्हता. त्याने हताशपणे स्वतःला विचारलं की, फर्मिना डासा त्याच्याशिवाय राहू शकेल का, ती काय विचार करू शकेल, ती काय करेल, त्याने तिच्यावर काळजीचं ओझं दिल्यानंतर तिच्या उर्वरित आयुष्यात ती काय करणार आहे. त्याला बद्धकोष्ठतेचा खूप त्रास झाला, त्यामुळे त्याचं पोट ढोलासारखं फुगलं आणि त्याला शेवटी एनिमापेक्षा खूप वाईट उपायांचा आधार घ्यावा लागला. त्याने त्याच्या समकालीनांपेक्षा वृद्धत्वाच्या समस्या जास्त चांगल्या प्रकारे स्वीकारल्या होत्या, कारण त्याला त्या तो तरुण असल्यापासून माहीत होत्या, त्या आता एकदम त्याच्या अंगावर चाल करू आल्या होत्या. एक आठवडा घरी राहिल्यानंतर तो बुधवारी कार्यालयात गेला आणि लिओना कासिआनी त्याला पांढराफटक आणि दमलेला पाहून घाबरून गेली; परंतु त्याने तिला धीर दिला : नेहमीप्रमाणे निद्रानाशाचा आजार आणि पुन्हा एकदा त्याने भळभळत्या हृदयातल्या जखमा तिच्यासमोर उघड करून सत्य सांगण्यापासून स्वतःला परावृत्त केलं. कसंतरी काहीतरी खात, न झोपता त्याने आणखी एक आठवडा कशावरही धड लक्ष केंद्रित न करता घालवला, मुक्तीचा मार्ग दाखवणारे गुप्त संकेत शोधायचा तो प्रयत्न करत होता; परंतु शुक्रवारी, त्याला आपोआप शांत वाटू लागलं. त्याचा अर्थ त्याने अपशकून झाला असण्याशी लावला, कारण नवं काही घडणार नव्हतं असं त्यालं वाटलं म्हणजे आयुष्यात त्याने जे काही केलं होतं, ते व्यर्थ होतं, त्यानुसार तो पुढे जाऊ शकणार नव्हता, तो अंत होता, शेवट होता. तरी सोमवारी जेव्हा तो स्ट्रीट ऑफ विंडोजवरील त्याच्या घरी परतला, तेव्हा त्याला दरवाजापाशी डबक्यात एक पत्र तरंगताना दिसलं आणि त्या ओल्या पाकिटावरचं ते हस्ताक्षर त्याने तत्क्षणी ओळखलं म्हणजे आयुष्यात कितीतरी बदल होऊनही ते तसंच राहिलं होतं आणि त्याला गार्डेनिया फुलांचा गंधही जाणवला. कारण, पहिला धक्का बसल्यावर, त्याच्या मनाने क्षणाचाही उसंत न घेता त्याला सगळं काही सांगितलं : ज्या पत्राची तो वाट पाहत होता, ते पत्र आलं होतं, जवळपास पन्नास वर्षांनंतर.

फर्मिना डासा कल्पनाही करू शकली नाही की, तिने प्रचंड संतापाने लिहिलेल्या पत्राचा अर्थ फ्लोरेंतिनो अरिसाने प्रेमपत्र म्हणून घेतला असेल. तिने तिच्या आतला असला-नसला सगळा राग काढून, क्रूर असे शब्द वापरून, खूप बोचणारे, अपमानित करणारे शब्द वापरून ते पत्र लिहिलं होतं. तरीही तिच्या मते त्याच्या अपराधाच्या तुलनेत ते शब्द तसे कमीच होते. मनातलं भूत कायमचं बाहेर काढण्यासाठी केलेली ती अखेरची कडवट कृती होती, ज्यातून ती तिच्या नव्या स्थितीत स्वतःच्या अटीशर्थींनुसार जगायचा प्रयत्न करत होती. तिला पुन्हा स्वतःसारखं व्हायचं होतं, तिने पन्नासहून अधिक वर्षांच्या काळात चाकराची भूमिका अंगी बाणवली होती, त्यातून तिला बाहेर पडायचं होतं, अर्थातच या भूमिकेने तिला आनंद दिला होता; परंतु तिचा नवरा मेल्यानंतर, तिला तिच्या त्या ओळखीचा मागमूसही मागे ठेवायचा नव्हता. ती त्या घरातलं भूत झाली होती, जे रात्रभरात एकटं पडलं होतं आणि त्या घरात ती निरुद्देश भटकली, तेव्हा तिने स्वतःलाच कळकळीने विचारलं की, नक्की कोण मेलं आहे : तो मृत झालेला पुरुष की जिला तो मागे सोडून गेला ती बाई.

आयुष्याच्या समुद्रात मध्येच सोडून गेल्याबद्दल तिच्या मनात त्याच्या नवऱ्याबद्दल आलेली रागाची भावना ती टाळू शकली नव्हती. त्याचं जे जे होतं, त्यामुळे तिला रडू आलं : उशीखालचा त्याचा पायजमा, त्याच्या सपाता, ज्या तिला नेहमी एखाद्या अपंगाच्या असल्यागतच वाटायच्या, ती झोपण्याआधी कपडे काढून केस विंचरत असताना आरशाच्या मागे तो असल्याची जाणीव, त्याच्या त्वचेचा वास, जो तिच्यावर तो मेल्यानंतरही बराच काळ राहणार होता. ती कोणतंही काम करत असताना मध्येच थांबायची आणि कपाळावर हात मारून घ्यायची. कारण,

तिला अचानक त्याला काहीतरी सांगायचं राहून गेल्याचं आठवायचं. प्रत्येक क्षणी कितीतरी साधेसे प्रश्न तिच्या मनात यायचे, ज्यांची उत्तरं केवळ तोच देऊ शकायचा. एकदा ती कल्पनाही करू शकणार नाही असं काहीतरी त्याने तिला सांगितलं होतं : पाय काढून टाकलेल्या थोटक्या माणसाला पाय नसूनही तिथे पेटके येतात, दुखतं, खाज येते. तिला त्याच्याशिवाय अगदी तसंच वाटायचं, तो तिथे नसला तरी त्याचं अस्तित्व असल्यासारखं.

ती त्याची विधवा म्हणून पहिल्यांदा ज्या सकाळी उठली, तेव्हा ती डोळे न उघडता कुशीवर वळली, तिला आणखी जास्त आरामदायी स्थिती हवी होती, जेणेकरून ती आणखी झोपू शकेल आणि त्याक्षणी तो तिच्यासाठी मृत्यू पावला. त्या वेळी हे स्पष्ट झालं की, त्याने एवढ्या वर्षांत पहिल्यांदाच अख्खी रात्र घराबाहेर काढली होती. आणखी एका जागी, टेबलापाशी ती थबकली. ती तिथे एकटी आहे असं वाटल्यामुळे नव्हे म्हणजे खरंतर ती एकटी होती; परंतु ती अस्तित्वात नसलेल्या कुणाबरोबर तरी खाते आहे अशी विचित्र भावना तिला जाणवली म्हणून. तिची मुलगी ऑफेलिया आणि तिचा नवरा, त्यांच्या तीन मुलींसह जेव्हा न्यू ऑर्लिन्सहून तिथे आले, तेव्हा ती त्यांच्यासह त्या टेबलापाशी बसली; परंतु नेहमीपेक्षा ते टेबल वेगळं होतं. तिने लहानसं, मार्गिकेमध्ये बसणारं थोडे बदल केलेलं टेबल तयार करून घेतलं होतं. तोपर्यंत तिने नेहमीसारखं जेवण केलं नव्हतं. ती कोणत्याही वेळी जेव्हा तिला भूक लागायची, तेव्हा किचनमधून एक चक्कर मारायची आणि भांड्यांमध्ये काटा-चमचा टाकून ताटलीत न घेता हळूहळू, तशीच शेगडीपाशी उभी राहून एकेक पदार्थ खायची, तिथल्या मोलकरणींशी बोलत, त्यांच्याशी ती निःसंकोच बोलू शकायची, त्यांच्या संगतीत तिला सर्वांत छान वाटायचं, तरीही तिने कितीही प्रयत्न केला तरी तिला तिच्या मृत नवऱ्याचं अस्तित्व काढून टाकता आलं नव्हतं : जिथे जिथे ती जायची, जिथे जिथे वळायची, मग ती काहीही करत असू दे, तिला अशी एखादी गोष्ट सापडायचीच ज्यामुळे तिला त्याची आठवण यायची. जरी तो गेल्याचं दुःख करणं हे सभ्य आणि योग्य भासणारं होतं, तरी तिला त्याच्या दुःखामध्ये बुडून न जाण्यासाठी ज्या गोष्टी करणं शक्य होतं त्याही करायला हव्या होत्या आणि म्हणून तिने तिच्या नवऱ्याची आठवण करून देणाऱ्या सगळ्या गोष्टी घरातून काढून टाकण्याचा तडकाफडकी निर्णय घेतला, तिच्या मते त्याच्याशिवाय जगण्याचा तोच एकमेव मार्ग असू शकला असता.

तो उच्चाटण करण्याचा विधी होता. तिचा मुलगा त्याचं ग्रंथालय नेण्यास तयार झाला, त्यामुळे ती त्याच्या कार्यालयाचं रूपांतर शिवणाच्या खोलीत करू शकली, तिला तिचं लग्न झाल्यापासून शिवणाची खोली हवी होती; पण ती नव्हतीच आणि तिच्या मुलीने लाकडी सामान आणि अनेकानेक वस्तू घेतल्या. तिच्या मते त्या न्यू ऑर्लिन्समधल्या दुर्मीळ वस्तूंच्या लिलावासाठी अगदी योग्य

होत्या. फर्मिना डासासाठी हा सगळा प्रकार मोकळं होण्याचा, सुटका झाल्याचा होता, तिने तिच्या मधुचंद्राहून आणलेल्या वस्तू आता दुर्मीळ झाल्या आहेत हे समजल्यावर तिला अजिबात बरं वगैरे वाटलं नाही. नोकरचाकर, शेजारपाजारचे, तिच्या मैत्रिणी – जे कोणी त्या काळात तिला भेटायला यायचे, ते अचंबित व्हायचे. कारण, तिने तिच्या घरामागे, परसदारी होळी केली होती आणि तिथे तिला ज्या ज्या वस्तूंमुळे तिच्या नवऱ्याची आठवण यायची, त्या त्या वस्तू तिने जाळून टाकल्या : अखेरच्या शतकात शहराने पाहिलेले सर्वोत्तम, सभ्य आणि सर्वांत महागडे कपडे, उत्तम असे बूट, त्याच्या तैलचित्रांपेक्षा प्रत्यक्षात जास्त साम्य असलेल्या हॅट्स, मृत्यू पावण्याआधी तो ज्या खुर्चीतून उठला होता ती डुलकी काढायची खुर्ची, अशा अनेकानेक वस्तू ज्या तिच्या आयुष्याशी बांधल्या गेल्या होत्या, ज्या आता तिच्या व्यक्तित्वाच्या एक भाग झाल्या होत्या. तिच्या नवऱ्याने तिला तसं करायला खात्रीने परवानगी दिली असती असं निःशंकपणे मानून तिने तसं केलं. त्याने ती परवानगी काही स्वच्छतेच्या कारणासाठी नसती दिली, तर त्याने बरेचदा, एका लाकडी अंधाऱ्या पेटीत बंदिस्त होऊन जाण्याऐवजी त्याचं दहन करावं, अशी इच्छा व्यक्त केली होती. अर्थातच, त्याचा धर्म त्याला तशी परवानगी देणार नव्हता : त्याने हा विषय आर्चबिशपपाशी काढण्याची हिंमतही केली होती आणि त्याचं उत्तर अर्थातच 'नाही' असं होतं. ती भ्रामक कल्पना होती, कारण चर्चने आमच्या दफनभूमीमध्ये दहन करण्याला परवानगी दिली नव्हती, अगदी कॅथॉलिक नसलेल्या इतर धर्म किंवा पंथीयांनाही परवानगी नव्हती आणि दहनसंस्कार करण्याचे फायदे हुवेनाल उर्बिनोखेरीज कोणालाही सुचले नसते. फर्मिना डासा तिच्या नवऱ्याची भीती विसरली नव्हती आणि पहिल्या काही तासांमधल्या गोंधळातही तिने सुताराला शवपेटीला लहानशी फट ठेवण्याची आज्ञा दिली होती म्हणजे तिच्यातून प्रकाश आत जाऊ शकेल आणि त्याला दिलासा मिळेल.

काही झालं तरी, घाऊक जाळपोळ करणं व्यर्थ ठरलं. लवकरच फर्मिना डासाला लक्षात आलं की, काळाच्या ओघामध्ये तिच्या मृत नवऱ्याच्या स्मृती या आगीलाही पुरून उरणाऱ्या होत्या. त्याहीपेक्षा वाईट म्हणजे कपड्यांच्या दहनानंतर, तिला अनेकानेक गोष्टी आठवून त्याची आठवण येऊ लागली. शिवाय तिला ज्या गोष्टींचा राग यायचा, त्याही आठवून तिला आठवण येऊ लागली. जसं की, उठल्यानंतर तो जे आवाज करायचा ते. त्या आठवणींमुळे तिला दुःखाच्या खारफुटी दलदलीतून बाहेर पडण्यास मदत झाली आणि शिवाय तिने जणू काही तिचा नवरा मृत झाला नसावा हे मानून आयुष्यात पुढे जात राहण्याचा निर्णय घेतला. तिला माहीत होतं की, रोज सकाळी उठणं अडचणीचं, कठीण असणार होतं; परंतु हळूहळू ते कमी, कमी अडचणीचं होत गेलं असतं.

खरंतर तिसऱ्या आठवड्याच्या शेवटी, तिला प्रथम आशेचा किरण दिसू लागला; परंतु जसा तो मोठा मोठा आणि अधिक तेजस्वी झाला, तशी ती सावध झाली. तिला लक्षात आलं की, तिच्या आयुष्यात एक सैतानी पिशाच आहे, जे तिला एका क्षणाचीही शांतता देत नव्हतं. ते पिशाच दया वाटावी असं नव्हतं, ज्याने पार्क ऑफ एव्हांजेल्समध्ये असताना तिला पछाडलं होतं आणि ती म्हातारी झाल्यावर ज्याने तिच्यातली काहीएक कोवळीकता जागृत केली होती. ते द्वेष वाटावं असं पिशाच होतं, ज्याने जल्लादाचा फ्रॉक कोट घातला होता आणि त्याची हॅट छातीजवळ धरली होती, ज्याच्या अविचारी उद्धटपणाने तिला इतकं अस्वस्थ केलं की, त्याच्याबद्दल विचार न करणं तिला अशक्य झालं. वयाच्या अठराव्या वर्षी जेव्हापासून त्याने त्याला नकार दिला, तेव्हापासून तिला खात्रीने वाटलं होतं की, तिने त्याच्यामध्ये दुस्वासाचं एक बीज रुजवलं होतं, ते केवळ काळासोबत वाढत जाणार होतं. ती नेहमी तो दुस्वास गृहीत धरून चालायची. जेव्हा पिशाच जवळ असायचं तेव्हा तो दुस्वास तिला जाणवायचा आणि त्याच्या केवळ दिसण्याने ती घाबरायची, निराश व्हायची, त्यामुळे तिला त्याच्याबरोबर सहजतेने वागण्याचा रस्ता कधीही सापडला नव्हता. रात्री जेव्हा तिच्या नवऱ्याच्या दफनविधीसाठी आणलेल्या फुलांचा गंध घरात अजूनही दरवळत होता, तेव्हा त्याने त्याच्या प्रेमाची पुन्हा एकदा कबुली दिली. त्या वेळी तिला त्याच्या उर्मटपणावर विश्वास बसू शकला नाही. कदाचित, देवच जाणे, तो उद्धटपणा, त्याच्या सूडयोजनेतली पहिली पायरी असावी असं तिला वाटलं.

त्याची सतत आठवण येत राहिल्याने तिच्या रागात भर पडली. दफनविधीनंतरच्या दिवशी जेव्हा ती त्याचा विचार करत जागी झाली, तेव्हा तिने केवळ इच्छेच्या बळावर त्याला तिच्या विचारांमधून काढून टाकण्यात यश मिळवलं; परंतु राग कायम परतून यायचा आणि तिला लवकरच समजलं की, त्याला विसरून जाण्याची इच्छा ही त्याला आठवण्याला खतपाणी घालणारी सगळ्यात शक्तिशाली बाब आहे. मग स्मरणरंजनाला शरण जात, तिने पहिल्यांदा तिच्या अवास्तव प्रेमाच्या भ्रामक दिवसांना आठवण्याची हिंमत केली. तिने ती लहानशी बाग, बदामांची झाडं आणि तो बसायचा तो बाक – हे सगळं कसं होतं हे आठवायचा प्रयत्न केला. कारण, त्यांपैकी काहीच आता त्या वेळेसारखं अस्तित्वात नव्हतं. त्यांनी सगळं काही बदलून टाकलं होतं, त्यांनी पिवळ्या पानांचा गालिचा तयार करणारी झाडं तोडून आणि शिरच्छेद करण्यात आलेल्या नायकाचा पुतळा काढून त्या जागी एक अनामिक पुतळा उभारला होता, ज्याचा पराक्रम काय हे माहीतच नव्हतं. या माणसाने सैनिकी पोशाख घातलेला होता. तो दिमाखात तिथल्या पारावर उभा होता, त्या पारावर त्यांनी परगण्याचा विजेच्या नियंत्रणकक्ष तयार केला होता. बऱ्याच वर्षांपूर्वी प्रांतीय सरकारला विकलेल्या तिच्या घराची पूर्णतः पडझड झालेली

होती. तिला तेव्हा फ्लोरेंतिनो अरिसा जसा होता तसा कल्पना करणं कठीण होतं, तो अबोल, पावसात भिजणारा बिचारा मुलगा आता म्हातारपणाने झडून गेल्यागत झाला होता, यावर तिला विश्वास ठेवणं कठीण होतं. ती कोणत्या परिस्थितीतून जाते आहे, याचा विचारही न करता किंवा तिला होणाऱ्या शोकाचा जराही मान न राखता, तो तिच्या पुढ्यात येऊन उभा राहिला होता. त्याने तिच्या मनाला जळत्या निखाऱ्यासारख्या अपमानाने चटका दिला होता, त्यामुळे तिला गुदमरायला झालं.

मिस लिंचमुळे झालेल्या दुःखावर उतारा म्हणून फर्मिना डासा फ्लोर दे मारियाला गेली होती. तिथून परतल्यानंतर थोड्या काळाने तिची बहीण हिल्डेब्रांडा सान्चेस तिला भेटायला आली. तीही आता म्हातारी, जाडी परंतु समाधानी होती. तिच्या मोठ्या मुलासोबत ती आली होती, जो त्याच्या बापासारखा सैन्यात कर्नल होता; परंतु त्याला बापानेच झिडकारलं होतं. कारण, सान हुआन दे ला सिएनागा इथे झालेल्या केळीच्या बागांमधल्या कामगारांच्या कत्तलीच्या प्रकरणात त्याची वागणूक घृणास्पद होती. दोघी बहिणी बऱ्याचदा एकमेकींना भेटायच्या आणि जेव्हा त्या पहिल्यांदा भेटल्या होत्या, तेव्हाचा आठवणी काढत, ते स्मरणरंजन अनुभवत कित्येक तास सोबत घालवायच्या. तिच्या शेवटच्या भेटीत, हिल्डेब्रांडा नेहमीपेक्षा जास्त गतकातर झाली आणि वृद्धत्वाच्या ओझ्याने तिच्यावर जास्त परिणाम झाला होता. त्याच्या आठवणींना आणखी धार येण्यासाठी, तिने जुन्या काळातल्या बायकांप्रमाणे कपडे घालून त्या दोघींनी काढलेलं छायाचित्र पाहायला आणलं होतं. एका दुपारी बेल्जियन छायाचित्रकाराने ते टिपलं होतं आणि त्यानंतर तरुण हुवेनाल उर्बिनोने इच्छुक फर्मिना डासावर अखेरचा घाव घातला होता. तिच्याकडची त्या छायाचित्राची प्रत हरवली होती आणि हिल्डेब्रांडाच्या प्रतीमध्ये त्या दोघी जवळपास दिसत नव्हत्या; परंतु भ्रमनिरासाच्या धुक्यातून त्या दोघी एकमेकींना ओळखू शकत होत्या : तरुण आणि सुंदर, पुन्हा कधीही होऊ शकणार नाहीत अशा.

फ्लोरेंतिनो अरिसाबद्दल न बोलणं हे हिल्डेब्रांडाला अशक्य होतं. कारण, तिला त्याची नियतीदेखील तिच्यासारखीच वाटायची. तिने ज्या दिवशी पहिल्यांदा तार पाठवली होती, त्या वेळच्या त्याला आठवलं आणि ती कधीच तिच्या मनातून त्याची ती आठवण पुसून टाकू शकली नव्हती. कारण, त्या छोट्या पक्ष्याला नामशेष होण्याची शिक्षा देण्यात आली होती. दुसरीकडे, फर्मिना डासा अर्थातच त्याच्याशी काही न बोलता, त्याला नेहमी पाहायची आणि तो तिचं पहिलं प्रेम होता हे तिला कधीही कल्पिणं शक्य झालं नाही. ज्याप्रमाणे तिला शहरातल्या महत्त्वाच्या व्यक्तींच्या बातम्या कळायच्या, तसंच तिला नेहमी त्याच्याबद्दलही कळायचं. असं म्हटलं जायचं की, त्याच्या विचित्र सवयींमुळे त्याने लग्न केलं नव्हतं; परंतु तिने त्याकडे कधीही लक्ष दिलं नाही. यामागचं एक कारण म्हणजे तिने कधीही अफवांवर विश्वास ठेवला नव्हता आणि दुसरं म्हणजे ज्यांच्याबद्दल शंकेला स्थान नसायचं,

अशा पुरुषांबद्दल नेहमीच अशा वावड्या उठवल्या जायच्या. एकीकडे, तिला विचित्र वाटायचं की, फ्लोरेंतिनो अरिसा अजूनही त्याच्या गूढ पोशाखात असायचा, दुर्मीळ मलमं लावायचा, तेदेखील त्याच्या आयुष्याचा मार्ग नेत्रदीपक आणि प्रतिष्ठित प्रकारे आखल्यानंतरही. तो आता पूर्वीचीच ती व्यक्ती आहे, यावर तिला विश्वास ठेवणं अशक्य होतं आणि हिल्डेब्रांडा जेव्हा म्हणायची, ''बिचारा, त्याने किती सहन केलं असेल!'' तेव्हा तिला नेहमी आश्चर्य वाटायचं, कारण तिने शोक न करता त्याला बराच काळ पाहिलेलं होतं : एक सावली जिला गाडून टाकण्यात आलं होतं.

असं असलं तरी त्या दिवशी रात्री, फ्लोर्स दे मारियाहून परतल्यानंतर जेव्हा तिने त्याला चित्रपटगृहात पाहिलं, तेव्हा तिच्या मनात विचित्र काहीतरी झालं. तो एका बाईसोबत – तेही काळ्या बाईसोबत – होता याचं तिला फार आश्चर्य वाटलं नाही, तर त्याने स्वतःला इतकं नीट ठेवलं होतं आणि इतक्या आत्मविश्वासाने वागत होता की, त्याचा तिला अचंबा वाटला आणि तिला कळलंच नाही की, बहुतेक तो नव्हे, तर ती तिच्या खासगी आयुष्यातल्या मिस लिंचच्या त्रासदायी स्फोटक प्रकरणानंतर बरीच बदलून गेली होती. तेव्हापासून आणि पुढच्या वीस वर्षांहून अधिकच्या काळात तिने त्याच्याकडे अधिक करुणामय दृष्टीने पाहिलं. तिच्या नवऱ्याच्या मृत्यूच्या जागरणाच्या रात्री, त्याने तिथे उपस्थित राहणं हे त्याच्याकरता सयुक्तिक होतं, शिवाय तिने शत्रुत्वाचा नैसर्गिक अंत म्हणूनही ते समजून घेतलं : क्षमा करण्याची आणि विसरून जाण्याची कृती आणि त्यामुळे प्रेमाच्या नाट्यमय पुनरुच्चारामुळे ती चकित झाली होती. तिच्यासाठी ते प्रेम कधी अस्तित्वात नव्हतं. वयाच्या त्या टप्प्यावर फ्लोरेंतिनो अरिसा आणि ती आयुष्याकडून फार काही अपेक्षा करू शकत नव्हते.

तिच्या नवऱ्याच्या प्रतीकात्मक दहनानंतर, पहिल्या धक्क्यामुळे लागलेला प्रचंड संतापाचा वणवा तसाच राहिला आणि तो वाढला, पसरत गेला. ती त्यावर नियंत्रण ठेवू शकत नाही हे तिला कळलं. त्याहून वाईट म्हणजे : तिच्या मनातल्या शिवारातल्या तिच्या मृत पुरुषाच्या आठवणी शमनासाठी ठेवून दिल्या होत्या, ते शिवार हळूहळू; परंतु अथक गतीने अफूच्या रोपांनी व्यापून गेलं, ज्याखाली तिने कधी काळी फ्लोरेंतिनो अरिसाच्या आठवणी पुरलेल्या होत्या, त्यामुळे तिला नको असतानाही ती त्याचा विचार करू लागली आणि जितका ती त्याचा विचार करू लागली, तितकी ती अधिक संतापू लागली आणि जितकी ती अधिक संतापू लागली तितका ती त्याचा जास्त विचार करू लागली. शेवटी, तिच्या मनाला ते असह्य झालं. तिच्या मनाचा ताबा सुटला. मग तिने तिच्या मृत नवऱ्याच्या टेबलापाशी बसून फ्लोरेंतिनो अरिसाला तीन पानी अविवेकी पत्र लिहिलं, ज्यात त्याचा जागोजागी एवढा अपमान केला होता की, त्यामुळे तिच्या प्रदीर्घ आयुष्यात ती हे सर्वांत वाईट कृत्य मुद्दाम करते आहे, असं म्हणत तिने स्वतःचं सांत्वन केलं.

ते आठवडे फ्लोरेंतिनो अरिसासाठीदेखील तगमगीचे, अस्वस्थ करणारे होते. त्या रात्री फर्मिना डासावरचं त्याचं प्रेम पुन्हा व्यक्त करून झाल्यानंतर, तो दुपारी झालेल्या पावसामुळे आलेल्या पुराने अस्ताव्यस्त झालेल्या शहरातल्या रस्त्यांवरून एकटाच कुठेही भटकत राहिला. तो भीत भीत स्वतःला विचारत होता की, ज्याचे हल्ले त्याने पन्नासहून अधिक वर्षं थोपवून धरले होते, त्या वाघाची त्याने नुकतीच शिकार केली होती. त्याच्या कातडीचं तो काय करणार होता? क्रूर पावसामुळे शहर आपत्कालीन स्थितीत होतं. काही घरांमधल्या अर्धनग्न स्त्रिया आणि पुरुष त्या पुरातून जे काही वाचवता येईलं, ते वाचवायचा प्रयत्न करत होते आणि फ्लोरेंतिनो अरिसाला वाटलं की, प्रत्येकाच्या आपत्तीचा संबंध कुठे ना कुठेतरी त्याच्या स्वतःच्या आपत्तीशी आहे; परंतु वारे शांत होते आणि कॅरिबियन आकाशातले तारे त्यांच्या त्यांच्या ठिकाणी गुपचूप बसले होते. अचानक शांततेला तडा जात आवाज आले, तेव्हा फ्लोरेंतिनो अरिसाने एका माणसाचा आवाज ओळखला. खूप वर्षांपूर्वी लिओना कासिआनीबरोबर चालत जात असताना त्याच वेळी, त्याच कोपऱ्यावर त्याने तो माणूस गाताना ऐकला होता. त्या रात्री, ते गाणं एक प्रकारे, एकट्या त्याच्यासाठी होतं, ते कसंतरी मृत्यूशी संबंधित होतं.

त्या वेळी, त्याला त्याआधी कधीही वाटली नव्हती, एवढी त्रान्झितो अरिसा हवीशी वाटली. तिचे शहाणे बोल त्याला हवे होते, कागदी फुलांचे मुकुट घातलेल्या त्या खोट्या राणीचं डोकं त्याला हवं होतं. ते अटळ होतं : जेव्हा जेव्हा तो संकटमय स्थितीच्या कडेलोटावर असे, तेव्हा त्याला स्त्रीच्या मदतीची गरज भासे, त्यामुळे तो नॉर्मल स्कूलवरून पुढे गेला आणि तो कुणाला भेटू शकेल, याचा शोध घेऊ लागला. त्याला खिडक्यांच्या ओळींपैकी अमेरिका विखूनाच्या खोलीत दिवा लागलेला असल्याचं दिसलं. पहाटे दोन वाजता, ऊबेमध्ये गुरफटलेल्या तिला तिथून घेऊन जाणं हा आजोबांचा वेडेपणा ठरला असता आणि त्या वेडेपणाला बळी न पडण्यासाठी त्याने निकराने प्रयत्न करावे लागले. अजूनही ती अचानक चिडणारी, हट्टी लहान मुलगी होती.

शहराच्या दुसऱ्या टोकाला लिओना कासिआनी होती – एकटी, मुक्त. कोणत्याही परिस्थितीत, पहाटे दोन किंवा तीन वाजता किंवा कधीही त्याला हवं असलेलं सांत्वन करणारी. त्याच्या निद्रानाशाच्या रात्रीच्या वेळी तो काही पहिल्यांदाच तिचं दार ठोठावणार नव्हता; परंतु त्याला माहीत होतं की, ती खूप हुशार होती आणि त्यांचं एकमेकांवर खूप प्रेम होतं, त्यामुळे तिच्या मांडीवर डोकं ठेवून, तिला त्यामागचं कारण न सांगता रडणं हे अशक्य होतं. तो निर्मनुष्य शहरातून झोपेत चालणाऱ्या माणसागत फिरत असताना नीट विचार करत होता, तेव्हा त्याच्या लक्षात आलं की, दोघा पुरुषांची विधवा, प्रुदेन्शिया पित्रव्यतिरिक्त दुसरी चांगली व्यक्ती कुणी असूच शकली नसती. ती त्याच्यापेक्षा अधिक तरुणही

होती. ते मागच्या शतकात पहिल्यांदा भेटले होते. तिने कुणालाही भेटणं बंद केल्यामुळे नंतर त्यांच्या भेटी झाल्या नव्हत्या. कारण, ती अर्धअंध झाली होती आणि म्हातारी होऊ लागली होती. आपल्याला कुणी तसं पाहावं असं तिला वाटत नव्हतं. मनात तिचा विचार आल्या आल्या, फ्लोरेंतिनो अरिसा स्ट्रीट ऑफ विंडोजच्या घरी परतला, त्याने पिशवीमध्ये वाइनच्या दोन बाटल्या आणि लोणच्याची बरणी घेतली आणि तिच्याकडे जायला निघाला. ती अजूनही तिच्या जुन्या घरी राहते का, ती एकटी आहे का, ती जिवंत आहे की नाही याबाबात त्याला काहीही माहीत नव्हतं.

दारावर नखाने खाजवण्याचा संकेत प्रुदेन्शिया पित्र विसरली नव्हती. तो आला आहे हे सांगण्यासाठी ते ही खूण वापरत, जेव्हा त्यांना ते तरुण आहेत असं वाटायचं तेव्हा आणि प्रत्यक्षात ते तसे नव्हते. तिने काहीही प्रश्न न विचारता थेट दार उघडलं. रस्त्यावर अंधार होता, त्यामुळे हातावर टांगलेली छत्री, डोक्यावर कडक हॅट आणि अंगात काळा सूट अशा पोशाखात तो नीट दिसतही नव्हता आणि तिचे डोळे पूर्ण प्रकाशाशिवाय त्याला पाहू शकत नव्हते, इतके ते कमकुवत झाले होते; परंतु रस्त्यावरील दिव्यांच्या मंद प्रकाशाची त्याच्या चश्म्यावर पडलेली तिरीप पाहून तिने त्याला ओळखलं. तो हाताला रक्त लागलेल्या खुन्यासारखा दिसत होता.

''बिचाऱ्या अनाथ मुलासाठी आश्रयस्थान,'' तो म्हणाला.

काहीतरी बोलायचं म्हणून तो बोलला. त्याने तिला शेवटचं पाहिलं होतं, त्याहून ती कितीतरी जास्त म्हातारी झाली होती हे पाहून त्याला आश्चर्य वाटलं आणि तीही त्याच्याकडे अशाच पद्धतीने पाहते आहे हे त्याला माहीत होतं; परंतु सुरुवातीच्या धक्क्यातून सावरल्यावर, आयुष्याने दुसऱ्यावर केलेले आघात त्यांना कमी कमी दिसू लागतील आणि पुन्हा ते पहिल्यांदा भेटले होते तेव्हा जसे तरुण होते तसेच एकमेकांना भासतील, असं त्याने स्वतःला समजावलं.

''तू मयतीला जात असल्यागत दिसतो आहेस,'' ती म्हणाली.

ते खरंच होतं. आख्खं शहर आणि ती अकरा वाजल्यापासून खिडकीत बसून होती. आर्चबिशप दे ल्यूनाच्या मृत्यूनंतर पुन्हा एकदा एवढी मोठी आणि श्रीमंती थाटाची अंत्ययात्रा निघाली होती. ती जमीन हादरवणाऱ्या बंदुकीच्या आवाजाने, बँड्सच्या नादामुळे, आदल्या दिवसापासून न थांबता वाजवल्या जाणाऱ्या घंटांचा आवाज आणि दफनविधीची स्तोत्रं या सगळ्याच्या गडबड-गोंधळामुळे झोपेतून जागी झाली होती. तिच्या बाल्कनीमधून तिने गणवेशधारी सैनिकांचं घोडदळ, धार्मिक समुदाय, शाळांची मुलं, न दिसणाऱ्या अधिकाऱ्यांच्या लांबलचक लिमोझिन्स, सोनेरी लगाम आणि पिसांच्या मुकुट घातलेल्या घोडागाड्या, ऐतिहासिक तोफ असलेल्या गाडीवर ठेवलेली शवपेटी आणि दफनविधीसाठी फुलांची चक्रं स्वीकारण्यापुरत्या उरलेल्या उघड्या व्हिक्टोरिया, ज्यांची रांग सर्वांत मागे होती - हे सारं पाहिलं. मध्यान्हीच्या

थोडं नंतर प्रुदेन्शिया पित्रच्या बाल्कनीपुढून अंत्ययात्रा गेल्यानंतर, पूरस्थिती निर्माण झाली आणि अंत्ययात्रेचं रूपांतर चेंगराचेंगरीत झालं.

''मरण्याची किती विचित्र पद्धत,'' ती म्हणाली.

''मृत्यूला हास्यास्पदपणाचं भान नसतं,'' असं सांगून तो खेदाने पुढे म्हणाला, ''आपल्या या वयात तर नक्कीच.''

खुल्या समुद्राकडे तोंड करून ते टेरेसवर बसले – अर्ध आकाश व्यापलेल्या, खळं पडलेल्या चंद्राकडे पाहत, क्षितिजावर असलेल्या बोटींचे रंगीबेरंगी दिवे पाहत, वादळानंतर येणारा मंद, सुगंधित वारा हुंगत त्याचा आनंद घेत. त्यांनी वाइन प्यायली आणि प्रुदेन्शियाने तुकडे करून आणलेल्या पावाच्या कापांवर लोणच्याच्या फोडी ठेवून ते काप खाल्ले. मुलं नसलेली विधवा म्हणून उरल्यावर, त्या दोघांनी अशा कितीतरी रात्री एकत्र घालवल्या होत्या. फ्लोरेंतिनो अरिसा तिला अशा काळी भेटला होता, जेव्हा तिच्याबरोबर राहण्यासाठी इच्छा असलेल्या कोणत्याही पुरुषाचं तिने स्वागत केलं असतं, जरी त्याने तासाभरासाठीचं भाडं दिलं तरी आणि अशा प्रकारे त्या दोघांमध्ये अधिक गंभीर आणि दीर्घकाळ टिकणारं नातं तयार झालं होतं.

तिने कधीही तसं सूचितदेखील केलं नसलं, तरी तिने त्याच्याशी लग्न करायला सैतानाला स्वतःचा आत्माही विकला असता. तिला माहीत होतं की, त्याच्या कंजुषीला किंवा वयापेक्षा पोक्त दिसण्याच्या मूर्खपणाला किंवा वेडेपणा वाटावा इतक्या टापटिपीला आणि सगळं काही मागण्याच्या त्याच्या उत्सुकतेला आणि त्याबदल्यात काहीही न देण्याला – समर्पित होणं कठीण असणार होतं; परंतु असं असूनही याच्या इतका चांगला सहवास कुठलाच पुरुष देऊ शकला नसता. कारण, जगातला इतर कोणताही पुरुष प्रेमाचा एवढा भुकेला नव्हता; परंतु इतर कुठला पुरुष इतका निसरडाही नव्हता, त्यामुळे त्यांचं प्रेम एका बिंदूच्या पुढे कधीही गेलं नव्हतं, जो बिंदू कायम त्याने ठरवलेला होता : असा बिंदू जिथे फर्मिना डासासाठी मुक्त राहण्याच्या निश्चयात प्रेम ढवळाढवळ करणार नाही. असं असलं तरी, ते अनेक वर्षं टिकलं. त्याने प्रुदेन्शिया पित्रसाठी एका विक्रेत्याचं स्थळ आणून लग्न करून दिल्यानंतरही. तो तीन महिने घरी असायचा आणि पुढचे तीन महिने प्रवास करायचा. त्याच्यापासून तिला एक मुलगी आणि चार मुलं झाली आणि त्यातला एक मुलगा फ्लोरेंतिनो अरिसाचा होता असं ती शपथेवर सांगायची.

वेळेची तमा न बाळगता, ते बोलत होते. कारण, दोघांनाही तरुणपणापासून जागरणं करायची सवय होती आणि आता म्हातारपणात जागं राहण्यात त्यांचा फार काही तोटा नव्हता. त्याने कधीही दोन ग्लासपेक्षा जास्त वाइन प्यायली नव्हती. त्यामुळे फ्लोरेंतिनो अरिसाला तिसरा ग्लास झाल्यानंतर दम लागत होता. तो घामाने निथळत होता आणि तिने त्याला जाकीट, वेस्ट, ट्राउझर्स जे काही त्याने घातलं होतं, ते सगळं काढून टाकायला सांगितलं. असंही ते एकमेकांना कपड्यांमध्ये

असल्यापेक्षा विवस्त्र असतानाच जास्त ओळखत होते. तिनेही तसंच केलं तर तो करेल असं त्याने सांगितलं; परंतु तिने नकार दिला. काही काळापूर्वी तिने स्वतःला आरशात पाहिलं होतं आणि तेव्हा तिच्या अचानक लक्षात आलं की, ती कधीही स्वतःला कुणाहीसमोर – तो किंवा इतर कुणाहीसमोर – नग्नावस्थेत पेश करण्याची हिंमत करू शकणार नाही.

चार ग्लास वाइन पिऊनदेखील शांत होऊ न शकल्यामुळे तगतमगलेला फ्लोरेंतिनो अरिसा एकाच विषयावर बराच वेळ बोलला : भूतकाळ, भूतकाळातल्या चांगल्या आठवणी. कारण, तो भूतकाळात दडलेला सुटकेचा असा मार्ग शोधण्यासाठी फार अधीर झाला होता. त्याला हवं होतं ते हेच : त्याच्या मनात साचून राहिलेली ती गोष्ट एकदाची बाहेर पडून मोकळी होणं. क्षितिजावर त्याने जेव्हा पहाटेची पहिली किरणं पाहिली, तेव्हा त्याने आडून बोलण्याचा मार्ग स्वीकारला. त्याने सहज वाटेल असं विचारलं, "जर कोणी तुला लग्नाची मागणी घातली, जशी तू आहेस तशी, या वयाची विधवा म्हणून, तर तू काय करशील?" ती हसली, तेव्हा चेहऱ्यावरच्या म्हातारपणाच्या सुरकुत्या आक्रसल्या आणि तिने विचारलं, "तू उर्बिनोच्या विधवेबद्दल विचारतो आहेस का?"

बायका आणि विशेषतः प्रुदेन्शिया पित्र, नेहमीच विचारलेल्या प्रश्नांपेक्षा त्यांमध्ये लपलेल्या छुप्या अर्थांचा विचार करत, हे फ्लोरेंतिनो अरिसा नेहमी विसरायचा. तिच्या त्या थंड प्रश्नामुळे, त्याच्या मनात भीतीची लाट उठली आणि त्याने माघार घेतली, "मी तुझ्याबद्दल बोलतोय." ती पुन्हा एकदा हसली, "जा तुझ्या रांडेच्या आईची थट्टा कर, तिच्या आत्म्याला शांतता लाभो." मग तिने त्याला तो जे काही बोलण्यासाठी आला होता, ते बोलण्याची गळ घातली. तिला माहीत होतं की, तो किंवा इतर कुठलाही पुरुष इतक्या वर्षांनंतर पहाटे तीन वाजता तिच्याकडे वाइन पिण्यासाठी आणि पावाचे काप खाण्यासाठी उगाचच येणार नाही. ती म्हणाली, "तुला जेव्हा मोकळं व्हायचं असतं तेव्हाच तू असं करतोस." फ्लोरेंतिनो अरिसानेही माघार घेतली.

"कधी नव्हे तू चुकीची ठरलीयेस," तो म्हणाला. "मी इथे आज गाणी गायला आलोय."

"मग चल गाऊ या ना," ती म्हणाली.

आणि तिने तिच्या सुंदर आवाजात गायला सुरुवात केली. गाणं लोकप्रिय होतं : रॅमोना, आय कॅनॉट लिव्ह विदाउट यू. रात्र संपून गेली. त्या बाईसोबत निषिद्ध असलेले खेळ खेळायचं धाडस तो करू शकला नाही. कारण, तिने अनेक वेळा हे सिद्ध केलं होतं की, तिला चंद्राची दुसरी बाजू काळी असते हे माहीत आहे. तो वेगळ्याच शहरातून चालत गेला, असं शहर जे जूनमध्ये फुलणाऱ्या डाहलिआज फुलांच्या गंधाने भरून गेलं होतं आणि तो त्याच्या तारुण्यातल्या रस्त्यावर गेला,

जिथे पाच वाजताच्या मासवरून काळ्या कपड्यातल्या विधवा ओळीने बाहेर पडत होत्या; परंतु आता त्यांनी नाही, तर त्यानेच रस्ता ओलांडला. जेणेकरून त्याला अडवून ठेवता न आलेले अश्रू त्यांना दिसू नयेत. त्याला वाटत होतं तसं, ते अश्रू काही त्या मध्यरात्रीचे नव्हते, तर ते वेगळे होते : पन्नास वर्षं, नऊ महिने आणि चार दिवस इतक्या दीर्घ काळापासून ते अश्रू तो गिळत आला होता.

त्याचं काळाचं भान सुटून गेलं आणि जेव्हा त्याला जाग आली आणि उजळती मोठी खिडकी दिसली तेव्हा तो कुठे आहे हे त्याला समजलं नाही. अमेरिका विखूना मोलकरणींसोबत बागेमध्ये चेंडू खेळत होती. तिच्या आवाजाने त्याला वास्तवात आणलं : तो आपल्या आईच्या पलंगावर होता. त्याने तिची निजायची खोली जशीच्या तशी ठेवली होती आणि जेव्हा त्याला खूप एकटं वाटायचं, तेव्हा तो त्या खोलीत झोपत असे. पलंगाच्या समोर डॉन सान्चोसच्या इनमधून आणलेला आरसा लटकवलेला होता आणि तो पाहताच त्याला फर्मिना डासाचं प्रतिबिंब त्यात दिसलं. उजाडलेला दिवस शनिवार असल्याचं त्याला समजलं. कारण, त्या दिवशी गाडीचालक अमेरिका विखूनाला बोर्डिंग स्कूलमधून घरी घेऊन यायचा. तो त्याच्या नकळत झोपला होता, स्वप्नात त्याला झोप येत नव्हती, एका स्वप्नात फर्मिना डासाचा चिडलेला चेहरा पाहून तो फार अस्वस्थ झाला होता. त्याने पुढचं पाऊल काय टाकलं पाहिजे, याचा विचार करत अंघोळ केली, त्याचे सर्वोत्तम कपडे हळूहळू घातले, कलोन लावलं आणि पांढऱ्या मिश्यांच्या टोकाला मेण लावलं. तो निजायच्या खोलीतून बाहेर पडला आणि दुसऱ्या मजल्यावरच्या मार्गिकेतून त्याला गणवेशातली सुंदर मुलगी दिसली, जी अत्यंत मोहकपणे चेंडू पकडत होती. ती मोहकता पाहून कितीतरी शनिवारी त्याचा थरकाप उडाला होता; परंतु त्या सकाळी मात्र तो तितका अस्वस्थ झाला नाही. त्याच्यासोबत येण्यासाठी त्याने तिला बोलावलं आणि वाहनामध्ये चढण्याआधी, गरजेचं नसलं तरी तो म्हणाला, "आज आपण आपल्या 'त्या' गोष्टी करणार नाहीयोत." त्याने तिला अमेरिकन आइस्क्रीम शॉपमध्ये नेलं. त्या वेळी ते दुकान मुलं आणि पालकांनी भरून गेलं होतं. त्या दुकानाच्या गुळगुळीत छपराला मोठ्या पात्यांचे पंखे लावलेले होते. अमेरिका विखूनाने वेगवेगळ्या आइस्क्रीमचे मोठा ग्लासभरून थर घेतले. प्रत्येक थराचा रंग वेगळा होता. तिला ते आवडायचं आणि ते लोकप्रियदेखील होतं. कारण, ते जादुई वाटायचं. फ्लोरेंतिनो अरिसाने काळी कॉफी घेतली आणि काही न बोलता तो त्या मुलीकडे पाहू लागला. ती मोठा दांडा असलेल्या चमच्याने आइस्क्रीम खात होती, ज्यामुळे तो चमचा आइस्क्रीमच्या तळापर्यंत जाऊ शकत होता. तिच्याकडे पाहत, तो काहीही पूर्वसूचना न देता म्हणाला, "मी लग्न करतोय."

तिने त्याच्या डोळ्यांमध्ये अनिश्चिततेने पाहिलं, तिचा चमचा तसाच हातात राहिला; परंतु ती त्यातून सावरली आणि हसली.

''खोटंय हे,'' ती म्हणाली. ''म्हातारे पुरुष लग्न करत नसतात.''

नंतर त्या दोघांनी बागेतला कठपुतळ्यांचा खेळ पाहिला, जेट्टीवरच्या तळलेल्या माशांच्या गाड्यांवर जेवण केलं, शहरामध्ये नुकत्याच आलेल्या सर्कसमधले पिंजराबंद प्राणी पाहिले, शाळेत घेऊन जाण्यासाठी टपऱ्यांवरून सर्व प्रकारच्या कँडीज खरेदी केल्या आणि अनेक वेळा वरून खाली अशा पद्धतीने शहरामध्ये फेऱ्या मारल्या, जेणेकरून तिला तो आता तिचा प्रियकर राहिला नसून, पालक - सांभाळणारा झाला आहे याची सवय व्हावी. त्यानंतर स्थिरपणे कोसळणाऱ्या पावसात त्याने तिला शाळेत सोडलं. रविवारी त्याने तिच्यासाठी गाडी पाठवून दिली. तिला तिच्या मैत्रिणींना घेऊन वाहनातून फेरी मारायची असल्यास; परंतु त्याला तिला भेटायचं नव्हतं. कारण, आदल्या आठवड्यापासून त्याला त्या दोघांच्या वयांची नीट कल्पना आली होती. त्या रात्री त्याने फर्मिना डासाची क्षमा मागणारं पत्र लिहिण्याचा निर्णय घेतला, त्याचा हेतू होता त्याने हार मानली नव्हती हे दर्शवणं; परंतु त्याने तो विचार दुसऱ्या दिवशीपर्यंत बाजूला ठेवला. सोमवारी, बरोब्बर तीन आठवडे तळमळत काढल्यानंतर, तो जेव्हा पावसाने चिंब होऊन त्याच्या घरात शिरत होता, तेव्हा त्याला तिचं पत्र सापडलं.

तेव्हा रात्रीचे आठ वाजले होते. दोन्ही मोलकरणी मुली झोपल्या होत्या आणि त्यांनी फ्लोरेंतिनो अरिसाला निजायच्या खोलीत जायचा मार्ग दिसावा म्हणून घरातल्या मार्गिकेतला दिवा सुरू ठेवला होता. त्याचं बेचव जेवण जेवायच्या खोलीतल्या टेबलावर ठेवलेलं असल्याचं त्याला माहीत होतं, कितीतरी दिवस कसंही खाल्ल्यामुळे त्याला न लागणारी भूक, आज थोडीफार लागली होती; परंतु तीही त्या पत्रामुळे निर्माण झालेल्या भावनिक चढउतारामुळे पळून गेली. त्याचा हात एवढा थरथरत होता की, त्याला निजायच्या खोलीतला डोक्यावरचा दिवा लावता आला नाही. त्याने पावसात भिजलेलं पत्र पलंगावर ठेवलं, बिछान्याशेजारच्या छोट्या टेबलावरचा दिवा लावला आणि तो स्थिर झाल्याचं सोंग करत, - जी त्याची स्वतःला शांत करण्याची नेहमीची पद्धत होती - त्याने भिजलेलं जाकीट काढलं आणि खुर्चीच्या पाठीवर अडकवलं, त्याने व्हेस्ट काढून त्याची नीट घडी केली आणि जाकिटावर ठेवलं, त्याने काळ्या टायची रेशमी पट्टी आणि सेल्यूलाइड कॉलर काढली, जी फॅशन जगातून हद्दपार झाली होती, शर्टाची बटणं मोकळी करून पट्टा सैल केला, ज्यामुळे तो अधिक सहजपणे श्वास घेऊन शकला आणि सर्वांत शेवटी त्याने भिजलेली हॅट काढून वाळण्यासाठी खिडकीपाशी ठेवून दिली. त्यानंतर तो थरथरू लागला, कारण त्याला ठेवलेलं पत्र सापडत नव्हतं आणि त्याचा चंचल उत्साह एवढा होता की, त्याला ते सापडल्यावर आश्चर्य वाटलं. कारण, त्याला ते त्याने पलंगावर ठेवल्याचं आठवत नव्हतं. उघडण्याआधी त्याने हातरुमालाने ते पुसलं, पुसताना त्याने शाई पुसली जाणार नाही याची काळजी घेतली. त्यावर त्याचं

नाव लिहिलं होतं आणि जेव्हा त्याने ते उघडलं तेव्हा त्याला असं आढळलं की, ते गुपित दोन माणसांना नव्हे, तर कमीत कमी तीन जणांना समजलेलं असावं. कारण, ज्याने कुणी ते पत्र तिथे आणलं असावं, त्याला हे नक्कीच समजलं असणार की, आपल्या पतीच्या मृत्यूनंतर तीन आठवड्यांनी, उर्बिनोच्या विधवेने तिच्या जगात नसलेल्या कुणालातरी पत्र लिहिलं होतं आणि तेही एवढ्या तातडीने पाठवलं होतं की, त्यासाठी नेहमीच्या पत्र पाठवण्याच्या पद्धतीचा वापर केला नव्हता आणि त्यातही एवढी गुप्तता होती की, पत्र कुणाच्याही हातात न देता ते दारातून आत ढकलून सरकवावं, जणू काही ते अनामिकाचं पत्र आहे असं वाटेल अशी तिने आज्ञा दिली होती. त्याला पाकीट फाडावं लागलं नाही, कारण पाण्यामुळे गोंद विरघळून गेला होता; परंतु आतलं पत्र मात्र कोरडं होतं : कोणताही मायना किंवा अभिवादन न केलेलं ते तीन पानी पत्र होतं आणि शेवटी तिच्या लग्नानंतरच्या नावाची अद्याक्षरं होती.

तो पलंगावर बसला आणि एकदा त्याने ते पत्र शक्य तितक्या भराभर वाचून काढलं, तेव्हा तो पत्रातल्या आशयापेक्षा त्यातल्या सुरामध्ये जास्त गुंतला आणि दुसऱ्या पानावर जाण्याआधी त्याला लक्षात आलं की, त्याला जे अपेक्षित होतं, तसंच खरंतर, खरडपट्टी काढून अपमानित करणारं पत्र आलेलं होतं. टेबलाच्या दिव्याच्या प्रकाशात त्याने ते पत्र तसंच घडी न करता ठेवलं, त्याचे बूट आणि ओले मोजे काढले, त्याने दारालगत असलेलं बटण लावून डोक्यावरचा दिवा मालवला आणि डोक्याला शामवा प्राण्याच्या कातडीपासून बनवलेलं मिशीचं कव्हर लावलं. तो शर्ट-ट्राउझर्स न काढता आडवा झाला, दोन मोठ्या उश्यांचा त्याने पाठीला आधार दिला. वाचन करताना तो नेहमी असं करायचा. आता त्याने पत्रातलं अक्षरन्अक्षर, त्यांची छाननी करत पुन्हा पुन्हा वाचलं, जेणेकरून त्यांमध्ये दडलेला कोणताही गुप्त हेतू त्याच्यापासून दडलेला राहू नये आणि अशा प्रकारे त्याने ते पत्र चार वेळा वाचलं. तोपर्यंत त्या पत्रातल्या मजकुराचा अर्थ त्याला कळेनासा झाला होता. शेवटी त्याने ते लिफाफ्याविना टेबलाच्या ड्रॉवरमध्ये ठेवून दिलं, त्याचे हात डोक्यामागे घेऊन तो पडून राहिला, पुढचे चार तास त्याने त्याचे डोळे एकदाही किलकिले केले नाहीत, तो मधूनच एखादवेळेस श्वास घेत होता, ज्या आरशात ती होती, त्यातल्या अवकाशात एकटक पाहताना तो प्रेतासारखा मृतवत झाला होता. मध्यरात्र झाल्यावर तो स्वयंपाकघरात गेला. त्याने कच्च्या खनिजतेलासारखी घट्ट कॉफी तयार करून ती थरमॉसमध्ये भरली, मग तो थरमॉस घेऊन खोलीत गेला, टेबलावर कायम तयार ठेवलेली, बोरिक आम्लाच्या द्रावणातली कवळी त्याने लावली आणि तो पुन्हा संगमरवरी पुतळ्यासारखा झोपलेल्या स्थितीत आला. फक्त अधूनमधून कॉफीचे घोट घेताना तो त्याची स्थिती बदलत होता, हे असंच सकाळी सहा वाजेपर्यंत चाललं जेव्हा कॉफीचा ताजा थरमॉस घेऊन मोलकरीण आली.

तोपर्यंत फ्लोरेंतिनो अरिसाला माहीत झालं होतं की, त्याची पुढची पावलं काय असणार आहेत. खरंतर, झालेल्या अपमानांनी त्याला अजिबात दुःख झालं नव्हतं. त्याच्यावर लावण्यात आलेल्या अन्याय्य आरोपांना उत्तर देणं हे त्याला तितकं महत्त्वाचं वाटतं नव्हतं, फर्मिना डासाचा स्वभाव आणि कारणाचं गांभीर्य लक्षात घेता, कदाचित ते आरोप आणखी गंभीरही होऊ शकले असते. त्याला सगळ्यात जास्त रस होता तो पत्रामध्ये – केवळ त्याद्वारे त्याला संधी मिळाली होती आणि प्रतिसाद देण्याचा त्याचा अधिकार असल्याचं लक्षात आलं होतं. आणखी म्हणजे : त्याने प्रतिसाद द्यावा अशी त्यातून जणू मागणी करण्यात आली होती. त्यामुळे त्याला हवं होतं तसं, त्या ठिकाणी त्याचं आयुष्य येऊन ठेपलं होतं. सगळं काही आता त्याच्यावर अवलंबून होतं आणि त्याला खात्री पटली की, पन्नासहून अधिक वर्षांचा त्याचा वैयक्तिक नरकासम काळ अजूनही त्याच्यासोबत असला तरी त्यात अजूनही अनेक प्रचंड अडथळे, आव्हानं असली तरी, त्यांना सामोरं जाण्यासाठी आणखी कणखरपणा, दुःखं आणि प्रेम लागणार आहे, जे द्यायला तो तयार आहे. कारण, जे काही असणार आहे, ते अखेरचं असणार आहे.

फर्मिना डासाकडून पत्र आल्यानंतर पाच दिवसांनी तो जेव्हा कार्यालयात गेला, तेव्हा त्याला जाणवलं की, टंकलेखनयंत्राचा आवाजच नाहीये आणि या शांततेत जणू तो तरंगतो आहे. एरवी हा आवाज पावसाच्या आवाजासारखा असे, ज्याच्याकडे शांततेपेक्षाही कमी लक्ष जात असे. तो शांत क्षण होता. जेव्हा पुन्हा एकदा आवाज येऊ लागला, तेव्हा फ्लोरेंतिनो अरिसा लिओना कासिआनीच्या कार्यालयात गेला आणि त्याने तिला तिच्या टंकलेखनयंत्रासमोर बसलेलं पाहिलं. ते यंत्र माणूस असल्यागत तिच्या बोटांना प्रतिसाद देत होतं. तिला कुणीतरी पाहतं आहे हे तिला समजलं आणि तिने त्याच्याकडे पाहून तेजस्वी हास्य फेकलं; परंतु एक परिच्छेद टंकित होईस्तोवर ती टंकलेखन करत राहिली.

"माझ्या सिंहिणे, मला सांग," फ्लोरेंतिनो अरिसाने तिला विचारलं, "तुला जर का टंकित केलेलं एखादं प्रेमपत्र आलं तर तुला कसं वाटेल?"

तिला खरोखरच आश्चर्य वाटलं. तिला एरवी एवढं आश्चर्य कशाचंही वाटललेलं नव्हतं. "देवा," ती उद्गारली, "मी असा विचारच केला नाहीये."

त्याच एकमेव कारणामुळे ती इतर काहीही प्रतिसाद देऊ शकली नव्हती. फ्लोरेंतिनो अरिसानेही त्या क्षणापर्यंत हा विचार केलेला नव्हता आणि मग त्याने मनात काहीही किल्मिष न ठेवता धोका पत्करण्याचं ठरवलं. त्याने कार्यालयातलं एक टंकलेखनयंत्र घरी नेलं, त्यावर प्रेमळपणे त्याच्या सहकाऱ्यांनी विनोद केला. "म्हाताऱ्या कुत्र्याला तुम्ही नव्या क्लृप्त्या शिकवू शकत नाही." कोणत्याही नव्या गोष्टीबाबत लिओना कासिआनी उत्साहात असायची, त्यामुळे तिने त्याला घरी

जाऊन टंकलेखनाचे धडे देऊ केले; परंतु तो एका विशिष्ट पद्धतीनेच कोणतीही गोष्ट शिकण्याच्या विरोधात होता. लोतारिओ थुगुटला त्याला नोट्स वाचून व्हायोलिन वादनाचे धडे द्यायचे होते; परंतु त्याने ते ऐकलं नव्हतं. थुगुटने सांगितलं होतं की, सुरुवातीला वादन करायला त्याला एक वर्षाहून अधिक काळ लागेल, व्यावसायिक ऑर्केस्ट्रामध्ये वादन करायला पाचपेक्षा जास्त वर्षं लागतील आणि चांगलं वादन करण्यासाठी त्याला आयुष्यभरातल्या प्रत्येक दिवसातले सहा तास तरी द्यावे लागतील आणि तरीही त्याने त्याच्या आईला एका अंध माणसाचे व्हायोलिन विकत घेण्यासाठी पटवलं आणि लोतारिओ थुगुटच्या पाच मूलभूत नियमांसह, वर्षभरापेक्षा कमी कालावधीत तो कॅथेड्रलच्या समूहगायनात वादन करू लागला होता आणि फर्मिना डासाला ऐकू जावीत म्हणून वाऱ्याच्या दिशेनुसार पॉपर्स सिमेट्रीवर जाऊन प्रेमगीत वाजवू लागला होता. जर व्हायोलिनसारख्या कठीण वाद्याबाबत त्याची वयाच्या विसाव्या वर्षी ही परिस्थिती होती, तर वयाच्या शहात्तराव्या वर्षी, टंकलेखनयंत्रासारख्या एका बोटाने चालवायच्या उपकरणाबाबत त्याची परिस्थितीही अशीच काहीशी असायला हरकत नव्हती.

त्याचं बरोबर होतं. त्याला टंकपाटावरच्या अक्षरांची जागा समजून घ्यायला तीन दिवस लागले, पुढच्या सहा दिवसांत तो टंकित करताना विचार करायला शिकला आणि पुढच्या तीन दिवसांत, अर्धा रीम कागद फाडल्यानंतर एकही चूक न करता तो पत्र टंकित करायला शिकला. त्याने पत्रात 'सेनोरा' अर्थात 'मॅडम' हे एकमेव संबोधन वापरलं आणि त्याच्या अद्याक्षरांनी शेवटी सही केली, जसं तो त्याच्या तरुणपणी प्रेमपत्रांमध्ये करत असे. त्याने ते पत्र नुकत्याच विधवा झालेल्या बायकांना शोकसंदेश पाठवण्यासाठी असलेल्या लिफाफ्यातून टपालाने पाठवलं आणि त्याच्यामागे प्रेषकाचा पत्ता लिहिला नाही.

ते सहा पानी पत्र होतं, त्याआधी त्याने लिहिलेल्या कोणत्याही पत्रासारखं ते नव्हतं. तरुणपणात प्रेमात असताना त्याच्या पत्राची जी शैली, जो सूर किंवा जो शब्दबंबाळपणा असायचा तो त्यात नव्हता आणि त्याची मतं विवेकी पद्धतीने आणि मोजूनमापून मांडलेली होती, त्यामुळे गार्डिनिया फुलांचा गंध वगैरे त्यात विजोड वाटला असता. खऱ्या अर्थाने ते पत्र त्याला कधीही लिहिता न आलेल्या व्यावसायिक पत्रांच्या जवळपास जाणारं होतं. काही वर्षांपूर्वी, टंकलेखित खासगी पत्र म्हणजे अपमान समजला गेला असता; परंतु त्या काळी टंकलेखनयंत्र कार्यालयातली वस्तू समजली जायची, त्याला नीतिमत्तेचे संकेत नव्हते आणि वर्तणुकीच्या नियमांनुसार भविष्यात त्याचं कधी वैयक्तिकीकरण होईल याचा कुणी विचारही केला नव्हता. त्यामुळे त्याकडे धाडसी आधुनिकता म्हणून पाहिलं जाईल, हे कोणत्या ना कोणत्या प्रकारे फर्मिना डासाला नक्कीच समजलेलं असणार. कारण, तिने फ्लोरेंतिनो अरिसाला लिहिलेल्या दुसऱ्या पत्राची सुरुवात तिचं हस्ताक्षर वाचण्यात येणाऱ्या अडचणींबद्दल

माफी मागून केली होती. कारण, तिच्याकडे लिहिण्यासाठी तिच्या स्टीलच्या पेनाहून अधिक प्रगत वस्तू नव्हती.

फ्लोरेंतिनो अरिसाने तिच्या त्या भयंकर पत्राचा संदर्भही दिला नाही; परंतु सुरुवातीपासून त्याने आकर्षित करण्याच्या नव्या पद्धतीचा अवलंब करायचा प्रयत्न केला. त्याने आधीच्या प्रेमप्रकरणांचा किंवा भूतकाळाचाही उल्लेख केला नाही. त्याने पाटी कोरी ठेवली. त्याऐवजी, त्याने त्याच्या कल्पना आणि अनुभव यांवर आधारलेलं आयुष्याबद्दलचं त्याचं दीर्घ चिंतन, स्त्री-पुरुष संबंध यांबद्दल लिहिलं. स्त्री-पुरुष संबंधांबद्दल एकेकाळी त्याला 'लव्हर्स कम्पॅनियन'च्या सोबत पुस्तिका द्यायची होती. आता तो ते सगळं एका वृद्धाच्या, पुरुषी शैलीत आठवणींआडून सांगत होता म्हणजे मग ती प्रेमाची खरोखरची नोंदवही आहे असं उघड उघड वाटलं नसतं. पहिल्यांदा त्याने त्याच्या जुन्या शैलीमध्ये अनेक खर्डे केले, जे शांतपणे, थंड डोक्याने वाचण्यापेक्षा आगीत फेकून देणं जास्त सोपं गेलं असतं; परंतु त्याला समजलं की, नेहमीची कुठलीही चूक, गतकातरता एवढीशी जरी उघड झाली, तरी त्यामुळे तिच्या मनात भूतकाळाची ती घाणेरडी चव पुन्हा रेंगाळू शकते. त्याचं पहिलं पत्र उघडण्यापूर्वीच ती शंभरेक पत्रं त्याला परत करून टाकेल, असा त्याचा अंदाज असला, तरी त्याने तसं एकदाही होऊ न देणं पसंत केलं असतं, त्यामुळे त्याने प्रत्येक गोष्ट अगदी तपशीलवारपणे आखून घेतली, जणू काही ती त्याची अखेरची लढाई होती : नवं गुंतणं, आधीच आयुष्य पूर्ण जगलेल्या एका बाईबद्दल नवी आशा वाटणं. ते वेडं स्वप्न असायला हवं होतं, असं स्वप्न जे तिला एका वर्गाचे पूर्वग्रह खोडून काढण्यासाठी सामर्थ्य पुरवणारं होतं. तो वर्ग कधीही तिचा नव्हता; परंतु तो नंतर सगळ्यात जास्त तिचा झाला होता. त्याने तिला प्रेम ही सुंदर गोष्ट आहे असा विचार करायला शिकवायला हवं होतं : ते साधन नसून, स्वतः 'साध्य' आहे, अ पासून ज्ञ पर्यंत, संपूर्ण.

तत्काळ प्रतिक्रिया येईल, अशी अपेक्षा ठेवायला नको, याची जाणीव त्याला होती आणि जर पत्राचं प्रत्युत्तर आलं नाही, तर त्यात समाधानी राहण्याचीही. कितीतरी दिवस तिची पत्रं न आल्यामुळे त्याचा उत्साह वाढला आणि दिवस पुढे जसे जात राहिले आणि तिने पत्रं परत केली नाहीत, तसे प्रत्युत्तर येईल, या त्याच्या आशेला खतपाणी मिळालं. सुरुवातीला त्याच्या पत्रांची वारंवारता त्याच्या बोटांच्या कौशल्यावर अवलंबून होती - पहिल्यांदा आठवड्यातून एकदा, मग दोनदा आणि मग दिवसातून एक. तो पत्र देणारा म्हणून काम करायचा त्या काळानंतर, आता टपालसेवेत झालेली प्रगती पाहून त्याला आनंद झाला. कारण, तो एकाच व्यक्तीला पत्र पाठवण्यासाठी पोस्ट कार्यालयात जातो आहे हे समजणं धोक्याचं होतं किंवा कुणातर्फे पत्र पाठवण्यातही तो कुठेतरी बोलू शकण्याचा धोका होता. त्याऐवजी, त्याच्या एखाद्या कर्मचाऱ्याला महिन्याभर पुरतील एवढी पोस्टाची

तिकिटं आणायला सांगणं आणि ती पत्रांवर लावून जुन्या शहरात तीन ठिकाणी असलेल्या पोस्टपेटीत टाकणं जास्त सोपं होतं. लवकरच, तो त्याच्या दिनचर्येचा एक भाग झाला – तो त्याच्या निद्रानाशाचा फायदा पत्रलेखनासाठी करून घेई आणि दुसऱ्या दिवशी कार्यालयात जाताना तो कोपऱ्यावरच्या पत्रपेटीपाशी चालकाला थांबायला सांगे आणि मग तो पत्र पेटीत टाकण्यासाठी स्वतःहून गाडीबाहेर पडत असे. त्याने कधीही त्याची पत्रं चालकाला टाकायला सांगितली नाहीत. एकदा पावसाळी सकाळी त्याने तसं करायचा प्रयत्न केला आणि प्रत्येक वेळी तो एकच पत्र नेण्याऐवजी बऱ्याच पत्रांचा गठ्ठा सोबत न्यायचा, त्यामुळे ते सहज आणि नैसर्गिक वाटायचं. अर्थातच चालकाला हे माहीत नव्हतं की, जास्तीची पत्र म्हणजे फ्लोरेंतिनो अरिसाने स्वतःच्याच पत्त्यावर पाठवलेली कोरी पानं आहेत. कारण, त्याने कधीही कुणाहीसोबत खासगी पत्रव्यवहार केला नव्हता. अपवाद होता एकच : अमेरिका विखूनाचा पालक या नात्याने पाठवायचा अहवाल. प्रत्येक महिन्याला तिच्या आईवडिलांना त्यांच्या मुलीच्या वर्तणुकीबद्दलची त्याची मतं, टिप्पण्या, तिचं मानसिक आणि शारीरिक आरोग्य आणि अभ्यासतली प्रगती इ. गोष्टी तो लिहून पाठवायचा.

एक महिना झाल्यानंतर, त्याने पत्रांना क्रमांक द्यायला सुरुवात केली आणि आधीच्या पत्रांचा सारांश त्या पत्राच्या सुरुवातीला लिहून पाठवायला सुरुवात केली, जणू ती पत्रं वर्तमानपत्रांमध्ये मालिकास्वरूपात प्रकाशित होणाऱ्या कादंबऱ्या असाव्यात. त्या पत्रांमध्ये सलगता आहे हे फर्मिना डासाला समजणार नाही, याची त्याला धास्ती वाटायची. रोज पत्रं पाठवू लागल्यावर, त्याने शोकसंदेशाचे लिफाफे बदलून त्याऐवजी पांढरे लिफाफे वापरायला सुरुवात केली, त्यामुळे त्यांच्या पत्रव्यवहाराला अधिक व्यावसायिक स्वरूपाच्या पत्रांची तटस्थता प्राप्त झाली. त्याने पत्रांना सुरुवात केली होती, तेव्हा तो त्याच्या संयमाच्या सर्वांत कठीणतम परीक्षेसाठी तयार झाला होता, किमान जोवर तो विचार करत असलेल्या नव्या पद्धतीने त्याचा वेळ वाया घालवत होता, याचा पुरावा त्याला प्राप्त होत नाही तोवर. खरंतर तो थांबून राहिला, हे थांबणं तो तरुण असताना ज्या प्रकारे त्याला त्रास द्यायचं आता तसं नव्हतं; परंतु तो आता अडेलटट्टू म्हाताऱ्या पुरुषाच्या दगडी संयमाने थांबून राहिला, जो त्याशिवाय इतर कशाचाही विचार करू शकत नव्हता, ज्याला नदीबोटीच्या कंपनीत करण्याजोगं फार काही नव्हतं. कारण, ती त्याच्या मदतीशिवाय आपापली उत्तमप्रकारे चालत होती आणि अखेरीस, फर्मिना डासाला, तिच्यासारख्या एकट्या विधवेला इतर कुठला तरणोपाय राहिला नसून तिने त्याच्यासाठी दारं खुली करावीत, असं वाटणार होतं हे त्याला माहीत होतं. त्या दिवसापर्यंत किंवा त्या दिवसानंतरही, तो त्याच्या सगळ्या पुरुषी साधनांसह जिवंत राहणार होता याची त्याला खात्री पटली होती.

दरम्यानच्या काळात, तो त्याचं नेहमीचं आयुष्य व्यतीत करत होता. त्याला हवं ते उत्तर मिळेल, असा अंदाज बांधून त्याने त्याच्या घराचं दुसऱ्यांदा काम करायला काढलं, जिच्यासाठी ते घर विकत घेतलं होतं, तिला ती त्या घराची राणी आणि मालकीणबाई वाटावं म्हणून. वचन दिल्यानुसार, वयाने कितीही घाले घातले तरी तो तिच्यावर प्रेम करतो हे सिद्ध करण्यासाठी तो प्रुदेन्शिया पित्रला कितीतरी वेळा पुन्हा भेटायला गेला. त्याने तिच्याशी सूर्यप्रकाशात, दारं उघडी ठेवून आणि त्याच्या उद्ध्वस्त झालेल्या मनःस्थितीतल्या रात्रींखेरीजही प्रेम केलं. न्हाणीघराचा दिवा बंद दिसेपर्यंत तो सतत आंद्रिया वेरलॉच्या घराजवळून जात होता आणि तो तिच्या पलंगावर स्वतःला मोकळं करायचा प्रयत्न करायचा. त्यामागे त्याला प्रेमसंग करायची सवय गमावून बसायची नव्हती, हे एकमेव कारण होतं. कारण तुमचं शरीर जोवर वापरलं जातं, तोवर ते काम करत राहतं अशी अंधश्रद्धा तो बाळगून होता. त्याच्या इतर अंधश्रद्धांप्रमाणेच हीदेखील चुकीची आहे असं कुणी सिद्ध केलेलं नव्हतं.

अमेरिका विखूनासोबतचं त्याचं नातं मात्र एकमेव अडचण होती. त्याने त्याच्या चालकाला अनेक शनिवारी तिला शाळेत आणायला जाण्याची आज्ञा दिली होती; परंतु तिच्यासोबत शनिवारी-रविवारी काय करायचं हे त्याला समजत नव्हतं. पहिल्यांदाच तो स्वतःला तिच्यासोबत जोडून घेऊ शकत नव्हता आणि या बदलामुळे ती रागावली होती. त्याने तिला मोलकरणींकडे पाठवलं आणि त्या तिला दुपारी चित्रपट पाहायला, मुलांच्या बागेत असलेल्या मैफली ऐकायला, दान करायच्या बाजारात घेऊन जायच्या किंवा ती आणि तिच्या शाळेतल्या मैत्रिणी यांच्या भेटी तो आयोजित करायचा म्हणजे मग त्याला त्याच्या कार्यालयामागच्या लपवलेल्या स्वर्गात तिला घेऊन जावं लागायचं नाही; तिला तिथे एकदा गेल्यानंतर पुन्हा पुन्हा जायचं असे. त्याच्या नव्या भ्रमाच्या धुक्यामध्ये, त्याला हे लक्षात आलं नाही की, बायका तीन दिवसांत प्रौढ व्यक्ती होऊ शकतात आणि प्युर्तो पेद्रोहून आलेल्या बोटीतून उतरल्यावर तिला आता तीन वर्षं झाली होती. त्याने हा धक्का कितीही हलक्याने द्यायचा प्रयत्न केला तरी तिच्यासाठी हा बदल क्रूर, निर्घृण होता आणि तिला त्यामागचं कारण समजत नव्हतं. आइस्क्रीमच्या दुकानात ज्या दिवशी त्याने तिला तो लग्न करणार आहे असं सांगितलं होतं, ते सत्य होतं, तेव्हा ती दुःखाने भांबावून गेली होती; परंतु मग तिला ते फारच अशक्य कोटीतलं वाटलं असल्याने ती विसरून गेली होती. तरी लवकरच तिला हे लक्षात आलं की, तो न समजण्याजोगी उडवाउडवी करत वागत होता, जणू काही ते सत्य असावं, जणू काही तो तिच्यापेक्षा साठ वर्षांनी मोठा नसून, साठ वर्षांनी लहान असावा.

एका शनिवारी दुपारी, फ्लोरेंतिनो अरिसाला ती त्याच्या निजायच्या खोलीत टंकलेखन करताना दिसली. ती टंकलेखन फार चांगलं करत होती. कारण शाळेत ते शिकवलं जायचं. तिने नकळतपणे अर्ध्यापेक्षा जास्त पान लिहून काढलं होतं; परंतु

त्यातला एखादा शब्दप्रयोग वेगळा काढणं कठीण नव्हतं, जो तिच्या मनाची स्थिती उघड करत होता. फ्लोरेंतिनो अरिसा तिच्या पाठीमागून ती काय लिहिते आहे हे पाहू लागला. ती पुरुषी उष्णतेने, त्याच्या श्वासांमुळे, त्याच्या उश्यांनाही येणाऱ्या त्याच्या कपड्याच्या गंधाने चाळवली गेली. ती नव्याने शहरात आलेली लहान मुलगी राहिलेली नव्हती, जिला त्याने लहान मुलांचे खेळ करत एकेक कपडे काढत नग्न केलं होतं : छोट्या अस्वलासाठी लहानखुरे बूट, मग कुत्र्याच्या पिल्लासाठी लहानसं मलमली कापड, पुढे लहानशा सशासाठी फुलाफुलांच्या चड्ड्या आणि तिच्या आवडत्या इंद्रियासाठी इवलुसं चुंबन. नाही. आता ती बाई झाली होती, जिला स्वतःला पुढाकार घ्यायला आवडे. तिच्या उजव्या हाताने ती टंकलेखन करत राहिली आणि डाव्या हाताने तिने त्याचा पाय चाचपडला. त्याला शोधलं, तिला तो सापडला, त्याला तिने जिवंत करायचा प्रयत्न केला, त्याला उभारलं आणि त्याचा उत्साहित झालेला निःश्वास तिने ऐकला आणि त्या म्हाताऱ्याचा श्वास वर-खाली, उथळ झाला. त्याला ती ओळखत होती : त्या बिंदूपाशी त्याचं स्वतःवरचं नियंत्रण संपलं, त्याचं बोलणं अडखळलं, तो तिच्या दयेसाठी उभा राहिला आणि शेवटच्या टोकाला जाईस्तोवर त्याला परतीचा मार्ग सापडणार नव्हता. तिने त्याला हाताला धरून पलंगावर नेलं, जणू काही तो रस्त्यावरचा अंध भिकारी असावा आणि तिने त्याचे द्वेषयुक्त कोवळीकतेने तुकडे तुकडे केले, जोपर्यंत त्याला चव येऊन तो खायला तयार होत नाही तोपर्यंत त्याच्यात चवीपुरतं मीठ, मिरपूड, लसणाची एक पाकळी, कापलेला कांदा, लिंबाचा रस, तमालपत्र घातलं. भट्टी नीट तापली होती. घरात कुणीही नव्हतं. मोलकरणी बाहेर गेल्या होत्या, घराच्या नूतनीकरणाचं काम करणारे सुतार आणि इतर जण शनिवारी सुट्टीवर असायचे, त्यामुळे सगळं जग त्यांच्यासाठी खुलं होतं; परंतु खोल विहिरीच्या आत शिरल्यावर, तो त्या सुखाच्या मोहजालातून बाहेर आला, तिला त्याने बाजूला सारलं, उठून बसत तो मंद आवाजात म्हणाला, ''काळजी घ्यायला हवी. आपल्याकडे कंडोम नाहीयेत.''

ती विचार करत कितीतरी वेळ पलंगावर उताणी पडून राहिली आणि जेव्हा ती एक तास आधीच शाळेत परतली तेव्हा ती रडण्यापलीकडे गेली होती, तिने आपल्या घ्राणेंद्रियांच्या जाणिवा आणि तिच्या पंजाची नखं तीक्ष्ण केल्या होत्या, ज्यामुळे ज्या कुण्या वेश्येमुळे तिचं आयुष्य उद्ध्वस्त झालं होतं तिचा माग ती काढू शकली असती. दुसरीकडे, फ्लोरेंतिनो अरिसाने आणखी एक चुकीचा पुरुषी अंदाज बांधला : त्याचं मत पडलं की, तिच्या इच्छांची व्यर्थता तिला लक्षात आलेली असून तिने त्यातून त्याला विसरून जाण्याचा मार्ग काढला होता.

तो त्याच्या स्थितीत परतला. सहा महिन्यांनंतरही काही पत्र वगैरे आलेलं नव्हतं आणि तो पहाटेपर्यंत त्याच्या पलंगावर तळमळत इकडून तिकडे लोळायचा, नव्या निद्रानाशाच्या माळरानावर हरवून जायचा. त्याला वाटलं की, पत्राच्या

बाह्यावरणामुळे फर्मिना डासाने पहिलं पत्र उघडलं होतं, फार पूर्वीच्या पत्रांवरून तिने पत्राखालची अद्याक्षरं ओळखली होती आणि नंतरचं पत्र तिने उघडायचीही तसदी न घेता कचऱ्याच्या डब्यामध्ये फेकून दिलं असावं. त्यानंतरची पत्रं केवळ लिफाफे पाहूनच, ते न उघडता त्यांची तिने वासलात लावली असावी आणि शेवटपर्यंत ती तसंच करत राहणार होती, तोपर्यंत तो त्याच्या अखेरच्या लिखित चिंतनापर्यंत पोहोचला असता. अर्ध्याहून अधिक वर्षाच्या काळात, जवळपास रोज येणाऱ्या पत्राबद्दल उत्सुकता न वाटणारी बाई असू शकते यावर त्याचा विश्वास बसत नव्हता. तेही केव्हा, तर जेव्हा त्या पत्रातली शाई कोणत्या रंगाची आहे, हेदेखील तिला माहीत नव्हतं; परंतु जर का अशी बाई अस्तित्वात असेल, तर तिच्याशिवाय दुसरी कुणी असणं शक्य नव्हतं.

फ्लोरेंतिनो अरिसाला वाटलं की, त्याचं वृद्धत्व हा वेगाने वाहणारा खळाळता झरा नसून, ती तळ नसलेली पाण्याची टाकी आहे, जिथून त्याच्या आठवणी वाहून गेल्या आहेत. त्याची चतुराई आता संपत आली होती. ला मांगामधल्या घराभोवती काही दिवस गस्त घातल्यानंतर, त्याच्या लक्षात आलं की, त्याच्या या तरुण असतानाच्या डावपेचांनी सुतकामुळे बंद झालेले दरवाजे कधीही खुले होणार नाहीत. एकदा सकाळी, तो टेलिफोन डिरेक्टरीमध्ये कुणाचातरी फोन शोधत होता, तेव्हा त्याला तिचा नंबर सापडला. त्याने तिला फोन लावला. तो बराच वेळ वाजला आणि शेवटी त्याला खोल, खर्जातला ओळखीचा आवाज ऐकू आला. ''हॅलो?'' काही न बोलता त्याने फोन ठेवून दिला; परंतु अनंत अंतर असलेल्या, पोहोचू न शकणाऱ्या त्या आवाजाने त्याचा उत्साह मावळला.

त्याच वेळी लिओना कासिआनीने तिचा वाढदिवस साजरा करण्यासाठी तिच्या घरी काही मित्रमैत्रिणींना बोलावलं होतं, तेव्हा त्याचं लक्ष दुसरीकडे असल्याने, त्याच्या अंगावर कोंबडीचा रस्सा सांडला. तिने नॅपकिनने त्याच्या कोटावरचा डाग पुसला आणि मग तिने तो नॅपकिन त्याच्या गळ्याभोवती बाळांना लाळेरं लावतात तसा लावला म्हणजे आणखी काही सांडलं तरी कपड्यांवर डाग पडणार नाहीत. तो खरोखरीच म्हाताऱ्या झालेल्या बाळासारखा दिसत होता. तिने जेवण करताना कितीतरी वेळा पाहिलं की, तो चश्मा काढून हातरुमालाने डोळे पुसत होता. त्याच्या डोळ्यांमधून पाणी वाहत होतं. कॉफी घेताना तो हातामध्ये कप घेऊन झोपी गेला आणि त्याला जागं न करता तिने त्याच्या हातातून कप काढण्याचा प्रयत्न केला, तेव्हा तो लज्जित झाला. तो म्हणाला, ''मी माझ्या डोळ्यांना विश्रांती देत होतो.'' लिओना कासिआनी झोपताना त्याचं वय किती दिसू लागलेलं आहे असा विचार करून चकित झाली होती.

हुवेनाल उर्बिनोच्या पहिल्या स्मृतिदिनी, त्याच्या कुटुंबीयांनी कॅथेड्रलमध्ये त्याच्या स्मृतिप्रीत्यर्थ मास बोलावलं होता. फ्लोरेंतिनो अरिसाला अजूनही पत्रोत्तर

आलं नव्हतं आणि त्याला मासला आमंत्रित केलेलं नसूनही तिथे जाण्याच्या धाडसी निर्णयामागे हे महत्त्वाचं कारण होतं. हा मास भावनिक प्रदर्शनापेक्षा मिजास दाखवणारा कार्यक्रम होता. आसन-व्यवस्थांच्या रांगेतल्या पहिल्या काही ओळी कॅथेड्रलच्या आजीवन सभासदांसाठी होत्या, त्यांची नावं त्या आसनांच्या पाठीवर, मागच्या बाजूला तांब्याच्या पट्टीवर कोरलेली होती. फ्लोरेंतिनो अरिसा तिथे लवकर पोहोचला, जेणेकरून त्याला फर्मिना डासाला सहजी दिसेल अशा जागेवर बसता येईल. त्याने विचार केली की, राखीव रांगांमागची मधल्या रांगेमधली एखादी जागा उत्तम ठरेल; परंतु तिथे बरीच गर्दी झाल्यामुळे त्याला जागा मिळाली नाही आणि त्याला गरीब नातलगांसाठी असलेल्या रांगेत जाऊन बसावं लागलं. तिथून त्याने फर्मिना डासाला तिच्या मुलाचा हात हातात घेऊन चालत जाताना पाहिलं. तिने काळ्या वेल्वेटचा पूर्ण बाह्यांचा पोशाख केला होता, त्याची बटणं गळ्यापासून बुटांपर्यंत बंद होती. तो बिशपच्या कॅसॉकसारखा होता. तिने विधवा घालायच्या तसा झिरझिरित कापडाचा पडदा असलेली हॅट घातली नव्हती, तर कॅस्टिलियन लेसचा स्कार्फ घातला होता. मुख्य भागात असलेल्या भव्य झुंबरांच्या प्रकाशात तिचा उघडा चेहरा पांढऱ्या खडकासारखा चमकला, तिच्या कमळाच्या कळीसारख्या डोळ्यांमध्ये जिवंतपणा झळाळला आणि ती जेव्हा चालू लागली, तेव्हा इतकी ताठ, गर्विष्ठ आणि स्वतःच्या प्रेमात पडल्यासारखी दिसत होती की, त्यामुळे ती तिच्या मुलाच्या वयाएवढीच असावी असं भासत होतं. उभा राहिल्यावर, फ्लोरेंतिनो अरिसाला भोवळ आली, त्यामुळे भोवळ जाईपर्यंत तो आसनाची पाठ धरून रेलून बसला. त्याला वाटलं की, तिच्यात आणि त्याच्यात सात पावलांचं अंतर पडलेलं नसून ते दोघंही वेगवेगळ्या काळात जगत आहेत.

जवळपास सगळ्या कार्यक्रमामध्ये फर्मिना डासा मुख्य वेदीसमोरच्या कुटुंबीयांच्या रांगेमध्ये उभी होती, अगदी तशीच सुंदर जशी ती ऑपेरा पाहायला जायची; परंतु जेव्हा कार्यक्रम संपला, तेव्हा तिने परंपरेविरोधात जाऊन वेगळं काहीतरी केलं. ती तिच्या आसनावर बसून राहिली नाही. त्या दिवसाच्या रितीनुसार, आध्यात्मिक सांत्वन स्वीकारायला हवी होती; परंतु ती लोकांमध्ये जाऊन प्रत्येकाचे उपस्थित राहिल्याबद्दल आभार मानू लागली. ते तिचं नावीन्यूपर्ण वागणं होतं जे तिच्या व्यक्तित्वाला आणि स्वभावाला शोभणारं होतं. एकामागून एक आलेल्या पाहुण्यांना अभिवादन करत, ती शेवटी गरीब नातेवाइकांच्या रांगेपर्यंत पोहोचली आणि मग तिने इकडेतिकडे पाहून कुणाचे आभार मानायचे राहिले नाहीत ना, हे पाहिलं. त्या क्षणी फ्लोरेंतिनो अरिसाला एक दैवी वादळ त्याला वर उचलून नेतं आहे असं भासलं : तिने त्याच्याकडे पाहिलं. फर्मिना डासा तिच्या ओळखीच्या कुटुंबीयांमधून त्यांचे आभार मानत, दिलासा देत बाजूला झाली. तिने हात पुढे करून एक गोड हास्य केलं आणि त्याला म्हणाली, ''आल्याबद्दल धन्यवाद.''

तिला त्याची केवळ पत्रं मिळालीच नव्हती, तिने ती रस घेऊन वाचलीही होती आणि तिला त्या पत्रांमधले विचार पुढे जगण्यासाठी गांभीर्याने घ्यावेसे वाटले होते. ती टेबलापाशी बसून मुलीसोबत न्याहारी करत असताना, तिला पहिलं पत्र मिळालं होतं. ते टंकलेखित असल्याने तिने उत्सुकतेने ते उघडलं होतं आणि जेव्हा तिने पत्राच्या शेवटी असलेली आद्याक्षरं ओळखली, तेव्हा अचानक लज्जित होऊन तिचा चेहरा खाडकन लाल झाला होता; परंतु तिने तत्काळ स्वतःला सावरलं आणि तिच्या ॲप्रनच्या खिशात ते ठेवून दिलं. ती म्हणाली, "सरकारकडून आलेलं सांत्वनाचं पत्र." तिच्या मुलीला आश्चर्य वाटलं. "सगळ्यांकडून पत्रं येऊन गेलीयेत." तिने न डगमगता सांगितलं, "हे वेगळंय." नंतर ती मुलीच्या प्रश्नांच्या सरबत्तीतून बाहेर पडल्यावर, तिला ते जाळून टाकायचं होतं; परंतु त्याआधी एकदा ते पत्र वाचून काढण्याचा अनावर मोह तिला झाला. तिने त्याला ज्या प्रकारे अपमानित करणारं पत्र लिहिलेलं होतं, त्याला प्रत्युत्तर येणं तिला अपेक्षित होतंच. ते पत्र तिने त्याला पाठवल्याक्षणी तिला तिच्या कृतीचा पश्चात्ताप झाला होता; परंतु सुरुवातीच्या दिमाखदार मायन्याने आणि पहिल्या परिच्छेदातल्या विषयामुळे, तिला असं लक्षात आलं की, जगात काहीतरी बदल झालेला होता. ती त्यामध्ये इतकी गुंतून गेली की, जाळून टाकण्याआधी तिला ते पत्र तिच्या निजायच्या खोलीत जाऊन शांतपणे वाचायचं होतं आणि तिने ते तीन वेळा न थांबता वाचून काढलं.

ते पत्र म्हणजे जीवन, प्रेम, वृद्धत्व, मृत्यू या सगळ्यावर चिंतन होतं. या संकल्पना रात्रिंचर पक्ष्यांप्रमाणे तिच्या मनामध्ये कायम उडत असायच्या; परंतु जेव्हा त्यांना ती चिमटीत पकडू पाहायची, तेव्हा त्या गायब होऊन जायच्या आणि हातात एखादं पिस तेवढं उरायचं. इथे त्या नेमक्या, साधेपणाने तिला ज्याप्रमाणे त्या मांडायला आवडलं असतं अशा प्रकारे मांडल्या होत्या आणि पुन्हा एकदा तिचा नवरा याबाबत तिच्याशी चर्चा करण्यासाठी आता या जगात नाही, याचं तिला दुःख झालं. कारण ते दोघं रात्री झोपण्याआधी त्या दिवसात घडलेल्या घटना-प्रसंगांबद्दल नेहमी चर्चा करायचे. अशा प्रकारे एक अज्ञात फ्लोरेंतिनो अरिसा तिच्या पुढ्यात उघड झाला होता - परिस्थितीचं योग्य भान त्याला होतं, तो पूर्वीचा प्रेमज्वराने भारलेली पत्रं लिहिणारा किंवा सगळ्या आयुष्याकडे उदासवाण्या नजरेने पाहणारा तरुण राहिला नव्हता. उलट, ते शब्द - एस्कोलास्तिका आत्याच्या मते दैवी आत्म्याने पछाडलेल्या एका माणसाचे - शब्द होते, आणि या विचाराने प्रथम तिला जितकं आश्चर्य वाटलं होतं, तितकंच आताही वाटलं. काही झालं तरी, तिच्या मनाला सगळ्यात शांत कशाने वाटलं तर एका शहाण्या म्हाताऱ्याकडून आलेलं ते पत्र निश्चितपणे पूर्वी रात्री त्याने केलेल्या औद्धत्याचा पुनरुच्चार नव्हता, तर तो भूतकाळ पुसून टाकण्याचा सभ्य मार्ग होता.

त्यानंतर आलेल्या पत्रांमुळे तिला पूर्ण शांतता लाभली. त्यातला रस वाढू लागला तरी तिने ती जाळून टाकली आणि तिला त्याबद्दल अपराधीही वाटलं. त्यामुळे जेव्हा ती पत्रं क्रमाकांसह येऊ लागली, तेव्हा तिला ती नष्ट न करता आपल्यापाशी ठेवून देण्याचं नैतिक पाठबळ मिळालं. काही झालं तरी तिचा मुख्य हेतू ती पत्रं स्वतःसाठी ठेवून घेण्याचा नव्हता, तर संधी मिळताच तिला ती पत्रं फ्लोरेंतिनो अरिसाला परत करायची होती. कारण, ती नष्ट केल्यामुळे मानवाच्या दृष्टीने काहीतरी मौलिक हरवून गेलं असतं असं तिला वाटलं. अडचण अशी झाली की, काळ भराभरा सरकत गेला आणि पत्रं येत राहिली, वर्षभरात तीन किंवा चार दिवसांनी एकदा आणि झिडकारल्याचा भाव न आणता सर्व गोष्टी सविस्तर न सांगता ती पत्रं त्याला परत कशी करावी हे तिला समजत नव्हतं.

पहिलं वर्ष तिला तिच्या वैधव्याशी जुळवून घेण्यात गेलं. तिच्या रोजच्या कामांमध्ये तिच्या नवऱ्याची विशुद्ध आठवण आता अडचण होत नसे, तिच्या विचारांत, तिच्या साध्यासुध्या हेतूंमध्येही. तिला त्या आठवणींचा जागतं अस्तित्व दिशादर्शन करायचं; परंतु आडकाठी करत नसे. कधी कधी काही प्रसंगी जेव्हा तिला तो खरोखरीच हवा असे, तेव्हा तिला तो दिसे; परंतु भूत बनून नव्हे, तर शारीर स्वरूपात. तो तिथे असण्याच्या निश्चिततेने ती उल्लसित व्हायची, तो अजूनही जिवंत आहे; परंतु त्याच्या पुरुषी लहरीविना, पुरुषसत्ताक मागण्यांविना, तो ज्या प्रकारे तिला मध्येच चुंबनं देऊन आणि कोवळ्या शब्दांनी प्रेम करायचा, तसंच तिनेही करावं या तिला थकवून टाकणाऱ्या त्याच्या गरजेविना. तो जिवंत होता तेव्हापेक्षा त्याला आता ती जास्त चांगली ओळखू लागली होती, त्याने प्रेमासाठी केलेल्या विनंत्या तिला समजल्या, सार्वजनिक आयुष्यात टिकून राहण्यासाठी हवी असलेली सुरक्षितता तिच्यात शोधण्याची त्याची तातडीची निकड आणि जी खरंतर वास्तवात त्याला कधीही मिळाली नव्हती. एकदा, सहन न झाल्याने ती त्याच्यावर ओरडली, ''तुम्हाला समजत नाहीये की मी किती दुःखी आहे ते.'' शांतपणे, त्याने चश्म्याआडून तिच्याकडे पाहिलं, त्याच्या लहान मुलासारख्या डोळ्यांमध्ये तिला स्वच्छ वाहणारं पाणी दिसलं आणि एका वाक्यात त्याने तिच्यावर त्याच्या शहाणिवेचं ओझं लादलं, ''लक्षात ठेव, यशस्वी लग्नामध्ये सगळ्यात महत्त्वाची गोष्ट आनंद नसते, तर स्थैर्य असते.'' तिच्या वैधव्यातल्या सुरुवातीच्या एकांतपणात तिला लक्षात आलं की, त्याच्या त्या वाक्यात तिला त्या वेळी वाटलेली केविलवाणी धमकी लपलेली नव्हती, तर ते त्या दोघांसाठीचा चुंबक होतं, ज्याने त्यांना खूप आनंदी तास बहाल केले होते.

फर्मिना डासाने जगभरात अनेकदा प्रवास केला होता आणि तिचं लक्ष वेधून घेणारी प्रत्येक नावीन्यपूर्ण वस्तू तिने विकत घेतली होती. पाहिल्या पाहिल्या अंतःप्रेरणेतून त्या वस्तू घ्यावात असं तिला वाटायचं, ज्यांचं तिच्या नवऱ्याला

समर्थन करणं आवडायचं, कारण जोवर त्या वस्तू त्या मूळच्या पर्यावरणात असायच्या, तोवर त्या सुंदर, कामाच्या असायच्या - रोम, पॅरिस, लंडन, किंवा न्यू यॉर्क, जिथे गगनचुंबी इमारती वाढायला सुरुवात झाली होती, तिथल्या दुकानांच्या दर्शनी भागात; परंतु त्या वस्तू डुकराच्या छान शिजवलेल्या मांसासोबत स्ट्रॉस वॉल्ट्झ ऐकताना किंवा काव्योत्सावाच्या अभिरुचीशी मिळत्याजुळत्या नव्हत्या आणि म्हणून तांब्याची कुलपं लावून आणि शवपेट्यांप्रमाणे नक्षीदार कोपरे असलेल्या सहा-सात मोठ्याल्या ट्रकांमध्ये त्या सगळ्या वस्तू भरून ती प्रवासाहून परतायची. त्या वस्तू काही सोन्याएवढ्या किमती नव्हत्या; परंतु तिच्या जगातल्या लोकांनी त्या प्रथम पाहणं, यातल्या क्षणभंगुर आनंदाइतकी त्यांची किंमत होती. किंबहुना, लोकांनी त्या पाहाव्यात, यासाठीच ती त्या घ्यायची. तिचं वय वाढून म्हातारी होण्याआधीच, तिची प्रतिमा सार्वजनिक आयुष्यात उथळ स्त्री म्हणून आहे हे तिला माहीत होतं आणि घरामध्ये ती हे नेहमी म्हणायची : ''या सगळ्या वस्तूंचं आपण काहीतरी केलं पाहिजे, इथे वळायलाही जागा उरलेली नाहीये.'' डॉ. उर्बिनो तिच्या निष्फळ प्रयत्नांवर नेहमी हसायचा, कारण त्याला माहीत होतं की, रिकाम्या जागा पुन्हा भरल्या जाणार आहेत; परंतु तिने लावून धरलं. कारण, खरोखरीच तिथे कशालाही जागा उरली नव्हती आणि त्या वस्तूंपैकी कशाचाही तसा काही फायदा नव्हता. दाराच्या मुठींना लटकवलेले शर्ट्स किंवा युरोपियन हिवाळ्यासाठी असलेले ओव्हरकोट्स, जे स्वयंपाकघरातल्या कपाटांमध्ये भरून ठेवलेले होते, त्यामुळे एका सकाळी ती उत्साहात उठायची आणि कपड्यांची कपाटं काढू लागायची, ट्रंक्स रिकाम्या करायची, वस्तू, कपडे फाडून टाकायची आणि जे कपडे नेहमी दिसायचे, त्या कपड्यांच्या थप्प्याविरोधात युद्ध पुकारायची. जसं की, तिने कधीही न घातलेल्या हॅट्स, कारण जेव्हा त्यांची चलती होती, तेव्हा त्या घालव्यात असा कुठलाही कार्यक्रम झाला नव्हता. युरोपीय कलाकाराच्या कलाकृतीवरून नक्कल केलेले बूट जे त्यांच्या राजा-राण्या राज्याभिषेकाच्या प्रसंगी घालायचे आणि ज्यांची इथल्या उच्चभ्रू महिलांनी खिल्ली उडवली होती. कारण, काळ्या बायका घरी घालण्यासाठी अगदी तसेच बूट बाजारातून विकत आणायच्या. ती सगळी सकाळ आतल्या गच्चीत वस्तूंचे अडथळे लागायचे आणि सगळं धुळीने, डांबरी गोळ्यांच्या कडवट वासाने भरून जायचं. तिथे श्वास घेणं कठीण व्हायचं; परंतु काही तासांत सगळं काही जसंच्या तसं पुन्हा रचलेलं असायचं. कारण, शेवटी तिला जमिनीवर पसरलेल्या रेशमी कपड्यांची दया यायची. कितीतरी ब्रोकेड्स आणि इतर विणकामाचे निरुपयोगी तुकडे असेच पडलेले असायचे. ते सगळं आगीच्या भक्ष्यस्थानी दिलं जाणार होतं.

''हे जाळणं म्हणजे पाप आहे,'' ती म्हणायची, ''कारण कित्येक लोकांना जगात खायलाही मिळत नाही.''

आणि त्यामुळे ती जाळपोळ पुढे ढकलण्यात यायची, नेहमी तसंच व्हायचं आणि मग वस्तू, गोष्टी फक्त त्यांच्या महत्त्वाच्या ठिकाणाहून दुसरीकडे – तबेल्यामध्ये हलवल्या जायच्या. ते तबेले आता उरलेल्या वस्तू साठवण्याची ठिकाणं झाले होते. तेव्हाच त्याने अंदाज केल्याप्रमाणे रिकाम्या झालेल्या जागा पुन्हा एकदा भरू लागायच्या, ओसंडून वाहायच्या आणि मग पुन्हा मरणासाठी कपाटात जायच्या: पुढच्या वेळेपर्यंत. ती म्हणायची, ''तुम्ही वापरत नसलेल्या परंतु टाकूही शकत नसलेल्या वस्तूंचं काय करायचं याचा शोध कोणीतरी लावला पाहिजे.'' खरंच होतं ते. जोवर फर्मिना डासा त्या वस्तूंना डोळ्यांपुढून हटवत नाही, तोवर त्या जलद गतीने चाल केल्यागत जगण्याच्या जागा काबीज करायच्या, माणसांना हलवायच्या, त्यांना कोपऱ्यात ढकलायच्या. ते पाहून तिला वाईट वाटायचं. ती लोकांना वाटायची तशी व्यवस्थित नव्हती; परंतु तिची तसं दाखवण्याची स्वतःची अशी अधीर पद्धत होती. ती अव्यवस्थितपणा झाकून टाकायची. ज्या दिवशी हुवेनाल उर्बिनो मेला, त्यांनी त्याच्या अभ्यासिकेची खोली अर्धीअधिक रिकामी केली आणि सगळ्या वस्तू निजायच्या खोल्यांमध्ये रचून ठेवल्या, तेव्हा कुठे त्याचं पार्थिव ठेवायला जागा झाली.

घरातून गेलेल्या मृत्यूने त्याच्यासोबत उपायही आणला. एकदा नवऱ्याचे कपडे जाळताना, फर्मिना डासाच्या लक्षात आलं की, तिचा हात थरथरत नव्हता आणि मग त्या सणकीतून ती सातत्याने, नियमित कालावधीने आग पेटवून त्यात सगळं काही टाकू लागली – जुनं आणि नवं – श्रीमंतांना वाटणाऱ्या मत्सराबद्दल किंवा भूकेने मरणाऱ्या गरिबांबद्दलही वाईट वाटू न देता. अखेरीस, तिने आंब्याचं झाड मुळापासून तोडून टाकलं, घडलेल्या अपघाताचे कोणतेही अवशेष मागे राहू नये म्हणून. तिने शहरातल्या म्युझियमकडे तो जिवंत राहिलेला, बडबड्या पोपट देऊन टाकला आणि मग तेव्हा तिने तिच्या स्वप्नवत, तिला नेहमी हवंसं वाटणाऱ्या घरामध्ये मुक्त श्वास घेतला : मोठं, सुलभ आणि सगळं काही तिचं असलेलं.

तिची मुलगी ऑफेलिया तिच्यासोबत तीन महिने राहिली आणि मग न्यू ऑर्लियन्सला परतली. तिचा मुलगा त्याच्या कुटुंबीयांसमवेत रविवारी आणि आठवड्यातून जमेल तेव्हा दुपारच्या जेवणाला येत असे. सुतकातून बाहेर पडल्यावर फर्मिना डासाच्या जवळच्या मैत्रिणी तिला भेटायला येत असत. त्या अंगणाकडे तोंड करून बसत आणि पत्ते खेळत, नव्या पाककृती करून पाहत, त्या तिच्याशिवाय अव्याहतपणे चालू असलेल्या बाहेरच्या जगाबद्दल तिला नेहमी अद्ययावत ठेवत. तिची सगळ्यात विश्वासू मैत्रीण होती ल्यूक्रेशिया दे रिअल दे ऑबिस्पो. ती जुन्या काळातल्या उमराव घराण्यातली होती आणि तिची कायमच चांगली मैत्रीण होती आणि हुवेनाल उर्बिनोच्या मृत्यूनंतर तर त्या दोघी आणखी जवळ आल्या. संधिवातामुळे आखडलेल्या सांध्यांनी त्रासलेली आणि दिशाहीन जगण्यामुळे

पश्चात्तापदग्ध झालेली ल्यूक्रेशिया दे रिअलने तिला त्या काळात चांगली सोबत तर केलीच; परंतु तिने तिच्याशी त्या काळात शहरात आयोजित करण्यात आलेल्या नागरी आणि अधार्मिक कार्यक्रमांबाबतही सल्लामसलत केली, त्यामुळे तिला तिच्या नवऱ्याच्या संरक्षक सावलीमुळे नव्हे, तर स्वतःमुळेच आपण निरुपयोगी नाही आहोत, असं वाटलं. कधी नव्हे ते तिची ओळख त्याच्याशी घनिष्ठरीत्या संलग्न झाली. तिला लग्नाआधीच्या नावाने कुणीच हाक मारत नव्हतं आणि आता ती 'उर्बिनोची विधवा' म्हणून ओळखली जात होती.

तिच्या नवऱ्याचा जसजसा पहिला स्मृतिदिन जवळ येऊ लागला, तसा फर्मिना डासाला अशा ठिकाणी प्रवेश केला आहे असं वाटलं, जिथे गार सावली होती, शांतता होती : दुर्धर अशा उपवनात. तिला अजूनही हे समजलं नव्हतं आणि पुढचे आणखी काही महिने समजणारही नव्हतं की, फ्लोरेंतिनो अरिसाच्या चिंतनांमुळे तिला शांततापूर्ण स्थितीत येण्यासाठी खूप फायदा झाला होता. स्वतःच्या अनुभवांना लावून, त्यांनी तिला तिचं आयुष्य समजून घ्यायला मदत केली आणि वृद्धत्वाच्या योजना पाहायला शांतपणे थांबायला लावलं. स्मृतिदिनाच्या मासच्या दिवशी झालेली भेट ही जणू दैवाने योजली होती. फ्लोरेंतिनो अरिसाला हे सांगण्यासाठी की, त्याच्या पत्रांमधून मिळालेल्या प्रेरणेमुळे तीही भूतकाळ पुसून टाकण्यासाठी तयार झाली होती.

दोन दिवसांपूर्वी तिला त्याच्याकडून वेगळ्या प्रकारचं पत्र आलं. लिननच्या कागदावर हाताने लिहिलेलं आणि लिफाफ्याच्या मागच्या बाजूला प्रेषक म्हणून स्पष्टपणे त्याचं नाव कोरलेलं होतं. ते पूर्वीच्या पत्रांमधल्यासारखंच शैलीदार हस्ताक्षर होतं, तीच लय असलेलं; परंतु त्यात त्याने एका परिच्छेदामध्ये कॅथेड्रलमध्ये त्याचे आभार मानल्याबद्दल धन्यवाद दिले होते. ते पत्र वाचल्यानंतर कितीतरी दिवस, फर्मिना डासा त्याचा त्रासदायक आठवणींसह विचार करत राहिली; परंतु त्या विचार करण्यात सदसद्विवेकाची स्पष्टता होती म्हणून तिने येत्या गुरुवारी अचानक ल्यूक्रेशियाला विचारलं की, नदीबोटीच्या कंपनीचा मालक, फ्लोरेंतिनो अरिसा तिला माहीत आहे का? ल्यूक्रेशियाने होकारार्थी उत्तर दिलं, "तो संभोगाच्या नादाने पछाडलेला राक्षस वाटतो." तिने त्याच्याबद्दल नेहमी बोलल्या जाणाऱ्या गोष्टींबद्दल तिला सांगितलं. त्याने कधीही बाईशी संग केला नसला, जरी तो अतिशय चांगलं सावज होता आणि त्याचं एक गुप्त कार्यालय आहे जिथे तो रात्री फिरून बंदरापासच्या मुलांना घेऊन जायचा. फर्मिना डासाने तिला आठवत असेल तेव्हापासून ही कहाणी ऐकलेली होती आणि तिने त्यावर कधीही विश्वास ठेवला नव्हता किंवा त्याला महत्त्व दिलेलं नव्हतं; परंतु जेव्हा तिने ल्यूक्रेशियाकडून - तिच्याबद्दलही अशाच विचित्र आवडीनिवडी असल्याचा अफवा पसरलेल्या होत्या - अनेकदा ठामपणे त्याबद्दल ऐकलं, तेव्हा ती या विषयाचा सोक्षमोक्ष लावण्यापासून स्वतःला रोखू

शकली नाही. ती म्हणाली की, ती मुलगा असल्यापासून फ्लोरेंतिनो अरिसाला ओळखत होती. स्ट्रीट ऑफ विंडोज रस्त्यावर त्याच्या आईचं शिवणकामाचं दुकान होतं आणि तिने यादवीच्या काळात जुने शर्ट, कापडं विकत घेऊन त्यापासून बँडेजेस तयार करून विकली होती आणि शेवटी तिने ठामपणे निष्कर्ष काढला : ''तो एक प्रतिष्ठित माणूस आहे आणि लोकांना न दुखावता वागण्याचं कसब त्याच्याकडे आहे.'' ती एवढं ठामपणे बोलत होती की, त्यामुळे ल्यूक्रेशियाला तिने बोललेले शब्द मागे घ्यावे लागले. ''सरतेशेवटी लोक माझ्याबद्दलही असंच काहीतरी बोलत असतात.'' जो पुरुष तिच्या जीवनातली सावली यापेक्षा फार काहीही नव्हता, त्या पुरुषाच्या पाठीशी उभं राहून त्याची एवढी बाजू ती का घेत होती, हे तिने स्वतः ला विचारलं नाही. जेव्हा त्याचं पत्र आलं नाही, तेव्हा ती त्याचा जास्तच विचार करत राहिली. दोन आठवडे असेच गेले आणि एकदा एका मोलकरीण मुलीने तिला दुपारच्या झोपेतून हळुवार कुजबुजत उठवलं, ''बाईसाहेब, डॉन फ्लोरेंतिनो इथे आलेत.''

तो तिथे आला होता. फर्मिना डासाची पहिली प्रतिक्रिया गोंधळून जाण्याची होती. तिने विचार केला की, आत्ता नको, त्याने नंतर कधीतरी योग्य वेळी यावं, आत्ता ती कोणत्याही पाहुण्याला भेटायला तयार नव्हती, बोलण्यासारखं काहीही नव्हतं; परंतु ती त्यातून तत्काळ सावरली आणि मोलकरणीला तिने सांगितलं की, त्याला ड्रॉइंग रूममध्ये घेऊन जा आणि कॉफी दे. तोवर मी आवरून येते. फ्लोरेंतिनो अरिसा रस्त्यावरच्या फाटकापाशी वाट पाहत होता. तीन वाजताच्या तळपत्या उन्हात पोळून निघत होता; परंतु त्याचा स्वतःवर पूर्ण ताबा होता. काहीही झालं तरी त्याला आत बोलावलं जाणार नाही या तयारीत तो होता आणि त्यामुळे तो शांत होता; परंतु तिच्या होकारामुळे तो मुळापासून हादरून गेला आणि जेव्हा तो बैठकीच्या खोलीतल्या थंड वातावरणात गेला, तेव्हा त्याला तो अनुभवत असलेल्या जादूवर काय विचार करावा हे समजत नव्हतं, कारण त्याच्या पोटामध्ये अचानक बुडबुडे उसळून दुखू लागलं. तो बसून राहिला, त्याने श्वास रोखून धरला आणि पहिला धक्का ओसरेपर्यंत तो न हलता बसून राहिला. त्याच्या पहिल्या प्रेमपत्रावर पक्ष्याने शिटायचा प्रयत्न केला होता, या आठवणीने त्याला सतावलं. त्या क्षणी तो इतर कुठलीही दुर्घटना स्वीकारायला तयार होता, अपवाद हे अन्याय्य संकट.

तो स्वतःला नीट ओळखून होता. त्याला बद्धकोष्ठाचा त्रास असला, तरी त्याच्या पोटाने त्याला त्याच्या आयुष्यात सार्वजनिक ठिकाणी तीन-चार वेळा धोका दिला होता आणि त्या तीन-चार वेळा त्याला शरण जाण्याशिवाय काहीही पर्याय नव्हता. केवळ त्या प्रसंगी आणि त्यासारख्या इतर तातडीच्या वेळेस, त्याला समजलेलं शाब्दिक सत्य त्याला थोडक्यात पुन्हा पुन्हा सांगायला आवडायचं : ''माझा देवावर विश्वास नाही; परंतु त्याला मी घाबरतो.'' शंकेखोरपणा करायला

त्याच्याकडे वेळ नव्हता : तो त्याला आठवेल ती प्रार्थना म्हणायचा प्रयत्न करायचा; परंतु त्याला एकही यायची नाही. तो लहान मुलगा असताना आणखी एका मुलाने त्याला दगडाने पक्ष्याला मारताना म्हणायचे जादुई शब्द शिकवले होते : "निशाणा लगाव, लगाव निशाणा, तू वाचलास तर दोष नाही माझा." तो जेव्हा गावी जायचा, तेव्हा पहिल्यांदा त्याला गोफण मिळाल्यावर हे म्हणायचा आणि पक्षी खरोखरी मरून पडायचा. एक प्रकारे त्याला वाटायचं की, एका गोष्टीचा दुसऱ्या गोष्टीशी कसातरी संबंध असतो आणि आताही तो मंत्र उच्चारायचा प्रयत्न केला, तेही प्रार्थना म्हटल्याच्या भावनेने; परंतु हवा तो परिणाम झाला नाही. स्प्रिंगसारखं त्याचं पोट आतून पिळवटलं जात होतं, त्यामुळे तो उठून बसला, पोटातला फेस घट्ट होत चालला होता आणि जास्त जास्त दुखू लागलं. तो वेदनेने कुरबुरला आणि घामाने भिजून गेला. कॉफी घेऊन आलेली मोलकरीण त्याचा मृतवत चेहरा पाहून घाबरली. तो उद्गारला, "गरमीमुळे." तिने खिडक्या उघडल्या, त्यामुळे त्याला बरं वाटेल असं तिला वाटलं; परंतु दुपारचा तपळता सूर्य थेट त्याच्या चेहऱ्यावरच येऊ लागला आणि त्यामुळे तिला खिडकी बंद करावी लागली. आता तो एकही क्षण थांबू शकत नाही हे त्याला समजलं आणि तेवढ्यात अंधारातून फर्मिना डासा आली. त्याला ती दिसलीही नाही. तिने त्याला तशा स्थितीत पाहिल्याने त्याला वाईट वाटलं.

"तुम्ही जाकीट काढून ठेवलंत तरी चालेल," ती त्याला म्हणाली.

त्याला त्याच्या पोटातल्या फेसाळ बुडबुड्यांचा आवाज तिला येईल, या भीतीचा जास्त त्रास झाला; परंतु नाही म्हणण्यासाठी क्षणभर त्याने कसंबसं सहन केलं, तो म्हणाला की, तो इथूनच जात होता म्हणून कधी भेटायला येऊ असं विचारायला त्याने आत डोकावलं. ती गोंधळून जात त्याला म्हणाली, "तुम्ही आता आला आहात, तर ठीक आहे." आणि तिने त्याला गच्चीवर येण्यास सांगितलं, तिथे हवा जरा गार होती. त्याने नकार दिला. त्याचा आवाज तिला वेदनादायी उद्गार वाटला.

"मी उद्या येतो, चालेल का, मला माफ करा." तो म्हणाला.

तिला आठवलं की, दुसऱ्या दिवशी गुरुवार असल्यामुळे ल्यूक्रेशिया ऑबिस्पोची नेहमीची भेट होती; परंतु तिच्याकडे चांगला पर्याय होता : "परवा पाच वाजता." फ्लोरेंतिनो अरिसाने धन्यवाद म्हटलं आणि त्याची हॅट काढून निरोप घेतला. कॉफीची चवही न घेता तो बाहेर पडला. ती बैठकीच्या खोलीच्या मध्यात गोंधळून जाऊन उभी होती, आत्ता काय घडलं हे तिला समजत नव्हतं, तोपर्यंत बाहेर असलेल्या गाडीच्या चाकांचा आवाज गाडी दूर जाईस्तोवर येत राहिला. गाडीच्या मागच्या सीटवर कमी दुखेल अशा स्थितीत फ्लोरेंतिनो अरिसा जाऊन बसला, त्याने त्याचे डोळे मिटले, शरीराला शांत केलं आणि त्याच्या शरीराच्या इच्छेला तो शरण गेला. जणू काही त्याचा पुनर्जन्म झाल्यासारखं त्याला वाटलं.

त्या गोष्टीमुळे चालकाला फार आश्चर्य वाटलं नव्हतं. कारण, तो त्याच्याकडे कितीतरी वर्षं काम करत होता. त्याने काही प्रतिक्रिया दिली नाही; परंतु जेव्हा त्याच्या घरासमोर आल्यावर चालक त्याच्यासाठी दार उघडून उभा राहिला, तेव्हा तो म्हणाला, ''काळजी घ्या, डॉन फ्लोरो. हे कॉलराचं लक्षण वाटतंय.''

परंतु ते त्याचं नेहमीचं दुखणं होतं आणि त्याबद्दल फ्लोरेंतिनो अरिसाने देवाचे आभार मानले. शुक्रवारी, बरोब्बर पाच वाजता तो पोहोचला, तेव्हा तिच्या मोलकरणीने त्याला बैठकीच्या खोलीतल्या अंधारातून गच्चीवरच्या सज्जाकडे नेलं, तिथे फर्मिना डासा दोन लोकांसाठीचं टेबल मांडून बसलेली होती. तिने चहा, कॉफी की चॉकलेट, काय हवंय असं विचारलं. फ्लोरेंतिनो अरिसाने कॉफी असं सांगितलं. गरम आणि कडक. तिने मोलकरणीला सांगितलं, ''मला नेहमीचंच.'' नेहमीचं म्हणजे वेगवेगळ्या पौर्वात्य चहांचं मिश्रण असलेला चहा, त्यामुळे वामकुक्षी घेतल्यानंतर तिचं मन छान तरतरीत व्हायचं. मग तिने तिचा टीपॉट रिकामा करत आणि त्याने कॉफीपॉट रिकामा करत, त्या दोघांनी विविध विषयांवर गप्पा मारायचा प्रयत्न केला, त्यातून अनेक गप्पांचे विषय निघाले; परंतु त्या विषयांमध्ये त्यांना रस होता म्हणून नव्हे, तर दोघांनाही काही विषयांत शिरायचं धाडस होत नव्हतं म्हणून. ते दोघंही दडपून गेले होते. जिथे अजूनही दफनविधीच्या फुलांचा वास येत होता, अशा त्या घरातल्या गच्चीवर, तारुण्य खूप दूर गेलं असताना ते इथे काय करत होते, हे त्यांना समजत नव्हतं. पन्नास वर्षांच्या काळात, ते प्रथमच एवढे जवळ आले होते आणि त्यांना जरा निवांतपणे एकमेकांकडे पाहण्यासाठी पुरेसा वेळ मिळाला होता, ते दोघं जे होते ते एकमेकांमध्ये पाहत होते : दोन वृद्ध लोक, मृत्यूशी झुंजणारे, त्यांच्यात खूप जुन्या भूतकाळाच्या स्मृतींशिवाय फार काही सामायिक नव्हतं. त्या स्मृतीदेखील त्यांच्या राहिल्या नव्हत्या, तर त्या दोन तरुण माणसांच्या होत्या जे गायब झाले होते आणि जे लोक त्यांची जणू आता नातवंडं असती. तिने विचार केला की, शेवटी त्याला त्याच्या स्वप्नांच्या अवास्तवपणा पटला असेल आणि त्याची परिणिती म्हणजे त्याच्या उर्मटपणावर उतारा ठरेल.

अस्वस्थ करणारी शांतता किंवा नको असलेले विषय टाळण्यासाठी, तिने त्याला नदीबोटींच्या संदर्भातले नेहमीचे प्रश्न विचारले. अविश्वसनीय गोष्ट म्हणजे बोटकंपनीचा मालक असूनही त्याने केवळ एकदाच नदीतून प्रवास केला होता. त्यालाही आता बरीच वर्षं झाली होती आणि तेव्हा त्याचा बोटकंपनीशी काहीही संबंध नव्हता. तिला त्याने या धंद्यात शिरण्यामागची कारणं माहीत नव्हती. कोणतीही किंमत मोजूनसुद्धा तो तिला ती कारणं सांगू शकला नसता. तिलादेखील नदी माहीत नव्हती. तिच्या नवऱ्याला अँडीज पर्वतातल्या हवेबद्दल तिटकारा होता. मग तो लपवण्यासाठी तो कायम काहीतरी कारणं द्यायचा : उंचावर गेल्याने हृदयाला असलेला धोका, न्यूमोनिया होण्याचा धोका, लोकांचा नकलीपणा, केंद्रीकरणामुळे

होणारे अन्याय आणि त्यामुळे ते दोघं अर्धअधिक जग फिरले होते; परंतु त्यांना त्यांच्या देशाबद्दल फारशी माहिती नव्हती. आताच्या दिवसांत जंकर्स समुद्री विमानं आली होती, ती माग्दालेना नदीतच्या खोऱ्यातल्या शहराशहरांमध्ये प्रवास करायची. त्यात दोन चालक, सहा प्रवासी आणि पत्रांची काही पोती असं मावायचं. फ्लोरेंतिनो अरिसाने त्यावर टिप्पणी केली, ''ती विमानं म्हणजे उडत्या शवपेट्या.'' तिने फुग्यातून प्रवासाचा अनुभव घेतलेला होता आणि तेव्हा तिला भीती वाटली नव्हती; परंतु ती आता तेव्हासारखी राहिली नव्हती, ती आता अशा प्रकारचं धाडस करू शकेल का नाही, हे तिला माहीत नव्हतं. ती म्हणाली, ''गोष्टी बदलल्या आहेत.'' म्हणजे तिला तिच्यात झालेल्या बदलाबद्दल बोलायचं होतं, वाहतुकीची किंवा दळणवळणाची साधनं यांबद्दल नव्हे.

कधी कधी तिला विमानांच्या आवाजांनी धक्का बसायचा. द लिबरेटरच्या शंभराव्या पुण्यातिथीला जवळून उडताना आणि काही प्रात्यक्षिकं करत असताना तिने त्यांना पाहिलं होतं. त्यांपैकी एक विमान ला मांगाच्या घरांवरील छपरांवर चरणाऱ्या मोठ्या शिकारी पक्ष्यासारखं काळंकुट्ट होतं. या विमानाचा एक पंख झाडात अडकून तुटला होता आणि विमान विजेच्या तारांमध्ये अकडलं होतं; परंतु एवढ्यामुळे तिला विमानांचं अस्तित्व मान्य झालं नव्हतं. गेल्या काही वर्षांत तिला मॅन्झॅनिल्लो बेला जाण्याची उत्सुकताही राहिलेली नव्हती, तिथे पाण्यावर समुद्री विमानं उतरायची. ती विमानं येण्याआधी पोलीस कोळ्यांना आणि नव्याने वाढलेल्या करमणुकीच्या बोटींना तिथून जाण्यासाठी आगाऊ सूचना द्यायचे. तिच्या वयामुळे, तिला चार्ल्स लिंडबर्गचं गुलाबाच्या फुलांचा गुच्छ देऊन स्वागत करण्यासाठी निवडलं होतं. तो तेव्हा शुभेच्छा घेऊन विमानातून आला होता, तेव्हा त्याच्याएवढा उंच, सोनेरी केसांचा, देखणा माणूस दोघांनी शेपटाकडून जोर दिल्यावरच उड्डाण करणाऱ्या, साध्या पत्र्यापासून तयार केलंय असं वाटणाऱ्या यंत्रामध्ये कसा काय बसू शकतो, असा प्रश्न तिला पडला होता. आठ लोकांपेक्षा जास्त लोकांना वाहून नेणारी विमानं ही कल्पना तर तिच्या डोक्यात शिरूच शकत नव्हती. तिने असंही ऐकलं होतं की, नदीबोटीतला प्रवास फार छान असतो, कारण त्या समुद्री जहाजांप्रमाणे पाण्यावरून हेलकावे घेत नाहीत, तरी त्या प्रवासात इतर काही गंभीर धोके होते, जसं की, दरवडेखोरांचे हल्ले.

फ्लोरेंतिनो अरिसाने तिला स्पष्ट केलं की, या सगळ्या एके काळच्या दंतकथा होत्या. आता नदीबोटींनाही हॉटेलप्रमाणे आरामदायी आणि मोकळ्या बॉलरूम्स, केबिन्स असतात. त्यात न्हाणीघर असतं आणि विजेवर चालणारे पंखेदेखील असतात आणि शेवटच्या यादवी युद्धानंतर आता सशस्त्र हल्लेदेखील होत नाहीत. त्याने सांगितलं की, हे सगळे चांगले बदल नदीतली वाहतूक व्यवस्था खुली झाल्यामुळे झाले आणि त्याचा वैयक्तिक विजय होता. त्यासाठी त्याने यशस्वी लढा दिला होता आणि त्यामुळे त्या क्षेत्रातली स्पर्धा वाढून या बदलाला चालना

मिळाली होती. पूर्वी या क्षेत्रात एकच कंपनी होती, आता तीन होत्या, ज्या सगळ्या कार्यरत आणि समृद्ध होत्या. असं असलं तरी, विमान वाहतुकीमध्ये होणारी वेगवान प्रगती हा त्यांच्यासाठी खरा धोका होता. तिने त्याला दिलासा द्यायचा प्रयत्न केला : बोटी कायम राहतील, कारण असे कितीतरी लोक असतील जे निसर्गाच्या विरोधात असलेल्या त्या यंत्रांमधून जाण्यास तयार नसतील. त्यानंतर फ्लोरेंतिनो अरिसा टपालसेवेत झालेल्या सुधारणा, दळणवळण तसंच वितरण व्यवस्था याबद्दल बोलला, त्यामुळे ती त्याच्या पत्रांबद्दल काही बोलेल असं त्याला वाटलं; परंतु त्याचा प्रयत्न निष्फळ ठरला.

त्यानंतर लवकरच, आपोआप तसा प्रसंग घडला. ते दोघं त्या विषयापासून दूर गेले असताना, फर्मिना डासाला पत्र देण्यासाठी मोलकरीण आली. ते पत्र खास शहरी टपालसेवेमार्फत आलं होतं. ही सेवा तारयंत्रणेसारखीच होती आणि त्यात वितरणाची तशीच पद्धत वापरलेली होती. नेहमीप्रमाणे तिला तिचा वाचनाचा चश्मा सापडू शकला नाही. फ्लोरेंतिनो अरिसा मात्र शांत राहिला.

''त्याची आवश्यकता नाही,'' तो म्हणाला. ''ते पत्र माझं आहे.''

आणि तसंच होतं. त्याने ते एक दिवस आधी, प्रचंड औदासिन्याखाली येऊन लिहिलं होतं. पहिल्या विफल भेटीमुळे लज्जित झालेल्या मनःस्थितीत त्याने ते लिहिलं होतं. त्यात त्याने तिची परवानगी न घेता अचानक भेटीचा प्रयत्न केल्याबद्दल माफी मागितली होती आणि पुन्हा भेटणार नाही असं वचन दिलं होतं. त्याने विचार न करता ते पत्र पाठवलं होतं आणि जेव्हा त्याने त्याचा दुसऱ्यांदा विचार केला तेव्हा फार उशीर झाला होता. वेळ निघून गेली होती; परंतु एवढी सगळी स्पष्टीकरणं देण्याची काही गरज नसावी असं त्याला वाटलं आणि त्याने फर्मिना डासाला ते पत्र कृपया वाचू नये असं सरळ सांगितलं.

''अर्थात चालेल,'' ती म्हणाली, ''ज्याने पत्रं लिहिलेली असतात त्याची ती असतात. तुम्हाला मान्य आहे ना?''

त्याने धाडसी पाऊल टाकलं.

''मान्य आहे,'' तो म्हणाला. ''त्यामुळेच तर जेव्हा प्रेमप्रकरण संपून जातं तेव्हा पहिल्यांदा कुठली गोष्ट परत केली जाते ती म्हणजे पत्रं.''

तिने त्याच्या गर्भित हेतूंकडे दुर्लक्ष केलं आणि त्याचं पत्र त्याला परत करत म्हणाली, ''मी हे वाचू शकणार नाही याचं मला वाईट वाटतंय, कारण इतर पत्रांनी मला फार मोठी मदत केली.'' त्याने दीर्घ श्वास घेतला, तिने इतक्या उत्स्फूर्तपणे आणि त्याला आशा होती त्यापेक्षा कितीतरी जास्त प्रतिक्रिया देणं त्याला अपेक्षित नव्हतं, त्यामुळे तो आश्चर्यचकित झाला. तो म्हणाला, ''तुम्हाला मदत झाली हे समजल्याने मला किती आनंद झालाय ते मी सांगू शकत नाही.'' परंतु तिने तो विषय बदलला आणि त्या दुपारी तो विषय त्याला पुन्हा काढता आला नाही.

सहा वाजून गेल्यानंतर तो निघाला, तेव्हा दिवेलागणीची वेळ झाली होती. त्याला अधिक सुरक्षित वाटू लागलं; परंतु तो आता भ्रमात राहिला नव्हता. कारण, त्याला विशीत असलेल्या फर्मिना डासाचा चंचल आणि अनपेक्षित प्रतिक्रिया देण्याचा स्वभाव माहीत होता आणि ती बदलली असेल असा विचार करण्यासाठी त्याच्याकडे कोणतंही कारण नव्हतं. त्यामुळे त्याने अत्यंत गंभीरपणे आणि नम्रपणे तो परत भेटायला येऊ शकतो का, असं विचारून धोका पत्करला आणि पुन्हा एकदा तिच्या प्रतिसादाचं त्याला आश्चर्य वाटलं, ''तुम्हाला हवं तेव्हा या,'' ती म्हणाली. ''मी इथे बऱ्याचदा एकटीच असते.''

चार दिवसांनी, मंगळवारी तो न सांगता आला आणि तिने चहा आणून देण्याची वाट न पाहता त्याच्या पत्रांनी तिला किती फायदा झाला हे सांगितलं. तो म्हणाला की, खरं सांगायचं तर ती पत्रं म्हणजे पत्रं नाहीत, तर त्याला लिहायला आवडेल अशा पुस्तकातली काही पानं आहेत. एका प्रकारे तिलाही ते समजलं होतं. खरंतर, त्याला अपमानित वाटणार नसेल, तर तिला ती पत्रं त्याला परत करायची होती, त्यामुळे त्यांचा आणखी चांगला वापर होऊ शकला असता. ती बोलत राहिली की, या कठीण काळामध्ये तिला त्यामुळे कसा फायदा झाला. तिच्या बोलण्यात एवढा उत्साह, आभार कदाचित एवढा जिव्हाळा होता की, त्यामुळे फ्लोरेंतिनो अरिसाने आणखी एक धाडसी पाऊल टाकायचा धोका पत्करला ः ती कोलांटीउडीच होती.

''आपण पूर्वी एकमेकांचा एकेरी उल्लेख करायचो,'' तो म्हणाला.

तो शब्द निषिद्ध होता. ''पूर्वी.'' तिला वाटलं की, भूतकाळातला तो काल्पनिक देवदूत पुन्हा एकदा तिच्या डोक्यावर घोंगावू लागला आहे आणि ती त्याच्यापासून निसटण्याचा प्रयत्न करते आहे; परंतु तो आणखी पुढे गेला, ''पूर्वी म्हणजे मला म्हणायचंय की आपल्या पत्रांत.'' ती संतापली आणि तो राग लपवण्यासाठी तिला खूप प्रयत्न करावे लागले; परंतु त्याला माहीत होतं आणि लक्षात आलं की, त्याला अधिक कौशल्याने क्लृप्त्या वापरायला हव्यात, जरी त्या मोठ्या चुकीमुळे त्याला समजलं होतं की, तरुण असताना तिचा स्वभाव होता तशीच ती अजूनही तापट आहे, अर्थात आता तिला तो संताप मऊ कसा करायचा हे समजलेलं आहे.

''मला म्हणायचंय,'' तो म्हणाला, ''ही पत्रं काहीतरी वेगळी आहेत.''

''जगात सगळं काही बदललंय,'' ती म्हणाली.

''मी नव्हे,'' तो म्हणाला. ''तू?''

ती अर्धा भरलेला दुसरा चहाचा कप तिच्या तोंडाजवळ घेऊन बसली आणि तिने त्याच्याकडे जळजळीत कटाक्ष टाकला, जो अनेक वादळं पचवून तगून राहिला होता.

''आता त्याला काही अर्थ नाही,'' ती म्हणाली. ''मी नुकतीच बहात्तर वर्षांची झालीये.''

फ्लोरेंतिनो अरिसाला त्याच्या हृदयाच्या तळापाशी जोरदार धक्का बसला. त्याला तिला तत्काळ आणि अचूक नेम साधणाऱ्या बाणासारखं प्रत्युत्तर द्यायला आवडलं असतं; परंतु वयाच्या ओझ्यामुळे तो दमला होता. त्याला ते जमलं नाही. एवढ्या थोडक्या संवादाने तो कधीही इतका दमून, थकून गेला नव्हता, त्याच्या छातीत दुखू लागलं आणि त्याच्या रक्तवाहिन्यांमधून वाहणाऱ्या रक्ताचा आवाज त्याला ऐकू येऊ लागला. त्याला म्हातारं, निरुपयोगी, उदास वाटलं आणि त्याचा गळा दाटून आला. तो बोलू शकला नाही. पुढच्या धोक्याची घंटा लक्षात घेऊन त्या दोघांनी शांततेत त्यांच्या पेयांचे कप संपवले आणि त्यानंतर तिने मोलकरणीला तिच्या पत्रांचा फोल्डर आण असं सांगण्यासाठीच तोंड उघडलं. ती पत्रं तिने तिच्याकडे ठेवावीत, असं त्याला सांगावंसं वाटत होतं, कारण त्याने कार्बन कागदावरून त्या पत्रांच्या नकला करून घेतल्या होत्या; परंतु त्याने घेतलेली काळजी अप्रिष्ठित वाटेल असं त्याला वाटलं. बोलण्यासारखं काही नव्हतंच. निरोप घेताना त्याने तो याच वेळी पुढच्या मंगळवारी येईल असं सूचित केलं. तिने स्वतःलाच त्याला मूकसंमती द्यावी का नाही, असं विचारलं.

''इतक्या वेळा भेटण्यात काही अर्थ आहे असं मला वाटत तरी नाही,'' ती म्हणाली.

''काहीतरी अर्थ हवा असा मी कधी विचारही केलेला नव्हता,'' तो म्हणाला.

अशा प्रकारे तो पुढच्या मंगळवारी पाच वाजता आला आणि मग त्यानंतरच्या प्रत्येक मंगळवारी येत गेला. नंतर त्याने तिला पूर्वसूचना देणंदेखील थांबवलं. कारण, दुसऱ्या महिन्याच्या शेवटी त्यांच्या आठवड्याला होणाऱ्या भेटी या त्यांच्या रोजच्या दैनंदिनीत सामील झाल्या होत्या. फ्लोरेंतिनो अरिसा चहाबरोबर खायला इंग्रजी बिस्किट्स, साखरेच्या पाकात घोळवलेले चेस्टनट्स, ग्रीक ऑलिव्ह्ज, लहानसहान मिठाया आणायचा, ज्या त्याला जहाजावर मिळायच्या. एका मंगळवारी तो तिचं आणि हिल्डेब्रांडाचं छायाचित्र दाखवायला घेऊन आला. पन्नास वर्षांपूर्वी एका बेल्जियन छायाचित्रकाराने काढलेल्या छायाचित्राची ती प्रत होती. त्याला ती आर्केड ऑफ स्क्राइब्जच्या बाजारात पंधरा सेंटावोजला मिळाली होती. फर्मिना डासाला ती प्रत तिथे कशी काय गेली हे समजलं नाही, फक्त त्यालाच ते समजलं होतं. तो प्रेमाचा चमत्कार होता. एका सकाळी बागेत गुलाबाच्या फुलांची छाटणी करत असताना, फ्लोरेंतिनो अरिसाला त्यांच्या पुढच्या भेटीत गुलाबाची फुलं नेण्याचा मोह झाला; परंतु फुलं देण्याच्या संकेतांची मोठी अडचण होती. कारण, ती नुकतीच विधवा झाली होती. लाल गुलाब हा धगधगत्या उत्कटतेचं प्रतीक होतं, त्यामुळे तिच्या सुतकाचा अपमान झाला असता. पिवळा गुलाब, एका वेगळ्या संकतेनुसार चांगलं नशिबाचं प्रतीक होतं; पण तो सामान्यतः मत्सराचं प्रतीक मानला जाई. त्याने असं ऐकलं होतं की, तुर्कस्थानी काळे गुलाब कदाचित

योग्य ठरले असते; परंतु त्याच्या बागेत ती रोपं तितकी चांगली रुजली नव्हती. बराच काळ विचार केल्यानंतर त्याने पांढरा गुलाब देण्याचा धोका पत्करू या असं ठरवलं, ते त्याला फारसे आवडायचे नाहीत. कारण, ते रंगहीन आणि मूक असतात, त्यातून काहीही सांगितलं जात नाही. त्या फुलांमधून फर्मिना डासाने काही अर्थ काढेल असा संशय आल्याने, त्याने शेवटच्या क्षणाला त्याचे काटे काढून टाकले.

कोणतेही गर्भित हेतू असण्याचा संशयाशिवाय ती भेट स्वीकारण्यात आली आणि त्यांचा मंगळवारी भेटण्याचा रिवाज समृद्ध झाला, त्यामुळे जेव्हा तो पांढरा गुलाब घेऊन जायचा, तेव्हा चहाच्या टेबलाच्या मध्यभागी एक फुलदाणी पाणी घालून तयार ठेवलेली असे. एका मंगळवारी, त्याने गुलाब फुलदाणीत ठेवले आणि सहज म्हटल्यागत तो म्हणाला, ''पूर्वी कॅमेलियाची फुलं असायची, गुलाब नव्हे.''

''खरंय,'' ती म्हणाली, ''पण हेतू निराळे होते तेव्हा आणि ते कोणते हे तुम्हाला माहिती आहेतच.''

नेहमी असंच व्हायचं. तो दोन पावलं आणखी पुढे जायचा प्रयत्न करायचा आणि ती त्याचा मार्ग अडवायची; परंतु या प्रसंगी, तिने थेट उत्तर देऊनही फ्लोरेंतिनो अरिसाला लक्षात आलं की, त्याने अचूक नेम साधलेला होता, कारण आपल्या चेहऱ्यावरचा लालेलालपणा लपवण्यासाठी तिने तिचा चेहरा दुसरीकडे वळवून घेतला होता. तिचा चेहरा लालबुंद झाला होता. तिच्या नकळत आलेल्या लालीने आणि तिच्या निर्भीडपणाने ती स्वतःवरच चिडली. फ्लोरेंतिनो अरिसा काळजीपूर्वक पुढे जात होता. त्याने आक्षेपार्ह वाटतील असे विषय कमीत कमी काढले; परंतु त्याचं सौजन्य एवढं उघड होतं की, तिला ती पकडली गेली आहे हे समजलं आणि त्यामुळे तिचा आणखी राग राग झाला. तो मंगळवार फारच वाईट गेला. ती त्याला परत येऊ नको असं सांगण्यापर्यंत आली होती; परंतु याला 'प्रेमिकांची भांडणं' असं म्हणणं हे त्यांच्या वयाला फारच पोरकट वाटलं असतं आणि त्या दोघांबाबतच्या या परिस्थितीमुळे तिला खुदकन हसू फुटलं. पुढच्या मंगळवारी जेव्हा फ्लोरेंतिनो अरिसा गुलाबाचं फूल फुलदाणीत लावत होता, तेव्हा तिने तिच्या मनाचा कल तपासला आणि तिच्या मनात गेल्या आठवड्यातल्या रागाचा एवढासाही अंश शाबूत राहिलेला नव्हता, हे पाहून तिला आनंद झाला.

त्यांच्या भेटींमुळे तिच्या कुटुंबीयांमध्ये विचित्र अवघडलेली कंपनं निर्माण व्हायला सुरुवात झाली. कारण, डॉ. उर्बिनो डासा आणि त्याची पत्नी दोघं जण कधी कधी अचानक तिच्याकडे यायचे आणि ते पत्ते खेळायला थांबायचे. फ्लोरेंतिनो अरिसाला पत्ते कसे खेळायचे हे माहीत नव्हतं; परंतु फर्मिनाने त्याला एका भेटीत शिकवलं आणि त्या दोघांनी उर्बिनो डासा कुटुंबाला त्यानंतरच्या मंगळवारी पत्ते खेळण्याचं लिखित आव्हान दिलं. तो खेळ त्या सगळ्यांसाठी एवढा सुखदायी होता

की, त्यानंतर त्याच्या भेटींप्रमाणे डॉ. उर्बिनो आणि त्याच्या पत्नीचं येणंही नियमित होऊन गेलं आणि प्रत्येकाचं योगदान ठरवण्यात आलं. डॉ. उर्बिनोची पत्नी उत्कृष्ट गोडाचे पदार्थ बनवत असल्याने ती नेहमी उच्च दर्जाच्या पेस्ट्रीज आणायची. दर वेळी त्या वेगवेगळ्या असत. फ्लोरेंतिनो अरिसाने युरोपीय जहाजांमधून येणाऱ्या मिठाया इ. पदार्थ आणणं सुरूच ठेवलं आणि प्रत्येक वेळी नवं काहीतरी करून योगदान देण्याचा नवा मार्ग फर्मिना डासाला सापडला होता. ते प्रत्येक महिन्याच्या तिसऱ्या मंगळवारी खेळत असत आणि जरी खेळताना पैसे लावत नसत, तरी हरणाऱ्याला पुढच्या खेळाच्या वेळी काहीतरी खास पदार्थ आणणं अत्यावश्यक असे.

डॉ. उर्बिनो डासा आणि त्याची जनमानसातील प्रतिमा यात काहीही फरक नव्हता : त्याची गुणवत्ता मर्यादित होती, त्याचं वागणं अवघडलेलं होतं आणि एकतर आनंदामुळे किंवा राग अथवा दुःखामुळे त्याला अचानक आचका देण्याचा त्रास जडला होता, त्यामुळे तो नको तेव्हा लालेलाल होत असे, त्यामुळे त्याच्या मानसिक स्थितीबद्दल समोरच्याला काळजी वाटू लागे; परंतु त्याला पहिल्यांदा भेटल्यानंतर, निःशंकपणे तो चांगला माणूस होता हे फ्लोरेंतिनो अरिसाला समजलं. त्याची बायको त्याच्यापेक्षा जास्त आकर्षक आणि बोलकी होती. तिला लाभलेल्या तीक्ष्ण विनोदबुद्धीच्या देणगीमुळे तिच्या सौंदर्याला मानवीपणाची किनार होती. पत्ते खेळण्यासाठी ते एक चांगलं जोडपं होतं आणि तोदेखील त्या कुटुंबाचा एक भाग आहे, या भावनिक भ्रमामुळे फ्लोरेंतिनो अरिसाची प्रेमाची भूक आणखी वाढीस लागली.

एकदा रात्री जेव्हा ते एकत्रच निरोप घेऊन निघाले, तेव्हा डॉ. उर्बिनो डासाने त्याला दुसऱ्या दिवशी दुपारी जेवणाचं आमंत्रण दिलं. ''उद्या, साडेबारा वाजता, सोशल क्लबमध्ये.'' ते आमंत्रण म्हणजे एखाद्या उच्च दर्जाच्या पदार्थासोबत विषारी वाइन देण्यासारखं होतं. कारण, सोशल क्लबने आलेल्या माणसाला नकार देण्याचे अधिकार आपल्याकडे ठेवले होते. ते कोणतंही कारण देऊ शकायचे. त्या कारणांपैकी एक महत्त्वाचं कारण होतं, अनैतिक संबंधांतून झालेला जन्म. याबाबतीत लिओकाकाने खूप संताप येईल असा अनुभव घेतला होता आणि फ्लोरेंतिनो अरिसालाही अपमानास्पद वागणुकीला सामोरं जावं लागलं होतं. एकदा क्लबच्या संस्थापक सदस्यांपैकी असलेल्या एकाने पाहुणा म्हणून फ्लोरेंतिनो अरिसाला आमंत्रित केलं होतं; परंतु तो टेबलापाशी बसला असता त्याला तिथून निघून जाण्याबद्दल सांगण्यात आलं होतं. खरंतर फ्लोरेंतिनो अरिसाने नदी वाहतुकीतल्या व्यापाराच्या गुंतागुंतीच्या संधींबद्दल बोलून उपकृत केलं होतं; परंतु तरी त्याला इतरत्र कुठेतरी जेवण करायला नेण्यावाचून पर्याय उरला नव्हता.

''ज्यांनी हे असे नियम बनवले त्यांच्यावर म्हणजे आमच्यावर सगळ्यात मोठी जबाबदारी असते, ती म्हणजे त्या नियमांचं पालन करणं,'' तो सदस्य त्याला तेव्हा म्हणाला होता.

असं असलं तरी डॉ. उर्बिनो डासासोबत जाण्याचा धोका फ्लोरेंतिनो अरिसाने पत्करला आणि त्याचं खास पद्धतीने स्वागत करण्यात आलं असलं, तरी त्याला तिथल्या सन्माननीय पाहुण्यांसाठी असलेल्या 'गोल्ड बुक'मध्ये सही करण्याची विनंती करण्यात आली नाही. जेवण नेटकं होतं, ते दोघंच होते आणि त्यांचा सूर संयत होता. आदल्या दुपारपासून त्या भेटीबद्दल फ्लोरेंतिनो अरिसाला वाटणारी भीती, भूक लागण्यासाठी घेतलेल्या पोर्ट वाइनच्या सेवनाने पळून गेली. डॉ. उर्बिनो डासाला त्याच्या आईबद्दल त्याच्याशी बोलायचं होतं. कारण, तो जे काही बोलत होता, त्यावरून त्याच्या आईने त्याला फ्लोरेंतिनो अरिसाबद्दल सांगितलं होतं हे लक्षात येत होतं आणि त्याहूनही आश्चर्यकारक म्हणजे : ती त्याच्या वतीने खोटं बोलली होती. तिने त्याला सांगितलं की, ते दोघं लहानपणीचे मित्र असून ती सान हुआन दे ला सिएनागाहून इथे आल्यापासून ते मित्र-मैत्रीण झाले होते आणि त्याने तिला वाचनाची ओळख करून दिली होती, ज्यासाठी ती कायम त्याच्या ऋणात राहील. तिने त्याला असंही सांगितलं की, शाळा झाल्यानंतर ती त्रान्झितो अरिसासोबत तिच्या शिवणाच्या दुकानात बराच वेळ व्यतीत करत असे. ती अप्रतिम असं भरतकाम कर असे. कारण, त्याची आई ही एक चांगली शिक्षिका होती आणि ती फ्लोरेंतिनो अरिसाला त्यानंतर सतत भेटत राहिली नाही, त्यामागे मुद्दाम न भेटणं हे कारण नव्हतं, तर त्या दोघांची आयुष्य वेगवेगळ्या मार्गाला लागली हे होतं.

त्याच्या हेतूंच्या मुळाशी येण्याआधी, डॉ. उर्बिनो डासाने वृद्धत्वाचा विषय काढण्यासाठी बरेच इकडचे तिकडचे विषय उकरून काढले. त्याच्या मते म्हाताऱ्या लोकांच्या ओझ्याविना जग अधिक वेगाने प्रगती करू शकतं. तो म्हणाला, ''युद्धभूमीवरच्या सैनिकांप्रमाणे मानवजात त्यांमधल्या सर्वांत हळू जाणाऱ्यांच्या गतीनेच प्रगती करते.'' त्याने जास्त माणुसकी असलेलं आणि त्याच आधारे जास्त सुसंस्कृत भविष्य पाहिलेलं होतं, ज्यात जेव्हा पुरुष आणि स्त्रियांना स्वतःची काळजी स्वतः घेता येऊ शकत नाही, तेव्हा त्यांना कमी महत्त्वाच्या शहरांमध्ये राहायला पाठवायचं, जेणेकरून त्यामुळे ते वृद्धत्वाचा त्रास होणं, भीतिदायक एकांत आणि अपमानास्पद वागणूक यांपासून स्वतःला वाचवू शकतील. वैद्यकीय दृष्टिकोनातून बोलायचं तर त्याच्या मते जगण्याचं योग्य वय सत्तर हवं; परंतु तोपर्यंत केवळ एकच मार्ग उरतो तो म्हणजे नर्सिंग होम्सचा, जिथे ते एकमेकांचं सांत्वन करू शकतात, आवडीनिवडी, सवयी आणि सुखदुःखं सांगू शकतात. ते तरुण पिढीशी नैसर्गिकरीत्या होणाऱ्या वादप्रतिवादापासून लांब राहू शकतात. तो म्हणाला, ''इतर म्हाताऱ्या लोकांबरोबर राहिल्यावर म्हातारे लोक तितकेसे म्हातारे राहत नाहीत.'' अच्छा तर : डॉ. उर्बिनो डासाला फ्लोरेंतिनो अरिसाचे आभार मानायचे होते. कारण, त्याने त्याच्या आईच्या विधवापणाच्या एकांतवासात चांगली साथ दिली होती.

त्याने तसंच करत राहावं आणि तिच्या लहरी स्वभाव सहन करावा अशी विनंती त्याला केली, जे त्या दोघांसाठी, तसंच सगळ्यांसाठी चांगलं आणि फायदेशीर होतं. त्या दोघांच्या भेटीतून निघालेल्या या फलितामुळे फ्लोरेंतिनो अरिसाने सुटकेचा निःश्वास टाकला. ''काळजी नका करू,'' तो म्हणाला. ''मी तिच्यापेक्षा चार वर्षांनी मोठा आहे आणि तुम्ही जन्मण्याच्या आधीपासून, फार आधीपासून तिला ओळखतो आहे.'' टोकदार उपहासाने त्याने त्याच्या भावनांना वाट करून दिली.

''भविष्यातल्या समाजात,'' त्याने सांगितलं, ''तुम्हाला तिच्या आणि माझ्यासाठी दुपारच्या जेवणाच्या वेळी ॲरम लिलींचा गुच्छ घेऊन दफनभूमीला भेट द्यावी लागेल.''

त्या क्षणापर्यंत डॉ. उर्बिनो डासाला त्याने केलेली भविष्यवाणी अयोग्य असल्याची लक्षात आलेली नव्हती आणि त्यामुळे त्यानंतर त्याने स्पष्टीकरण देण्यासाठी आणखी बऱ्याच गोष्टी सांगायला सुरुवात केली, त्यामुळे ते प्रकरण आणखी वाईट झालं; परंतु फ्लोरेंतिनो अरिसाने त्याला त्याने निर्माण केलेल्या संकटातून बाहेर काढण्यासाठी मदत केली. त्याने चेहरा हसतमुख ठेवला. कारण, त्याला माहीत होतं की, आज नाहीतर उद्या, डॉ. उर्बिनो डासासोबत अटळ अशा सामाजिक धारणांची पूर्ती करण्यासाठी त्याला पुन्हा एकदा अशीच भेट घ्यावी लागणार होती : तो औपचारीकरीत्या लग्नासाठी त्याच्या आईचा हात मागणार होता. एकूणात, ही भेट उत्साहवर्धक होती. कारण त्यामुळे त्याला कळलं की, ती अपरिहार्य अशी विनंती किती साध्या प्रकारे घेतली जाऊ शकते. जर का तो फर्मिना डासाच्या होकारावर अवलंबून असणार असता, तर कुठलाही प्रसंग यापेक्षा शुभ ठरला नसता, तरीही त्या ऐतिहासिक जेवणावेळीच्या त्यांच्या संभाषणानंतर, विनंती करण्याची औपचारिकता जवळपास अनावश्यक नव्हे, अप्रस्तुत होती.

त्याच्या तरुणपणीदेखील फ्लोरेंतिनो अरिसा जिना अत्यंत काळजीपूर्वकरीत्या चढायचा-उतरायचा, कारण साधंसं जरी पडलो तरी म्हातारपणाची सुरुवात होते असं त्याचं म्हणणं होतं आणि दुसऱ्यांदा पडलं की, मृत्यू. त्याच्या कार्यालयातले जिने त्याला सगळ्यात जास्त धोकादायक वाटायचे, कारण ते खूप अरुंद आणि चढे होते आणि त्याची पावलं उचलण्याचे प्रयत्न करण्याआधीच त्याची नजर प्रत्येक पायरी चढलेली असायची आणि त्याचे हात जिन्याचं बॅनिस्टरला घट्ट पकडून धरायचे. त्याने कमी धोकादायक असलेला जिना चढून जावा असं त्याला कायम सूचित केलं जायचं; परंतु तो त्याचा निर्णय कायम पुढच्या महिन्यावर ढकलायचा. कारण, त्याला ती म्हातारपणामुळे मिळालेली सूट वाटायची. जशी वर्षं गेली, त्याला जिना चढायला जास्त, आणखी जास्त वेळ लागू लागला. ते त्याला कठीण जात होते म्हणून नव्हे, तर तो लागलीच त्याचं स्पष्टीकरण द्यायचा की, कारण तो जिना चढताना अधिकाधिक काळजी घ्यायचा म्हणून. तरीही त्या दिवशी दुपारी जेव्हा

उर्बिनो डासासोबत जेवण करून तो परतला, त्याने आधी पोर्ट वाइन आणि नंतर जेवणासोबत अर्धा ग्लासभर लाल वाइन घेतली होती आणि त्यात त्यांचं यशस्वी म्हणता येईल असं संभाषणही झालेलं होतं, त्यामुळे तो नाचत थेट तिसरी पायरी चढायला गेला आणि त्याची डावी टाच मुरगळून तो मागच्या मागे पडला. तो मेला नाही हा चमत्कारच म्हणायचा. जेव्हा तो खाली पडत होता तेव्हा आपण काही यामुळे मरणार नाही असा विचार करण्याएवढा त्याचा मेंदू ताळ्यावर होता. कारण त्याच्यामते एकाच वेळी एका बाईवर अनेकानेक वर्षं प्रेम करणाऱ्या दोन पुरुषांना एक वर्षाच्या अंतराने, एकाच प्रकारे मृत्यू देणं हे जीवनाच्या तर्कशास्त्रात बसणारं नव्हतं. त्याचं बरोबर होतं. त्याच्या पोटऱ्यांपर्यंत प्लास्टर घालण्यात आलं आणि त्याला कुठेही हलायचं नाही अशी सक्त ताकीद देण्यात आली; परंतु तो पडण्याआधी होता त्यापेक्षा जास्त जिवंत झाल्यागत होता. जेव्हा त्याला डॉक्टरांनी बरं होण्यासाठी साठ दिवस लागतील असं सांगितलं, तेव्हा त्याचा आपल्या दैवदुर्विलासावर विश्वास बसला नाही.

"डॉक्टर असं नका हो करू," त्याने विनंती केली. "माझ्यासारख्यासाठी दोन महिने म्हणजे तुमची दहा वर्षं."

त्याचा पुतळ्यासारखा पाय दोन्ही हातांनी धरून त्याने उठायचा कितीतरी वेळा प्रयत्न केला; परंतु प्रत्येक वेळी त्याने सत्य स्थितीपुढे हात टेकले; परंतु जेव्हा त्याची टाच दुखत असताना आणि पाठीत पेटके येत असताना, तो पुन्हा चालू लागला, तेव्हा त्याला खाली पाडून नियतीने त्याला त्याच्या चिकाटीचं फळ दिलेलं आहे, यावर विश्वास ठेवायला बरीच कारणं होती.

पहिला सोमवार सगळ्यात वाईट दिवस होता. वेदना गेल्या होत्या आणि वैद्यकीय निदानही चांगलं होतं; परंतु गेल्या चार महिन्यांनंतर प्रथमच दुसऱ्या दिवशी दुपारी फर्मिना डासाला न भेटण्याच्या सल्ल्यातल्या नियतीला स्वीकारण्यास त्याने नकार दिला. तरीही, वामकुक्षी काढल्यानंतर तो वास्तवाला शरण गेला आणि 'मला क्षमा करा' असं लिहिलेली चिठ्ठी त्याने तिला पाठवली. त्याने ती हाताने सुगंधी कागदावर, उजळत्या शाईने लिहिली, त्यामुळे ती चिठ्ठी अंधारातही वाचता येऊ शकली असती आणि त्याने कुठलीही लाज न बाळगता तिची त्याच्याबद्दलची काळजी वाढावी यासाठी झालेला अपघात जरा जास्त नाट्यमयरीत्या सांगितला. तिने दोन दिवसांनी त्याला प्रतिसाद दिला, ते पत्र सहानुभूतीने भरलेलं होतं, प्रेमळ होतं आणि त्याच्यात एकही शब्द जास्तीचा नव्हता, जणू काही ते पूर्वीचेच दिवस होते. त्याने ती संधी वाया न घालवता तिला पुन्हा पत्र लिहिलं. जेव्हा तिने दुसऱ्यांदा उत्तर लिहिलं, तेव्हा त्याने मंगळवारच्या भेटीत ते जे संकेतबद्ध संभाषण करायचे त्याच्या आणखी पुढे जाण्याचं ठरवलं. तिथल्या तिथे बसून कंपनीच्या दैनंदिन कामकाजावर त्याला देखरेख ठेवता यावी, या सबबीवर त्याच्या पलंगाशेजारी

टेलिफोन लावलेला होता. त्याने ऑपरेटरला त्या तीन आकडी क्रमांकाला फोन लावून देण्यास सांगितलं. तो क्रमांक त्याने जेव्हा पहिल्यांदा फिरवला होता, तेव्हापासून पाठ झाला होता. गूढ अंतरामुळे काहीशा तणावपूर्ण, शांत आवाजात त्याच्या प्रियतमेने उत्तर दिलं. समोरच्याचा आवाज तिने ओळखला आणि त्यानंतर नेहमीची अभिवादन करणारी तीन वाक्यं एकमेकांशी बोलून निरोप घेण्यात आला. तिच्या त्या अलिप्तपणामुळे फ्लोरेंतिनो अरिसा कोसळून गेला. ते दोघं पुन्हा 'जैसे थे' स्थितीला येऊन पोहोचले होते.

असं असलं तरी, दोन दिवसांनी फर्मिना डासाचं पत्र आलं, त्यात तिने त्याला पुन्हा मला फोन करू नकोस अशी विनंती केली होती. तिची कारणं समजण्यासारखी होती. शहरामध्ये फार थोड्या जणांकडे टेलिफोन्स होते आणि सगळी संभाषणं ऑपरेटरच्या माध्यमातून व्हायची, त्यामुळे ऑपरेटरला सगळे फोन असणारे लोक, त्यांचं जगणं, त्यांचे संबंध माहीत असायचे आणि जरी ते त्यांच्या घरी नसले, तरी त्याने फार फरक पडायचा नाही : त्यांना हवं तेव्हा ते शोधून काढू शकायचे. या कार्यतत्परतेच्या बदल्यात तिला त्यांच्यातल्या संभाषणांबद्दल सगळं काही माहीत असायचं, ती गुपितं उघड करायची, खासगी आयुष्यातली दडवून ठेवलेली नाटकं बाहेर काढायची आणि तिच्यासाठी संभाषणात मध्येच ढवळाढवळ करणं हेदेखील निषिद्ध नव्हतं. कारण, तिला तिचा दृष्टिकोन मांडायचा असायचा किंवा राग शांत करायचा असायचा. नंतर ते वर्ष 'जस्टिस' नावाच्या सायंदैनिकाने गाजवलं. त्या दैनिकाचा उद्देश एकच होता, मोठमोठाली नावं असलेल्या प्रतिष्ठित कुटुंबांवर हल्लाबोल करणं. कारण प्रकाशकाच्या मुलांना सोशल क्लबमध्ये प्रवेश न दिल्याबद्दलचा सूड ते त्यातून उगवत होते. तिच्या आयुष्यात जरी तसं काही बाहेर काढण्याजोगं नसलं, तरीही फर्मिना डासा आता जे काही बोलायची वा करायची त्याबाबत आधीपेक्षाही सतर्क राहू लागली होती, तिच्या जवळच्या मैत्रिणींबाबतीतही, त्यामुळे तिने फ्लोरेंतिनो अरिसासोबत पत्रसंवादाच्या माध्यमातून – जे वेगळ्या काळातलं, हरवून केलेलं माध्यम होतं – त्यातून संबंध जोडून ठेवला. पत्रव्यवहार इकडून तिकडे तिकडून इकडे सातत्याने होऊ लागला आणि त्याची उत्कटता वाढली, त्यामुळे तो पायाचं दुखणं आणि पलंगाला खेटून राहणं हे सगळं काही विसरून गेला, तो रुग्णालयात रुग्णांना जेवण देण्यासाठी जे घडीचं टेबल वापरतात, त्या टेबलावर पत्र लिहू लागला आणि त्याने स्वतःला त्यासाठी ओवाळून टाकलं.

ते पुन्हा एकमेकांना अरे-तुरे संबोधू लागले, पुन्हा पूर्वीप्रमाणेच आयुष्यावरची त्यांची-त्यांची भाष्यं एकमेकांना सांगू लागले आणि फ्लोरेंतिनो अरिसा पुन्हा एकदा जरा घाईतच पुढे गेला : त्याने तिचं नाव कॅमेलियाच्या फुलावर पिनेने लिहून, पत्रासोबत तिला पाठवलं. दोन दिवसांनी ते पत्र कोणत्याही निरोपाशिवाय परत आलं. फर्मिना डासाला काय बोलावं हे कळेना. तिला ते सगळे बालीश खेळ

वाटले – पार्क ऑफ एव्हांजेल्समध्ये असतानाच्या दुपारी तो उदास कविता सातत्याने म्हणायचा, तिच्या शाळेत जाण्याच्या रस्त्यावर पत्र लपवून ठेवायचा, बदामाच्या झाडाखालचे भरतकामाचे धडे इत्यादी. दुःखद अंतकरणाने तिने त्याला फटकारलं. त्यात कमी महत्त्वाच्या इतर टिप्पण्यांशिवाय एक साधा प्रश्न तिने विचारला होता, ''जे अस्तित्वात नाही, त्याबद्दल तू बोलायचा का आग्रह धरतो आहेस?'' त्यानंतर तिने त्याची खरडपट्टी काढली. कारण, तो स्वतःला नैसर्गिकरीत्या वृद्ध होण्यास परवानगी देत नव्हता, तिच्यामते तो निष्फळ प्रयत्न होता. तिच्यामते त्याने घाई आणि सतत गडबड करण्यामागचं ते एक महत्त्वाचं कारण होतं, कारण तो पुन्हा भूतकाळ जागा करू पाहत होता. तिला हे समजू शकत नव्हतं की, तिला वैधव्यामध्ये आधार देणारे विचार प्रसृत करणारा माणूस असा कसा काय विचार करू शकतो आणि ते विचार जेव्हा स्वतःच्या आयुष्याला लावायची वेळ येते, तेव्हा एवढा बालिश कसा काय होऊ शकतो. आता त्यांच्या भूमिका उलट्या झाल्या. आता ती त्याला नव्या भविष्याला तोंड देण्यासाठी हिंमत पुरुवत होती, जे तो घाईमुळे समजून घेऊ शकत नव्हता, ती त्याला सांगत होती : काळ पुढे जाऊ दे आणि मग काय होतंय ते पाहू; परंतु तिच्यासारखा तो कधीही आज्ञाधारक विद्यार्थी नव्हता. हालचाल करता न येणं, वेळ वेगाने जात आहे याबद्दल असलेलं त्याचं ठाम मत, तिला पाहण्याची त्याची वेडी इच्छा – हे सगळं काही त्याला सिद्ध करून दाखवत होतं की, त्याची पडण्याबाबतची भीती अचूक होती आणि ती त्याने आधी कल्पिली होती त्यापेक्षा जास्त शोकांतिक होती. पहिल्यांदाच त्याने मृत्यूच्या सत्यतेकडे कारणमीमांसेच्या दृष्टीने पाहायला सुरुवात केली.

लिओना कासिआनी त्याला अंघोळ करायला आणि कपडे घालायला दिवसाआड मदत करायची. त्याला एनिमा द्यायची. ती त्याला मूत्रविसर्जनाला पॉट द्यायची, त्याच्या पाठीला झालेल्या बेडसोर्सला औषध लावायची, डॉक्टरांनी सांगितलेला मसाज करायची, ज्यामुळे हालचाली न झाल्यामुळे, त्याला आणखी नव्या व्याधी होणार नाहीत. शनिवारी आणि रविवारी, अमेरिका विखूना तिला विश्रांती देण्यासाठी यायची, तिला त्या वर्षाच्या डिसेंबर महिन्यात शिकवण्याची पदवी मिळणार होती. त्याने तिला पुढच्या शिक्षणासाठी अलाबामाला पाठवण्याचं वचन दिलं होतं. त्याचा खर्च त्याची कंपनी करणार होती. असं करण्यामागे एक कारण होतं, त्याच्या विवेकबुद्धीला शांतवणं आणि याशिवायही महत्त्वाची कारणं होती. एक म्हणजे त्याच्यातल्या दोषाला सामोरं न जाणं, जे त्याला कसे सांगावेत हे तिला माहीत नव्हतं आणि दुसरं म्हणजे तिला त्याने जी स्पष्टीकरणं देणं गरजेचं होतं, त्यालाही सामोरं न जाणं. त्याला कधीही कल्पना करता आली नसती की, शाळेमधल्या निद्रानाश झालेल्या रात्री तिने कशा व्यतीत केल्या असतील किंवा त्याच्याशिवायचे शनिवार-रविवार तिने काय केलं असेल, त्याच्याशिवायचं आयुष्य

तिने कसं घालवलं असेल. कारण, ती त्याच्यावर किती प्रेम करते याची त्याला जराही कल्पना नव्हती. त्याला शाळेकडून आलेल्या औपचारिक पत्रामध्ये तिची वर्गातल्या पहिल्या स्थानावरून शेवटच्या स्थानी कशी घसरण झाली आहे हे सांगण्यात आलं होतं, ती अंतिम परीक्षेत कशीबशी काठावर पास झालेली होती; परंतु त्याने एक पालक म्हणून असलेल्या त्याच्या कर्तव्याकडे डोळेझाक केली : त्याने तिच्या आईवडिलांना त्याबद्दल काहीच सांगितलं नाही. कारण, त्याला वाटणारा अपराधभाव दाबून ठेवायचा होता, तो त्याला टाळायचा होता आणि तिच्यासोबत त्याने त्याबद्दल कधी चर्चाही केली नाही. कारण, तिच्या अपयशाचा ठपका त्याच्या माथी मारला जाईल, अशी योग्य भीती त्याच्या मनात बसलेली होती. त्यामुळे त्याने गोष्टी जशा होत्या तशाच सोडून दिल्या. त्याला हे समजत नव्हतं की, मृत्यू त्याच्या समस्या सोडवेल या आशेवर तो त्याच्या समस्या टाळत होता.

त्याची काळजी घेणाऱ्या दोन बायका आणि फ्लोरेंतिनो अरिसा स्वतःलादेखील, तो किती बदलून गेला आहे हे जाणवून आश्चर्यचकित झाला. दहापेक्षा कमी वर्षांपूर्वी, त्याने घराच्या मुख्य जिन्यावर त्याच्या मोलकरणींपैकी एकीची शिकार केली होती, कपडे घालून, उभ्याने ती जशी होती त्या स्थितीत आणि कमीत कमी वेळात. कोंबड्याच्या समागमासारखा, त्यामुळे ती गर्भार राहिली. त्याला तिला चांगलं घर घेऊन द्यावं लागलं आणि त्या बदल्यात तिने ज्याने तिला एकदाही चुंबिलं नव्हतं, त्या प्रियकरासोबत तिने शेण खाल्लं असल्याची शपथ घेतली. मग ऊसतोडणी कामगार असलेल्या तिच्या काका-वडीलधाऱ्यांनी त्या दोघांना लग्न करण्यास भरीस पाडलं. तो हाच पुरुष आहे, हे अविश्वसनीय होतं. त्या दोघी त्याला मागून व पुढून हाताळत होत्या, ज्यांना त्याने दोन महिन्यांपूर्वी प्रेमसंगाने थरथरवलं होतं आणि आता त्याच त्याला साबण लावत होत्या, इजिप्शियन टॉवेल्सनी पुसत होत्या आणि त्याच्या शरीराला मसाज करत होत्या, तेव्हा तो संगाच्या उत्कटतेचा एक उद्गारही काढत नव्हता. त्याची इच्छा न होण्यामागे प्रत्येकीला आपापली वेगवेगळी कारणं वाटली होती. लिओना कासिआनीला ती मृत्यूची नांदी वाटली. अमेरिका विखूनाला त्यात काहीतरी लपलेलं कारण वाटलं, त्यातली गुंतागुंत ती सांगू शकत नव्हती. त्या एकट्यालाच सत्य माहीत होतं आणि त्या सत्याला स्वतःची ओळख होती. काही झालं तरी हे सगळं अन्याय्य होतं - त्या दोघींना त्याची सेवा करताना जास्त त्रास होत होता, ना की त्याला त्यांच्याकडून सेवा करून घेताना.

तीन मंगळवार असेच गेल्यानंतर फर्मिना डासाला फ्लोरेंतिनो अरिसाच्या भेटी न झाल्याने चुकल्या चुकल्यासारखं वाटू लागलं. नेहमी तिला भेट द्यायला येणाऱ्या मैत्रिणींचा सहवासात ती आनंदी असायची आणि तिच्या नवऱ्याच्या सवयींपासून अधिक काळ लांब गेल्यानंतर तिला त्यांचा सहवास जास्त आवडू लागला. ल्यूक्रेशिया ऑबिस्पो तिच्या कानाची तपासणी करायला पनामाला गेली होती.

तिच्या कानाचं दुखणं काही केल्या थांबत नव्हतं. एक महिन्यानंतर ती परत आली तेव्हा तिला आधीपेक्षा बरंच बरं वाटत होतं; परंतु तिला कमी ऐकू येऊ लागलं होतं, त्यामुळे तिला प्रश्न समजून घेण्यात गोंधळ उडायचा; परंतु फर्मिना डासा ते निमूट सहन करणारी एकमेव मैत्रीण होती आणि त्यामुळे ल्यूक्रेशियाला प्रोत्साहन मिळायचं. असा एक दिवसही जायचा नाही जेव्हा ल्यूक्रेशिया तिच्याकडे तासभर तरी भेटायला आली नसेल; परंतु फर्मिना डासासाठी फ्लोरेंतिनो अरिसासोबतच्या शांतवणाऱ्या दुपारची जागा इतर कुणीही घेऊ शकलं नसतं.

भूतकाळातली आठवण कधीही भविष्याला वाचवू शकत नाही, असं तो मानायचा. उलट, त्यामुळे फर्मिना डासाच्या नेहमीच्या ठाम मताला बळकटीच जास्त मिळाली. ते म्हणजे विशीतल्या त्या उत्साही ज्वरात नक्कीच छान, सुंदर उच्च दर्जाचं काहीतरी होतं; परंतु ते कधीही प्रेम नव्हतं. तिच्याकडे कठोर प्रामाणिकपणा असूनही, तिला हे पत्रातून किंवा व्यक्तिशः भेटून सांगायचं नव्हतं किंवा तिच्याकडे हे सांगायची तेवढी हिंमत नव्हती की, त्याने त्याच्या पत्रामध्ये लिहिलेल्या जादुई चिंतनापुढे त्याची हळवी, भावूक पत्रं किती खोटी वाटतात ते, त्याच्या लयबद्ध खोटेपणा त्याला किती कमी दर्जाला घेऊन जातोय ते, त्याचा भूतकाळाला पुन्हा एकदा पकडण्याचा अट्टाहास योग्य नव्हता ते. नाही. त्याच्या आधीच्या पत्रातली एकही ओळ, तिच्या तिरस्करणीय तारुण्यातला एकही क्षण असा नव्हता ज्यामुळे तिला असं वाटावं की, मंगळवारच्या दुपार या त्याच्याशिवाय अधिकाधिक एकट्या आहेत, जरी त्यांमध्ये तोचतोचपणा आणि रटाळपणा असला तरी.

तिला आलेल्या सुलभीकरण करण्याच्या एका झटक्यात तिने रेडिओ तबेल्यात ठेवून दिला होता. तो तिला एका लग्नाच्या वाढदिवसाला तिच्या नवऱ्याने भेट दिला होता आणि तो शहरातला पहिला रेडिओ असल्याने त्या दोघांनी शहराच्या संग्रहालयाला भेट द्यायचा असं ठरवलं होतं. सुतकाच्या अमलाखाली तिने तो पुन्हा कधी न वापरण्याचा निश्चय केला होता. कारण, तिच्या वर्गातल्या विधवांनी मेलेल्याच्या आठवणींचा अपमान होईल असं कोणत्याही प्रकारचं संगीत ऐकू नये असा नियम होता; परंतु तिच्या तिसऱ्या मंगळवारच्या एकांतवासात तिने तो बैठकीच्या खोलीत पुन्हा आणला, तो पूर्वीप्रमाणे रिओमांबा स्टेशनवरची भावगीतं ऐकायला नव्हे, तर तिचे नुसतेच वाया जाणारे तास सान्तियागो दे क्यूबाच्या श्रुतिकांनी भरून टाकण्याकरता. ती कल्पना चांगली होती. कारण, तिच्या मुलीच्या जन्मानंतर तिची वाचनाची सवय सुटली होती, मधुचंद्रानंतर तिच्या नवऱ्याने तिला ती फार हळुवारपणे लावली होती आणि नंतर तिच्या डोळ्यांना येत गेलेल्या थकव्यामुळे तिने वाचन पूर्णपणे थांबवून टाकलं होतं, त्यामुळे कितीतरी महिने असे जायचे जेव्हा तिला तिचा वाचायचा चश्मा कुठे ठेवलेला आहे हेही माहीत नसायचं.

सान्तियागो दे क्यूबाहून प्रसारित होणाऱ्या नाट्यमालिका तिला एवढ्या आवडू लागल्या की, ती दररोज नव्या भागासाठी अधीरपणे थांबून राहू लागली. वेळोवेळी ती बातम्या ऐकून जगामध्ये काय घडामोडी घडताहेत हे समजून घ्यायची आणि जेव्हा ती घरात एकटी असायची तेव्हा आवाज लहान करून दूरवरच्या सान्तो दोमिंगो आणि प्युर्तो रिकोच्या स्टेशनवरून प्रसारित होणारं संगीत ऐकायची. एकदा रात्री कोणत्यातरी अज्ञात केंद्रावरून स्पष्ट आणि स्वच्छ असा मोठा आवाज ऐकू येऊ लागला, जणू काही तो शेजारून येत असावा. तिने त्यावरून आलेली हृदयद्रावक बातमी ऐकली : एका वयस्कर जोडप्याला, जे चाळीस वर्षं त्यांचा मधुचंद्र साजरा करण्यासाठी एकाच ठिकाणी दरवर्षी जायचे, त्यांचा खून करण्यात आला होता. ज्या बोटीतून ते जात होते, त्या बोटीच्या कॅप्टनने त्यांना वल्ह्याने मरेस्तोवर मारहाण केली होती. त्यानंतर तो त्यांच्याकडचे चौदा डॉलर्स घेऊन पळून गेला होता. जेव्हा ल्यूक्रेशियाने तिला संपूर्ण गोष्ट कथन केली तेव्हा तिच्यावर त्याचा परिणाम जास्त झाला. ती बातमी स्थानिक वर्तमानपत्रात प्रसिद्ध झाली होती. पोलिसांना असं आढळलं की, ते जोडपं गुप्त प्रेमिक होते, ते चाळीस वर्षं एकाच ठिकाणी सुट्टी घालवायचा जायचे; परंतु त्यांची आपापली वैवाहिक आयुष्यं स्थिर आणि आनंदी होती, तसंच त्यांची कुटुंबंही मोठमोठी होती. फर्मिना डासा कधीही रेडिओवरच्या मालिका ऐकून रडली नव्हती, मात्र तिला ही बातमी ऐकून आवंढा गिळत अश्रू थोपवून धरावे लागले, त्यामुळे तिचा गळा दाटून आला. पुढच्या पत्रामध्ये, काहीही टिप्पणी न करता, फ्लोरेंतिनो अरिसाने तिला त्या बातमीचं कात्रण पाठवून दिलं.

फर्मिना डासासाठी अश्रू थोपवून धरणं हे काही शेवटचं नव्हतं. फ्लोरेंतिनो अरिसाने अजूनही त्याचा साठ दिवसांचा बंदिवास संपवला नव्हता, तेव्हाच 'जस्टिस' सायंदैनिकाने पहिल्या पानावर बातमी छापली, त्यात दोन व्यक्तींची पूर्ण छायाचित्रं होती. त्यात त्यांनी डॉ. हुवेनाल उर्बिनो आणि ल्यूक्रेशिया ऑबिस्पो यांचं गुप्त प्रकरण होतं असा गंभीर आरोप केला होता. त्यांच्या भेटी, त्यांची वारंवारता, त्या कशा प्रकारे योजिल्या जात आणि त्यांच्या नात्याबद्दलचे तपशील देऊन अनेक शंकाकुशंका उपस्थित केल्या होत्या. ल्यूक्रेशियाच्या नवऱ्याच्या बेकायदेशीर वागणुकीबद्दलही लिहिलं होतं, जो त्याच्या उसाच्या शेतावरील काळ्या कामगारांशी जबरदस्तीने गुदमैथून करायचा. ही बातमी चांगल्या मोठ्या अक्षरांत छापली होती, मथळ्याच्या शाईचा रंग रक्तासारखा लाल वापरला होता, त्यामुळे आधीच कमकुवत झालेल्या स्थानिक उच्चभ्रूंमध्ये खळबळ उडाली. त्यातली एक ओळही खरी नव्हती. हुवेनाल उर्बिनो आणि ल्यूक्रेशिया लग्नाआधीपासून एकमेकांचे घनिष्ठ मित्र होते आणि त्यांची ही मैत्री लग्नानंतरही चालू राहिली; परंतु ते कधीही प्रेमिक नव्हते. काही झालं तरी, या बातमीमागचा उद्देश हा काही डॉ. हुवेनाल उर्बिनोचं नाव खराब करणं हा नव्हता, कारण त्याला सर्व थरांतून आदरसन्मान

दिला जायचा; परंतु ल्यूक्रेशियाच्या नवऱ्यावर घाव घालणं हा उद्देश त्यामागे होता, जो गेल्या आठवड्यात सोशल क्लबचा अध्यक्ष झाला होता. काही तासांमध्ये ती खळबळजनक बातमी दाबून टाकण्यात आली; परंतु ल्यूक्रेशिया त्यानंतर कधीही फर्मिना डासाला भेटली नाही आणि फर्मिना डासाने त्या कृतीचा अर्थ अपराधाची कबुली असा घेतला.

असं असलं तरी, ती ज्या वर्गीतली होती, त्या वर्गाला संभवणाऱ्या धोक्यांपासून फर्मिना डासा सुरक्षित नव्हती, हे लवकरच सिद्ध झालं. 'जस्टिस'ने एका आठवड्यानंतर तिच्यावर पुन्हा एकदा तोफ डागली. तिच्या बापाच्या धंद्यांबद्दल. जेव्हा त्याला तिथून निघून जायला सांगितलं गेलं होतं, तेव्हा एकदाच तिला त्याच्या संशयास्पद व्यवहारांची माहिती झाली होती, जी तिला गाला प्लासिडियाने सांगितली होती. जेव्हा डॉ. उर्बिनोने राज्यपालाशी झालेल्या भेटीनंतर ती माहिती खरी असल्याचं नक्की केलं, तेव्हा तिला तिचा बाप मुद्दाम केलेल्या बदनामीच्या कटाचा बळी आहे हे तिला पटलं होतं. खरं असं घडलं होतं की, दोन्ही सरकारचे दोन मध्यस्थ पार्क ऑफ एव्हांजेल्सच्या घरी आलेले होते. त्यांच्याकडे घराची झडती घेण्यासाठी औपचारिक कागदपत्रं होती. त्यांनी वरपासून खालपर्यंत सगळं घर पिंजून काढलं; परंतु त्यांना अपेक्षित असलेलं काहीही सापडलं नव्हतं आणि शेवटी त्यांनी फर्मिना डासाच्या निजायच्या खोलीत असलेल्या आरशांचे दरवाजे असलेलं कपाट उघडण्याची आज्ञा दिली. गाला प्लासिडिया तेव्हा घरी एकटीच होती आणि कुणालाही काहीही करण्यापासून थांबवणं तिला शक्य नव्हतं, तरी तिने ते उघडायला नकार दिला. तिने तिच्याकडे त्याच्या चाव्या नसल्याचं कारण पुढे केलं. मग त्यातल्या एकाने त्याच्या पिस्तुलाच्या मुठीने प्रहार करून एक आरसा फोडला आणि तेव्हा आरशाची काच व लाकूड यांच्यामध्ये असलेल्या जागेत त्यांना शंभर डॉलरच्या नोटा भरलेल्या सापडल्या. सुगाव्याची ही शेवटची कडी होती ज्यामुळे मोठ्या आंतरराष्ट्रीय कटातली लॉरेंझो डासा ही एक कडी असल्याचं पुढे आलं. तो फार कौशल्याने केलेला घोटाळा होता. कारण, नोटांच्या मूळ कागदावर अस्सलता समजावी म्हणून ठसे असायचे. एक डॉलरच्या नोटेवरचा वॉटरमार्क तसाच होता आणि रासायनिक प्रक्रिया करून एक डॉलरच्या नोटांवर शंभर डॉलर असं पुनर्मुद्रित करण्यात आलं होतं. लॉरेंझो डासाने असा दावा केला की, ते कपाट त्याच्या मुलीच्या लग्नाच्या बरंच नंतर विकत घेतलं होतं आणि ते नक्कीच त्या नोटांसह त्यांच्या घरी आलेलं होतं; परंतु पोलिसांनी हे सिद्ध करून दाखवलं की, ते कपाट फर्मिना डासा शाळेत असल्यापासून त्या घरी होतं, त्यामुळे त्यानेच त्या नोटा आरशांमागे दडवून ठेवलेल्या होत्या. हे सगळं डॉ. उर्बिनोने त्याच्या बायकोला सांगितलं, जेव्हा त्याने राज्यपालांना वचन दिलं की, तो त्याच्या सासऱ्याला त्याच्या गावी पुन्हा परत पाठवून देईल, परिणामी तो सगळा घोटाळा

आपोआपच शांत होऊन विरून जाईल; परंतु वर्तमानापत्राच्या बातमीत आणखीही बरंच काही होतं.

त्यात असं लिहिलं होतं की, शेवटच्या शतकात जी अनेक यादवी युद्धं झाली होती, त्यांपैकी एकात लॉरेंझो डासा हा लिबरलांचा अध्यक्ष असलेल्या अकिलो पारा सरकार आणि मूळचा पोलंडचा असलेला आणि सेंट अंत्वाइन या व्यावसायिक जहाजातला एक सदस्य असलेल्या जोसेफ टी.के. कोर्झेनिओवस्की यांमधला मध्यस्थ होता. ते जहाज फ्रेंचांचा झेंडा घेऊन कितीतरी महिने तिथे शस्त्रास्त्रांचे गुंतागुंतीचे खरेदीविक्रीचा व्यवहार करायचा प्रयत्न करत होतं. कोर्झेनिओवस्की जो नंतर जोसेफ कॉनरॅड म्हणून प्रसिद्ध झाला, त्याने कसातरी लॉरेंझो डासाला संपर्क केला. लॉरेंझोने सरकारच्या वतीने त्याची पत आणि पावत्या घेऊन शस्त्रास्त्रं खरेदी केली आणि ती खरेदी त्याने सोन्याच्या भावाने केली. बातमीनुसार, लॉरेंझो डासाने असा दावा केला की, ती शस्त्रास्त्रं एका अचानक पडलेल्या धाडीत चोरीला गेली आणि नंतर त्याने ती पुन्हा, दुप्पट किमतीला कॉन्झर्वेटिव्हना जे सरकार विरोधात तेव्हा युद्ध करत होते, त्यांना विकली होती.

'जस्टिस'ने हेही उघड केलं की, ज्या वेळी जनरल राफाएल रेयीसने नौदल स्थापन केलं होतं, तेव्हा लॉरेंझो डासाने इंग्लिश सैन्याकडून अत्यंत कमी किमतीत जास्तीचे बुट्स विकत घेतले आणि त्या एका व्यवहारामध्ये सहा महिन्यांत त्याची संपत्ती दुप्पटीने वाढली. वृत्तपत्राच्या म्हणण्यानुसार जेव्हा बुटांचा माल बंदरावर आला, तेव्हा लॉरेंझो डासाने तो माल स्वीकारायला नकार दिला. कारण, त्यात म्हणे फक्त उजव्या पायाचे बूट होते; परंतु कायद्यानुसार जेव्हा कस्टम खात्याने त्या बुटांचा लिलाव केला, तेव्हा बोली लावणारा तो एकमेव होता आणि त्याने फार कमी किमतीला – शंभर पोसोजला ते सर्व बूट विकत घेतले. त्याच वेळी, अशाच प्रकाराने दुसऱ्या एका साथीदाराने डाव्या पायाचे बूट असलेला माल विकत घेतला आणि तो रिओवाछाला जाऊन पोहोचला. दोन्ही बूट येऊन जोड्या तयार झाल्यावर, लॉरेंझो डासाने उर्बिनो दे ला कॉल कुटुंबाशी असलेल्या नात्याचा फायदा घेऊन ते बूट दोन हजार टक्के नफा कमावून नव्या नौदलाला विकले.

'जस्टिस'मधल्या बातमीच्या शेवटी असं सांगण्यात आलं होतं की, लॉरेंझो डासा त्या शतकाच्या शेवटी सान हुआन दे ला सिएनागा सोडून आला ते त्याच्या मुलीला चांगल्या संधी मिळाव्यात म्हणून नव्हे – जे तो नेहमी आवडीने सांगायचा – तर तो परदेशी तंबाखू विकण्याच्या त्याच्या भरभराटीला आलेल्या व्यवसायात बारीक तुकडे केलेल्या कागदाची भेसळ केल्याबद्दल सापडला होता म्हणून आला होता. ती भेसळ तो एवढ्या कौशल्याने करायचा की, नेहमी धूम्रपान करणारे दर्दी लोकही फसायचे. पनामाहून चिन्यांची बेकायदेशीररीत्या तस्करी करण्याच्या आंतरराष्ट्रीय व्यवसायात – जो त्या शतकाच्या शेवटी सगळ्यांत नफा देणारा धंदा होता – त्यातही

त्याचा गुप्त सहभाग असल्याचं त्यांनी उघड केलं होतं. दुसरीकडे, त्याच्या प्रतिष्ठेला मोठा धक्का देणारा, त्याचा संशयास्पद वाटणारा खेचरांचा व्यवसाय मात्र तो करत असलेल्या व्यवसायांपैकी सर्वांत प्रामाणिक असल्याचं दिसत तरी होतं.

फ्लोरेंतिनो अरिसा पलंगावरून उठला तेव्हा त्याच्या पाठीची आग आग होत होती आणि त्याच्या छत्रीऐवजी त्याने चालायच्या काठीचा आधार घेतला, त्याची पहिली भेट अर्थातच फर्मिना डासाच्या घरी होती. ती त्याला जणू काही अनोळखी व्यक्ती वाटली, जिच्यावर वयाने आघात केला होता, तिच्या संतापाने तिच्या जगण्याची इच्छा संपवून टाकली होती. फ्लोरेंतिनो अरिसा घरी असताना घडलेल्या दोन भेटींत डॉ. उर्बिनो डासाने त्याला 'जस्टिस'मधल्या दोन बातम्यांमुळे त्याची आई किती अस्वस्थ झाली आहे हे सांगितलं होतं. पहिल्या बातमीने तिचा एवढा संताप झाला होता की, ती विवेकाने विचार करू शकत नव्हती. तिला तिच्या नवऱ्याच्या व्यभिचाराचा आणि तिच्या मैत्रिणीने केलेल्या फसवणुकीचा राग आला होता. एवढा की, प्रत्येक महिन्यातल्या एका रविवारी त्यांच्या कुटुंबीयांच्या कबरींना भेट देण्याच्या रिवाजही तिने मोडला. कारण, तिला त्याच्यावर ओरडून, त्याची खरपडट्टी काढायची होती; परंतु काही झालं तरी शवपेटीत झोपलेल्या त्याला ते ऐकू जाणार नव्हतं. तिचं भांडण मृत माणसाशी होतं. तिने ल्यूक्रेशियाला कळेल अशा पद्धतीने जे कोणी तयार होईल अशांबरोबर निरोप पोहोचवला की, तिच्या बिछान्यात झोपून गेलेल्या गर्दीत तिला एकतरी खरा पुरुष लाभला हे तिने तिचं भाग्य समजावं. लॉरेंझो डासाच्या बातमीबद्दल बोलायचं तर कोणत्या बातमीने तिच्यावर जास्त परिणाम झाला हे समजायला मार्ग नव्हता, ती बातमी की तिच्या मृत बापाच्या व्यक्तिमत्त्वाबद्दल तिला समजलेली माहिती; परंतु असं नाहीतर तसं, या नाहीतर त्या, कशानेही ती नेस्तनाबूत झाली होती. तिचे चंदेरी केस नीट बांधलेले असायचे; परंतु आता ते घासून विटलेल्या मक्याच्या रेशमासारखे झाले होते आणि एवढा राग आलेला असूनही, तिचे चित्त्यासारखे भेदक डोळे निस्तेज झाले होते. जगण्याची इच्छा नसण्याचा तिचा निर्णय हा तिच्या सगळ्या हावभावात दिसून येत होता. तिने फार आधीच धूम्रपान सोडलं होतं. मग ते न्हाणीघरात स्वतःला कोंडून असो नाहीतर इतरत्र कुठेही; परंतु तिने ते पुन्हा करायला सुरुवात केली. पहिल्यांदाच सार्वजनिक ठिकाणी आणि तेही अनियंत्रितरीत्या. पहिल्यांदा ती वळलेल्या सिगारेट ओढायची, ज्या तिला आवडायच्या आणि नंतर तिने दुकानांत मिळणाऱ्या साध्या सिगारेट ओढायला सुरुवात केली. कारण, तिच्याकडे सिगारेट वळण्याएवढा वेळ आणि संयम नव्हता. वृद्ध पाठीवर बेडसोर्स आलेल्या कोणत्याही पुरुषाचं भविष्य काय असणार आणि आनंदापेक्षा मृत्यूसाठी जगणाऱ्या एका बाईचं भविष्य काय असणार हे कुणीही सांगू शकलं असतं; परंतु फ्लोरेंतिनो अरिसा नव्हे. त्या विध्वंसानंतरच्या अवशेषांमध्ये त्याला आशेचा किरण दिसला, कारण फर्मिना

डासावरच्या संकटामुळे तिला उदात्त बनवलं होतं, तिच्या रागाने ती सुंदर झाली होती आणि वयाच्या विसाव्या वर्षी तिने दाखवलेलं तिचं व्यक्तित्व पुन्हा एकदा तिच्यावरच्या या हल्ल्याने बाहेर आलं होतं, असं त्याला वाटत होतं.

फ्लोरेंतिनो अरिसाचे आभार मानण्यासाठी तिला नवी कारणं मिळाली. कारण, त्या कुप्रसिद्ध बातम्यांना प्रतिसाद म्हणून त्याने 'जस्टिस'ला वाचक म्हणून पत्र लिहिलं होतं. त्यात त्याने प्रसारमाध्यमांच्या नैतिक जबाबदाऱ्या आणि इतर लोकांच्या प्रतिष्ठेचा आदर याबाबत लिहिलं होतं. त्यांनी ते प्रकाशित केलं नाही; परंतु त्याची एक प्रत लेखकाने 'कमर्शियल डेली'लाही पाठवली, जे तिथलं सगळ्यात गंभीर आणि जुनं वर्तमानपत्र होतं. त्यांनी ते पत्र पहिल्या पानावर प्रकाशित केलं. त्याखाली 'ज्यूपिटर' हे टोपणनाव होतं. ते एवढं मुद्देसूद, विस्तृत आणि नीट लिहिलेलं पत्र होतं की, परगण्यातल्या कुण्या मोठ्या लेखकाने ते लिहिलं असावं असं वाटलं; परंतु तो समुद्रातला एकमेव आवाज होता, तरी तो खोलातून आणि लांबून ऐकला गेला. फर्मिना डासाला तिला न सांगताही, तो लेखक कोण होता हे समजलं. कारण, त्यातल्या काही कल्पना तिच्या परिचयाच्या होत्या आणि काही वाक्यं तर फ्लोरेंतिनो अरिसाच्या नैतिक विचारधारेतून थेट आलेली होती, त्यामुळे एकांताच्या त्या प्रवासात तिचं त्याच्याविषयी असलेला जिव्हाळा पुन्हा वाढला. त्याच वेळी अमेरिका विखूनाला एका शनिवारच्या भेटीत, अपघाताने, कुलूपबंद नसलेल्या कपाटात फ्लोरेंतिनो अरिसाच्या चिंतनांच्या टंकलेखित प्रती सापडल्या आणि फर्मिना डासाची हाताने लिहिलेली पत्रंही.

डॉ. उर्बिनोला भेटीगाठी पुन्हा सुरू झाल्यामुळे आनंद झाला, कारण त्यातून त्याच्या आईला चांगलं प्रोत्साहन मिळत होतं; परंतु त्याची बहीण, ऑफेलियाला मात्र आपली आई, फर्मिना डासा कुण्या पुरुषासोबत – ज्याची नैतिक गुणवत्ता ही फारशी चांगली नाही असं समजलं जातं – त्याच्याशी मैत्री करते आहे हे समजल्यावर न्यू ऑर्लिन्सवरून पहिल्या बोटीने आली. फ्लोरेंतिनो अरिसा ज्या कौटुंबिक जवळिकीने आणि ज्या आत्मविश्वासाने वागत होता ते पाहून, रात्री-रात्रीपर्यंत चालणाऱ्या भेटींमधली लाडीक भांडणं ऐकून तिला प्रचंड भीती वाटली. डॉ. उर्बिनो डासासाठी तो दोन एकट्या म्हाताऱ्या जिवांमधला आरोग्यदायी जिव्हाळा होता, तो तिच्यासाठी स्त्री-पुरुषांमधले गुप्त लैंगिक संबंध होते. ऑफेलिया उर्बिनो नेहमी तशीच असायची, तिच्या आईपेक्षा ती आजीसारखी – डॉना ब्लांकासारखी होती. तिच्यासारखी ती अतिशय आदरणीय होती, तिच्यासारखीच उद्धट आणि तिच्यासारखीच ती तिच्या पूर्वग्रहांसह जगत आली होती. वयाच्या पाचव्या वर्षीही ती पुरुष आणि बाई यांमधल्या निरागस मैत्रीची कल्पना करू शकत नव्हती, त्यामुळे ऐंशीतल्या दोघांमध्ये तर नाहीच नाही. तिच्या भावाशी कडवा वाद घालताना, ती म्हणाली की, त्यांच्या आईचं सांत्वन करता करता तिच्या

पलंगात शिरायचा फ्लोरेंतिनो अरिसाचा डाव आहे. डॉ. उर्बिनो डासाकडे तिला तोंड देण्याएवढी हिंमत नव्हती, त्याच्याकडे ती कधीच नव्हती; परंतु त्याच्या बायकोने प्रेम कोणत्याही वयाच्या टप्प्यावर होऊ शकतं असं म्हणून मध्येच स्पष्टीकरण दिलं, तेव्हा ऑफेलियाचा संयम सुटला.

''आपल्या वयात प्रेम म्हणजे मूर्खपणा आहे,'' ती ओरडली, ''आणि त्यांच्या वयात म्हणजे किळसवाणा प्रकार.''

तिने अत्यंत प्रखरपणे फ्लोरेंतिनो अरिसाला त्या घरातून हाकलून दिलं पाहिजे, या तिच्या मताचा पुनरुच्चार केला, ते फर्मिना डासाच्या कानावर पडलं. तिने तिला निजायच्या खोलीत बोलावलं, नोकरचाकरांपैकी कुणाला काही कळू नये म्हणून तसं ती नेहमी करायची. तिने तिला तिचे आरोप पुन्हा सांगायला लावले. ऑफेलियाने ते त्याच प्रखरपणे सांगितले : फ्लोरेंतिनो अरिसाची एक विकृत आणि व्यभिचारी म्हणून असलेली ख्याती जगजाहीर होती, याबाबत तिला खात्री होती आणि त्याच्यासोबत कोणतेही संबंध ठेवणं हे लॉरेंझो डासाच्या दुष्कृत्यांपेक्षा किंवा हुवेनाल उर्बिनोच्या धाडसी व्यभिचारापेक्षाही त्यांच्या घराण्याच्या नावाला जास्त धोका पोहोचवत होते, असं तिचं म्हणणं होतं. काही न बोलता, डोळ्यांची पापणीही न हलवता फर्मिना डासाने तिचं सगळं म्हणणं ऐकून घेतलं; परंतु तिचं बोलणं संपल्यावर, फर्मिना डासा वेगळीच व्यक्ती झाली. ती पुन्हा जिवंत झाली.

''तुझ्या औद्धत्याबद्दल आणि दुष्टतेबद्दल मी तुला फटके द्यायला पाहिजेत; पण ते देण्याची शक्ती आता माझ्यात नाही, याचं मला फार वाईट वाटतंय.'' ती म्हणाली, ''आत्ताच्या आत्ता हे घर तू सोडून जा आणि माझ्या मृत आईच्या कबरीची शपथ घालून तुला सांगते की, मी जिवंत असेपर्यंत तू या घरात पाय जरी ठेवलास तर बघ.''

असं काहीतरी करू नको असं तिला सांगणारी जगात कोणतीही शक्ती नव्हती. ऑफेलिया तिच्या भावाच्या घरी राहायला गेली आणि तिथून तिने वेगवेगळ्या तऱ्हेने माफीनामे पाठवले; परंतु त्याचा काहीही फायदा झाला नाही. तिच्या मुलाची किंवा तिच्या मैत्रिणींची मध्यस्थी, कशानेही फर्मिना डासाचा निश्चय मोडू शकला नाही. अखेरीस, तिच्या चांगल्या दिवसांच्या रंगीबेरंगी भाषेत, तिने आपल्या सुनेला गुपित सांगण्याचं ठरवलं. तिच्यासोबत तिने नेहमीच निश्चित असं, परस्पर विश्वासाचं नातं जपलं होतं. ''गेल्या शतकात, नियतीने त्या बिचाऱ्याचं आणि माझं आयुष्य उद्ध्वस्त केलं होतं, कारण तेव्हा आम्ही फार लहान होतो आणि आता म्हातारे आहोत म्हणून पुन्हा तेच करायचं आहे.'' तिने सिगारेटचं टोक पेटवलं आणि तिच्या आत साठून राहिलेली सगळी गरळ बाहेर काढली.

''ते सगळे गेले खड्ड्यात,'' ती म्हणाली. ''आम्हा विधवांना जर का काही फायदा असेल, तर तो म्हणजे आम्हाला आज्ञा द्यायला कुणीही नसतं.''

त्यानंतर फार काही करण्यासारखं राहिलं नव्हतं. जेव्हा तिला तिच्याकडे फार काही पर्याय राहिलेले नाहीत असं समजलं, तेव्हा ऑफेलिया न्यू ऑर्लिन्सला परतली. खूप दयाविनंत्या केल्यानंतर, तिची आई तिला निरोप द्यायला आली; परंतु तिने तिला घरी यायची परवानगी दिली नाही ती नाही – फर्मिना डासाने तिच्या मृत आईची शपथ घेतली होती आणि तिच्यासाठी त्या काळ्या दिवसांमध्ये तीच एकमेव पवित्र अशी गोष्ट उरलेली होती.

सुरुवातीच्या भेटींच्या वेळी, जेव्हा तो आपल्या बोटींबद्दल बोलायचा, तेव्हा फ्लोरेंतिनो अरिसाने तिला नदीतून जाणाऱ्या आलिशान क्रूजमधून प्रवास करण्याचा आनंद घ्यावा यासाठी औपचारिक निमंत्रण दिलं होतं. आणखी एक दिवस प्रवास करून ती राजधानीला जाऊ शकली असती, जिला तिच्या पिढीतले सर्व कॅरिबियन लोक 'सान्ता फे' या गतकाळातल्या नावाने संबोधत; परंतु तिने तिच्या नवऱ्याचे पूर्वग्रह बाळगले होते आणि तिला त्या थंड, उदास शहराला भेट द्यायची नव्हती, जिथे बायका पाच वाजताच्या मासला जाण्याखेरीज बाहेर पडायच्या नाहीत आणि त्यांना आइस्क्रीमची दुकानं किंवा सावर्जनिक ऑफिसेसच्या आत जाता यायचं नाही, असं तिला सांगण्यात आलं होतं आणि तिथे अंत्ययात्रांमुळे दिवसरात्र वाहतुकीचा खोळंबा होत असे आणि तिथे पॅरिसपेक्षाही वाईट असा वर्षभर भुरभुरणारा पाऊस पडे. दुसरीकडे, तिला नदीचं खूप आकर्षण वाटू लागलं. तिला वाळूच्या किनाऱ्यांवर ऊन खात बसलेल्या मगरी पाहायच्या होत्या, तिला मध्यरात्री पाणगायींच्या बाईच्या रडण्याच्या आवाजाने जागं व्हायचं होतं; परंतु तिच्यासारख्या एकट्या विधवेने या वयात एवढा मोठा प्रवास करण्याची कल्पना तिला अवास्तव वाटली होती.

जेव्हा तिने तिच्या नवऱ्याशिवाय जगण्याचं ठरवलं, त्यानंतर एकदा फ्लोरेंतिनो अरिसाने त्याचं निमंत्रण तिला पुन्हा दिलं आणि या वेळी तिला ते पटलंही; परंतु मुलीशी भांडण झाल्यावर, तिच्या बापाच्या झालेल्या अपमानाने कटुता आलेली असताना, तिच्या नवऱ्याचा संताप वाटल्यामुळे, जिला ती कितीतरी वर्षांपासून आपली चांगली मैत्रीण मानत होती त्या ल्यूक्रेशियाने फसवल्याचा राग आल्यामुळे, तिला तिच्याच घरी आपण अनावश्यक वस्तू आहोत असं वाटू लागलं. एकदा दुपारी, चहा पीत असताना तिने पडवीतल्या चिखलमय वाफ्याकडे पाहिलं, तिथे तिच्या दुर्दैवाचं झाड कधीही फुलणार नव्हतं.

"मला काय आवडेल माहितीये, घरातून बाहेर पडावं आणि चालत जावं, चालत जावं, चालत जावं," ती म्हणाली.

"बोटीने जा," फ्लोरेंतिनो अरिसा म्हणाला.

फर्मिना डासाने त्याच्याकडे विचारपूर्वक पाहिलं.

"हं... कदाचित मी तसंच करेन," ती म्हणाली.

तिने बोलण्याआधी, तिच्या मनात तसा काही विचार आला नव्हता; परंतु तिला तशी शक्यता आहे हे कळल्यावर, ते जणू वास्तव बनलं. तिचा मुलगा आणि तिची सून यांना जेव्हा ही बातमी कळली तेव्हा आनंदित झाले. फ्लोरेंतिनो अरिसाने त्याच्या बोटीवर फर्मिना डासा ही प्रतिष्ठित पाहुणी असेल हेही तत्काळ सांगून टाकलं. तिची तिथे स्वतंत्र केबिन असेल जी घरासारखीच असणार होती, तिला सगळ्या सेवा पुरवण्यात येणार होत्या आणि कॅप्टन स्वतः तिच्या सुरक्षिततेची काळजी घेणार होता आणि स्वास्थ्याबाबत लक्ष घालणार होता. त्याने तिला प्रोत्साहन देण्यासाठी प्रवासाचा मार्ग दाखवणारा नकाशा आणला, अप्रतिम अशा सूर्यास्ताचे फोटो असलेली पोस्टकार्ड्स आणली, अनेक मान्यवर प्रवाश्यांनी माग्दालेनाच्या आदिम नंदनवनाबद्दल लिहिलेल्या कविता आणल्या आणि या कवितांमुळे प्रवासी झालेल्यांच्या कविताही दाखवल्या. तिची मनःस्थिती चांगली असे तेव्हा ती त्यात लक्ष घाले.

''लहान मूल असल्यागत मला खेळवायची काही गरज नाहीये,'' ती त्याला म्हणाली. ''मी जाणार असेन, तर ते मी ते ठरवलं आहे म्हणून, तिथली भूमी छान आहे म्हणून नव्हे.''

जेव्हा त्याच्या मुलाने त्याची बायको तिला सोबत करायला येईल, असं सूचित केलं, तेव्हा तिने त्याला मध्येच तोडून टाकलं, ''स्वतःची काळजी घ्यायला मी खूप मोठी झालेय आता.'' तिने स्वतःने प्रवासाचे सगळे तपशील गोळा गेले, ती आठ दिवस नदीतून वर प्रवास करणार होती आणि परतीचा प्रवास पाच दिवसांचा होता. या प्रवासात ती कमीत कमी लागणाऱ्या गोष्टी सोबत घेऊन जाणार होती या विचारानेच तिने सुटकेला निःश्वास टाकला. तिचं ते आयुष्यातलं स्वप्न होतं. पाच-सहा सुती पोशाख, चढण्या-उतरण्यासाठी बुटांचा जोड, प्रसाधनासाठी साधनं बस एवढंच.

जानेवारी १९८४ साली, नदी वाहतुकीचे जनक, कॉमोडोर जोहान बर्नार्ड एल्बर्सने माग्दालेना नदीमधून पहिली वाफेवर चालणारी बोट नेल्याची नोंद होती. ती बोट अगदी प्राथमिक पातळीवर चाळीस अश्वशक्ती क्षमतेवर चालणारी होती, तिचं नाव होतं 'फिडेलिटी' म्हणजे एकनिष्ठता. त्यानंतर शंभरहून अधिक वर्षांनी, १७ जुलै रोजी सायंकाळी सहा वाजता, डॉ. उर्बिनो डासा आणि त्याची बायको दोघं जण फर्मिना डासासोबत त्या बोटीवर चढले, जी तिला तिचा नदीतला पहिला प्रवास घडवून आणणार होती. ती स्थानिक जहाजबांधणी केंद्रात बांधलेली पहिली बोट होती आणि तिचं नाव तिच्या पूर्वजांच्या आठवणींखातर ठेवण्यात आलं होतं, 'न्यू फिडेलिटी'. फर्मिना डासाला विश्वास बसत नव्हता की, त्या दोन्हींची नावं हा एक ऐतिहासिक योगायोग होता, ती फ्लोरेंतिनो अरिसाच्या दीर्घकालीन स्वच्छंदीपणातून निघालेली कल्पना नव्हती.

काही झालं तरी, जुन्या आणि आधुनिक कोणत्याही नदीबोटीने जे केलं नाही ते न्यू फिडेलिटीने केलं. तिच्यात कॅप्टनच्या खोलीशेजारी स्वीट होता, जो मोठा आणि आलिशान, आरामदायी होता : विविध रंगी बांबूपासून बनवलेलं सामान असलेली बसायची खोली, चिनी पडद्यांनी सजवलेली एक मोठी निजायची खोली ज्यात टब आणि शॉवर होता, मोठा, बंदिस्त निरीक्षण डेक ज्यात फर्न्स लटकवलेले होते आणि त्यावरून बोटीच्या दोन्ही बाजूंची – मागची आणि पुढची दोन्ही दृश्यं थेट दिसायची आणि वातानुकूलन करणारी यंत्रणा ज्यामुळे बाहेरचे आवाज आत यायचे नाहीत आणि आतलं हवामान वसंतासारखं राखता यायचं. या आलिशान राहण्याच्या व्यवस्थेला 'अध्यक्षीय स्वीट' असं म्हटलं जायचं, कारण रिपब्लिकच्या तीन अध्यक्षांनी त्यातून प्रवास केलेला होता. हा स्वीट व्यावसायिक हेतूसाठी बांधण्यात आला नव्हता, तर तो उच्च दर्जाचे अधिकारी आणि खास पाहुणे यांसाठी राखीव असे. फ्लोरेंतिनो अरिसाने तो आर.सी.सी.चा अध्यक्ष झाल्या झाल्या हा स्वीट अशा सार्वजनिक वापरासाठी वापरण्याची आज्ञा दिली आणि त्याचा व्यक्तिगत निश्चय होता की, आज नाहीतर उद्या फर्मिना डासाबरोबर लग्न झाल्यानंतर करायच्या प्रवासासाठी तो स्वीट आनंददायी आश्रय ठरला असता.

जेव्हा खरोखरीच तो दिवस आला, तेव्हा तिने अध्यक्षीय स्वीटचा ताबा मालकिणीप्रमाणे घेतला. बोटीच्या कॅप्टनने शॅम्पेन आणि सामन मासे देऊन डॉ. उर्बिनो डासा, त्याची बायको आणि फ्लोरेंतिनो अरिसा यांचा सत्कार केला. त्याचं नाव दिएगो सामारितानो होतं. त्याने अत्यंत नेटका असा पांढरा पोशाख केला होता. त्यावर सोनेरी रंगाच्या धाग्याने आर.सी.सी. असं नाव भरतकाम केलेलं होतं. तो नदीबोटींच्या कॅप्टनप्रमाणे जाडजूड खोडासारखा होता, त्याचा आवाज घोगरा होता आणि त्याची वागणूक फ्लोरेन्समधल्या धर्मगुरूसारखी सभ्य होती.

बोट निघण्याची सूचना सात वाजता देण्यात आली आणि त्या शिट्टीच्या आवाजाने फर्मिना डासाच्या कानात तीव्र कळ उठली. आदल्या रात्री, तिच्या स्वप्नात तिला खूप वाईट गोष्टी दिसल्या होत्या, ज्यांचा अर्थ लावायला ती धजली नाही. पहाटे तिने तिच्या चालकाला तिला जवळच्या दफनभूमीमध्ये न्यायला सांगितलं, ती आता ला मांगा दफनभूमी म्हणून ओळखली जायची. ती तिच्या नवऱ्याच्या कबरीपाशी उभी राहिली आणि तिच्या मृत नवऱ्यासोबत तिने एक दीर्घ संवाद साधून शांततेचा करार केला. त्या वेळी तिने ज्या ज्या गोष्टी घशात कोंडून ठेवल्या होत्या, त्यांना वाट करून देत अश्रू पाझरू दिले. तिने प्रवासाचे सगळे तपशील त्याला सांगितले आणि निरोप घेतला. ती बाहेरगावी जाते आहे याव्यतिरिक्त तिने इतरांना फार काही सांगितलं नाही. ती नेहमी जेव्हा युरोपला जायची तेव्हा असंच करायची, त्यामुळे दमवून टाकणारे निरोपसोहळे टाळता यायचे. तिने एवढे प्रवास केले असले, तरी तिला तिचा हा प्रवास पहिलाच आहे असं वाटलं आणि जेव्हा तो दिवस आला

तेव्हा तिची तगमग वाढली. ती जेव्हा बोटीवर गेली, तेव्हा तिला एकटं आणि उदास वाटलं, तिला एकटीने रडावंसं वाटलं.

जेव्हा अखेरची शिट्टी वाजली, तेव्हा डॉ. उर्बिनो डासा आणि त्याच्या बायकोने तिला सरळसाधा निरोप दिला, फ्लोरेंतिनो अरिसा त्यांना बोटीवर चढण्यासाठी असलेल्या पुलापर्यंत सोडायला आला. डॉ. उर्बिनो डासा बाजूला जाऊन उभा राहिला म्हणजे त्याच्या बायकोमागोमाग फ्लोरेंतिनो अरिसा येऊ शकेल आणि त्या क्षणी त्याला समजलं की, फ्लोरेंतिनो अरिसादेखील त्या प्रवासाला निघाला होता. डॉ. उर्बिनो डासाला त्याचा गोंधळ लपवता आला नाही.

''पण याबद्दल आपलं काहीही बोलणं झालं नव्हतं,'' तो म्हणाला.

त्याचा हेतू निर्मळ असल्याचा पुरावा म्हणून फ्लोरेंतिनो अरिसाने त्याला त्याच्या केबिनची चावी दाखवली. सामान्य लोकांच्या डेकवरची ती साधी केबिन होती; परंतु डॉ. उर्बिनो डासाला तो पुरावा पुरेसा वाटला नाही. खोलात गेलेल्या माणसाला आधार हवा असल्यागत त्याने त्याच्या बायकोकडे खेदाने पाहिलं; परंतु तिचे डोळे थंड होते. तिने दबक्या, कठोर आवाजात सांगितलं, ''तूदेखील?'' हो. तोसुद्धा, त्याची बहीण, ऑफेलियाप्रमाणे त्यालाही त्या वयातलं प्रेम हे असभ्यपणा आहे असं वाटायचं; परंतु त्याने वेळेत स्वतःला सावरलं आणि फ्लोरेंतिनो अरिसाशी हस्तांदोलन करून निरोप घेतला. त्या हात मिळवण्यात कृतज्ञतेपेक्षा निरुपायाची भावना होती.

सॅलॉंच्या रेलिंगवरून फ्लोरेंतिनो अरिसाने त्यांना जाताना पाहिलं. त्याची जी आशा होती आणि इच्छा होती त्यानुसार डॉ. उर्बिनो डासा आणि त्याची बायको यांनी त्यांच्या वाहनामध्ये बसण्याआधी एकदा मागे वळून त्याच्याकडे पाहिलं आणि त्याने निरोपाचा हात हलवला. त्या दोघांनी प्रेमाने प्रतिसादही दिला. धुळीच्या ढगामधून त्यांचं वाहन दिसेनासं होईपर्यंत तो तिथे उभा राहिला आणि मग तो त्याच्या केबिनमध्ये रात्रीच्या जेवणाकरता योग्य असे कपडे घालायला गेला. कॅप्टनच्या जेवायच्या खासगी खोलीत त्याला जेवण दिलं जाणार होतं आणि बोटीवरचं ते त्याचं पहिलं जेवण होतं.

ती संध्याकाळ नेत्रदीपक होती. कॅप्टन दिएगोने त्याच्या चाळीस वर्षांच्या नदी वाहतुकीतले अनुभव सांगून त्यात आणखी चव आणली; परंतु ते ऐकताना, आपल्याला मजा येते आहे हे दर्शवण्याकरता फर्मिना डासाला प्रयत्न करावे लागले. शेवटची शिट्टी जरी आठ वाजता दिली असली, तरी भेट द्यायला आलेल्यांनी बोटीवरून त्याआधीच जायचं होतं आणि दोरीचा पूलही ओढून घेण्यात आला होता. तरी कॅप्टनचं जेवण होईस्तोवर आणि तो थेट पुलावर जाऊन कार्यरत होईपर्यंत बोट निघणार नव्हती. फ्लोरेंतिनो अरिसा आणि फर्मिना डासा रेलिंगपाशी थांबून राहिले, त्यांच्या आजूबाजूला बडबड करणारे प्रवासी होते. बोट खाडीच्या टापूतून जाईस्तोवर कोण किती चांगल्या प्रकारे शहराचे दिवे ओळखू शकतो, याच्या पैजा

लावल्या गेल्या. बोट दृश्य प्रवाहांमधून, दलदलीतून जिथे कोळ्यांच्या बोटींचे दिवे शांतपणे हिंदकळत होते तिथून पुढे गेली आणि शेवटी तिने माग्दालेना नदीच्या विशाल पात्रात मुक्त श्वास घेतला. मग बँड लोकप्रिय धून वाजवू लागला, आनंदी प्रवाशांची गर्दी जमली आणि त्या गर्दीत नाच सुरू झाला.

फर्मिना डासाने तिच्या केबिनमध्ये थांबून राहणं पसंत केलं. त्या संपूर्ण संध्याकाळभर ती एकही शब्द बोलली नव्हती आणि फ्लोरेंतिनो अरिसाने तिला तिच्या विचारांत मग्न राहू दिलं. त्याने रात्री केवळ 'शुभ रात्र' एवढंच म्हटलं; परंतु ती दमली नव्हती, तिला जरा थंडी वाजत होती आणि तिने त्या दोघांनी थोडा वेळ तिच्या खासगी डेकवर नदी पाहत बसावं असं सूचित केलं. फ्लोरेंतिनो अरिसाने चाकांच्या बांबूच्या दोन खुर्च्या आणल्या, दिवे बंद केले, तिच्या खांद्यावरून लोकरी शाल पांघरली आणि तिच्याशेजारी बसून राहिला. तंबाखूच्या छोट्या डबीतून तिने चकित करणाऱ्या कौशल्याने सिगारेट वळल्या, ज्या त्याने तिच्यासाठी आणल्या होत्या. पेटवलेलं टोक तोंडात धरून तिने हळूहळू धूम्रपान केलं. ती काही बोलत नव्हती आणि मग तिने आणखी एक सिगारेट वळली आणि एकामागोमाग एक सिगारेट पीत राहिली. एकेक घोट घेत फ्लोरेंतिनो अरिसाने दोन थरमॉस भरून पर्वतीय कॉफी प्यायली.

क्षितिजावरचे शहरी दिवे हरवून गेले. पौर्णिमेच्या चांदण्यामध्ये अंधाऱ्या डेकवरून शांत, सहज वाहणारी नदी दिसत होती आणि दोन्ही किनाऱ्यांवरची कुरणं अंधारात चमकत होती. वेळोवेळी अधूनमधून मोठी शेकोटी पेटवलेलेली दिसायची, त्याच्या शेजारी झोपडी असायची. हा संकेत होता. तो असा की, बोटीसाठी लागणारं लाकूड इथे मिळेल. तरुण असताना केलेल्या प्रवासाच्या धुगधुगत्या आठवणी अजूनही फ्लोरेंतिनो अरिसाला आठवत होत्या आणि चमकणाऱ्या विजांचं प्रतिबिंब नदीत पाहून त्या आठवणी पुन्हा जिवंत झाल्या, जणू काही ते सगळं कालपरवा घडलेलं असावं. त्यातल्या काही आठवणी त्याने फर्मिना डासाला सांगितल्या, त्यामुळे कदाचित ती थोडी हालचाल करेल असं त्याला वाटलं होतं; परंतु ती धूम्रपान करत वेगळ्याच कुठल्यातरी जगात गेली होती. फ्लोरेंतिनो अरिसाने त्याच्या आठवणी सांगणं थांबवलं आणि तिला तिचं तिचं राहू दिलं. दरम्यान, त्याने तिला दिलेल्या सिगारेट्स डबी संपेस्तोवर तिने वळून पेटवल्यादेखील होत्या. मध्यरात्रीनंतर संगीत संपून गेलं, प्रवाश्यांचे आवाज विरून गेले आणि झोपाळू कुजबुज सुरू झाली. डेकच्या अंधारात दोन एकटी हृदयं बोटीच्या श्वासोच्छ्वासाबरोबर त्या कालौघात धडधडत होती.

बराच वेळाने, फ्लोरेंतिनो अरिसाने फर्मिना डासाकडे नदीतून प्रतिबिंबित होणाऱ्या प्रकाशात पाहिलं. ती भुतासारखी वाटत होती. तिची कोरीव छबी क्षीण निळ्या प्रकाशात मऊ वाटत होती आणि त्याला लक्षात आलं की, ती शांतपणे रडत

आहे; परंतु तिचं सांत्वन करण्याऐवजी किंवा तिचे सगळे अश्रू ओघळून जाण्याची वाट पाहत बसण्याऐवजी – जे तिला हवं होतं – त्याने घबराटीला त्याच्यावर मात करू दिली.

"तुला एकटं राहायचंय का?" त्याने विचारलं.

"तसं असतं तर मी तुला आत ये असं म्हणाले नसते," ती म्हणाली.

मग त्याने त्याची दोन बोटं अंधारात पुढे केली, त्याला अंधारातला तिचा हात जाणवला, जो त्याची वाट पाहत होता असं वाटलं. दोघेही त्या क्षणी हे लक्षात येण्याजोगे भानावर होते की, एकमेकांना स्पर्श करण्याआधी ज्या हातांची त्यांनी कल्पना केली होती ते हात हे नव्हते. त्यांची हाडं म्हातारी झाली होती. असं असलं तरी पुढच्या क्षणी, त्यांनी हातात हात धरला. ती वर्तमानकाळात तिच्या मृत नवऱ्याबद्दल बोलू लागली, जणू काही तो जिवंत असावा आणि फ्लोरेंतिनो अरिसाला समजलं की, तिच्यासाठीदेखील आता वेळ आली होती की, तिने स्वतःला सन्मानपूर्वक, दिमाखात, जगण्याच्या तीव्र इच्छेसह विचारायला हवं की, मालकाशिवाय मागे राहिलेल्या त्या प्रेमाचं तिने आता काय केलं पाहिजे?

फर्मिना डासाच्या हातात सिगारेट होती; परंतु तिने हातातून हात सुटू नये म्हणून धूम्रपान थांबवलं. ती समजून घेण्याच्या तीव्र इच्छेत हरवून गेली. तिच्या नवऱ्यापेक्षा अधिक चांगला नवरा मिळणं ही कल्पना तिला करता येत नव्हती आणि तरी जेव्हा तिने त्यांचं आयुष्य पुन्हा आठवलं तेव्हा तिला त्यात सुखापेक्षा अडचणीच जास्त होत्या असं आढळलं. त्यात खूप जास्त परस्पर गैरसमज, फालतू वादविवाद, न शांतावलेले राग असं जास्त होतं. अचानक निःश्वास टाकत ती म्हणाली, "हे किती अचंबित करणारं आहे नाही की, इतक्या वर्षांच्या अडथळ्यांमध्ये, समस्यांमध्ये एखादा माणूस कसं काय इतकी वर्षं आनंदात जगू शकतो, वेडेपणाच आहे सगळा आणि त्याला हेही समजत नाही की, ते प्रेम आहे की नाही." जेव्हा तिने स्वतःच्या मनावरचं ओझं मोकळं करून टाकलं, तेव्हा कोणीतरी चंद्र भागून टाकला. बोट संयत वेगाने पुढे गेली, एकेक फूट पुढे – मोठ्या, सावध प्राण्यासारखी. फर्मिना डासा तिच्या विरहातून परतली.

"आता जा," ती म्हणाली.

फ्लोरेंतिनो अरिसाने तिचा हात दाबला, तिच्या पुढ्यात वाकून त्याने तिच्या गालावर ओठ टेकवायचा प्रयत्न केला; परंतु तिने खोल, मऊ आवाजात नकार दिला.

"आत्ता नको," ती त्याला म्हणाली. "मी म्हातारडी झालीये."

अंधारात तो निघून गेल्याचं तिने ऐकलं, तिने जिन्यावरून जाताना होणाऱ्या त्याच्या पावलांचा आवाज ऐकला, दुसरा दिवस उजाडेपर्यंत तो येणार नव्हता, हे तिला जाणवलं. फर्मिना डासाने आणखी एक सिगारेट पेटवली आणि तिने

एक झुरका मारल्यावर तिला भूतकाळातून आलेल्या एका बोटीमध्ये डॉ. हुवेनाल उर्बिनो दिसला. त्याने लिननचा सूट घातला होता, त्याच्या चेहऱ्यावर व्यावसायिक कठोरता होती, अवाक करणारी उत्फुल्लता होती, त्याचं औपचारिक प्रेम होतं आणि त्याने डोक्यावरची पांढरी हॅट काढून निरोप दिला. ''आम्ही बिचारे पुरुष पूर्वग्रहांचे गुलाम असतो,'' तो तिला एकदा म्हणाला होता. ''पण जेव्हा एखादी बाई पुरुषाबरोबर झोपायचा निर्णय घेते, तेव्हा अशी कुठलीही भिंत नसते जी ती पार करणार नाही, असा कोणताही किल्ला नसतो जो ती नष्ट करणार नाही, कोणताही नैतिक विचार नसतो ज्याकडे ती दुर्लक्ष करणार नसते अगदी मुळापासून : कोणताही देव हा विचारात घेण्याइतका महत्त्वाचा नसतो.'' पहाट होईस्तोवर फर्मिना डासा न हलता शांतपणे बसून राहिली. ती फ्लोरेंतिनो अरिसाचा विचार करत होती. पार्क ऑफ एव्हांजेल्समधला हळवा नाजूक पुरुष म्हणून नव्हे, ज्याची आठवण तिच्या स्मृतींत ठिणगी चेतवत नसे; परंतु तो आत्ता जो होता तसा, म्हातारा आणि लंगडा, पण खरा - असा पुरुष जो कायमच तिच्या आवाक्यात होता आणि त्याला ती कधीही ओळखू शकली नव्हती. जेव्हा तिला तांबडं फुटल्याचं दिसलं, तेव्हा तिने देवाकडे एवढीच विनंती केली की, पुढचा दिवस कसा सुरू करायचा याबद्दल जे काही करायचं ते सगळं फ्लोरेंतिनो अरिसाला माहीत असू दे.

आणि त्याला माहीत होतं. फर्मिना डासाने सेवकाला तिला हवं तितका वेळ झोपू द्यावं असं सांगितलं होतं आणि जेव्हा ती उठली तेव्हा टेबलावर ताज्या पांढऱ्या फुलाने भरलेली फुलदाणी ठेवलेली होती. त्या फुलावर दवाचे थेंबही अजून तसेच होते आणि त्यासोबत फ्लोरेंतिनो अरिसाने लिहिलेलं कितीतरी पानी पत्र होतं. ते त्याने तिला निरोप दिल्यानंतर लिहिलं होतं. ते पत्र शांत होतं, ज्यात त्याने त्याच्या मनःस्थितीला शब्दबद्ध करण्याचा प्रयत्न केला होता, ज्यात आदल्या रात्रीपासून तो बुडाला होता; परंतु त्याचा पाया वास्तवात होता. फर्मिना डासाने ते पत्र लाजत वाचलं. कारण, तिचं हृदय वेगाने धडधडत होतं, त्यामुळे तिला आणखी कसंतरी होत होतं. त्याचा समारोप असा होता की, जेव्हा ती तयार होईल तेव्हा तिने सेवकाला सांगावं. कारण, कॅप्टन तिच्यासाठी पुलापाशी थांबून राहिला होता. तो बोटीचं कामकाज कसं चालतं हे त्यांना दाखवणार होता.

ती अकरा वाजता तयार झाली. तिने अंघोळ केली. तिला फुलांचा गंध असलेल्या साबणाचा सुगंध येत होता. तिने साधासा करड्या रंगाचा विधवेचा पोशाख केला होता आणि ती रात्रीच्या बिकट प्रसंगातून पूर्णतः सावरली होती. तिने सेवकाकरवी साधीशी न्याहारी मागवली. पांढराशुभ्र पोशाख घातलेला तो सेवक कॅप्टनच्या खासगी सेवेतला होता; परंतु तिला घ्यायला कुणी यावं यासाठी तिने कुणालाही संदेश पाठवला नाही. ती एकटी गेली, आकाश निरभ्र होतं आणि फ्लोरेंतिनो अरिसा ब्रिजवर कॅप्टनशी बोलत असल्याचं तिला दिसलं. तो तिला वेगळा

भासला, ती त्याला आता वेगळ्या दृष्टीने पाहत होती म्हणून नव्हे, तर प्रत्यक्षात तो खरोखरीच बदलला होता. आयुष्यभर त्याने घातलेला दफनविधीला घालायचा उदास पोशाख त्याने केला नव्हता, त्याऐवजी त्याने आरामदायी पांढरे बूट, घट्ट तुमान आणि मोकळी कॉलर असलेला हाफ शर्ट घातला होता. त्याच्या छातीवरच्या खिशावर धाग्याने त्याचं नाव भरतकाम केलेलं होतं. त्याने पांढरी स्कॉटिश कॅप घातली होती आणि मायोपियासाठी असलेल्या चश्म्यावर काढता येतील, अशा काळ्या काचा लावलेल्या होत्या. प्रत्येक गोष्ट पहिल्यांदाच वापरली जात होती हे उघड होतं आणि त्याने ते कपडे केवळ या प्रवासासाठी घेतले होते, त्याला अपवाद होता एकच : प्रसिद्ध असलेला त्याचा गडद तपकिरी रंगाचा चामडी पट्टा, जो तिने अगदी लगेच ओळखला होता, जणू काही सुपात पडलेल्या माशीसारखा. जो पोशाख त्याने केवळ तिच्यासाठी अशा पद्धतीने केला होता ते पाहून, ती स्वतःशीच लाजली आणि तिचे गाल लालेलाल झाले. तिने त्याला अभिवादन केल्यावर ती आणखी लाजली आणि तिच्या लाजण्यामुळे तो आणखीन लाजला. ते दोघं जणू काही प्रेमिक असल्यासारखे वागत होते हे समजल्याने त्यांना आणखी लाजायला झालं आणि त्या दोघांना आपण लाजतोय हे समजल्याने ते दोघं खूप लाजताहेत हे कॅप्टन सामारितानोने पाहिलं आणि तो अनुकंपेने आक्रसला. पुढचे दोन तास बोटीची नियंत्रणयंत्रणा आणि इतर कार्यपद्धती समजावून सांगत असल्याने त्याने त्या दोघांना अडचणीतून वाचवलं. ते नदीमधून संथपणे वाळूच्या पुळणी आणि क्षितिजापर्यंत पसरलेली वाळूचे किनारे यांमधून नागमोडी वळणं घेत वरच्या दिशेने जात होते; परंतु नदीच्या मुखापाशी असतं तसं इथलं पाणी खळखळणारं नव्हतं. ते संथ, शांत आणि स्वच्छ होतं, तळपत्या उन्हाखाली धातूसारखं चमकतं पाणी होतं.

"आपल्यासाठी आता ही एवढीच काय ती नदी उरलीये," कॅप्टन म्हणाला.

फ्लोरेंतिनो अरिसा खरंतर त्या बदलांमुळे आश्चर्यचकित झाला होता आणि तो पुढच्या दिवशी आणखी चकित होणार होता, जेव्हा बोट हाकणं आणखी कठीण झालं. त्याला असं समजलं की, पाण्याचा पिता, माग्दालेना नदी जगातल्या सर्वांत मोठ्या नद्यांपैकी एक होती, ती आता त्याच्या आठवणींतला भ्रम झाली होती. कॅप्टन सामारितानोने त्यांना स्पष्ट करून सांगितलं की, वाट्टेल त्या प्रमाणात झालेल्या जंगलतोडीमुळे नदीची वाट लागलेली होती. वर्षानुवर्षं वाढलेल्या वनराईचा नदीबोटींच्या बॉयलर्सनी घास घेतला होता. याच झाडांनी फ्लोरेंतिनो अरिसाला पहिल्या प्रवासात दडपून टाकलं होतं. फर्मिना डासा तिच्या स्वप्नातल्या प्राण्यांना पाहू शकत नव्हती. न्यू ऑर्लिन्समधल्या चामडं गोळा करणाऱ्या शिकाऱ्यांनी तोंड उघडून ऊन खाणाऱ्या तिथल्या मगरींची कत्तल केली होती, वनराई नष्ट झाल्याने किंचाळणारे पोपट आणि वेड्यासारखी ओरडणारी माकडं नष्ट होत गेली, मोठ्याल्या स्तनांच्या, पिल्लांना दूध पाजणाऱ्या आणि बाईच्या रडक्या आवाज

काढत किनाऱ्यावर वावरणाऱ्या पाणगायी आता नष्ट व्हायला आल्या होत्या, खेळ म्हणून शिकाऱ्यांनी त्यांचा नायनाट केला होता.

पाणगायींविषयी कॅप्टनला आईसारखं प्रेम वाटायचं. कारण, त्याला त्या दिव्य प्रेमाने भारावलेल्या बायका वाटायच्या आणि एका दंतकथेवर त्याचा विश्वास होता की, प्राणी जगतातल्या त्या एकमेव माद्या अशा आहेत ज्यांना मीलनासाठी कुणीही मिळत नाही. त्याने बोटीवरून त्यांना गोळी मारण्याला कायमच विरोध केला, त्यावर बंदी असूनही ती एक रूढ पद्धत होऊन गेली होती. एकदा नॉर्थ कॅरोलिनाच्या एका शिकाऱ्याने – त्याच्याकडे व्यवस्थित कागदपत्रं होती – त्याच्या आज्ञेचा भंग केला आणि त्याचा रायफलचा अचूक नेम साधत एका पाणगायीच्या डोक्याचा बरोब्बर वेध घेतला. ते पाहून त्या पाणगायीचं पिल्लू दुःखाने वेडपिसं झालं आणि ते मृत शरीरापाशी रडू लागलं. कॅप्टनने त्या अनाथ पिल्लाला त्याचा सांभाळ करण्यासाठी बोटीवर घेतलं आणि शिकाऱ्याला निर्मनुष्य किनारी, मृतदेहाशेजारी सोडून दिलं. परदेशी व्यक्तीविरोधात बंड केल्याबद्दल कॅप्टनला सहा महिने कारावासही भोगावा लागला आणि त्याचा खलाशाचा परवानाही रद्द होणार होता; परंतु तो त्यातून बाहेर आला आणि पुन्हा तसं करण्याच्या तयारीने. गरज वाढेल त्याप्रमाणे. अजूनही, तो ऐतिसाहिक प्रसंग मानला जात होता – सान निकोलास दे लास बॅरान्काजच्या दुर्मीळ प्रजातींच्या प्राणिसंग्रहालयामध्ये कितीतरी वर्षं वाढलेली आणि राहिलेली ती अनाथ पाणगाय त्या किनाऱ्यावर दिसलेली सगळ्यात शेवटची पाणगाय समजली गेली.

''प्रत्येक वेळी त्या किनाऱ्यावरून जाताना,'' तो म्हणाला, ''मी देवाकडे प्रार्थना करतो की, त्या अमेरिक्याने माझ्या बोटीवर चढावं म्हणजे त्याला मी पुन्हा एकदा मागे सोडून येईन.''

फर्मिना डासाला कॅप्टन फार काही आवडलेला नव्हता; परंतु त्याच्या त्या मृदूहृदयाने तिचं मन जिंकलं आणि त्या सकाळपासून तिच्या मनात त्याने कायमची जागा मिळवली. तिचं चुकीचं नव्हतं : ती प्रवासाची सुरुवात होती आणि तिला कितीतरी वेळा हे लक्षात येणार होतं की, तिची चूक झाली नव्हती.

दुपारी जेवणाची वेळ होईस्तोवर फर्मिना डासा आणि फ्लोरेंतिनो अरिसा ब्रिजवरती थांबले. विरुद्ध किनाऱ्यावर असलेलं कालामार शहर गेल्यानंतर लगेच जेवण देण्यात आलं, ते शहर काही वर्षांपूर्वी गजबजलेल्या पार्टीसारखं होतं आणि आता मात्र निर्मनुष्य शहराचे भग्नावशेष तेवढे मागे राहिले होते. बोटीवरून त्यांना दिसलेला एकमेव प्राणी म्हणजे पांढऱ्याशुभ्र कपड्यांमध्ये हातरुमाल दाखवून उभी असलेली एक बाई. फर्मिना डासाला समजलं नाही की, ती एवढी भेदरलेली असूनही तिला बोटीत का घेण्यात आलं नव्हतं; परंतु कॅप्टनने तिला सांगितलं की, ते पाण्यात बुडून मेलेल्या बाईचं भूत होतं, जे भुलवणारे संकेत देऊन बोटीला भरकटायला लावतं आणि किनाऱ्यापासच्या भोवऱ्यांमध्ये अडकवतं. ते तिच्या

एवढ्या जवळून गेले की, फर्मिना डासाने सूर्यप्रकाशात तिला नीट पाहिलं आणि ती अस्तित्वात नाही अशी तिला खात्री पटली; परंतु तिचा चेहरा ओळखीचा वाटला.

तो दिवस मोठा आणि उष्ण होता. फर्मिना डासा जेवणानंतर तिच्या केबिनमध्ये परतली. तिला झोप काढणं गरजेचं होतं; परंतु तिच्या कानात दुखत असल्याने तिला नीट झोप लागली नाही. ते दुखणं नंतर आणखी वाढलं जेव्हा बोटीने दुसऱ्या आर. सी.सी. बोटीकडून आवश्यक असलेलं अभिवादन स्वीकारलं. तेव्हा ते बॅरँका विएजापासून काही लीग्स अंतरावरून गेले. फ्लोरेंतिनो अरिसा मुख्य सॅलाँमध्ये तत्काळ झोपी गेला, तिथे केबिन नसलेले कितीतरी प्रवासी जणू काही मध्यरात्र असावी तसे झोपले होते आणि तो अशा ठिकाणी झोपला होता जिथे त्याने रोझाल्बाला प्रथम पाहिलं होतं आणि त्याच्या स्वप्नात ती आली. ती एकट्याने प्रवास करत होती, तिने मागच्या शतकातला, मॉम्पॉक्सचा पोशाख घातलेला होता आणि छताला अडकवलेल्या वेताच्या पिंजऱ्यात तिचं लहान बाळ नव्हे, तर ती झोपली होती. हे स्वप्न एकाच वेळी एवढं आकर्षक आणि एवढं गूढ होतं की, उरलेल्या दुपारभर कॅप्टनशी आणि इतर दोन प्रवाश्यांशी डॉमिनोज खेळताना त्याने त्या स्वप्नाचा आनंद घेतला.

सूर्य कलल्यावर हवा गार झाली आणि बोटीवर जिवंतपणा सळसळला. तंद्रीमधून प्रवासी बाहेर पडू लागल्याचं भासू लागला, त्यांनी अंघोळी करून, कपडे बदलले होते आणि ते संध्याकाळच्या खाण्याची वाट पाहत वेताच्या आरामखुर्च्यांवर बसून राहिले. बरोब्बर पाच वाचता डेकच्या एका टोकापासून दुसऱ्या टोकाला चालत आलेल्या वाढप्याने घंटा वाजवून खाणं तयार असल्याचं घोषित केलं आणि त्याबद्दल खोट्या खोट्या टाळ्या वाजवून आनंद साजरा करण्यात आला. खाताना पुन्हा बँडवादन होऊ लागलं आणि मध्यरात्रीपर्यंत नृत्य चालू राहिलं.

फर्मिना डासाचा कान दुखत असल्याने तिने खाण्यापिण्याचं तितकं मनावर घेतलं नाही आणि तिने बॉयलर्ससाठी लागणारा लाकडांचा पहिला साठा एका उघड्या घळीतून घेताना पाहिलं. तिथे केवळ लाकडांचे ओंडके ठेवलेले होते आणि एक बराच म्हातारा माणूस त्या सगळ्यावर लक्ष ठेवून होता. फर्मिना डासासाठी तो थांबा फार दीर्घ, कंटाळवाणा होता. युरोपला जाणाऱ्या समुद्री जहाजांचा विचार करता असा थांबा घेणं कल्पनेपलीकडचं वाटलं आणि भरीस भर म्हणजे उकाडा एवढा होता की, ती तिच्या निरीक्षण डेकमध्ये बसली होती तरीही तिला गार वाटत नव्हतं; परंतु बोटीने जेव्हा पुन्हा नांगर काढला तेव्हा गर्द जंगलातून वाहत येणारा गंधित गार वारा येऊ लागला आणि मग संगीत आणखी जिवंत झालं. सितोतो न्यूवो या गावात एका घरातल्या एका खिडकीत एकच दिवा लागलेला होता आणि बंदराच्या कार्यालयाने कार्गो किंवा प्रवाश्यांसाठी थांबण्याची सूचना न दिल्यामुळे बोट तिथे न थांबता पुढे गेली.

तिला भेटण्यासाठी फ्लोरेंतिनो अरिसा तिच्या केबिनच्या दारावर टकटक न करता थेट आत यायला कोणतं कारण वापरू शकतो, याचा विचार करण्यात फर्मिना डासाने अख्खी दुपार घालवली आणि आठ वाजल्यावर तिला त्याचा विरह सहन होऊ शकला नाही. ती मार्गिकेतून बाहेर पडली. सहज घडलेल्या एखाद्या भेटीप्रमाणे तो तिला भेटेल अशी तिची इच्छा होती आणि तिला फार लांब जावं लागलं नाही : फ्लोरेंतिनो अरिसा मार्गिकेतल्या बाकड्यावर बसला होता. पार्क ऑफ एव्हांजेल्समध्ये बसायचा तसा शांत आणि उदास. दोन तासांपेक्षा अधिक काळ तो तिला भेटायला काय कारण काढून जावं याचा विचार करत होता. त्या दोघांनी ते अचंबित झाले असल्यासारखे हावभाव केले, जे त्या दोघांनाही ढोंग असल्याचं माहीत होतं आणि दोघंही पहिल्या वर्गाच्या डेकवर चालू लागले. डेकवर तरुणांची गर्दी जास्त होती, त्यातले बरेचसे जोशपूर्ण, मस्तीखोर विद्यार्थी होते, ते त्यांच्या सुट्टीचे अखेरचे दिवस स्वतःला थकवून टाकत, मजा करण्यात घालवत होते. लाउँजच्या बारमध्ये फ्लोरेंतिनो अरिसा आणि फर्मिना डासा बसले जणू काही ते विद्यार्थी असावेत आणि त्यांनी शीतपेय प्यायलं आणि अचानक तिला भीती वाटू लागली. ''फारच वाईट!'' फ्लोरेंतिनो अरिसाने तिला तू कशामुळे एवढी चिंतीत झाली आहेस असं विचारलं.

''ते बिचारं म्हातारं जोडपं,'' ती म्हणाली. ''ज्यांना बोटीत मरेस्तोवर मारहाण केली गेली होती ते.''

संगीत थांबल्यानंतर त्या दोघांनी खूप वेळ अंधाऱ्या निरीक्षण डेकवर सलग संभाषण केलं. आभाळात चंद्र नव्हता, ढगही होते आणि क्षितिजावर विजा चमकत होत्या; पण गडगडाट होत नव्हता. त्या प्रकाशाने क्षणभर ते उजळून निघत होते. फ्लोरेंतिनो अरिसाने तिच्यासाठी सिगारेट्स वळल्या; परंतु ती फार ओढू शकली नाही. कारण वेदनेमुळे तिला त्रास होत होता जो काही क्षण थांबायचा आणि बोटीने झोपलेल्या गावाशेजारून किंवा जहाजाशेजारून जाताना मोठ्ठी शिट्टी वाजवली किंवा नदीची खोली मोजण्यासाठी ती थांबली की, दुखणं पुन्हा डोकं वर काढत असे. काव्योत्सव, फुग्यातून उड्डाण, सायकल यात्रा अशा किती ठिकाणी तो तिला कितीतरी काळापासून पाहत होता, असं त्याने तिला सांगितलं. तो म्हणाला की, या सगळ्या सार्वजनिक कार्यक्रमांना तो जायचा ते तिला पाहण्यासाठी. तिनेही त्याला बऱ्याचदा पाहिलेलं होतं आणि तेव्हा तिने कधीही अशी कल्पना केली नव्हती की, तो तिथे तिला पाहायला आलेला असेल, तरीही ती त्याची पत्रं वर्षभरापेक्षा कमी कालावधीपासून वाचत आली होती आणि तेव्हा तिला आश्चर्य वाटलं की, त्याने कधीही काव्योत्सवात भाग का घेतला नाही. निःशंकपणे तो जिंकला असता. फ्लोरेंतिनो डासाने तिला खोटंच सांगितलं. त्याने केवळ तिच्यासाठी लेखन केलं होतं आणि कविता तर केवळ तो वाचायचा. त्यानंतर तिने अंधारात त्याचा हात

चाचपडून पाहिला, तेव्हा तिचा हात आदल्या रात्री जसा त्याच्या हाताची वाट पाहत होता, तसा त्याचा हात प्रतीक्षेत नव्हता. उलट, तिचा हात आल्यामुळे फ्लोरेंतिनो अरिसा चकित झाला आणि त्याचं मन गळाठून गेलं.

''तुम्ही बायका फार विचित्र असता बुवा,'' तो म्हणाला.

तिला हसू फुटलं, ते हसू खोल होतं तरुण कबुतरासारखं आणि ती पुन्हा बोटीतल्या त्या वृद्ध जोडप्याबद्दल विचार करू लागली. त्यांना धारदार शस्त्राने जखमा झाल्या होत्या. ती प्रतिमा तिचा कायमच पाठलाग करत राहणार होती; परंतु त्या रात्री तिला ते सहन करता आलं, कारण तिला शांत आणि स्थिर वाटत होतं, कारण तिच्या आयुष्यात सगळ्या आरोपांपासून मुक्त असलेल्या वेळा फार कमी होत्या. तिला तिथे पहाटेपर्यंत थांबून राहायला आवडलं असतं, शांत, त्याचा हाताचा थंडगारपणा आपल्या हातात घेत; परंतु तिला तिच्या कानात होत असलेल्या वेदना असह्य झाल्या, त्यामुळे जेव्हा संगीत संपलं आणि सामान्य प्रवाशांची घाईगर्दी संपून ते त्यांच्या-त्यांच्या हॅमॉकमध्ये जाऊन निजले, तेव्हा तिच्या लक्षात आलं की, त्याच्यासोबत राहण्याच्या इच्छेपेक्षा तिच्या कानातली वेदना वरचढ आहे. त्याला सांगितलं असतं तर तिचा त्रास कमी झाला असता; परंतु तिने तसं केलं नाही. कारण तिला त्याला काळजीत टाकायचं नव्हतं. त्याच्यासोबत तिचं सगळं आयुष्य गेलं असल्यागत ती त्याला ओळखू लागली आहे असं तिला वाटू लागलं आणि तो तिचा दुखणारा कान बरा करण्यासाठी, बोटीला पुन्हा मागच्या बंदरावर नेण्याची आज्ञा देऊ शकतो, हे तिला माहीत होतं.

फ्लोरेंतिनो अरिसाने त्या रात्री काय होईल याचा आधीच विचार केलेला होता आणि तो निघाला. तिच्या केबिनच्या दारापाशी त्याने शुभ रात्रीचं चुंबन देण्याचा प्रयत्न केला; परंतु तिने तिचा डावा गाल पुढे केला. त्याने खोल श्वास घेत जोर लावला आणि तिने मादकपणे तिचा दुसरा गाल त्याला दिला. ती जेव्हा शाळेत जाणारी मुलगी होती, तेव्हा हा मादकपणा तिच्यात नव्हता. मग त्याने पुन्हा प्रयत्न केला आणि तिने आपलं हसू दाबायचा प्रयत्न करत थरथरणारे ओठ दिले. ते हसू ती तिच्या लग्नानंतर विसरून गेली होती.

''देवा रे,'' ती म्हणाली. ''बोटी मला वेड्यापिश्या करतात.''

फ्लोरेंतिनो अरिसा थरथरला. ती स्वतःच म्हणाली होती त्याप्रमाणे तिला म्हातारपणाचा विशिष्ट गंध येत होता, तरी जेव्हा तो हॅमॉक्समुळे झालेल्या भूलभुलैयाला ओलांडून त्याच्या केबिनकडे जात होता, तेव्हा त्याने स्वतःचं सांत्वन करत विचार केला की, तोही नक्कीच तसाच गंध प्रसृत करत असणार, तो तिच्यापेक्षा वयाने चार वर्षं मोठा होता आणि तिलाही त्याचा तो गंध त्याला जे वाटलं, तसा वाटला असणार. तो वास माणसाचा होता, जो त्याला त्याच्या म्हाताऱ्या प्रेमिकांसोबत अनुभवायला मिळाला होता आणि त्यांनाही त्याच्यात आढळला

होता. स्वतःसाठी काहीही राखून न ठेवणाऱ्या विधवा नाझारेतने, एकदा त्याला हेच ओबडधोबड शब्दांत सांगितलं होतं, ''आता आपल्याला कोंबड्यांच्या खुराड्यांचा वास मारतो.'' ते एकमेकांना साजेसे असल्यामुळे त्यांनी एकमेकांना सहन केलं. माझा वास विरुद्ध तुझा. दुसरीकडे तो नेहमी अमेरिका विखूनाची काळजी घ्यायचा, तिला येणारा डायपरसारखा वास त्याच्या मातृत्वाच्या भावना जागृत करायचा; परंतु तिला मात्र त्याचा – म्हाताऱ्या माणसाचा वास – आवडायचा नाही या कल्पनेने तो आतून अस्वस्थ व्हायचा; परंतु ते सगळं आता भूतकाळात जमा झालं होतं. त्या दुपारी जेव्हा एस्कोलास्तिका आत्याने पोस्ट कार्यालयाच्या बाकड्यावर तिची वही ठेवल्यावर फ्लोरेंतिनो अरिसाला जसा आनंद झाला होता, तसा आनंद त्या रात्री त्याला झाला, ही बाब महत्त्वाची होती. तो आनंद एवढा उत्कट होता की, त्यामुळे तो घाबरला.

सकाळी पाच वाजता जेव्हा त्याला झोप येऊ लागली, तेव्हा बोटीवरल्या सेवकाने त्याला तातडीने आलेली तार द्यायला उठवलं, तेव्हा ते झांब्रानो बंदरावर होते. तार लिओना कासिआनीची होती आणि तारीख आदल्या दिवशीची होती. त्यातल्या एका ओळीत भयंकर गोष्ट सामावलेली होती : अमेरिका विखूना काल मेली कारणं अज्ञात. सकाळी अकरा वाजता लिओना कासिआनीशी तारेने संपर्क साधल्यावर आणखी तपशील कळले. एवढ्या वर्षांनंतर, त्याने प्रथमच तारेचं यंत्र स्वतःहून चालवलं. अंतिम परीक्षेत नापास झाल्यामुळे अमेरिका विखूनाला औदासिन्याने ग्रासलं आणि त्यात तिने शाळेच्या रुग्णालयातून चोरून आणलेल्या अफीमचा एक अख्खा फ्लास्क तोंडाला लावला. फ्लोरेंतिनो अरिसाला त्याच्या मनाच्या तळापाशी, खूप खोल हे माहीत होतं की, ही कहाणी अपूर्ण आहे; परंतु नाही, अमेरिका विखूनाने कुणालाही या कृत्यासाठी दोषी ठरवणारी चिठ्ठी अथवा पत्र लिहिलेलं नव्हतं. तिच्या कुटुंबीयांना लिओना कासिआनीने कळवलं होतं आणि ते प्युर्तो पार्देहून आले होते. संध्याकाळी पाच वाजता दफनविधीसोहळा होणार होता. फ्लोरेंतिनो अरिसाने खोल श्वास घेतला. त्या आठवणीने स्वतःला तळमळू न देता स्वतःला जिवंत ठेवणं एवढंच फ्लोरेंतिनो अरिसा करू शकत होता. त्याने तिला आपल्या मनातून खोडून टाकलं, तरी नंतर उर्वरित आयुष्यात वेळोवेळी त्याला ती पुन्हा पुन्हा आठवत राहणार होती. काहीही सूचना न देता आणि विनाकारण. जणू एखादी जुनी जखम अचानक ठणकायला लागावी तशी.

पुढचे दिवस उष्ण आणि रटाळ गेले. नदी गढूळ आणि अरुंद झाली आणि पहिल्या प्रवासात ज्या मोठाल्या प्राचीन झाडांनी फ्लोरेंतिनो अरिसाला चकित केलं होतं, त्या झाडांच्या गुंताळ्याऐवजी तिथे अख्खंच्या अख्खं जंगल तोडून तयार झालेली रखरखीत जमीन होती. ती सगळी झाडं बोटींच्या बॉयलरसाठी तोडण्यात आली होती आणि तिथे एकट्या राहिलेल्या गावांचा राडारोडा उरलेला होता,

तिथल्या रस्त्यांवर भयंकर दुष्काळ पडूनही पाणी साचलेलं होतं. रात्री त्यांना वाळूच्या किनाऱ्यावरच्या पाणगायींच्या गीतांनी जाग आली नाही, तर पाण्यामध्ये समुद्रातून वाहत आलेल्या सडक्या प्रेतांच्या वासाने जाग आली. आता तिथे युद्ध नव्हतं किंवा महासाथही नव्हती; परंतु तरीही फुगलेली प्रेतं अजूनही वाहताना दिसली. कॅप्टनने गंभीरपणे सांगितलं, ''अपघाताने बुडलेले बळी आहेत असं प्रवाशांना सांगा अशा आम्हाला वरून आज्ञा देण्यात आलेल्या आहेत.'' किंचाळणारे पोपट आणि न दिसणाऱ्या माकडांचे आवाज एकेकाळी भर दुपारची गरमी आणखी वाढवायचे; परंतु आता तिथे उजाड जमिनीवरच्या भयाण शांततेशिवाय काहीही राहिलेलं नव्हतं.

तिथे लाकूडसाठा घेण्यासाठी फार थोड्या जागा होत्या आणि त्या एकमेकींपासून फार दूर होत्या, त्यामुळे प्रवासाच्या चवथ्या दिवशी न्यू फिडेलिटीला इंधनाची गरज लागली. तिला जवळपास एक आठवडाभर तसंच थांबून राहावं लागलं, तोवर तिच्या क्रूला शेवटच्या उरलेल्या झाडांची उरलीसुरली राख शोधून आणावी लागली. तिथे कोणीही नव्हतं. लाकूडतोड्यांनी त्यांचे मार्ग सोडून दिले होते – धरणीमातेच्या क्रोधाने घाबरून, अदृश्य कॉलराने घाबरून, सरकारांमधल्या युद्धांना घाबरून. मधल्या काळात, प्रवाशांनी कंटाळा येऊ नये म्हणून पोहण्याच्या स्पर्धा घेतल्या, शिकारी मोहिमा आयोजित केल्या आणि ते परत येताना जिवंत इग्वाना घेऊन आले, ज्यांना ते वरपासून खालपर्यंत फाडायचे आणि त्यांच्या आतला सगळा राडा बाहेर काढून पुन्हा दाभणाने शिवायचे. त्यांची अर्धपारदर्शक अंडी वाळण्यासाठी रेलिंगवर लटकवली जायची. गरिबीने पिचलेल्या जवळच्या गावच्या वेश्या या मोहिमांचे माग काढत आल्या आणि त्यांनी किनाऱ्याच्या आजूबाजूला तात्पुरते तंबू उभारले. त्या संगीत आणि मद्य आणायच्या आणि थांबलेल्या बोटींमध्ये मौजमस्ती करायच्या.

आर.सी.सी.चा अध्यक्ष होण्याच्या फार आधी, फ्लोरेंतिनो अरिसाला नदीच्या या परिस्थितीबाबत धोक्याची सूचना देणारे अवहाल प्राप्त झाले होते; परंतु त्याने त्याकडे दुर्लक्ष केलं होतं. तो त्याच्या सहकाऱ्यांना शांत करत म्हणायचा, ''काळजी नका करू, लाकूडफाटा संपुष्टात येईल तोपर्यंत तेलाचा इंधन म्हणून वापर केला जाईल.'' फर्मिना डासाच्या वेडेपणाने झपाटलेल्या त्याच्या मनाने, कधीही या गोष्टींचा विचार करण्याची तसदी घेतली नव्हती आणि जेव्हा त्याला सत्य समजलं तेव्हा नवी नदी आणण्यापलीकडे तो फार काही करू शकत नव्हता. जेव्हा पाणी सर्वोत्तम असायचं तेव्हाही रात्री बोटींना नांगर टाकावा लागे आणि तेव्हा जगणंदेखील मुश्कील होऊन जाई. युरोपीयांसह बहुतेक सर्व प्रवासी त्यांच्या वासमाऱ्या केबिन्समधून बाहेर पडून अख्खी रात्र डेकवर काढत. घाम पुसण्यासाठी असलेल्या टॉवेलने ते अंगावर हल्ला करणाऱ्या कीटकांना परतवून लावायचा प्रयत्न करत. पहाटे ते दमलेले आणि सुजलेले असत. एकोणिसाव्या शतकाच्या सुरुवातीला एका इंग्लिश प्रवाशाने होडी आणि खेचर यांच्या साहाय्याने पन्नास दिवसांचा प्रवास

केल्याची नोंद होती. त्याने लिहिलं होतं, ''मानवाला करता येणाऱ्या यात्रांपैकी ही यात्रा म्हणजे सगळ्यात वाईट आणि त्रासदायक आहे.'' परंतु वाफेवर चालणाऱ्या बोटींनी केल्या जाणाऱ्या जलवाहतुकीच्या पहिल्या पन्नास वर्षांच्या कालखंडात ही परिस्थिती उरली नव्हती आणि नंतर ते कायमस्वरूपी सत्य झालं, जेव्हा मगरींनी शेवटचं फुलपाखरू खाल्लं आणि पाणगायी नष्ट झाल्या आणि पोपट, माकडं, गावं सगळं काही गेलं. सगळं नेस्तनाबूत झालं.

''काहीच हरकत नाही,'' कॅप्टन हसत म्हणाला. ''लवकरच आपण नदीच्या कोरड्या पात्रातून आलिशान वाहनं घेऊन जाऊ.''

बंदिस्त निरीक्षण डेकवरील सौम्य वसंतकाळामुळे पहिले तीन दिवस फर्मिना डासा आणि फ्लोरेंतिनो अरिसा सुरक्षित राहिले होते; परंतु लाकूडफाट्याच्या वापराला मर्यादा आल्या आणि वातानुकूलनाची यंत्रणा बंद झाली, तेव्हा अध्यक्षीय स्वीट म्हणजे वाफेची अंघोळ करायची खोली झाली. मोकळ्या खिडक्यांमधून नदीवरून येणाऱ्या रात्रीच्या वाऱ्यामुळे तिला कशीबशी रात्र काढता यायची आणि ती टॉवेलने डासांना पळवून लावायची. कारण, बोटीने नांगर टाकलेला असताना हे कीटक फार त्रासदायी ठरायचे. तिची कानदुखी असह्य झाली होती आणि एकदा सकाळी तिचा कान अचानक पूर्णपणे काम करायचा बंद झाला, मारलेल्या रातकिड्याचा आवाज बंद होतो तसा; परंतु त्या दिवशी रात्रीपर्यंत डाव्या कानाने तिला ऐकू येत नव्हतं, हे तिला समजलं नव्हतं. फ्लोरेंतिनो अरिसा तिच्याशी त्या बाजूने बोलला होता आणि ते ऐकू न आल्याने तो काय म्हणतो आहे हे ऐकण्यासाठी तिने दुसरा कान पुढे केला होता. तिने ते कुणालाही सांगितलं नव्हतं. कारण, म्हातारपणातल्या अनेक उपाय नसलेल्या दोषांपैकी हा एक दोष आहे हे सत्य तिने स्वीकारलं होतं.

काही झालं तरी, झालेला उशीर ही त्यांच्यासाठी इष्टापत्ती होती. फ्लोरेंतिनो अरिसाने एकदा कुठेतरी वाचलं होतं, ''संकटामध्ये प्रेम अधिक विशाल आणि उच्च बनतं.'' अध्यक्षीय स्वीटमधल्या उकाड्यामुळे ते अवास्तव अशा संथपणात बुडून गेले, ज्यात प्रश्न न विचारता प्रेम करणं जास्त सोपं होतं. कल्पनातीत तास हातांत हात घालून ते आरामखुर्च्यांवर बसून राहिले, त्यांनी घाई नसलेली चुंबनं दिली-घेतली, असंयमाच्या खड्ड्यात न पडता त्यांनी एकमेकांना हळुवार कुरवाळण्याचा आनंद घेतला. तिसऱ्या स्तब्ध रात्री, ती ॲनिसेट मद्याची बाटली घेऊन त्याची वाट पाहत थांबली. ती तिची बहीण हिल्डेब्रांडाकडे गेली होती, तेव्हा लपूनछपून ॲनिसेट प्यायली होती आणि नंतर, तिचं लग्न झाल्यावर आणि मुलं झाल्यावर, तिच्या वर्गातल्या मैत्रिणींसोबत बंद दाराआड प्यायची. तिला काही प्रमाणात नशापाणी हवं होतं, जेणेकरून ती तिच्या नियतीचा विचार सहजगत्या करू शकणार नाही; परंतु फ्लोरेंतिनो अरिसाला असं वाटलं की, त्यामुळे अंतिम पाऊल उचलण्यासाठी तिला धैर्य मिळेल. त्या भ्रमामुळे प्रोत्साहित झालेल्या त्याने

त्याच्या बोटांनी तिच्या वाळलेल्या गळ्यावरून, धातूच्या आवरणातल्या तिच्या उरोजांवरून, झिजत चाललेल्या तिच्या कुल्ल्यांच्या हाडांवरून, म्हाताऱ्या झालेल्या तिच्या मांड्यांवरून कुरवाळलं. तिने ते सुख स्वीकारलं, डोळे बंद केले; परंतु ती थरथरली नाही आणि ती अधूनमधून धूम्रपान व मद्यपान करत राहिली. शेवटी, जेव्हा त्याचं कुरवाळणं तिच्या बेंबीपर्यंत आलं, तेव्हा तिच्या पोटात बरीच ॲनिसेट गेली होती.

''जर आपण ते करणारच असू, तर चल करू या,'' ती म्हणाली. ''पण ते मोठ्या माणसांसारखं करू या.''

तिने त्याला निजायच्या खोलीत नेलं आणि दिवे लावून खोट्या नम्रपणाचा आव न आणता, एकेक कपडा काढायला सुरुवात केली. फ्लोरेंतिनो अरिसा बिछान्यावर उताणा झोपला होता आणि स्वतःवर नियंत्रण ठेवत होता, पुन्हा एकदा शिकार केलेल्या वाघाच्या कातडीचं काय करायचं हे त्याला समजत नव्हतं. ती म्हणाली, ''पाहू नकोस.'' डोळे छताकडून न वळवता, त्याने का असं तत्काळ विचारलं.

''कारण, तुला आवडणार नाही ते,'' ती म्हणाली.

मग त्याने तिच्याकडे पाहिलं. ती कंबरेपर्यंत नग्न झाली होती, अगदी तसंच जसं त्याने तिला कल्पिलं होतं. तिचे खांदे सुरकुतले होते, तिचे स्तन ओघळले होते, तिच्या बरगड्यांवर बेडकाप्रमाणे थुलथुलीत पांढरी त्वचा आली होती. तिने नुकताच काढलेल्या ब्लाउजने तिची छाती झाकून घेतली आणि दिवे मालवले. मग तो उठून बसला आणि त्याचे कपडे अंधारात काढू लागला. प्रत्येक कपडा तिच्यावर फेकल्यावर ती तो पुन्हा त्याच्याकडे उडवून लावत होती आणि हसत होती.

तो बराच वेळ उताणा झोपून राहिला. तो अधिकाधिक अस्वस्थ झाला, कारण त्याची नशा उतरली आणि ती सहजी, काही न करता शांत झाली; परंतु ती देवाकडे प्रार्थना करत होती की, तिला वेड्यासारखं हसू येऊ नये; तिला जेव्हा ॲनिसेट जास्त होत असे तेव्हा ती तसं नेहमी करत असे. ते एकमेकांबद्दल बोलू लागले. त्यांच्या आयुष्याला मिळालेल्या वळणांबद्दल, अकल्पनीय अशा योगायोगाबद्दल. ते दोघं अंधाऱ्या केबिनमध्ये, उभ्या बोटीत एकमेकांशेजारी नग्न झोपले होते, तेही केव्हा, जेव्हा त्यांच्याकडे केवळ मृत्यूपुरता वेळ उरलेला होता. तिने कधीही त्याचं नाव कुण्या बाईसोबत ऐकलं नव्हतं. तेही अशा शहरात जिथे सगळ्यांना गोष्टी घडायच्या आधीच माहीत व्हायच्या. ती सहजपणे त्याबद्दल बोलली आणि त्याने तत्काळ स्थिर आवाजात उत्तर दिलं, ''मी तुझ्यासाठी माझं कौमार्य जपलं.''

काही झालं तरी ती त्याच्यावर विश्वास ठेवणार नव्हती, जरी तो खरं सांगता असला तरी, कारण त्याच्या प्रेमपत्रांमध्ये अशा प्रकारची वाक्यं असायची, ज्यांच्यात अर्थापेक्षा झगमगाटच जास्त असायचा; परंतु तिला त्याने ज्या प्रकारे सांगितलं ते तिला आवडलं. त्याच्या बाजूने, फ्लोरेंतिनो अरिसाने अचानक स्वतःला जे विचारलं

ते तो त्याआधी कधी विचारू शकला नव्हता : विवाहसंबंधांबाहेर ती कधी कुठल्या प्रकारचं गुप्त आयुष्य जगली का? त्याने तो चकित होणार नव्हता, कारण त्याला माहीत होतं की, पुरुषांप्रमाणे बायकांचीदेखील गुप्त अशी साहसं असतात : तशाच योजना, अचानक येणारी प्रेरणा, पश्चात्ताप न होता विश्वाघात करणं. अगदी तसंच; परंतु प्रश्न न विचारण्याचा शहाणपणा त्याने केला. एकदा जेव्हा तिचे चर्चशी असलेले संबंध आधीच ताणले गेले होते, तेव्हा तिच्या पाद्र्याने तिला अचानकच विचारलं होतं की, तिने कधी तिच्या नवऱ्याशी बदफैलीपणा केला आहे का आणि काहीही न बोलता, निरोपही न घेता, ती ताडकन उभी राहिली होती आणि त्यानंतर ती त्या किंवा इतर कोणत्याही पाद्र्याकडे कबुलीजबाबासाठी गेली नव्हती; परंतु फ्लोरेंतिनो अरिसाच्या सुज्ञपणाचं अनपेक्षित फळ त्याला मिळालं. तिने अंधारात हात पुढे करून त्याची बेंबी कुरवाळली, बगेलतून हात फिरवला, त्याच्या केस नसलेल्या ओटीपोटाखालून हात फिरवला. ती म्हणाली, ''तुझी त्वचा लहान बाळासारखी आहे.'' मग तिने अखेरचं पाऊल टाकलं. तिने त्याचा शोध घेतला जिथे तो नव्हता, तिने आशा न सोडता शोधलं आणि तिला तो सापडला, शस्त्रहीन.

''हा तर मेलाय,'' तो म्हणाला.

त्याच्या बाबतीत असं कधी कधी घडायचं आणि त्या भुतासोबत जगणं तो शिकला होता : प्रत्येक वेळी त्याला नव्याने शिकावं लागायचं, जणू काही प्रत्येक वेळ ही पहिली वेळ असायची. त्याने तिचा हात हातात घेऊन आपल्या छातीवर ठेवला. फर्मिना डासाला म्हातारं, अथकपणे धडधडणारं आणि कधीही छातीतून बाहेर येईल असं, पौगंडावस्थेतल्या मुलासारखं हृदय जाणवलं. ते धडधडत होतं. तो म्हणाला, ''खूप जास्त प्रेम जसं त्याच्यासाठी चांगलं नाही, तसंच प्रेमच नसणंही वाईट.'' परंतु तो ते असंच बोलायचं म्हणून बोलला. तो अपमानित झाला होता, तो स्वतःवर चिडला होता. त्याच्या अपयशाचं खापर तिच्यावर फोडायला काहीतरी कारण शोधत होता. तिला माहीत झालं आणि खोटं खोटं कुरवाळून तिने त्याच्या संरक्षित शरीराला उचकवायचा प्रयत्न केला. जसं मांजरीच्या पिल्लाला क्रूर खेळात मजा येते तसं. शेवटी त्याला ते सहन करणं अशक्य झाल्यावर तो त्याच्या केबिनमध्ये परतला. त्याचा विचार ती संध्याकाळपर्यंत करत राहिली, तिचं त्याच्यावर प्रेम आहे हे तिला अखेर पटलं आणि जेव्हा हळूहळू ॲनिसेटचा असर उतरत गेला, तेव्हा तो चिडला असणार आणि पुन्हा परत येणार नाही, असा विचार तिच्या अंगावर धावून आला आणि त्यामुळे तिची तगमग वाढली.

परंतु त्याच दिवशी, नेहमीपेक्षा वेगळ्या प्रहरी, रात्री अकरा वाजता तो परत गेला, ताजातवाना आणि नवा होऊन. त्याने तिच्यासमोर प्रदर्शन मांडण्यागत कपडे काढले. त्याला उजेडामध्ये पाहून तिला आनंद झाला, जसं तिने त्याला अंधारात कल्पिलं होतं तो तसाच होता : वयहीन पुरुष, उघडलेल्या छत्रीसारखी गडद आणि

चमकती त्वचा असलेला, जांघा आणि काखांमध्ये थोडेफार केसांचे पुंजके वगळता इतरत्र कुठेही केस नसलेला. त्याचं शरीर जागृत होतं आणि तिला लक्षात आलं की, त्याने अपघाताने त्याचं शस्त्र दाखवलं नव्हतं, तर त्याने ते प्रदर्शित केलं होतं, जणू एखाद्या युद्धातल्या ट्रॉफीसारखं. स्वतःला धैर्य प्राप्त व्हावं यासाठी. संध्याकाळचा वारा वाहू लागल्यामुळे, तिने घातलेला नाइटगाउन काढण्यासाठीही त्याने वेळ दिला नाही. पहिल्यांदा करत असल्यागतच्या घाईमुळे ती कारुण्याने थरथरली; परंतु त्यामुळे ती अस्वस्थ झाली नाही, कारण अशा वेळी करुणा आणि प्रेम यांमधला फरक ओळखणं सोपं नव्हतं; परंतु जेव्हा करून झालं, तेव्हा तिला रिक्त वाटलं.

वीस वर्षांमध्ये तिने पहिल्यांदा संभोग केला होता. तिला याची उत्सुकता होती की, एवढ्या मोठ्या काळानंतर तिच्या वयाच्या त्या टप्प्यावर तिला तो कसा वाटेल; परंतु तिचं शरीर त्याच्यावर प्रेम करतंय का नाही, हे समजण्यासाठी त्याने तिला वेळच दिला नव्हता. ते अचानक झालं आणि ते उदास होतं. तिने विचार केला : आता आपण सगळीच वाट लावून बसलो आहोत; परंतु ती चुकली होती: प्रत्येक वेळी जरी त्यांच्या पदरी निराशा पडली असली, त्याच्या उतावळेवणाचा पश्चात्ताप त्याला झालेला असला तरी आणि ॲनिसेटमुळे तिने केलेल्या वेडेपणाचं तिला वाईट वाटत असलं तरी, पुढच्या दिवसांमध्ये ते एकमेकांपासून एकही क्षण वेगळे राहिले नाहीत. अंतःप्रेरणेने त्याच्या बोटीवरील कोणतंही गुपित समजून घेणारा कॅप्टन सामारितानो त्यांना रोज सकाळी एक पांढरं गुलाबाचं फूल पाठवू लागला, तो त्यांना जुनी वॉल्ट्झ प्रेमगीतं वाजवून दाखवायचा आणि विनोद म्हणून लैंगिक शक्ती वाढवणारे खाद्यपदार्थ जेवणांत द्यायचा. त्यानंतर जोपर्यंत त्यांना अंतःप्रेरणेने तसं वाटलं नाही, तोपर्यंत त्यांनी पुन्हा संग करायचा प्रयत्न केला नाही. ते एकमेकांसोबत राहण्यातल्या आनंदात समाधानी झाले.

केबिन सोडून बाहेर पडण्याचा त्यांनी विचारही केला नसता; परंतु कॅप्टनने त्याला एक चिठ्ठी लिहिली होती. त्यात त्याने सांगितलं होतं की, दुपारच्या जेवणानंतर ते ला दोरादा या त्यांच्या अकरा दिवसांच्या प्रवासातल्या शेवटच्या बंदरापाशी पोहोचणार होते. केबिनमधून फर्मिना डासा आणि फ्लोरेंतिनो अरिसाने पिवळ्या सूर्यप्रकाशाने उजळलेली उंचाडी घरं पाहिली आणि तेव्हा त्यांना त्या ठिकाणाला तसं नाव का दिलं असावं हे समजलं; परंतु त्यांना तिथली उष्णता मोठ्याल्या कढईतल्या वाफेसारखी वाटली आणि त्यांनी रस्त्यावरचं डांबर उकळताना पाहिल्यावर त्यांना ते नाव फारसं सार्थ वाटलं नाही. असं असलं तरी बोट तिथे न थांबता, त्याच्या समोरच्या काठावर थांबली, जिथे सान्ता फे रेल्वस्टेशन होतं.

सगळे प्रवासी उतरल्या उतरल्या त्यांनी केबिन सोडली. रिकाम्या सलूनमधली मोकळी हवा फर्मिना डासाने तिच्या आत घेतली आणि गनवेलमधून त्या दोघांनी ट्रेनच्या डब्यामधून सामान गोळा करून येणारी लोकांची बडबडी गर्दी पाहिली. ती

ट्रेन खेळण्यातल्यासारखी वाटत होती. एखाद्याला ते युरोपमधून आल्यासारखे वाटले असते, कारण बायका, पुरुष सगळ्यांनी नॉर्डिक कोट्स आणि हॅट्स घातलेल्या होत्या, ज्या मागच्या शतकातल्या होत्या आणि त्या उष्ण, धुळकट वातावरणात त्याला काहीही अर्थ नव्हता. काहींच्या डोक्यात बटाट्याची फुलं होती; परंतु ती आता उष्णतेने मलूल झाली होती. स्वप्नवत सावानामधून ट्रेनचा प्रवास करून ते नुकतेच अँडियन पठारावरून आले होते आणि कॅरिबियनसाठी कपडे बदलण्याएवढा वेळ त्यांना मिळालेला नव्हता.

गजबजलेल्या बाजाराच्या मध्यभागी, अचानक एक खूप म्हातारा त्याच्या भिकारड्या, विटक्या कोटामधून कोंबडीची पिल्लं बाहेर काढत होता. त्याच्या चेहऱ्यावर वेगळेच भाव होते. तो गर्दीतून मार्ग काढत गेला. त्याचा विटका ओव्हरकोट त्याचा मापाचा नव्हता. तो उंच आणि जाडगेल्या माणसाचा होता हे समजत होतं. त्याने त्याची हॅट काढून बंदरावर उपडी ठेवली, जेणेकरून कुणाला त्यात नाणी टाकायची असल्यास टाकता येतील. त्याने त्याच्या मुठीत मावतील एवढी पिल्लं बाहेर काढायला सुरुवात केली, जणू त्याच्या बोटांमध्ये त्यांची संख्या वाढत होती. एका क्षणात चिवचिवणाऱ्या पिल्लांनी बंदर भरून गेलं आणि ती इकडेतिकडे घाईत असलेल्या प्रवाशांमधून – जे त्यांच्याही नकळत त्यांना चिरडू शकले असते – पळू लागली. तिच्या सन्मानाखातर जणू काही ते अप्रतिम दृश्य घडत असावं असं तिला वाटलं, कारण ती एकटीच ते पाहत होती. ती त्यात गढून गेली, त्यामुळे फर्मिना डासाला परतीच्या प्रवासाकरता प्रवाशी चढू लागल्याचं समजलं नाही. तिचं ध्यान भंगलं. त्या प्रवाश्यांमध्ये तिने अनेक चेहरे असे पाहिले ज्यांना ती ओळखत होती, काही मित्र होते ज्यांनी काही काळाआधी तिच्या दुःखात सहभाग नोंदवला होता. ती लागलीच केबिनमध्ये गेली. फ्लोरेंतिनो अरिसाने तिला केबिनमध्ये उद्विग्नावस्थेत पाहिलं. या सुखदायी प्रवासात लोकांनी तिला पाहण्यापेक्षा तिने मरण पत्करलं असतं. तिच्या नवऱ्याच्या मृत्यूनंतर ती एवढ्या लगेच तिथे आली असल्याचं त्या लोकांना कळायला नको होतं. तिच्या या बोलण्याचा फ्लोरेंतिनो अरिसावर असा परिणाम झाला की, त्याने तिला केबिनमधूनच अख्खा प्रवास करू न देता तिला वाचवण्यासाठी आणखी काहीतरी मार्ग शोधण्याचं वचन दिलं.

जेवायच्या खासगी खोलीमध्ये ते जेव्हा रात्रीचं जेवणं घेत होते, तेव्हा त्याला एक कल्पना सुचली. कॅप्टनला बऱ्याच कालावधीपासून होणाऱ्या अडचणीबद्दल फ्लोरेंतिनो अरिसाशी बोलायचं होतं; परंतु तो कॅप्टनला नेहमी सांगायचा, ''लिओना कासिआनी अशा प्रकारच्या अडचणी माझ्यापेक्षा जास्त चांगल्या सोडवते.'' या वेळी मात्र त्याने त्याचं म्हणणं ऐकून घेतलं. ते असं की, नदीत वर जाणाऱ्या बोटी कार्गो घेऊन जायच्या; परंतु येताना मोकळ्या यायच्या; परंतु हेच प्रवाशांच्या बाबतीत उलट व्हायचं. ''आणि कार्गोचा फायदा असा की, त्यातून पैसे जास्त

मिळतात आणि त्यांना खायलाही काही लागत नाही,'' तो म्हणाला. पुरुषांच्या या ऊर्जा वाया घालवणाऱ्या चर्चेमुळे – ज्याचं फलित वेगवेगळी भाडी आकारणं हे होतं – फर्मिना डासाने इच्छेविरुद्ध जेवण केलं; परंतु फ्लोरेंतिनो अरिसाने चर्चा तडीस नेली आणि त्यानंतर त्याने कॅप्टनला प्रश्न विचारला, तो प्रश्न कॅप्टनला त्याच्या उपायाची नांदी वाटला.

''आणि...'' तो म्हणाला. ''न थांबता प्रवास करणं शक्य आहे का, कार्गो किंवा प्रवासी कोणालाही न घेता, कोणत्याही बंदरावर न थांबता, काहीही न करता?''

कॅप्टन ते शक्य असल्याचं म्हणाला; परंतु केवळ गृहीतक म्हणून. आर. सी.सी. कंपनीच्या अनेक व्यावसायिक बांधिलक्या होत्या, त्यांची साद्यंत माहिती त्याच्यापेक्षा फ्लोरेंतिनो अरिसाला जास्त होती. त्यात कार्गो, प्रवासी, टपाल अशा अनेकांशी करार केलेले होते आणि त्यातले बरेचसे मोडता न येणारे होते. या सगळ्या गोष्टी टाळून प्रवास करणं एकाच गोष्टीने शक्य होणार होतं ते म्हणजे बोटीवर कॉलरा झालेला रुग्ण असणं, त्यामुळे जहाजाचं विलगीकरण केलं गेलं असतं, त्यावर पिवळा झेंडा फडकावून ते तातडीने प्रवास करू शकलं असतं. कॅप्टन सामारितानोला त्याआधी कितीतरी वेळा तसं करावं लागलं होतं. कारण, नदीच्या मार्गावर कॉलराचे रुग्ण बरेच असायचे; परंतु नंतर आरोग्य अधिकारी डॉक्टरांना मृत्यूच्या दाखल्यावर तो रुग्ण साध्या हागवणीने मेला असं लिहायला लावायचे. शिवाय, नदी वाहतुकीच्या इतिहासात कितीतरी वेळा कर किंवा नको असलेले प्रवासी टाळण्यासाठी किंवा अचानक आलेली तपासणी पथकं टाळण्यासाठी प्लेगचा पिवळा झेंडा फडकवण्यात आलेला होता. फ्लोरेंतिनो अरिसाने टेबलाखालून फर्मिना डासाचा हात हातात घेतला.

''ठीक आहे, मग,'' तो म्हणाला. ''तसं करू या.''

कॅप्टन चकित झाला; परंतु नंतर धूर्त कोल्ह्याच्या अंतःप्रेरणेने त्याला सगळं काही स्पष्टपणे दिसलं.

''या बोटीवर आज्ञा मी देतो; परंतु आम्हाला तुम्ही आज्ञा देता,'' तो म्हणाला. ''त्यामुळे जर तुम्ही खरंच म्हणत असाल, तर मला तुमची लिखित आज्ञा द्या. आपण लगेच निघू या.''

अर्थातच फ्लोरेंतिनो अरिसा मनापासून बोलत होता आणि त्याने तशी सहीनिशी लिखित आज्ञा दिली. असंही प्रत्येकाला तोपर्यंत अधिकारी काहीही आकडे सांगत असले तरी कॉलरा काही संपलेला नाही हे माहीत झालं होतं. बोटीसाठी काहीच अडचण नव्हती. त्यांनी घेतलेली छोटी कार्गो दुसरीकडे वळवली आणि प्रवाशांना काहीतरी तांत्रिक समस्या आल्याचं सांगून त्यांना सकाळी लवकर दुसऱ्या कंपनीच्या एका बोटीमध्ये जायला सांगितलं. जर गोष्टी अशा अनैतिक

आणि क्षुल्लक कारणासाठी केल्या गेल्या होत्या, तर फ्लोरेंतिनो अरिसाला प्रेमासाठी असं करण्यात काहीच हरकत नाही असं वाटलं. कॅप्टनने प्युर्तो नारेला एकदा थांबण्याबद्दल परवानगी मागितली. तिथे तो कुणालातरी घेणार होता. ती व्यक्ती त्यांना प्रवासात सोबत करणार होती. त्यानेही त्याच्या मनात काही गुपितं लपवलेली होती तर.

कार्गो किंवा प्रवाशांशिवाय न्यू फिडेलिटीने दुसऱ्या दिवशी पहाटे कूच केलं आणि मुख्य ढोलकाठीवर कॉलराचा पिवळा झेंडा दिमाखात फडकावला. प्युर्तो नारेला संध्याकाळी त्यांनी कॅप्टनपेक्षाही उंच आणि जाडगेल्या बाईला बोटीवर घेतलं, तिचं सौंदर्य नेहमीसारखं नव्हतं, तिला दाढी लावली असती तर तिला सर्कसमध्ये कुणीही घेतलं असतं. तिचं नाव होतं झेनैदा नीव्हीज; परंतु कॅप्टन तिला 'माझी जंगली बाई' असं म्हणायचा. ती त्याची जुनी मैत्रीण होती. तिला तो एका बंदरावरून घ्यायचा आणि दुसऱ्या बंदरावर सोडायचा. ती तिथे आनंदाच्या लहरींना सोबत घेऊन यायची. जेव्हा त्याने एन्व्हिगादोहून जाणारी ट्रेन जुन्या खेचरांच्या मार्गावरून पर्वतीय प्रदेशात वर कशीबशी चढताना पाहिली, तेव्हा त्या मृत्यूच्या उदास ठिकाणी फ्लोरेंतिनो अरिसा रोझाल्बाच्या आठवणी पुन्हा जगला. उरलेल्या प्रवासात ॲमेझॉनमध्ये पडणारा प्रचंड पाऊस थोड्या थोड्या कालावधीने थांबत पडत राहणार होता; परंतु त्याची चिंता कुणीही केली नाही : तरंगत्या मेजवानीला तिचं तिचं छप्पर होतं. त्या रात्री चाललेल्या मेजवानीत तिचा सहभाग नोंदवण्यासाठी फर्मिना डासा क्रूच्या टाळ्यांच्या गजरात गॅलीमध्ये गेली आणि तिने प्रत्येकासाठी पदार्थ तयार केला आणि त्याचं नामकरण फ्लोरेंतिनो अरिसाने 'एगप्लँट अल आमूर' असं केलं.

दिवसा ते पत्ते खेळायचे, पोट फुटेस्तोवर खायचे, दमल्यामुळे वामकुक्षी घ्यायचे आणि सूर्यास्त झाल्या झाल्या ऑक्रेस्ट्रा वादनाला सुरुवात व्हायची आणि आता यापुढे एक कण खाऊ-पिऊ शकणार नाही असं होईस्तोवर ते ॲनिसेट प्यायचे आणि सोबत सामन मासा खायचे. तो प्रवास जलद झाला. बोट हलकी होती आणि प्रवाहदेखील वाहते होते आणि उंचावर आलेल्या पुरामुळे सुधारले होते. तिथे तर आठवड्यात एवढा पाऊस पडला होता, जेवढा अख्ख्या प्रवासात पडला नव्हता. काही गावं कॉलराला पळवून लावण्यासाठी तोफ डागायच्या आणि दुःखद भोंगा वाजवून ते त्यांचं अभिवादन करायचे. त्यांच्या आजूबाजूने जाणाऱ्या बोटी, मग त्या कोणत्याही कंपनीच्या असल्या तरी त्या सांत्वनाचे संकेत दर्शवत. मॅगान्ग्यू शहरात, जिथे मर्सिडिसचा जन्म झाला होता, त्यांनी उरलेल्या प्रवासाला पुरेल एवढा लाकूडफाटा घेतला.

तिच्या चांगल्या कानाने जेव्हा फर्मिना डासाने बोटीचा हॉर्न ऐकला तेव्हा ती घाबरून गेली; परंतु दुसऱ्या दिवशी ॲनिसेटमुळे तिला दोन्ही कानांनी अधिक

चांगलं ऐकू येऊ लागलं. तिला लक्षात आलं की, गुलाबाच्या फुलांना आधीपेक्षा जास्त चांगला गंध येत आहे, पहाटे किलबिलणारे पक्षी आधीपेक्षा जास्त चांगले गात आहेत आणि देवाने एक पाणगाय निर्माण करून तिला तामालामेकच्या काठावर ठेवून दिली होती म्हणजे ती तिला झोपेतून उठवू शकेल. कॅप्टनने तिचा आवाज ऐकला, त्याने बोटीचा मार्ग बदलला आणि शेवटी पिल्लाला पाजणारी मोठाली पाणगाय त्यांना पाहायला मिळाली. फ्लोरेंतिनो अरिसा किंवा फर्मिना डासा - दोघांनाही, ते एकमेकांना किती चांगलं ओळखू लागले होते हे लक्षात आलं नव्हतं. ती त्याला एनिमा घ्यायला मदत करायची, तो उठण्याआधी ती उठायची आणि तो झोपलेला असताना ग्लासमधल्या पाण्यात ठेवलेली त्याची कवळी साफ करायची आणि तिने तिच्या हरवणाऱ्या चश्म्याची समस्या सोडवली होती. कारण, वाचन करायला आणि शिवणकाम करायला ती त्याचा वापरू लागली होती. जेव्हा एकदा सकाळी ती उठली, तेव्हा तो तिला अंधारात शर्टाचं बटण शिवताना दिसला आणि तिने घाईघाईने त्याच्या हातून तो घेतला. कारण, तिला वाटलं की, तो नेहमीचं वाक्य म्हणेल - दोन बायका असायला हव्यात. दुसरीकडे, तिला त्याच्याकडून एकच गोष्ट हवी होती. तिच्या पाठीवरचं दुखणं गरम कप लावून बरं करणं.

इकडे फ्लोरेंतिनो अरिसाने ऑक्रेस्ट्रातून व्हायोलिन आणून त्याच्या जुन्या आठवणींना उजाळा द्यायला सुरुवात केली आणि अर्धा दिवस तो तिच्यासाठी 'मुकुटधारी देवता' हे वॉल्ट्झ वाजवू शकला आणि जबदस्तीने थांबवेपर्यंत त्याने ते वाजवलंदेखील. एकदा रात्री आयुष्यात पहिल्यांदा फर्मिना डासाला दुःखाश्रूंनी गुदमरल्यामुळे जाग आली, ते दुःख संतापाचं नव्हतं, तर तिला बोटीवरल्या माणसाने मरेस्तोवर मारलेल्या म्हाताऱ्या जोडप्याच्या आठवणीने आलेलं होतं. आता तिला सतत पडणाऱ्या पावासाचं काही वाटत नव्हतं आणि फार उशिरा तिला लक्षात आलं की, कदाचित तिला वाटलं होतं तितकं पॅरिस काही तेवढं धूरकट गूढ शहर नव्हतं आणि कदाचित सान्ता फेला इतक्याही काही अंत्ययात्रा रस्त्यावरून जात नसतील. तिला क्षितिजावरती फ्लोरेंतिनो अरिसाबरोबर केलेल्या प्रवासांची स्वप्नं दिसू लागली : वेडे प्रवास, ट्रंक न घेता, कुठल्याही सामाजिक बांधिलकीशिवायचे प्रवास. प्रेमाचे प्रवास.

शहरात पोहोचण्याच्या आदल्या दिवशी, रंगीत दिवे आणि कागदी फुलांच्या माळांनी त्यांनी मोठी मेजवानी साजरी केली. रात्र होता होता आकाश निरभ्र झालं. एकमेकांना अगदी जवळ धरून, कॅप्टन आणि झेनैदा यांनी पहिल्यांदा 'बोलोरो' नृत्यकारी सादर केली, ज्याने त्या काळी लोकांना वेड लावलं होतं. फ्लोरेंतिनो अरिसाने फर्मिना डासाला त्यांच्या खासगी गाण्यावर नृत्य करू या असं सूचित करण्याची हिंमत केली; परंतु तिने नकार दिला. तरीही तिने मानेने आणि पायांनी रात्रभर ठेका दिला आणि एक क्षण असा आला की, ती बसल्या बसल्या तिच्याही

नकळत नृत्य करू लागली. कॅप्टन त्याच्या तरुण प्रेयसीबरोबर बोलेरोच्या सावलीमध्ये मिसळून गेला. तिने एवढी ॲनिसेट प्यायली की, तिला जिना चढताना मदत घ्यावी लागली आणि तिला रडेस्तोवर हसण्याचा झटका आला, त्यामुळे सगळे जण घाबरले. तरीही केबिनच्या गंधित मरुद्यानात सावरल्यावर, त्यांनी शांतपणे, परिपूर्ण असा प्रेमसंग केला, अनुभवी आजी–आजोबांसारखा. त्याची आठवण ती स्वतःकडे त्या वेड्या प्रवासातली सर्वोत्तम स्मृती म्हणून ठेवून देणार होती. कॅप्टन आणि झेनैदा यांना जे वाटत होतं त्याच्या उलट, त्या दोघांना ते नवविवाहित आहेत असं अजिबात वाटत नव्हतं आणि उशिरा भेटलेले प्रेमी तर नाहीच. जणू काही त्यांनी वैवाहिक आयुष्यातला मोठा त्रास उडी मारून ओलांडला होता आणि थेट प्रेमाच्या अंतरंगात बुडी मारलेली होती. आयुष्याबाबत अतिशय सावध असलेल्या म्हाताऱ्या विवाहित जोडप्याप्रमाणे ते दोघंही शांतपणे सोबत होते, उत्कट वेडाच्या खड्ड्यांपलीकडे गेलेले, खोट्या आशेच्या क्रूरपणाच्या पलीकडे गेलेले आणि भ्रमांच्या पिशाचांपलीकडे गेलेले : प्रेमाच्याही पलीकडे गेलेले. ते एकमेकांसोबत बराच काळ एकत्र राहिले होते, त्यामुळे त्यांना समजलं होतं की, कधीही आणि कुठेही, प्रेम नेहमी प्रेम असतं; परंतु जेव्हा ते मरणाच्या जवळ येतं, तेव्हा ते जास्त सघन आणि खोल असतं.

त्यांना सकाळी सहा वाजता जाग आली. ॲनिसेटच्या वासाने तिचं डोकं दुखत होतं आणि डॉ. हुवेनाल उर्बिनो झाडावरून खाली पडला होता, तेव्हापेक्षा जास्त तरुण आणि जाडगेला होऊन परत आला आहे आणि तो त्याच्या आरामखुर्चीत बसून त्यांच्या घराच्या दारापाशी तिची वाटत पाहतो आहे, असं वाटून ती स्तंभित झाली. तरीही ती तेवढी विचार करू शकत होती की, तो काही ॲनिसेटचा परिणाम नव्हता, तर ती तिच्या घरी लवकरच परतणार होती याचा परिणाम होता.

''मेल्यासारखं होणार आहे हे,'' ती म्हणाली.

फ्लोरेंतिनो अरिसा ते ऐकून चकित झाला, कारण तिच्या शब्दांमधला विचार त्याला घरी परतायच्या प्रवासाच्या सुरुवातीपासून शांत राहू देत नव्हता. केबिनशिवाय दुसऱ्या कुठल्याही घराची, बोटीखेरीज कुठेही जेवायची किंवा दुसऱ्या कुठल्याही आयुष्याची ते कल्पनाच करू शकत नव्हते. बाकी जीवन त्यांना कायमचं परकं झालं होतं. खरोखरच, ते मेल्यासारखंच होतं. त्याला पुन्हा झोप लागली नाही. तो पलंगावर उताणा पडून राहिला, त्याने त्याचे हात डोक्याखाली घेतले. एका विशिष्ट क्षणी अमेरिका विखूनाच्या मरणाचा डंख त्याला झाला. त्या दुःखाने तो कळवळला आणि ते सत्य तो फार काळ मनात ठेवू शकला नाही. त्याने स्वतःला न्हाणीघरात कोंडून घेतलं आणि तो मन भरेपर्यंत शांतपणे, हळूहळू रडला. मगच त्याला स्वतःपाशी कबूल करण्याची हिंमत एकवटता आली की, त्याचं तिच्यावर किती प्रेम होतं.

ते डेकवर गेले, त्यांनी आधीपासून किनाऱ्यावर उतरण्यासाठीचा पोशाख केला होता. बोटीने जुन्या स्पॅनिश मार्गिकेवरचे अरुंद प्रवाह आणि दलदलीचे प्रदेश मागे टाकला होता आणि आता ते खाडीतल्या बोटींच्या अवशेषांमधून आणि तेलाच्या फलाटांमधून मार्ग काढत चालले होते. सिटी ऑफ व्हॉइसरॉयच्या सोनेरी घुमटांवर गुरुवारची तेजाळ किरणं पडलेली होती. फर्मिना डासा रेलिंगाशी उभी होती, तिला त्या शहराच्या कीर्तीचा घाणेरडा वास सहन होत नव्हता, तिला तटबंदीचा उद्धटपणा सहन होत नव्हता : खऱ्या आयुष्यातला भयंकरपणा. ते दोघंही काही बोलले नाहीत; परंतु कोणालाही आपण एवढ्या सहजी मान तुकवू असं वाटत नव्हतं.

त्यांना कॅप्टन जेवायच्या खोलीत अस्ताव्यस्त स्थितीत सापडला, ते त्याच्या नेहमीच्या नीटनेटकेपणापासून फारकत घेणारं होतं. त्याची दाढी वाढलेली होती, त्याचे डोळे रात्री झोप नीट न झाल्याने लाल झाले होते, काल रात्रीपासून घातलेले त्याचे कपडे घामट झाले होते, ॲनिसेटच्या प्रभावामुळे तो बोलताना अडखळत होता. झेनैदा झोपलेली होती. ते शांतपणे न्याहारी करू लागले, तेव्हा आरोग्य विभागाच्या मोटरवर चालणाऱ्या लाँचने त्यांना बोट थांबवायची आज्ञा दिली.

ब्रिजवर उभा राहिलेला कॅप्टन गस्तिपथकाकडून विचारण्यात आलेल्या प्रश्नांना ओरडून उत्तरं देऊ लागला. त्यांना जाणून घ्यायचं होतं की, बोटीवर कोणत्या महामारीचा आजार होता, त्याचे किती रुग्ण होते, त्यातले किती जण आजारी होते, नव्याने संसर्ग असण्याची शक्यता किती होती. कॅप्टनने उत्तर दिलं की, बोटीवर केवळ तीन प्रवासी असून तिघांनाही कॉलरा झाला आहे; परंतु त्यांना कठोर एकांतवासात ठेवण्यात आलेलं आहे. जे ला दोरादा इथे बोटीवर चढणार होते ते आणि सत्तावीस क्रू सदस्यांपैकी कुणाचाही त्यांच्याशी संपर्क आलेला नव्हता; परंतु गस्तिपथकाच्या प्रमुखाचं त्या उत्तराने समाधान झालं नाही आणि त्याने खाडीतून निघून जाण्यास आणि लास मर्सिडीज मार्शला दुपारी दोन वाजेपर्यंत त्यांना थांबण्यास सांगितलं. तोपर्यंत बोटीचं विलगीकरण करणं इत्यादीसाठी जी कागदपत्रं लागणार होती, त्याची पूर्तता करण्यात येणार होती. कॅप्टनने पोटातला भयंकर वासाचा वायू सरू दिला आणि हात हलवत चालकाला परत फिरून दलदलीच्या प्रदेशाजवळ जाण्याची आज्ञा दिली.

फर्मिना डासा आणि फ्लोरेंतिनो अरिसा यांनी टेबलापाशी बसून सगळं काही ऐकलं होतं; परंतु कॅप्टनला त्याचं काही देणंघेणं असावं असं भासत नव्हतं. तो पुन्हा काही न बोलता खाऊ लागला आणि नदीबोटीच्या कॅप्टन्सनी वर्तणुकीची जी एक मोठी परंपरा टिकवली होती ती त्याने मोडली होती याचा पुरावा म्हणजे त्याची खराब मनःस्थिती. त्याने चार तळलेली अंडी सुरीने कापली आणि हिरव्या केळ्याबरोबर खाल्ली. त्याचा अख्खा घास त्याने तोंडात घातला आणि असुरी आनंदाने तो ती चावू लागला. फ्लोरेंतिनो अरिसा आणि फर्मिना डासा त्याच्याकडे

काही न बोलता पाहत राहिले, जणू काही ते शाळेच्या बाकड्यावर त्यांना मिळालेले अंतिम गुण समजण्यासाठी थांबलेले असावेत. आरोग्य अधिकाऱ्याशी तो बोलत असताना, ते एकही शब्द एकमेकांशी बोलले नाहीत किंवा त्यांची आयुष्यं पुढे कशी असणार आहेत, याची किंचितही कल्पना त्यांना नव्हती; परंतु दोघांनाही माहीत होतं की, कॅप्टन त्या दोघांचा विचार करत होता : त्याच्या कानशिलावर धडधडणाऱ्या शिरांवरून ते कळत होतं.

त्याने अंडी, केळी खाल्ली आणि कॉफी घेतली, बॉयलर्स शांत असताना बोटीने खाडी सोडली, टरुयाच्या पानांमधून, जांभळ्या रंगांच्या कमळांमधून मार्ग काढत ती प्रवाहातून पुढे गेली आणि दलदलीच्या भागात परतली. आजूबाजूचं पाणी त्यात मरून पडलेल्या असंख्य माशांमुळे विविध रंगांनी चकाकत होतं. तिथले कोळी लपूनछपून या माशांना सुरुंग लावून मारायचे. किंचाळणारा आवाज करत सगळे पृथ्वीवरचे आणि पाण्यावरचे पक्षी वर्तुळाकारात उंच उडत होते. कॅरिबियनवरून आलेला वारा आवाज करत खिडकीतून शिरला आणि फर्मिना डासाला तिच्या रक्तामध्ये मुक्ततेचे रानटी ठोके पडत असल्याचं जाणवलं. तिच्या उजवीकडे, गढूळ, महान माग्दालेना नदीचं मुख समुद्रात विशाल होऊन मिसळून गेलेलं दिसत होतं.

जेव्हा थाळीत खायला काही उरलं नाही, तेव्हा कॅप्टनने त्याचे ओठ टेबलावरील कापडाच्या टोकाने पुसले आणि तो असभ्य अशा भाषेत बोलू लागला, त्यामुळे एकदाची आणि कायमची नदीबोटीच्या कॅप्टनच्या उत्तम भाषेची प्रतिष्ठा मोडीत निघाली. कारण, तो काही त्यांच्याशी किंवा इतर कुणाशी बोलत नव्हता, तर तो स्वतःच्याच संतापाशी तडजोडी करायचा प्रयत्न करत होता. अमानुष अशा शिव्याशापांनंतर, त्याचा निष्कर्ष होता, कॉलराचा झेंडा लावल्याने झालेल्या गोंधळातून त्याला बाहेर पडण्यासाठी कोणताही मार्ग दिसत नव्हता.

डोळे उघडमीट न करता फ्लोरेंतिनो अरिसाने त्याचं बोलणं ऐकलं. मग त्याने खिडकीतून दर्यावर्दींच्या होकायंत्रातल्या चवथ्या भागातलं संपूर्ण वर्तुळ, स्पष्ट क्षितिज, एकही ढग नसलेलं डिसेंबर महिन्यातलं आकाश पाहिलं. ज्या पाण्यातून कायम जात राहता येईल असं पाणी पाहिलं आणि म्हणाला, "आपण जात राहू, जात राहू, जात राहू, पुन्हा ला दोरादाला."

फर्मिना डासा थरकापली, कारण तिने त्याचा तो पूर्वीचा आवाज ओळखला : दैवी शक्तीने उजळून निघालेला आणि तिने कॅप्टनकडे पाहिलं. तो त्यांची नियती होता; परंतु कॅप्टन तिला पाहत नव्हता. कारण, तो फ्लोरेंतिनो अरिसाच्या प्रेरणेच्या प्रचंड शक्तीमुळे स्तंभित झाला होता.

"तुम्ही जे म्हणताय, तसंच तुम्हाला करायचं आहे?" त्याने विचारलं.

"ज्या क्षणी मी जन्मलो," फ्लोरेंतिनो अरिसा म्हणाला, "त्या क्षणापासून मला जे म्हणायचे नाही, ते मी कधीही काहीही बोललेलो नाही."

कॅप्टनने फर्मिना डासाकडे पाहिलं आणि तिच्या पापण्यांवरची थंडीची पहिली चाहूल पाहिली. मग त्याने फ्लोरेंतिनो अरिसाकडे पाहिलं, त्याच्या प्रचंड शक्तीकडे, त्याच्या नीडर प्रेमाकडे पाहिलं आणि त्याची शंका खरी ठरल्याच्या विचाराने तो भारावून गेला. ती म्हणजे मृत्यूला नव्हे, तर मर्यादा नसतात त्या जीवनाला.

''हे असं वेड्यासारखं यायचं, मग जायचं, असं आपण किती काळ करत राहणार आहोत?'' कॅप्टनने विचारलं.

त्रेपन्न वर्षं, सात महिने आणि अकरा दिवस-रात्रींपासून फ्लोरेंतिनो अरिसाने त्याचं उत्तर तयार ठेवलं होतं.

''सदासर्वकाळ,'' तो म्हणाला.

अनुवादक परिचय

लेखक, अनुवादक आणि संपादक म्हणून प्रणव सखदेव हे मराठी साहित्य वर्तुळात सुपरिचित आहेत. त्यांचे दोन कथासंग्रह आणि दोन कादंबऱ्या प्रकाशित असून त्यांना वाचकांचा उत्स्फूर्त प्रतिसाद लाभला आहे. विविध दैनिकांमधून, नियतकालिकांमधून आणि दिवाळी अंकांमधून त्यांचं लेखन प्रकाशित होत असतं. याशिवाय त्यांनी ॲलेक्झांडर ड्यूमास, एच.जी. वेल्स, एपीजे अब्दुल कलाम, जेरी पिंटो यांसारख्या मान्यवर लेखकांची पुस्तकं मराठीत अनुवादित केली आहेत. २०१५-१६ या वर्षाकरिता त्यांना अनुवादासाठी कुसुमाग्रज प्रतिष्ठान, नाशिक यांची अभ्यासवृत्ती मिळाली होती.

अनुवादकाच्या टीपा

१. हाय मास हा नेहमीच्या मासपेक्षा अधिक विधी असलेला मास असतो.

२. ईस्टर संडे झाल्यावर सात आठवड्यांनी होणारी रविवारची सामूहिक प्रार्थना, जी महत्त्वाची समजली जाते.

३. ख्रिश्चन धर्मातला एक विधी ज्यात ब्रेड आणि वाइन भरवलं जातं.

४. कृष्णवर्णीय व गौरवर्णीय यांच्या संकरातून झालेल्या निमगोऱ्या वर्णाच्या लोकांना म्यूलट्टा म्हटलं जातं.

५. वेनिशियन बॅसालिका म्हणजे वेनिस शहरातल्या स्थापत्यशास्त्र पद्धतीचा वापर करून उभारलेले मोठे महाल.

६. विविध प्रकारचं मांस, भाज्या घालून तयार केलेला सूपसारखा पदार्थ.

७. सिमॉन बोलिव्हार (जन्म : २४ जुलै १७८३, मृत्यू : १७ डिसेंबर १८३०) या व्हेनेज्युएलाच्या सैन्याधिकारी आणि राजकीय नेत्याला 'लिबरेतॉर' म्हणून ओळखलं जातं. कोलंबिया, व्हेनेज्युएला, इक्केडोर, पेरू, पनामा, बोलिव्हिया या देशांना स्पॅनिश सत्तेच्या तावडीतून स्वातंत्र्य मिळवण्यासाठी केलेल्या चळवळीचं नेतृत्व त्याने केलं होतं.

८. येशूच्या पुनर्जन्मासाठी सकाळी, दुपारी आणि संध्याकाळी म्हटली जाणारी प्रार्थना. इथे संध्याकाळची प्रार्थना.